சேலஞ்ச்

நக்கீரன் கோபால்

இது ஒரு

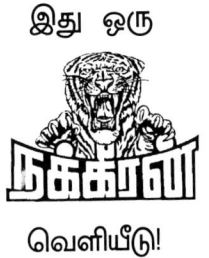

நக்கீரன்

வெளியீடு!

சேலஞ்ச்

நக்கீரன் கோபால்

© பதிப்பகத்தாருக்கே

முதல் பதிப்பு 2000
6ம் பதிப்பு 2024
பக்கங்கள் 584
விலை ரூ. 490

வெளியீடு
நக்கீரன் பப்ளிகேஷன்ஸ்
105, ஜானி ஜான்கான் சாலை
இராயப்பேட்டை, சென்னை 14
தொடர்புக்கு: 044-2688 1700

நூலழகு
துரை.கணேசன்

உள் ஓவியங்கள்
ஸ்யாம்

கட்டமைப்பு
சாருபிரபா பிரிண்டர்ஸ் லிட்.,
சென்னை 14

அச்சாக்கம்
என் பிரிண்டர்ஸ்
சென்னை 14

Challenge

NakkheeranGopal

© Publisher Only

First Edition 2000
6th Edition **2024**
Pages 584
Price Rs. 490

Published by
Nakkheeran Publications
105, Jani JahanKhan Road
Royapettah, Chennai 14
Ph 044-2688 1700

Layout by
Durai.Ganesan

Inner Illustration by
Shyam

Binding by
Saaruprabha Printers Ltd.,
Chennai 14

Printed at
N Printers
Chennai 14

ISBN 978-81-970283-3-5

இதன் காப்புரிமை, மொழிபெயர்ப்புரிமை மற்றும் அனைத்து உரிமைகளும் பிரத்யேகமாக Nakkheeran Publicationக்கு ஒதுக்கப்பட்டுள்ளது மற்றும் கொடுக்கப்பட்டுள்ளது. இந்த பதிப்பின் எந்த ஒரு பகுதியும் Nakkheeran Publication எழுத்துப்பூர்வமான ஒப்புதல் இல்லாமல் மறுபதிப்பு செய்வதற்கோ, அல்லது எந்த ஒரு மின்னணு முறையிலோ, இயந்திர முறையிலோ நகல் எடுப்பதற்கோ, பதிவு செய்வதற்கோ, அனுமதியில்லை.

உயிர் நீத்த
அய்யா கணேசன்
அவர்களுக்கு...

'நக்கீரனிசம்'
வழிகாட்டும் ஒளிவிளக்கு!

—வி.ஆர்.கிருஷ்ணய்யர்
சுப்ரீம் கோர்ட் நீதியரசர்

"பத்திரிகைச் சுதந்திரம்' என்பது விலை மதிக்க முடியாத அளவுக்கு மிக மிக அரியது; அருமையானது.

இந்திய அரசமைப்புச் சட்டமே இந்த உரிமையை அளித்துள்ளது என்னும் போது இது எவ்வளவு முக்கியமானது என்பது விளங்கும். பத்திரிகைச் சுதந்திரம் இல்லாத சமுதாயம், சுதந்திரமே இல்லாத அடிமைச் சமுதாயம் ஆகும். பத்திரிகைச் சுதந்திரமும் கருத்து வெளியிடும் சுதந்திரமும் அடிப்படையான அம்சங்களாகும்.

அதே நேரத்தில் பத்திரிகை, தொலைக்காட்சி போன்ற தகவல் தொடர்பு சாதனங்களுக்கு சமூகக் கடமையும், கடமையை நிறைவேற்றும் துணிச்சலும் இருக்க வேண்டும். அப்படித்தான் நாம் எதிர்பார்க்கிறோம். ஆனால் பெரும்பாலான பத்திரிகைகளுக்கும் மற்ற சாதனங்களுக்கும் இந்தக் கடமையுணர்வும் துணிச்சலும் இல்லை.

ஆட்சி அதிகாரம் என்பது யாரையும் கெடுத்துவிடும்; ஊழல் பேர்வழி ஆக்கிவிடும். இதைக் கட்டுபடுத்துவது எப்படி?

மோசமான ஆட்சியாளர்களை, பத்திரிகையாளர்கள் விழிப்போடு கண்காணிக்க வேண்டும். அச்சமின்றி புலனாய்வு செய்ய வேண்டும். அப்போதுதான் ஊழலை கட்டுப்படுத்த முடியும்.

எங்கே மக்கள் விவரம் தெரிந்தவர்களாக இருக்கிறார்களோ அங்கேதான் ஜனநாயகம் உயிர்வாழ முடியும். பத்திரிகைதான் அந்த விவரத்தை அளிக்கும் மகத்தான கல்வியாளர்; அச்சமற்ற தகவலாளர். மக்களுக்கும் ஆட்சியாளர்களுக்கும் இடையிலான நடுவர்.

சுதந்திரமான பத்திரிகையின் அவசியம் பற்றி ராம்சே கிளார்க் சிறப்பாகக் கூறுகிறார்:

"மக்களுடைய அரசு, மக்களால் உருவாக்கப்பட்ட அரசு, மக்களுக்கான அரசு என்பது உண்மையாக வேண்டுமானால், அரசின் செயல்பாடுகள் பற்றி மக்கள் விரிவாகத் தெரிந்து கொள்ள வேண்டும். ஜனநாயகத்தின் சக்தியைக்

'நக்கீரனிசம்'
வழிகாட்டும் ஒளிவிளக்கு!

-வி.ஆர்.கிருஷ்ணய்யர்
சுப்ரீம் கோர்ட் நீதியரசர்

"பத்திரிகைச் சுதந்திரம்' என்பது விலை மதிக்க முடியாத அளவுக்கு மிக மிக அரியது; அருமையானது.

இந்திய அரசமைப்புச் சட்டமே இந்த உரிமையை அளித்துள்ளது என்னும் போது இது எவ்வளவு முக்கியமானது என்பது விளங்கும். பத்திரிகைச் சுதந்திரம் இல்லாத சமுதாயம், சுதந்திரமே இல்லாத அடிமைச் சமுதாயம் ஆகும். பத்திரிகைச் சுதந்திரமும் கருத்து வெளியிடும் சுதந்திரமும் அடிப்படையான அம்சங்களாகும்.

அதே நேரத்தில் பத்திரிகை, தொலைக்காட்சி போன்ற தகவல் தொடர்பு சாதனங்களுக்கு சமூகக் கடமையும், கடமையை நிறைவேற்றும் துணிச்சலும் இருக்க வேண்டும். அப்படித்தான் நாம் எதிர்பார்க்கிறோம். ஆனால் பெரும்பாலான பத்திரிகைகளுக்கும் மற்ற சாதனங்களுக்கும் இந்தக் கடமையுணர்வும் துணிச்சலும் இல்லை.

ஆட்சி அதிகாரம் என்பது யாரையும் கெடுத்துவிடும்; ஊழல் பேர்வழி ஆக்கிவிடும். இதைக் கட்டுபடுத்துவது எப்படி?

மோசமான ஆட்சியாளர்களை, பத்திரிகையாளர்கள் விழிப்போடு கண்காணிக்க வேண்டும். அச்சமின்றி புலனாய்வு செய்ய வேண்டும். அப்போதுதான் ஊழலை கட்டுப்படுத்த முடியும்.

எங்கே மக்கள் விவரம் தெரிந்தவர்களாக இருக்கிறார்களோ அங்கேதான் ஜனநாயகம் உயிர்வாழ முடியும். பத்திரிகைதான் அந்த விவரத்தை அளிக்கும் மகத்தான கல்வியாளர்; அச்சமற்ற தகவலாளர். மக்களுக்கும் ஆட்சியாளர்களுக்கும் இடையிலான நடுவர்.

சுதந்திரமான பத்திரிகையின் அவசியம் பற்றி ராம்சே கிளார்க் சிறப்பாகக் கூறுகிறார்:

"மக்களுடைய அரசு, மக்களால் உருவாக்கப்பட்ட அரசு, மக்களுக்கான அரசு என்பது உண்மையாக வேண்டுமானால், அரசின் செயல்பாடுகள் பற்றி மக்கள் விரிவாகத் தெரிந்து கொள்ள வேண்டும். ஜனநாயகத்தின் சக்தியைக்

உயிர் நீத்த
அய்யா கணேசன்
அவர்களுக்கு...

குறைப்பது ரகசியம்தான்.

''மக்கள் தங்களைத் தாங்களே ஆண்டு கொள்வது, அரசின் செயல்பாடுகளில் மக்கள் பங்கேற்பது என்பதெல்லாம் மக்களுக்கு விவரம் தெரிந்திருந்தால்தான் சாத்தியமாகும். ஆளுவது எப்படி என்று தெரியாவிட்டால் நம்மை நாமே ஆளுவது எப்படி முடியும்?

''அரசின் செயல்பாடுகளைத் தெரிந்துகொள்வதற்கு மக்களுக்கு உள்ள உரிமை முக்கியமானது. ஏராளமான வழிகளில் ஒவ்வொரு மனிதரையும் அரசின் செயல்பாடுகள் பாதிக்கும் இந்தக் காலத்தில் இந்த உரிமை மிகவும் முக்கியமானது.''

அரசு நிர்வாகத்தில் அதிகாரத்துவம், அமைச்சர்களும் மற்ற ஆட்சியாளர்களும் அதிகாரத்தைத் தவறாக பயன்படுத்துவது, குட்டி தேவதைகளின் விஷமங்கள் ஆகியவற்றைக் கட்டுப்படுத்துவது யாரால் முடியும். அச்சமற்ற, வேண்டியவருக்கு சலுகைகாட்டாத, விருப்பு-வெறுப்பற்ற, துணிச்சலான புலனாய்வுச் செய்தியாளர்களும் பத்திரிகைகளும்தான் கட்டுப்படுத்த முடியும்.

ஆனால் பல பத்திரிகைகள் மக்களுக்கான காவல்காரனாக இருப்பதற்குப் பதிலாக, அதிகாரத்தில் உள்ளவர்களின் செல்ல நாய்க்குட்டிகளாக இருப்பது வருந்தத்தக்கது.

புகழ்பெற்ற அமெரிக்க பத்திரிகையாளரான ஜாக் ஆண்டர்சன் இது பற்றி அழகாக கூறுகிறார்:

''தாங்கள் மக்களுக்குச் சேவை செய்யக் கடமைப்பட்டவர்கள் என்பதை ஆட்சியாளர்கள் அடிக்கடி மறந்து விடுகிறார்கள். அதுபோலவே பத்திரிகைகளும் மறந்துவிடுகின்றன. வாஷிங்டன் நகர பத்திரிகையாளர்களில் பலர் பெரிய மனிதர்களைக் கண்டனம் செய்வதற்குப் பதிலாக ஒத்தூதுகிறார்கள்; அதிகாரிகளை அம்பலப் படுத்துவதற்கு பதிலாகப் புகழ் பாடுகிறார்கள்.

''அதிகாரத்தில் உள்ளவர்கள் செய்யும் துரோகங்களைத் துப்பறிந்து எழுதுவதைவிட, அவர்களை இந்திரன், சந்திரன் என்று பாராட்டி எழுதுவது அந்தப் பத்திரிகையாளர்களுக்கு சுகமாகத்தான் இருக்கிறது.

''பதவியில் இருப்பவர்கள் பொதுவாக விரும்பத்தக்கவர்களாகவே இருக்கிறார்கள். அதனால்தான் இவர்கள் தேர்ந்தெடுக்கப்படுகிறார்கள். இவர்களுடைய தனிப்பட்ட கவர்ச்சியில் பல பத்திரிகையாளர்கள் மயங்கி விடுகிறார்கள். பதவியின் சக்திக்கு முன்னால் பயபக்தியுடன் கைகட்டி நிற்கிறார்கள். பதவியில் உள்ளவர்களை விமர்சிப்பதற்கு பதிலாக அவர்களைப் பாராட்டி பிரபலப்படுத்துகிறார்கள்.''

நான் அழுத்தமாகச் சொல்லவிரும்புவது இதுதான்.

ஊழலுக்கு சவால் விடுகிற ரவுடித்தனத்திற்கு சவால் விடுகிற, அதிகாரத்தைத் தவறாக பயன்படுத்துவதற்கு சவால் விடுகிற, உண்மையைக் கண்டுபிடிப்பதையும், அதை மக்களுக்கு தெரியப்படுத்துவதையும் புனிதக் கடமையாகக் கொள்கிற பத்திரிகைகளே நமக்குத் தேவை! அத்தகைய பத்திரிகைதான் நமது 'நக்கீரன்'. பத்திரிகைத் தொழிலின் மகத்துவத்திற்கு உண்மையாக இருந்துகொண்டு, துணிச்சலான பத்திரிகையாளராகச் செயல்படுவது ஆபத்தானது. உண்மை என்பது புயல் மாதிரி எதையும் புரட்டிப்போடும் வல்லமை மிக்கது. ஆனால் பைபிள் கூறுவதுபோல "உண்மையை நீ அறிந்துகொள். உண்மை உன்னை விடுதலை செய்யும்." சுதந்திரமான சமுதாயத்திற்கும் துணிச்சலான பத்திரிகைக்கும் பிரிக்க முடியாத இணைப்பு உள்ளது என்பது இதன் மூலம் தெளிவாகிறது.

'நக்கீரன்' இதழின் சொத்து எது?

நேர்மை, புலனாய்வு, மக்களுக்கு தகவல் அளிப்பதைக் கடமையாகக் கொள்வது, அதற்காகத் துணிச்சலுடன் செயல்படுவது, அரசமைப்புச் சட்டம் உத்தரவாதம் அளித்துள்ள கருத்து வெளியிடும் சுதந்திரத்தைப் பாதுகாப்பது, இவைதான் நக்கீரனின் சொத்து.

தமிழின் மிகத் துணிச்சலான வாரமிருமுறை இதழாக 'நக்கீரனை' உருவாக்கி நடத்துகிறார் கோபால். சோர்வறியாத, புத்திக் கூர்மையுள்ள புலனாய்வு பத்திரிகையாளர் பட்டாளம் ஒன்று கோபாலின் கரத்தைப் பலப்படுத்துகிறது.

நக்கீரன் ஒரு கவுரவமிக்க அரசியல் பத்திரிகை என்ற பெருமையையும் மிகப்பெரிய விற்பனையையும் கொண்டு விளங்குகிறது.

இந்த மகத்தான வெற்றி எளிதில் கிடைத்துவிடவில்லை. மிகப்பெரிய தியாகம், கடுமையான போராட்டம் ஆகியவற்றிற்குப் பிறகுதான் இந்த வெற்றி கிடைத்துள்ளது.

சுதந்திரத்திற்கு விலை உண்டு. கண்ணீரும் கடும் சோதனைகளும், ரத்தமும் வியர்வையுமே அதன் விலை. ஏனென்றால், பாதிக்கப்பட்டு ஆத்திரமடையும் ஆட்சியாளர்கள், அடக்கி ஒடுக்கி அநியாயமாக தண்டிக்கவே முயற்சிக்கிறார்கள். கோர்ட் தலையிட்டு சரி செய்யும்வரை இந்தக் கேவலமான முயற்சி தொடரவே செய்கிறது.

'நக்கீரன்' இதழ் கொடுங்கோலர்களை எதிர்த்துப் போராடியது. கோர்ட்டில் நீதி கிடைத்தாலும் நடைமுறையில் கடும் துயரங்களை அனுபவித்தது. இவையெல்லாம் விழிப்புணர்வு உள்ள தமிழ் மக்களுக்கு நன்றாகவே தெரியும்.

அதிகாரத்தில் உள்ளவர்களின் அக்கிரமங்களை, ஊழலை, லஞ்சத்தை ஆதாரங்களுடன் நக்கீரன் அம்பலப்படுத்திய சம்பவங்கள் ஏராளம், ஏராளம்.

தி.மு.க. ஆட்சியிலும் சரி, அ.தி.மு.க. ஆட்சியிலும் சரி - அரசாங்க ரகசியங்களை தோண்டித் துருவி வெளியே கொண்டு வந்து, அரசாங்கப் பொய்களை தோலுரித்துக் காட்டும் துணிச்சல் அபாரமானது.

நக்கீரனின் எஜமானன் யார்? உண்மையும் மனசாட்சியுமே நக்கீரனின் எஜமானர்கள்.

உண்மையைக் காப்பாற்றவும், மனசாட்சிக்கு விரோதமில்லாமல் பணியாற்றவும் நக்கீரன் காட்டிய மாவீரம் வியந்து போற்றத்தக்கது. இந்த வீர தீரமான அனுபவங்களை விறுவிறுப்பாக விளக்குகிறது இந்தப் புத்தகம்.

சந்தனக் கடத்தல் வீரப்பன் ஒரு கொலைகாரன். தனது காட்டு ராஜாங்கத்தில் இருந்து கொண்டு அதிகாரிகளையும் மற்றவர்களையும் கொன்று குவித்திருக்கிறான். அவனைக் கண்டுபிடிக்க முடியாமல் கர்நாடகம், தமிழ்நாடு ஆகிய இரண்டு அரசாங்கங்களும் திணறுவது வெட்கக்கேடு.

அதே நேரத்தில் இந்த வீரப்பனுக்கு ஒரு காவிய நாயகன் போன்ற பிரபலமும் இருக்கிறது.

அவன் ஏன் கொலைகாரன் ஆனான்? போலீஸாரின் சித்ரவதைகளும் மற்ற பல சம்பவங்களும் காரணமாகச் சித்ரவதைகளையும் சம்பவங்களையும் அம்பலப்படுத்தியது நக்கீரன்.

நக்கீரன் ஆசிரியர் கோபாலைப் பற்றியும் அவரது சக தோழர்களை பற்றியும் தனிப்பட்ட முறையில் எனக்கு எதுவும் தெரியாது. ஆனால் நக்கீரனின் சாதனைகள் எனக்குத் தெரியும். அதற்காக நான் நக்கீரனுக்குப் புகழ்மாலை சூட்டுகிறேன்.

உண்மை, ஜனநாயகம், தகவல் அறிவதற்கு மக்களுக்கு உள்ள உரிமை ஆகியவற்றில் எனக்கு அசைக்கமுடியாத ஆழ்ந்த பிடிப்பு உண்டு. அந்த அடிப்படையில்தான் நான் இந்தப் புத்தகத்தை வரவேற்கிறேன், வாழ்த்துகிறேன்.

ஆட்சியாளர்களின் தவறுகளை ஊசலாட்டம் இல்லாமல் அம்பலப்படுத்துவது - இதுவே நக்கீரன் கோபால் அளிக்கும் செய்தி; சுருக்கமாகச் சொன்னால் 'நக்கீரனிசம்'.

இந்தியப் பத்திரிகை உலகத்திற்கு தொலைக்காட்சி உலகத்திற்கு மொத்தத்தில் தகவல் தொடர்பு சாதன உலகத்திற்கே வழிகாட்டும் ஒளிவிளக்காக 'நக்கீரனிசம்' திகழட்டும்!

வீரம் செறிந்த போராட்ட வரலாறு!

-சின்னக்குத்தூசி

ஊழல் எப்போது ஆரம்பம் ஆனது? இந்தக்கேள்விக்கு சரியான விடையை யாராலும் வரையறுத்துச் சொல்ல முடியாது. ஓரளவுக்கு பொருந்திவரக் கூடிய விடை சொல்வதானால் கடவுளாலேயே இது ஆரம்பித்து வைக்கப்பட்டது என்பதற்கு இந்து மத புராணங்களில் இருந்து பல உதாரணங்களைக் காட்டலாம். ஒரு உதாரணம்:

கைலாசத்தில் சிவனும் பார்வதியும் அமர்ந்திருக்கிறார்கள். அங்கே அவர்கள் குழந்தைகளான வினாயகரும் முருகனும் வருகிறார்கள். அப்பாவின் கையிலுள்ள மாம்பழம் 'எனக்குத்தான்' 'எனக்குத்தான்' என்று இரு குழந்தைகளும் சண்டை போடுகின்றன. அப்போது சிவபெருமான் சொல்கிறார், "ஒரு போட்டி... அதன்படி யார் இந்த உலகத்தைச் சுற்றிவிட்டு முதலில் வருகிறார்களோ அவர்களுக்குத்தான் இந்த மாம்பழம்" என்கிறார். முருகன் போட்டியின் நிபந்தனையை முழுக்க முழுக்கக் கடைப்பிடித்து உலகத்தைச் சுற்றிவிட்டு வருகிறார். அதற்குள் சிவபெருமான் வினாயகருக்கு அந்த மாம்பழத்தைக் கொடுத்து விடுகிறார். வினாயகர் உலகத்தைச் சுற்றி வந்தானா என்றால் இல்லை. அவன் சிவனையும் பார்வதியையும் சுற்றி வந்துவிட்டு "உலகமே நீங்கள் தான்; உங்களை நான் சுற்றி வந்தது உலகத்தையே சுற்றி வந்த மாதிரிதான்" என்கிறான். அவனது 'புத்தி'யை மெச்சி சிவன் மாம்பழத்தை அவனுக்கே கொடுத்துவிடுகிறார். இதுதான் முதல் ஊழலாக இருந்திருக்க வேண்டும் என்கிறார் ஒரு ஈரோட்டு பக்தர். குறுக்கு வழியில் காரியம் சாதிப்பது, பணம் சம்பாதிப்பதுதான் லஞ்சம் என்றால் எல்லாவற்றிற்கும் முதல்வனாக இருப்பதாக போற்றப்படும் வினாயகர்தான் இந்த லஞ்ச ஊழலையும் தொடங்கி வைத்திருக்கிறார் என்று ஆகிறது.

ஊழலை விசாரிக்க நியமிக்கப்பட்ட நீதிபதிகள் ஊழல்

பேர் வழிகளுக்கே சாதகமாகத் தீர்ப்பு வழங்குவதை இந்தக் காலத்தில் பார்க்கிறோம்; கண்டிருக்கிறோம். பரி (குதிரை) வாங்குவதற்காக அரசன் மந்திரியிடம் கொடுத்த பணத்தில் அந்த மந்திரி கோயில் கட்டிவிடுவார்; அரசன் மந்திரியின் முறைகேட்டை - ஊழலைக் கண்டிக்க முன்வந்த போது சொக்கநாத கடவுள், ஊழல் செய்தவருக்கு ஆதரவாக குதிரைகளைக் கொடுக்க அருள்செய்கிறார். பொழுது விடிந்து பார்த்தால் அந்தக் குதிரைகளும் குதிரைகளல்ல; நரிகள் என்பது தெரியவருகிறது. பரி வாங்க கொடுத்த பணத்தை மந்திரி கோயில் கட்டிட செலவிட்டது ஒரு கையாடல் என்றால், கடவுள் அதற்காக நரிகளை பரிகள் என்று காட்டி அரசனை ஏமாற்றியது இன்னொரு பெரிய ஊழல்!

கடவுளே ஊழல் செய்தவனுக்கு துணையாய் அருள் புரிந்திருக்கிறார் என்றால், நாம் ஊழல் பேர்வழிகளுக்கு சாதகமாக தீர்ப்பு வழங்குவதில் தவறில்லை என்று இக்காலத்து நீதிபதிகள் நினைத்தால் அதில் வியப்பதற்கு என்ன இருக்கிறது?

ஊழலும் லஞ்சமும் - ஊழலுக்குத் துணை நிற்பதும் ஆகிய காரியங்கள் அந்தக்காலத்திலும் இருந்திருக்கின்றன. இந்தக் காலத்திலும் இருக்கின்றன! இது ஒற்றுமை என்றால் வித்தியாசமும் வேறு விதத்தில் இருக்கின்றது.

அந்தக்காலத்தில் தவறுகளைச் சுட்டிக்காட்டினால் அதற்காக மனம் வருந்திய அரசர்கள் இருந்தார்கள். தாங்கள் செய்த தவறுகளுக்காக தங்களையே தண்டித்துக் கொள்ளும் அரசுகளாக அவர்களது அரசுகள் அமைந்திருந்தன என்பதை கண்ணகிக் கதையும், மனுநீதிச் சோழன் கதையும் சுட்டிக்காட்டுகின்றன. காற்சிலம்பை உடைத்து கண்ணகி அரசனின் குற்றத்தை நிரூபித்தபோது அரசர் மனம் வருந்தினான்; தன்னையே மாய்த்துக்கொண்டான். ‘‘என் கன்றுக்குட்டியை இளவரசர் தேர் ஏற்றிக் கொன்றுவிட்டார்’’ என்று ஒரு பசுமாடு ஆராய்ச்சி மணியொலித்து எடுத்துக் காட்டியபோது மனுநீதிச்சோழன் கன்றின் மேல் தேர் ஏற்றிக் கொன்ற தனது மகன் மீதே தேர் ஏற்றிட உத்தரவிட்டான்.’’

இந்தக் காலத்து அதிகாரியிடம் எல்லாம் அப்படிப்பட்ட நீதியை எதிர்பார்க்க முடியாது என்பதை ஜெயலலிதாவின் ஐந் தாண்டுகால ஆட்சி நிரூபிப்பதாக இருந்தது. தவறு செய்கிறவருக்கு பரிசு; அதைத் தட்டிக்கேட்டவனுக்கு அடி

உதை சித்ரவதை, சிறைக்கூடம் என்று நீதிக்கு புதிய சிவப்பதிகாரம் (Danger) படைத்துக்காட்டியது ஜெயலலிதா அரசு.

அப்போது-

அநீதியை, அக்கிரமத்தை, ஊழலை, அராஜகத்தை, ஆபாசத்தை அநாகரிகத்தை மக்கள் மத்தியில் அம்பலப் படுத்துவதில் எத்தகைய இன்னல்கள், இழப்புகள் வந்தாலும் தர்மயுத்த களத்திலிருந்து பின்வாங்கமாட்டோம். எங்களது உயிரைப் பணயம் வைத்தாவது அநீதியை, அக்கிரமத்தைத் தோலுரித்துக் காட்டுவோம் என்று வீரம் செறிந்த போராட்ட வரலாறு படைத்தது நக்கீரன் வாரஏடு.

ஜெயலலிதாவின் ஆட்சிக்காலத்தில் ஊழல்களை, தவறுகளைச் சுட்டிக்காட்டிய ஒரே 'குற்றத்திற்காக' அடக்குமுறையின் சகல பரிமாணங்களையும் சந்தித்து 'நித்யகண்டம்-பூர்ண ஆயுசு' என்பதுபோல "நாளொரு ஆபத்து பொழுதொரு அபாயம்" என்றரீதியில் ஜெயலலிதாவால் ஏவிவிடப்பட்ட கொலைவெறி முயற்சிகளை சந்தித்து முறியடித்த பெருமை நக்கீரனுக்கு உண்டு.

ஐந்தாண்டுகால அராஜக ஆட்சியில் ஒரு பத்திரிகையின் குரல்வளையை நெரித்து நசுக்கிவிட எப்படிப்பட்ட அராஜகங்களையும் அக்கிரமங்களையும் ஜெயலலிதா கட்டவிழ்த்துவிட்டார் என்பதை, நக்கீரன் ஆசிரியர் 'சேலஞ்ச்' என்ற தலைப்பில் கட்டுரைத் தொடராக எழுதினார். அதுவே இப்போது நூல்வடிவம் பெற்றுள்ளது.

உண்மையை மக்களுக்கு உள்ளது உள்ளபடி சொல்ல வேண்டும் என்கிற உன்னத நோக்கத்தோடு கரணம் தப்பினால் மரணம்தான் என்று தெரிந்திருந்தும் அபாயத்தின் விளிம்பு வரையில் பயணித்து கண்மூடித்தனமான காட்டுத்தனமான தாக்குதல்களுக்கு ஆளாகி

-கால் முறிக்கப்பட்ட கதிரைதுரை

-விரல் வெட்டப்பட்ட சண்முகசுந்தரம்

-நக்கீரனை அச்சிட்டுக் கொடுத்ததற்காக இன்னுயிர் பறிக்கப்பட்ட அய்யாகணேசன்

-வீரப்பனை சந்தித்ததற்காக- போலீசாரின் கொலை வெறிக்கு ஆளாகிக்கொடுமைகளை அனுபவித்த சிவசுப்பிர மணியன், ஜீவா

-நக்கீரன் விற்பனையாளர் என்பதற்காக சிறையில் தள்ளப்பட்ட ராஜபாளையம் பிச்சையா

-நக்கீரனை விற்பனை செய்ததற்காக- கடைகளையே ரவுடித்தனத்திற்கு பலியிட நேர்ந்த விற்பனையாளர்கள்

-செய்தி சேகரித்ததற்காக சித்ரவதை அனுபவித்த நிருபர்கள்

என்று -அக்கிரமத்தை எதிர்த்து நக்கீரன் நடத்திய தர்மயுத்தத்தில் பங்குகொண்ட வீரமறவர்களின் பட்டியல் நீண்டுகொண்டே போகிறது!

"ஒவ்வொரு தனிமனிதனின் வாழ்க்கை அனுபவங்களிலி ருந்தும் ஒரு நாவல் எழுதலாம்" என்றால் சாமர்செட் மாம்!

கால்முறிக்கப்பட்ட கதிரைதுரை- கையொடிக்கப்பட்ட சண்முகசுந்தரம் ஆகியோர் சந்தித்த கொடுமைகளைப் படிக்கும்போது நெஞ்சம் பதறும்; கண்கள் பனிக்கும்; ஒவ்வொரு மனிதனாலும் ஒரு வீரவரலாறு படைக்கமுடியும்; பொதுநலத்திற்காக எந்த ஒரு மனிதனும் தியாக வரலாறு படைக்க முடியும் என்பதை இவர்கள் எல்லாம் நிரூபித்துக்காட்டியிருக்கிறார்கள்.

நக்கீரனுக்காக அடிபட்டு உதைபட்டு- துன்பங்களுக்கு ஆளான நக்கீரன் ஊழியர்கள் ஒவ்வொருவரின் பங்கு-பணியையும் மறவாமல் பட்டியலிட்டுக்காட்டியுள்ள கோபால்-நக்கீரன்பால் பற்றும் பாசமும் கொண்ட நண்பர்களுக்கு ஏற்பட்ட துன்பதுயரங்கள்- ஆபத்துகளையும் நெஞ்சம் நிறைந்த நன்றியோடு- வாய்ப்புக்கிடைக்கும் இடங்களில் எல்லாம் படிப்போர் உள்ளம் நெகிழும் வண்ணம் படம் பிடித்துக்காட்டி இருக்கிறார்.

ஆட்சியாளர்களின் ஊழல்களை சுட்டிக்காட்டுவது என்பது குற்றமா?

சென்னை ராஜதானியாக இருந்த தமிழகத்தின் அந்தக்காலத்து முதல்வர் டி.பிரகாசம் பிறந்ததின விழா என்ற பேரால்- பணவசூல் வேட்டை நடத்துகிறார்; பஸ் பர்மிட் வழங்குவதில் ஊழல் செய்கிறார் என்று 80 வயது காங்கிரஸ் தியாகி- காந்தியடிகளுக்கு கடிதம் எழுதி குற்றம்சாட்டியது உண்டு.

முந்திரா ஊழலை அம்பலப்படுத்தி டி.டி.கிருஷ்ணமாச்சாரி யார் மீது குற்றஞ்சாட்டியவர் பிரதமரின் மருமகனும்- இந்திரா

காந்தியின் கணவருமான பெரோஸ்காந்திதான்! -இப்படி அந்தக் காலத்திலிருந்து இந்தக்காலம் வரையில் ஊழலை அம்பலப்படுத்தியவர்கள் என்று ஒரு நீண்ட பெயர்ப்பட்டிய லையே தரலாம்.

ஆனால் அந்துலே ஊழல் என்று குற்றஞ்சாட்டிய அருண்ஷோரியின் காலை முறித்துவிட்டார்கள் என்றோ, போபர்ஸ் பீரங்கி பேர ஊழலை அம்பலப்படுத்திய பெண் நிருபரின் கையை ஒடித்துவிட்டார்கள் என்றோ நாம் கேள்விப்பட்டதில்லை! ஆனால் ஜெயலலிதா ஆட்சியில் ஊழலை அம்பலப்படுத்திய நக்கீரன் பிரதிகளை விற்பனைக்குக் கொண்டுபோன சைக்கிள் பையன் ராமுகூட தாக்குதலுக்கு ஆளாகி இருக்கிறார்!

இத்தனைக்கும் ஜெயலலிதாவை- அரசியலுக்குக்கொண்டு வந்த எம்.ஜி.ஆர். கூட இப்படி- தி.மு.கழக அரசு மீது ஒன்றல்ல; இரண்டல்ல ஐம்பதுக்கு மேற்பட்ட குற்றச்சாட்டுகளை பெட்டியில் வைத்து எடுத்துக்கொண்டுபோய்- டெல்லியில் குடியரசுத் தலைவர்- பிரதமர் ஆகியோரிடமே கொடுத்தவர்தான்!

இத்தனைக்கும் எம்.ஜி.ஆர்.- "கூறப்படுகிறது" "சொல்லப் படுகிறது" "பேசப்படுகிறது" "மக்கள் பேசிக்கொள்கிறார்கள்" என்றுதான் குற்றம்சாட்டினாரே தவிர குற்றச்சாட்டுக்களை நிரூபிக்கும் ஆதாரம் எதையும் இணைத்துக்கொடுக்கவில்லை. அட, அதுதான் போகட்டும் என்றால்-

எம்.ஜி.ஆரின் குற்றச்சாட்டுக்கள் அடிப்படையில் சர்க்காரியா கமிஷன் அமைக்கப்பட்டு- நீதிபதி சர்க்காரியா "தாங்கள் சாட்டிய குற்றச்சாட்டுகளை நிரூபிக்கும் ஆதாரங்கள் இருந்தால்- எடுத்துக்கொண்டு- கமிஷன் முன் ஆஜராகி சாட்சியம் அளிக்க வேண்டுகிறோம்'' என்று அழைப்பு விடுத்தபோது "அய்யய்யோ... அந்தக் குற்றச்சாட்டுக்கள் பற்றி எனக்கு எதுவும் தெரியாது; சேலம் கண்ணன்தான் எனக்கு அந்தக் குற்றச்சாட்டுப்பட்டியலைத்ததந்தார்; அவர் கொடுத்த குற்றச்சாட்டுகளை நான் குடியரசுத்தலைவர்- பிரதமரிடம் கொடுத்தேன். அவ்வளவுதான்'' என்று கூறி சாட்சியமளிக்க வரமறுத்துவிட்டார்!

ஆட்சியிலிருப்பவர்கள் மீது யாரும் குற்றம்சாட்டலாம்; ஆதாரம் இல்லாவிட்டாலும் குற்றம்சாட்டலாம்; நிரூபியுங்கள்

என்று அழைத்தால்- அதற்குப் பொறுப்பேற்க வேண்டிய அவசியமும் கிடையாது- என்று இதன் மூலம் தெளிவாகிறது.

எம்.ஜி.ஆரால்- அரசியலில் அறிமுகப்படுத்தப்பட்டு- அவரால் வளர்த்துவிடப்பட்ட ஜெயலலிதாவுக்கு இதெல்லாம் தெரியாதா? நிச்சயம் தெரியும்! எனினும் தன் மீது ஊழல் குற்றம்சாட்டியது என்பதற்காக நக்கீரனை ஏன் அவர் குரல்வளை நெரித்துக்கொல்ல அடக்குமுறையை அவிழ்த்து விட்டார்? புரியவில்லை; எனினும் ஒன்று மட்டும் புரிகிறது "இந்த ஒரு விஷயத்தில் கூட அவர் எம்.ஜி.ஆரைப் பின்பற்றத் தயாராய் இல்லை; ஆனாலும் தன்னை அவர் எம்.ஜி.ஆரின் அரசியல் வாரிசு" என்று தம்பட்டம் தட்டிக்கொள்ள மட்டும் தவறுவதில்லை!

ஆட்டோசங்கரின் வாக்குமூலத்தை- நக்கீரன் தொடராக வெளியிடமுயன்றபோது- அந்தத் தொடர் வெளிவராதபடி தடுக்கவும் அதன் பேரால் நக்கீரனை நசுக்கிவிடவும் ஜெயலலி தா அரசு செய்த முயற்சிகளைப் படிக்கும்போது- சூரியனைக் கைக்குட்டையால் மறைத்துவிடலாம் என்று அவர்கள் குடித்த மனப்பால் தெளிவாகிறது.

பல்வேறு நாடுகளில் பல்வேறு கொலை- கொள்ளை- கற் பழிப்புகள் நடத்தியதற்காக டெல்லி திகார் ஜெயிலில் அடைக்கப்பட்டிருந்தவனும்- 'இந்த நூற்றாண்டின் மிகப்பெரிய கிரிமினல் குற்றவாளி' என்று நீதிபதியாலேயே வர்ணிக்கப்பட்டவருமான சார்லஸ் ஷோப்ராஜின் வாழ்க்கை வரலாற்றை- அவன் ஏன் அப்படிப்பட்டவன் ஆனான் என்ற காரணங்களை விளக்கி புத்தகமாக எழுத 'ரிச்சர்டு ஜெவில்லி' 'ஜீலி கிளார்க்' ஆகியோர் சிறைக்குள் அனுமதிக்கப்பட்டனர்.

ஷோப்ராஜ்- விடுதலை ஆனார்- காரணம் அவனது வழக்குகளை முடிக்காமலே நமது போலீஸ் 22 ஆண்டுகள் அவனை சிறையில் அடைத்துவைத்திருந்தது. விடுதலை ஆன அவன் வெளியே வந்தபோது ''என்னுடைய செல்லுலாரை சிறையிலேயே விட்டுவிட்டு வந்துவிட்டேனே'' என்று குறைப்பட்டுக்கொண்டான். சிறையில் அவனுக்கு செல்லுலார் போன்கள் மட்டுமல்ல- டைப்ரைட்டிங் மெஷின், டெலிவிஷன் எல்லாம் கொடுத்திருந்தார்கள். வெளியே வந்தபோது- அவன் தனது புத்தகங்களையும், அவன் மூன்றாவது முறையாக- தன்னைப்பற்றித்தானே எழுதிய வாழ்க்கைக்குறிப்புகளையும்

மட்டுமே எடுத்துக்கொண்டு வந்தான்!

ஷோப்ராஜ் கொலைகாரன் ஆனது ஏன், கொள்ளைக்காரன் ஆனது ஏன் என்பதை விளக்கும் புத்தகங்கள் வெளியாகி பல லட்சம் பிரதிகள் பரபரப்பாக விற்பனையானது போலவே ரத்தோர் என்பவர் எழுதிய Price of Loyalty என்ற தலைப்பில் எழுதிய புத்தகம்- ஷோமுராஜ் என்ற அந்த கொடூரனின் உள்ளம்- எப்படி கஷ்டப்படு கிறவர்களைக் கண்டு பதைத்தது; எப்படி அவனது கரங்கள் ஓடோடிச் சென்று துன்பத்திற்காளானவரின் துயரங்களை துடைத்தன என்பதையெல்லாம்- கல்லுக்குள் ஈரம் இருப்பதை சுட்டிக்காட்டும் வகையில் விவரிக்கிறது.

அதுபோலத்தான்-

ஷோப்ராஜ் போன்ற ஆட்டோசங்கரின் மறுபக்கத்தை மக்களுக்காட்ட நக்கீரன் முயற்சித்தது. ஆனால் ஜெயலலிதா ஆட்சியோ- தன்னைச் சார்ந்த அரசியல் புள்ளிகள்- தனக்கு எடுபிடியாகச் செயல்படும் போலீஸ் அதிகாரிகளின் முகத்திரை- ஆட்டோ சங்கரின் வாக்குமூலத்தால் அம்பலமாகி விடக் கூடாது என்று பதறியது- ஆட்டோசங்கரின் வாக்குமூலத்தைப் பெற முயற்சித்த நக்கீரன் இணையாசிரியர் காமராஜின் முயற்சிகளை முறியடிக்க அடக்குமுறையை அவிழ்த்துவிட்டது.

ஒரு சமயம்- நக்கீரன் கோபாலிடம் ஒரு நண்பர் "நீங்கள் ஏன் ஒரு நாளிதழை ஆரம்பிக்கக்கூடாது?" என்று கேட்டார்! கோபால் பளிச் சென்று பதிலளித்தார். "ஆரம்பிக்கலாம்தான்; தம்பி காமராஜ் ஒருவர்தானே இருக்கிறார்; தம்பியைப் போல பத்துதம்பிகள் இருந்தால் தயங்காமல் நாளிதழ் ஆரம்பித்துவிடுவேன்" என்றார்! அந்த அளவுக்கு நக்கீரனின் பெரும்பலமாகப் பணியாற்றுபவர் காமராஜ்!

ஆட்டோசங்கரை சிறையில் சந்தித்து அவனது வாக்குமூலத்தை வாங்கியே தீர்வது என்ற உறுதியோடு- செயல்பட்ட காமராஜ்- ஜெயலலிதா ஆட்சியின் தடைகளை எல்லாம் தாண்டி எப்படி- ஆட்டோசங்கரின் வரலாற்றை "நினைத்ததை முடிப்பவன் நான் நான்" என்பதுபோல வெளியே கொண்டுவந்தார் என்ற வரலாறு- கதைக்குள் ஒரு கதை என்பார்களே அதுபோல படிப்பவர்களை பிரமிக்கவைப்பதாக இருக்கிறது.

ஆட்டோ சங்கர் வரலாற்றை வெளியிடத்தடை விதிக்கப்பட்டபோது- நக்கீரன் தொடுத்த வழக்கில் டெல்லி உச்சநீதிமன்றம்- பத்திரிகை சுதந்திரத்தை நிலைநிறுத்தும் வகையில் அளித்த தீர்ப்பு- நாடு முழுவதிலுமுள்ள ஏடுகள் எல்லாவற்றாலும் Landmark Judgement என்று பாராட்டப்பட்டு- சட்டத்துறை- நீதித்துறை வரலாற்றில் பொன் எழுத்துக்களால் பொறிக்கப்பட்டு மின்னிக்கொண்டிருக்கும் தீர்ப்பு ஆகும்! அந்தத் தீர்ப்பை வழங்கிய நீதிபதிகள் இருவருக்கும்- ஆட்டோசங்கர் வரலாற்றை வெளியே கொண்டுவர காமராஜ் தாண்டிவந்த தடைகள் பற்றிய வரலாறு தெரியுமோ- தெரியாதோ தெரிந்திருந்தால்- அவர்களும் பிரமித்துத்தான் போயிருப்பார்கள்!

ஜெயலலிதாவின் ஐந்தாண்டுகால ஆட்சி எப்படி நடந்தது என்பதை வரும் காலத்தில் யாராவது தெரிந்துகொள்ள விரும்பினால்- 'சேலஞ்ச்' என்ற இந்த நூலைப்படித்தாலே போதும்! வேறு எங்கும் தகவல் தேடிப்போக வேண்டியதில்லை!

இந்தியாவையே கவர்ந்த வீரப்பனை சந்தித்து அவனது வாக்குமூலத்தையும் வெளியிட்ட நக்கீரனின் சாதனை இன்னொரு புத்தகமாகவே வந்து பரபரப்பாக விற்பனை ஆகிக்கொண்டிருக்கிறது!

இந்தப்புத்தகத்துக்கு முன்னுரை எழுதும் தகுதிகளில் முதலிடம் யாருக்காவது உண்டு என்றால் அது "நெற்றிக்கண்ணைத் திறந்தாலும் குற்றம் குற்றமே" என்று ஆண்டவனையே பார்த்து முழக்கமிட்டாரே அவருக்குத்தான் உண்டு! அந்த நக்கீரன் இன்று வந்து சேலஞ்ச் என்ற இந்தப்புத்தகத்தைப் படித்தால் "நான் சாகவில்லை; இதோ இன்னொரு வடிவில்- நக்கீரனாகவே வாழ்ந்துகொண்டிருக்கிறேன்" என்று மகிழ்ச்சிக்கூத்தாடுவார்; ஊற்றெடுக்கும் உவகை கொப்பளிக்க- நக்கீரனை உச்சிமுகர்ந்து மெச்சிப்பாராட்டுவார் என்பதில் சந்தேகமில்லை!

ரத்தத்தையே உறையவைக்கும் எழுத்துக்கள்!

-க.இராசாராம்

கவிஞர் தென்னம்பட்டு ஏகாம்பரத்தின், "மனக்குயிலின் மௌனகீதங்கள்' என்ற கவிதை நூலில் ஒரு கவிதையைப் படித்தேன். அது-

"நீதிக்குப்போராடு நேர்மைக்குக் காவலிரு
சூதுக்கும் வாதுக்கும் தோள்தட்டு - சோதனைகள்
மிஞ்சி தொடர்ந்துன்னை வீழ்த்த நினைத்தாலும்
நெஞ்சமே அஞ்சாதே நீ"

இந்த வரிகளுக்குச் சொந்தக்காரராய் நான் வாழும் காலத்தில், வீரமிக்க வாழ்வுக்கு இலக்கணம் வகுத்துக் கொண்டிருக்கும் நக்கீரன்கோபாலின் நூலுக்கு நான் எழுதும் முன்னுரை.

எழுத்தை ஆள்வது அவ்வளவு சுலபமல்ல, அதிலும் கட்டுரைத்தொடராக இருந்தாலும், கட்டுரையாக இருந்தாலும், பத்திரிகையை எடுத்தால், கடைசிவரி வரை படித்து முடித்தே தீரவேண்டும் எனும் ஆவலைத் தூண்டும் வண்ணம் எழுதுவது ஒரு சிலரால்தான் முடியும்!

ஓர் எழுத்தாளன், தான் உண்டு, தனது எழுதுகோல் உண்டு, காகிதங்கள் உண்டு என்று வாழ்ந்தவர்கள் பலபேரை நான் பார்த்திருக்கிறேன். ஒரு ஆங்கிலப் பத்திரிகையில், ஓர் எழுத்தாளர், பறவையினங்களுள் உள்ள வேறுபாடுகளைப்பற்றி ஓர் அற்புதமான கட்டுரையை ஆங்கிலத்தில் எழுதியிருந்தார். நான் அப்போது அறிஞர் அண்ணாவுடன் இருந்து வந்தேன்.அறிஞர் அண்ணாவிற்கு பறவைகளின் மீது அலாதிப்பிரியம்! புறாக்களை அவர் நிறைய வளர்த்து வந்தார்.

பல தானியங்கள் நிரம்பிய தகர டப்பாவை எடுத்துக் கொண்டு புறவாசலில் உள்ள படியில் உட்கார்ந்து கொண்டு, அவற்றிக்குத் தானியங்களை தரையில் தூவி, புறாக்கள் அவற்றைக் கொத்திக், கொத்தி சாப்பிடுவதைக் கண்டு மட்டற்ற மகிழ்ச்சி அடைவது வாடிக்கை! புறாக்களும் அவரோடு உரிமையுடன் வந்து பழகும்! அறிஞர் அண்ணாவிற்கு பறவைகள் கட்டுரையைப் படித்தவுடன், அந்த எழுத்தாளர் வீட்டிற்கு என்னை அனுப்பி, அவர் என்னென்ன பறவைகளை வளர்த்துவருகிறார். பார்த்து விட்டுவா! என்றார்.

அந்த எழுத்தாளர் ஒரு சிறிய வீட்டில் இருந்தார். நான் அவரிடம் போய் பறவைகளை எங்கே வைத்துள்ளீர்கள், என்று கேட்டேன். அவர் மிக சாவதானமாக நான் பல நூல்களை கன்னிமாரா நூல் நிலையத்திலிருந்து, பறவையினம் பற்றி படித்து எழுதினேன் என்றார். மாபெரும் எழுத்தாற்றல் மிக்க அண்ணா அவர்களே அந்த எழுத்தாளரின் திறமை கண்டு வியந்து போனார்கள்! ஆனால் நக்கீரன் கோபாலின், எழுத்து அப்படிப்பட்ட எழுத்து அல்ல! அவரது எழுத்து ரத்தத்தையே உறைய வைக்கும் எழுத்துக்கள்! அமைதியான சூழ்நிலை யில்தான் பலரும் இன்று எழுதுகிறார்கள். கோபாலின் எழுத்தோ போராட்டத்திற்கு மத்தியிலேயே முகிழ்த்திருக்கிறது! பலநேரங்களில் 'அக்கினி குண்டத்தில்' ஓடிக்கொண்டே எழுதியிருக்கிறார். நாடு சுதந்திரம் பெற்றபிறகு, எவரும் அரசு குற்றங்களைச் சுட்டிக்காட்டி எழுதலாம் என்று பாமரர்களாகிய நாம் சாதாரணமாக எண்ணிக்கொண்டிருக் கிறோம். ஜனநாயக நாட்டில், மாநில அரசு, காவல்துறையை எப்படியெல்லாம் அராஜக வழியில் நடத்தத் தூண்டலாம், என்பது நக்கீரன் கோபால் மூலம் நமக்குத் தெரிகிறது. ஜனநாயகத்தை கேலிக்கூத்தாக்கிய திருமதி ஜெயலலிதாவின் அட்டகாசத்தைக் கண்டு நான் உள்ளபடியே வெட்கப்பட்டேன். நல்லவேளை, நக்கீரன்கோபாலுக்கும் அவர்தம் குழுவினருக்கும் இளம் வயது! இல்லாவிடில் அன்றைக்கு இருந்த அராஜக ஆட்சி, பொய் வழக்குகளைப் போட்டு, ஒரு துப்பறியும் எழுத்தாளனையே சிறையில் நிரந்தரமாகத் தள்ளியிருக்கும்!

நெற்றிக்கண்ணைக் காட்டினும் 'குற்றம் குற்றமே' என்று கூறிய 'நக்கீரனின்' பெயரை வாரப்பத்திரிகைக்கு பெயராக

வைத்தாலும் வைத்தார்கள், அப்பப்பா... சோதனை மேல் சோதனை! எப்படித்தான் தாக்குப்பிடித்தாரோ கோபால்! அவரது இளவல் திரு. காமராஜ் - அவரது குழு. அனைவருக்கும் எப்பேர்ப்பட்ட நெஞ்சுரம்!

வெள்ளையனை எதிர்த்த மகாத்மா காந்திக்கு நெஞ்சுரம் அதிகம் என்பார்கள். முப்படைகளையும் கண்டுவிட்டு, வைசிராய் வாழ்ந்த மாளிகையையும் பார்த்துவிட்டு, நாடு பூராவும் பரவியுள்ள காவல் துறையையும், அதன் அதிகாரத்தையும் சட்டம் படித்துத் தெரிந்து கொண்டு, வெள்ளை ஏகாதிபத்தியத்தை எதிர்க்க மகாத்மா காந்தி எவ்வளவு தைரியத்தைக் கொண்டிருந்தாரோ, அதே தைரியம், நம் நாட்டை ஆண்ட கொள்ளையர்களையும் எதிர்க்க நக்கீரன்கோபாலுக்கு இருந்திருக்கிறது என்பதைப் பார்க்கும் போது, தன்னலமற்ற, உயிருக்குத்துணிந்த அந்த இளைஞன் கோபால் நிற்கும் திசை நோக்கி, நம்மையறியாமலேயே நமது கரங்கள் கைகூப்புகின்றன. நாட்டைக் காப்பாற்ற நக்கீரன் போன்ற இதழ்கள் தேவை! எதிர்கால தமிழகத்தை தூய்மையான தமிழகமாக்க கோபாலின் சேவை என்றென்றும் தேவை! கோபாலின் பேனாமுனை, வாள்முனையை விட வலிமை மிக்கது! அதை இந்நூல் பிரதிபலிக்கிறது! நூலின் உள்ளே மூழ்குங்கள்! முத்துக்களை எடுங்கள்!

அன்பன்,
க. இராசாராம்

'இதுவும் ஒரு குருஷேத்திரம்தான்'

உண்மைச் செய்திகளை உள்ளது உள்ளபடி மக்களுக்குத் தெரிவிப்பதுதான் நக்கீரனின் லட்சியம். எந்த அரசியல்கட்சியாக இருந்தாலும், ஆளும் வர்க்கம் யாராக இருந்தாலும் நக்கீரன் தனது லட்சியப்பார்வையை விட்டுக் கொடுத்ததில்லை. தவறுகளைச் சுட்டிக் காட்டவும் தட்டிக் கேட்கவும் நக்கீரன் தயங்கியதில்லை. ஏனெனில், இதுதான் பத்திரிகை தர்மம். இதனை ஆளுங்கட்சியினர் எப்போதுமே புரிந்துகொள்வதில்லை.

தங்கள் 'பிழைப்பில்' நக்கீரன் மண் அள்ளிப் போடுகிறதே என்றுதான் நினைக்கிறார்கள், மக்களின் வயிற்றில் மண் அள்ளிப்போடும் அரசியல் கட்சியினர், அதனால் கோபமடை கிறார்கள், கொந்தளிக்கிறார்கள், பேனாமுனையை உருட்டுக் கட்டைகளால் அடக்கி விடலாம் என சீறுகிறார்கள், அதிகாரத்தைப் பயன்படுத்தி நசுக்கிவிடலாம் என மனப்பால் குடிக்கிறார்கள். அரசியல்வாதிகளுக்கே உரிய இந்த எண்ணம், 1991 முதல் 1996 வரையில் நடைபெற்ற ஆட்சியில் அதிகமாக இருந்தது. ஆட்சிக்குத் தலைமை வகுத்தவர் அதிகார துஷ்பிரயோகத்தின் அடங்காப் பெருவடிவமாக விளங்கினார்.

ஆட்சியில் நடைபெற்ற ஊழல்களை, அநியாயங்களை, அக்கிரமங்களை எந்தப் பத்திரிகையுமே கண்டுகொள்ளக்கூடாது என நினைத்தார். அவரது விருப்பத்துக்கு ஏற்றபடி நடந்துகொண்டவர்களும் இருக்கத்தான் செய்தார்கள். ஆனால் நக்கீரன் மாறுபட்டு நின்றது. நியாயத்தின் வழியிலேயே நடந்தது. அப்போது

இருந்த முதல்வர் மட்டுமின்றி அமைச்சர்கள், வாரியத் தலைவர்கள், மாவட்டச் செயலாளர்கள், வட்டச்செயலாளர்கள் என ஆளும்கட்சியின் அடி முதல் நுனி வரை ஊழலும் லஞ்சமும் ரத்தநாளங்களாக இருந்தன. உயர் பதவியில் இருந்த அதிகாரிகளும் இதற்கு உடந்தையாகவே இருந்தார்கள். ஓட்டுப் போட்ட மக்களைப் பற்றி ஒரு விநாடி கூட நினைத்துப்பார்க்காமல் எஸ்டேட்டுகள், பங்களாக்கள் வாங்குவது பற்றிய சிந்தனையிலேயே 24 மணி நேரமும் இருந்தார்கள். ஒரு பத்திரிகைக்காரனால் இதனை எப்படி ஜீரணிக்க முடியும்?

நக்கீரன் தொடர்ந்து உண்மைகளை எழுதி வந்தது. அவர்கள், முதலில் பணத்தைக் காட்டி பணிய வைக்க பார்த்தார்கள். கோடிகள் பெரிதல்ல; கொள்கைதான் முக்கியம் என்று உறுதியாக நின்றது நக்கீரன். பாதாளம் வரைக்கும் பாயும் பணத்தை நக்கீரன் தனது நகக்கண்ணால் கூட சீந்தவில்லை என்றதும் அதிகார வலிமையைக் காட்டி அடி பணிய வைக்க நினைத்தார்கள். கோர்ட் வழக்குகள், கொலை மிரட்டல்கள், அலுவலகத்தில் அதிரடி சோதனை, மின்சாரத் துண்டிப்பு, ஊரெங்கும் பத்திரிகை எரிப்பு, நிருபர்கள் மீது தாக்குதல், சிறை தண்டனை என அன்றைய ஆளும்கட்சி சாம, தான, பேத, தண்டம் அனைத்தையும் பயன்படுத்தியபோது நக்கீரன் அடைந்த துன்பங்கள் கொஞ்ச நஞ்சமல்ல. நாள்தோறும் இழப்புகள்தான். பொருள் இழப்புகளைத் தாங்கிக்கொண்ட போதும், சிறைக்கொடுமைக்கு ஆளாகிய அய்யா கணேசனின் உயிரிழப்பைத் தாங்க இயலவில்லை. இழப்புகள் தொடர்ந்தபோதும் கொள்கையை இழக்காமல் நக்கீரன் உறுதியாக நின்றது.

நக்கீரன்...

கோடிகளில் புரண்டெழுந்த பத்திரிகையல்ல. வெறும் 4000 ரூபாயில் தொடங்கப்பட்ட பத்திரிகை. பணம் முக்கியமல்ல, சாமான்ய இளைஞர்களின் உழைப்பும் திறமையும் மட்டும் மூலதனமாக இருந்தால் பத்திரிகையுலகில் வெற்றிக் கொடி நாட்ட முடியும் என்ற நம்பிக்கையுடன்

முளைத்து இன்று வளர்ந்து நிற்கும் வரலாற்று ஆவணம்தான் நக்கீரன். இதனை விலை பேச எந்த சக்தியாலும் முடியாது. அதிகாரத்தைக் காட்டி அடக்க நினைத்தால் நக்கீரன் அடங்காது. நெருப்புப் பந்தாக உயர்ந்து எழும். இதனைப் புரிந்துகொள்ளாத ஆட்சியாளர்கள் நக்கீரனை உருட்டியும் மிரட்டியும் பார்த்தார்கள்.

இரண்டாவது எமர்ஜென்சி நடைமுறைக்கு வந்து விட்டதோ என்று அச்சப்படக்கூடிய அளவுக்கு அன்றைய ஆட்சியின் அடக்குமுறைகள் தொடர்ந்த நேரத்தில், நக்கீரன் துணிச்சலுடன் களமிறங்கிச் செய்திகளைச் சேகரித்து உண்மைகளை வெளிச்சம் போட்டுக் காட்டியது. ஒவ்வொரு நாள் செய்தி சேகரிப்பும் ஒரு யுத்தகளம். இதழ் வெளிவரும்வரை உயிருக்கு உத்தரவாதம் கிடையாது. அடக்குமுறைகளுக்கு அளவுகோல் இல்லை. அராஜகங்கள் கட்டுமீறிச் சென்றன. இதற்குப் பயந்து நக்கீரனில் இருந்து பலர் ஓடிவிட்டனர். இருந்தும் இத்தனையும் தாங்கிக்கொண்டு தர்மயுத்தம் நடத்தியது நக்கீரன். அப்போதைய ஆட்சியினரின் அச்சுறுத்தல் கண்டு அஞ்சாமல் முகவர்கள் ஒத்துழைப்பு தந்தனர்.

ஆட்சியாளர்களின் அடக்குமுறைகளுக்கும் சித்ரவதைகளுக்கும் நக்கீரன் மட்டும் அன்று பயந்திருந்தாலோ பணிந்திருந்தாலோ நான்காவது தூண் என்று சொல்லக்கூடிய இந்த பத்திரிகையுலகம் தனது தர்மத்தை இழந்திருக்கும். புலனாய்வு இதழியல் எனப்படும் இன்வெஸ்டிகேஷன் ஜர்னலிசம் என்பதே முற்றிலுமாக அழித்தொழிக்கப்பட்டிருக்கும். அரசாங்கத்தைத் தட்டிக் கேட்கின்ற வல்லமை அற்றுப் போனதாகப் பத்திரிகைத்துறை பாழ்பட்டிருக்கக்கூடிய அபாயம் இருந்திருக்கும்.

எதிர்க்கட்சி அரசியல் தலைவர்களே வாய்மூடிக்கிடந்த அந்த இருண்ட காலத்தில் நக்கீரன் மட்டுமே, புதிய வெளிச்சத்தைக் கொண்டு வருவதற்கான போராட்டத்தில் தன்னந்தனியாக ஈடுபட்டது. 96-ஆம் ஆண்டு தேர்தலின் போது நடந்த மகத்தான மவுனப்புரட்சியால் ஆட்சியாளர்கள் தூக்கிவீசப்பட்டார்கள்.

இந்த மவுனப் புரட்சிக்கு வித்திட்டது நக்கீரன் என்பதைத் தமிழக மக்கள் இப்போதும் சொல்கிறார்கள்.

அந்த மக்கள்தான் நக்கீரனின் பலம். அவர்களின் நலனுக்காக நக்கீரன் நடத்திய தர்மயுத்தத்தில் சந்தித்த சோதனைகளும் அதனை வென்ற விதமும்தான் இந்த 'சேலஞ்ச்'

நான்காவது தூணாகிய பேனாவை உடைத்துச் சிதற வைக்க நினைத்த ஒரு ஐந்தாண்டு கால அவலத்தின் கொடுமைகள், கொடூரங்கள் அவற்றால் ஏற்பட்ட ஆறாத வடுக்கள்... இதுதான் இந்தப் புத்தகம். இதில் இடம் பெற்றுள்ள அத்தனை சம்பவங்களும் அப்பழுக்கில்லாத நிஜங்கள். ஆச்சரியப்படவைக்கும் நிகழ்ச்சிகள்.

அந்த ஐந்தாண்டுகாலம், தர்மத்தைச் சூது கவ்வியது. பாரதப்போரை விடவும் வலிமையான ஒரு போர்க்களத்தை நக்கீரன் குடும்பம் சந்தித்தது.

பேனாக்களே எங்கள் அஸ்திரங்கள்
கருத்துக்களே எங்கள் கணைகள்
துணிவு ஒன்றுதான் எங்கள் கவசம்

இந்த ஆயுதங்களுடன் களம் கண்டு, தர்மத்தின் வெற்றிக்கு முரசு கொட்டிய சரித்திர சம்பவங்களின் அணிவகுப்பே இந்நூல் என்பதால் இதுவும் ஒரு மகாபாரதம்.

இது, இளைய பட்டாளத்தின் உறுதியான 'சேலஞ்ச்'. நக்கீரனில் தொடராக வந்தபோது வாசகர்கள் கொடுத்த வரவேற்பின் உத்வேகம்தான் இப்போது புத்தகமாக வர உதவியிருக்கிறது. தமிழ்ப் பத்திரிகையுலகம் மட்டுமல்ல, இந்தியப் பத்திரிகையுலகமே இதுவரை கண்டிராத நெருக்கடி நிமிடங்களின் தொகுப்பு இது.

-நக்கீரன்கோபால்

போராட்டக் களைக் களஞ்சியம்!

ஒரு திகில் நாவலின் வேகம்

... **த**ங்கள் உடலையும் உயிரையும் பணயம் வைத்து 'நக்கீரன்' பத்திரிகை நிருபர்கள் புலனாய்ந்து சேகரித்த தகவல்கள், நக்கீரனில் வெளியிடப்படாமல் தடுக்க கொடுக்கப் பட்ட கொடுமையான தாக்குதல்கள், ஒவ்வொரு இதழையும், தயாரிப்பு முதல் வாசகர்கள் கைகளில் வந்து சேரும்வரை ஆசிரியர் குழு எடுக்க வேண்டியிருந்த விசேஷ நடவடிக்கைகள், சந்திக்க வேண்டியிருந்த அபாயங்கள் ஆகியவைகள் நூலில் முக்கால் பங்கு விவரிக்கப்பட்டுள்ளன.

... கண்ணெதிரில் ஒன்றன்பின் ஒன்றாய், ஒரு திகில் நாவ லில் வருவது போல் நிகழ்ச்சிகள் நடைபெற்ற அதே வேகத்தை, நூலைப் படிப்போரும் உணரும் வண்ணம் நூலின் நடை அமைந் துள்ளது வரவேற்கத்தக்கது. இது ஒரு மாறுபட்ட வெளியீடு.

-The Mail,
The Newsletter from Higginbothams, July 2000.

புரட்சிப் புத்தகம்! வேதப் புத்தகம்!

ஒரு பத்திரிகை அரசாங்கத்தின் தவறுகளைச் சுட்டிக் காட்டும் போது எத்தகைய கொடுமைகளைச் சந்தித்து வெற்றி காண வேண்டியுள்ளது என்பதை புகைப்பட ஆதாரங்களுடன் வெளிப்படுத்தும் புரட்சிப் புத்தகம். பத்திரிகையாளர்கள் தங்கள் உயிரையும் பொருட்படுத்தாது போராடிய சம்பவங்கள் மயிர்க் கூச்செறிய வைக்கின்றன புலனாய்வுப் பத்திரிகையாளர்களுக்கு இது ஒரு வேதப் புத்தகம்.

-பு(து)த்தகம், குமுதம், 2.3.2000.

சரியான டாக்குமெண்டரி!

ஒண்ணு சொல்லணும். கற்பனைக்கும் நிஜத்துக்கும் உள்ள இடைவெளி நாம நினைச்சிட்டிருக்கிறதை விட ரொம்பக் குறைவு. கோபால் இதுல வர்ணிச்சிருக்கிற பல சம்பவங்கள் மேஜிக்கல் ரியலிஸமா இருக்கு. ஆனா எல்லாமே ரியலா நடந்தவை. ஒவ்வொரு இன்ஸ்டண்ட்டுக்கும் ஃபோட்டோ எவிடென்ஸ் தர்றார். இந்தப் புத்தகத்தை அப்படியே ஃபிலிமாக்க முடியும்னு தோணுது. அது தமிழக அரசியலில் ஒரு குறிப்பிட்ட காலகட்டம் பத்தின சரியான டாக்குமெண்டரியாகவும் அமையும்.

-சுமி, கல்கி, 19.3.2000.

சோதனைகளைச் சந்தித்து வெற்றி...!

அ.இ.அ.தி.மு.க. தலைமை அலுவலகத்தைக் கைப்பற்ற அன்றைய ஜானகி, ஜெயலலிதா அணிகள் நடத்திய அடிதடி ரகளையை ஃபோட்டோ எடுத்த முத்துராமலிங்கம் தாக்கப்பட்டது தொடங்கி, தூத்துக்குடியில் செய்தி சேகரிக்கச் சென்ற நிருபர் கதிரை துரையின் கால் முறிக்கப்பட்டது, சிவகங்கை நிருபர் சண்முகசுந்தரத்தின் கட்டை விரல் வெட்டப்பட்டது, ஆசிரியரும், நிருபர்களும் கைது செய்யப்பட்டது, நூற்றுக்கணக்கான வழக்குகளைச் சந்தித்தது, பத்திரிகைகள் எரிக்கப்பட்டது, அலுவலகத்தில் மின்சாரம் துண்டிக்கப்பட்டது, நக்கீரனை அச்சிடும் அச்சகங்கள் மிரட்டப்பட்டது, உச்சகட்டமாக நக்கீரனை அச்சிட்ட முதியவர் கணேசன் சிறைக்கொடுமைக்கு ஆளாகி இறந்தது என பலதரப்பட்ட சோதனைகளையும், அதைச் சந்தித்து வெற்றி கண்டதையும் இந்நூலில் விவரித்துள்ளார் நக்கீரன்கோபால்.

துக்ளக், 12.4.2000

பத்திரிகையாளர்களுக்கு ஆவணம்!

... ஏகப்பட்ட படங்கள், விவரங்கள் என்று விறுவிறுப்பான துப்பறியும் கதை போல இருக்கிறது. ஆட்சியாளர்கள் பத்திரிகைகளுக்கு எப்படியெல்லாம் சிரமம் கொடுக்க முடியும் என்பது இதைப் படித்தால் தெரியக்கூடும். பத்திரிகையாளர்களுக்கும் பயன்படும் ஒரு நல்ல ஆவணம்.

-இந்தியா டுடே, 26.4.2000.

நேர்த்தியான நெசவு!

விறுவிறுப்புக்காக நிஜத்தைத் தள்ளி வைக்கவில்லை. நிஜம் என்ற தலைப்பில் நம்மைத் தண்ணி இல்லாத காட்டில் தள்ளாடவிடவும் இல்லை.

நேர்த்தியான நெசவு.

கடந்த 10 ஆண்டுகளின் தமிழக வரலாற்றை எழுதும் போது நக்கீரனின் பங்கை ஒதுக்கிவிட முடியாது. கட்டை விரலை உயர்த்திக் காட்டியிருக்கிறார் நக்கீரன்கோபால்.

-மகேந்திரன், தமிழன் எக்ஸ்பிரஸ், 7.3.2000.

உளச் சிலிர்ப்பு! உரை நடைக் காவியம்!

ஆசிரியர் குழுவினருக்கோ, விற்பனையாளர்களுக்கோ ஆபத்து நேர்வதை அறியும்போதெல்லாம் ஆசிரியர் நக்கீரன் கோபால், தனக்கு எதிர்ப்படக்கூடிய அபாயங்களை- உயிருக்கு ஏற்படக்கூடிய ஆபத்துக்களை பெரிது படுத்தாது, உரிய இடங்களுக்கு விரைந்து சென்று உதவிகள் புரிவதை வர்ணிக்கும் கட்டங்கள் உளச் சிலிர்ப்பு ஏற்படுத்துகின்றன. இவை அவருக்கிருக்கிற அளவிலா மனித நேயத்தை புலப்படுத்துகின்றன.

சேலஞ்ச்! -அதிகார வர்க்கத்தின் அடக்குமுறைகளை சவாலாக ஏற்று வீரத்துடன் போராடிய இளைஞர்களின் தீரச் செயல்களை, மனஉறுதியை, பேராற்றலை வெளிப்படுத்தும் உரைநடைக் காவியமாகவும் விளங்குகிறது.

படிக்க எடுத்தால் இறுதி வரை கீழே வைக்கவியலாத படி விறுவிறுப்பும் வேகமும் நிறைந்த தன்மையில் எழுதப் பட்டிருக்கிற, அருமையான, பத்திரிகை வரலாறு சேலஞ்ச்.

-வல்லிக்கண்ணன், சென்னை-5.

பாரதி, பாரதிதாசன் பாதையில்...!

உண்மை, நேர்மை, சமுதாய முன்னேற்றம் என்றும் உன்னதப் பண்புகளின் அடிப்படையில் இந்நூல் (சேலஞ்ச்) எழுதப்பட்டுள்ளது.

நமது தகவல் சாதனத் துறையில், நீதி, நேர்மை, அறிவுடைமை, தன்மானம், பகுத்தறிவு, சமதர்மம் ஆகிய உயிர்நாடியான கொள்கைகள் பலியிடப்படும் இவ்வேளையில், இந்த விழுமியங்களைத் தமிழ் மக்களின் வாழ்வில் பாதுகாக்கத் தன்னலமின்றித் தீரத்துடன், பாரதி, பாரதிதாசனின் பாதையில்

தொண்டாற்றும் நக்கீரன் இதழையும், அதன் ஆசிரியரையும், ஆசிரியர் குழுவையும் நெஞ்சார வாழ்த்துகிறேன்.

-தி.க.சி, நெல்லை - 627 006, 3.1.2001.

விரும்பிப் படிக்கும் நூல்!

... **ஆ**ட்டோ சங்கரின் வாழ்க்கை வரலாற்றை வெளியிட்டதன் மூலம் நக்கீரனால், முகமூடி கிழிக்கப்பட்ட பிரபலங்களின் பட்டியல் நமக்கு திகைப்பையும், அதிர்ச்சியை யும் ஏற்படுத்துகிறது. சந்தனக் கடத்தல் வீரப்பனை துணிச்ச லோடு நெருங்கிப் பேட்டி எடுத்ததை பாராட்டாமல் இருக்க முடியாது. விரும்பிப் படிக்கும் வகையில் நூல் தொகுக்கப் பட்டிருப்பது இதன் சிறப்பாகும்.

-தினமணி, 12.3.2000.

உயரிய நோக்கம்!

மக்களுக்கு அரசியலில் தெளிவுதரப் பயன்படட்டும் என்ற உயரிய நோக்கத்தில் இந்நூலை நக்கீரன்கோபால் வெளிக் கொணர்ந்திருக்கிறார். ஏராளமான பக்கங்கள், மலிவான விலை.

மேலும் முக்கியமானது உச்சநீதிமன்ற முன்னாள் நீதியரசர் வி.ஆர்.கிருஷ்ணய்யரின் விரிவான மதிப்புரை.

இன்றைய சூழலில் நாம் அறிய வேண்டிய பல அரசியல் நிகழ்ச்சிகளை விரிவாகவும், தெளிவாகவும் நாம் புரிந்து கொள்ள இந்தப் புத்தகம் மிக உதவியாக இருக்கிறது.

-தினகரன், 27.2.2000.

நூல் வடிவம் கண்ட தொடர்!

வெறும் நான்காயிரம் ரூபாயில் தொடங்கப்பட்ட நக்கீரன் இதழ், இன்று ஆல் போல் வேரூன்றி மிகப் பலமாக நிற் கிறது. இதற்குக் காரணம் ஆசிரியர் நக்கீரன்கோபால் என்றால் மிகை இல்லை. ஆட்சியாளர்களுக்கு எதிராக நக்கீரனில் வெளி வந்த சேலஞ்ச் தொடர் இதோ நூல் வடிவம் கண்டுள்ளது. மீண் டும் ஒருமுறை படிக்கவேண்டிய அருமையான நூல் இதுவாகும்.

-கதிரவன், 29.2.2000.

சாதனைகளை நிரூபிக்கும் சேலஞ்ச்!

சேலஞ்ச் நூலை ஒரே மூச்சில் படித்து முடித்தேன்.

தமிழ்நாட்டில் கருத்துச் சுதந்திரத்திற்கான போராட்டத்தில் நக்கீரனுக்கு தனி இடம் உண்டு என்பதை சேலஞ்ச் நிரூபித்திருக்கிறது. மிகப் பெரிய பத்திரிகை நிறுவனங்கள் சாதிக்க முடியாததை மிகக் குறுகிய காலத்தில் சாதித்திருக்கிறது நக்கீரன். அதை நிரூபிக்கிறது சேலஞ்ச்.

-Telegram *10.3.2000.*

மீடியாக்களின் ஒளிவிளக்கு!

கோட்டையில் ஜனநாயகக் கொடிக்கு பதிலாக சர்வாதிகாரக் கொடி பறந்த அம்மா ஆட்சியில் நக்கீரன் பத்திரிகை சந்தித்த நெருப்பு நிமிடங்களின் தொகுப்பு தான் இந்த சேலஞ்ச்.

உண்மை பேசியதால் அரிச்சந்திரன் மயானம் வரை சென்று வெட்டியான் வேலை பார்த்ததை படிக்கும்போது அய்யோ என்றிருக்கும். அந்த அடிப்படையில் பார்த்தால் இந்த 'சேலஞ்ச்' பத்து அரிச்சந்திர புராணத்திற்குச் சமம்.

சேலஞ்ச்- மீடியாக்களுக்கு வழிகாட்டும் ஒளிவிளக்கு.

-இதயம் பேசுகிறது, 20.2.2000.

போராட்டக் கலைக்களஞ்சியம்!

பல நெருப்பாறுகளை நீந்திக் கடந்து நக்கீரன் பெற்ற வெற்றிகளை இந்த 'சேலஞ்ச்' நெகிழ்வுடன் சொல்கிறது. நம் நெஞ்சு கனக்கிறது.

... உண்மைகளை வெளிக்கொண்டு வருவதற்காக, ராணுவத்திற்குரிய அர்ப்பணிப்போடு செயல்பட்ட நக்கீரன் குழு பாராட்டுக்குரியது. பத்திரிகை உலகில் சாதித்த நக்கீரன். இதோ பதிப்பகத் துறையிலும் சாதனை புரிகிறது. சேலஞ்ச் போராட்டக் கலைக்களஞ்சியம் இதழியல் படிப்பிற்கு பாடநூலாக்கலாம்.

-தாகம், மார்ச் 2000.

ஏழாண்டு வரலாறு

சூடான நாவல் போன்ற சுதாரிப்பான நடை. சுவாரஸ்யமான மொழி.

நேர்மைமிக்க ஒரு பத்திரிகையாளனின், சாகசமிக்க போராட்ட அனுபவக் காயங்களாக விரிகிறது சேலஞ்ச். தமிழகத்தின் ஏழாண்டு வரலாற்றை சொல்கிற நூலாகவும் பரிணமிக்கிறது.

-செம்மலர், ஜூன் 2000.

இளசுகளுக்கு வழிகாட்டி!

பரபரப்பும் திகிலும் நிறைந்த சம்பவங்கள். உயிரையே பணயமாக வைத்து கண்டுபிடித்த உண்மைகள். அனைத்தும் மனதை உலுக்கும்படியாக இருக்கின்றன. மொத்தத்தில் ஒரு பத்திரிகையாளர், சமூகத்தில் சந்திக்கும் கஷ்டங்களையும், சாதனைகளையும் படம் பிடித்துக் காட்டியுள்ளார். இளம் பத்திரிகையாளர்களுக்கு ஒரு வழிகாட்டியாக இருக்கிறது சேலஞ்ச்.

-மங்கையர் மலர், ஜூன் 2000.

வைரம் பாய்ந்த வரிகள்!

ஆட்டோ சங்கர் தொடர் தொடர்பாக உச்சநீதிமன்றம் அளித்த தீர்ப்பு பத்திரிகை சுதந்திரத்தின் அடுத்த பரிமாணம். அந்த வரலாற்றுத் தீர்ப்பை வாங்கித் தந்தது நக்கீரன்தான். அந்தப் பகுதியும் இந்தப் புத்தகத்தில் உள்ளது. உச்சநீதிமன்ற நீதிபதிகள் ஜீவன்ரெட்டி சுகாஸ் சி.சென் ஆகியோர் 1994 அக்டோபர் 7-ஆம் தேதி அளித்த தீர்ப்பின் வைரம் பாய்ந்த வரிகள் இவை.

... காட்டுதர்பாரை சேலஞ்ச் செய்த காகிதங்களின் சரித்திரம் இந்த நூல்.

-விண்நாயகன், மார்ச் 2000.

உண்மையின் அர்ப்பணிப்பு!

... **எ**ல்லாவற்றையும் விட இந்நூலில் விஞ்சி நிற்பது, நக்கீரன் கோபாலின் அர்ப்பணிப்பு.

ஏன் இப்படி போராட வேண்டும்? என்றொரு கேள்வியை எழுப்பினோமேயானால், விடை சுய லாபம் தருவதாய் அமையாது. ஆயினும் பத்திரிகை துறையின் மீதும் உண்மையின் மேலும் உள்ள அர்ப்பணிப்பே, இப்புத்தகத்தை தனித்துவப்படுத்துகிறது. இந்தத் தனித்துவமே இதன் பலம்.

-கணையாழி, ஏப்ரல் 2000.

சத்திய வேள்வியின் சரிதம்!

கதைகளை விட உண்மை மேலானது என்பதை நிரூபிக்கும் வண்ணம் நக்கீரன்கோபாலின் அதிரடியான, புத்திக்கூர்மையான சாகசங்கள் அமைந்துள்ளன. நக்கீரன்கோபால் என்ற தீரமான பத்திரிகையாளர் பல நூற்றாண்டுகளுக்கு ஒருமுறை

மட்டுமே தோன்றக்கூடிய எழுத்துப் படைவீரர். பத்திரிகை உலகின் தன்மானத்தை தலைநிமிரச் செய்திருக்கும் அவருடைய அபார சாதனையை தமிழ் கூறும் பத்திரிகை உலகு என்றென்றும் போற்றும்.

நக்கீரன்கோபால் நடத்திய சத்திய வேள்வியினை 'சேலஞ்ச்' படம் பிடித்துக் காட்டுகிறது.

-வாசுகி, ஏப்ரல் 2000.

புகைப்பட இதழியல்!

புலனாய்வு இதழியல் துறையில் இயங்க விரும்புகிறவர் களுக்கு இந்நூல் நல்ல வழிகாட்டி செய்திக் கட்டுரைகள் பல வண்ணப் படங்களுடன் வெளியாகியுள்ளன. அவை புகைப்பட இதழியல் வளர்ச்சிக்கு பெரிதும் உரமூட்டும் வகையில் உள்ளன.

தடைகளை இன்முகத்தோடு எதிர்கொண்டால் தடை களே தடமாகலாம் என்பதை உணர்த்தும் வகையில் நூலாசிரிய ரின் கருத்தும் நடையும் எடுத்துரைக்கும் பாங்கும் அமைந்துள்ளன.

-அம்பலம்.காம், 29.3.2000.

தமிழனின் பத்திரிகை

சேலஞ்ச் நூலைப் படிக்கிறபோது ஏற்படுகிற சிலிர்ப்பு, இதில் இணைக்கப்பட்டுள்ள புகைப்படங்களை எடுப்பதற்காக அவர்கள் செலவழித்த உழைப்பு, ஒடுக்கும் அதிகாரங்களை தூக்கியெறிந்த துணிவு, இவைகள் எல்லாம் இது தமிழனின் பத்திரிகை என நெஞ்சை நிமிர்த்தி நம்மைச் சொல்ல வைக்கிறது.

-ஹெர்குலிஸ் மாத இதழ், மே 2000.

முறுக்கேறும் நரம்புகள்!

பிரச்சினையில் நாமே சிக்கிக் கொண்டு விட்டோமோ என்ற பரபரப்பைத் தருகிறது சேலஞ்ச். இதைத் தொகுத்திருக்கிற நக்கீரன் இதழின் ஆசிரியர், தன்னை மட்டும் முன்னிறுத்திக் கொள்ளாமல் தன்னோடு களம் இறங்கிய அத்தனை பேரையும் குறிப்பிட்டு கௌரவப்படுத்தியிருக்கிறார்.

...படிக்கும் போது, நம்மையறியாமல் நரம்புகள் முறுக்கேறுகின்றன.

-தமிழ் சினிமா, இணைய செய்தி நிறுவனம், 2.3.2000.

ஆர்வம்! ஆச்சரியம்! சேலஞ்ச்!

சேலஞ்ச் புத்தகத்தைப் படித்தபோது மனமும் கண்களும் நவரச உணர்வுகளுக்கு உட்பட்டது. ஒவ்வொரு பிரச்சினையையும் எப்படி எதிர்கொள்ளப் போகிறார்கள் என்ற ஆர்வத்தைத் தூண்டியது. அவற்றை சமாளித்ததை படித்தபோது ஆச்சரிய மிகுந்தது. அந்தச் சாதனைகளுக்காக நக்கீரன்கோபாலும், அவர் தம்பியரும் அனுபவித்த வேதனைகளை படித்தபோது, கண்களிலும், இதயத்திலும் நீர் கசிந்தது.

-இரா.முரளிதரன், முன்னாள் ஆசிரியர்,
மாலைக்கதிர் மாலை நாளிதழ்.

இதுவே பாடம்! இதுவே படிப்பினை!

ஒரு புலனாய்வுப் பத்திரிகை என்ற வகையில் 'நக்கீரன்' நடத்திய போராட்டத்தின் வரலாறுதான் 'சேலஞ்ச்' என்ற புத்தகம்.

புலனாய்வு இதழியல் பற்றியும் அதன் விளைவுகள் பற்றியும் தமிழில் வெளிவந்துள்ள முதல் புத்தகம் இதுவாகத்தான் இருக்கும். இவை எல்லாவற்றிலும் குறிப்பிட்டு பாராட்ட வேண்டிய விஷயம்- போலீஸ் அதிகாரிகள் சிவில் அதிகாரிகள், மேல்தட்டு வர்க்கத்தினர் ஆகியோரின் லஞ்ச ஊழல்களை, மக்கள் மத்தியில் அம்பலப்படுத்துவதில் நக்கீரன் கோபாலுக்கு உள்ள துணிச்சல்.

அதிகாரத்தில் உள்ளவர்களின் அநீதிக்கும், ஊழலுக்கும் எதிராகச் சவால்விடும் துணிச்சல் பத்திரிகையாளர்களுக்கு இருக்க வேண்டும் என்பதும், புலனாய்வுத்துறையில் ஈடுபட வேண்டும் என்றாலே இந்தத் துணிச்சல் அவசியம் என்பதும் 'சேலஞ்ச்' புத்தகம் உணர்த்தும் பாடம். படிப்பினை.

இந்த நூலை அனைத்து இந்திய மொழிகளிலும், ஆங்கிலத்திலும் மொழிபெயர்த்து வெளியிட வேண்டும்.

- தி ஹிந்து, 25.7.2000.

எழுதுகோல் ஏந்திய வேங்கைகள்

சேலஞ்ச் புத்தகத்தைப் படித்தேன். அதிர்ந்து போனேன். தலைப்பு ஆங்கில வார்த்தையாக உள்ளதே என்று எனக்குள் நெருடலாக இருந்தது. ஆனால் இந்தப் புத்தகத்திற்கு இதைவிட வேறு தலைப்பு பொருத்தமாக இருந்திருக்குமா என்று

படித்தபின் யோசித்தேன்.

இந்த புத்தகத்தை நான் படிக்காமல் இருந்திருந்தால், ஒரு சரித்திரத்தை என் வாழ்க்கையில் தெரிந்து கொள்ளாமலே இருந்திருப்பேன். பத்திரிகை;த் துறைக்கு வர விரும்பும் சகல தரப்பினரும் கட்டாயம் படிக்க வேண்டிய பாடப்புத்தகம் இது.

தமிழுக்காக, தமிழ் மக்களின் நல்வாழ்விற்காக போராடும் 'நீங்கள்' எழுதுகோல் ஏந்திய வேங்கைகள்.

-செ.மோகனராஜா,
சன்ரைஸ் வானொலி அறிவிப்பாளர், லண்டன்.

திரைப்படமாக உருவாக்க வேண்டும்!

நீதித்துறையே பாராட்டும் அளவிற்கு செயல்பட்ட நக்கீரன்கோபால் அவர்களை எவ்வளவு பாராட்டினாலும் தகும். துணிச்சல் மிகு புலனாய்வுப் புறநானூறான நக்கீரனின் சேலஞ்ச் புத்தகத்தை மக்கள் அனைவரும் படித்திடும் வாய்ப்பை பெறும் வகையில் ஆங்கிலம், இந்தி மற்றும் அனைத்து மாநில மொழிகளிலும் மொழிபெயர்க்கப்பட வேண்டும்.

திரைப்படமாக உருவாக்கப்பட வேண்டிய ஓர் உயர்ந்த படைப்பு சேலஞ்ச்.

-சா.ஜெபராஜ், நிர்வாக ஆசிரியர்,
மராத்திய முரசு நாளிதழ், மும்பை.

சகல மனிதர்களுக்கும்...!

சேலஞ்ச்... சத்திய வெக்கையும், போர்க்குண உயிர்ப்பும் தகிக்கும் ஒரு நாவல் என்பதே நிஜம். அட்டையே அசத்தல். இறுகி நிமிர்ந்த முஷ்டிக்குள்ளிருந்து பீறிடும் வெளிச்சக்கற்றை 'போரில் பூக்கும் உதயம்' என்ற கருத்துப் படிமமான ஓவியம் கவித்துவமான படிமம்.

கனவுகளையும் லட்சியங்களையும் நெஞ்சில் நெருப்பாய்ப் பொட்டலம் கட்டிக் கொண்டு பத்திரிகைத்துறை நோக்கி வருகிற இளைஞர்களுக்கெல்லாம் இந்நூல் ஒரு வேத புத்தகம்.

ஜனநாயகத்தை உயிரென நேசிக்கின்ற சகல மனிதர்களும் வாசிக்க வேண்டிய ஒரு நல்ல புத்தகம் இது.

-மேலாண்மை பொன்னுசாமி, 7.6.2000.

பளிச்சிடும் கைவண்ணம்!

சேலஞ்ச் அற்புதமாக வந்துள்ளது. ஏற்கனவே கட்டுரைத்

தொடராக படித்திருந்தாலும், புத்தக உருவில் ஒரே மூச்சில் படிக்க நேர்ந்தபோது உடம்பு சிலிர்த்தது.

நக்கீரனின் துணிச்சல் ஒரு வீர வரலாறு. அதனை அழகு தமிழில், பழகு தமிழில், எளிய நடையில் நக்கீரன் கோபால் தொகுத்துத் தந்திருப்பது பெருமிதம் கொள்ளச் செய்கிறது.

நூலின் உருவத்திலும், உள்ளடக்கத்திலும் நூலாசிரியரின் கவலை, கைவண்ணம் பளிச்சிடுகிறது.

-எஸ்.எம்.கார்மேகம், ஆசிரியர்,
சென்னை வீரகேசரி, 7.3.2000.

அகிலம் அறியட்டும்!

அரியணையில் அமரும்போது கூட திண்ணையில் அமர்ந்து கொள்ளும் சாமான்யனைப் போல நக்கீரன் நடந்து கொள்வது 'பணியுமாம் பெருமை' பெருக்கத்து வேண்டும் பணிதல்' என்ற தமிழ் மறையின் ;$வாலைகளை நினைவூட்டியது.

ஆங்கிலத்தில் மொழியாக்கம் செய்யப்பட வேண்டும். அகில உலகமும் அருப்புக்கோட்டையின் வீரியத்தை அறியட்டும்.

-கோ. மணிவண்ணன், வழக்கறிஞர்,
மதுரை-3.

விறு விறு நாவல்!

ஒரு நல்ல துப்பறியும் நவீனத்தைப் போல விறுவிறுப்பாக அமைந்திருக்கிறது.

ஆட்சியாளர்களை எதிர்த்து தாங்கள் போராடிய செயல்கள் எந்தப் பத்திரிகையாளனும் பொறாமை கொள்ளக் கூடியவை.

-ரா.கி.ரங்கராஜன், சென்னை-40.
14.3.2000.

அரசுக்கு சவால்விட்ட ஃபிலிம் ரோல்!

யானைக்கு தரையில் பலம். முதலைக்கு நீரில் பலம். அரசியல்வாதிகளுக்கு அதிகாரத்தில் இருக்கும் போதுதான் பலம். ஆட்சியில் இருந்த ஐந்தாண்டு காலத்தில் நம்மீது வழக்கு, விசாரணை, மிரட்டல் என ஆடாத ஆட்டமெல்லாம் ஆடி, பூச்சாண்டி காட்டிய அந்த புண்ணியவதி, ஆட்சிக்கட்டிலில் ஏறுவதற்கு முன் நமது தயவுக்காக தூது மேல் தூதுவிட்டு தோல்வி கண்ட சம்பவத்தை இங்கே சொல்ல விரும்புகிறேன்.

அது தி.மு.க. ஆட்சிக்காலம். (1989-1991) ஜா-ஜெ என இரண்டாகப் பிரிந்திருந்த அ.தி.மு.க அணிகள் ஒன்றாக இணைந்து இரட்டை இலை சின்னத்தை மீட்டு, மதுரை கிழக்கிலும், மருங்காபுரியிலும் நடந்த இடைத் தேர்தலில் வெற்றி பெற்றிருந்த நேரம். அ.தி.மு.க.வின் செல்வாக்கை தகர்க்க ஆளுங்கட்சி வியூகம் வகுத்துக்கொண்டிருந்தது. அந்த வியூகத்துக்கு ஏதுவாக முன்னாள் அ.தி.மு.க. மந்திரிகள், திருநாவுக்கரசு, கே.கே.எஸ்.எஸ்.ஆர்., நடிகர் ராமராஜன் போன்றவர்கள் ஜெயலலிதா தலைமையிலான அ.தி.மு.க.விலிருந்து விலகி தனி அணியாக செயல்படத் தொடங்கினர். உண்மையான அ.தி.மு.க. யார் என்ற உரிமை

பிரச்சனையால் அரசியலில் அனல் வீச தொடங்கியிருந்தது. எனக்குள் ஒரு சிறு பொறி. ஜெயலலிதா வசமுள்ள தலைமைக் கழகத்தை புதிய அணியினர் எந்த நேரத்தில் வேண்டுமானாலும் முற்றுகையிடலாம் என எதிர்பார்த்தேன். அப்படி ஒரு சம்பவம் நடந்தால், அதை நழுவ விட்டுவிடக்கூடாது என்பதில் உறுதியான கவனத்துடன் இருந்தேன். அதனால் ஒரு நிருபருடன் ஒரு போட்டோகிராபரும், அ.தி.மு.க. தலைமைக் கழக பிரச்சனையை எதிர்பார்த்து தவமிருந்தனர். 24 மணி நேரமும் அவர்களின் கண்களும் காதுகளும் திறந்தே இருந்தன.

அப்போது ஜெயலலிதா அணியில் இருந்த முன்னாள் அ.தி.மு.க. அமைச்சர்கள் எஸ்.டி.எஸ்., அரங்கநாயகம், முத்துசாமி போன்றவர்கள் தலைமைக்கழகத்துக்கு பாதுகாப்பாக அங்கேயே தூங்கி எழுந்துகொண்டிருந்தனர். திருநாவுக்கரசு அணியினரோ, எழும்பூர் அசோகா ஹோட்டலில் முகாமிட்டிருந்தனர். அந்த முகாமுக்குள் அடையாளம் தெரியாதபடி 'நக்கீரன்' முகம் ஒன்றும் கலந்திருந்தது. எதிர்பார்த்த நாளும் வந்தது.

அசோகா ஹோட்டலிலிருந்து 40 கார்களில் திருநாவுக்கரசு அணியினர் முற்றுகை போருக்குக் கிளம்பினர். தலைமைக்கழகம் அமைந்துள்ள அவ்வை சண்முகம் சாலையின் முனையிலேயே கார்கள் நிறுத்தப்பட்டன. கலவரத்தின் அறிகுறி தென்படத் தொடங்கியது. ஒரு முடிவுடன் வந்தவர்கள் போல், திருநாவுக்கரசு அணியினர் தலைமைக் கழகம் நோக்கி நடந்தனர். நமது நிருபர், போட்டோகிராபர், ஆட்டோ டிரைவர் மூவரும் நடக்கப்போகும் சம்பவங்களை எதிர்பார்த்து தயாராக இருந்தனர்.

திடீரென உள்ளே நுழைந்த திருநாவுக்கரசு அணியினரை கண்டதும், ஜெயலலிதா கோஷ்டியினர் திக்குமுக்காடிவிட்டனர். ஒரு நிமிட சுதாரிப்புக்கு பிறகு இரண்டு அணியினருக்கும் கடுமையான மோதல் ஏற்பட்டது. எஸ்.டி.எஸ்.க்கு சரமாரியாக அடி விழத் தொடங்கியது. கண்ணாடி கீழே விழ உருட்டி விடப்பட்டார். அடுத்த குறி, அப்போதைய தலைமைக்கழக செயலாளர் துரை. அவரை கழுத்தை இறுக்கிப் பிடித்து பளாரென அறைந்தார் ஓர் அ.தி.மு.க. பிரமுகர். இதேநேரத்தில் திருநாவுக்கரசு அணியைச் சேர்ந்தவர்களுக்கும் வெட்டுக்கள் விழுந்தன. இந்த பரபரப்புக் கிடையே அரங்கநாயகத்தை தேடிப்பிடித்து 'நச்'சென்று மண்டையில் ஓங்கிப்போட்டார் ஒருவர். அவ்வளவு டென்ஷனுக்கிடையிலும் முத்துசாமி, செங்கோட்டையன், மதுசூதனன் மூவரும் அங்கும் இங்கும் ஓடி, அடி விழுவதிலிருந்து தப்பித்தனர். கேட் முன்னால் நின்றபடி எல்லோரையும் தடுக்க முயன்ற எஸ்.டி.எஸ்.ஸை நெட்டித் தள்ளினார் கே.கே.எஸ்.எஸ்.ஆர். சென்னை பாஷையில் பொளந்து

கட்டியபடி பாய்ந்து கொண்டிருந்தார் ஏ.வி.கிருஷ்ணமூர்த்தி. இருதரப்பிலும் கடுமையான மோதல் காயங்கள். கலவரத்தின் உச்சகட்டமாக தலைமைக் கழகத்துக்கு 'சீல்' வைத்தது தி.மு.க. அரசு. கலவரத்தில் ஈடுபட்ட அ.தி.மு.க. பிரமுகர்களை போலீஸார் வேனில் ஏற்ற முயன்றபோது 'முதல்ல அவங்களை ஏறச்சொல்லுங்க' என ஆரம்பித்து 'டே நாயி, நீ முதல்ல ஏறுடா' என்பதுவரை ர.ர.க்கள் அன்பாக திட்டிக்கொண்டனர்.

இந்த சம்பவங்கள் அனைத்தையும் கவனமாக 'கிளிக்' செய்துகொண்டிருந்தார் நமது போட்டோகிராபர் முத்துராமலி ங்கம். இதை கவனித்துவிட்ட ஒரு அ.தி.மு.க. பிரமுகர் 'ஏய்...' என கத்த, அடுத்த விநாடி நமது போட்டோகிராபரை சுற்றிலும் கரைவேட்டிகள். ஒருவர் மாற்றி ஒருவர் அவருடைய கேமராவை பிடுங்க முயற்சிக்க, பலம் கொண்ட மட்டும் கேமராவை உறுதியாக பிடித்துக்கொண்டு பாதுகாத்தார் நமது போட்டோகிராபர். இந்த இழுபறி நிலையைப் பார்த்துக்கொண்டிருந்த சி.ஆர்.பி.எஃப் காவலர்கள், நமது போட்டோகிராபரை சுற்றி வளைத்தனர். என்ன நடக்கிறது என்பதை உணர்வதற்கு முன்பே முத்துராமலிங்கத்தின் முகத்தில் பலமான குத்து விழுந்தது. தொடர்ந்து, அவரை தாறுமாறாக அடித்துக் கீழே தள்ளி மிதித்தனர். அவர் கையிலி ருந்த கேமரா நழுவியது. அது ஒவ்வொரு கையாக மாறி, மாறி சென்றுகொண்டிருப்பதைக் கண்ணால் பார்த்தபடியே சி.ஆர்.பி.எஃப்.பின் பூட்ஸ் கால்களால் மிதிபட்டார் நமது போட்டோகிராபர். நிருபரும், ஆட்டோ டிரைவர் மோகனும் அதைத்தடுக்க இயலாமல் தவித்துக்கொண்டிருந்தனர்.

அப்போது அங்கு வந்த திருநாவுக்கரசு இதைப் பார்த்துவிட்டு, 'அடிக்க வேண்டாம்' என சி.ஆர்.பி. எஃப்.பை தடுத்தார். போட்டோகிராபர் மீது விழுந்து கொண்டிருந்த அடிகளுக்கு முற்றுப்புள்ளி வைக்கப்பட்டது. முற்றுகைப் போருக்கு திருநாவுக்கரசு அணியினர் தயாராகிக்கொண்டிருந்தபோதே எனக்கு போன் மூலம் தகவல் தெரிவிக்கப்பட்டது. சிறிது நேரத்தில் நான் ஸ்பாட்டில் ஆஜரானேன். போட்டோகிராபரின் நெஞ்சிலிருந்து ரத்தம் வழிந்து, சட்டையை சிவப்புக் குளமாக்கியிருந்தது. அவரை உடனடியாக ராயப்பேட்டை மருத்துவமனைக்கு கொண்டு சென்றோம். அதே மருத்துவமனையில்தான் இரண்டு தரப்பு அ.தி.மு.க.வினரும் அட்மிட் ஆகியிருந்தனர். அதில் காயம் பட்டவர்களும் உண்டு. காயம்பட்டதாக டாக்டர் சர்டிபிகேட் வாங்கியவர்களும் உண்டு. போட்டோகிராபருக்கு முதலுதவி நடந்துகொண்டிருந்த அதேநேரத்தில், நமது கவனம், பறிபோன கேமராவைத் தேடி அலைந்தது.

மருத்துவமனையிலிருந்த திருநாவுக்கரசு ஆட்களிடம் பேசிப்பார்த்தோம். கேமராவை மீட்டுத் தருவதற்கு தயங்கினர். திருநாவுக்கரசிடமே நேரடியாக கேட்டோம்; மவுனமானார். போலீஸ்தரப்பிலோ நம்மிடம் பேசவே மறுத்தனர். 'நக்கீரன்னு சொல்லிகிட்டு யார் வந்தாலும் கொன்னுடுவேன்' என்று போலீஸ் அதிகாரி ஒருவர் மிரட்டிக்கொண்டிருந்தார்.

தலைமைக்கழக விவகார ஃபிலிம் ரோலை திருப்பித் தருவதில் ஏன் இவ்வளவு கெடுபிடிகள் என்பது நமக்கு ஆச்சரியமாக இருந்ததால் ஆராய்ச்சியில் இறங்கினோம். அதிர்ச்சிகள் தாக்கின.

போலீஸ்தரப்பில் போடப்பட்ட எஃப்.ஐஆரில் திருநாவுக்கரசு ஆட்களை எஸ்.டி.எஸ்.சும் அவரைச் சார்ந்தவர்களும் கடுமையாக தாக்கியதாகவும், ஜெயலலிதா கோஷ்டியினர் திருநாவுக்கரசு அணியிடம் அத்துமீறி நடந்ததால்தான் தலைமைக் கழகத்துக்கு சீல் வைக்கப்பட்டது என்றும் குறிப்பிட்டிருந்தனர். ஆனால் உண்மையில் அத்துமீறி நுழைந்தது திருநாவுக்கரசு அணியினர்தான். அதற்கான ஆதாரம் நமது கேமராவில் மட்டுமே உள்ளது. வேறு எந்த பத்திரிகையாளரும் ஸ்பாட்டில் இல்லை என்பது குறிப்பிடத்தக்கது. தி.மு.க. அரசின் நடவடிக்கைக்கு எதிராக உள்ள ஒரே ஆதாரமான நமது கேமராவை திருப்பித் தரக்கூடாது என்பதில் திருநாவுக்கரசு அணியினரும், காவல்துறையினரும் கைகோர்த்து செயல்பட்டனர்.

அப்போது ராயப்பேட்டை பகுதியில் டி.சி.யாக இருந்தவர் ராதாகிருஷ்ணன். அவரைச் சந்திக்க அப்பாயிண்ட்மெண்ட் வாங்கினோம். நான் அவரிடம் நிலைமையை எடுத்து விளக்கினேன். "சார்... ரத்தத்தை சிந்தி என்னோட தம்பிகள் இதை எடுத்திருக்காங்க. எங்களோட முயற்சி எங்க வாசகர்களுக்கு தெரியணும். அதற்காக ஒரு ஸ்டில்லாவது கொடுங்க போதும்" என்றேன். டி.சி.மறுத்தார். "கேமராவை மட்டும்தான் தருவோம்; ரோலை தரமாட்டோம்" என்றார். 'சரி' என்றேன்.

கேமராவிலிருந்து ஃபிலிம்ரோலை கழற்றுவது பற்றி போலீஸாருக்கு யோசனையாக இருந்தது. உள்ளே இருப்பவை மிக மிக ஆதாரபூர்வமான ஸ்டில்கள் என்பது அவர்களுக்குத் தெரியும். அதை வீணாக்கிவிடக்கூடாது என்பதில் நம்மைவிட அவர்கள் கவனமாக இருந்தனர். "ரோலை எங்கே கழற்றலாம்" என்றார் போலீஸ் அதிகாரி. "மயிலாப் பூரில் எங்களுக்கு தெரிந்த ஸ்டுடியோ இருக்கிறது" என்றோம். போலீஸ் ஸ்டேஷனில் பாதுகாப்பாக இருந்த நமது கேமராவை எடுத்துக்கொண்டு ஒரு டி.எஸ்.பி. ஜீப்பில் ஏறினார். ஜீப் டிரைவர் நம்மை முறைத்துக்கொண்டிருந்தார். மயிலாப்பூரை நோக்கி செல்வதற்கு முன்பே நம் மனசுக்குள் அந்த

திட்டம் உருவாகிவிட்டது. ஸ்டுடியோவில் ரோலை கழற்றும்போது ஒரிஜினலை நாம் பத்திரப்படுத்திவிட்டு டூப்ளிகேட்டை போலீசிடம் கொடுத்துவிட வேண்டும் என்பதுதான் அந்த ரகசிய திட்டம். கேமராவினுள் இருந்தது Kodak Gold ஃபிலிம்ரோல். அதனால் நாங்களும் ஆளுக்கொரு Kodak Gold ரோலை பத்திரமாக வைத்திருந்தோம். யார் கையில் ஒரிஜினல் ரோல் கிடைத்தாலும் சட்டென மாற்றிவிட தீர்மானித்தோம்.

மயிலாப்பூர் ஸ்டுடியோ வாசலில் ஜீப் நின்றது. போலீசாரை பின்தொடர்ந்து நாமும் டார்க் ரூமுக்குள் நுழைய முற்பட்டபோது, கடுமையான குரலில் "ஊகும்... நீங்க யாரும் டார்க் ரூமுக்குள் வரக்கூடாது" என்றார் போலீஸ் அதிகாரி. நம் நெஞ்சு திடுக்கிட்டது. ஸ்டுடியோக்காரரிடம் கேமராவை கொடுத்த போலீஸ் அதிகாரி, "இதிலே இருக்கிற ரோலை கழற்று. ரோலை மாற்றிக் கொடுக்கலாம்னு நினைச்சே" என்றபடி ஸ்டுடியோக்காரரின் சட்டையைப் பிடித்து உலுக்கினார். நாம் வகுத்த திட்டத்தை யூகித்துக்கொண்ட போலீசாரின் திறமை ஒரு கணம் திகைக்க வைத்தது. ஸ்டுடியோக்காரரின் சட்டையை கொத்தாக பிடித்திருந்தார் போலீஸ் அதிகாரி. நாம் டார்க் ரூமிலிருந்து விரட்டப்பட்டோம்.

நெருப்பு நிமிடங்களின் தொகுப்பு!

ஃபிலிம்ரோலை மீட்டுவிடவேண்டும் என்பதால் துடிப்புடன் அடுத்தகட்ட நடவடிக்கைகளை தொடங்கினேன். போலீஸ் ஜீப் எங்கு செல்கிறது என்பதை கவனமாக பார்த்துக்கொள்ளும்படி தம்பிகளிடம் சொல்லிவிட்டு, நான் கமிஷனர் அலுவலகம் பக்கம் சென்றேன். காவல்துறை உயர் அதிகாரிகள் யாரையாவது பார்த்து, ரோலை வாங்கிவிடவேண்டும் என்ற திட்டத்தின்படிதான் அங்கு சென்றேன். அதேவேளையில், மயிலாப்பூர் ஸ்டுடியோவில் ரோலை கழற்றும் பணி முடிவடைந்திருந்தது. "ஓ.கே.... நீங்கள் போகலாம்" என்று நமது டீமிடம் போலீசார் சொல்ல, "சார்... எங்களை ராயப்பேட்டை ஸ்டேஷனிலேயே இறக்கிவிட்டுடுங்க" என்று நமது டீம் சொல்லியிருக்கிறது.

ராயப்பேட்டை ஸ்டேஷனில் இறங்கியதும் அந்த ஃபிலிம் ரோல் ஒரு ஏ.ஸி.யின் கைக்கு சென்றதை நமது டீம் கவனித்துவிட்டது. நேராக அவரிடமே சென்று "உங்ககிட்டே ரோலை வாங்கிக்கும்படி டி.சி.சார் சொன்னாங்க'' என கேட்டுப்பார்த்திருக்கின்றனர். அவர்களை ஏற இறங்க பார்த்த ஏ.சி. ''உங்க ஆசிரியர் கோபாலையே நேரில் வந்து வாங்கிக்க

சொல்லுங்கள்” என்றிருக்கிறார்.

போனில் என்னை தொடர்பு கொண்ட தம்பிகள் “அண்ணே, ஏ.சி. கையிலே பிலிம்ரோல் இருக்கு. அவர் உங்க பேரைச் சொல்றார். நீங்க ட்ரை பண்ணினா வாங்கிடலாம் என்றனர்.

மாலை 5 மணி.

அந்த ஏ.சி. இவராகத்தான் இருக்க வேண்டும் என்று யூகித்துக்கொண்டு எழும்பூரில் ஒரு அபார்ட்மெண்டில் குடியிருந்த அந்த ஏ.சி.யை சந்திக்கச் சென்றேன். வாசலில் நின்ற ஜீப் அருகே முன்பு நம்மை முறைத்த அதே டிரைவர். அபார்ட்மெண்ட்டிற்கு சென்று ஏ.சி.யை சந்தித்தேன். நமக்கு பழக்கமானவர்தான். என் திருமண விழாவுக்கு அவர் வராததை சரியாக ஞாபகத்தில் வைத்துக்கொண்டு அதுபற்றி கேட்டேன். அவரும் பத்திரிகை சர்க்குலேஷன் பற்றி கேட்டார். இப்படி பர்சனலாக கொஞ்ச நேரம் பேசிக்கொண்டிருந்தபின், பிலிம்ரோல் விஷயத்துக்கு வந்தேன்.

“ரொம்ப கஷ்டப்பட்டு மேட்டர் எடுத்திருக்கோம். ஒரு ஸ்டில்லாவது கிடைத்தால்தான் எங்க முயற்சி வெளியில் தெரியும்” என்றேன்.

“இன்றைக்கு ஞாயிற்றுக்கிழமையாச்சே... எப்படி பிரிண்ட் போடுவீங்க?”... ஏ.ஸி.யின் கேள்வியிலிருந்தே அவர் கொஞ்சம் இறங்கி வருகிறார் என்பதை புரிந்துகொண்டேன். சந்தர்ப்பத்தை நழுவவிட நான் தயாராக இல்லை.

“எங்களுக்கு தெரிந்த ஸ்டுடியோவில் பிரிண்ட் போட்டுக் கொள்ளலாம்” என்று ஸ்டுடியோவின் பெயரைச் சொன்னேன்.

“சரி... போயஸ் கார்டனில் பூபாலன்ங்கிற இன்ஸ்பெக்டர் இருப்பாரு. அவர்கிட்டே போய் ரோலை வாங்கிக்குங்க. பிரிண்ட் போடுற ஸ்டுடியோவுக்கு நான் வந்துவிடுகிறேன்” என்று சொல்லி விட்டு ஜீப் டிரைவரை அழைத்தார் ஏ.ஸி.

“இவங்களை பூபாலன் இன்ஸ்பெக்டர்கிட்டே கூட்டிக் கிட்டுப் போங்க” என உத்தரவிட்டார். நம்மை மேலும் கீழும் பார்த்த டிரைவர், நாம் தயாரித்திருந்த பிலிம்ரோல் மாற்றும் திட்டம் பற்றி ஏ.ஸி.யிடம் போட்டுக்கொடுத்துவிட்டார். ஏ.ஸி.யின் பார்வை வித்தியாசமானது. நாம், “அப்படியெல்லாம் இல்லை” என அவர் நம்பும்படி சொல்லிவிட்டு, ரோலை மீட்கும் ஆவலுடன் கிளம்பினோம்.

தலைமைக்கழகம் சீல் வைக்கப்பட்டதால் போயஸ் கார்டனில் உண்ணாவிரதம் மேற்கொண்டிருந்தார் ஜெயலலிதா. அங்கேதான் பூபாலன் இன்ஸ்பெக்டர் இருந்தார். தம்பிகளை அங்கே அனுப்பிவிட்டு, நான் ஸ்டுடியோ விஷயங்களை கவனிக்க தயாரானேன். நமக்குத் தெரிந்த ஸ்டுடியோவில் பிரிண்ட்

போட்டுக்கொள்ளலாம் என்று ஏ.ஸி.யிடம் சொல்லிவிட்டேனே தவிர, உண்மையில் ஞாயிற்றுக் கிழமையில் அவ்வளவாக யாரும் ஸ்டுடியோவை திறப்பதில்லை. அதனால் நமது ஸ்டுடியோக்காரரின் வீட்டை நோக்கி சென்றேன் அப்போது மணி 7.

சிந்தாதிரிப்பேட்டையில் அவர் தங்கியிருந்த வீட்டின் முகவரியில் போய் பார்த்தபோது அவர் காலிசெய்து மூன்று மாதமாகிவிட்டது என்ற தகவல் கிடைத்தது. அவருடைய நண்பர் ஒருவரை தேடிப்போனோம். சாவதானமாக எழுந்து, குளித்து முடித்து அரைமணி நேரம் கழித்து வந்து "ஸ்டுடியோக்காரரின் வீடு பற்றி எனக்கெதுவும் தெரியாது" என்றார். ஏ.ஸி. வருவதற்குள் ஸ்டுடியோவை திறந்துவிடவேண்டும் என்கிற பரபரப்பு எனக்கு.

அதேநேரத்தில் ஜீப் டிரைவரை பின் தொடர்ந்து சென்ற தம்பிகளின் நிலைமை மிகவும் நெருக்கடியாக இருந்துள்ளது. ஜீப்பை மிகவேகமாக ஓட்டிச்சென்ற டிரைவர், வேறு பாதையில் சென்று நமக்கு தண்ணி காட்டிவிடப்போகிறாரோ என்ற பதைபதைப்பில் ஆட்டோ டிரைவர் மோகனும் படுவேகமாக தனது திறமையைக் காட்டி, ஜீப்பை ஃபாலோ செய்து, போயஸ் கார்டனுக்குள் நுழைந்தார். அப்போதெல்லாம் போயஸ் கார்டனில் கெடுபிடிகள் கிடையாது. கார்டனுக்குள் நுழைந்த ஜீப் டிரைவர் நேராக இன்ஸ்பெக்டரிடம் சென்றார். அப்போதுதான் நமது டீமுக்கு ஒரு உண்மை தெரிந்தது. நாம் தேடிக்கொண்டிருக்கும் பிலிம்ரோல் அதே டிரைவரிடம்தான் இருந்தது. அதை அவர் இன்ஸ் பெக்டரிடம் கொடுத்து, ஏ.ஸி.சொன்ன தகவலை தெரிவித்தார்.

போயஸ் தோட்டத்து உண்ணாவிரத பரபரப்பில், அந்த இன்ஸ்பெக்டரிடமிருந்து இன்னொரு இன்ஸ்பெக்டரிடம் ரோல் ஒப்படைக்கப்பட்டது. டென்ஷனில் இருந்த இரண்டாவது இன்ஸ்பெக்டர், "யாருப்பா நக்கீரன்... இந்தாப்பா ஃபிலிம்ரோல்" என நமது டீமிடம் ரோலை கொடுத்துவிட்டுத் திரும்ப, அடுத்த விநாடி அதை பின்பக்க பாக்கெட்டில் திணித்துவிட்டு, டூப்ளிகேட்டை கையில் வைத்துக்கொண்டார் நக்கீரன் தம்பி.

இன்ஸ்பெக்டர் கையில் ஃபிலிம்ரோல் இல்லாததைக் கவனித்த ஜீப் டிரைவர், சட்டென போலீஸாரை உஷார் படுத்த, நமது டீமின் சட்டைப்பைகள் ஆராயப்பட்டன. ஆனால் பேண்ட்டின் பின்புற பாக்கெட்டில் ஒரிஜினல் ரோல் பத்திரமாக இருந்தது. கையிலிருந்த டூப்ளிகேட்டை போலீசிடம் கொடுத்து விட்டு, மனசுக்குள் வெற்றிப்புன்னகை புரிந்தது நமது டீம். ரோல் மாற்றும் திட்டத்தை தம்பிகள் வெற்றிகரமாக முடித்துவிட்ட நிலையில், நான் ஸ்டுடியோ திறக்கும் முயற்சியில் தீவிரமாக இருந்தேன். எல்லீஸ் ரோட்டில் ஒரு மாடியில் அந்த ஸ்டுடியோ

உள்ளது. கீழே இருந்த ரிக்ஷாக்காரர்களிடம் ஸ்டுடியோக்காரரின் வீட்டை விசாரித்துக் கொண்டிருக்கும்போதுதான் எதேச்சையாக கவனித்தேன். ஸ்டுடியோ ஜன்னல் வழியா வீடியோ வெளிச்சம் தெரிந்தது.

மேலே போய் கதவை தட்டினேன். விடுமுறை ரிலாக்ஸில்

ஹாயாக படம் பார்த்துக்கொண்டிருந்தார் ஸ்டுடியோ ஓனர். ரோல் விஷயத்தை அவரிடம் சொன்னபோது, ''போய்யா... வேற வேலையில்லையா... இன்றைக்கு ஒன்றும் செய்ய முடியாது'' என எடுத்தெறிந்து பேசினார். அவரை நாம் தனியாக அழைத்து வந்து, கெஞ்ச வேண்டியிருந்தது. "இதோ பாருங்க... ரொம்ப அர்ஜெண்ட்-பிரிண்ட் போட்டாகணும். கொஞ்சம் ஹீட்டர் போட்டு வையுங்க" என்றோம்.

"ஹீட்டரெல்லாம் போட்டா வேஸ்ட்டாகும்ப் பா..." -அவர் அலுத்துக்கொண்டதால் 'ப்ளீஸ்' என்றோம். ஹீட்டர் ரெடியானது.

நமது டீமுடன் ஒரு இன்ஸ்பெக்டரும் அங்கு வந்து சேர்ந்தார். மாடிப்படிகளில் இன்ஸ்பெக்டர் ஏறிக்கொண்டிருந்தபோதே பின்னால் இருந்த தம்பிகள் 'தம்ஸ் அப்' பாணியில் கட்டைவிரலை காட்டி காரியம் வெற்றிகரமாக முடிந்ததை உணர்த்தினர். இதை இன்ஸ்பெக்டரால் கவனிக்க முடியவில்லை. 'தம்ஸ் அப்' சிக்னலை நான்தான் வலியுறுத்தியிருந்தேன். ரோல் மாற்றப்பட்ட விஷயம் நமக்குள் தெரிந்தால்தான் மீண்டும் ஒருமுறை மாற்றாமல் எச்சரிக்கையாக இருப்போம் என்பதற்காகத்தான் அந்த சிக்னல்.

ஃபிலிம்ரோல் கைக்கு வந்துவிட்டதால் இனி போலீசாருக்கு பிரிண்ட் போட்டுத்தர வேண்டியதில்லை என்பதை உணர்ந்தேன். ஸ்டுடியோ ஓனரிடம், "போலீஸ்காரங்க வந்து பிரிண்ட் போட்டுக் கொடுக்கச் சொன்னா, முடியாதுன்னு சொல்லிடுங்க" என்றேன். ஸ்டுடியோ ஓனர் மறுபடி எகிறினார். மறுபடியும் அவரிடம் பவ்யமாக பேசி ஓ.கே. பண்ண வேண்டியதாயிற்று. மேலே வந்த இன்ஸ்பெக்டரிடம், "இன்றைக்கு பிரிண்ட்போட முடியாது" என தடாலடியாக சொல்லிவிட்டார் ஸ்டுடியோ ஓனர். போலீஸாருக்கும் ஸ்டுடியோ ஓனருக்கும் வாக்குவாதம் முற்றியது. கடைசியில் போலீஸார்தான் பயனின்றி திரும்பினர். நாமும் அவர்களுடன் சேர்ந்து படியிறங்கினோம். ஜீப்பில் ஏறிய இன்ஸ்பெக்டர், ரோல் பத்திரமாக இருக்கிறதா என பாக்கெட்டை பார்த்துக்கொண்டார். ஒரிஜினல் ரோலை மறைத்து வைத்தபடி ஜீப் மறையும்வரை காத்திருந்தோம். அதன்பிறகும் அரைமணி நேரம் கழிந்தது. மீண்டும் ஸ்டுடியோவின் மாடிப்படிகளில் ஏறி கதவைத் தட்டினோம். எரிச்சலுடன் திறந்தார் ஸ்டுடியோ ஓனர். ஒரிஜினல் ரோலை காட்டி, 'இதை பிரிண்ட் போடணும்' என்றோம்.

"யோவ்... சரியான திருட்டு கும்பலா இருப்பீங்க போலிருக்கே... பிலிம் ரோலோடு போலீசும் வருது. என்னய்யா ஃபிராடு பண்ணிக்கிட்டிருக்கீங்க" என்றார் கோபமாக. மீண்டும் அவரிடம் கெஞ்சிக் கூத்தாடி அவரை சமாதானப்படுத்தியபோது இரவு 11 மணி. ரோல் டெவலப் ஆகி பிரிண்ட் செய்யப்பட்டபோது இன்ப

அதிர்ச்சி. எல்லா படங்களும் கச்சிதமாக இருந்தன. இரவோடு இரவாக பிரிண்ட்டிங் தொழிலை தொடங்கினால்தான் மறுநாள் பத்திரிகையை வெளியிட முடியும். ஸ்கேனிங், பிராசஸிங், பிரிண்டிங் என எல்லா இடங்களிலுமே 'ஸ்டுடியோ' அனுபவம் தான். எல்லா தடைகளையும் தாண்டி, குறித்த நேரத்தில் இதழைக் கொண்டுவந்தபோது, ஆளுங்கட்சியினருக்கு நிஜமான அதிர்ச்சி. போலீஸ் மூலம் பத்திரிகைகளுக்கு தரப்பட்ட தகவல்கள் அனைத்தையும் அடித்து நொறுக்குவதுபோல் அட்டைப் படத்திலேயே உண்மையை உலகுக்கு காட்டியது நக்கீரன். தி.மு.க. அரசுக்கு சவாலாக விளங்கிய அந்த போட்டோக்களின் நெகட்டிவை பெற வேண்டுமென துடித்தார் ஜெயலலிதா. அவருடைய சேட்டைகள் ஆரம்பமாயின. ஜெ.வும் அவருடைய கட்சியிலிருந்த சில பெரிய மனிதர்களும் நக்கீரனுக்கு தூதுவிடத் தொடங்கினர்.

நெருப்பு நிமிடங்களின் தொகுப்பு!

அ.தி.மு.க. தலைமை நிலைய அடிதடியை அட்டையில் தாங்கிய இதழ் கடைக்கு வந்த அன்று, காலை 7.00 மணிக்கெல்லாம் என் வீட்டிற்கு ஒருவர் வந்தார். நான் வீட்டு வாசலில் ஒருவருடன் பேசிக் கொண் டிருந்தேன். வந்த நபரோ, என்னை அடையாளம் தெரியாமல், யாரோ ஒரு செக்யூரிட்டி என நினைத்துக்கொண்டு, “நான் ஆறுமுகபாண்டியன், அ.தி.மு.க. வழக்கறிஞர் பிரிவு செயலாளர். ஆசிரியரை பார்க்க சொல்லி நடராஜன் அனுப்பி வைச்சார்.”

“என்ன விஷயம்?”

“இன்னைக்கு அட்டையிலே வந்திருக்கே அந்த போட்டோ வோட நெகட்டிவை வாங்கிட்டு வரச்சொன்னாங்க.”

“நீங்க பாட்டுக்கு திடீர்னு வந்து கேட்டா எப்படி கொடுப்பாங்க? பத்து மணிக்கு மேல ஆபீசுக்கு போன்பண்ணி கேட்டுட்டு வந்து பாருங்க” என்றேன். அலுவலகத்தை திறப்பதற்கு முன்பிருந்தே போன்கள் அலறிக்கொண்டிருந்தன. ஆட்கள் வருவதும், போவதுமாக புதிதாக ஒரு பரபரப்பு தொற்றிக் கொண்டது. எழுத்தாளர் பாலகுமாரன் போன்செய்து, “உங்களை சந்திக்கணும்... நிறைய பேசணும்” என்றார். மறுநாள் வருமாறு

கூறிவிட்டு, ரிசீவரை வைத்தேன். இன்னொரு லைன் ரெடியாக இருந்தது.

"நான்தான் நடராஜன்."

"எந்த நடராஜன்."

"எம்.என். தெரியலையா.. காலையிலகூட நான் அனுப்பிய ஆள் உங்க வீட்டுக்கு வந்திருப்பாரே?"

எனக்கு எரிச்சலும், கோபமும் அதிகரித்தது. "என்னை நேரிலே பார்த்தும், அடையாளம் கண்டு பிடிக்கத் தெரியாமல், யாரோ செக்யூரிட்டின்னு நினைச்சு பேசிக்கிட்டிருந்த ஒருத்தரை அனுப்பி, நெகட்டிவை வாங்கிட்டு வான்னு நீங்க சொல்லியிருக்கீங்க... இதென்ன கத்தரிக்காய் வியாபாரமா, நீங்க கேட்டதும் கொடுக்கிறதுக்கு? உயிரைப் பணயம் வைச்சி எடுத்திருக்கோம்.... கண்டவங்களுக்கும் தூக்கி கொடுத்துவிட முடியாது''... விளாசித்தள்ளிவிட்டேன். அரைமணி நேரம் கழித்து, மீண்டும் போன். இந்த முறை லைனில் வந்தவர் நடராஜனின் கைத்தடி ஐசரி கணேஷ். "நீங்க சொல்ற கண்டிஷன்களுக்கெல்லாம் ஒத்துக்கறதா அண்ணன் சொல்றாரு. நெகட்டிவை கொடுக்கிறீங்களா?" என்றார்.

"போனை வையுங்கள்"... என்றேன்.

"ச்சே..." என எனக்குள் சொல்லிக்கொண்டபோது இன்னொரு லைனில் எஸ்.டி.எஸ். "ஒருமணி நேரத்துக்குள் ஆள் அனுப்பறேன். அந்த நெகட்டிவை கொடுத்தனுப்புங்க" என்றார்.

"எந்த நெகட்டிவ்" என்றேன்.

"என்ன இப்படி கேக்குறீங்க? நீங்க எவ்வளவு பெரிய சாதனை செய்திருக்கீங்க? இந்த நெகட்டிவ் எவ்வளவு திருப்பத்தை உண்டாக்கப்போகுது தெரியுமா?"-மிட்டாயை காட்டி குழந்தையை கடத்துபவன் போல அ.தி.மு.க. பெருந்தலைகள் எல்லோரும் அந்த நெகட்டிவுக்காக என்னென்னவோ பேசினார்கள்.

அடுத்த லைனில் வந்தவர் முத்துசாமி. "அம்மா உங்களைப் பார்க்க பிரியப்படுறாங்க."

"அம்மான்னா?"

"ஜெயலலிதா அம்மாவைத்தான் சொல்றேன்."

ஜெ.விடம் பேர் வாங்கவேண்டும் என்பதற்காக ஆளாளுக்கு போன் பண்ணிக்கொண்டிருக்கிறார்கள் என்பதை புரிந்து கொண்டேன். ஆனால் ஜெயலலிதா இந்த நெகட்டிவுக்காக நேரடியாக எந்த முயற்சியும் எடுக்கவில்லை என்பது மட்டும் தெரிந்தது. அவரைப் பொறுத்தவரை தமிழ் பத்திரிகைகளை அஃறிணையாகவே நினைத்திருந்தார். இப்போதும் அவருடைய நினைப்பு அதுதான். அவருடைய தமிழ்ப்பற்று அப்படியிருக்க... இவருக்காக நடராஜன், எஸ்.டி.எஸ்., முத்துசாமி எல்லோரும்

வரிந்துகட்டிக் கொண்டு செயல்படுவதைப் பார்க்கையில் எனக்கு ஆத்திரமாக வந்தது. எதையாவது செய்து நெகட்டிவை வாங்கிக்கொடுத்து ஜெ.விடம் பெயர் வாங்கிவிடவேண்டும் என்பதிலேயே அ.தி.மு.க. தலைவர்கள் கவனமாக இருந்தனர். மதியவேளையில் ஏழெட்டுபேர் ஒரு காரில் வந்து ஆபீஸ் முன்பு இறங்கினார்கள். தாட்பூட் என வந்த அவர்களை செக்யூரிட்டிகள் விசாரித்துவிட்டு மூவரை மட்டும் எனது அறைக்கு அனுப்பினர்.

“நடராஜன் சார் அனுப்பினாங்க. உங்ககிட்டேயிருந்து நெகட்டிவை வாங்கிட்டு வரச்சொன்னாங்க” என்றனர். ஏதோ ஏற்கனவே எல்லா விஷயத்தையும் பேசிமுடித்து விட்டாற்போல, அவர்கள் கேட்டதும் எனது கோபம் உச்சத்தை எட்டியது. “இதென்ன அவங்க அப்பன் வீட்டு சொத்தா?... கேட்ட உடனே தூக்கிக்கொடுக்கிறதுக்கு... எங்க பையனுங்க ரத்தத்தை சிந்தி எடுத்திருக்காங்க...” என சகட்டுமேனிக்கு திட்டி அனுப்பிவிட்டேன். அவர்கள் போன பத்து நிமிடத்தில் நடராஜனே மீண்டும் லைனில் வந்தார். “எவ்வளவு ரூபாய் வேணுமானாலும் தர்றேன் கோபால்... பணத்தைப் பற்றி கவலைப்படவேண்டாம்” என்றார். “இதோ பாருங்க... எனக்கு பணம் தேவையில்லை. நக்கீரனுக்காக ஜெயலலிதா ஒரு தொடரோ, நீண்ட பேட்டியோ தரணும். அதை கொடுக்க முடிந்தால் நெகட்டிவ் கொடுப்பதில் ஒன்றுமில்லை. இதற்கு சரின்னா பேசலாம்” என்று சொல்லிவிட்டு டக்கென்று போனை வைத்தேன். தமிழ்ப்பத்திரிகைகளை ஜெயலலிதா மதித்தே ஆகவேண்டும் என்ற சூழ்நிலையை நக்கீரன் மூலம் உருவாக்கவேண்டும் என்பதே என் முடிவு. மறுபடி எஸ்.டி.எஸ்.ஸிடமிருந்து போன். சம்பவத்தில் அதிகமாக அடிபட்டவர் அவர்தான் என்பதால், அவருக்குத்தான் அக்கறையும் அவசியமும் அதிகமாக இருந்தது. முத்துசாமியோ, ஜெ.யிடம் தான் அப்பாயின்ட்மென்ட் வாங்கித்தருவதாக வலிய பேசினார். தொடருக்கோ, பேட்டிக்கோ ஜெ. ஒப்புக்கொண்டால்தான் நெகட்டிவை தரமுடியும் என நான் உறுதியாக கூறிவிட்டேன். மீண்டும் தொடர்புகொண்ட முத்து சாமி, “கோபால்... 3 to 4 அம்மா அப்பாயின்ட்மென்ட் கொடுத்திருக்காங்க. நீங்க நெகட்டிவோடு வந்திடுங்க” என்றார். “தொடர் என்னாச்சு?” என்றேன்.

“அதற்குள்ளாகவா தரமுடியும்! அதை நான் ஏற்பாடு செய்து தர்றேன். நீங்க நெகட்டிவை கொடுங்க... டெல்லிக்கு அனுப்பி வைக்கணும்” என்றார். நக்கீரனை வைத்து அவர்கள் எந்த அளவு அரசியல் ஆதாயம் தேடப்போகிறார்கள் என்பதை நான் புரிந்துகொண்டேன். “இதோ பாருங்க... உங்க அவசரத்தைப் பற்றி எனக்கு கவலையில்லை. எனக்குத் தொடர்தான் முக்கியம். இப்ப

தரமுடியாவிட்டால் பரவாயில்லை. உங்க அம்மா தன்னோட லெட்டர்பேடில் விரைவில் நக்கீரனில் தொடர் எழுதுகிறேன் எனச்சொல்லி கையெழுத்து போட்டுத்தரட்டும்'' என்று அழுத்தமாகச் சொல்லிவிட்டேன். ''என்னங்க கோபால்... அம்மாவோட நேரம் கிடைக்கிறதுக்காக எவ்வளவு பேர் காத்துக்கிட்டிருக்காங்க. உங்களுக்காக அம்மா 3 to 4 வெயிட் பண்ணிக்கிட்டிருக்காங்க. நீங்க அதை பயன்படுத்திக்க மாட்டேங்கறிங்களே."

"அவங்களுக்கு அவங்க நேரம் முக்கியம்னா, எனக்கு என் நேரம் முக்கியம். நீங்களும், உங்கள் ஆட்களும் அதை வீணாக்கிக்கிட்டிருக்கீங்க"... தொடர்பு துண்டிக்கப்பட்டது.

நடராஜனின் அடுத்த ரவுண்ட் ஆரம்பமானது. ''உங்க பையன்களை வரச்சொல்லுங்க கோபால்... பெரிய ஐந்து ரூபாய்வரைக்கும் தரத்தயார். ஓ.கே.தானே!"

"எனக்குத் தேவை தொடர்தான்! அது கிடைக்கலைன்னா நெகட்டிவை கூவத்தில் போட்டாலும் போடுவேனே தவிர... விலைபேச தயாராயில்லை."

"சரிங்க கோபால்... இந்த அட்ரசுக்கு உங்க ஆட்களை வரச்சொல்லுங்க. நீங்க கேட்டதை நான் ஏற்பாடு பண்றேன்" என்றார் சசிகலாவின் கணவர். அவர் தன்னை பெரிய ஆள் என்று நினைத்துக்கொண்டிருந்தார். ஆனால் நானோ, நக்கீரனின் பலம் என்னவென்பதை நிரூபிப்பதில் தயாராகயிருந்தேன். நக்கீரன் தம்பிகள் இருவர், நடராஜன் கொடுத்த அட்ரசுக்கு போனபோது, வாசலில் கூர்க்கா மாதிரி ஐசரிகணேஷ் நின்றுகொண்டிருப்பதை கவனித்தனர். பின்புற வாசல்வழியாக நமது தம்பிகள் உள்ளே அழைத்துச் செல்லப்பட்டனர். "நெகட்டிவ் கொண்டு வந்திருக்கீங்களா?" என்று நடராஜன் கேட்டதும், தம்பிகள் குழம்பி விட்டனர். ஏனெனில் நாம் தொடர் சம்பந்தமான லெட்டரை வாங்கிவரச் சொல்லித்தான் அவர்களை அனுப்பியிருந்தோமே தவிர... நெகட்டிவை கொடுக்கவில்லை. "அண்ணன் உங்ககிட்ட லெட்டர் வாங்கிட்டு வரச்சொன்னாங்க" என்று தம்பிகள் சொன்னதும், நடராஜன் முகம் வெளிறிப்போய்விட்டது. அதை மறைத்துக் கொண்டு, "சரி..." என்றபடி அவர்களை முன்புற வாசல்வழியாக வழியனுப்பியுள்ளார். வாசலில் ஏழெட்டு பெரிய மனிதர்கள் நின்று கொண்டிருக்க... நடராஜன் உரக்க பேசத்தொடங்கியிருக்கிறார்.

"பணத்தை கொடுத்து அனுப்பிடுறோம்னு கோபால்கிட்ட சொல்லிடுங்க. சரியா வந்து சேர்ந்திடும்" என்று நடராஜன் சொன்னதைக் கேட்டதும், தம்பிகள் கோபமாகிவிட்டனர். அதாவது அங்கிருந்த பெரிசுகள் முன்னிலையில் நாம் ஏதோ ரேட் பேசி, எல்லாவற்றையும் முடித்துவிட்டது போன்ற இமேஜை டெவலப் பண்ண பார்த்திருக்கிறார் நடராஜன். இதனால் கொதிப்படைந்த நமது தம்பிகள், என்னிடம் வந்து விஷயத்தைத் தெரிவித்தனர்.

அவசரமாக டயல் செய்தேன். எதிர்முனையில் நடராஜன். "உங்க புத்தியை உங்களோடு வச்சிக்குங்க. என்கிட்ட காட்டுற வேலை வேண்டாம். நீங்க கர்ணம் போட்டாலும் நெகட்டிவ் உங்களுக்குக் கிடைக்காது. இதை சவாலாகவே சொல்றேன்!" -சொன்னதுபோலவே சவாலில் வென்றும் காட்டினோம். ஏமாந்துபோன அ.தி.மு.க. தலைமை நமது நக்கீரன் இதழின் அட்டையை பாலு ஸ்டுடியோ என்ற இடத்தில் போட்டோ எடுத்து டெல்லிக்கு அனுப்பியது. பாராளுமன்றத்தில் நக்கீரன் உயர்த்திப் பிடிக்கப்பட்டது. இது ஒருபுறமிருக்க, என்னை சந்திப்பதற்காக நமது அலுவலகத்திற்கு வந்தார் எழுத்தாளர் பாலகுமாரன்.

தலைமைக் கழகம் விவகாரம் பற்றி கேட்டார். நான் விவரிக்க... விவரிக்க... ஆகா...ஓஹோ... என பாராட்டுமழையால் நனைத்தார். சுமார் 4 மணிநேரம் பேசினோம். முடிவில் "எதற்காக இவ்வளவு தூரம் கேட்கிறீர்கள்" என்றேன்.

"இதை அப்படியே தொடர்கதையா இண்டியா டுடேயில் எழுதப்போறேன். ஹெவி அமௌண்ட் கிடைக்கும். கதையோட தலைப்பு என்ன தெரியுமா?"

"ம்..."

"உயிர்ச்சுருள்."

பட்டென சொல்லிவிட்டு, "எப்படியிருக்கு" என்றார்.

"எல்லாம் நல்லாயிருக்கு. ஆனா ஒரு விஷயம். உங்க கதையில, எங்க நக்கீரனுக்கும், கஷ்டப்பட்டு படம் எடுத்த எங்கள் போட்டோகிராபருக்கும் உரிய முக்கியத்துவம் கொடுக்கணும்" என்றேன்.

"சரி..." என்றார் பாலகுமாரன்.

அவர் சொன்னபடியே கதை வெளியானது. சொன்ன தலைப்பிலேயே வெளியானது. சொன்ன அமௌண்டும் அவருக்கு கிடைத்துவிட்டது. ஆனால் அவர் வாக்களித்தபடி நக்கீரன் பெயரோ, போட்டோகிராபரின் சாதனையோ எந்தவொரு இடத்திலும் இடம் பெறவில்லை. அதுகூட இன்னொரு பத்திரிகையில் வந்த கதையென விட்டுவிடலாம். கொள்ளி நெருப்பில் குளிர் காய்ந்த அந்த எழுத்தாளர் அதே கதையை தனிப்புத்தகமாக வெளியிட்ட போதுகூட, நமக்குரிய முக்கியத்துவத்தை கொடுக்கவில்லை என்பதுதான் முக்கியமானது. எழுத்தாளர் முக்கியம் தராவிட்டாலும், நமது செய்தியின் முக்கியத்துவத்தை அ.தி.மு.க. உணர்ந்தது. பாராளுமன்றத்தில் நக்கீரன் புகைப்படங்கள் காட்டப்பட்டதை தொடர்ந்து அப்போதிருந்த சந்திரசேகர் அரசு, தலைமைக் கழகத்தை ஜெ.விடம் ஒப்படைக்க முடிவு செய்தது. ஹைதராபாத்தில் தோழியுடன் ஓய்வெடுத்துக்கொண்டிருந்த ஜெயலலிதாவை தேடிப்போய் சாவியை கொடுத்துவிட்டு வந்தார் 'சுயமரியாதைக்குரிய' சு.சாமி. நக்கீரன் தயவால் அரசியல் ரீதியான வெற்றியைப் பெற்ற அதே நடராஜனும், ஜெயலலிதாவும் ஆட்சிக்கு வந்ததுமே நக்கீரனுக்கு எதிராக பேயாட்டம் ஆடத் தொடங்கினார்கள். நமது குரல்வளையை நெரிப்பதற்காக கொடுங்கரத்தை நீட்டினார்கள். ஒரு மாபெரும் கொடூரத்தை எதிர்கொள்ளத் தயாரானோம்.

சிறைக் கொடுமை!

தலைமைக்கழக ஃபிலிம்ரோல் விஷயத்தில் அவர் அப்பாயின்ட்மென்ட் கொடுத்தும், நாம் போகவில்லை என்பதில் ஜெ.வுக்கு முதல் கோபம். சட்டமன்றத்தில் துகிலுரியப்பட்டதாக அவர் அரசியல் நாடகம் நடத்திக்கொண்டிருந்தபோது நடந்தது என்ன என்பதை படத்துடன் முதன்முதலில் வெளியிட்டது நாம்தாம். அதனால் மீண்டும் நம்மீது கோபம். எனக்கு சொத்து எதுவும் இல்லை என்று அவர் சொன்னபோது தம்பி காமராஜ் ஹைதராபாத்துக்கு சென்று அங்குள்ள ஜெ.வின் திராட்டை தோட்டத்தையும், கட்டப்பட்டு வந்த மாளிகையையும் படம் எடுத்து வந்தார். பத்திரிகைத்துறை உலகில் முதன்முதலில் வெளியிட்டது நாம்தான். ஆதாரத்துடன் வெளியிட்டோம். அதனால் அம்மையாரின் கோபம் இன்னும் அதிகரித்தது. ஜெயலலிதா மகளுடைய படத்தையும் நாம்தான் அட்டையில் வெளியிட்டோம். 'எனக்கு புள்ளையா, குட்டியா?' என்று மேடைக்கு மேடை முழங்கிய ஜெ.யின் முகம் இதனால் கிழிந்துபோனது. தொடர்ச்சியான உண்மை செய்திகளால் வேடம் கலைந்துபோன ஜெ., நம்மீது குறிவைத்து காத்திருந்தார்.

91-ம் ஆண்டு தேர்தல் நேரம்... தம்பி காமராஜ் எனக்கு போன் செய்தார். "அண்ணே... டைம்பாம் மாதிரி ஒரு நியூஸ் கிடைத்திருக்கு"

என்றார். என்ன செய்தி என்பதையும் சொன்னார். அதைக்கேட்டதும் “தம்பி... இது ஒரு பாம் அல்ல; பல பாம்ஸ் இருக்கு” என்றேன். எம்.ஜி.ஆரை இழிவுபடுத்தியும், காங்கிரஸ்காரர்கள் முட்டாள்கள் என்றும் ஜெயலலிதா எழுதிய பழைய கடிதங்கள் பற்றிய செய்தி அது. தம்பி காமராஜ் என்னிடம் கொத்தான பேப்பர்களைக் கொடுத்தார். எல்லாம் ஜெ.வின் கடிதங்கள். எம்.ஜி.ஆரை இழிவுபடுத்தி எழுதியிருந்த கடிதத்தை முதல் வாரத்திலும், காங்கிரஸ்காரர்களை கேவலப்படுத்தியிருந்ததை அடுத்த வாரத்திலும் வெளியிட்டோம். கோபத்தின் உச்சாணிக் கொம்பில் உட்கார்ந்திருந்தார் ஜெயலலிதா. தேர்தல் தேதி நெருங்கிக் கொண்டிருந்தது.

அப்போது இடிபோல் ஒரு செய்தி தாக்கியது. ராஜீவ் கொல்லப்பட்டார்! செய்தி வெளியானபோது அந்த வாரத்துக்கான நமது இதழ் சுமார் மூன்றரை லட்சம் பிரதிகள் அச்சாகி முடிந்திருந்தன. தேர்தல் சர்வே முடிவுகளுடன் பிரதமர் என குறிப்பிட்டு ராஜீவ் படத்தையும் முதல்வர் என குறிப்பிட்டு ஜெ.படத்தையும் அட்டையில் தாங்கியிருந்தது அந்த இதழ். தேர்தல் நேரத்தில் நாம் மேற்கொள்ளும் சர்வே, ஏறத்தாழ 100% வெற்றிக்கு உத்தரவாதம் அளிப்பதால் வாசகர்களின் எதிர்பார்ப்பை தூண்டிவிட்டிருந்தது. தி.மு.க. கூட்டணிக்கு 80 இடங்களும், அ.தி.மு.க.-காங்கிரஸ் கூட்டணிக்கு 150 இடங்களும் கிடைக்கும் என்பதுதான் நமது சர்வே முடிவு. இதழ்கள் அச்சாகியிருந்த நேரத்தில் இப்படி ஒரு துயரச் செய்தி வந்ததால் பத்திரிகையை ஒட்டுமொத்தமாக மாற்ற வேண்டிய இக்கட்டான சூழ்நிலை உருவானது. கணக்குப் போட்டு பார்த்தேன். அன்றைய தேதிக்கு சுளையாக 7 லட்ச ரூபாய் நஷ்டம் என புரிந்தது. தம்பிகள் பதறினார்கள். “ராஜீவ் இறந்துபோயிருக்கும் இந்த சூழ்நிலையில் ‘பிரதமர் ராஜீவ்’ என்ற அட்டையுடன் இதழ் வெளியானால் நக்கீரனின் பெயருக்கு மிகப்பெரிய இழப்பு ஏற்படும். அந்த இழப்பை ஒப்பிட்டால் 7 லட்ச ரூபாய் என்பது பெரிதல்ல. பணத்தை இழந்தால் மீட்டுவிடலாம், பெயரை இழந்தால் மீட்க முடியாது” என்பதை நான் உறுதியாகத் தெரிவித்துவிட்டேன்.

சென்னை முழுவதும் காங்கிரஸ். அ.தி.மு.க. தொண்டர்கள் கலவரத்தில் ஈடுபட்டுக் கொண்டிருந்தார்கள். தெருவில் நடந்து சென்றவர்களுக்குக்கூட தர்ம அடி விழுந்தது. கடைகள் நொறுக்கப்பட்டன. தேர்தல் பிரச்சாரத்திற்காக தி.மு.க.வினர் வைத்திருந்த கட்-அவுட்கள், பேனர்கள், கொடிகள் அனைத்தும் கிழித்தெறியப்பட்டன. முரசொலி, தீக்கதிர் போன்ற பத்திரிகை அலுவலகங்கள் தாக்கப்பட்டன. இந்த பயங்கர சூழ்நிலையில்

அ.தி.மு.க. குண்டர்களால் நமது அலுவலகத்துக்கு சேதம் வரலாம் என்பதை உணர்ந்து, இரண்டு இரண்டுபேர்களாக வெளியே அனுப்பிக் கொண்டிருந்தோம். வேறொரு இடத்தைச் சொல்லி அங்குபோய் செய்திகளை எழுதுமாறு ரகசியமாக கோடு காட்டினேன். இன்னும் 6 பேர் மட்டுமே அலுவலகத்தில் இருக்கிறோம். நான், தம்பி குரு, தம்பி காமராஜ், ராஜாமணி, தம்பி சுந்தர், தம்பி மோகன். நாங்கள் 6 பேரும் அலுவலகத்தை பூட்டிவிட்டு புறப்படலாம் என நினைத்துக்கொண்டிருந்தபோது திடீரென ஒரு கும்பல் நமது அலுவலகத்தை சூழ்ந்துகொண்டு தாக்கத் தொடங்கியது. அ.தி.மு.க.கரைவேட்டி கட்டியபடியும், கதர் வேட்டி கட்டியபடியும் சுமார் 100 பேர். ஒவ்வொருத்தர் கையிலும் பயங்கர ஆயுதங்கள், உருட்டுக்கட்டைகள்.

அலுவலக மாடியில் நாங்கள் 6 பேரும் பாதுகாப்பற்ற நிலையில் இருந்தோம். சரமாரியாக கற்கள் வந்து விழுந்து ஜன்னல்களைப் பதம் பார்த்தன. வாசலில் நின்ற ஆட்டோவை ஒரு குரூப் சூழ்ந்து கொண்டு அடித்து நொறுக்கி தீ வைத்தது. நக்கீரன் குடும்பத்துக்கு சோறு போட்டது அந்த ஆட்டோதான். அது தீயில் வெந்துகொண்டிருப்பதை பார்த்துக்கொண்டு எங்களால் சும்மா இருக்க முடியவில்லை. நடப்பது நடக்கட்டும் என்று நாங்கள் 6 பேரும் பாதுகாப்பு ஆயுதங்களை கையில் எடுத்துக்கொண்டு "டா...ய்...." என பெருங்கூச்சலிட்டவாறு அந்த கும்பலை நோக்கி ஓடினோம். கும்பல் சிதறித் தெறித்து ஓடியது. ஒருவர் கூட நிற்கவில்லை. போர்க்களம் போல் காட்சியளித்த அலுவலகத்தின் வாசலில் தீயில் வெந்து முற்றிலுமாக எரிந்து போயிருந்தது அந்த ஆட்டோ. என்னையு மறியாமல் கண்கள் கலங்கிவிட்டன. தம்பிகள் ஆறுதல்படுத்தினர். அதுதான் நக்கீரன் மீது ஜெ. தொடுத்த முதல் தாக்குதல். அலுவலகத்தை பூட்டிவிட்டு பத்திரிகை தயாரிப்பு பணியில் மும்முரமானேன்.

எல்லா பிரஸ்களும் மூடிக்கிடந்தன. பேப்பர் கிடைக்கவில்லை. இங்க் கிடைக்கவில்லை. வாகன வசதியில்லை. ஆனால் எதற்கும் சோர்வடையாமல் போராடி ஒவ்வொரு கட்டமாக கடந்து ராஜீவின் மரணச் செய்தி தாங்கிய அட்டையுடன் இரண்டாம் நாளே நக்கீரன் இதழ் கடைகளில் தொங்கியது. அந்த நெருக்கடியான நேரத்திலும்கூட ராஜீவ் தன்னுடன் கொண்டு வந்திருந்த 7 சூட்கேஸ்கள் மிஸ்ஸிங் என்ற புதிய தகவலையும் வாசகர்களுக்குத் தந்திருந்தோம்.

ராஜீவ் கொலை விசாரணையில் ஈடுபட்டிருந்த போலீஸ் உயர் அதிகாரி என்னை சந்தித்தபோது, "உங்க பத்திரிகையில் வெளியான சூட்கேஸ் செய்தி உண்மைதான். ராஜீவின் உடலைப் பார்த்து

TMY
8366

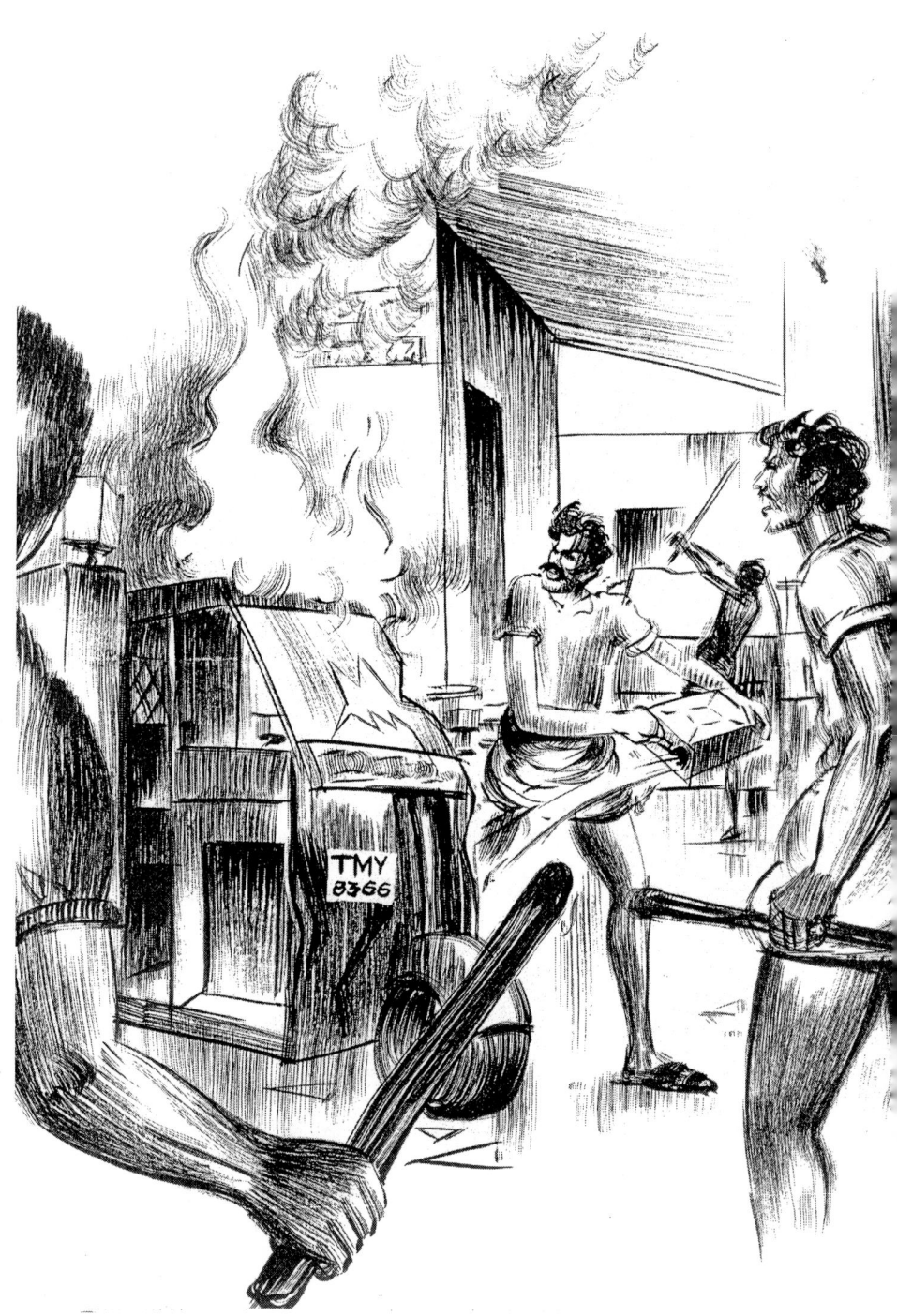

கதறியழுத சோனியா காந்தி அதன்பிறகு 'Where is the money? What about those Suitcases?' அப்படின்னு கேட்டிருக்கிறார்" என்றார். சூட்கேஸ் மிஸ்ஸிங் செய்தியால் வாசகர்களிடமும், பத்திரிகையுலகத்திலும் நக்கீரனுக்கு மிகப்பெரிய மரியாதை கிடைத்தது. 7 லட்ச ரூபாய் நஷ்டம் என்பது சுத்தமாக மறந்துபோய்விட்டது. பணம் நிறைந்த அந்த சூட்கேஸ்கள் பறிபோன விஷயம் இன்றுவரை ராஜீவ் கொலை விசாரணையில் முக்கிய பங்கு வகிக்கிறது.

தேர்தல் முடிவில் அசுரபலத்துடன் ஆட்சிக்கு வந்தார் ஜெயலலிதா. நிச்சயமாக நம்மை பழி தீர்க்கப் போகிறார் என்பது புரிந்துவிட்டது. சினிமா நடிகையாக இருந்த காலத்திலிருந்தே ஜெயலலிதாவிடம் பழிவாங்கும் உணர்ச்சி ஒரு மிகப்பெரிய வெறியாக வளர்ந்திருந்ததை நாம் அறிந்திருந்தோம். இப்போது நடராஜனும் கூட இருக்கிறார். எல்லா செயல்களுக்கும் பின்னணியாக இருக்கும் நடராஜனும் நம்மீது குறிவைப்பார் என்பதை உணர்ந்து எச்சரிக்கை உணர்வுடன் இருந்தோம். அப்போதுதான் நக்கீரனின் டெலிபோன் பேச்சுக்களை டேப் செய்யச் சொல்லி ஜெ.தரப்பில் ரகசிய உத்தர விட்டிருப்பதை கண்டுபிடித்தோம். நக்கீரன் உட்பட முக்கியமான சில போன் நம்பர்களை நடராஜன் ஒரு லிஸ்ட்டாக எழுதி அதை ஜெயலலிதாவின் பி.ஏ.பன்னீர் செல்வத்துக்கு கடிதம் மூலம் அனுப்பி இந்த நம்பர்களையெல்லாம் டேப் செய்யச் சொல்லியிருந்தார்.

போனை டேப் செய்வதை ஒவ்வொரு அரசும் தீவிரமாக கடைபிடித்து வருகிறது. எதிர்க்கட்சியாய் இருக்கும்போது "அய்யோ... எனது போனை டேப் செய்கிறார்கள்" என்று சொல்லும் தலைவர்களும் தங்கள் ஆட்சியின்போது மற்றவர்களின் போனை டேப் செய்யத் தவறுவதில்லை. எம்.ஜி.ஆர். காலத்திலிருந்து இப்போதுள்ள ஆட்சிவரை இந்த விஷயம் தொடர்ந்துகொண்டுதான் இருக்கிறது.

நடராஜனும் அதே பாலிஸிபடி பன்னீர்செல்வத்துக்கு எழுதிய கடிதத்தை, தம்பி காமராஜ் மிகத்தைரியமாக கைப்பற்றிக்கொண்டு வந்தார். அதை அட்டைப்பட கட்டுரையாக்கினோம். அமெரிக்க ஜனாதிபதி நிக்சனின் வாட்டர்கேட் ஊழல்போல் ஜெ.ஆட்சியில் நடந்த இந்த போன் டேப் விவகாரத்தை 'ஜெ.வின் வாட்டர்கேட் ஊழல்' என அட்டையிலேயே தத்ரூபமாக சித்தரித்து வெளியிட்டோம்.

அந்த இதழ் ஆகஸ்ட் 15-ந் தேதியன்று கடைகளுக்கு வந்தது. அதற்கு முதல் நாள், தராசு பத்திரிகை அலுவலக ஊழியர்கள் இருவர், குண்டர்களின் தாக்குதலுக்கு பலியானார்கள். அந்த

இரண்டு ஊழியர்களும் நம்முடன் ஒன்றாக உணவருந்தி உறங்கிப் பழகியவர்கள் என்பதால் அந்த செய்தியை வாசகர்களுக்கு கொண்டு செல்லும் முடிவுடன் ஸ்பெஷல் ஒன்றை வெளியிட்டோம். “இந்த கொலைகளை நாகராஜன் செய்திருந்தாலும் சரி, நடராஜன் செய்திருந்தாலும் சரி, நக்கீரன் இதை சும்மா விடாது” என அழுத்தம் திருத்தமாக அச்சிட்டிருந்தோம். தராசு அலுவலக தாக்குதலில் சம்பந்தப்பட்டவர்களும் பாதிக்கப்பட்டவர்களும் இன்று அணி மாறி விட்டார்கள். ஆனால் நாம் உண்மையைக் கொண்டு வருவதில் உறுதியைக் கடைபிடித்தோம். இதுபற்றி இன்னொரு சந்தர்ப்பத்தில் விரிவாகச் சொல்லுவேன். ஜெ.வின் வாட்டர்கேட் ஊழல் பற்றிய செய்தி வெளியான மறுநாள் நமது அலுவலகத்தை ஒரு பயங்கரம் சூழ்ந்தது. அன்று வெள்ளிக்கிழமை அலுவலகத்திலிருந்து சற்று தூரத்தில் தெருமுனையில் ஒருவேன் வந்து நிற்க, அதிலிருந்து ஐந்தாறு அதிகாரிகள் இறங்கியுள்ளனர். அந்த சமயத்தில் நானோ, அப்போதைய ஆசிரியர் துரையோ, தலைமை நிருபர் பொறுப்பில் இருந்த காமராஜோ அலுவலகத்தில் இல்லை. வேனிலிருந்து இறங்கிய அதிகாரிகள் நேராக நமது அலுவலகத்திற்கு வந்து சர்க்குலேஷன் மேனேஜர் தம்பி சுரேஷின் முன்பு அமர்ந்தனர்.

“நாங்கள் சி.பி.சி.ஐ.டி.யிலிருந்து வர்றோம்” என்று சொல்லிவிட்டு ஆபீசுக்கு வந்த போன்கால்களை அவர்களே அட்டெண்ட் பண்ணத் தொடங்கிவிட்டனர். அலுவலகத்திலிருந்த தம்பிகளுக்கு பதற்றம். அதிகாரிகள் அவர்களைப் பார்த்து “யாரும் வெளியிலே போகக்கூடாது” என்று சொல்லியிருக்கின்றனர். அந்த நேரத்தில் நான் வெளியிலிருந்து அலுவலகத்தில் உள்ள பர்சனல் நம்பருக்கு தொடர்பு கொண்டேன். என் அறையிலிருந்த போன் சிணுங்கியது. தம்பி குரு எடுத்தான். ‘‘அண்ணா... சி.பி.சி.ஐ.டி.யிலிருந்து வந்திருக்காங்க. நாம வெளியிட்ட செய்திக்கான ஆதாரம் இருந்தால் வாங்கிட்டு வரும்படி முதலமைச்சர் அனுப்பியிருக்கிறதா சொல்றாங்க. ரொம்ப கெடுபிடி பண்றாங்க” என்றான். நான் உடனே, ‘‘காமராஜும், துரையும் எங்கேன்னு பாருங்க... அவங்களை பத்திரமாக இருக்கச் சொல்லுங்க; நான் மற்ற விஷயத்தை பார்த்துக்கிறேன்” என்று எச்சரிக்கை சமிக்ஞை கொடுத்தேன். மதியம் 2 மணிவரை அந்த அதிகாரிகள் நகரவில்லை. எந்த வகையில் இதை எதிர்கொள்வது... என்று யோசித்துக்கொண்டே வீட்டுக்கு டயல் செய்தேன்.

எதிர்முனையில் “ஹலோ...” என்றது ஒரு கடுமையான குரல். வீட்டிலும் போலீஸ்...

பரபரப்பு நிமிடங்கள்!

வீடுவரை போலீஸ் நுழைந்துவிட்டதால் நான் உஷாராக செயல்படத் தொடங்கினேன். நான் வேறு ஆள் மாதிரி வெளியிலிருந்து போனில் பேசத்தொடங்கினேன். “இது நக்கீரன் கோபால் வீடுதானே?... கோபால் இருக்கானா?” என்றேன். “அவர் இல்லை” என்றது எதிர்முனை. “நீங்க யார்?” என்று கேட்டேன். ‘கெஸ்ட்’ என்று பதில் வந்தது. என் முதல் குழந்தை பிரபாவதி பிறந்திருந்த நேரம் அது. மனைவியையும் குழந்தையையும் பார்ப்பதற்காக என் தாயாரும் சகோதரியும் வந்திருந்தனர். அவர்களைத் தவிர வேறு எந்த கெஸ்ட்டும் வீட்டில் இல்லை. போலீஸார் அத்துமீறி போவதை புரிந்துகொண்டேன்.

நான் அருப்புக்கோட்டையிலிருந்து பேசுவதாகவும் கோபாலை பார்க்க வேண்டுமென்றும் போனில் சொல்லிப் பார்த்தேன். நேரில் வரச் சொல்லிவிட்டு லைனை கட் செய்தது எதிர்முனை. இந்த விவகாரத்தை எதிர்கொள்ள முழுமூச்சுடன் செயல்படத் தொடங்கினேன். அப்போது நமது வழக்குகளை கவனித்த பி.ஹெச். பாண்டியனுக்கு போன் செய்து, வீட்டையும் அலுவலகத்தையும் போலீஸ் முற்றுகையிட்டிருப்பதைக் கூறினேன். “ஆதாரங்களை கையில் வைத்துக்கொண்டு போலீஸை எதிர்கொள்ளுங்கள்; கைது

செய்தால் பார்த்துக்கொள்ளலாம்'' என்றார். மற்றொரு வழக்கறிஞரான பெருமாளிடம் பேசினேன். அவரோ, “அண்ணாச்சி... இன்னைக்கு வெள்ளிக்கிழமை; சனிக்கிழமையும், ஞாயிற்றுக் கிழமையும் கோர்ட் கிடையாது. பெயிலில் எடுக்க முடியாதபடி உள்ளே வச்சிடுவாங்க. அதற்காகத்தான் உங்களைத் தேடுறாங்க” என்றார். இதுதான் போலீஸின் வழக்கமான பாணி.

என்னதான் நடக்கிறது பார்ப்போம் என்ற முடிவுடன் நான் ஆபீசுக்கு புறப்பட்டேன். அலுவலக வாசலிலேயே பரபரப்பு தகித்துக்கொண்டிருந்தது. மாடியில் ஒரு இன்ஸ்பெக்டர், எஸ்.ஐ., போலீஸார் என ஒரு பட்டாளமே சூழ்ந்திருந்தது. எனது கோபம் அதிகமானது. “யார்கிட்டே அனுமதி வாங்கிட்டு நீங்க உள்ளே வந்தீங்க. எந்த சட்டத்திலே இப்படி சொல்லியிருக்கு. நீங்கபாட்டுக்கு வீட்டுக்கும் போயிருக்கீங்க. யாரும் போனை எடுக்கக்கூடாதுன்னு சொல்றீங்க. ஒருத்தரும் வெளியே போகக்கூடாதுன்னு உத்தரவு போடுறீங்க. இதெல்லாம் நல்லாயில்லை. ஆரோக்கியமாக நடந்துகிட்டால் நாங்களும் ஆரோக்கியமா பதில் சொல்வோம்” என பொரிந்து தள்ளிவிட்டு என் அறைக்குச் சென்றேன். போலீஸார் நடந்துகொண்ட விதத்தையும் தம்பிகளிடம் கேட்டு தெரிந்துகொண்டேன். அப்போது அறைக்குள் வந்தார் ஒரு போலீஸ் அதிகாரி.

“வெளியிட்டிருக்கிற லெட்டரோட ஒரிஜினல் வேணும்.”

“எதுக்கு, தூக்கிட்டு ஓடுறதுக்கா?”

“இல்லை. அது ஒரிஜினலா அப்படின்னு சந்தேகம் இருக்கிறதா நடராஜன்கிட்டேயிருந்து எங்களுக்கு கம்ப்ளைண்ட் வந்திருக்கு.” -நமது அலுவலகத்திற்குள் போலீஸ் புகுந்ததற்கு பின்னணி யார் என்பதை நாம் கேட்காமலே தெளிவாகச் சொல்லிக்கொண்டிருந்தார் போலீஸ் அதிகாரி. ''எங்களுக்கு அந்த டாகுமெண்ட்ஸ் அத்தனையும் வேணும்” என்றார்.

“உங்ககிட்டே அதைக்கொடுக்க வேண்டிய அவசியமில்லை. வழக்கு வந்தால் அதை கோர்ட்டில் காண்பிக்கிறேன். நீங்க இப்ப எதுக்காக வந்தீங்களோ, அதை செய்திட்டுப் போங்க. எதையும் எதிர்கொள்ள நாங்க தயாரா இருக்கோம்''...- உறுதியாகச் சொன்னேன். துரையும், தம்பி காமராஜும் அலுவலகத்துக்கு வந்தபோது மாலை 4-30 மணி. நாங்கள் மூவரும் பேசிக் கொண்டிருந்தோம். போலீஸார், போனில் ஆலோசனை நடத்திக்கொண்டிருந்தனர். அப்போது கீழே பயங்கர சத்தம். கடுமையான வாக்குவாதம் நடப்பதுபோல் இருந்தது. தம்பிகளிடம் என்ன என்று விசாரிக்கச் சொன்னேன். மாதவராவ் என்ற எஸ்.பி. வந்திருந்தார். அவர்தான் நமது அலுவலக செக்யூரிட்டிகளிடம்

வாக்குவாதம் செய்துகொண்டிருந்தார். போலீஸாரை தொடர்ந்து உள்ளேவிடக்கூடாது என நமது செக்யூரிட்டிகளிடம் தெரிவிக்கப் பட்டிருந்ததால், அவர்கள் தங்கள் கடமையில் உறுதியாக இருந்தனர். வாக்குவாதம் பற்றி தம்பிகளிடம் விசாரித்தேன். "கீழே யார் வந்திருக்கா?"

"மாதவராவ்"

''சார் அவர் எங்க எஸ்.பி.'' -அவசரமாக குறுக்கிட்டார் இன்ஸ்பெக்டர். அதற்கு சில விநாடிகளுக்கு முன்தான் எஸ்.பி.யுடன் போனில் பேசுவதாக நம்மிடம் பாவ்லா காட்டியிருந்தார் இன்ஸ்பெக்டர். ஏதோ ஒரு திட்டத்துடன் போலீஸார் செயல்பட்டுக் கொண்டிருப்பதை அறிந்தேன். எஸ்.பி. மாதவராவ் மேலே வந்தார். ரிசப்ஷன் பகுதியிலேயே அவருடன் வாக்குவாதம் செய்யத் தொடங்கினேன். "இது ஆபீஸ். இங்கே நீங்க வந்ததே தப்பு. வந்தபிறகு கராமுரான்னு கத்துற வேலையெல்லாம் வேணாம். நல்ல முறையில் நடந்துக்குங்க'' என்றேன். அப்போது அலுவலக வாசலில் இன்னொரு ஜீப் நின்றது. அதிலிருந்து காக்கி உடையில் இறங்கியவர்களை பார்க்கும்போது போலீஸ் மாதிரி தெரியவில்லை. எல்லோர் முகத்திலும் 'அடியாள்' என எழுதி ஒட்டியிருந்தது போன்ற தோற்றம். நடராஜனின் ஏற்பாடாகக்கூட இருக்கலாம். எதையும் எதிர்கொள்ளத் தயாரானோம்.

மாலை 5-30 மணிவரை போன் அருகில் உட்கார்ந்துகொண்டு, ஏதேதோ கதையளந்தபடி இருந்த போலீஸார் என்னை நெருங்கி, "உங்க மூணுபேரையும் அரெஸ்ட் செய்ய உத்தரவு வந்திருக்கு. கைது செய்கிறோம்" என்றனர். எதிர்பார்த்ததுதான்.

5-30 மணிக்குமேல் கோர்ட் கிடையாது. பெயில் மூவ் பண்ண முடியாது. அதற்காகத்தான் அதுவரை ஏதேதோ நாடகமாடிவிட்டு 5-30 மணிக்கு கைது செய்கிறோம் என்றனர். நாங்கள் மூவரும் தயாராகவே இருந்தோம். மாடிப்படியிலிருந்து கீழே இறங்கிய போது, எல்லா திசைகளிலிருந்தும் போலீஸ் வாகனம் வந்து முற்றுகையிட்டது. தப்பி ஓடும் கொள்ளைக்கும்பலை பிடிக்கப் போகும் படைபோல, எதற்காக அவ்வளவு போலீஸ் பட்டாளம் என்று நமக்குப் புரியவில்லை. நமக்கு சிறிய வாய்ப்பைக்கூட கொடுத்துவிடக்கூடாது என்பதற்காக நடராஜன் விரித்த சதிவலையில் போலீஸ்படை வசமாக சிக்கியிருந்தது.

குற்றவாளிகளை படமெடுப்பதுபோல், எங்கள் மூன்றுபேரை யும் ஐ.ஜி.ஆபீசுக்கு கொண்டு சென்று தனித்தனியாக நிற்க வைத்து போட்டோ எடுத்தனர். தம்பிகள் அனைவரும் எங்களுக்கு உதவும் நோக்கத்தில் உடனிருந்தனர். ''எங்கே அழைச்சுக்கிட்டு போகப்போறீங்க?"

"எக்மோர் கோர்ட்டுக்கு."

இரவு 7 மணி. எங்கள் வழக்குக்காகவே ஒரே யொரு மாஜிஸ்திரேட் மட்டும் எழும்பூர் கோர்ட்டில் காத்திருந்தார். ஸ்பெஷல் கேஸ் போன்ற தோற்றத்தை போலீஸார் ஏற்படுத்தியிருந்தனர். நமக்காக வழக்கறிஞர் பெருமாள், அவருடைய தோழர் ராஜன், பி.ஹெச். பாண்டியன், ஜூனியர் ரத்னவேலு ஆகியோர் வந்திருந்தனர். எல்லோருமே மாஜிஸ்திரேட்டிடம் "இவங்க பத்திரிகைக்காரங்க; இவங்களை ஜெயிலுக்கு அனுப்பினா, அங்கே டார்ச்சர் அதிகமா இருக்கும். அதனால இங்கேயே விசாரித்து அனுப்பிடுங்க" என்றனர். எல்லாவற்றையும் கேட்டுக்கொண்ட மாஜிஸ்திரேட் "ரயிலில் போனால் ஆக்ஸிடெண்ட் ஆகக்கூடிய வாய்ப் பிருக்கு. அதற்காக ரயில் பயணத்தை தவிர்க்க முடியுமா?" என்று உதாரணம் காட்டினார். ரயிலையும், ஜெயிலையும் அவர் ஏன் ஒப்பிட்டுக் கூறினார் என்பது புரியவில்லை. ஆனால் எல்லா மட்டத்திலும் நமக்கு எதிரான முடிவு எடுக்கத் தயாராகிவிட்டார்கள் என்பது மட்டும் தெளிவாகப் புரிந்தது.

ஜெயில் தண்டனைதான் என தீர்ப்பு வழங்கப்பட்டவுடன் வேனில் ஏற்றப்பட்டோம். சென்ட்ரல் ஜெயில் நோக்கி வேன் பறந்தது. இரவு 8 மணி. சென்ட்ரல் ஜெயிலின் பெரிய கதவு வழியாக மூவரும் உள்ளே நுழைந்தோம். எனக்கு அதுதான் முதல் சிறை அனுபவம். துணிவை துணையாகக்கொண்டு மூவரும் காலடி எடுத்து வைத்தோம். இன்ஸ்பெக்டர் சென்ராயபெருமாளும், சப்-இன்ஸ்பெக்டர் மோகனும் எங்களை அழைத்துக்கொண்டு ஜெயிலரிடம் போனார்கள். "இவங்க பத்திரிகைக்காரங்க... ஏ-கிளாஸ் ஜெயில் கொடுக்கச்சொல்லி மாஜிஸ்திரேட் கையெழுத்திட்டிருக்கிறார்."

"இங்கே கொண்டுவந்து ஒப்படைக்கிறதுதான் உங்க வேலை. அதைமட்டும் செய்திட்டுப் போங்க. மற்றதை நாங்க பார்த்துக் கறோம்"- ஜெயிலர்.

போலீஸாருக்கும், சிறைத்துறைக்கும் உள்ள பங்காளி தகராறை பார்த்து மனசுக்குள் ரசித்தபடி இருந்தோம். இன்ஸ்பெக்டரும், சப்-இன்ஸ்பெக்டரும் வெளியேறினார்கள். நான் ஏ-கிளாஸ் ஜெயில் பற்றிய கற்பனையில் மூழ்கினேன். கட்டில், மெத்தை வசதியுடன்

ஃபேனும் இருக்கும் என்று கற்பனை செய்துகொண்டிருந்தேன்.

எங்கள் மூவரிடமும் கையெழுத்து, அட்ரஸ் போன்ற சம்பிரதாயங்களை வாங்கிக்கொண்டனர்.

"வாட்ச், மோதிரம் ஏதாவது இருந்தால் கழற்றிக் கொடுத்திடுங்க" என்றார் ஜெயிலர்.

ஏற்கனவே அவற்றை தம்பிகளிடம் ஒப்படைத்துவிட்டோம். சம்பிரதாயங்கள் முடிந்த பிறகு எங்களை 'செல்லுக்கு' அழைத்துச் சென்றனர். போகிற பாதையெங்கும் கும்மிருட்டு. கொலை செய்து போட்டால்கூட கண்டுபிடிக்க முடியாது. அப்படிப்பட்ட பாதையைக் கடந்து மாடிப்படியேறி 'செல்' முன் எங்களை கொண்டு போய் நிறுத்தியதும், ஏ-கிளாஸ் ஜெயில் பற்றி நான் கட்டியிருந்த கற்பனைக் கோட்டை நொறுங்கி விழுந்தது. மூவருக்கும் தனித்தனி

அறை என்பதைத் தவிர வேறு எந்த வசதியும் கிடையாது. நான் நடு செல்லிலும், இடப்புறம் காமராஜும், வலப்புறத்தில் துரையும் அடைக்கப்பட்டோம். சிறிது நேரம் கழித்து சப்-ஜெயிலர் வந்தார்.

"சாப்பிடுறீங்களா?"

எங்களுக்கு பசியில்லை. ''நாங்க இங்கே வர்றதுக்கு முன்னாடியே சாப்பிட்டாச்சு" என்றேன்.

"வேற ஏதாவது மாத்திரை, வெந்நீர்..."

"சைனஸ் தொந்தரவு இருக்கு. தலைவலி மாத்திரை இருந்தால் கொடுங்க."

ஜெயிலில் உள்ள மருத்துவர்களுடன் ஆலோசனை நடத்திவிட்டு, மாத்திரைகளை கொண்டுவந்தார் சப்-ஜெயிலர். நாங்கள் ஏதோ பெரிய அக்கிரமத்தை செய்துவிட்டு, சிறைக்கு வந்ததுபோல நடத்தப்படுவதை எங்களால் ஜீரணிக்க முடியவில்லை. அவர்களின் நடவடிக்கைக்கு ஏதேனும் ஒருவகையில் எங்கள் எதிர்ப்பை தெரிவிப்பதே நாம் மேற்கொண்டுவரும் தர்மயுத்தத்தின் அடுத்த கட்டம். சிறைத்தண்டனையால் நமது நடமாட்டத்தைத் தான் கட்டுப்படுத்த முடியும். சிந்தனையை தடை செய்ய முடியுமா? சிறைக்குள்ளிருந்தபடியே புதிய போராட்டத்திற்கு வடிவம் கொடுத்தார் தம்பி காமராஜ்.

"அண்ணே... மூணுபேரும் உண்ணாவிரதம் இருக்கலாம்."

காமராஜ் தந்த யோசனையை ஏற்றுக் கொண்டோம்.

உண்ணாவிரத போராட்டம்!

அந்த இரவில் நாங்கள் மூவரும் சாப்பிடவில்லை. காலையில் சப்-ஜெயிலர் வந்தார். சாப்பாட்டு தட்டு அப்படியே இருப்பதைப் பார்த்ததும் அவர் முகத்தில் இறுக்கம் குடியேறிக்கொண்டது.

"சாப்பிடலையா?"

"இல்லை... நாங்க மூணு பேரும் உண்ணாவிரதம் இருக்கிறோம்"

"இதோ பாருங்க... உண்ணாவிரதமெல்லாம் இருக்கக்கூடாது. நிறைய பிரச்சனைகளை சந்திக்க வேண்டியிருக்கு;. புரிஞ்சுக்குங்க."

"சார்... எங்களை ஏதோ கொலைக் குற்றவாளிகள் மாதிரி நடத்துறாங்க. அதுக்கு எங்களோட எதிர்ப்பை காட்டியாகணும். இதுதான் வழி. நாங்க உண்ணாவிரதத்தைக் கைவிடப்போறதில்லை."

சப்-ஜெயிலரால் அதற்குமேல் எங்களுடன் வாதாட முடியவில்லை, நகர்ந்துவிட்டார்.

பகல் பொழுதில் கைதிகளைப் பூட்டி வைப்பதில்லை. மாலை 6 மணிவரை சிறை வளாகத்திற்குள் உலாவலாம். சிறை அனுபவம் எனக்கு புதிது என்பதால் சங்கடமாக இருந்தது. குளிப்பதற்காக இருந்த தண்ணீர் தொட்டியில் புழுக்கள் மேய்ந்து கொண்டிருந்தன. சுற்றுப்புறம் கெட்டுக்கிடந்தது. நெளிந்து கொண்டே

உட்கார்ந்திருப்பது போன்ற உணர்வில் இருந்தேன். உண்ணா விரதத்தை கைவிடக்கூடாது என்பதில் மூவரும் உறுதியாக இருந்தோம்.

நான், தம்பி காமராஜ், துரை மூவரும் கலந்தாலோசித்துக் கொண்டிருந்த வேளையில், உயர்நிலைக் காவலர் ஒருவர் வந்தார். அவர் முகத்தில் பதற்றம், "சார்... உண்ணாவிரதம் இருக்கீங்கன்னு சொன்னாங்க. ஜெயில் முழுக்க உங்க விஷயம்தான் பரபரப்பா இருக்கு. வெளியிலி ருந்து போன் வந்துகிட்டேயிருக்கு. சீனியர்

அதிகாரிகளெல்லாம் டென்ஷனா இருக்காங்க. கொஞ்சம் ஜாக்கிரதையா இருந்துக்குங்க" என அக்கறையோடு சொல்லிவிட்டுப் போனார்.

சூழ்நிலை ஒரு மாதிரி போய்க்கொண்டிருப்பதை உணர்ந்தேன். வெளியிலிருந்து போன் என்றால் அநேகமாக கோட்டை வட்டாரத்திலிருந்துதான் வந்திருக்கும் என யூகித்தேன். என் யூகம் சரியாகவே இருந்தது. எங்கள் மூவரின் ஒவ்வொரு அசைவும் கண்காணிக்கப்பட்டது. என்னதான் நடக்கிறது பார்ப்போமே என்று நாங்களும் உறுதியாகத்தான் இருந்தோம்.

அருகருகே இருந்த மூன்று தொட்டிகளின் மீது நாங்கள் உட்கார்ந்திருந்தோம். பெரிய மீசையுடன் துணை சூப்பிரண்டெண்ட் வந்தார். கையில் லத்தி... மிரட்டுவது போல் சுழற்றிக் கொண்டிருந்தார். பார்வை மூர்க்கமாக இருந்தது; பெயர் பாலச்சந்திரன்.

“தப்பு பண்றீங்க... ரொம்ப தப்பு பண்றீங்க” -அது அலட்சியமான எச்சரிக்கை.

எனக்கு கோபம் வந்தது. “தப்பு பண்ணிட்டோம்னு சொல்லித்தானே இங்கே கொண்டு வந்து போட்டிருக்கீங்க. மறுபடியும் நாங்க என்ன தப்பு பண்ணிட்டோம்?”

“எதுக்காக உண்ணாவிரதம் இருக்கீங்க? பாருங்க மிஸ்டர்... உண்ணாவிரதம் இருந்தால் என்ன நடக்கும்னு தெரியுமா? உங்களை அடிச்சு துவைச்சு உண்ணாவிரதத்தை கைவிட வைப்போம். உங்களைப் பார்த்துப் பேச

யாரையும் அனுமதிக்க மாட்டோம். நீங்க மூணுபேரும் இப்படி ஒண்ணா உட்கார்ந்து பேசமுடியாமல் தனித்தனியா கொண்டு போய் வச்சிடுவோம். கடுமையா நடந்துக்குவோம்" -முரட்டுக்குரலில் பயமுறுத்திப் பார்த்தார் துணை கண்காணிப்பாளர்.

நாங்கள் மீண்டும் அதே உறுதியுடன் இருந்ததால் துணை கண்காணிப்பாளர் கடுகடுவென முகத்தை வைத்துக்கொண்டு நகர்ந்தார். நாம் உண்ணாவிரதம் இருப்பதை சிறை அதிகாரிகள் இன்னும் அதிகாரபூர்வமாக அங்கீகரிக்கவில்லை. நிஜமாகவே உண்ணாவிரத போராட்டத்தைத் தொடர்கிறோமா என்பதை அறிவதற்காகத்தான் இத்தனை மிரட்டல்களும். நமது உறுதியான பதில்கள் அவர்களின் சந்தேகத்தை விலக்கிவிட்டது. என்ன செய்வது என்று அவர்கள் தீர்மானிக்கும் நேரத்திற்கு முன்பாக பார்வையாளர்களைச் சந்திக்கும் நேரம் வந்துவிட்டது.

நக்கீரன் தம்பிகள் எல்லோரும் வந்திருந்தனர். அதற்குள்ளாக ஒரு 'ஸ்பெஷல்' அச்சிடப்பட்டிருந்தது. அதை எங்களிடம் காட்ட கம்பிகளுக்கு உள்ளிருந்தபடி கண்களால் வாசித்தோம். அடுத்த இதழ் தயாரிப்புக்கான ஆலோசனைகள், ஷெட்யூல்கள் அனைத்தையும் தம்பிகள் குரு, சுந்தர், சுரேஷ் ஆகியோரிடம் தெரிவித்தோம். தயாரிப்புப் பணி அவர்களிடம் ஒப்படைக்கப் பட்டது. சிறைக்குள் நாங்கள் மேற்கொண்டிருக்கும் உண்ணாவிரதம் பற்றிய தகவலை மாலைப் பத்திரிகைகளுக்குத் தெரிவிக்கும்படி சொன்னோம். தம்பிகள் சுறுசுறுப்பாக பணிகளை மேற்கொள்ளும் ஆர்வத்துடன் விடை பெற்றனர்.

மீண்டும் நாங்கள் மூவரும் திரும்பி வந்து ஆலோசனையில் ஈடுபட்டிருந்தபோது இன்னொரு உயர்நிலை காவலர் பரபரப்பாக வந்தார். "சார்... மேலிடத்திலிருந்து நிறைய பிரஷர். நிமிஷத்துக்கு நிமிஷம் போன் வந்துகிட்டேயிருக்கு. உங்களோட உண்ணா விரதத்தை எப்படியாவது நிறுத்தியாகணும்னு ஸ்டிரிக்ட்டா சொல்லிட்டாங்க. உண்ணாவிரதத்தை கைவிடலேன்னா அடிச்சு நொறுக்குங்கன்னு ஒரு போன் வந்தது. மந்திரி செங்கோட்டையன் போன் பண்ணி, அவனுங்க வாயிலே சோத்தை திணிச்சி, லத்தியாலே குத்துங்க. அவனுங்க ஒழிஞ்சாலும் பரவாயில்லை; உண்ணாவிரதம் இருக்கக்கூடாது அப்படிங்கிறார் சார். கவனமா இருந்துக்குங்க சார்" என்றார்.

செங்கோட்டையனும், நடராஜனும் தொடர்ந்து போன் பண்ணிக்கொண்டே இருந்தது பற்றி எங்களுக்கு அடிக்கடி தகவல் வந்துகொண்டேயிருந்தது. சிறையிலேயே எங்களை முடக்கிவிடவேண்டும் என்பதில் ஜெயலலிதா அரசும் தீவிரமாக இருந்தது. ஆனால் ஆட்சியாளர்களின் அகங்கார எண்ணத்தை

மாலைப் பத்திரிகைகள் நொறுக்கித் தகர்த்தன. நமது உண்ணாவிரத செய்திதான் அன்றையபேனர். சிறையில் உண்ணாவிரதம் என்ற செய்தி எல்லா திசைகளிலும் பரபரப்பை உண்டாக்கியது. கடைசி குடிமகன்வரை செய்தி சென்றடைந்துவிட்டது. ஆனாலும் உண்ணாவிரதத்தை எப்படியாவது நிறுத்திவிடவேண்டும் என்று அரசு கஜகர்ணம் போட்டுப்பார்த்தது.

முதல்நாள் இரவு, மறுநாள் காலை, மதியம் என மூன்று வேளையும் எங்களுக்குக் கொடுக்கப்பட்ட சாப்பாடு அப்படியே இருந்தன. மொத்தம் 9 தட்டுகள் ஈ மொய்த்துக்கொண்டிருந்தன. வேளைக்கு வேளை மூன்று தட்டுகள் அதிகரித்துக்கொண்டே இருப்பதைப் பார்த்து சிறை அதிகாரிகளுக்கு டென்ஷன்மேல் டென்ஷன். உணவு கொடுப்பதை அவர்கள் நிறுத்திவிட்டால் எங்கள் உண்ணாவிரதத்தை அவர்கள் அங்கீகரித்தது போலாகிவிடும். அதனால், வேளா வேளைக்கு உணவைக் கொண்டுவந்து வைக்கவேண்டிய சூழ்நிலை. 9 தட்டுகள் 12 ஆக உயர காத்திருந்தவேளையில்... எங்கள் மூவரையும் அந்த செல்களிலிருந்து வேறொரு இடத்திற்குக் கொண்டு சென்றனர்.

காரணம் என்னவென்று அப்போது எங்களுக்குப் புரியவில்லை. புதிய அறையில் அடைக்கப்பட்ட இரவில் ஜெயில் சூப்பிரண்டெண்ட் விஜயநாராயணன் வந்தார். கம்பீர அழகு என்றால் அது அவருக்குத்தான் கச்சிதமாக பொருந்தும். கிரிமினாலஜியில் உயர் படிப்பு படித்திருந்த அவரின் ஆங்கிலப்பேச்சு அசத்தியது. என்னருகே வந்தவர், “பிரதர்... எதுக்காக இந்த உண்ணாவிரதப் போராட்டம். உங்களுக்கு உள்ள உரிமைகளை நான் மறுக்கலை. ஆனா, மேலிடத்திலிருந்து எங்களை கேள்வி கேட்கிறாங்க” என கண்டிப்பு குறைந்த குரலில் கூறினார். நான் நம் பக்கம் உள்ள தார்மீக உரிமைகளைக் கூறினேன். அவர் லேசாக புன்னகைத்தபடி, “ஓ.கே. பார்த்து நடந்துக்குங்க. அப்புறம் உங்களைப்போல் நாளைக்கு இங்கே இன்னொரு வி.ஐ.பி. வர்றார்” என்று சொல்லிவிட்டுச் சென்றார் சூப்பிரண்டெண்ட்.

“யார் அந்த வி.ஐ.பி.?” என நாங்கள் மூவரும் யோசிக்கத் தொடங்கினோம். மூளையை கசக்கிப் பார்த்தோம். ஒன்றும் பிடிபடவில்லை. குழப்பத்தில் அந்த பட்டினி இரவைக் கழித்துவிட்டு மறுநாள் பொழுது விடிந்தபோது சிறைச்சாலையெங்கும் பரபரப்பும் பதற்றமும் நிலவியது. எதிர்பார்த்த வி.ஐ.பி.யை சிறைக்குள் கொண்டு வந்தனர்.

அவரைப் பார்த்ததும் எங்களுக்கு பயங்கர ஷாக். உள்ளே வந்தவர் வேறு யாருமல்ல, முன்னாள் உள்துறை செயலாளர் நாகராஜன் ஐ.ஏ.எஸ்.தான். அதற்கு சில மாதங்கள் முன்புவரை மிக

உயர்ந்த இடத்திலிருந்தபடி எல்லாவற்றையும் இயக்கிக் கொண்டிருந்தவர். இதோ எங்கள் முன்னால்... எங்களைப்போலவே ஒரு கைதியாக! சிறைக்கு வந்த முதல்நாள் எனக்குள் ஏதேதோ யோசனைகள். தர்ம சங்கடமாகக்கூட இருந்தது. ஆனால் நாகராஜனும் அதே இடத்துக்கு கொண்டுவரப்பட்டபோது, "இவருக்கே இந்த நிலைதான் என்றால்..." என்று என்னை தேற்றிக்கொண்டேன்.

நான் முதலில் இருந்த அந்த நடு செல்லில்தான் நாகராஜன் அடைக்கப்பட்டார். அன்று ஞாயிற்றுக் கிழமை. எங்களின் பட்டினிப்போராட்டம் தொடர்ந்தது. திங்கட்கிழமையன்று வெளியான ஜூனியர் விகடன் உட்பட பல வாரப்பத்திரிகைகளிலும் நாங்கள் கைது செய்யப்பட்டது முதல் உண்ணா விரதப் போராட்டம் வரை விரிவான செய்திகள் வெளியாகியிருந்தன. திங்கட்கிழமையன்று எங்களைப் பார்ப்பதற்காக காலையிலிருந்தே தம்பிகள் காத்திருந்தனர். நாங்கள் உண்ணாவிரதத்தில் இருந்ததால் எங்களைப் பார்க்க யாருமே அனுமதிக்கப்படவில்லை. மதியத்திற்கு மேல், பெயில் கிடைத்துவிட்ட செய்தியை அறிந்தோம். உண்ணாவிரதத்தை முடித்துக்கொண்டோம். அதன்பிறகே தம்பிகளைப் பார்க்க அனுமதி கிடைத்தது. தம்பிகளின் விழியோரத்தில் ஆனந்தக் கண்ணீர் துளிர்த்திருந்தது. ஒவ்வொருவரிடமும் நான் ஆர்வமுடன் பேசிக்கொண்டிருந்தேன். அப்போது நமது போட்டோகிராபர், "அண்ணே... 'புது பாம்' ஒண்ணு கிடைச்சிருக்கு" என்றார். செய்தியைக் கேட்டேன். நிஜமாகவே ஜெயலலிதா அரசின் முகத்திரையை கிழித்தெறியும் 'பவர்ஃபுல் பாம்'தான்.

அலுவலகத்தில் அதிரடி சோதனை!

பெயில் கிடைத்ததும் ஜெயிலிலிருந்து வெளியே வந்தோம். நக்கீரன் டீம் படுவேகமாக சுற்றிச் சுழன்று பெயில் வாங்கியதைக் கண்டு சிறைத்துறையும், காவல்துறையும் வாயடைத்துப் போனது. நமது நினைவெல்லாம் அடுத்த இதழுக்கான தயாரிப்பிலேயே இருந்தது. சிறையிலிருந்து வெளியானதுமே அலுவலகத்திற்கு வந்து அடுத்தகட்ட பணிகளைத் தொடங்கினோம். கையில் போட்டோகிராபர் கொண்டு வந்த 'பாம்'.

நாளிதழ்களில் மூன்று செய்திகள் முக்கிய இடம் பெற்றிருந்தன. 'நக்கீரன் கைது'. 'நாகராஜன் கைது.' இவற்றுடன் 'ப.சிதம்பரம் தாக்கப்பட்டார்' என்ற செய்தியும் பளிச்சென இடம் பெற்றிருந்தது. அப்போது மத்திய இணையமைச்சராக இருந்த ப.சிதம்பரம் திருச்சி விமான நிலையத்தில் தாக்கப்பட்டார் என்பதுதான் அந்த பரபரப்பான செய்தி. 91-ம் வருடம் ஆகஸ்ட் 15, 16 தேதிகளில் வெளியான நாளிதழ்களில் இந்த செய்திக்கு அதிக முக்கியத்துவம் கொடுக்கப்பட்டிருந்தது. 'என்னைத் தாக்கியவர்கள் ஆளுங் கட்சியினர்தான்' என சிதம்பரம் அறிக்கை வெளியிட்டார்.

சிதம்பரம் தாக்கப்பட்ட செய்தி வெளியான அன்று ஜெயலலி

தாவிடமிருந்து ஒரு மறுப்பறிக்கை வெளிவந்தது. அதில், "சிதம்பரத்திற்கெதிராக ஆர்ப்பாட்டம் நடத்தியவர்கள் அ.தி.மு.க.வினர் அல்ல. திருச்சியில் கருப்புக்கொடி காட்டியவர்கள், காவிரி பிரச்சனையால் பாதிக்கப்பட்ட விவசாயிகளே! அவர்களே கல்லெறிந்தனர். போலீசார் தடியடி நடத்தி, அமைச்சருக்கு தகுந்த பாதுகாப்பு கொடுத்தார்கள். ஆனால் ப.சிதம்பரத்துடன் வந்தவர்களே கார்களை அடித்து நொறுக்கி நடுரோட்டில் மறியல் செய்தார்கள். 'இவ்வளவும் ஜெ. கொடுத்த மறுப்பறிக்கையாக தலைப்புச் செய்திகளில் வெளியானது. மேலும் அந்த அறிக்கையில் "இப்போதும் திட்டவட்டமாகத் தெரிவித்துக்கொள்கிறேன். விவசாயிகள் நடத்திய ஆர்ப்பாட்டத்தின்போது எங்கள் கட்சியினர் சிலர் அங்கு இருந்ததை கவனத்தில் கொண்டு ஆட்சியின் மீது களங்கத்தை ஏற்படுத்தும் எண்ணத்தோடு, தி.மு.க.-பா.ம.க.வினரும் சமூக விரோதிகளும் கூட்டத்தில் ஊடுருவி, வன்முறையை ஏவிவிட்டு, பழியை அ.தி.மு.க.வினர் மீது போட்டுள்ளனர்." என்று ஜெயலலிதா சொல்லியிருந்தார். செய்தித்தாள்களில் அப்படியே வெளியாகியிருந்தது. ஆனால், உண்மையில் நடந்ததென்ன?

அதுதான் நமது 'பாம்'. அந்த சமயத்தில் ஜெயலலிதாவை விமர்சித்துப் பேசியிருந்தார் மத்திய இணையமைச்சர் சிதம்பரம். விமர்சனங்களைத் தாங்கிக்கொள்ளும் மனப்பக்குவம் இல்லாத ஜெயலலிதாவால் சிதம்பரத்தின் பேச்சை எதிர்கொள்ள இயலவில்லை. சிதம்பரத்தை எதிர்த்து கருப்புக்கொடி காட்டப்போவதாக அ.தி.மு.க. தரப்பிலிருந்து அறிக்கை வந்திருந்தது. எந்த ஒரு செய்தியையும் கூர்ந்து கவனிக்கும் நாம், அந்த செய்தியையும் அலட்சியப்படுத்தவில்லை. கருப்புக்கொடி விவகாரத்தை கவனிக்கும்படி நமது போட்டோகிராபர் கதிரை துரையிடம் தெரிவித்திருந்தோம். சிறைக்குச் செல்வதற்கு முன்பாகவே இந்த விஷயங்கள் நடந்திருந்தன.

91-ம் ஆண்டு ஆகஸ்ட் 15-ந் தேதியன்று கோட்டையில் முதன்முதலாகக் கொடியேற்றினார் ஜெயலலிதா. அதற்கு முதல் நாள் அ.தி.மு.க. எம்.எல்.ஏ.க்களின் கூட்டத்தைக் கூட்டினார். திருச்சி விமான நிலையத்துக்கு வரும் ப.சிதம்பரம் உயிருடன் திரும்பக்கூடாது என்ற ரீதியில் எம்.எல்.ஏ.க்களிடம் தெரிவித்தார் ஜெ. எப்படியாவது அம்மாவின் கவனம் தன் பக்கம் திருப்பிவிடவேண்டும் என துடித்துக் கொண்டிருந்த கு.ப.கிருஷ்ணன், திருச்சி 1-வது தொகுதி எம்.எல்.ஏ. ஆரோக்கியசாமி, 2-வது தொகுதி எம்.எல்.ஏ. மாலா எல்லோரும் சிதம்பரத்தைத் தாக்குவதற்கு தயாராக திருச்சிக்கு புறப்பட்டுப் போய்விட்டனர்.

அங்கு ஒரு லாட்ஜில் தங்கி, சிதம்பரத்தை தாக்கும் திட்டம்

தயாரானது. நாம் கொடுத்திருந்த 'டிப்ஸ்'படி திருச்சியில் முகாமிட்டு நடப்பதை கவனித்துக்கொண்டிருந்தார் நமது போட்டோகிராபர் கதிரை. லாட்ஜில் தீட்டப்பட்ட திட்டம் பற்றி தெரிந்ததும், ஒரு பயங்கரம் நிகழப்போவதை எதிர்பார்த்து கவனமுடன் இருந்தார். திருச்சி விமானநிலையத்தில் ப.சிதம்பரம் வரும் விமானம் தரையிறங்க வேண்டிய நேரம் நெருங்கிக்கொண்டிருந்தது. எம்.எல்.ஏ. மாலாவின் தம்பி ஒரு கராத்தே வீரர் என்பதால் 'பிளாக் பெல்ட்' பட்டாளம் ஒன்று மாலாவுக்குப் பின்னால் நின்றுகொண்டிருந்தது. எம்.எல்.ஏ. ஆரோக்கியசாமியின் பின்னால் ரவுடிப்படை ஒன்று திரண்டிருந்தது. கு.ப.கி. வரவில்லை யென்றாலும் அவர் சார்பாக ஒரு குரூர குரூப் வந்து நின்றது. இன்னும் ஏராளமான அ.தி.மு.க.வினர் கரைவேட்டியுடன் களத்தில் நின்றுகொண்டிருந்தனர்.

கருப்புக்கொடி போராட்டம் என்று சொல்லப்பட்டாலும், யார் கையிலும் அப்போது கொடியில்லை. வலுவான இரும்புத் தடிகளும், சைக்கிள் செயின்களும்தான் இருந்தன. கொடி என்ற பெயரில் தடியுடன் வந்திருந்த அ.தி.மு.க.வினருக்கு போலீஸார் பாதுகாப்பு கொடுத்துக் கொண்டிருந்தனர். "எதையும் கண்டுக்காம ஓரமா நிற்கணும், புரியுதா?" என்று போலீஸ்காரர்களை ஒரு ர.ர. மிரட்டிக்கொண்டிருந்தார். கரை வேட்டி கட்டிய இன்னொரு ஆள் கையில் நிறைய கருப்புக்கொடிகளுடன் வந்து, "இதை அந்த தடியிலே கட்டிக்கிங்க; அப்பதான் கருப்புக்கொடி காட்டுறோம்னு நினைச்சுக்குவாங்க" என்று சொல்லி, ஆளுக்கொரு கொடியைக் கொடுத்தார். தடிகளில் கொடி கட்டப்பட்டது. டென்ஷன் அதிகமானது.

விமானநிலையத்திலிருந்து சொந்த தொகுதி மக்களுக்கு நன்றி தெரிவிப்பதற்காக காரில் செல்வதுதான் ப.சிதம்பரத்தின் பயணத் திட்டம். விமானநிலையத்தில் வலப்புற வாசல் வழியே மெயின் ரோட்டுக்கு வந்து, அங்கிருந்து இடப்புறம் திரும்பி சொந்தத் தொகுதிக்கு செல்ல முடிவு செய்யப்பட்டிருந்தது. இந்த ஸ்பாட்டில்தான் அ.தி.மு.க.வினர் தடியுடன் நின்றுகொண்டிருந்தனர். காலை 10-40 மணி. விமானத்திலிருந்து சிதம்பரம் இறங்குகிறார். தனது காரை நோக்கிச் செல்கிறார். அ.தி.மு.க. வி.ஐ.பி.க்களை கேமரா கண்ணால் பார்த்துக்கொண்டிருக்கிறார் நமது புகைப்படக்காரர். தடியுடன் நிற்கும் அ.தி.மு.க.வினருக்கு நடுவில் ஆக்ரோஷமாக ஒரு முகம். விபரீதம் நிகழப்போகிறது என்ற உள்ளுணர்வுடன் அந்த முகத்தை Zoom செய்கிறார் நமது போட்டோகிராபர். முகத்துக்குச் சொந்தக்காரர் அப்போதைய திருச்சி மாவட்ட இளைஞரணி செயலாளர் அரியலூர் இளவரசன். அவர் கையிலிருந்த தடியில்

நக்கீரன் கோபால் • 73

கொடி இல்லை. கொடி விநியோகித்த நபர் இளவரசனிடம் கொடியை நீட்டியபோது 'போய்யா' என விரட்டிவிட்டார். நமது கேமரா கண் அவர் மீதே குத்திட்டிருந்தது. ப.சிதம்பரம் தனது காரில் ஏறி உட்கார்ந்த விநாடியில் தடியை உயர்த்திப் பிடிக்கிறார் இளவரசன்.

'க்ளிக்'

கூட்டத்திலிருந்து அறுத்துக்கொண்டு ப.சிதம்பரத்தின் காரை நோக்கி பாய முற்படுகிறார்.

'க்ளிக்'

போலீஸார் அவரைத் தடுக்க, காக்கிச் சட்டையினரை தள்ளிக்கொண்டு முன்னேறுகிறார்.

'க்ளிக்'

காரை நெருங்கி, இரும்புத்தடியால் ஓங்கி அடிக்கிறார் இளவரசன்.

'க்ளிக்'

இப்படி ஷாட் பை ஷாட்டாக நமது கேமராவுக்குள் அந்த பயங்கர சம்பவம் பதிவானது. ஒரு கையில் இரும்புத்தடியை பிடித்தபடி இன்னொரு கையால் சரமாரியாகக் கற்களை வீசி, பேயாட்டம் ஆடிய அ.தி.மு.க.வினருக்கிடையில் நமது போட்டோகிராபர் உயிரைப் பணயம் வைத்து படமெடுத்துக் கொண்டிருந்தார். அந்த பயங்கர சூழ்நிலையில் மத்திய

அமைச்சர் சிதம்பரத்தின் கார் கண்ணாடிகள் நொறுக்கப்பட்டன. எம்.பி. அடைக்கலராஜின் டிரைவருக்கு கத்திக்குத்து விழுந்தது. காங்கிரஸ்காரர்கள் பலரின் நெற்றியைக் கற்கள் பதம் பார்த்திருந்ததால் ரத்தம் கொட்டிக்கொண்டிருந்தது. போலீஸாரோ அ.தி.மு.க.வினரைப் பாதுகாக்கும் பணியில் மும்முரமாக இருந்தனரே தவிர, மத்திய இணையமைச்சரின் உயிரைப் பற்றி கவலைப்படவே யில்லை. இவ்வளவு கலவரங்கள் ஏற்பட்டபோதும் ப.சிதம்பரம் கலங்கவில்லை. காரைவிட்டு இறங்காமல் மன உறுதியுடன் உட்கார்ந்திருந்தார். அதையும் கதிரை.துரை 'க்ளிக்' செய்துவிட்டு, கல்வீசும் ர.ர.க்களை படமெடுக்க முயற்சித்தபோது அ.தி.மு.க.வினர் பார்த்துவிட்டனர்.

இனி கொஞ்ச நேரம் தாமதித்தாலும் கேமரா பிடுங்கப்படும். பட்டபாடு அனைத்தும் வீணாகிவிடும் என்ற சுதாரிப்புடன் வேகமாக அந்த இடத்தைவிட்டு வெளியேறி உடனடியாக பேருந்து நிலையம் வந்து சென்னையை நோக்கி பயணமானார் நமது போட்டோகிராபர். அவர் கொண்டுவந்த அந்த 'பாம்' ஆளுங்கட்சிக்குச் சரியான சவுக்கடியை கொடுத்தது. சென்னையில் ஃபிலிம்ரோலைக் கழுவியபோது பிரமாதமான ரிசல்ட் கிடைத்தது. ஷாட் பை ஷாட்டாக 6 ஸ்நாப்புகள் சம்பவத்தை அப்படியே தோலுரித்துக் காட்டின. அன்றிரவே அதை அட்டைப்படமாக்கி விடியற்காலைக்குள் இதழை வெளியிட்டோம். பொழுது புலர்ந்ததுமே இந்தியா முழுவதும் பரபரப்பு மையம்கொண்டது. மத்திய இணையமைச்சர் ஒருவருக்கு நேர்ந்த கொடூரம் பற்றி பாராளுமன்றத்தில் எதிரொலித்தது. நக்கீரன் பிரதிகளை ஆதாரமாகக் கையில் வைத்துக்கொண்டு அனல்பறக்க பேசினார் கள். "ப.சிதம்பரத்திற்கெதிராக ஆர்ப்பாட்டம் நடத்தியவர்கள் அ.தி.மு.க.வினர் அல்ல" என்று ஜெ.வெளியிட்ட பச்சை பொய் அறிக்கையைக் கிழித்தெறியும் வகையில் நக்கீரனின் படங்கள் வெளியாகியிருந்தன. பாராட்டு போன்கால்கள் தொடர்ந்து நமக்கு அன்புத்தொல்லை கொடுத்தன. அ.தி.மு.க. தலைமைக் கழக விவகாரத்தின்போது, கரை வேட்டியினர் எப்படி நம்மை நோக்கி வரிசையாக வந்தார்களோ, அதுபோல் ப.சிதம்பரம் சம்பவத்தில் கதர் வேட்டியினர் வந்தனர். 300-க்கும் அதிகமாக அந்த படங்களைப் பிரிண்ட் போட்டு தந்தோம். திசைகளனைத்தும் பாராட்டிக்கொண்டிருந்த வேளையில் திடீரென ஒரு போன். "நான்தான் அரியலூர் இளவரசன் பேசறேன். நான் செய்த காரியம் எங்கே அம்மாவுக்குத் தெரியாமல் போயிடு மோன்னு நினைச்சேன். நக்கீரன் மூலமா மேலிடத்தின் கவனம் என்பக்கம் திரும்பியிருக்கு; ரொம்ப தேங்க்ஸ்."

தவறுகளையும், ரவுடித்தனங்களையும் மட்டுமே தகுதியாக நினைக்கிற ஜெயலலிதா, இந்த சம்பவத்திற்குப் பிறகு அரியலூர் இளவரசனுக்கு பால்வளத்தைக் கொடுத்தார் என்பதுதான் அரசியல் சாபக்கேடு. நக்கீரனின் செய்தியும், புகைப்படமும் ஆங்கில வார ஏடான 'இல்லஸ்ட்ரேட் வீக்லி'யில் பெருமைப்படுத்தப்பட்டன. "இந்த படம் மட்டும் வெளியிடப்படவில்லையென்றால் மத்திய அமைச்சர் ஒருவர் தாக்கப்பட்டதற்கு சாட்சியமே இருந்திருக்காது" என்று குறிப்பிட்டிருந்தார் பத்திரிகையாளர் கே.பி.சுனில். தமிழ் படிப்பதை அநாகரீகமாக நினைத்து, ஆங்கில இதழ்களை மட்டுமே படிப்பதாகக் கூறிக்கொள்ளும் ஜெயலலிதாவின் பார்வையில் 'இல்லஸ்ட்ரேட் வீக்லி' பட்டது.

கொண்டைமுடிவரை கோபம் ஏறியது. அப்போதைய அவரது அமைச்சரவையில் மும்மூர்த்திகளாக விளங்கிய செங் கோட்டையன், கண்ணப்பன், அழகு திருநாவுக்கரசு ஆகியோரைக் கூப்பிட்டு சத்தம்போடத் தொடங்கினார். "நக்கீரன்காரங்க போட்டோ எடுக்கிற அளவுக்கு எப்படி விட்டீங்க? ஆறு ஸ்நாப் எடுத்து அட்டையிலே போட்டிருக்காங்க. அதை ஏன் என் கவனத்துக்குக் கொண்டு வரலை. இவ்வளவு தூரம் போனபிறகும் அந்த பத்திரிகைக்காரங்களை விட்டு வச்சிருக்கீங் களா?" என்று கோபமாகக் கேட்டபடி மும்மூர்த்திகளின் முகத்தில் பேப்பரை வீசி எறிந்துவிட்டு மாடிக்குச் சென்றுவிட்டார் ஜெயலலிதா! ஜெயலலிதா யாரை நோக்கிக் கண் அசைவு காட்டுகிறாரோ அந்த நபரின் கை, கால்களை உடைப்பது ஒன்றே கடமையாகக் கொண்டிருந்த அந்த மூன்று மந்திரிகளும் மலங்க மலங்க விழித்தபடி ஒருவரையொருவர் பார்த்துக்கொண்டனர். அதில் ஒரு மந்திரி அவசரமாக போனை எடுத்து முக்கியமான நபருக்கு டயல் செய்தார்.

எதிர்முனையில் நடராஜன் லைனில் வந்தார். அவரிடம் பேசத் தொடங்கினார் மந்திரி. "அம்மா ரொம்ப கோபமா இருக்காங்க. நக்கீரன்காரங்களை ஏன் விட்டு வச்சிருக்கீங்கன்னு சத்தம் போடுறாங்க" என்றார். நடராஜன் பதட்டப்படவில்லை. "நானும் அவங்களைக் கவனிச்சிக்கிட்டுத்தான் இருக்கேன். செமையான சந்தர்ப்பத்துக்காக வெயிட் பண்றேன். பொறுத்திருந்து பாருங்க" என்று சொல்லிவிட்டு ரிசீவரை வைத்தார்.

அவர் எதிர்பார்த்த சந்தர்ப்பம் 2-9-91 திங்கள் அன்று மதியம் 2-30 மணிக்கு வந்தது. மதிய உணவுக்காக நான் புறப்பட்டுச் சென்ற ஒருசில நிமிடங்களில் சர்ரென ஒரு ஜீப் நம் அலுவலக வாசலில் நின்றிருக்கிறது. ஐ.எஸ்.அதிகாரிகள் படபடவென இறங்கினர். நான் வெளியே செல்கின்ற தருணத்தை எதிர்பார்த்து அந்த ஜீப் காலையிலி ருந்தே தெருமுனையில் காத்திருந்ததை பின்னர் தெரிந்து

கொண்டேன். அதிகாரிகள் வந்த வேளையில் ஆசிரியர் குழுவினரும் சாப்பிடச் சென்றிருந்தனர். அந்த வாரம் வெளியாகும் இதழுக்கான தயாரிப்புப் பணிகள் நடந்து முடிந்திருந்த நேரம். தம்பி குருவும், சர்க்குலேஷன் மேனேஜர் தம்பி சுரேசும்தான் அந்த நேரத்தில் அலுவலக இன்சார்ஜாக இருந்தனர்.

ஜீப்பிலிருந்து இறங்கிய அதிகாரிகள் நாம் வெளியேறியது தெரியாததுபோல் நேராக நம் அலுவலக செக்யூரிட்டியிடம் வந்து, "கோபால் இருக்காரா?... ஆபீசை சோதனையிடப் போறோம்" என்று அதிகாரக்குரலில் சொன்ன அதேவேளையில் ஒரு டி.வி.எஸ்.50, ஒரு சில்வர் ப்ளஸ் ஆகியவை வாசலில் வந்து நின்றன. அதிலிருந்து இருவர் மெட்டல் டிடெக்டர்களுடன் இறங்கினர். இதேபோல் ஒரு புல்லட் மற்றும் சில வாகனங்களில் ஐ.எஸ். அதிகாரிகள் வந்த வண்ணம் இருந்தனர். சூழ்நிலையைப் புரிந்துகொண்ட செக்யூரிட்டி, அதிகாரிகளை வாசலிலேயே தடுத்து நிறுத்திவிட்டு, ரிசப்ஷனுடன் இன்டர்காமில் தொடர்புகொண்டார். ரிசப்ஷனிலிருந்த நமது சகா ஆறுமுகம், அதிகாரிகளைச் சந்தித்தார்.

"என்ன விஷயமா இங்கே வந்திருக்கீங்க?"

"உங்க ஆபீசிலே வெடிகுண்டு வச்சிருக்கிறதா எங்களுக்கு அனாமத்தா ஒரு போன் வந்தது. அதனாலதான் சோதனையிட வந்திருக்கோம்."

"வெயிட் பண்ணுங்க. சர்க்குலேஷன் மேனேஜர்தான் இப்ப இன்சார்ஜ். அவர்கிட்ட பேசிட்டு சொல்றேன்"- சுரேஷிடம் விவரத்தைச் சொன்னார் ஆறுமுகம். உடனே தம்பி சுரேஷ் என்னை டெலிபோனில் காண்ட்டாக்ட் செய்து பதட்டத்துடன் தகவலைத் தெரிவித்தார். ஜெயலலிதா அரசின் அடுத்த பேயாட்டம் தொடங்கிவிட்டதை புரிந்துகொண்டேன். நான் திரும்பவும் அலுவலகம் செல்வதற்குள் அதிகாரிகள் அத்துமீறி நடந்துவிடாமல் தடுப்பதற்காக சுரேஷிடம் சில விஷயங்களைச் சொல்லத் தொடங்கினேன்.

"சோதனை பண்ணட்டும்... ஆனா, நீங்க எல்லோரும் கவனமா இருக்கணும். ஷூ, செருப்பு இதையெல்லாம் வெளியிலேயே விட்டுட்டு வரச்சொல்லுங்க. மெட்டல் டிடெக்டரால் மட்டுமே செக் பண்ணட்டும். எந்த பொருளையும் தொடக் கூடாதுன்னு ஸ்ரிக்ட்டா சொல்லிடுங்க. அவங்க கீழே குனிந்து செக் பண்ணும்போது ரொம்ப ஜாக்கிரதையா இருங்க. ஏதாவது ஒரு பொருளை அவங்களே வச்சு செட்டப் பண்ணுவாங்க. எத்தனை பேர் வந்திருக்காங்கன்னு எண்ணிச் சொல்லுங்க."

"அண்ணே... 26 பேர் வந்திருக்காங்க."

"நம்ம ஆபீசில் எத்தனை பேர் இருக்காங்க."

"23 பேர்."

“அவங்க ஆட்களில் 23 பேரை செக் பண்ணச் சொல்லுங்க. நம்ம ஆட்கள் ஒவ்வொருத்தரும் ஒரு அதிகாரி பின்னாடியே நிக்கணும். எந்தவொரு அவசரத்துக்காகவும் யாரும் வெளியே போகக் கூடாது. அந்த ஆளுங்க யாராவது எதையாவது கீழே வச்சாலோ, எடுத்தாலோ உடனே சத்தம் போட்டுடுங்க... பார்த்துக்கலாம்'' என்றேன். தம்பி குருவிடமும் இந்த முன்னெச்சரிக்கைகளை தெரிவித்தேன்.

அலுவலக தம்பிகள் அனைவரும் படு பரபரப்பாக செயல்படத் தொடங்கினர். ஐ.எஸ். அதிகாரிகள் நமது அலுவலகத்துக்குள் அனுமதிக்கப்பட்டனர். காலணிகளை கழற்றிவிட்டு ஒவ்வொருவராக உள்ளே வர, ஒவ்வொருவரையும் நமது தம்பிகளில் ஒருவர் ஃபாலோ பண்ணிக்கொண்டார். வெடிகுண்டு டீமை அழைத்து வந்த இன்ஸ்பெக்டர் மாசிலாமணி முதல் வேலையாக நமது அலுவலகத்துக்கு வந்திருந்த விசிட்டர்களை சோதனையிட்டார். அதன்பிறகு அலுவலகத்துக்குள் சோதனை ஆரம்பமானது. தம்பி சுரேஷ் மிகவும் உறுதியான குரலில் “மெட்டல் டிடெக்டரை வைத்து சோதனையிடுவதோடு உங்கள் வேலையை முடித்துக்கொள்ளுங்கள் . ஒரு பிட் பேப்பர்கூட எடுத்துச் செல்வதற்கு அனுமதிக்கமாட்டோம்” என்று ஐ.எஸ். அதிகாரிகளிடம் கூறிவிட்டார். அலுவலகத்திலிருந்த டேபிள், சேர், பீரோ என எல்லா பொருட்களுமே மெட்டல் டிடெக்டரால் ஸ்பரிசிக்கப்பட்டன. மஞ்சள் நிற சஃபாரி அணிந்த அதிகாரி ஒருவர், பூனைபோல ஆர்ட்டிஸ்ட் அறைக்குள் நுழைந்து, அந்தவார செய்தி ஒட்டப்பட்டிருந்த லே-அவுட் அட்டையை எடுத்துப் படிக்கத் தொடங்கினார். ஆரம்பத்திலிருந்தே அவரது போக்கில் சந்தேகம் கொண்டிருந்த தம்பி சுரேஷ், மெல்ல அந்த அறைக்குள் நுழைந்து, வெடுக்கென அந்த லே-அவுட் அட்டையை பறித்தார். “நீங்க உண்மையிலேயே வெடிகுண்டு சோதனைக்காகத்தான் வந்தீங்களா, வேற ஏதாவது உளவு பார்க்க வந்தீங்களா?”

சுரேஷ் கேட்டதற்கு பதில் சொல்ல முடியாமல் அறையை விட்டு வெளியேறினார் அந்த சஃபாரி. அக்கவுண்ட்ஸ் மேனேஜர் தம்பி பிரான்சிஸிடம் வந்த இன்னொரு அதிகாரி, “உங்க பக்கத்திலே இருக்கிற பீரோவோட சாவியைக் கொடுங்க. செக் பண்ணணும்” என்றதும் பிரான்சிஸுக்கு கோபம் அதிகமானது. “சாவி எங்கிட்ட இல்லை. பீரோவுக்குள்ள வெடிகுண்டு வச்சிட்டுப் போறவரைக்கும் இங்கே யாரும் இளிச்சவாய்த்தனமா இருக்கமாட்டோம்” என அதிகாரியின் நெற்றிப்பொட்டில் ‘நச்’சென அடித்தார். இதுபோல ‘பெரிசு’ சுந்தர், அண்ணன் ராஜாமணி, கௌரி என்ற கௌரிநாதன், கிருஷ்ணன் ஆகியோரும் அதிகாரிகளுக்கு நெத்தியடி கொடுத்தனர்.

அதிகாரிகளின் அத்துமீறல் போக்கைக் கவனித்துக் கொண்டேயிருந்த போட்டோகிராபர் கதிரை, “நீங்களே இப்ப இங்க வெடிகுண்டைக் கொண்டு வந்து வச்சிட்டு, எடுக்கிற மாதிரி எடுத்து ஃபிலிம் காட்டப்போறீங்களா?'' என வார்த்தைகளால் ஊசி ஏற்றியதும், அதிகாரிகள் பின்வாங்கினர். ''அப்படியெல்லாம் இல்லை. இனி உங்க ஃபைல் எதையும் தொடமாட்டோம் சரிதானா?” என்றார் இன்ஸ்பெக்டர் மாசிலாமணி.

அப்படியும் கதிரையின் சந்தேகம் விலகவில்லை. மெல்ல தன் கேமரா பையை எடுத்தார். உடனே அவரை சூழ்ந்துகொண்ட அதிகாரிகள் ‘பையில் என்ன?’ என்றபடி கேமராவை கைப்பற்றிக்கொண்டனர். ‘நாங்க புறப்படுகிற வரைக்கும் போட்டோ எதுவும் வேண்டாம்’ என்றனர். ஆனாலும் அவர்கள் வந்த ஜீப்பையும் மற்ற வாகனங்களையும் கையடக்க கேமரா ஒன்றால் ரகசியமாக ‘கிளிக்’கினார் நமது போட்டோகிராபர். பால்கனியில் மறைவாக அமர்ந்தபடி, ஜீப் மற்றும் வாகனங்களின் நம்பர்களை கவனமாக குறித்துக் கொண்டான் ஆபீஸ் பையன் சிக்கந்தர்.

இந்த நேரத்தில் என் ரூமிற்குள் சோதனை செய்த அதிகாரி களைப் பின்தொடர்ந்த தம்பி குரு திடுக்கிட்டார். பர்சனல் ஃபைல் களை அவர்கள் ஆராய்ந்துகொண்டிருந்தனர். “சார்... திரும்பத் திரும்ப... சொல்லமாட்டோம். எதையும் அநாவசியமா தொடாதீங்க; நல்லா இருக்காது'' என கடுமையாக எச்சரித்ததும், ஃபைலை தோண்டிய அதிகாரியைப் பார்த்து இன்ஸ்பெக்டர் ''யோவ்... அதையெல்லாம் எதுக்குய்யா தொடுறே... மூணு இஞ்ச் அளவுக்கு சின்னதா ஒரு பாக்ஸ் இருக்கும்; அதைமட்டும் தேடு” என்றார்.

குருவுக்குப் பொறி தட்டியது. “என்னது... பாக்ஸ் டைப்புல இருக்குமா? அதெப்படி சார் உங்களுக்குத் தெரியும்?”

“இல்ல... அது வந்து... வந்து... பொதுவா அப்படித்தான் இருக் கும்.” -இன்ஸ்பெக்டரின் முகத்தில் லிட்டர் கணக்கில் அசடு வழிந்தது.

''புரிஞ்சிடுச்சுங்க சார்... உங்க டீம் எதுக்காக இங்கே வந்திருக்குன்னு நாங்க நல்லாவே தெரிஞ்சிக்கிட்டோம்'' என்று இன்ஸ்பெக்டரிடம் தெரிவித்த குரு, உடனடியாக என்னை டெலி போனில் தொடர்பு கொண்டார்.

வெடிகுண்டு சோதனை என்ற போர்வையில் அரசும், அதிகாரிகளும் அத்துமீறி நடப்பதை சட்ட ரீதியாக எப்படி சந்திப்பது என்பது தொடர்பாக வழக்கறிஞர் பி.ஹெச். பாண்டியனிடம் பேசி முடித்திருந்தேன். குருவின் போன்கால் என்னை அழைத்தது.

“அண்ணா...” என்றபடி படபடப்பாக குரு சொன்ன தகவல்கள் எனது கோபத்தை அதிகமாக்கிக்கொண்டே இருந்தது.

லே-அவுட்டை எடுத்தது, ஃபைல்களைப் புரட்டியது, பாக்ஸ் டைப் பாம் என்று கதைவிட்டது... இப்படி ஒவ்வொன்றாக என் காதுக்கு வந்ததும் கடுப்பானேன். "மரியாதையா அவங்களை வெளியே போகச்சொன்னேன்னு சொல்லு" என்று அழுத்தமாகக் கூறிவிட்டு ரிசீவரை வைத்தேன். நான் சொன்ன அதே தொனியில் இன்டலி ஜென்ஸ் அதிகாரிகளிடம் எச்சரித்தார் தம்பி குரு. சுமார் ஒரு மணி நேரத்திற்கு மேலாக பம்மாத்து பண்ணிக்கொண்டிருந்த அதிகாரி கள் பட்டாளம் இதற்கு மேலும் இங்கே இருப்பது நல்லதல்ல என்ற எச்சரிக்கை உணர்வுடன் விறுவிறுவென கிளம்பியது.

இன்ஸ்பெக்டர் பின்னாலேயே சுற்றிச்சுற்றி மண்டை காய்ந்து போன தம்பி பூமிநாதன், "என்ன சார், வெடிகுண்டு எதுவும் கிடைக் கலையா?" என்று அர்த்தபுஷ்டியுடன் கேட்க, தலையைத் தொங்கப் போட்டுக்கொண்டு புறப்பட்டார் இன்ஸ்பெக்டர். அலுவலகத்தில் நிலவிய அநாவசியமான பதற்றம் முற்றிலுமாக நீங்கியது.

உண்மையிலேயே நமது அலுவலகத்தில் யாரோ வெடிகுண்டு வைத்துவிட்டு போயிருந்தால் காவல்துறைக்குத் தகவல் கிடைத்தவுடனேயே நமக்கு பக்கத்து கட்டிடங்களுக்கும் பாதுகாப்பு ஏற்பாடுகளை போலீஸார் செய்திருக்க வேண்டும். ஆனால் போலீஸாரோ, முந்தைய தினம்வரை நமக்குப் போடப்பட்டிருந்த காவலையும் வாபஸ் வாங்கிக்கொண்டனர். நடராஜன் தூண்டுதலால் உள்ளே நுழைந்த ஐ.எஸ்.அதிகாரிகள், வெடி குண்டைத் தேடுவதைவிட எனது அறையையும், ஆசிரியர் குழுவினர் சேகரித்திருந்த செய்திகளையுமே அதிகமாக தோண்டிவிட்டுச் சென்றதால் எனக்குச் சந்தேகம் அதிகமானது. ஏதோ ஒன்றை எடுத்துச் செல்லத்தான் அவர்கள் வந்திருக்க வேண்டும்.

ஒருபொருள் பறிபோயிருந்தால் அது என்ன என்பது பறிகொடுத்தவனுக்கும் திருடியவனுக்கும்தான் தெரியும். இதில் இரண்டாவது வகையைச் சேர்ந்த நடராஜன் எதையோ நம்மிடம் தவறவிட்டிருக்கிறார் என்பது புரிந்தது. உடனடியாக அப்போதைய ஆசிரியர் துரையையும், தம்பி காமராஜையும் தொடர்புகொண்டு ஒரு அட்ரசுக்கு வரச்சொன்னேன். ஜெ.யின் வாட்டர்கேட் ஊழல் தொடர்பாக தம்பி காமராஜ் ஏற்கனவே கொடுத்திருந்த கொத்தான பேப்பர்களை மீண்டும் ஒருமுறை ஆராய்ந்தோம். டெலிபோன் ஒட்டுக்கேட்பு சம்பந்தமான தகவல்களுடன் இன்னொரு முக்கியமான ரகசியமும் அதில் இருந்தது. நடராஜன் எதை நம்மிடமிருந்து கைப்பற்றத் துடிக்கிறார் என்பதை அந்த பேப்பர்கள் உணர்த்தின.

ஜெ.அரசுக்கும் நடராஜனுக்கும் சவால்விடும் வகையில் நக்கீரனின் அடுத்த அடி எடுத்து வைக்கப்பட்டது.

அம்பலமானது பட்ஜெட் ரகசியம்!

தம்பி காமராஜ் கொண்டு வந்து கொடுத்திருந்த கொத்தான பேப்பர்களின் இடையில் பட்ஜெட் சம்பந்தமாக போயஸ் கார்டனுக்கு சசியின் கணவர் நடராஜன் எழுதிய குறிப்புகளும் இருந்தன. இதைக் கைப்பற்றுவதற்காகத்தான் வெடிகுண்டு நாடகம் நடத்தப்பட்டிருக்கிறது என்பதை அறிந்தேன். நமது அலுவலகத்தில் போலீஸ் சோதனை நடத்திய நாள் 2-9-91- ஜெ.அரசின் முதல் பட்ஜெட் வெளியிடப்பட்ட நாள் 4-9-91.

பட்ஜெட் வெளியிடப்படுவதற்கு முன்பே போயஸ் தோட்ட குறிப்புகளை நக்கீரன் மூலம் வெளியிட்டு மக்களுக்கு உண்மையைக் கொண்டு செல்லவேண்டுமென முடிவெடுக்கப்பட்டது.

அலுவலகத்தில் போலீஸ் கெடுபிடி கடுமையாக இருந்த... அந்த சூழ்நிலையில், ஒருநாள் அவகாசத்தை வைத்துக்கொண்டு வார இதழை வெளியிடுவது என்பது இமயமலையை புரட்டுவதற்கு, சமமான காரியம். புரட்டித்தான் ஆகவேண்டும் என தீர்மானித்தேன். எடிட்டோரியல் வேலைகளை ரகசியமான இடத்தில் இருந்து கவனித்தால்தான் இதழை வெளியிட முடியும் என முடிவு செய்து போலீஸ் கண் காணிப்பு அதிகமில்லாத பகுதியில் பணிகளைத் தொடங்கினோம்.

அதேவேளையில் அலுவலகத்துக்குள் போலீஸ் நுழைவதை

தடுக்கும் முயற்சியில் வழக்கறிஞர் பி.ஹெச்.பாண்டியன் நமது சார்பில் ஹைகோர்ட்டில் ரிட் மனு தாக்கல் செய்தார். நக்கீரனின் பிரத்யேக வழக்கறிஞர் பெருமாள், வழக்குத் தொடுப்பதற்கான ஏற்பாடுகள் அனைத்தையும் முன்னின்று செய்தார். கோர்ட்டில் அனல் பறந்தது.

"கடந்த 2-ந் தேதி நக்கீரன் அலுவலகத்தில் போலீசார் புகுந்து அத்துமீறி நடந்துகொண்டதும், ஆவணங்களைக் கைப்பற்றியதும் பத்திரிகை சுதந்திரத்தைப் பறிக்கின்ற செயலாகும். மேலும் குறித்த நேரத்தில் பத்திரிகை வெளிவர முடியாமல் செய்யும் நோக்கம் கொண்டதுமாகும். போலீசார் புகுந்து இடையூறு செய்வதை தடை செய்ய வேண்டும்" என வாதாடினார் பி.ஹெச்.பாண்டியன். பத்திரிகை சுதந்திரம் தொடர்பாக சுப்ரீம் கோர்ட்டில் நடந்த வழக்குகளையெல்லாம் முன்னுதாரணமாக எடுத்து வைத்தார். பாண்டியன் வைத்த வாதத்தை ஏற்றுக்கொண்ட நீதிபதி, எதிர்மனுதாரர்களான தமிழக அரசின் உள்துறை செயலாளர், காவல்துறை தலைவர், சென்னை நகர போலீஸ் கமிஷனர், எஸ்.பி. சி.பி.சி.ஐ.டி. ஆகியோ ரிடம் விளக்கம் கேட்டு நோட்டீஸ் அனுப்பினார். "Directing the Police not to enter the office and printing premises of Nakkheeran Publications" எனக்கூறி நக்கீரனுக்குள் போலீஸ் நுழைவதற்கு இடைக்காலத் தடை விதித்தார் நீதிபதி. நமது அலுவலகத்திலிருந்த போலீஸ் கெடுபிடி தளர்ந்தது. ராயப் பேட்டையில் ஹைடெக் கம்ப்யூட்டர் நிறுவன உரிமையாளர் ராஜேந்திரன் ஒதுக்கித் தந்த இடத்தை ரகசிய இடமாகப் பயன்படுத்தி பத்திரிகைப் பணியை தொடர்ந்துகொண்டிருந்தோம். நடராஜன் அனுப்பிய குறிப்புகளை ஆராய்ந்தபோது ஏராளமான தலையீடுகளுடன்தான் பட்ஜெட் தயாரிக்கப்பட்டிருக்கிறது என்பது தெரிந்தது. நிழல் முதல்வர் போல் நடராஜன் பல உத்தரவுகளைப் பிறப்பித்திருந்தார்.

தமிழ்நாடு மின்வாரியத்தில் ஏற்படும் பற்றாக்குறையை ஈடுசெய்ய தமிழக அரசு நடவடிக்கை எடுக்கும் என்பதுதான் நாவலர் நெடுஞ்செழியன் தயாரித்திருந்த பட்ஜெட்டில் இடம் பெற்றிருந்த வாசகம். எப்படி நடவடிக்கை எடுக்கப்படும் என்பது பற்றி அவர் கவலைப்படவில்லை. அதைப்பற்றித்தான் அதிக கவனத்துடன் கவலைப்பட்டிருந்தார் நடராஜன். "தெர்மல் பவர் பிராஜக்ட்டிற்கு விரிவான திறனாய்வு தேவை. திட்டமதிப்பீடு 1800 கோடியிலிருந்து 2000 கோடிக்குள் இருக்கவேண்டும். மூன்று இடங்களில் நிறுவலாம். ஆர்.பி.கோயங்கா அல்லது ஏ.சி.முத்தையா" இதுதான் நடராஜன் எழுதிய குறிப்பு.

இதன் அர்த்தம் என்ன தெரியுமா? தமிழகத்தில் அனல் மின்

நிலையம் அமைக்க அம்பானி, தபார், கோயங்கா, ஏ.சி.முத்தையா ஆகியோரிடையே ஏக போட்டி. இதில் இருவருக்கு மட்டும் கார்டனிலிருந்து சிபாரிசு செய்யப்பட்டிருந்தது. இப்படித்தான் ஒவ்வொரு துறையிலும் தலையீடுகள் இருந்ததை நடராஜனின் குறிப்புகள் உறுதி செய்தன. போக்கு வரத்துத்துறையைத் தனியாரிடம் ஒப்படைப்பது, ஜெயங்கொண்டம் பகுதியில் நிலக்கரி சுரங்கம் தோண்டுவது, கூடங்குளம் அணுமின்நிலைய பணிகளைத் தொடர்வது என பலவற்றிலும் 'குறிப்புகள்' தந்த யோசனைப்படி தான் பட்ஜெட் முழுமை பெற்றது.

'வி.ஆர்.என்.' என்ற இன்ஷியலுடன் நாவலர் நெடுஞ் செழியனுக்கு நடராஜன் எழுதிய மற்றொரு குறிப்பில், ஒடுக்கப்பட்ட இன மக்களின் ஜீவாதாரப் பிரச்சனையான இடஒதுக்கீடு பற்றியும், தனியார் கல்வி நிறுவனங்கள் பற்றியும் தேவையற்ற கருத்துக்களை எழுதியிருந்தார் நடராஜன். சாராய பிஸினஸ் பற்றியும் குறிப்பு இருந்தது.

இந்த அதிமுக்கிய தகவல்களுடன் ரகசிய இடத்தில் பத்திரிகைப் பணியை மும்முரமாக நாம் கவனித்துக்கொண்டிருந்த அதேவேளையில் ஜெ. அரசின் போலீஸ் படை நம்மைக் குறிவைத்து தேடிக்கொண்டிருந்தது. அலுவலகத்துக்குள் அவர்கள் நுழைய முடியாதபடி நாம் தடை வாங்கிவிட்டதால் ஆத்திரத்துடன் அடுத்த கட்ட மிரட்டல்களை ஆரம்பித்தனர். நாம் எங்கெங்கு அச்சிடு கிறோமோ அங்கெல்லாம் போலீஸாரின் படையெடுப்பு தொடர்ந் தது. முதலில் அவர்கள் முற்றுகையிட்ட இடம் நமது அச்சகராக செயல்பட்ட அய்யா கணேசனின் தனம் பிரிண்டர்ஸ். தீவிரவாதிகளைப் பிடிக்கப் போவதுபோல் திமுதிமுவென பிரிண்டர்சுக்குள் நுழைந்த போலீஸை தனக்கே உரிய துணிச்சலுடன் எதிர் கொண்டார் அய்யா கணேசன்.

"யார் நீங்கள்? எதற்காக என் பிரஸ்ஸினுள் இப்படி நுழைகிறீர்கள்?"

"நாங்கள் சி.பி.சி.ஐ.டி. போலீஸார். ஒரு விசாரணைக்காக வந்திருக்கோம்."

"என்ன விசாரணை?"

"நக்கீரன் இதழ் இங்குதான் அச்சிடப்படுகிறதா?"

"ஆமாம்!" -அய்யாவின் குரல் கம்பீரமாக ஒலித்தது.

"அச்சடித்துத் தருவதற்கான அறிகுறியே தெரியலையே!"

"நான் அச்சடித்து தருவதற்கு காண்ட்ராக்டை எடுத்துள்ளேன். எங்கு வேண்டுமானாலும் அச்சடிப்பேன்."

"எங்கெங்கு பிரிண்ட் செய்கிறீர்கள்?"

"அது உங்களுக்குத் தேவையில்லாத விஷயம்."

"எங்களோட வாங்க... மேல்அதிகாரிங்க உங்களை விசாரணை செய்துவிட்டு விட்டுடுவாங்க."

போலீஸ் புத்தியைச் சரியாகப் புரிந்து வைத்திருந்த அய்யா கணேசன் டென்ஷன் அடைந்தார்.

"நான் எதுக்கு சார் விசாரணைக்கு வரணும்? என்ன தப்பு செய்தேன்? அரெஸ்ட் வாரண்ட் வச்சிருக்கீங்களா? விசாரணைன்னு சொல்லி ஜீப்புல கூட்டிக்கிட்டு போய், ஏதாவது ஒரு இடத்திலே இறக்கி விட்ருவீங்க. அங்கே இருந்து நான் அலையணும்; அதானே."

சரமாரியாக வெடித்த வார்த்தைகளைக் கண்டு திகைத்துப் போன போலீஸார் சத்தமின்றித் திரும்பினர். "தம்பி கோபால்... நீ பின்வாங்கவே கூடாது. இந்த அக்கிரம ஆட்சியை எதிர்த்தே ஆகணும்" என அடிக்கடி என்னிடம் சொன்ன அய்யா கணேசன் அதே ஜெ. ஆட்சியின் இன்னொரு அடக்குமுறையில் எப்படி யெல்லாம் துன்பமடைந்தார், பலியானார் என்பதைப் பின்னர் விரிவாக விளக்குகிறேன். தனம் பிரிண்டர்ஸிலிருந்து தொங்கிய முகத்துடன் வெளியேறிய போலீஸார், நாம் எங்கெங்கு அச்சிடுகிறோமோ, அங்கெல்லாம் அத்துமீறி புகுந்தனர். நமது இதழின் பக்கங்கள் அச்சிட்டு வந்த தேனாம்பேட்டை 'பால்கன்' பிரஸ் திடீரென 20 பேர் அடங்கிய போலீஸ் படையால் முற்றுகை

யிடப்பட்டது. காவல்துறையினர் அனைவரும் மஃடியில் இருந்தனர்.

"இங்கே செக்ஸ் புக் அடிக்கிறதா எங்களுக்குத் தகவல் வந்தது. அதனாலே செக் பண்ணப்போறோம்" என்றபடி உள்ளே நுழைந்து அக்குவேறு ஆணிவேறாக அலசி ஆராய்ந்தது போலீஸ்படை. நடராஜனின் குறிப்புகள் எங்காவது இருக்கிறதா என தோண்டித் துருவி தேடுதல் வேட்டை நடத்தியது. நக்கீரன் தொடர்பான தடயம் எதுவுமே அவர்கள் கையில் சிக்கவில்லை. நீண்டநேர ஆராய்ச்சிக்குப் பிறகு வெறுங்கையுடன் வெளியே வந்து அச்சகத்தின் வாசலில் நின்றுகொண்டது காவல்துறை. நமது இதழின் அட்டையை அச்சிடும் பிரஸ்களையும் போலீஸ்படை விட்டுவைக்கவில்லை. அட்டை அச்சிடும் பணி நீண்டநேரம் பிடிக்கும் என்பதால் அதை நான்கு இடங்களில் நாம் அச்சிட்டு வந்தோம். மதுரவாயல், அம்பத்தூர், திருவல்லிக்கேணி, வண்ணாரப்பேட்டை இந்த நான்கு பகுதிகளிலும் நாம் அச்சிட்டு வந்த பிரஸ்களின் முகவரியைத் தேடியலைந்த காக்கிச்சட்டையினர் வெகுபாடுபட்டு கண்டுபிடித்து பிரஸ்களை முற்றுகையிட்டனர். மதுரவாயலில் உள்ள பார்வதம் கன்வெர்ட்சுக்குள் நுழைந்த போலீஸார் அங்கு இன்சார்ஜாக இருந்த மல்லேஸிடம் "ஜெ.ஆட்சியில் வாட்டர்கேட் ஊழல் என்ற தலைப்புள்ள நக்கீரன் அட்டையை நீங்கதானே பிரிண்ட் பண்ணினீங்க" என்று கேட்டனர்.

"ஆமா" என்றார் மல்லேஸ்.

"அது எவ்வளவு பெரிய தப்பு தெரியுமா?"

"அதெல்லாம் எங்களுக்குத் தெரியாது சார். எங்களுக்குத் தேவை ரிஜிஸ்ட்ரேஷன் நம்பர். அது நக்கீரனில் சரியா இருக்கு. எல்லாமே முறைப்படி இருக்கு; அதனாலே நாங்க பிரிண்ட் பண்றோம்."

"அந்த அட்டைக்கான பிளேட் இருக்கா?"

"இல்லை."

"அநாவசியமா அரசாங்கத்தோடு மோதாதீங்க. உங்க நல்லதுக்குத்தான் சொல்றோம். இனிமே நக்கீரனை பிரிண்ட் செஞ்சீங்க..." -வார்த்தையை முடிக்காமல் ஒருவித மிரட்டலோடு பிரஸ்ஸைவிட்டு வெளியேறியது போலீஸ் படை. திருவல்லிக்கேணி இந்திரா ஆப்செட்டிலும் இதேபோல் கெடுபிடிகள். எல்லா திசைகளிலும் போலீஸ் படையின் கண்காணிப்பு. அச்சகங்கள் அனைத்தும் மிரட்டப்படுகின்றன. மறுநாள் காலையில் பட்ஜெட் தாக்கல். நாம் அதற்கு முன் அந்த செய்தியை வெளியிட்டாக வேண்டும் என்ற துடிதுடிப்பு. ஆயிரம் பிரதிகளாவது அச்சிட்டு ஆள்வோரின் முகத்திரையைக் கிழிக்கவேண்டும் என்ற பரபரப்பு. எங்கு சென்றாலும்... நெருக்கடிகள், கெடுபிடிகள்... போலீஸ் துரத்தல்...

திட்டமிட்ட பவர்கட்டால் நக்கீரன் பட்டபாடு!

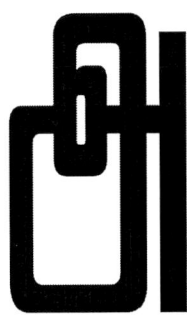

அச்சகங்களெல்லாம் ஆட்சியாளர்களால் மிரட்டப் பட்டிருந்ததால் நமது இதழை பிரிண்டிங் செய்வது பெரும்பாடாகிவிட்டது. தயார் செய்திருந்த பக்கங்களுடன் ஆட்டோவில் ஏறி இரவு நேரத்தில் நானும், தம்பிகளும் ஒவ்வொரு பிரஸ்ஸாக சென்றோம். எல்லா இடங்களிலுமே மஃப்டியில் போலீஸார் நின்றுகொண்டிருந்தனர். பொழுது விடிவதற்குள் இதழைக் கொண்டு வந்துவிட வேண்டும் என்ற பரபரப்பில் நான் சுழன்றுகொண்டிருந்தேன்.

வேளச்சேரியில் இருந்த ஒரு பிரஸ்ஸில் போலீஸ் கெடுபிடியில்லை. அங்கு அச்சிட தீர்மானித்தோம். போலீஸார் மோப்பம் பிடித்து வருவதற்குள் இதழ்களை அச்சிட்டாக வேண்டும் என்ற வேகத்துடன் வேலைகள் நடைபெற்றுக் கொண்டிருந்தன. சூரியன் உதயமானபோது சென்னை நகர கடைகளில் பட்ஜெட் ரகசியத்தை தாங்கிய நக்கீரன் இதழ் பளிச்சென தொங்கியது. சட்டமன்ற கூட்டத்தொடர் தொடங்குவதற்கு இரண்டு மணிநேரம் முன்பாக இதழை வெளியிட்டு வெற்றிகண்டோம். எம்.எல்.ஏ.க்கள்

பலர் அந்த பரபரப்பான இதழைக் கையில் பிடித்தபடி சட்டமன்றத்துக்குள் நுழைந்துகொண்டிருந்தார்கள். ஆட்சியிலிருந்த ஜெ.வுக்கு ஆத்திரம் பொங்கியது. பி.ஏ.பன்னீர் செல்வத்தைக் கூப்பிட்டு எகிறினார். அவரோ, ''அம்மா இது நடராஜன் சம்பந்தப்பட்ட விஷயம்'' என்றதும் சசிகலாவின் கணவர் நடராஜனை போனில் பிடித்து விசாரித்தார் ஜெ. அப்போதும் அவரது ஆத்திரம் தீரவில்லை. நிதிமந்திரியாக இருந்த நாவலர் நெடுஞ்செழியனை வரச்சொன்னார். "என்ன மிஸ்டர், வி.ஆர்.என். உங்களுக்கு எழுதிய லெட்டர் எப்படி இந்த நக்கீரனில் பப்ளிஷ் ஆனது? யார் கொடுத்தது?" என கோபமான குரலில் ஜெ.கேட்டதும் பெரியார்காலத்து அரசியல்வாதியான நாவலர் திக்கித் திணறினார்.

நாம் அடுத்த இதழுக்கான தயாரிப்புகளில் மூழ்கினோம். பரபரப்புடன் பணிகளில் ஈடுபட்டிருந்த வேளையில், டெலிபோன் தொடர்பு திடீரென அறுபட்டது. காரணம் புரியாமல் நாம் யோசித்த போது அலுவலக செக்யூரிட்டி அவசரமாக வந்து, "டெலி போன் கம்பத்துமேல ஒரு ஆள் ஏறி என்னவோ பண்ணிகிட்டிருக்காரு" என்றார். தம்பிகள் அவசர அவசரமாக வெளியே சென்று பார்த்தார்கள். டெலிபோன் டிபார்ட்மெண்ட்டைச் சேர்ந்த ஒரு ஆள், கம்பத்தின் மீது உட்கார்ந்துகொண்டு கேபிள்களைத் துண்டித்துக் கொண்டிருந்தார்.

"என்ன பண்றீங்க?"

"புது கனெக்ஷன் குடுத்திட்டிருக்கேன். கொஞ்ச நேரத்துல வேலை முடிஞ்சிடும்" ... அந்த ஆள் அப்படிச் சொன்னாலும், உண்மை என்ன என்பது எங்களுக்குப் புரிந்தது. மேலிடத்திலிருந்து வந்த உத்தரவை ஏற்று அதற்கான வேலைகளை டெலிபோன் துறையும் தொடங்கிவிட்டது. ஆட்சியாளர்களிடமிருந்து அடுத்து ஒரு பேரிடி நம்மைத் தாக்க இருக்கிறது என்பதை உணர்ந்து எச்சரிக்கையானோம்.

மாலை 5 மணி. எடிட்டோரியல் வேலைகள் மும்முரமாக நடந்துகொண்டிருந்த நேரத்தில் திடீரென கரண்ட் கட் ஆனது. வழக்கமான 'பவர்கட்' தான் என்று நாங்கள் சாதாரணமாக இருந்தோம். ஒருமணிநேரத்திற்கும் மேலாக கரண்ட் வராததால் மின்வாரியத்தை தொடர்புகொண்டார் தம்பி சுரேஷ்.

"மூணு மணி நேரத்தில் கரண்ட் வந்திடும்."

காத்திருந்தோம். கரண்ட் வரவேயில்லை. மின்வாரியத்திலும் சரியான பதிலில்லை. பணிகளை மறுநாள் பார்த்துக்கொள்ளலாம் என புறப்பட்டுவிட்டோம். அடுத்த நாளும் அதேநிலைதான். மீண்டும் மின்வாரியத்தைத் தொடர்புகொண்டபோது, "கேபிள் ஃபால்ட்... அதை சரிபண்ணிக்கிட்டிருக்காங்க; கரண்ட் வந்திடும்"

என பதில் மட்டும் வந்தது.

“எந்த இடத்தில் சரி பண்ணுறாங்க?”...- பதிலில்லை. அந்த ஒருநாள் முழுவதும் வெளிச்சமில்லாமல் வேலைகளை கவனித்தோம். மூன்றாவது நாளும் இருள் அடைந்து கிடந்ததால் நாங்கள் பொறுமையிழந்தோம். மின்வாரிய அலுவலகத்துக்கு சென்று புகார் புத்தகத்தில் பதிவு செய்தோம். ராமசாமி ஏ.இ.யைச் சந்தித்து நிலைமையை விளக்கியபோது, ‘‘வேலை வேகமா நடந்துக்கிட்டிருக்கு; முடிந்துவிடும்” என்றார். ஆனால் மூன்றாம் நாள் முழுவதும் இருள்தான். மாலையில் போன் செய்த ஏ.இ., “கோபாலண்ணன் இருக்காரா?” என்று கேட்க, டெலிபோன் லைன் என்னிடம் கொடுக்கப்பட்டது. “நாளைக்குக் காலையில வந்து சரி பண்ணிடுறோம்” என்றார். ஏ.இ. நான்காவது நாள் நமது அலுவலக வாசலில் கடப்பாரை, மண்வெட்டி போன்றவைகளின் சத்தம் காதைக் கிழித்தது. என்னவென்று பார்த்தபோது, மின்வாரிய ஆட்கள் தோண்டிக்கொண்டிருந்தனர். மண்ணைத் தோண்டி கேபிளை சரி செய்வதுபோல் பாவ்லா காட்டிக்கொண்டிருந்தனரே தவிர, கரண்ட் வருவதற்கான வழி எதுவும் தெரியவில்லை. “இந்த இடத்தில் சரியாகத்தான் இருக்கு. அதோ அந்த இடத்தில் பார்க்கலாம்” என்று 20 அடி இடைவெளி விட்டுத் தோண்டினர். பிறகு அங்கிருந்து இன்னொரு 10 அடி தூரத்தில் தோண்டினர்.

ஒவ்வொரு கட்டத்தையும் கவனமாக போட்டோ எடுக்கும்படி கதிரையிடம் சொன்னேன். போட்டோக்கள் அனைத்தும் பத்திரப்படுத்தப்பட்டன. மின்வாரிய ஆட்கள் இப்படித் தொடர்ந்து தோண்டிக்கொண்டிருந்ததால் நமது அலுவலகம் மட்டுமல்லாமல் கீழே உள்ள வீடு, பக்கத்தில் உள்ள காஜா பீடி கம்பெனி, ஜெயின் மார்பிள்ஸ், வெங்கடேஸ்வரா மனநல மருத்துவமனை, ஒரு இன்ஜினியரின் வீடு என மொத்தமாக ஆறு இடங்களிலும் ‘கரண்ட் கட்’ செய்யப்பட்டன. மனநல மருத்துவமனையில் இருந்த நோயாளிகளுக்கு சிகிச்சையளிக்க முடியாமல் டாக்டர்கள் பரிதவித்தது இன்னமும் கண்முன் நிற்கிறது.

ஈவிரக்கமற்ற முறையில் இருட்டாக்கி பணிகளை முடக்க நினைத்தது அரசு. நாம் கலங்கவில்லை. எமெர்ஜென்ஸி லைட்டுகளை வாங்கி வைத்துக் கொண்டு பணிகளைத் தொடர்ந்தோம். ஐந்தாம் நாளும் ஆறாம்நாளும் அதே கொடுமையான நிலைமைதான். மின்வாரிய அடிஷனல் டைரக்டர், சூப்பிரண்டெண்ட் ஆகியோரை தம்பி சுரேஷ் நேரில் சந்தித்து மனு கொடுத்தார். மனு எழுதப்பட்ட முறை ஒழுங்காக இல்லை என்று காரணம் சொன்னார்கள். மாற்றிக்கொடுத்தோம். ஆளாளுக்கு அரைமணிநேரம் வீணடித்துவிட்டு தங்களுக்கு மேல் உள்ள

அதிகாரிகளைப் பார்க்கச் சொன்னார்கள். அவர்கள் தட்டிக்கழிக்கிறார்கள் என்பதைப் புரிந்துகொண்ட சுரேஷ் அங்கிருந்தபடி எனக்குப் போன் செய்து, "யோசிக்கிறாங்க அண்ணே" என்றார். நான் அதிகாரிகளிடம் பேசினேன். "முடியாதுன்னு எழுதிக்கொடுத்திடுங்க; நான் பார்த்துக்கிறேன்" என்றேன். அதிகாரி தயங்கியபடியே ரிசீவரை வைத்துவிட்டு, "நான் என்ன செய்ய முடியும்; கரண்ட் கொடுக்கலேன்னு சொல்லி ஆசிரியர் கத்துறாரு, கரண்ட்டை கொடுக்காதேன்னு சொல்லி, மேலிடம் கத்துது. யார் பேச்சைக் கேட்கிறதுன்னு தெரியலையே!''என்று முணுமுணுத்ததை தம்பி சுரேஷ் கேட்டுவிட்டார். உடனடியாக எனக்கு போன்செய்து, ''அண்ணே... முக்கியமான விஷயம். நான் அங்கே வந்துகிட்டிருக்கேன்" என்று பரபரப்புடன் சொன்னார். ஆள்வோரின் உத்தரவுப்படிதான் கரண்ட் கட் செய்யப்பட்டுள்ளது என்பதை உறுதி செய்துகொண்டோம். அப்போது மின்சாரத்துறைக்கு அமைச்சராக இருந்த கண்ணப்பன்தான் இந்த அக்கிரமத்துக்கு முழுமையான காரணம். இனி நக்கீரன் வெளிவரவே கூடாது என்ற நோக்கத்தில் இந்த 'வெட்டு' வேலையைச் செய்ய உத்தரவிட்டிருந்தார். ஆனால் கண்ணப்பனின் முகத்தில் கரியைப் பூசிவிட்டு நமது இதழ் வெளியானது. இருட்டிலும் சோர்வடையாமல் நக்கீரன் டீம் சாதித்துக் காட்டியதால் ஆள்வோரின் வியூகம் மாறியது. நாம் அச்சிடும் இடங்களில் கைவைக்கத் தொடங்கினர். முதலில் அவர்கள் குறிவைத்த இடம் தனம் பிரிண்டர்ஸ். அய்யா கணேசன் தனது பணிகளில் மும்முரமாக இருந்தார். அங்கு வந்த மின்வாரிய ஊழியர்கள் அய்யாவைக் கூப்பிட்டு, "உங்க கேபிள் எந்த இடத்திலே இருக்குன்னு காட்டுங்க" என்றனர்.

மண்வெட்டி, கடப்பாரையுடன் வந்து நிற்கும் ஊழியர்களைப் பார்த்ததும் அய்யா கணேசனுக்குப் பொறி தட்டியது. தொல்லை கொடுக்க வந்திருக்கிறார்கள் என்பதை உணர்ந்து கொண்ட அய்யா, ''போங்கய்யா... இங்கே எல்லாம் ஒழுங்காதான் இருக்கு. அனாவசியமாக தோண்ட வேணாம்" என்று விரட்டியடித்தார். ஏமாற்றத்துடன் திரும்பிய ஊழியர்கள் மதிய சாப்பாட்டுக்காக அய்யா புறப்பட்டுப்போன சமயத்தில் மீண்டும் அங்கு வந்து, பிரஸ்ஸில் இருந்த பையனிடம் கேட்டு, கேபிளை துண்டித்துவிட்டுப் பறந்தனர். அட்டை அச்சிடும் 4 பிரிண்டிங்கிலும் இதேபோல் துண்டிப்பு வேலை நடந்தது. நமது இதழ்களை

பைண்டிங் செய்யும் குமார் என்பவரின் யூனியன் பைண்டிங் அலுவலகத்திலும், கரண்ட் கட் செய்யப்பட்டது. "இனி எவனும் நக்கீரனைத் தொடக் கூடாது" என்ற எச்சரிக்கையுடன் எல்லா இடங்களிலும் துண்டிப்பு வேலை நடந்தது. அந்த எச்சரிக்கைக்கு ஓரளவு பலனையும் ஆளுங்கட்சியினர் அறுவடை செய்தனர். நக்கீரன் இதழ்களை அச்சிட்டு வந்த பால்கன் பிரஸ்ஸில், "ஸாரி... இதற்குமேல் எங்களால் முடியலை" என்ற வார்த்தைகள் வெளிப்பட்டன. அச்சகங்களை மிரட்டி அச்சுறுத்தியதுபோல் குடும்பத்தினரையும் கலவரமடையச் செய்யவேண்டும் என ஜெ.அரசு செயல்படத் தொடங்கியது. என்

வீட்டிலும் கரண்ட் கட் ஆனது. வீட்டிலிருந்தவர்கள் மனம் தளரவில்லை. 'பெரிசு' சுந்தரை கெல்லீஸ் மின்வாரிய அலுவலகத்துக்கு அனுப்பி விசாரிக்கச் சொன்னேன். அங்கு சாந்தி என்ற பெண்மணி ஏ.இ.யாக இருந்தார். கரண்ட் கட் செய்யப்பட்டதற்கான நெருக்கடியைப் பற்றி சொன்ன அவர், பிறகு போனில் "ஸார்... எனக்கு அடுத்த மாசம் கல்யாணம்... தயவு செய்து என் பெயரை இழுத்துடாதீங்க" என்றார் பரிதாபமான குரலில். நமது அலுவலகத்துக்கு பக்கத்திலிருந்தவர்களெல்லாம் கரண்ட் கட் தொல்லைக்கு ஆளானதால் நமக்கு எதிராகத் திரும்புவார்கள் என்று அரசு எண்ணியது. அதற்கேற்ப செயல்பட்டது. நமது இடத்தின் சொந்தக்காரர் அய்யா விஜயகுமார், மின்வாரிய அலுவலகத்துக்கு புகார் கொடுக்கச் சென்றபோது, "எதுக்கு சார் ரிஸ்க் எடுக்குறீங்க... பேசாம நக்கீரனை காலி பண்ணிடச் சொல்லுங்க" என பிரஷர் கொடுத்தனர். ஆனால் அவர் சிறிதும் இடம் கொடுக்கவில்லை.

இப்படி எல்லா வாசல்களையும் அடைக்கும் முயற்சியில் ஜெ.அரசு ஈடுபட்டிருந்தபோது நக்கீரனை வெளியிட்டே ஆகவேண்டும் என்ற லட்சிய வெறியுடன் எங்கள் டீம் செயல்பட்டுக்கொண்டிருந்தது. ஐஸ்ஹவுஸில் உள்ள ஒரு பிரஸ்ஸில் அச்சிட முயன்றபோது அதன் உரிமையாளரே ஆளுங்கட்சியினருக்குத் தகவல் தெரிவித்து நம்மை மாட்டிவிட முயன்றார். லாவகமாக அங்கிருந்து வெளியேறி திருவல்லிக்கேணியில் உள்ள வெங்கடேஸ்வரா ஆப்செட் அச்சகத்திற்கு வந்தோம். அரசுக்கு சாதகமாக செயல்படும் நாளேடுகள் சில அங்குதான் அச்சிடப்பட்டு வந்தன. அதனால் நிச்சயமாக கரண்ட் கட் பண்ணியிருக்கமாட்டார்கள் என்ற நம்பிக்கையுடன் அங்கு சென்றோம். அந்த அச்சகத்தில் நக்கீரன் அச்சிடும் பணி ரகசியமாக தொடங்கியது. ஆனால் அந்த இடத்தையும் தேடிப்பிடித்து வந்து கரண்ட் கட் செய்துவிட்டுப் போனார்கள். இறுதியாக ஒரு முடிவுக்கு வந்தேன். அரசாங்க மின்சாரம் தேவையில்லை. ஜெனரேட்டரை பயன்படுத்தி இதழ்களைக் கொண்டுவந்தே தீரவேண்டும் என தீர்மானித்தேன். ஜெனரேட்டரை வாடகைக்கு எடுத்து, வெங்கடேஸ் வரா அச்சகத்தில் பிரிண்டிங் நடந்துகொண்டிருந்தது. இரவு 1-30 மணி. திடீரென 20 பேர் கொண்ட கும்பல் ஒன்று பயங்கர ஆயுதங்களுடன் வெங்கடேஸ்வரா அச்சகத்திற்குள் நுழைந்தது. ஆபத்தை உணராமல் அந்த ஜெனரேட்டர் இயங்கிக்கொண்டிருந்தது.

பேரம் பேசிய ஆட்சியாளர்கள்!

பயங்கர ஆயுதங்களுடன் உள்ளே வந்த கரைவேட்டி கும்பல் பிரஸ்ஸின் ஷட்டர்களை இழுத்து மூடியது. பிரஸ்ஸில் பணியாற்றிக்கொண்டிருந்தவர்கள் பதறிப் போனார்கள். உடனடியாக அவர்கள் சுதாரிப்பதற்குள் பணியாளர்கள் மீது தாக்குதலைத் தொடர்ந்தது அந்த கும்பல். பிரஸ்ஸில் இருந்த பொருட்கள் அடித்து நொறுக்கப்பட்டன. அந்த நேரத்தில் நமது நக்கீரன் தம்பிகள் அச்சகத்தின் உட்பகுதியில் ஸ்ட்ரிப்பிங் பணியில் ஈடுபட்டிருந்தனர். திடீர் சத்தமும், கலவரமும் அவர்களை உசுப்பிவிட, வேகமாக ஓடிவந்து கும்பலை சமாளிக்கும் முயற்சியில் இறங்கினார்கள். அச்சகம் முழுவதும் யுத்த களமாக இருந்த வேளையில் கும்பலைச் சேர்ந்த ஒருவன் பெட்ரோல் டின்னுடன் ஜெனரேட்டரை நோக்கிப் பாய்ந்தான்.

தம்பிகள் அவனை நோக்கி ஓடுவதற்கு முன்பாகவே ஜெனரேட்டரின் மீது பெட்ரோல் டின் கவிழ்க்கப்பட்டது. அடுத்த விநாடி தீக்குச்சி உரசும் சத்தம். கண்ணிமைக்கும் பொழுதில் ஜெனரேட்டர் தீப்பற்றி எரிந்தது. குபுகுபுவென பரவிய தீயை பார்த்ததும் அந்த கும்பல் சத்தம் போட்டுக்கொண்டே ஷட்டரைத் தூக்கிவிட்டு ஓடியது. தம்பிகளும், அச்சகப் பணியாளர்களும் விரட்டிச்சென்றனர். அந்தப்பகுதி முழுவதுமே கும்பலுக்குப்

பழக்கப்பட்ட பகுதி என்பதால் இருட்டுக்குள் மறைந்துவிட்டது.

தம்பிகள் திரும்பி வந்தபோது ஜெனரேட்டர் கருகியிருந்தது. ஆளுங்கட்சியினர் விடுத்த இந்த சவாலையும் சமாளிப்பது என தீர்மானித்தேன். அலுவலகத்தில் இயங்கிக்கொண்டிருந்த இன்னொரு வாடகை ஜெனரேட்டரை வெங்கடேஸ்வரா பிரஸ்ஸுக்குக் கொண்டு வந்தேன். இந்தமுறை நானும் தம்பிகளும் மிகவும் எச்சரிக்கையுடன் எந்தத் தாக்குதலையும் சமாளிக்கத் தயாரான நிலையில் இருந்தோம். ஆளும் வர்க்கமோ, ஜெனரேட்டரை எரித்தபின்பு எப்படி அச்சடிப்பார்கள் என்று பார்ப்போம் என்கிற மமதையில் இருந்தது. இரண்டாவது ஜெனரேட்டரை இயங்க வைத்தேன். சவால்களைச் சாதனையாக்கி அந்த இதழும் குறிப்பிட்ட நேரத்தில் வெளியானது. நமது விஸ்வரூபம் கண்டு ஜெ.அரசு மிரண்டுபோனது.

பவர்கட் என்ற மிகக்கொடூரமான பழிவாங்கும் செயலின் மூலம் நம்மை நசுக்க நினைத்த ஜெ. அரசை சட்ட ரீதியாகச் சந்திக்கவேண்டும் என முடிவெடுத்தேன். முறைப்படி ஒவ்வொரு அடியும் எடுத்து வைக்கப்பட்டது. அட்வகேட் பெருமாள் அவர்களின் உதவியுடன் நாளேடுகளில் ஒரு விளம்பரம் கொடுக்கப்பட்டது.

‘‘மின்சாரம் என்பது அத்தியாவசியமான ஒன்று. அதைக்கொடுப்பதற்கு எவ்வித தடையும் விதிக்கக்கூடாது” என உணர்த்தும் வகையில் மின்துறை அதிகாரிகளின் கவனத்திற்கு- ஒரு வேண்டுகோள் விளம்பரம் செய்தோம். அதுபோலவே வாசகர்களும் முகவர்களும் நமக்கு ஏற்பட்டுள்ள சங்கடங்களைப் புரிந்து ஆதரவளிக்கவேண்டும் என மற்றொரு விளம்பரமும் செய்யப்பட்டது.

மின்துறை அதிகாரிகளோ, மேலிடத்தில்தான் கேட்க வேண்டும் என்று சொல்லிவிட்டதால், அப் போதைய மின்துறை அமைச்சரான கண்ணப்பனை நேரில் சந்தித்து மனு கொடுக்கலாம் என தீர்மானிக்கப்பட்டது. ஆனால் அந்த மகா தைரியசாலியோ நம்மை பார்ப்பதற்கே பயந்துகொண்டு, வீட்டுக்குள்ளேயே இருந்தபடி, ‘இல்லை’ என்று பி.ஏ.மூலம் சொல்லியனுப்பிவிட்டார். இனி நீதிமன்றத்திற்குச் செல்வதுதான் இப்பிரச்சனைக்கு நிரந்தரத்தீர்வு என்ற தீர்மானத்துடன் ஹைகோர்ட்டுக்கு செல்ல முற்பட்டோம்.

ஆனால் அப்போது கிறிஸ்துமஸ் விடுமுறை. ஜனவரியில்தான் கோர்ட் மீண்டும் செயல்படத் தொடங்கும். அதற்குள்ளாகவாவது மின்துறையினர் நமக்குக் கரண்ட் இணைப்பு தருவார்கள் என எதிர் பார்த்தோம். நமது விளம்பரத்தில் கொடுக்கப்பட்டிருந்த 15 நாள்

அவகாசம் முடியும்வரை பொறுத்திருந்தோம். ஆனால், மின்துறையினர் எவ்வித நடவடிக்கையிலும் ஈடுபடுவதாகத் தெரியவில்லை. ஜனவரி 3-ந் தேதி நமது ரிட் மனு விசாரணைக்கு வந்தது.

முதல்முறை மின்துறைக்கு அவகாசம் கொடுத்த நீதிபதி, இரண்டாம் முறையும் அவர்கள் அவகாசம் கேட்டபோது கடுங்கோபம் கொண்டார். "Admit and issue private notice returnable within a week" என உத்தரவிட்டார். நக்கீரனுக்கு பவர்கட் செய்தது தொடர்பாக கோர்ட் அளிக்கும் நோட்டீசுக்கு ஒருவாரத்திற்குள் பதில் அளிக்கவேண்டும் என உறுதியான குரலில் தெரிவித்தார் நீதியரசர்.

கோர்ட் கொடுத்த சம்மட்டி அடியால் மண்டை வீங்கிப்போன மின்துறை அதிகாரிகள் சமாதானக்கொடியை பறக்கவிட்டபடி நம்மிடம் வந்தனர். புறாவிடம் சமாதானம் பேசலாம்; பூநாகங்களிடம் சமாதானம் பேசுவதா? நாம் எச்சரிக்கை உணர்வுடன் செயல்பட்டோம். மின்துறை அதிகாரிகளோ கோர்ட் தீர்ப்பு தமக்கு எதிராக அமையும் என்ற பயத்தில், எப்படியாவது நமக்குக் கரண்ட் கனெக்ஷன் கொடுப்பதற்குத் தவித்தனர். அலுவலக வாசலில் வரிசையாக தோண்டப்பட்டிருந்த குழிகளில் எந்தக் குழியில் உள்ள கேபிளை துண்டித்தனரோ அதை சரிசெய்வதற்காக ஒவ்வொரு ஊழியர்களாக வந்தனர். நாம் வேண்டுகோள் வைத்தபோதும், மனு கொடுத்தபோதும் மிகவும் அலட்சியமான மனப்பான்மையுடன் செயல்பட்ட மின்துறை அதிகாரிகள், இப்போது கோர்ட் தீர்ப்புக்கு பயந்து, கரண்ட் கனெக்ஷன் கொடுக்க நினைப்பதை நம்மால் ஒத்துக்கொள்ள முடியவில்லை. சட்டத்தின் முன்பு இவர்கள் தண்டிக்கப்படாவிட்டால் 20 நாட்களுக்கும் மேலாக நாம் நடத்திய போராட்டம் வீணாகிவிடும். அதற்கு அனுமதிக்கக்கூடாது என நினைத்தேன்.

அதனால், ஒரு லாரியை பிரேக் டவுனுக்குள்ளாக்கி அதைச் சரியாக அந்த குழிக்கு மேல் நிறுத்திவைத்தோம். கனெக்ஷன் கொடுப்பதற்காக வந்த அதிகாரிகள், எந்த குழியில் கேபிள் துண்டிக்கப்பட்டது என்பதை மறந்துவிட்டபடியால் ஒவ்வொரு குழியாகத் தோண்டித் தோண்டி மூடினர். மின்வாரியத்தின் ஒவ்வொரு நடவடிக்கையையும் நாம் வீடியோவில் பதிவு செய்து கொண்டோம். விடிய, விடிய குழிதோண்டி தேடிய போதும், அவர்களால் துண்டிக்கப்பட்ட கேபிளைக் கண்டுபிடிக்க முடியவில்லை. இரவு முழுவதும் போராடிப் பார்த்துவிட்டு பொழுது விடிந்ததும் புறப்பட்டுப் போனார்கள். எல்லாவற்றையும் வீடியோ கேமராவிலும், ஸ்டில் கேமராவிலும் பதிவுசெய்து

கொண்டோம்.

நீதிமன்றத்தில் அனைத்து ஆதாரங்களும் ஒப்படைக்கப் பட்டன. அவற்றைப் பார்த்த நீதிபதி எச்சரிக்கை தொனிக்கும் வார்த்தைகளுடன் மின்வாரியத்திற்கு உத்தரவிட்டார். அதன்பிறகே மின் வாரியம் ஒழுங்காக நடந்துகொள்ளத் தொடங்கியது.

ஹைகோர்ட் தீர்ப்பு நமக்கு சாதகமாக அமைந்தாலும், இத்தனை நாள் துன்பங்களுக்கு ஈட்டுத்தொகை பெற வேண்டும் என்ற முடிவுடன் 'ஸ்டேட் கன்ஸ்யூமர் கவுன்சிலில்' முறையிட்டோம். அட்வகேட் பெருமாள்தான் அதற்கான மனுவைக் கன்ஸ்யூமர் கவுன்ஸிலில் ஃபைல் செய்தார்.

மூன்று நீதியரசர்கள் அந்த வழக்கை விசாரித்தனர். நமது வழக்கின் உண்மை நிலையை ஏற்கனவே அறிந்திருந்த நீதிபதி காதர், ஒப்பன் கோர்ட்டில் மின்வாரிய உயர் அதிகாரி ஒருவரைக் கடுமையாக எச்சரித்தார். "பத்திரிகை என்றால் உங்களுக்கு விளையாட்டாகப் போய்விட்டதா? அவர்கள் வாராவாரம் இதழை வெளிக்கொண்டுவர வேண்டும். அதற்கு இடையூறாக நீங்கள் நடந்துகொண்டது மிகவும் கண்டிக்கத்தக்கதாகும். இது தொடரு மானால் உங்கள் பணியை நீங்கள் இழக்க வேண்டியிருக்கும்" என அழுத்தமாகக் கூறினார். நீதியரசரின் வார்த்தைகள் நமது போராட்டத்திற்கு அர்த்தம் கொடுப்பதாக அமைந்திருந்ததால் நமக்கு மிகவும் நிம்மதியாக இருந்தது. ஆட்சியாளர்கள் மேற்கொள்ளும் நடவடிக்கைக்கு அதிகாரிகள்தான் வாங்கிக்கட்டிக் கொள்கிறார்கள் என்பதற்கு இந்தச் சம்பவம் ஒரு சாம்பிள்.

விசாரணையின் இறுதியில் "பழிவாங்கும் போக்குடன் அரசு செயல்பட்டிருக்கிறது என்பது உறுதியாகிறது. அதனால் இந்த வழக்கை சிவில் கோர்ட்டுக்கு கொண்டுபோகும்படி இரண்டு நீதிபதிகளும், "நஷ்ட ஈடாக அரசு சார்பில் 25,000 ரூபாய் தரவேண்டும்" என ஒரு நீதிபதியும் தீர்ப்பளித்தனர். அந்த தீர்ப்பில் நமக்கு முழுத் திருப்தி ஏற்படாததால் டெல்லியில் உள்ள கன்ஸ்யூமர் கவுன் சிலுக்கும் இவ்வழக்கை கொண்டுசெல்ல தீர்மானித் தோம். அங்கும், இது அரசின் பழிவாங்கும் போக்கு என சுட்டிக்காட்டிய நீதிபதிகள், இவ்வழக்கை சிவில் கோர்ட்டுக்கு கொண்டு செல்லும்படி கூறினர். இது போன்ற வழக்குகளை சிவில் கோர்ட்டுக்குக் கொண்டுசெல்வதென்றால் கன்ஸ்யூமர் கவுன்சிலுக்கு என்னதான் அதிகாரம் உள்ளது என்பதைத் தெளிவுபடுத்த வேண்டும் என்ற அடிப்படையில் இவ்வழக்கை நாம் சுப்ரீம் கோர்ட்டுக்குக் கொண்டு சென்றோம்.

இதற்கிடையே ஜெனரேட்டர் உதவியுடன் வெங்கடேஸ்வரா அச்சகத்தில் ஒரு இதழை அச்சிட்டதுபோல் தொடர்ந்து அங்கு அச்சிடுவது சாத்தியமாகாது. அரசின் தடைகள் தொடர்கதை யாகிவிடும் என்பதால் அடுத்த இதழை சிந்தாதிரிப்பேட்டையில் உள்ள பார்வதி பப்ளிகேஷன்ஸ் என்ற அச்சகத்தில் அச்சிட்டு வெளிக்கொண்டு வந்தோம். நமது கழுத்தை நெரித்து, மூச்சை அடக்க நினைத்த ஜெ. அரசின் திட்டங்கள் தவிடுபொடியாகின.

நக்கீரன் கோபால்

அடிக்க, அடிக்க உயரும் பந்துபோல நாம் எழும்பியதால் ஆள்வோரின் அணுகுமுறைகளிலும் மாற்றம் ஏற்பட்டது.

முதன்முதலில் அவர்கள் சாதகமான அணுகுமுறையைத்தான் கையாண்டு பார்த்தார்கள். "கோபால் அண்ணன் இருக்காரா?" என்று ஒரு போன் வந்தது. என்னை நடராஜன் அழைப்பதாகவும், மவுண்ட்ரோட்டில் உள்ள ஒரு கிளப்புக்கு வரவேண்டும் என்றும் தெரிவிக்கப்பட்டது. நான் மறுத்துவிட்டேன்.

அதன்பிறகு அவர் தரப்பிலிருந்து வந்தவர்கள் "18 கோடி ரூபாய் தருவதாக"த் தெரிவித்தார்கள். எனது பார்வையே அவர்களை விரட்டிவிட்டது. அடுத்து வந்தது செங்கோட்டையன் தரப்பி லிருந்து தூது. "8 பஸ்கள் தருவதாகவும், ஆளுங்கட்சியை விமர்சிக்க வேண்டாம்" என்றும் சொல்லப்பட்டது. தூது வந்தவர்கள் தோல்வியுடன் திரும்பினர்.

நக்கீரனின் ஆதாரப்பூர்வமான விமர்சனங்களைத் தாங்கிக்கொள்ளும் திராணியில்லாத அன்றைய ஆட்சியாளர்கள் போன் மூலம் மிரட்டத் தொடங்கினர். அனாமத்தான போன்கள், வீட்டிலுள்ளவரை பயமுறுத்தும். அச்சில் ஏற்ற முடியாத வார்த்தைகளால் அ.தி.மு.க. அமைச்சர்களே பேசினர். அப்போதும் நமது போராட்ட குணத்தை நாம் இழக்கவில்லை.

அதைத்தொடர்ந்துதான் நம்மைச் சிறையில் அடைத்துக் கொடுமைப்படுத்தினார்கள். கலங்கவில்லை நாம். நம்முடன் பணியாற்றுபவர்களை மனரீதியாக அச்சுறுத்தவேண்டும் என்பதற்காக வெடிகுண்டு புரளி மூலம் அலுவலகம் முழுவதும் சோதனை நடத்தினர்.

இந்த அலுவலகத்தில் வேலை பார்த்தால் அடிக்கடி இப்படிப்பட்ட சம்பவங்களைச் சந்திக்க நேரும் என பயந்து தம்பிகள் ஓடிவிடுவார்கள் என்பது ஆட்சியாளர்களின் கணக்கு. அதையும் தாங்கிக்கொண்டு நமது லட்சியப்பயணத்தைத் தொடர்ந்தோம்.

நமது இதழை அச்சிட்டுத் தந்தவர்கள் மிரட்டப்பட்டனர்; பயனில்லை.

கரண்ட் கட் எனும் மோசமான பழிவாங்கலும் நமது உறுதியைக் குலைத்துவிடவில்லை. ஜெனரேட்டர் எரிப்பு என்ற நிலைக்கு அவர்கள் வந்தபோதும் நமது இதழ்கள் தொடர்ந்து வந்தன. ஆத்திரம் தலைக்கேறிய ஆட்சியாளர்கள் நக்கீரனை நசுக்க வேண்டும் என்ற மிருக வெறியுடன் அடுத்த வியூகம் வகுத்தனர்.

பேப்பர் சப்ளையரை மிரட்டிய சசிகலா!

நக்கீரன் ஒன்றும் கோடி கோடியாய் பணத்தைக் குவித்து வைத்துக்கொண்டு தொடங்கப்பட்ட பத்திரிகையல்ல. லட்சியத்தில் உறுதி கொண்ட டீமும், சப்ளையர்கள், முகவர்கள், கடைக்காரர்கள்களின் ஒத்துழைப்பும்தான் நக்கீரனின் மகத்தான வெற்றிக்கு அடித்தளம். எவ்வித பிரதி பலனும் எதிர்பார்க்காமல், 'நக்கீரன்' டைட்டிலை நமக்கு வழங்கிய க.சுப்பு, தனம் பிரிண்டர்ஸ் அய்யா கணேசன், பத்திரிகை வெளியிடுவதற்கான தொகையில் பாதித்தொகையை விழுங்கக்கூடிய பேப்பர்களை நான்கு வார கடனுக்கு வழங்கிய வெங்கடேஸ்வரா பேப்பர் கட்டிங் நிறுவனத்தின் உரிமையாளர் பெரியவர் ஆழ்வார், பிரிண்ட்டிங் பணிகளைக் கவனித்த பால்கன் அச்சக பெரியவர் பலராமன், பிராசஸிங் செய்து கொடுத்த நடராஜா கிராபிக்ஸ் பத்மராஜன், ஹைடெக் ராஜேந்திரன், பைண்டிங் குமார்- இப்படி பல ஆதரவுக்கரங்கள் நம்மை அரவணைத்துக் கொண்டபோது அரசின் கொடுமைகளால் பட்டகாயங்களின் வலி மறந்துபோனது. இந்த சப்ளையர்களின் மீது ஜெ. அரசு குறிவைக்கத் தொடங்கியது. கரண்ட் கட் என்ற மகா கொடுமையை அடுத்து- ஆட்சியாளர்களின் கொடூர புத்தி இந்தப் பாதைக்கு திரும்பியது.

அடுத்த இதழுக்கான வேலைகள் நடந்துகொண்டிருந்த நேரம். பேப்பர் எடுத்து வந்து பிரிண்டிங் செய்வதற்கு தயாராகிக் கொண்டிருந்தோம். நமக்குப் பேப்பர் சப்ளை செய்யும் பெரியவர் ஆழ்வாரவர்கள் என்னை அழைப்பதாக தகவல் வந்தது. நக்கீரனின் தொடக்கக் கட்டத்தில் மிகவும் ஆதரவாக இருந்த அந்த பெரியவரின் உதவிகளை மனதுக்குள் அசைபோட்டபடி புறப்பட்டேன். பணத்தைப் பற்றி பெரிய அளவில் நெருக்கடி கொடுக்காமல் பேப்பர் சப்ளை செய்துகொண்டிருந்தார். நக்கீரனின் வளர்ச்சி பற்றியும் அடிக்கடி கேட்டு தெரிந்துகொள்வார். நான் மிகவும் மரியாதை வைத்திருக்கும் அந்த மனிதரை நேரில் சந்தித்தேன்.

"கோபால்... பாக்கியை செட்டில் பண்ணிடுங்க. அப்பதான் என்னால பேப்பர் தரமுடியும்." -அவரின் வார்த்தைகளால் நான் அதிர்ந்துபோனேன்.

"இந்த ஆட்சியில் நாங்கள் படும் கஷ்டங்களை சட்டரீதியாகச் சமாளிக்கவே நாங்கள் சக்திக்கு மீறி செலவு செய்ய வேண்டியிருக்கும். அதையும் தாண்டித்தான் பத்திரிகையை நடத்திக்கிட்டிருக்கோம். இப்ப திடீர்னு பழைய பாக்கியை கட்டச் சொன்னீங்கன்னா எப்படி? ஒண்ணு, ரெண்டு இல்லையே... 10 லட்ச ரூபாய் உடனடியா எப்படிக் கட்ட முடியும்?"

"உங்க நிலைமை எனக்கும் புரியுது. ஆனா எனக்கு வேறு வழியில்லை. அதனால செட்டில் பண்ணிடு."

"ஒரே நாளில் அவ்வளவு தொகையை செட்டில் பண்ணுறது ரொம்ப கஷ்டம். டயம் கொடுங்க... கொஞ்சம் கொஞ்சமா மூன்று மாதத்தில் செட்டில் பண்ணிடுறேன். நீங்க வழக்கம்போல் பேப்பர் சப்ளை பண்ணுங்க."

"இல்லை... காலையிலே ரூபாய் கொடுத்தால்தான் பேப்பர் சப்ளை பண்ணமுடியும்."

அந்த பெரியவரிடமிருந்து அப்படிப்பட்ட வார்த்தைகளை நான் எதிர்பார்க்கவேயில்லை. எப்போதும் மிகவும் தாராளமாக பேப்பர் சப்ளை செய்யும் அவர், இன்று மட்டும் எதற்காக இவ்வளவு கறாராக பேசுகிறார் என்பது புரியாமல் நான் தயங்கி நின்றேன். என்னுடைய தயக்கத்தைப் பார்த்த அவர், "பணத்துக்கு ஏற்பாடு பண்ணுங்க கோபால்" என சொல்லிவிட்டு, பேச்சுவாக்கில் ஒரு முக்கியமான விஷயத்தைச் சொல்ல ஆரம்பித்தார்.

"நக்கீரனுக்கு பேப்பர் சப்ளை செய்வதால்தான் எனக்கு இவ்வளவு கஷ்டம். வெளியே சொல்லமுடியாத அளவுக்கு கஷ்டப்படுறேன். நீ என்கிட்டே ஏற்கனவே கொடுத்த 'செக்'கையெல்லாம் சின்னம்மாகிட்டே (சசிகலா) கொடுத்திடப்

போறேன். பாக்கியை வசூல் பண்ணிக்கும்படி அவங்ககிட்டே சொல்லிடப்போறேன். என்மேல வருத்தப்படவேண்டாம்" என்றார்.

"எங்களுக்கு பேப்பர் சப்ளை செய்யாததற்கும், சின்னம்மாகிட்டே 'செக்'கை ஒப்படைக்கிறதுக்கும் என்ன சம்பந்தம்?" என்று அவரிடம் கேட்டுவிட்டு, நான் வெளியேறினேன். அவர் அமைதியாக இருந்தார்.

பெரியவர் ஆழ்வாரை சந்தித்துவிட்டு வந்தபிறகு எனக்குள் ஆயிரம் கேள்விகள். எதற்காக அவர் திடீரென பணத்தை செட்டில் செய்யச் சொன்னார்? 'செக்'கை சின்னம்மாவிடம் கொடுத்து வசூலிக்கச் சொல்லப்போவதாகக் கூறினாரே. ஏன்? அவருக்கு என்ன நெருக்கடி....?- எனக்குள் எழுந்த கேள்விகளுக்கு விடைகாணும் முயற்சியில் இறங்கியபோதுதான் அதிர்ச்சிகரமான பல தகவல்கள், அடுக்கடுக்காக வெளியாகத் தொடங்கின.

பெரியவரின் அலுவலகத்துக்குள் தேவையில்லாமல் வணிக வரித்துறை அதிகாரிகள் இரண்டு மூன்றுமுறை நுழைந்து 'ரெய்டு' என்ற பெயரில் அதம் பண்ணியிருக்கிறார்கள். எதையெதையோ தேடிப்பார்த்துவிட்டு கேஸ் போடப்போவதாகவும் மிரட்டிவிட்டு சென்றிருக்கிறார்கள். அதன்பிறகு ஆள்வோர்களிடமிருந்து அவருக்கு அழைப்பு வந்தது. ஆரம்பத்தில் அவர் சாதாரணமாக அதை நினைத்து சும்மா இருந்துவிட, மீண்டும் மீண்டும் அழுத்தமாக அழைப்பு வந்தது. இவர் போய் பேசியபோது, பல வழிகளிலும் நெருக்கடி கொடுக்கத் தொடங்கியிருக்கிறார்கள். "நக்கீரனுக்கு இனிமேல் பேப்பர் கொடுக்கக்கூடாது. அதைவிட அதிகளவுக்கு நாங்க 'நமது எம்.ஜி.ஆர்.' பத்திரிகைக்கு ஆர்டர் தர்றோம்" என்று தெரிவித்தனர்.

பெரியவர் யோசித்தபடியே தனது அலுவலகத்துக்குத் திரும்ப, போயஸ் தோட்டத்திலிருந்து கூப்பிட்டதாகத் தகவல் தெரிவிக்கப்பட்டுள்ளது. இரண்டு, மூன்று முறை அவரை தோட்டத்திற்கு அழைத்து மிரட்டினர். இத்தனை திசைகளிலிருந்தும் கடும் நெருக்கடி தரப்பட்டதால் வேறு வழியின்றி நம்மிடம் கறாராக நடந்துகொள்ள வேண்டிய நிலைக்குத் தள்ளப்பட்டார் அப்பெரியவர். பணத்தாலோ, கரண்ட் கட் போன்ற நடவடிக்கைகளாலோ பணிய வைக்கமுடியாத நமது சப்ளையர்களை அரசாங்கம் இதுபோன்ற வழிகளில் மிரட்டத் தொடங்கியது.

இந்த சவாலையும் எதிர்கொள்ள என்னைத் தயார் படுத்திக் கொண்டேன். அடுத்தநாளே, பாண்டிச்சேரிக்குப் பயணமானேன். அங்குள்ள பேப்பர் மில்லுக்கு நேரடியாகச் சென்று அதிக விலை கொடுத்து பேப்பர் வாங்கி வந்து, குறிப்பிட்ட நேரத்தில் நக்கீரன்

இதழை வெளியிட்டு, ஜெ. அரசின் முகத்தில் மீண்டும் ஒருமுறை கரி பூசினோம்.

அதே காலகட்டத்தில் அரெஸ்ட் மற்றும் கரண்ட் கட் மூலம் நம்மைப் பழிவாங்கிய ஜெ. அரசின் கொடுங்கோலாட்சி முறையை டெல்லி அரசும் தெரிந்துகொண்டு நடவடிக்கை எடுக்க வேண்டும் என்ற நோக்கத்தில் நமது செயல்பாடுகளைத் தொடங்கினோம். தம்பி காமராஜை டெல்லிக்கு அனுப்பி, பிரதமரைச் சந்தித்து மனு கொடுக்க ஏற்பாடு செய்யப்பட்டது. தம்பியுடன் திருச்சி வேலுச்சாமியும் சென்றார்.

அப்போது சு.சாமி தமிழக அரசியல் பக்கம் வராத நேரம். டெல்லி பாலிடிக்ஸில் நரசிம்மராவுக்கு இணையான செல்வாக்குடன் திகழ்ந்துகொண்டிருந்தார். அவர் மூலமாக பிரதமரைச் சந்திக்க ஏற்பாடு செய்யப்பட்டு, அப்பாயின்ட்மென்ட்டும் பெறப்பட்டது. ஆனால் கடைசி நேரத்தில், சில முக்கிய காரணங்களால் அப்பாயின்ட்மென்ட் தள்ளிப்போனதால் சு.சாமியிடமே மனுகொடுத்து, பிரதமரிடம் ஒப்படைத்துவிடும்படி தெரிவித்தார் தம்பி காமராஜ். டெல்லியில் உள்ள பத்திரிகையாளர்களிடமும் ஜெ. அரசின் கொடுங்கோல் தன்மை விவரிக்கப்பட்டது. டெல்லி பத்திரிகைகளில் நக்கீரனுக்கு ஆதரவான குரல் பலமாக ஒலித்தது.

ஆனாலும் ஜெ.அரசின் பழிவாங்கும் நடவடிக்கைகள் தொடர்ந்துகொண்டுதான் இருந்தன. அலுவலக ஊழியர்களை பயமுறுத்தும்படியான நடவடிக்கைகள், அச்சகங்களுக்குக் கரண்ட் கட், சப்ளையர்களுக்கு மிரட்டல் என்ற வரிசையில் அவர்கள் அதிகமாகக் குறிவைத்தது என் குடும்பத்தினர் மீதுதான்.

நான் அலுவலகத்திற்கு வந்திருக்கும் நேரம் பார்த்து, வீட்டு ஜன்னலின் மீது ஆசிட்

முட்டையை சரமாரியாக வீசிவிட்டு ஓடி ஒளிந்தது ஒரு கும்பல். அதைத் தொடர்ந்து டெலிபோன்களில் மிரட்டல் குரல்கள். "உன் வீட்டுக்காரர் இனி மேல் வரமாட்டார். வெள்ளைப் புடவை வாங்கி வச்சுக்க" என்று என் மனைவியை பயமுறுத்தத் தொடங்கினார்கள். குடும்பத்தில் உள்ளவர்களுக்கு மன உளைச்சலை ஏற்படுத்தி, அதன்மூலம் எனது பணியை கட்டுப்படுத்தி நக்கீரனை முடக்கவேண்டும் என்பதே ஆட்சியாளர்களின் முக்கிய நோக்கமாக இருந்தது.

என்னால் என் குடும்பத்தினருக்கு ஏற்படும் தொந்தரவுகளிலிருந்து பாதுகாப்ப தற்காக என் மனைவியை அவரது தாய் வீட்டிலோ உறவினர்கள் வீட்டிலோ கொண்டுபோய் விட்டுவிடுவேன். இருவரும் சந்திப்பதென்பது அரிதாகிவிட்டது. என் அப்பா, அம்மாவை, அக்கா, தங்கை யையும்கூட என்னையோ, என் தம்பியையோ பார்ப்பதற்காக இங்கே வரவேண்டாம் என சொல்லிவிட்டேன். இந்திய பத்திரிகைகள் பற்றிய செய்திகளுடன் ஜெனீவாவிலிருந்து வெளியாகும் 'விதுரா' என்ற ஆங்கில ஏட்டில் 'ஸ்டேட்ஸ்மென்' ராஜப்பா, நானும் நக்கீரன் டீமும் தினந்தோறும் சந்திக்கும் போராட்டங்களைப் பற்றி ஒரு பக்க கட்டுரை எழுதியிருந்தார். அதில், என் குடும்பத்தினர் மீது ஆள்வோர் நடத்தும் தாக்குதல் பற்றி உணர்வுபூர்வமாக வெளியிடப்பட்டிருந்தது.

நக்கீரனையும், தம்பிகளையும் எனது குடும்பமாகக் கருதும் நான், என் தனிப்பட்ட குடும்பத்திற்கு வரும் மிரட்டல்களுக்காக

லட்சியத்தை விட்டுக்கொடுக்க தயாராக இல்லை. புதிய புதிய போர்க்களங்களைச் சந்தித்துக்கொண்டேயிருந்தேன். பார்வதி பப்ளிகேஷனில் நக்கீரன் இதழ்கள் அச்சிடப்பட்டதை மோப்பம் பிடித்த அரசு, உடனடியாக அங்கே தனது போலீஸ்படையை ஏவியது. அடுத்த இதழுக்கான படிவங்கள் அச்சாகிக் கொண்டிருந்தன. அச்சகத்துக்குள் 'திமுதிமு'வென நுழைந்த போலீஸ்படை அங்கிருந்த 2 லட்சம் படிவங்களையும் கைப்பற்றி அள்ளிக்கொண்டு போனது. இந்த மாபெரும் தாக்குதலால் பார்வதி பப்ளிகேஷன்ஸ் உரிமையாளர் ஹரிராமன் தயங்க ஆரம்பித்தார்.

வேறு இடத்தை தேடத்தொடங்கினேன். சென்ற இடங்களில் எல்லாம் 'மறுப்பு' மட்டுமே பதிலாக வந்தது. ஒரு சில அச்சகங்களில் 'நக்கீரன் இங்கே அச்சிடப்படமாட்டாது' என்றும், 'நக்கீரன் சம்பந்தமான வேலைகளை ஏற்பதில்லை' என்றும் போர்டு எழுதி வைத்தனர். 'முடிவெட்டும் கடைக்குள் பெரும் வியாதியஸ்தன்' நுழைவதைப்போல நம்மை பார்க்கத் தொடங்கினர்.

ஜெ.அரசின் இரும்புக்கரங்களால் நம்மை எதுவும் செய்துவிட முடியாது என்ற உறுதியான நம்பிக்கை எனக்குள் ஆழமாக பரவியிருந்தது. இந்த தர்மயுத்தத்தில் இறுதி வெற்றி நமக்குத் தான் என்பதை தீர்க்கமாக நம்பினேன். அடுத்த இதழை எப்படியும் குறித்த நேரத்தில் கொண்டுவந்துவிடவேண்டும். சடாரென முடிவெடுத்தேன்.

நக்கீரனை பிளக்க நடந்த சூழ்ச்சி!

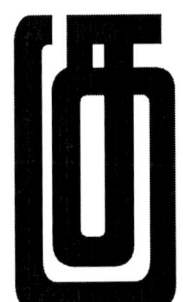

குங்குமம் பப்ளிகேஷன்ஸை தொடர்பு கொண்டேன். அப்போதைய எதிர்க்கட்சியான தி.மு.க.வின் தலைவருடைய குடும்ப நிறுவனம் என்பதால்- அங்கிருந்து, ஆளுங்கட்சியின் அராஜகத்தை எதிர்த்து அச்சிடுவது என தீர்மானித்தேன். குங்குமம் பப்ளிகேஷன்ஸின் நிர்வாக இயக்குநராக இருந்த கலாநிதி மாறனைத் தொடர்பு கொண்டேன். அவர் அச்சிட்டுத்தர ஒப்புக்கொண்டார். நக்கீரன் இதழ்கள் குறித்த நேரத்தில் வாசகர் கைகளில் தவழ்ந்தன. எதிர்க்கட்சிக்குச் சொந்தமான நிறுவனத்துக்குள் போலீஸ் படையை அனுப்ப ஆளுங்கட்சித் தயங்கிய காரணத்தால் நமது இதழ்களை அச்சடிப்பதில் தாமதம் எதுவும் ஏற்படவில்லை. நாம் மேற்கொண்ட இந்த முடிவை 'சரியான சாணக்கியத்தனம்' என்று நமது நலன்விரும்பிகள் அனைவரும் பாராட்டினர். அதேநேரத்தில் ஆள்வோரின் 'கிரிமினல்' மூளை நம்மை நசுக்குவது பற்றியே யோசித்துக்கொண்டிருந்தது. அவர்கள் தொடுத்த ஒவ்வொரு அம்பும் முனை முறிந்து வீழ்ந்ததால் புதிய பாணம் தொடுக்க முடிவு செய்தனர். அது நக்கீரன் டீமை உடைக்க வேண்டும் என்பதுதான். நாம் உருவாக்கியுள்ள அந்த உறுதியான கோட்டையை உடைப்பது அவ்வளவு சுலபமல்ல என்பதால் பிரித்தாளும் சூழ்ச்சியை கைக்கொள்ள முடிவு செய்தனர்.

நடராஜன் தனது மீடியேட்டர் ஒருவர் மூலம் வலைவீசத் தொடங்கினார். பலகீனமானவர்களைத் தன்பக்கம் இழுத்து அதன்மூலம் நக்கீரனை ஒழிக்கவேண்டும் என்பதுதான் அவருடைய திட்டம். இதற்காக தலைக்கு 2 லட்சம்வரை தருவதற்கும் தயாராக இருந்தார். "நக்கீரன் போலவே பல புலனாய்வு பத்திரிகைகளை தொடங்குங்கள். நான் உதவுகிறேன்'' என்று ஆசை காட்டத் தொடங்கினார். இதற்காகவே எட்டு டைட்டில்கள் தயார் செய்யப்பட்டன. பத்திரிகைகளின் அமைப்பு, செய்திகள் உட்பட அனைத்தும் நக்கீரன் போலவே தோற்றமளிக்க வேண்டும். அதன்மூலம் மக்களைக் குழப்பி, நமது விற்பனையை முடக்கவேண்டும் என்ற முடிவுடன் நடராஜன் வகையறாக்கள் செயல்படத் தொடங்கினர். நாம் ஒவ்வொரு கட்டத்திலும் மிகுந்த அக்கறையுடனும் ரகசியமாகவும் செயல்படுவதை அறியாத சில வான்கோழிகள், மயில்போல் ஆட நினைத்தன.

நமது டீமில் இருந்த அனைவருமே நக்கீரன் மீதும் என்மீதும் பிரியம் கொண்டவர்கள். அவர்களில் ஒரு சிலருக்கு தனிப்பட்ட விருப்பங்கள் இருந்தன. அந்த விருப்பங்களை அடைய ஏராளமான முயற்சிகளை மேற்கொள்ள வேண்டும் என்பதை அவர்கள் அறிந்திருக்கவில்லை. அதனால் வலையில் சிக்கும் மீன்களாயினர். நாம் மிகவும் இயல்பாக பழகுவதால், 'மிகச்சாதாரணமானவர்கள்' என தவறாக எடைபோட்டு நமக்கெதிரானவர்களுடன் இணைவதற்குத் தயாரானார்கள்.

பத்திரிகையுலக வரலாற்றைக் கூர்ந்து கவனித்தால் ஒரு பத்திரிகையிலிருந்து இன்னொரு பத்திரிகை உருவாகியிருப்பதை தெளிவாகக் காணலாம். ஏறத்தாழ எல்லா தொழில்களிலுமே இப்படிப்பட்ட போக்குகள் உண்டு. ஆனால், நம் விஷயத்தில் நடந்தது என்னவென்றால், நம்முடன் இருந்த சிலருக்கு வலுக்கட்டாயமாக பொருளாதார உதவி செய்து, அவர்களைப் பிரித்து தனியாக பத்திரிகைத் தொடங்குவதற்கான முயற்சிகளில் ஆளும்வர்க்கம் இறக்கிவிட்டது. பத்திரிகைத் தொழிலில் மிகமுக்கிய அம்சமான பிரிண்டிங் உட்பட அனைத்திற்கும் நடராஜன் தரப்பிலிருந்து ஒத்துழைப்பு கிடைத்தது.

ஆனால் வாசகர்களைச் சேரவேண்டும் என்ற நோக்கம் யாருக்குமில்லாததால் அந்த பத்திரிகையின் கதி என்னவானது என்பதை வரலாறு பதிவு செய்து வைத்திருக்கிறது. உடைக்க முடியாத இரும்புக்கோட்டையான நக்கீரனில் ஒருசில உதிரிகளும் ஒட்டிக்கொண்டிருந்தன. அந்த உதிரிகள் மூலம்தான் பிரிக்கும் முயற்சிக்கு பிள்ளையார் சுழி போடப்பட்டது. முதல் பிரிவை ஒரே நாளில் சந்திக்க நேர்ந்தது. நக்கீரன் அலுவலகம் அமைந்திருக்கும்

தெருவின் முனையில் எதிரிகளுடன் கைகோர்த்த உதிரிகள் காத்திருந்தனர். நமது அலுவலகத் தம்பிகள் டீ குடிப்பதற்காக அந்த பக்கம் செல்லும்போது அவர்களை மடக்கி "இனிமேல் நக்கீரன் எழுந்திருக்காது. அரசாங்கம் அதற்கான வேலையையெல்லாம் வேகமா செய்துகிட்டிருக்கு. அடிக்கடி ரெய்டு வரும். நீங்க எல்லோரும் கஷ்டப்படுவீங்க" என்று புதிய பயத்தை உருவாக்கும் முயற்சியில் தீவிரமானது நடராஜன் கும்பல். அவர்களின் எண்ணம் என்னவென்றால் நக்கீரன் டீமிற்குள்ளேயே வீண் பிரச்சனைகளைக் கிளறிவிட்டு, தகராறை ஏற்படுத்தி, அதன் மூலம் சச்சரவைப் பெரிதாக்கி அதையே காரணமாக வைத்து நக்கீரனை குளோஸ் பண்ணிவிடவேண்டும் என்பதுதான். இந்த திட்டத்திற்கு பலியான 12 பேர் ஒரேநாளில் வேலையைவிட்டு விலகினர். நக்கீரனுக்குத் தோன்றியுள்ள புதிய நெருக்கடியை முளையிலேயே கிள்ளியெறிய வேண்டும் என்ற தீர்மானத்துடன் களத்தில் இறங்கினேன்.

ஒரு பத்திரிகையில் பக்கத்துக்குப் பக்கம் நல்ல விஷயங்கள் இடம்பெற்றாலும் அதை மக்களிடம் கொண்டு செல்பவர்கள் ஏஜெண்டுகள்தான். ஒவ்வொரு ஊரிலும் உள்ள ஏஜெண்டுகள்தான் பத்திரிகையின் முதுகெலும்பாகச் செயல்படுபவர்கள். நமக்கு அலுவலகத்தில் எப்படி அருமையான டீம் அமைந்ததோ- அது போலவே, ஏஜெண்ட்டுகளும் சிறப்பானவர்களாகவே அமைந்தனர். நக்கீரன் வளர்ச்சிக்காக அவர்கள் ஆற்றிய பங்கு மகத்தானது. ஒவ்வொரு வருடமும் ஏஜெண்ட் மீட்டிங் நடத்தி அனைத்து ஏஜெண்டுகளையும் நேரில் சந்திப்பதை வழக்கமாகக் கொண்டிருப்பவன் நான். இந்த நெருக்கடியான நேரத்தில் வழக்கமான ஏஜெண்ட் மீட்டிங்கை நடத்த முடிவு செய்யப்பட்டது. சென்னை, மதுரை, பாண்டிச்சேரி, ஈரோடு ஆகிய நான்கு இடங்களில் ஏஜெண்ட் மீட்டிங் நடத்தி அருகிலுள்ள ஏஜெண்ட்டுகள் அனைவரையும் அழைக்க தீர்மானிக்கப்பட்டது. நம்மைவிட உத்வேகத்துடன் 100% ஏஜெண்ட்டுகள் கலந்துகொண்ட அந்த கூட்டத்தில், நமக்கு எதிராக நடராஜன் நகர்த்தி வரும் காய்களையும் அதை நாம் எதிர்கொள்கிற முயற்சியையும் தெரிவித்து ஆதரவு கோரினோம். ஒட்டுமொத்த ஏஜெண்ட்டுகளும் ஆதரவளித்த அக்கூட்டத்தில்தான் முக்கியமான ஒரு ரகசியம் நமக்கு தெரிய வந்தது. நம்முடன் இருந்துகொண்டே நமக்கு எதிராகச் செயல்படுபவர்கள் யார் என்பதை அடையாளம் காண முடிந்தது. நம்மீது தாக்குதல் தொடுத்தது போலவே ஏஜெண்ட்டுகள் மீதும் ஜெ.அரசு அம்பு வீசியது. அவற்றையெல்லாம் அவர்கள் தாங்கிக்கொண்டு ரண வேதனையிலும் நமக்கு ஆதரவாகச் செயல்பட்டதை இன்னொரு அத்தியாயத்தில் எழுதுகிறேன்.

வெளியூர்களில் நான் இருக்கும் நாட்களில் தினமும் காலையில் அலுவலகத்துக்குப் போன் செய்து நிலவரம் கேட்பது வழக்கம். மதுரையில் ஏஜெண்ட் மீட்டிங் நடந்த சமயத்தில் அலுவலகத்துக்கு போன் செய்தேன். தம்பி சுரேஷும், குருவும்தான் பேசினார்கள். அவர்கள் சொன்ன செய்தி இடிபோல் என்னுள் இறங்கியது. இணையாசிரியர் தம்பி காமராஜின் டூவீலர் மீது லாரி மோதியதால் கால் முறிந்துவிட்டது எனத் தெரிவித்தனர். தம்பி காமராஜை மருத்துவமனைக்கு அழைத்துச் செல்வதிலேயே கவனமாக இருந்த தம்பிகள், அந்த லாரி பற்றிய விபரங்களைக் குறிப்பெடுக்கத் தவறி விட்டனர். இதுவும் ஆட்சியாளர்களின் செயல்தானோ என்ற கேள்வி இன்னும் நம் மனதுக்குள் தொக்கி நிற்கிறது. மதுரை மீட்டிங் முடித்து, பாண்டிச்சேரிக்கு வந்து,

அங்கிருந்து சென்னைக்கு வந்து, மருத்துவமனையில் சிகிச்சை பெற்று வந்த தம்பி காமராஜைச் சந்தித்தேன். அவரது நலத்தை விசாரித்துவிட்டு, அவருக்கு அளிக்கப்படும் சிகிச்சைகள் பற்றி கேட்டறிந்துகொண்டு வீட்டிற்குத் திரும்பினேன்.

ஏஜெண்ட் மீட்டிங்கில் நாம் அறிந்து கொண்ட பலகீனமானவர்களை அழைத்து விசாரித்துக் கொண்டிருந்தேன். அப்போது மேலும் இருவர் இதுபோன்ற செயல்களில் ஈடுபட்டிருப்பதை அறிந்தேன். அவர்களை விசாரிக்க தீர்மானித்தேன்.

அதேநேரத்தில் ‘பெரிசு’ சுந்தர், துரை, கிருஷ்ணன், தம்பி கவுரி ஆகியோர் பாண்டிய ராஜன் என்ற தம்பியை கூட்டிக்கொண்டு என் வீடு நோக்கி வந்துகொண்டிருந்தனர். வழியில், அண்ணாநகர் பகுதியில் நம்மிடமிருந்து பிரிந்து சென்றவர்கள் ஒரு கும்பலாக நின்றுகொண்டு நமது தம்பிகளை நோக்கி பார்வை வீசினர். அவர்களின் அலட்சியப் பார்வை தம்பிகளைச் சீண்டியது. “நம்மிடமே இவ்வளவு காலம் இருந்துவிட்டு நம்ம அண்ணனுக்குத் தொந்தரவு தருகிறார்களே” என்ற விரக்தியில் அவர்களை விசாரிக்க, இருதரப்புக்குமிடையே வாய் தகராறு ஏற்பட்டு, அது முற்றி ரத்தக்காயம் ஏற்படுமளவுக்கு மோதல் உருவாகிவிட்டது. வீட்டுக்கு வந்த தம்பிகள் வழியில் நடந்ததை என்னிடம் தெரிவித்ததும், எனது மூளைக்குள் ஆயிரம்வாட் அதிர்ச்சி. “இந்த சந்தர்ப்பத்தைத்தானே ஆளுங்கட்சியினர் இவ்வளவு காலம் எதிர்பார்த்தார்கள். ஆடுகளை மோதவிட்டு ரத்தம் குடிக்கும் ஓநாயின் திட்டத்துக்குப் பாதை போட்டது போலாகிவிட்டதே. இதையே காரணமாக வைத்து நக்கீரனை முடக்க அதிகார வர்க்கம் சர்வ வல்லமையுடன் மோதப்போகிறது. நாம் எதிர்கொள்ளத் தயாராக வேண்டும்” -எனது உணர்வுகள் வேகமாக செயல்படத் தொடங்கின.

வீட்டிலிருந்தவர்களை வெளியூருக்கு அனுப்பிவிட்டு, தம்பிகள் குரு, சுரேஷ் உட்பட முக்கியமானவர்களைப் பாதுகாப்பான இடத்திற்குப் போகும்படி சொன்னேன். அவர்களும் துரிதமாகச் செயல்பட்டனர். கடிகாரத்தை பார்த்தேன். பாண்டிச்சேரியிலிருந்து திரும்பி இரண்டுமணி நேரம்கூட ஆகவில்லை. அதற்குள் புதிய நெருக்கடி. அதனை சமாளிப்பதற்காக மீண்டும் பாண்டிச்சேரிக்குப் பயணமானேன். பாண்டிச்சேரி எல்லையில் அந்த மாநில போலீசார் 30 பேர் திடீரென மடக்கி, விசாரிக்கத் தொடங்கினர். இதுவும் தமிழக அரசின் திட்டம்தானோ,

அதற்குள்ளாக செய்தி எட்டிவிட்டதோ என்று நான் அதிர்ந்து போனேன். நீண்ட நேர விசாரணைக்குப்பின் நம்மைப் பற்றிய விவரத்தை அறிந்த பாண்டிச்சேரி போலீசார், "ஸாரி... ஸார், விடுதலைப்புலிகளை சர்ச் பண்றோம். தவறுதலா உங்களுக்குத் தொந்தரவு கொடுத்துவிட்டோம்" என்றனர். நிம்மதியடைந்தேன். சிலமணி நேரத்திற்கு முன்பு எந்த லாட்ஜில் தங்கினேனோ அதே லாட்ஜில் மீண்டும் தங்கினேன்.

அண்ணாநகரில் நடந்த மோதலை நான்தான் முன்னின்று நடத்தியதுபோல் வழக்கு ஜோடிக்க அரசாங்கமும், காவல்துறையும் முடிவு செய்தன. அதனால் என்னைக் கைது செய்வதற்கான முஸ்தீபுகள் நடந்தன. பயனில்லை. அதனால் நமது அலுவலகத்தில் பணியாற்றுபவர்களைப் பிடித்துக்கொண்டு போய் அண்ணாநகர் போலீஸ் ஸ்டேஷனில் வைத்தனர். போலீஸின் கெடுபிடிகள் அதிகமானதால் நக்கீரன் அலுவலகமும் சாத்தப்பட்டது. நான் பாண்டிச்சேரியில்! தம்பிகளோ, தலைமறைவு! அலுவலக ஊழியர்கள் காவல்நிலையத்தில்! அலுவலகமும் பூட்டப் பட்டுவிட்டது.

ஸ்டார் ஹோட்டலில் நக்கீரன் தயாரிப்பு!

பாண்டிச்சேரி ஏஜெண்ட் கண்ணனையும் சாய்சித்தார்த் நிறுவன அதிபர் பன்னீரையும் நான் அழைத்துப் பேசினேன், பன்னீரின் நண்பர் ஒருவருக்குச் சொந்தமான காட்டுபங்களாவில் நான், துரை, தம்பிகள் பாண்டியராஜன், ராஜேந்திரன் நால்வரும் தங்கவைக்கப்பட்டோம். அந்த நண்பருக்குச் சொந்தமான எஸ்.டி.டி.பூத் ஒன்று இருந்தது. அதை மொத்த குத்தகைக்கு எடுத்ததுபோல் பெரும்பாலான நேரத்தை அந்த பூத்திலேயே செலவிட்டோம். அடிக்கடி சென்னைக்குத் தொடர்புகொண்டு நிலவரத்தை அறிந்துகொள்ள முடிந்தது.

எப்படியாவது நக்கீரனை நிறுத்திவிடவேண்டும் என்று வெறி பிடித்ததுபோல் ஜெ.அரசும் காவல்துறையும் முயற்சி செய்து கொண்டிருந்தது. நம்மிடமிருந்து பிரிந்துபோன உதிரிகள் ஒவ்வொரு நாள் இரவும் நடராஜனைச் சந்தித்து ஆலோசனை நடத்திக்கொண்டிருந்தனர். நக்கீரனை நிறுத்துவதற்காக அண்டர் கிரவுண்டு வேலைகள் பற்றி அலசி ஆராய்ந்துகொண்டிருந்தனர். தம்பி காமராஜோ, மருத்துவமனையில் இருந்தார். தம்பிகள் குருவுக்கும் சுரேஷுக்கும் தகவல் கொடுத்து இதழை கொண்டு வருவதற்கான வேலைகளைத் தொடங்கச் சொன்னேன். நமது

ஆடிட்டரின் நண்பர் மூலம் ஸ்ரீலேகா ஹோட்டலில் ரூம் புக் செய்யப்பட்டது. நக்கீரன் என்று தெரிந்தால் ரூம் போடுவதில் பிரச்சனை வரும் என்பதால் இந்த ஏற்பாட்டைச் செய்தேன். இரண்டு ரிப்போர்ட்டர்களைத் துணைக்கு அழைத்துக்கொண்டு குருவும், சுரேஷும் ஹோட்டல் ரூமில் மிக ரகசியமாகப் பத்திரிகை பணிகளைக் கவனித்தனர்.

அப்போது சேலத்தில் சாராய சாவுகள் ஏற்பட, அது மிகவும் பரபரப்பான செய்தியாகிவிட்டது. நான் உடனடியாக போட்டோகிராபர் கதிரை துரைக்குத் தகவல் கொடுத்து சேலத்திற்கு செல்லுமாறு கூறினேன். பாண்டிச்சேரியிலிருந்து நாம் தரும் தகவல் எதுவும் லீக் ஆகிவிடக்கூடாது என்பதில் கவனமாக இருந்தேன். சென்னையிலுள்ள ஒரு ஸ்டுடியோவுக்கு தம்பிகளை அழைத்து வருமாறு ஆடிட்டருக்குத் தகவல் கொடுத்து, எல்லா செய்திகளையும் ஸ்டுடியோ நம்பருக்குப் போன் செய்து தெரிவித்தேன். பாண்டிச்சேரியில் என்னை யாரும் அடையாளம் கண்டுகொள்ளக் கூடாது என்பதற்காக முண்டாசு, லுங்கி என வித்தியாசமான உடை அணிந்துகொண்டு எஸ்.டி.டி.பூத் வாசலி லேயே பெஞ்ச் போட்டு உட்கார்ந்திருந்தேன்.

சென்னையில் நமது அலுவலகத்தை மூடி விட்டதால் போலீஸ் படை வலைவீசித் தேடிக் கொண்டிருந்தது. போலீஸின் பிரஷ்ஷரைக் குறைக்கவேண்டும் என்பதற்காக எனது மாமனார் திரு.ஆர்.எஸ்.பி.அவர்களை வரச்சொல்லி நடந்த விவரங்கள் அனைத்தையும் தெரிவித்தேன். போலீஸ் தரப்பைப் பார்த்துக்கொள்வதுதான் அவருடைய பணியாக இருந்தது. மூத்த வழக்கறிஞர் பி.ஹெச். பாண்டியனிடமும், நமது வழக்கறிஞர் பெருமாளிடமும் இதே பொறுப்பு ஒப்படைக்கப்பட்டது. எனக்கும் இந்த வழக்குக்கும் எந்தவித தொடர்புமில்லை என்பதற்கான ஆதாரங்கள் அனைத்தையும் வழக்கறிஞர் திரட்டினார். ஆனால் ‘பெரிசு’ சுந்தர், துரை, பாண்டியராஜன், கிருஷ்ணன் ஆகியோர் மீது வழக்குப் பதிவு செய்யப்பட்டுவிட்டது. அதனால் ‘பெரிசு’ சுந்தரை தாம்பரத்திலும், கிருஷ்ணனை வியாசர்பாடியிலும் தங்குமாறு கூறினேன். துரையும் பாண்டியராஜனும் என்னுடன் இருந்தார்கள். நமது அலுவலகத்தைத் திறக்கவிடக்கூடாது என்பதற்காக அலுவலக வாசலில் போலீஸ்படை குவிக்கப்பட்டது. இதேபோல் பி.ஹெச்.பாண்டியன் வீட்டு வாசலிலும் அட்வகேட் பெருமாள் வீட்டு வாசலிலும் என்னை எதிர்பார்த்து மஃடியில் போலீஸ் படை உலவிக்கொண்டிருந்தது.

அப்போது ஏ.ஸி.யாக இருந்த சீனிவாசன் என்பவர் ரொம்பவும் கெடுபிடியாக நடந்துகொண்டார். அவரை எனது

மாமனார் போய் பார்த்தபோது, "கோபாலுக்காக வந்திருக்கீங்களா, இப்ப நாங்க வேற எந்த வேலையையும் கவனிக்கலை. முழுக்க முழுக்க இந்த ஒரு கேஸைத்தான் எடுத்திருக்கோம். சும்மாவிடமாட்டோம்; இதோடு நக்கீரனை மூடிடணும்னு அரசாங்கம் முடிவு பண்ணிடுச்சு. உங்க மருமகனைத்தான் தேடிக்கிட்டிருக்கோம். தூக்கி உள்ளே வைக்காமல் விடமாட்டோம்" என கடுமையான குரலில் பேசியிருக்கிறார். ஆனால் பி.ஹெச்.பாண்டியனும், அட்வகேட் பெருமாளும் என்மீது எந்தத் தவறுமில்லை என்பதை நிலைநாட்டி, எனக்கு 'பெயில்' வாங்கிவிட்டனர். துரைக்கும், பாண்டியராஜனுக்கும்கூட பெயில் கிடைத்துவிட்டது. கிருஷ்ணனை மட்டும் ஒருநாள் லாக்-அப்பில் வைத்தனர். 'பெரிசு' சுந்தர் மட்டும் தாம்பரத்திலேயே இருந்தார். நான் சொல்லும்வரை அங்கிருந்து வரக்கூடாது என சுந்தரிடம் கூறிவிட்டேன்.

என் பெயரில் கேஸ் இல்லை என்பதை அறிந்ததும் நான் பாண்டிச்சேரியிலிருந்து சென்னைக்கு வந்தேன். குருவும், சுரேஷும் தங்களின் சிறிய டீமுடன் ஹோட்டல் அறையில் சுறுசுறுப்பாகப் பணியாற்றி முதல் படிவத்தை அச்சிட்டு முடித்து, இரண்டாவது படிவத்துக்கான இறுதிக்கட்ட தயாரிப்புகளில் மும்முரமாக இருந்தனர். ஹோட்டல் நிர்வாகமோ, ஏதோ சினிமா டிஸ்கஷன் செய்துகொண்டிருக்கிறார்கள் என்று நினைத்துக்கொண்டிருந்தது. நான் தம்பிகளைச் சந்தித்து கடைசிநேர இன்ஸ்ட்ரக்ஷன்களை கொடுத்தேன். அந்தச் சமயத்தில் என்னைச் சந்தித்த நமது வழக்கறிஞரின் ஜூனியர் ரத்னவேல், "அண்ணே... உங்களை வேறொரு கேஸில் பிடிக்கிறதுக்காக போலீஸ் தீவிரமா இருக்கு" என்றார்.

அந்த வாரத்துக்கான இதழை எப்படியும் கொண்டுவந்து விடவேண்டும் என்ற பரபரப்பு ஒருபுறம்; போலீஸின் பொய் கேஸிலிருந்து தப்பிக்க வேண்டுமே என்ற நினைப்பு இன்னொரு புறம். உலகத்தில் எந்த மூலையில் இருந்தாலும் புத்தகம் வெளியாகும் தினத்தன்று நான் அலுவலகத்தில்தான் இருப்பேன் என்பதைத் தம்பிகள் அனைவரும் அறிவார்கள். நம்மிடமிருந்து பிரிந்துபோனவர்களுக்கும் இது தெரியும் என்பதால் அவர்கள் போலீசுக்குத் தகவல் கொடுத்து என்னைப் பிடிப்பதற்கான வேலைகளைத் தொடங்கியிருந்தனர். பிரிண்டிங், பைண்டிங் இங்கெல்லாம் மஃப்டியில் போலீஸ் படை உலவிக்கொண்டிருந்தது. நானோ மிகவும் ஜாக்கிரதையாகத் தம்பிகளிடம் இன்ஸ்ட்ரக்ஷன் மட்டும் கொடுத்துவிட்டு மருதுவின் மைத்துனர் சோனைமுத்துவின் பெரம்பூர் பி.பி.ரோடிலுள்ள வீட்டில் தங்கியிருந்தேன். போலீஸார்

எனக்காக வலை விரித்து வைத்திருந்தனர். நானோ பைண்டர் களையெல்லாம் ரகசியமான ஒரு இடத்திற்கு அழைத்து இன்ஸ்ட்ரக்ஷன் கொடுத்தேன்.

மஃப்டியில் நின்றவர்கள் ஏமாந்தனர். என்னையும் பிடிக்க முடியவில்லை. வழக்குப் பதிவு செய்யப்பட்டவர்களும் சிக்கவில்லை. தோல்வியால் துவண்டுபோன போலீஸ்படை நமக்கு நெருக்கமான வர்களையெல்லாம் விசாரணை என்ற பெயரில் தொல்லை கொடுக்கத் தொடங்கியது. நள்ளிரவு நேரம் நமது ஆடிட்டர் ஜான் மோரீஸின் வீட்டு வாசலில் போலீஸ் வாகனம் வந்து நின்றது. அயர்ந்து தூங்கிக்கொண்டிருந்த ஆடிட்டர் எழுப்பப்பட்டார். 'கெரோ' செய்வது போல் போலீஸார் சுற்றி வளைத்துக்கொண்டனர்.

"கோபால் இங்கே வந்தாரா?"

"இதோ பாருங்க... நான் நக்கீரன் நிர்வாகத்துக்கு ஆடிட்டர், அவ்வளவுதான். மற்றபடி உங்களுக்கும் அந்த நிர்வாகத்துக்கும் நடக்கும் விஷயங்களுக்கு என்னை இழுக்காதீங்க. கோபாலண்ணன் இங்கேயெல்லாம் வரமாட்டார். அநாவசியமா நைட்ல வந்து தொந்தரவு கொடுக்காதீங்க."

ஆடிட்டர் அழுத்தமாக கூறியதும் போலீசுடன் கூடவந்த ஒரு ஆள், "சார்... இவருக்குத் தெரியும். கோபால் இங்கேதான் வந்தார்" என்று வேகமாகக் கூற, குரல் வந்த திசையை நமது ஆடிட்டர் கவனித்தார்.

சமையல் வேலைக்காக ஊரிலிருந்து நான் அழைத்து வந்த ஒரு நபர்தான் பிரிந்தவர்களுடன் சேர்ந்துகொண்டு போலீஸின் கைத்தடியாக வந்திருக்கிறார் என்பது ஆடிட்டருக்குப் புரிந்தது. போலீசிடம் மீண்டும் தனது நிலையை அழுத்தம் திருத்தமாகக் கூறிவிட்டு படுக்கச் சென்றார். அடுத்தநாள் இரவு 3 மணி வரைக்கும் நானும் மருது, முத்தையா, சோனைமுத்து ஆகியோரும் பேசிக்கொண்டிருந்துவிட்டு, லைட்டை ஆஃப் செய்து லேசாகக் கண்ணை மூடினோம். வாசலில் ஏதேதோ சத்தம்... எழுந்து பார்த்தேன். இரண்டு வேன்களில் 50-க்கும் மேற்பட்ட போலீஸார் என்னைக் குறிவைத்து இறங்கிக்கொண்டிருந்தனர். நம்மிடமிருந்து பிரிந்து சென்றவர்களில் ஒருவர்தான் வீட்டை அடையாளம் காட்டிக்கொண்டிருந்தார்.

போலீஸிடம் சிக்கினால் அடுத்த இதழைக் கொண்டு வரமுடியாது என்பதை உணர்ந்து தப்பிக்கும் வழியைத் தேடினேன். வீட்டின் பின்புற வாசல் வழியாக ஓடத் தொடங்கினேன். தோட்டத்தின் கடைசியில் இரும்பு முள்வேலி போடப்பட்டிருந்தது. வேலி மீது அடர்த்தியாகக் கொடிகள் படர்ந்திருந்தன.

வேலிக்கம்பிகளை இறுக்கமாகப் பிடித்துக்கொண்டு

இலைதழைகளை அள்ளி என்மீது போட்டுக்கொண்டு உருவம் வெளியே தெரியாதபடி பதுங்கியிருந்தேன். முத்தையா, மருது, சோனைமுத்து ஆகியோரையும் வீட்டில் இருந்தவர்களையும் போலீஸ் பட்டாளம் மிரட்டிக்கொண்டிருந்தது.

வீட்டில் உள்ளவர்களை மிரட்டிவிட்டு தோட்டத்துப் பக்கம் வந்தது போலீஸ்

படை. நான் மிகவும் உஷாரானேன். கொடிகளுக்குள் என்னை முழுமையாக மறைத்துக்கொண்டேன். இலை தழைகளில் லேசான அசைவுகூட ஏற்படக்கூடாது என்பதால் மிகவும் கவனமாக இருந்தேன்.

கைகள் இரண்டும் முள்வேலி கம்பியை இறுகப் பற்றியிருந்ததால் ரத்தம் கசிந்துகொண்டேயிருந்தது. போலீஸார் டார்ச் லைட்டை அடித்து, தோட்டம் முழுவதும் தேடினர். சுமார் இருபது நிமிடங்களுக்கும் மேலாக தேடுதல் படலம் நீடித்தது. ஆனாலும் அவர்களின் டார்ச் லைட் வெளிச்சம், செடி கொடிகளுக்குள் ஊடுருவ முடியவில்லை. நான் பல்லைக் கடித்துக்கொண்டு தொங்கியபடி இருந்தேன்.

எனது உள்ளங்காலில் ஏதோ மெதுமெதுவென்று உணர்வு. என்னவென்று பார்ப்பதற்காக வேலிக்கம்பியைப் பிடித்தபடியே கீழே குனிந்து பார்த்தேன். 'பகீர்' என்று நெஞ்சு படபடத்தது. கீழே ஒரு நாய், குட்டி போட்டிருந்தது. தாய் நாய் படுத்திருக்க, அதைச்சுற்றிலும் பச்சிளம் குட்டிகள் படுத்திருந்தன. ஒருகுட்டியின் மீதுதான் என்னுடைய உள்ளங்கால் உரசிக்கொண்டிருந்தது. வெடுக்கென காலை மேல்நோக்கி இழுத்துக்கொண்டேன். குட்டிபோட்ட நாய் கடித்தால் எவ்வளவு ஆபத்து என்பதை நான் உணர்ந்திருந்ததால் நெஞ்சம் படபடத்தது. நாய்க்கடி என்கிற விபரீதத்தை எதிர்கொண்டால் ஆயுள் முழுவதும் அதன் பாதிப்பு இருக்கும் என்பதையும் அறிவேன்!

ஸ்டார் ஹோட்டலில் நக்கீரன் தயாரிப்பு!

நாய்களிடமிருந்து தப்பிக்க என்ன செய்யலாம் என்று யோசிக்கத் தொடங்கினேன். “போலீசிடமே சிக்கிவிடலாமா; வருவது வரட்டும்” என்ற முடிவுடன் இலைதழைகளை நான் விலக்க, அதே விநாடியில் டார்ச் லைட்டை அணைத்துவிட்டு போலீஸார் திரும்பினர். நல்லவேளையாக என்னை யாரும் கவனிக்கவில்லை.

அவர்கள் திரும்பியதுதான் தாமதம். அடுத்த விநாடி அந்த முள்வேலியைப் பிடித்துக்கொண்டே மெதுவாக நகர்ந்து, வேலியின் கடைசிப் பகுதிக்கு வந்ததும் ஒரே தாவாகத்தாவி, கீழே குதித்து ஓடத் தொடங்கினேன். கிட்டத்தட்ட வியாசர்பாடியின் கடைசிக்கே ஓடிவிட்டேன். அங்கிருந்து ஆட்டோ மூலம் மீர்சாகிப்பேட்டை மார்க்கெட் பின்புறமுள்ள ஒரு பைண்டிங் அலுவலகத்துக்கு வந்தேன். போலீஸ்காரர்களைக் காணவில்லை. இதழ் வெளிவருவதற்கான வேலைகளை அவசர அவசரமாக கவனிக்கத் தொடங்கினேன்.

அன்றிரவில் நடந்த அந்த சம்பவம் என் நெஞ்சில் மிகப்பெரிய பாதிப்பை உண்டாக்கியது. நள்ளிரவில் என்னை விரட்டிய

போலீசின் அரக்கத் தனமும், அதற்குத் துணைபோன துரோகிகளின் செயலும் என் நெஞ்சில் ஆறாத வடுக்களாக அப்படியே உள்ளன. இந்த சம்பவத்திற்குப் பிறகுதான் ஜெயலலிதாவை வீழ்த்தியே ஆகவேண்டும் என்ற லட்சிய வெறி என்னுள் பயங்கரமாக எழுந்தது.

அரசாங்கம் தனது இரும்புக்கரம் கொண்டு நம்மை அடக்க எல்லா முயற்சிகளும் எடுத்தபோதும், அந்த வார நக்கீரன் இதழ் வெற்றிகரமாகக் கடைகளில் தொங்கியது. அதைக்கண்ட காவல் துறையினரின் முகம் அவமானத்தால் தொங்கியது. ஒருநாளாவது தாமதப்படுத்த வேண்டும் என்ற நோக்கத்துடன் அரசு இயந்திரங்கள் அனைத்தும் முடுக்கிவிடப்பட்டும்கூட நக்கீரனின் பயணத்தைத் தடுக்க முடியவில்லை. இந்த முயற்சியிலும் தோல்வியடைந்த ஜெ.அரசு தனது அடுத்த கட்ட நெருக்கடியை ஆரம்பித்தது.

உதிரிகளுக்கும் நம் தம்பிகளுக்கும் நடந்த மோதல் தொடர்பான வழக்கை ஜெ.அரசு தனது ஆயுதமாக எடுத்துக்கொண்டது. 'வழக்கை சீரியஸாகக் கொண்டு போங்கள்' என்று காவல்துறையினருக்கு உத்தரவிடப்பட்டது. நம்மீது அக்கறை கொண்ட ஒரு இன்ஸ்பெக்டர் அவசர அவசரமாக என்னைத் தொடர்புகொண்டார். "அண்ணே... உங்க குடும்பத்தையும், சுந்தர் குடும்பத்தையும் ஒட்டுமொத்தமா உள்ளே வைக்க அரசாங்கம் முயற்சி செய்துகிட்டிருக்கு. கவனமா இருந்துக்குங்க" என்றார். நமது அலுவலக உபயோகத்திற்காக இருந்த ஆட்டோ போன்ற வாகனங்களையெல்லாம் காவல்துறை முடக்கியது. அதுபோல் நான் பயன்படுத்தும் கறுப்பு ஜீப்பையும் முடக்குவதற்காகக் காவல்துறை தீவிரமானது. இதையறிந்த நான் எச்சரிக்கையுடன் ஜீப்பை மறைத்துவிட்டேன். 'பெரிசு' சுந்தரின் குடும்பத்தினரும் பாதுகாப்பான இடத்திற்கு அனுப்பப்பட்டனர்.

ஒருசம்பவம் நடக்கும்போது நம்மீது காவல்துறைக்கு சந்தேகம் வந்தால் நாம் சட்டத்தை மதித்து நடக்கவேண்டியது அவசியம் என்பதை நான் உணர்ந்திருந்தேன். ஆனால் அதையே போலீஸ்காரர்கள் தங்களுக்குச் சாதகமாக்கிக்கொண்டு தாறுமாறாக நடந்துகொண்டு, சட்டத்தையும், சம்பந்தப்பட்டவர்களையும் காலில் போட்டு மிதிப்பதையும் எப்படிப் பொறுத்துக்கொள்ள முடியும்? மேலும் இந்த இதழைக் கொண்டுவருவதே நமது லட்சியமாக இருந்தது. அந்த லட்சியத்தில் அரசை எதிர்த்து நாம் வென்றோம். அந்த வெற்றிக்குப் பிறகு வழக்கறிஞர் மூலம் சுந்தரை அண்ணாநகர் காவல்நிலையத்தில் ஆஜர் படுத்தினோம். அங்கிருந்து அவரைக் கோர்ட்டுக்கு அழைத்துச் சென்றனர். பிறகு சென்ட்ரல் ஜெயிலுக்கு கொண்டுபோகப்பட்டார். நமது வழக்கறிஞர் பெருமாளும், எனது மாமனார் ஆர்.எஸ்.பி.யும் மேற்கொண்ட

அதிவேக முயற்சியால் ஒரேநாளில் சுந்தருக்கு பெயில் கிடைத்தது. நம்மைப் பழிவாங்கும் நோக்கத்துடன் போடப்பட்ட இந்த வழக்கு பின்னாளில் வலுவிழந்து முடிந்துபோனது. வழக்குப் பூச்சாண்டி யாலும் நம்மை ஒன்றும் செய்துவிட முடியவில்லை. அதனால் ஜெ.அரசு அடுத்த திட்டத்தைப் பற்றி ஆராயத் தொடங்கியது.

அந்த நேரத்தில்தான் கும்பகோணத்தில் மகாமகக் கொடூரம் நிகழ்ந்தது. லட்சக்கணக்கான பொதுமக்கள் கூடுகின்ற இடத்தில் ஒரு முதலமைச்சர் தனது தோழியுடன் வந்து ஆடம்பர குளியல் நடத்தியதால் அப்பாவி மக்கள் செத்துப்போனதையாரால்தான் ஜீரணிக்க முடியும். அரசு நிறுவனமான தமிழ்நாடு திரைப்படப் பிரிவினர் எடுத்த படத்திலேயே இடநெருக்கடி கொடுமையை நன்றாகப் பார்க்க முடிந்தது. காவல்துறை உயரதிகாரி தேவாரமோ மற்ற அதிகாரிகளோ தங்கள் பொறுப்பை உணர்ந்து செயல்பட வில்லை என்பதைக் கண்கூடாக காண முடிந்தது. ஸ்பெஷல் பாத் ரூம் கட்டப்பட்டிருந்த போதும், ஜெயலலிதா, சசிகலா இருவரும் ஊரறிய உலகறிய குளியல் நடத்தியதால் நெருக்கடி ஏற்பட்டு, 150-க்கும் மேற்பட்டவர்கள் கொடூரமாக இறந்துபோனார்கள். நமது அக்கம்பக்கத்தில் யாராவது இறந்துபோனாலே நாம் சாப்பிடு வதற்குத் தயங்குவோம். இதுதான் தமிழர் பண்பாடு. ஆனால் தங்களால்தான் சாவு எனத் தெரிந்திருந்தும் ஜெயலலிதாவும், சசிகலாவும் கும்பகோணத்தில் குளித்து முடித்து, தஞ்சாவூருக்குச் சென்று பலமான விருந்தை ஒரு பிடிபிடித்தனர் என்ற செய்தி கிடைத்ததும் அதிர்ந்து போனேன். மகாமக கொடூரத்தைக் கண்டித்து முதன் முதலில் கண்டனம் தெரிவித்தது நக்கீரன்தான்.

இந்த கொடுமையைத் தொடர்ந்து ஊழல், அராஜகம், அக்கிரமம் அனைத்தும் ஜெ.ஆட்சியில் வெகுவேகமாக பரவத்தொடங்கின. இந்த கொடுங் கோல் ஆட்சியை வீழ்த்தும் லட்சியத்துடன் நக்கீரன் டீம் முன்னிலும் முனைப்பாகச் செயல்படத் தொடங்கியது. உதிரிகள் உதிர்ந்துவிட்டதால் மன உறுதியும், லட்சியத்தாகமும் கொண்ட நமது தம்பிகளின் துணையுடன் நமது பயணம் தொடர்ந்தது. அதுவரை நிர்வாக ஆசிரியராக இருந்த நான் ஆசிரியராக பொறுப்பேற்றுக்கொண்டேன். தலைமை நிருபராக இருந்த தம்பி காமராஜை இணையாசிரியராக நியமித்தேன். தம்பி சுரேஷ் மேனேஜராகவும், தம்பி குரு ஆர்ட் டைரக்டராகவும், பெரிசு சுந்தர் புரடக்ஷன் இன்சார்ஜாகவும், பிரான்சிஸ் அக்கவுண்ட்ஸ் பொறுப்பாளராகவும் நியமிக்கப்பட்டனர். அண்ணன் ராஜாமணி, தம்பிகள் கௌரி, மோகன் ஆகியோரும் புரடக்ஷனில் நியமிக்கப்பட்டனர். இப்படி எல்லோருக்கும் பொறுப்பு தரப்பட்டு நிர்வாகம் பலப்படுத்தப்பட்டது.

ஹிட்லரையே மிஞ்சும் வகையில் கொடூர ஆட்சி நடத்தும் ஜெ.வுக்கு சவுக்கடி தரும்வகையில் ஒரு கட்டுரைத் தொடர் வெளியிட தீர்மானித்தோம். அப்போது காங்கிரஸில் கொ.ப.செ.வாக இருந்த க.சுப்புவுடன் கலந்தாலோசித்தோம். 'இங்கே ஒரு ஹிட்லர்' என்ற தலைப்பில் வாரந்தோறும் அந்த சவுக்கடி தொடர் வெளிவரத் தொடங்கியது. அனல் வீசிய அந்த தொடர் வெளியான சில வாரங்களிலேயே ஜெ.அரசு தனது இரும்புக்கரத்தை மீண்டும் நீட்டத் தொடங்கியது.

92-ம் வருடம் மார்ச் 30-ந் தேதி சட்டமன்றக்கூட்டம் நடந்து கொண்டிருந்தது. திடீரென எழுந்தார் ஜெயலலிதா. அவர் கையில் நக்கீரன் இதழ் பளபளத்துக்கொண்டிருந்தது. 'இங்கே ஒரு ஹிட்லர்' தொடரைக் காட்டி, அப்போதைய எதிர்க்கட்சித் தலைவர் எஸ்.ஆர். பாலசுப்ரமணியத்தை நோக்கி, கடுமையாகப் பேசத்தொடங்கினார். "நீங்கள் தோழமை கட்சி என்கிறீர்கள்; ஆனால் உங்கள் கட்சியின் கொள்கைபரப்புச் செயலாளராக இருப்பவர் ஒரு 'மஞ்சள்' பத்திரிகையில் (ஜெ.யின் பார்வையில் தமிழ் பத்திரிகைகள் அனைத்துமே மஞ்சள்தான்) என்னைப் பெண் ஹிட்லர் என்று எழுதி மாபெரும் தாக்குதல் போர் நடத்திக்கொண்டிருக்கிறார். அவர் மீது ஏன் இன்னும் நடவடிக்கை எடுக்கவில்லை. அவரை உங்கள் கட்சியிலிருந்து நீக்காவிட்டால் நமது தோழமை முறிந்துவிடும்" என்றார்.

சட்டமன்றத்தில் ஜெ.போட்ட கூப்பாடு வாழப்பாடி ராமமூர்த்தியின் வீட்டில் எதிரொலித்தது. உடனடியாக க.சுப்புவை கொ.ப.செ. பதவியிலிருந்து நீக்குவதாக அறிவித்தார் வாழப்பாடி. நக்கீரனில் வெளியான கட்டுரைத் தொடரால் தமிழக அரசிய லி ல் புதிய பரபரப்பு ஏற்பட்டது. தினகரன் உள்ளிட்ட நாளேடுகள் ஜெயலலிதாவின் சட்டமன்ற பேச்சை பேனர் செய்தியாக வெளியிட்டிருந்தன. டி.வி.யிலும், வானொலியிலும் இந்த செய்தி வெளியானது.

தனது பேனா மூலம் உண்மையை உரக்கச் சொன்னதற்காக பதவி பறிக்கப்பட்ட க.சுப்பு, இனி எப்படி கட்டுரையைத் தொடரப்போகிறார் என நானும், தம்பி காமராஜும் ஆலோசித்துக்கொண்டிருந்தோம். ஏனெனில் இது நக்கீரனின் கௌரவப் பிரச்சனை. அடக்குமுறைக்கு அடிபணியமாட்டோம் என நிரூபிக்க மீண்டும் ஒரு வாய்ப்பு நம் வாசல்தேடி வந்திருக்கிறது. இந்த சந்தர்ப்பத்தை நாம் சாதனையாக்க வேண்டும் என்று நாங்கள் நினைத்துக் கொண்டிருக்கும்போதே, க.சுப்புவிடமிருந்து ஒரு அறிக்கை வெளியானது. "காங்கிரஸில் நான் வகிக்கும் பதவிகளைக் கூறிக்கொண்டு நக்கீரனில் கட்டுரைகள் எழுதவில்லை. நான் என்

காலில் நின்றுகொண்டுதான் எழுதுகிறேன். நியமன தலைவரான வாழப்பாடிக்கு என் பதவியைப் பறிக்கும் தகுதியோ, அதிகாரமோ இல்லை'' என சூடாக தனது கருத்தைத் தெரிவித்திருந்தார். நக்கீரனின் அடுத்த இதழில் தனது நிலையை விளக்கிய க.சுப்பு, "நான் எழுப்பிய எந்த குற்றச்சாட்டுக்கும் இதுவரை ஜெயலலிதா பதிலளிக்கவில்லை. மாறாக, 'காங்கிரசுடன் உள்ள உறவை முறிப்போம்' என்கிறார். இந்த நேரத்தில் ஒன்றை மட்டும் உரக்கச் சொல்வேன். என் உயிர் உள்ளவரை உண்மைகளை உரைப்பேன். இதை யாராலும் தடுக்க முடியாது" என ஓங்கியடித்து எழுதினார். நமது தர்மயுத்தத்துக்கு தனது முழு ஆதரவையும் தெரிவித்து 'இங்கே ஒரு ஹிட்லர்' கட்டுரையைத் தொடர்ந்து எழுதினார். பதவி பறிப்பு என்ற மிரட்டலுக்கும் அஞ்சாமல் கட்டுரைத் தொடர் வெளியானதால் ஜெயலலிதாவுக்கு மூளை கொதிக்க ஆரம்பித்தது. தனது மந்திரிகளை அழைத்து, "நக்கீரனில் என்ன எழுதுறாங்கன்னு நீங்களும் பார்த்துக்கிட்டுத்தானே இருக்கீங்க?" என்று கோபமாகக் கேட்க, அந்த வார்த்தையின் உள்ளர்த்தத்தை புரிந்துகொண்ட மந்திரி செங்கோட்டையன், உடனடியாக மாவட்ட செயலாளர்களைத் தொடர்பு கொண்டார். "நக்கீரன் மேல அம்மா ரொம்ப கோபமா இருக்காங்க... அம்மாவுக்காக நாம ஏதாவது செஞ்சாகணும்... நான் சொல்றது புரியுதா...?"

-அ.தி.மு.க.வினரின் அடுத்த பயங்கர பேயாட்டம் தொடங்கியது.

ஜெ. உத்தரவால் ஊர் ஊராக எரிக்கப்பட்ட நக்கீரன்!

நக்கீரன் ஏஜெண்ட்டுகள் யார், யார் என ஒவ்வொரு ஊரிலும் விசாரித்து அவர்களின் அட்ரஸைக் கண்டுபிடித்து வீடுதேடிப் போய், "நீதான் நக்கீரன் ஏஜெண்ட்டா?" என்று மட்டும் கேட்டுவிட்டு திரும்பிச் செல்வதே செங்கோட்டையன் எடுபிடிகளின் வேலையாகிவிட்டது. செங்கோட்டையன் முந்திக் கொள்வதை அறிந்துகொண்ட மற்ற இரண்டு மூர்த்திகளான கண்ணப்பனும், அழகு திருநாவுக்கரசும் தங்கள் மாவட்ட, நகர செயலாளர்களுக்குத் தகவல் கொடுத்து ஏஜெண்ட்டுகள் பற்றி விசாரித்தனர். இந்த 'புதுவித விசாரிப்பை' கண்டு குழம்பிப்போன ஏஜெண்ட்டுகள் ஒவ்வொருவராக நமக்கு போன் செய்து விவரம் தெரிவித்தனர். ஆளுங்கட்சியினரிடமிருந்து நமது அலுவலகத்துக்கு அனாமத்தான போன்கால்கள் தொடர்ந்து வந்துகொண்டேயிருந்தன.

ஏதோ ஒரு விபரீதத்திற்கு ஆளுங்கட்சியினர் விதை போடுகிறார்கள் என்பதை உணர்ந்த நான், தம்பி காமராஜை அழைத்துக் கொண்டு அப்போதைய டி.ஜி.பி.ஸ்ரீபாலையும் நேரில் சந்தித்து, ஒரு மனு கொடுத்தேன். "எங்களுக்கு எதிராக அ.தி.மு.க.வினர் சதி பண்ணிக்கிட்டிருக்காங்க; எங்கள் ஊழியர்களுக்கும் ஏஜெண்ட்டுகளுக்கும் பாதுகாப்புத் தரணும்.

காலையிலிருந்தே அனாமத்தான போன்கால்கள் வந்துகிட்டிருக்கு. ஏதாவது அசம்பாவிதம் நடந்தால் என்ன செய்வது, எங்க ஏஜெண்ட்டுகளுக்கு என்ன தகவல் கொடுப்பது?'' என்று டி.ஜி.பி.யிடம் கேட்டேன்.

''எந்த அசம்பாவிதமும் நடக்காமல் நான் பார்த்துக் கொள்கிறேன். உங்க ஏஜெண்ட்டுகளை அந்தந்த பகுதி எஸ்.பி.யிடம் ஒரு புகார் கொடுக்கச் சொல்லுங்க'' என்றார் ஸ்ரீபால். நமக்கு முன்பாகவே தனது ஜூனியர் அதிகாரிகளை அழைத்து ஆவன செய்யுமாறு உத்தரவிட்டார். ஸ்ரீபாலின் நடவடிக்கைகள் எனக்குள் அப்போதைக்குக் கொஞ்சம் நம்பிக்கையைக் கொடுத்தது.அன்று இரவு எல்லா ஏஜெண்ட்டுகளுக்கும் போன் செய்து எஸ்.பி.யிடம் புகார் கொடுக்கும்படி தெரிவித்தேன். எனது தகவலுக்குப் பிறகு ஏஜெண்ட்டுகளும் தைரியமடைந்தனர். ஆனால், இரவு 10-30 மணியளவில் கோவை, ஈரோடு, சேலம், மதுரை போன்ற பெரிய நகரங்களிலிருந்து ஏஜெண்ட்டுகள் போன் செய்துகொண்டே யிருந்தனர். எஸ்.பி.க்குப் புகார் கொடுத்தபோது அதை வாங்கவில்லை என்றும், ஆளுங்கட்சியினரின் மிரட்டல் தொடர்ந்து கொண்டிருப்பதாகவும் தெரிவித்தனர். டி.ஜி.பி.கொடுத்த வாக்குறுதி காற்றில் பறப்பதை உணர்ந்து இரவு 12-30 மணி அளவில் அவருக்குப் போன் செய்தேன். "ஸார்... எஸ்.பி.க்களிடம் புகார் கொடுத்தால், வாங்கமாட்டேங்குறாங்க. அ.தி.மு.க.காரங்க மிரட்டிக்கிட்டே யிருக்காங்க."

''இருக்காதுங்க கோபால்... எல்லா எஸ்.பி.க்கும் நான் டைரக்ஷன் கொடுத்திட்டேன். எந்த அசம்பாவிதமும் நடக்காது'' என்றார் சர்வசாதாரணமாக. அவரது வார்த்தைகளில் எனக்குப் பிடிப்பு ஏற்படவில்லை. ஏதோ ஒரு விபரீதம் நடக்கப்போகிறது. இந்த ஆட்சியில் நாம் சந்திக்காத கொடுமைகளும், படாத அவஸ்தைகளும் கிடையாது. இந்த ஆபத்து எந்த ரூபத்தில் வரப்போகிறதோ? என விபரீதத்தை எதிர்பார்த்துக் காத்திருந்தேன். அலுவலகத்தை விரைவாக மூடிவிட்டு அச்சிடும் பணிகளை தீவிரப்படுத்தினேன். கடைகளுக்கு நக்கீரன் இதழ் வருகின்ற நாளன்று நான் ஒரு வழக்கிற்காக பழனி கோர்ட்டில் ஆஜராகியே தீரவேண்டும் அதனால் தம்பிகளை கவனமாக இருக்கச் சொல்லிவிட்டு நான் பழனிக்குச் சென்றேன்.

எப்போது வெளியூர் சென்றாலும், அங்கிருந்து நக்கீரன் அலுவலகத்திலுள்ள தம்பிகளிடம் போனில் பேசுவது என் வழக்கம். இதுபற்றி ஏற்கனவே நான் குறிப்பிட்டிருக்கிறேன். அன்றும் அப்படித்தான். பழனி பஸ்-ஸ்டாண்டிற்கு அருகில் உள்ள ஜவுளிக்கடையிலிருந்து நமது அலுவலகத்திற்குப் போன் செய்தேன்.

தம்பிகள் குரு, சுரேஷ் இருவரும்தான் பேசினார்கள். அவர்கள் சொன்ன தகவல்கள் என் தலைமீது ஒரே நேரத்தில் கோடிக்கணக்கான தேள்கள் கொட்டுவதுபோல் இருந்தது.

"அண்ணே... எல்லா இடத்திலும் நக்கீரனை எரிக்கிறாங்க. இப்பதான் திருச்சியிலிருந்து போன் வந்தது. அங்கே நம்ம ஏஜெண்ட்டை மிரட்டி, புக்கை பிடுங்கி எரிச்சிருக்காங்க. எதிர்த்துக் கேட்கிறவங்களையெல்லாம் அ.தி.மு.க. குண்டர்கள் அடிக்கிறாங்க. ஒவ்வொரு ஊரிலிருந்தும் போன் வந்துகிட்டேயிருக்கு. ஒரு ஊர் பாக்கியில்லாமல் அடிக்கிறதும், எரிக்கிறதும் அநியாயத்துக்கு நடந்துகிட்டிருக்கு"- குருவும், சுரேஷும் சொல்லச் சொல்ல எனக்குள் கோபம் அதிகரித்துக்கொண்டேயிருந்தது. ஏஜெண்ட்டுகளின் போன் நம்பர்களை வாங்கி, பழனியிலிருந்தபடியே ஒவ்வொரு ஏஜெண்ட் டுக்கும் போன் செய்து என்ன நிலவரம் என்று விசாரித்தேன். அனேகமாக எல்லோருமே மரண பீதியுடன் பேசினார்கள். "அண்ணே... அ.தி.மு.க.காரங்க ஆடாத ஆட்டமெல்லாம் ஆடறாங்க. இந்தத் தடவை புத்தகத்தைத்தான் எரிச்சோம்... அடுத்த தடவை உன்னையும், உன் குடும்பத்தையும் எரிப்போம்னு மிரட்டுறாங்க" என்றனர்.

பத்திரிகையின் முதுகெலும்பான ஏஜெண்ட்டுகள், லைன் பையன்கள், கடைக்காரர்கள் இவர்கள் மூலமாகத்தான் வாசகர்களிடம் செய்திகள் சென்றடைகின்றன. சில ஊர்களில் ஏஜெண்ட்டுகளிடமிருந்து புத்தகத்தை எடுத்துக்கொண்டு சைக்கிளில் சென்ற லைன் பையன்களை அ.தி.மு.க. ரவுடிகள் மடக்கி, சைக்கிளுடன் உருட்டிவிட்டு, கண்மூடித்தனமாக அடித்தனர். நக்கீரன் போஸ்டர்கள் தொங்கவிடப்பட்ட பெட்டிக்கடை களையும், அ.தி.மு.க. கும்பல் விட்டுவைக்கவில்லை.. உடைத்து நொறுக்கி துவம்சம் செய்தது. தமிழகம் முழுவதும் ருத்ர தாண்டவம்தான்.

திருச்சியில் கு.ப.கிருஷ்ணனின் மச்சான் முருகன் தனது ராத்திரி நேர தோஸ்த்துகளுடன் பகலில் வலம் வந்து ஸ்ரீரங்கம், திருவானைக்காவல் பகுதிகளில் நக்கீரனை கொளுத்தி வெறியாட்டம் ஆடினார். அவரது ஆட்டம் முடிந்தவுடன் மாவட்ட செயலாளர் ரத்தினவேலுவுக்குப் பேய் பிடித்துக்கொண்டது. தனது எடுபிடிகளுடன் வந்து ஏஜெண்ட்டு மதிவாணனையும், கடைக்காரர்களையும் மிரட்டி, நக்கீரனை அள்ளிக்கொண்டு சென்ட்ரல் பஸ்-ஸ்டாண்ட் அருகில் உள்ள பெரியார் சிலை முன்பு வந்து கொளுத்தினர்.

சங்கரன்கோயிலில் ஏஜெண்ட் சண்முகசுந்தரத்தை மடக்கிய ஐந்து சில்லறைகள், வெறும் நான்கு பிரதிகளை மட்டும்

எரித்துவிட்டு, “500 பிரதிகளை எரித்துவிட்டோம்” என்று சத்தம்போட்டு கொக் கரித்தபடி கலைந்து சென்றனர். நமது கோவை ஏஜெண்ட் வெங்கடாசலம் வழக்கம்போல் நக்கீரன் கட்டுகளை வண்டியில் எடுத்துக்கொண்டு புறப்பட்ட நேரத்தில், திடுமென குறுக்கே பாய்ந்த அ.தி.மு.க. கும்பல், வண்டியை மடக்கி நக்கீரன் இதழ்களை அள்ளிக்கொண்டுபோய் எரித்தது. பதறிப்போன நமது ஏஜெண்ட் உடனடியாக போலீஸ் ஸ்டேஷனுக்குச் சென்று புகார் கொடுக்க முயன்றபோது, ஜெயலலிதா அரசின் காவல்துறையினர் நமது ஏஜெண்ட்டின் புகாரை வாங்க மறுத்துவிட்டனர். கரூரிலும், புதுக்கோட்டையிலும் பிரதிகள் எரிக்கப்பட்டன.

செங்கோட்டையன் அரசியல் பண்ணிக் கொண்டிருந்த ஈரோட்டில் நமது ஏஜெண்ட் பெரியசாமி, நக்கீரன் இதழ்களுடன் கிளம்பியபோது, சினிமா பாணியில் சர்ரென்று ஒரு வேன் குறுக்கே வந்து நின்றது. அடுத்த வினாடி, நமது ஏஜெண்ட் கீழே உருட்டிவிடப்பட்டார். “அம்மாவைப் பத்தியா எழுதுறீங்க... கொளுத்திடுவோம்” என்றபடி அத்தனை இதழ்களையும் தூக்கிக்கொண்டு ஓடியது மந்திரியின் கும்பல். கோபி, அவினாசி போன்ற இடங்களிலும் இதேபாணியில் நக்கீரனுக்குத் தீ வைக்கப்பட்டது. எல்லா ஊர்களிலும் அ.தி.மு.க.வினர் காலித்தனம் புரிவதை அறிந்த நமது சேலம் ஏஜெண்ட் மிகவும் எச்சரிக்கையுடன் ரயில் நிலையத்தில் இருந்து கட்டுகளை எடுக்க தாமதப்படுத்திக் கொண்டிருந்தார். இதையறிந்த அ.தி.மு.க.வினர் அவரை ரயில் நிலையத்திற்கு கடத்திச்சென்று வலுக்கட்டாயமாகக் கையெழுத்துப் போடச்சொல்லி ஒட்டுமொத்தமாக எல்லா பிரதிகளையும் அள்ளிக்கொண்டுபோய் கொளுத்தினர்.

ராஜாவை மிஞ்சிய ராஜவிசுவாசிகளாக அ.தி.மு.க.வினரைவிட காவல்துறையினர் மிகவும் சிரத்தை எடுத்துக்கொண்டு நக்கீரனைப் பிடுங்கவும், தீ வைக்கவும் ஆர்வம் காட்டியபடியிருந்தனர். பல ஊர்களில் அ.தி.மு.க.வினருக்கு முன்பாக போலீஸ்காரர்களே ஏஜெண்ட்டுகளைக் கூப்பிட்டு “மரியாதையா சொல்றோம்... கட்டு வந்ததும் பேசாம இங்கே கொண்டுவந்து கொடுத்துட்டுப் போ... இல்லேன்னா ஒரு புக்கூட மிஞ்சாது; கொளுத்தி சாம்பலாக்கிடுவோம். அதுமட்டுமில்லை... நீ செக்ஸ் புக் வித்ததா கேஸ் போட்டு உள்ளே தள்ளி, பேத்து எடுத்திடுவோம்” என்று மிரட்டிப்பார்த்தனர். ஆனால், நமது ஏஜெண்ட்டுகளில் ஒருவர்கூட காக்கிச்சட்டைகளின் மிரட்டலைக்கண்டு பயப்படவில்லை. “உங்களால் என்ன பண்ண முடியுமோ பண்ணிக்குங்க. சட்டரீதியா நாங்க எதையும் சந்திப்போம்; நக்கீரன் நிர்வாகத்திற்கு விரோதமா ஒருஅடி கூட எடுத்து வைக்கமாட்டோம்” என உறுதியாகக் கூறி

விட்டனர். அதனால் பல இடங்களில் போலீஸாரே நக்கீரன் இதழ்களைத் திருடிக்கொண்டு ஓடினர். சேலம் மாவட்டத்தில் உள்ள வேலூர், பரமத்தி போன்ற இடங்களில் இந்த பாணியில்தான் நக்கீரன் கைப்பற்றப்பட்டது. ஒவ்வொரு ஊரிலும் நடந்த அக்கிரமங்களையும், பழனியிலிருந்து போன் மூலம் தெரிந்துகொண்ட நான், நக்கீரன் இதழ்களுக்கும், ஏஜெண்ட்டுகளுக்கும் இதற்கு மேலும் பாதிப்பு ஏற்படாமல் நடவடிக்கை எடுக்க வேண்டும் என்பதில் தீவிரமானேன். உடனடியாக சென்னை அலுவலகத்திற்குத் தொடர்புகொண்டு தம்பி காமராஜிடம் பேசினேன். "தம்பி... நீங்க உடனே புறப்பட்டுப்போய் டி.ஜி.பி.யை இன்னொருமுறை பார்த்து ஒவ்வொரு ஊரிலும் நடத்துக்கிட்டிருக்கிற அக்கிரமத்தைப் பற்றி சொல்லி, நடவடிக்கை எடுக்கச் சொல்லுங்க" என்றேன்.

காமராஜ் அவசரமாகப் புறப்பட்டு டி.ஜி.பி.யின் அலுவலகத்திற்கு சென்றார். ஸ்ரீபாலிடம் அத்தனை விபரத்தையும் கூறி, நடவடிக்கை எடுக்கக் கோரினார்; பலன் இல்லை. மீண்டும்... மீண்டும்... ஏஜெண்ட்டுகளிடமிருந்து அலுவலகத்துக்குப் போன் வந்து கொண்டேயிருந்தது. காவல்துறையினரின் பாது காப்பு வசதியுடன் அ.தி.மு.க.வினரின் பேயாட்டம் ஒவ்வொரு ஊரிலும் தொடர்ந்து கொண்டிருந்தது.

நக்கீரனை காக்க போராடிய முகவர்கள்!

சி வகங்கையில் அ.தி.மு.க.வினரின் பேயாட்டம் அதிகமாக இருந்தது. ஸ்டேஷனிலிருந்து பத்திரிகைக் கட்டுகளை சைக்கிளில் கட்டிக்கொண்டு கடைகளில் போடுவதற்காகச் சென்று கொண்டிருந்த ராமு என்ற லைன் பையனை அப்போதைய மந்திரி கண்ணப்பனின் கைத்தடியான தனபாலன் தலைமையில் வந்த 20 பேர் கொண்ட வெறிக்கும்பல் வழிமறித்தது. கண்ணிமைக்கும் நேரத்தில் ராமுவின் சைக்கிள் உருட்டிவிடப்பட்டது. நக்கீரனைப் பிடுங்கப் போகிறார்கள் என்பதை உணர்ந்த அந்தப் பையன், புத்தகக் கட்டுகளை இறுக்கமாக அணைத்துப் பிடித்துக் கொண்டான். அதைக்கண்டு ஆத்திரமடைந்த அந்த வெறிக்கும்பலில் ஒருவன் வீச்சரிவாளை ஓங்கி, அந்த பையனை வெட்ட முயற்சித்தான். அதற்குள் இன்னொருவன் பையனின் பிடியிலிருந்து கட்டுகளைப் பிடுங்குவதற்கு முயன்றுகொண்டிருந்தான். முடியாமல் போனதால் பையனை மிதி மிதி என்று மிதித்து, நிலை தடுமாறி விழச்செய்து, கட்டுகளைப் பிடுங்கிக்கொண்டு ஓடினான். அடுத்த சில நிமிடங்களில் குரங்கு கை பூமாலையாக அ.தி.மு.க.வினர் கைகளில் சிக்கிய நக்கீரன் இதழ்கள் ரோடெங்கும் சாம்பலாகிக் கிடந்தன.

மதுரையில் ஜக்கையன் தலைமையில் ஒரு கோஷ்டியும், ராஜன்செல்லப்பா தலைமையில் இன்னொரு கோஷ்டியும்

தனித்தனியாக ஊர்வலம் சென்று ஏதோ பெரிய போராட்டம் போல் இமேஜை உருவாக்கி நக்கீரனை எரித்தன. திண்டுக்கல்லில் சற்று லேட்டாக, 'ஞானோதயம்' பெற்ற மாவட்டச் செயலாளர் சீனிவாசன் தனது படையைத் திரட்டிக்கொண்டு கடைகடையாக ஏறி நக்கீரனைப் பிடுங்கி எரித்தார்.

91-ம் ஆண்டு தேர்தலில் தாமரைக்கனியிடம் மண்ணைக் கவ்விய அ.தி.மு.க. பிரமுகர் விநாயகமூர்த்தி தனது கூஜா வனராஜுடன் வந்து ஸ்ரீவில்லிபுத்தூரில் நக்கீரன் எரிப்பு என்ற பெயரில் பெரிய தாண்டவமே ஆடிவிட்டுப்போனார். ராஜபாளையம் அ.தி.மு.க.வினரை எதிர்கொள்வதற்காக ஒரு போர்க்களத்தையே சந்திக்க வேண்டிய சூழ்நிலைக்கு ஆளானார் நமது ஏஜெண்ட் 'பெரியவர்' பிச்சையா செட்டியார். வயதானவர் என்றாலும் நக்கீரன் டீமுக்கு ஏற்ற வேகத்துடன் இன்றுவரை செயல்படக்கூடிய ஏஜெண்ட் அவர். நக்கீரனை எரிக்க ஆளுங்கட்சியினர் முயற்சிக்கிறார்கள் என்று தெரிந்தவுடனேயே இதழ்களை மீட்கும் பணியில் இறங்கினார்.

வீட்டில் உள்ளவர்கள் தடுத்தும் அதைப் பொருட்படுத்தாமல், நக்கீரன் இதழ்களை கடைகளில் போட்டே தீரவேண்டும் என்ற சபதத்துடன் காலை 8 மணிக்குப் புறப்பட்டு, போலீசிடம் பாதுகாப்பு கேட்டுவிட்டு, முக்கியமானவர்களிடமெல்லாம் போன்செய்து பேசிவிட்டு, கட்டுகளை எடுக்கச் சென்றார். ஆனால் வெறிபிடித்த அ.தி.மு.க.வினர், அவரிடமிருந்து கட்டுகளை பிடுங்கிக்கொண்டு ஓடினர். அப்படியும் தனது போராட்டத்தை தொடர்ந்து 25 பிரதிகளை மீட்டு கடைகளில் தொங்கவிட்டு, 'இதுதாண்டா நக்கீரன்' என்று அ.தி.மு.க.வினருக்கு நெற்றியடி கொடுத்தார் பெரியவர் பிச்சையா செட்டியார்.

விருதுநகரின் நகரச் செயலாளர் பாண்டி ஒரு வித்தியாசமான பேர்வழி. நமது ஏஜெண்ட் சேதுராமலிங்கத்தைத் தாக்கி அத்தனை பிரதிகளையும் கைப்பற்றி, மறைமுகமாக எடுத்துச் சென்று எரித்துவிட்டு தனக்கென்று ஒரு பிரதியை மட்டும் யாரும் அறியாத வகையில் இடுப்பில் செருகிக்கொண்டு ஓடினார். செங் கோட்டையனின் சொந்தத் தொகுதியான கோபிசெட்டிப் பாளையத்திலும் சிவகங்கை போலவே வெறித்தாக்குதல் நடந்தது. ஏஜெண்ட்டை பணிய வைப்பதற்காக அவருடைய வீட்டுக்குள் புகுந்த செங்கோட்டையனின் அடியாட்கள், மத்தியஸ்தம் என்ற பெயரில் வீட்டில் உள்ளவர்களை கடுமையாக மிரட்டத் தொடங்கினர். மந்திரி ஆட்களின் மிரட்டலால் பயந்துபோன ஏஜெண்ட் குடும்பத்துப் பெண்கள், நமது ஏஜெண்ட் டிற்கு வேறெந்த விபரீதமும் ஏற்பட்டுவிடக்கூடாது என்ற மிரட்சியில்

அவரை ஒரு அறையில் வைத்து பூட்டிவிட்டனர். ஏஜெண்ட் குடும்பத்தாரை மிரட்டி பணியவைத்து விட்ட திமிரில் நக்கீரன் இதழ்களை எரித்து சாம்பலாக்கியது மந்திரியின் கூலிப்படை. தூத்துக்குடி ஏஜெண்ட் பலராமனும், திருநெல்வேலி ஏஜெண்ட் சண்முகய்யாவும் அ.தி.மு.க.வினருடன் போராடி நக்கீரனை மீட்க முயன்றனர்; முடியாமல் போயிற்று. ஈரோடு நகரில் கட்டுகளை கைப்பற்றிய அப்போதைய எம்.எல்.ஏ. மாணிக்கமும் அவரது ஆட்களும் நக்கீரனை எரிக்க இடம் கிடைக்காமல் வேனில் வைத்துக்கொண்டே பகல் முழுவதும் சுற்றிச்சுற்றி வந்தனர். இரவானதும் எம்.எல்.ஏ. தனது சொந்த கிராமமான மராப்பாளையத்திற்கு வேனை கொண்டுசென்று யாருக்கும் தெரியாமல் நக்கீரனை எரித்தார். நமது ஏஜெண்ட் பெரியசாமி கஷ்டப்பட்டு காப்பாற்றிய ஒரேயொரு கட்டையும் எம்.எல்.ஏ. வகையறா பிடுங்கிக்கொண்டு போய் தீயிட்டது. கண்ணப்பனின் தொகுதியான திருப்பத்தூரில் மட்டும் நமது ஏஜெண்ட் அன்பு

நியூஸ் நாகராஜன் மிகவும் சாமர்த்தியமாக நக்கீரன் கட்டுகளை மறைத்துவிட்டார். நமது ராமநாதபுரம் முகவர் ஜனார்த்தனமும் காவல்துறைக்கு தண்ணீர் காட்டினார். முண்டாசை இறுக்கமாகக் கட்டிக் கொண்டு அலைந்து திரிந்த அ.தி.மு.க.வினர் இறுதிவரை நக்கீரனைக் கைப்பற்ற முடியாமல் தோல்வியுடன் திரும்பினர். அடுத்த நாள் திருப்பத்தூரில் உள்ள அனைத்துக் கடைகளிலும் நமது இதழ்கள் வெகுவேகமாக விற்பனையானது.

அ.தி.மு.க.வினரின் அராஜகம் பற்றி போலீஸில் புகார் கொடுக்கச் சென்ற நமது ஏஜெண்ட்டுகள் ஏமாற்றத்துடன்தான் திரும்பினர். நமது கோவை ஏஜெண்ட் பி-2 போலீஸ் ஸ்டேஷனில் புகார் கொடுக்கச் சென்றபோது, பிரதிகளை ஏற்றிவந்த வண்டிக்காரரிடம்தான் புகார் வாங்குவோம் என்றுகூறி பெயருக்குப் புகார் வாங்கியது காவல்துறை. அதாவது போலீஸ் சட்டப்படி வீட்டில் திருட்டுப்போனால் வீட்டுக்காரரிடம் புகார் வாங்கமாட்டார்கள். கூர்க்கா கொடுக்கும் புகாரைத்தான் வாங்குவார்கள் போலும்.

அதேபோல் “என் கடையில் புகுந்து நக்கீரன் புத்தகத்தைத் திருடிவிட்டனர்'' என்று ஒரு கடைக்காரர் பி-2 போலீஸ் ஸ்டேஷனில் புகார் கொடுக்கச் சென்றபோது, ஆளுங்கட்சிக்கு அடிவருடிய எஸ்.ஐ.சுந்தரராஜன், “நீங்கள் எப்படி இந்து- முஸ்லீம் கலவரத்தின்போது உணர்ச்சிவசப்பட்டீர்களோ, அதுபோல் அ.தி.மு.க.வினர் உணர்ச்சிவசப்படுகின்றனர். உங்களுக்கேன் வம்பு?” என்று கேட்டிருக்கிறார்.

இந்த விபரங்கள் அனைத்தையும் பழனியிலிருந்தபடியே எஸ்.டி.டி. மூலம் தெரிந்துகொண்ட நான் உடனடியாக நமது வழக்கறிஞர் பெருமாளைத் தொடர்புகொண்டேன். “ஸார்... பி.ஹெச்.பாண்டியன் மூலமா ஹைகோர்ட்டுக்கு இந்த விஷயத்தை கொண்டுபோக ஸ்டெப் எடுங்க'' என்றேன். சட்டரீதியான முயற்சிகள் தொடங்கிய அதேவேளையில் எரிக்கப்பட்ட எல்லா இடங்களுக்கும் மீண்டும் அதே நக்கீரன் இதழை சப்ளை செய்வது என தீர்மானித்தேன். தம்பி காமராஜ் மூலம் அனைத்து ஏடுகளுக்கும் நடந்த விவரம் பற்றிய பிரஸ் ரிலீஸ் கொடுக்கப்பட்டது. புரடக்ஷன் இன்-சார்ஜாக உள்ள ‘பெரிசு’ சுந்தரை போன் மூலம் தொடர்புகொண்டேன். மீண்டும் பாரம் அச்சிடுவது, அட்டை பிரிண்ட் செய்வது பற்றி தெரிவித்து உடனடியாக 2 லட்சம் பிரதிகளைத் தயாரிக்கச் சொன்னேன். வெகுவேகமாக பணிகள் தொடங்கின. பைண்டர்கள் எல்லோருக்கும் தகவல் கொடுத்து சுமார் 10 பேரிடம் பைண்டிங் வேலை ஒப்படைக்கப்பட்டது. இதழ்கள் ரெடியாக ரெடியாக ஆம்னி பஸ் மூலம் அதனை

மதுரைக்கு அனுப்பி வைக்குமாறு கூறிவிட்டு நான் பழனியிலிருந்து உடனடியாக மதுரைக்குப் புறப்பட்டேன். நண்பர் அப்சலுக்குச் சொந்தமான நான்கு ஆம்னி பஸ்களிலும் நமது இதழ்களுக்கு முக்கியத்துவம் கொடுக்கப்பட்டு, நமது ராஜாமணி மூலம் சென்னையிலிருந்து அனுப்பி வைக்கப்பட்டன. நான் அங்கிருந்து மூன்று வேன்கள் மூலம் தமிழகம் முழுவதும் நக்கீரன் இதழ்களை சப்ளை செய்வதற்கான ஏற்பாடுகளைச் செய்துகொண்டிருந்தேன்.

பாதுகாவலர் பூபதி தலைமையில் ஒருவேன் தயாராக இருந்தது. அவருக்குத் துணையாக 'கலெக்ஷன்' ராஜேந்திரனும், இன்னும் 20 பேரும் இருந்தனர். நிருபர் சண்முகசுந்தரம் தலைமையில் இன்னொரு வேன் தயாராக இருந்தது. அவருக்குத் துணையாக 'கலெக்ஷன்' பாண்டியராஜனும், இன்னும் 20 பேரும் இருந்தனர். நான் நண்பர் மருதுவையும் 'கலெக்ஷன்' பூமிநாதனையும் மேலும் 20 பேரையும் பக்கபலமாக வைத்துக்கொண்டு மூன்றாவது வேனுக்குத் தலைமை தாங்கினேன்.

இதழ்களை அவசர அவசரமாக சப்ளை செய்ய வேண்டும் என்று நான் பரபரப்பாக இயங்கியதற்கு முக்கிய காரணம் உண்டு. பொதுவாக ஒரு இதழ் வராமல் தடைபட்டால் அதற்கான காரணம் என்னவென்பதை அடுத்தநாள் வெளியாகும் நாளேடுகள் மூலமாகத்தான் வாசகர்கள் அறிந்துகொள்வார்கள். காரணம் தெரிந்ததும், சரி அடுத்த வாரம் பார்த்துக்கொள்ளலாம் என்று இருந்துவிடுவார்கள். ஆனால்... நக்கீரன் வாசகர்கள் முற்றிலும் மாறுபட்டவர்கள். காலையும், மாலையும் ஒவ்வொரு கடையாக ஏறி, இறங்கி, "நக்கீரன் வந்துவிட்டதா... ஏன் லேட்? அ.தி.மு.க.வினரின் அராஜகம்தான் காரணமா?" என்று கேட்டபடியே இருந்தனர். நக்கீரன் மீது வாசகர்கள் வைத்திருக்கும் மதிப்பையும் ஆர்வத்தையும் காப்பாற்றியே தீரவேண்டும் என்பதற்காகவே மீண்டும் இதழ்களை சப்ளை செய்வதில் நான் முனைப்பு காட்டினேன்.

ஆம்னி மூலம் வந்த பிரதிகளை வேன்களில் ஏற்றினோம். ஈரோடு, கோவை, சேலம் ஆகிய பகுதிகளுக்குச் செல்லும் வேனில் நானும், நண்பன் மருது, 'கலெக்ஷன்' பூமிநாதன் மற்றும் 20 பேரும் புறப்பட்டோம். தஞ்சை, திருச்சி, கும்பகோணம் பகுதிகளுக்கு பூபதி & ராஜேந்திரன் டீம் சென்றது. மதுரை, திருநெல்வேலி, தூத்துக்குடி பகுதிகளுக்கு நிருபர் சண்முகசுந்தரம்& பாண்டியராஜன் டீம் புறப்பட்டது. எல்லா ஏஜெண்ட்டுகளையும் அந்தந்த ஊர் பஸ்-ஸ்டாண்டிற்கு வருமாறு ஏற்கனவே தகவல் கொடுக்கப்பட்டிருந்தது. அனைவரும் நக்கீரனை எதிர்பார்த்து பஸ்-ஸ்டாண்டில் காத்திருந்தனர். நமது வேன்கள் அங்கு சென்றதும், உடனடியாக பஸ்-ஸ்டாண்டிலேயே கட்டுகள் பிரிக்கப்பட்டு எல்லா

கடைகளுக்கும் அதிவிரைவாக இதழ்கள் சப்ளை செய்யப்பட்டன. அ.தி.மு.க.வினரால் நக்கீரன் எரிக்கப்பட்ட மறுநாளே தமிழகம் முழுவதும் அதே இதழ்கள் வேகமாக சப்ளை செய்யப்பட்டு உடனடியாக விற்றுத் தீர்ந்தன.

"நாம்தான் எரித்துவிட்டோமே... இனி நக்கீரன் எங்கே வரப்போகிறது" என்ற மமதையுடன் இருந்த அ.தி.மு.க. பிரமுகர்களால் நாம் நிகழ்த்திய இந்த மாபெரும் சாதனையை ஜீரணிக்க முடியவில்லை. இவ்வளவு விரைவாக நமது இதழ்கள் மீண்டும் வெளிவரும் என்று எதிர்பார்க்காத அவர்களுக்கு வெறி அதிகமானது. மறுபடியும் பேயாட்டத்திற்கான உடுக்கை அடிக்கப்பட்டது. தலைமையின் ஆசியுடன் தலைகால் புரியாமல் ஆடத்தொடங்கிய அ.தி.மு.க. வட்டாரம் நக்கீரன் மீது கொலை வெறியுடன் பாய்ந்து குதறத் தொடங்கியது.

நக்கீரன் படித்த வாசகருக்கு போலீஸ் விதித்த ஃபைன்!

ஆளுங்கட்சியினரின் மிரட்டலால் கோபிசெட்டிப் பாளையம் ஏஜெண்ட்டை அவரது குடும்பத்தினரே வீட்டில் வைத்து பூட்டி விட்டதால் அங்கு நக்கீரன் இதழ்களை விற்பனை செய்வதற்குப் புதிய உத்தியைக் கையாண்டேன். என்னுடன் வந்திருந்த கலெக்ஷன் பூமிநாதனை அழைத்துக்கொண்டு சிக்கந்தர் என்ற குதிரை வண்டிக்காரரை சந்தித்தேன். நக்கீரன்மீது மிகவும் ஆர்வம் கொண்டிருந்த அந்த குதிரை வண்டிக்காரர் சிக்கந்தர் என்னைக் கண்டதும் மிகுந்த உற்சாகத்துடன் "என்ன செய்யணும்னு சொல்லுங்கண்ணே" என்றார்.

"இந்த நக்கீரன் காப்பிகளை விற்கணும்"

"கொஞ்சம் நேரத்தில் தூள் கிளப்பிடுறேன்" என்றபடி நக்கீரன் இதழ்களைப் பெற்றுக்கொண்டு விற்பனைக்குப் புறப்பட்டார். நானும் பூமிநாதனும் அடுத்தடுத்த ஊர்களை நோக்கிச் சென்றோம். குதிரை வண்டிக்காரரோ மிகுந்த ஆர்வத்துடன் வண்டியில் நக்கீரன் பேனரை அழகாகக் கட்டிக் கொண்டு கூவிக்கூவி விற்பனை செய் திருக்கிறார். சிறிய கடைகளிலும் நக்கீரனை சப்ளை செய்திருக்கிறார். அவருடைய உற்சாகமான உழைப்பால் கோபி பகுதியில் நக்கீரன் விற்பனையில் அனல் பறந்தது. இந்தத் தகவல் அப்போதைய மந்திரி செங்கோட்டையனின் காதுகளைப் போய்ச் சேர்ந்தது.

செங்கோட்டையன் சேர்த்து வைத்திருக்கும் கும்பலின் லீடரான நாகராஜன் என்பவர்தான் மந்திரியின் காதுக்கு விஷயத்தைக் கொண்டு போனவர்.

''அண்ணே, நாம நக்கீரனை விக்கக்கூடாதுன்னு மிரட்டியிருக்கோம். அதையும் மீறி வித்துக்கிட்டே இருக்கானுங்க. என்ன செய்யலாம்... சொல்லுங்க. செஞ்சிடலாம்.''

''சொல்றது என்ன...விக்கிறவனோட கடையைக் காலி பண்ணுங்க. இல்லேன்னா விக்கிறவனையே காலி பண்ணுங்க'' -செங்கோட்டையன் சொன்னது தான் தாமதம்-

ரத,கஜ,.துரக பதாதிகளை திரட்டிக்கொண்டு பேயாட்டத்தை தொடங்கிவிட்டது நாகராஜன் கும்பல். கூவிக்கூவி விற்றுக் கொண்டிருந்த குதிரை வண்டிக்காரரை வழிமறித்த வெறிக்கும்பல் கண்மூடித்தனமாகத் தாக்கி கால்களை முறித்துப் போட்டது. தப்பித்துச் செல்வதற்கு கொஞ்சம்கூட வாய்ப்பில்லாதபடி வெறிபிடித்தவர்களின் கையில் சிக்கிக்கொண்ட சிக்கந்தர் உடலெங்கும் ரத்தம் வழியத்துடித்தார். நாகராஜன் கும்பல் வெறி அப்போதும் தணியவில்லை. நக்கீரனை விற்பனை செய்யும் சிறிய கடைகளையும் உடைத்து நொறுக்கி தரைமட்டமாக்கும் வேலையில் இறங்கியது. கும்பலின் வெறித்தனத்திற்கு முதலில் இரையானது வெங்கிடு என்பவரின் கடைதான். தற்போதைய எம்.எல்.ஏ.வான வெங்கிடு அப்போது அந்தக் கடையில் நக்கீரனை விற்பனை செய்து வந்தார். அந்தத் தருணத்தில் கடையில் இருந்தவர் வெங்கிடுவின் மகன் குமணன். திடீரென கடையையும் குமணனையும் சுற்றி வளைத்த நாகராஜன் கும்பல் காட்டுக்கூச்சல் போடத் தொடங்கியது.

"டாய்... ஒரு பொருளும் உருப்படியா இருக்கக் கூடாது. நம்மளை எதிர்த்துக்கிட்டு ஒரு பயகூட நக்கீரனை விக்கக்கூடாது" என்று கத்தியபடியே ஆளாளுக்கு கடையை அடித்து நொறுக்கி சூறையாடத் தொடங்கினர். செய்வதறியாது திகைத்த குமணன் தன் உயிரை மட்டுமாவது காப்பாற்றிக் கொள்ளலாம் என பாதுகாப்பான இடத்தைத் தேடி ஓடினார். வெறி பிடித்த கும்பலின் கண்ணில்பட்ட பழனியப்பன் என்பவரது கடையும் கிருஷ்ணசாமி என்பவரது கடையும்கூட உடைத்து நொறுக்கப் பட்டன.

பாதிக்கப்பட்டவர்கள் புகார் மனுக்களுடன் போலீஸ் ஸ்டேஷனுக்குச் சென்றபோது இன்ஸ்பெக்டர் சிவசுப்ரமணி மிகவும் ஆத்திரத்துடன், "புகார் கொடுக்க வந்தீங்களா... ஒழுங்கா போய் கடையை க்ளீன் பண்ணுங்க, இல்லேன்னா மீதியை நானே உடைச்சிடுவேன்" என்று மிரட்டி அனுப்பிவிட்டார்.

ஈரோட்டில் இருந்த எனக்கு இந்த தகவல்கள் அனைத்தும் கிடைத்த வேகத்தில் திரும்பவும் கோபிசெட்டிபாளையத்திற்கு வந்தேன். பாதிக்கப்பட்டவர்களை நேரில் சந்தித்தேன். காலில் கட்டு போடப்பட்ட நிலையில் படுக்கையில் இருந்த குதிரை வண்டிக்காரர் சிக்கந்தரை சந்தித்து ஆறுதல் கூறினேன். அவர் மிகவும் தைரியமாக, "விடுங்கண்ணே... அந்த ரவுடிப்பசங்க எப்போதுமே இப்படித்தான் நான் மறுபடியும் நக்கீரனை கூவிக் கூவி விற்கத் தயாராக இருக்கேன்" என்றார். அந்த இளைஞரின்... ஆர்வமும் வீரமும் எனக்கு ஆச்சரியமளித்தன. ஆனாலும் அவர் மீண்டும் ஒரு தாக்குதலுக்கு ஆளாகி இதைவிட கொடூரமான ஆபத்தைச் சந்திக்கக்கூடாது என்பதற்காக அவருடைய விருப்பத்தை நாகரீகமாக மறுத்து விட்டேன். தாக்குதலுக்குள்ளான கடைகளையும் அதன் உரிமையாளர்களையும் சந்தித்து நடந்தவற்றைக் கேட்டறிந்தேன். கோபிசெட்டிபாளையத்திற்குப் புதிய ஏஜெண்ட்டாக பால சுப்ரமணியம் என்பவர் நியமிக்கப்பட்டார். அ.தி.மு.க.வினரின் மிரட்டலுக்குப் பயப்படாமல் தைரியமாக நக்கீரனை விற்பனை செய்யத் தொடங்கினார். செங்கோட்டையனின் அடியாள் பட்டாளத்தின் முகத்தில் கரிபூசப்பட்டது.

சிவகங்கையில் கண்ணப்பனின் கைத்தடி தனபாலன் தனது படைகளைத் திரட்டிக்கொண்டு வந்து இரண்டாவது அராஜக ஆட்டத்தை ஆடத் தொடங்கினார். நமது நிருபர் சண்முகசுந்தரம், பாலு ஆகியோர் ஒரு ஆட்டோவில் ஒலிபெருக்கி மூலம் அறிவிப்பு செய்தபடியே நக்கீரன் விற்பனையை சூடுபறக்கச் செய்தனர். வாசகர்கள் திரண்டு வந்து ஆர்வத்துடன் நக்கீரன் இதழ்களை வாங்கிக்கொண்டிருந்தனர். அப்போது திடீரென திரண்டு வந்த தனபாலன் கும்பல், ஆட்டோவை அடித்து நொறுக்கி சேதப்படுத்தியது ஏஜெண்டின் கடையும் நொறுக்கப்பட்டது. அங்கிருந்த நக்கீரன் பிரதிகள் அனைத்தையும் அள்ளிக் கொண்டு போய் பொது மக்கள் முன்னிலையிலேயே எரித்து மேலிடத்திற்கு தனது விசுவாசத்தைக் காட்டிக்கொண்டது.

திருச்சியில் கு.ப.கிருஷ்ணனின் மச்சான் முருகனும் மாவட்டச் செயலாளர் ரத்னவேலுவும் முதலில் எரித்தது போதாதென்று மீண்டும் தனித்தனி கோஷ்டிகளாக வெறியாட்டம் ஆடினர். பஸ்ஸ்டாண்டு பகுதியில் எந்தக் கடையில் நக்கீரன் தொங்கினாலும் உடனே அந்தக் கடையை அடித்து நொறுக்கி, பிரதிகளை அள்ளிவந்து எரித்தனர். அந்த கொடுமைக்காரர்களிடமிருந்து இதழ்களை மீட்பதற்காக நமது திருச்சி ஏஜெண்ட் மதி, பெரும் சவாலைச் சந்திக்க வேண்டியிருந்தது "எவனாவது நக்கீரனை வித்தீங்க... கொலைதான் விழும்" என பஸ்ஸ்டாண்டின் மையப்

பகுதியில் நின்றபடி கொக்கரித்தது அ.தி.மு.க. கும்பல்.

நக்கீரன் இதழ்கள் கடைகளுக்கு வந்த வேகத்திலேயே விற்பனையாகிவிடுவதால் எவ்வளவு சீக்கிரத்தில் மடக்கிப் பிடிக்க முடியுமோ, அவ்வளவு சீக்கிரத்தில் மடக்கி, ஏஜெண்ட்டுகளையும் கடைக்காரர்களையும் தாக்கி, பிரதிகளைக் கொளுத்தி தலைமையிடம் சபாஷ் வாங்குவதற்காக அ.தி.மு.க.வினர் துடித்தனர். சின்னச் சின்ன ஊர்களில்கூட நக்கீரனுக்கு தீவைக்கப்பட்டது. ஆனால் சென்னையைப் பொறுத்தவரைக்கும் அ.தி.மு.க.வினரின் முயற்சிகள் பலிக்கவில்லை. நாமே களத்தில் இறங்கி நமது இதழ்களுக்குப் பாதுகாப்பாக இருந்ததால் ஆளுங்கட்சியினரின் ஆட்டம் குறைவாக இருந்தது. மதுசூதனனின் சிஷ்யகோடிகள் ஒன்றிரண்டு இடங்களில் மட்டும் தங்கள் கைவரிசையைக் காட்டினர்.

ஏஜெண்ட்டுகளையும் கடைக்காரர்களையும் தாக்கிய அ.தி.மு.க.வினர் வாசகர்களையும் விட்டு வைக்க வில்லை. தாம்பரத்தில் நக்கீரன் படித்துக்கொண்டிருந்த ஒரு வாசகரை கரைவேட்டி கட்டிய ஒருவர் நெருங்கி, “என்ன அது, கையிலே?” என்று மிரட்டலாகக் கேட்டார். எரிச்சலடைந்த வாசகர், “இது தெரியாதா... நக்கீரன்... இப்ப இதிலேதான் உண்மையை எழுதுறாங்க’’ என்று நெற்றியடியாக பதிலளித்தார். இந்த துணிச்சலான பதிலால் ஆத்திரமடைந்த அந்த கரை

வேட்டிக்காரர் வேகமாகப் போய் ஒரு ஆட்டோவில் தனது ஆட்களைத் திரட்டிக் கொண்டு மீண்டும் அந்த வாசகரை நெருங்கினார். "ஏய்... நக்கீரனைப் படிக்கிறது தப்புன்னு தெரியாதா உனக்கு? அம்மா உத்தரவுப்படி எல்லா ஊரிலும் நக்கீரனை எரிக்கிறாங்க தெரியுமா?"

"ஓஹோ... உங்க ஆட்சியிலே உண்மையை எழுதினா அதை யாரும் படிக்கக்கூடாது, எரிச்சிடணும்னு சட்டம் போட்டிருக்கீங்களா?" என்று அந்த வாசகர் திருப்பிக் கேட்ட மறுவிநாடி, ஆட்டோ கும்பல் அப்படியே அவர் மீது பாய்ந்து சரமாரியாகத் தாக்கியது. வாசகரின் தலையிலிருந்து வழிந்த ரத்தம், நக்கீரன் இதழ்களை நனைத்தது. கும்பலிடமிருந்து ஒருவழியாகத் தப்பிய அந்த வாசகர், ரத்தம் படிந்த இதழுடன் நம் அலுவலகத்திற்கு வந்து நடந்ததைத் தெரிவித்தார். உடனடியாக அவருக்கு முதலுதவி அளித்து போலீஸில் புகார் கொடுத்தோம். காவல்துறையினர் வழக்கம்போல் கண்டுகொள்ளாமல் இருந்தனர்.

இதுபோல், எழும்பூரில் உள்ள மாண்டியத் லேனில் வாசகர் ஒருவர் ஆட்டோவில் உட்கார்ந்து நக்கீரன் படித்துக்கொண்டிருந்தார். அப்போது அவரை ஒரு போலீஸ் ஜீப் கடந்து சென்றது. சிறிது தூரம் சென்ற ஜீப் திடீரென ரிவர்ஸில் வந்தது. வாசகர் அருகே வந்து நின்ற ஜீப்பிலிருந்து இறங்கிய போலீஸ் அதிகாரி, "என்னடா படிச்சுகிட்டிருக்கே... செக்ஸ் புக்கா?" என்றார்.

"சார்... நக்கீரன்தான் படிக்கிறேன்" என்று மரியாதையுடன் பதிலளித்தார் வாசகர்.

"நக்கீரன் படிப்பதை தைரியமாக சொல்றியா... உடனே இவனுக்கு 50 ரூபாய் ஃபைன் போடுய்யா" என்று பக்கத்திலிருந்த கான்ஸ்டபிளுக்கு உத்தரவிட்டார் அந்த காவல்துறை அதிகாரி. நக்கீரன் படித்த பாவத்திற்காக 50 ரூபாய் அபராதம் கட்டிய பிறகே போலீஸிடமிருந்து மீண்டார் அந்த வாசகர். நக்கீரனை நசுக்குவதற்காக அத்தனை அஸ்திரங்களையும் அரக்கத்தனமாகப் பயன்படுத்தியது ஜெயலலிதா அரசு. நமது நிர்வாகத்தின் மீது தொடுக்கப்பட்ட தாக்குதலை எதிர்கொண்டோம். ஏஜெண்ட்டுகளுக்கு கொடுக்கப்பட்ட நெருக்கடியையும் சமாளித்தோம். கடைக்காரர்மீது நடத்தப்பட்ட தாக்குதலையும் மீறி நக்கீரனை விற்பனை செய்தோம். கடைசியாக, வாசகர்களையே தண்டிக்கின்ற அளவுக்கு ஜெயலலிதா ஆட்சியின் நச்சு நகங்கள் நம்மை பிராண்டத் தொடங்கியதும் இனி நீதியின் கரங்களால்தான் இந்த அரக்கியிடமிருந்து நம்மை மீட்க முடியும் என்ற முடிவுடன் கோர்ட் படிகளில் ஏறியது நக்கீரன்.

மீண்டும் கைது முயற்சி!

கோர்ட்டில் நக்கீரனின் குரல்வளையை நெரிப்பதற்காக ஜெ.அரசு என்னென்ன மாய்மாலங்களையெல்லாம் செய்தது என்பதை எடுத்துக்கூறி கடுமையான வாதங்களை வைத்தார் மூத்த வழக்கறிஞர் பி.ஹெச். பாண்டியன். இந்திய ஜனநாயக வரலாற்றிலேயே எந்தவொரு பத்திரிகையும் நக்கீரன்போல சோதனைகளையும், துன்பங்களையும், அடக்குமுறைகளையும் சந்தித்திருக்காது. ஹிட்லர் என்று ஜெயலலிதாவை சித்தரித்திருந்ததால் அ.தி.மு.க.வினர் ஊர் ஊருக்கு நக்கீரன் பிரதிகளைக் கொளுத்துகிறார்கள். உண்மையில் ஜெயலலிதா வெறும் ஹிட்லர் மட்டுமல்ல; ஹிட்லர், முசோலினி, இடி அமீன்- இவர்கள் அத்தனைபேரையும் ஒன்றுசேர்த்த மொத்த உருவம். கொடுங்கோன்மையின் சிகரம்.

நமது தரப்பில் எடுத்துவைக்கப்பட்ட வாதங்கள், கோர்ட்டில் பெரும் பரபரப்பை உண்டாக்கின. நாம் நீதிமன்றத்தில் கேட்டதெல்லாம் நமது பத்திரிகைக்குப் பாதுகாப்பு வேண்டும். ஏஜெண்ட்டுகள் மற்றும் கடைக்காரர்களின் உயிருக்கு உத்தரவாதம் வேண்டும் என்பதுதான். நமது பக்கம் உள்ள நியாயத்தை உணர்ந்த

நீதிமன்றம் உடனடியாக ஜெ.அரசுக்கு நோட்டீஸ் அனுப்பியது. அரசு தரப்பிலிருந்து ஒரு டி.ஐ.ஜி. அவகாசம்கேட்டு வந்தார். நீதிபதி, அவரிடம் கேள்விக்கணைகளைத் தொடுத்தார்.

டி.ஐ.ஜி.யோ "நக்கீரன் சார்பில் எங்களுக்கு எந்த புகாரும் வரவில்லை" என்று சர்வ சாதாரணமாக கூறினார். ஒவ்வொரு ஊரிலும் நமது ஏஜெண்ட்டுகளும், கடைக்காரர்களும் கொடுத்த புகார்களை காவல்துறையினர் வாங்கவே முடியாது என்று கூறிவிட்டனர். டி.ஜி.பி.ஸ்ரீபாலை நானும், தம்பி காமராஜூம் நேரில் சந்தித்து பாதுகாப்புத் தேவை என்று மனு கொடுத்தோம். நான் அவரிடம் போனில் தொடர்புகொண்டு பேசினேன். அவர் கண்டுகொள்ளவேயில்லை. நாம் ஆரம்பத்திலிருந்தே கொடுத்த மனுக்களை அலட்சியமாகக் கருதிய காவல்துறை, கோர்ட்டிற்கு வந்து "புகாரே வரவில்லை" என்று கூறியதைக் கேட்டபோது 'இவர்கள் இப்படித்தான்' என்ற முடிவுக்கு வந்தேன்.

எங்கெங்கே அசம்பாவிதங்கள் நடந்தன என்று தமிழகம் முழுவதும் காவல்துறை சார்பில் சர்வே எடுக்கப்போவதாகவும், இனிமேல் பாதுகாப்பு தருவதாகவும் அந்த டி.ஐ.ஜி. கோர்ட்டில் தெரிவித்தார். கருமாதி காரியமெல்லாம் முடிந்தபிறகு, பிணத்தை பிழைக்க வைப்பேன் என்று சொல்வதுபோல் இருந்தது டி.ஐ.ஜி.யின் வாக்குமூலம். காவல்துறையை நம்பி பயனில்லை என்பதை அறிந்தவுடன் இந்த அரசுக்கு எதிராக நமது கண்டனத்தை வலிமையாகத் தெரிவிக்கவேண்டும் என முடிவு செய்தேன்.

அலுவலகத்தில் உள்ள தம்பிகள் அனைவருடனும் ஒட்டுமொத்தமாக ஒரு முக்கியமான ஸ்பாட்டில் உண்ணாவிரதப் போராட்டம் நடத்தலாம் என தீர்மானித்தேன். காவல்துறையிடம் அதற்கான அனுமதியும் வாங்கப்பட்டுவிட்டது. கடைசிநேரத்தில் எனக்குள் திடீர் பொறி. பழி, பாவத்துக்குக் கொஞ்சமும் பயப்படாத ஜெயலலிதா அரசு, உண்ணாவிரதப் பந்தலுக்குள் லாரியை விட்டு நக்கீரன் குடும்பத்தினரையே ஒழித்துக்கட்ட ஏன் முயற்சிக்காது? நக்கீரன் படிக்கும் வாசகர்களே பலவிதமான கஷ்டங்களை சந்திக்க வேண்டியிருக்கும்போது, நக்கீரன் அலுவலகத்தில் பணியாற்றுபவர்களை இந்த அரசு என்ன பாடுபடுத்தும்? தம்பிகளின் உயிருக்கு என்ன உத்தரவாதம் என்று யோசிக்கத் தொடங்கினேன். விளைவு...? உண்ணாவிரதப்போராட்ட முயற்சி தவிர்க்கப்பட்டது. ஆனால் நமது கண்டனத்தைத் தெரிவிக்க தயங்கவில்லை. அழுத்தமான வார்த்தைகளால் எழுதப்பட்ட 'வெல்லும், வெல்லும்' என்ற தலையங்கத்தின் மூலம் ஜெ.அரசின் அரக்கத்தனத்தை தோலுரித்துக்காட்டினோம். வாசகர்களிடம் அந்த தலையங்கத்துக்கு பெரும் வரவேற்பு கிடைத்தது. நான் தமிழகம் முழுவதும் ஒரு

சுற்றுப்பயணத்தை மேற்கொண்டேன். அந்தந்த பகுதிகளில் உள்ள நிருபர்களை அழைத்துக்கொண்டு பாதிக்கப்பட்ட ஏஜெண்ட்டு களை நேரில் சந்தித்து ஆறுதல் கூறினேன். எனது விசாரிப்பினால் மேலும் ஆர்வம் கொண்ட ஏஜெண்ட்டுகள் அனைவரும், "இன்னும் எத்தனை அராஜகம் நடந்தாலும் நக்கீரனுக்கு ஆதரவாகத்தான் இருப்போம்" என்றனர். எரிப்பு சம்பவத்தின்போது அ.தி.மு.க. குண்டர்கள் நமது நிருபர்களையும் விட்டுவைக்கவில்லை. பலருக்கும் கொலை மிரட்டல் வந்தது. அதனால் அவர்கள் பாதுகாப்பான இடங்களில் இருந்தனர். அவர்களையும் உற்சாகப்படுத்தி, சுற்றுப்பயணத்தில் அழைத்துச் சென்றேன். அரசின் கெடுபிடிகள் அதிகரித்துக் கொண்டேயிருந்ததால், நமது அலுவலகத்தில் முக்கிய பொறுப்பில் உள்ளவர்கள் அனைவரும் வெள்ளி, சனி, ஞாயிறு இந்த மூன்று நாட்களும் தங்களை வெளிக்காட்டிக்கொள்ளாமல் இருந்தோம். அந்த நாட்களில் அநேகமாக நான் வெளியூர் சென்று விடுவது வழக்கம். வழக்கமாக வெள்ளிக்கிழமை மதியத்திற்கு மேல்தான் நான் புறப்பட்டுச் செல்வேன். அதை போலீஸ் அதிகாரிகள் கூர்ந்து கவனித்தபடி இருந்திருக்கின்றனர்.

93-ம் ஆண்டு ஏப்ரல் 10-ம் தேதி வெள்ளிக்கிழமை அதிகாலை 4-30 மணி. சிலம்பு வித்தை தெரிந்த நல்லமுத்துதேவர் என்பவர் என் வீட்டில் பாதுகாப்பு அதிகாரியாக பணியாற்றிக் கொண்டிருந்தார். நானும், மனைவியும் வீட்டில் இருந்தோம். இட நெருக்கடி காரணமாக தம்பி குருவும், ஒருவேலையாக வந்திருந்த எனது மாமனார் ஆர்.எஸ்.பி.யும் அலுவலகத்தில் தங்கியிருந்தனர். அந்த விடிகாலை நேரத்தில் அறையிலிருந்த இண்டர்காம் அலறியது. ரிசீவரை எடுத்தேன்; செக்யூரிட்டிதான் பேசினார்.

"அண்ணே... உங்ககூட படிச்சவங்களாம்... திருச்செந்தூரிலிருந்து வந்திருக்காங்க... உங்களைப் பார்க்கணுமாம்."

"இந்த நேரத்திலா..." என்றபடி யோசிக்கத் தொடங்கினேன். நான் அருப்புக்கோட்டையைச் சேர்ந்தவன் என்பதால் வந்திருப்பவர்கள் திருச்செந்தூர் என்று சொல்கிறார்களா, உண்மையில் நம்முடன் படித்தவர்கள்தானா என யோசித்தபடியே செக்யூரிட்டியிடம், "இந்த நேரத்திலே சந்திக்க வேண்டாம், 10 மணிக்கு ஆபீசுக்கு வரச்சொல்லிடுங்க" என்று கூறிவிட்டு ரிசீவரை வைத்தேன். அதன் பிறகு உறக்கம் வர காலை 6-15 மணி. மீண்டும் இண்டர்காம் அடித்தது. சலிப்புடன் எடுத்து, "யாரு, அவங்கதானா?" என்றேன். ஆனால்... அப்போது வந்திருந்தவர் என் மைத்துனர் மூர்த்தி. அவர் வந்தபிறகுதான் எனக்கு ஞாபகம் வந்தது. அன்று என் பிறந்தநாள். வாழ்த்து சொல்வதற்காகத்தான் அவர் வந்திருந்தார்.

அறையில் இருந்த நான் வெளியே வந்து வாசல் கதவைத் திறந்தேன்; அதிர்ச்சி! மூர்த்திக்குப் பின்னால் 20-க்கும் மேற் பட்ட போலீஸார் மஃப்டி யில் வரிசையாக நின்றுகொண்டிருந்தனர். என்னை எதிர்பார்த்துத்தான் அவர்கள் நின்றுகொண்டி ருக்கிறார்கள் என்பதை புரிந்துகொண்டேன். மூர்த்தியை உள்ளே போகச்சொல்லிவிட்டு

அவர்களை மீண்டும் கவனித்தேன்.

சி.பி.சி.ஐ.டி. இன்ஸ்பெக்டர் செல்வராஜ், எஸ்.ஐ.மோகன் ஆகியோர் தலைமையில் அந்தப்படை திரண்டு வந்திருந்தது என்னை பார்த்ததும்... எஸ்.ஐ.மோகன் நெருங்கி வந்தார். நான் அவரிடம், "நீங்கதான் திருச்செந்தூரிலிருந்து வந்த கிளாஸ்மேட்டா?" என்றேன். இன்ஸ்பெக்டரும், எஸ்.ஐ.யும் டன் கணக்கில் அசடு வழிந்தனர்.

"திடீர்னு இன்னைக்குக் காலையிலேயே வந்திருக்கீங்களே... வழக்கமா வெள்ளிக்கிழமை சாயங்காலம்தானே வருவீங்க?"

"சாயங்காலம் வந்தால் நீங்க தப்பிச்சுப் போயிடுவீங்களே சார்... அதனாலதான் இப்ப வந்திருக்கோம்"... மீண்டும் வழிசல்.

நான் யோசிக்கத் தொடங்கினேன். அந்த வாரத்தில் புனித வெள்ளி, தெலுங்கு புத்தாண்டு, தமிழ்ப்புத்தாண்டு, சனி, ஞாயிறு என வரிசையாக ஏழெட்டு நாட்கள் கோர்ட்டுக்கு விடுமுறை. இன்று என்னை உள்ளே கொண்டுபோய்விட்டால்... ஒருவாரத்திற்கும் மேலாக போலீஸ் கஸ்டடியில் வைத்துவிடலாம். அந்த ஐடியாவில்தான் போலீஸ் படை முற்றுகையிட்டிருந்தது. மீண்டும் ஒரு முறை நான் வாசலை நோட்டமிட்டேன். சற்று தூரத்தில் ஒரு ஜீப் நின்றுகொண்டிருந்தது. இரண்டு, மூன்று வீடுகள் கடந்து மற்றொரு மஃப்டி டீம் காத்திருந்தது. தெருமுனையிலும் அதேபோல் ஒரு டீம்.

"பெரிய பிளானோடு வந்திருக்கீங்க போலிருக்கு. நாங்க என்ன தீவிரவாதியா? கொள்ளைக்காரங்களா? இவ்வளவு படையை திரட்டிக்கிட்டு வந்திருக்கீங்க?"

"இல்லை ஸார்..." தயங்கினார் எஸ்.ஐ.

"என்ன பண்ணப்போறீங்க?"

"உங்களைக் கைது பண்ணியிருக்கோம்."

"என்ன காரணத்துக்காகன்னு தெரிஞ்சுக்கலாமா?"

"உங்க தலையங்கத்தோட கடைசியிலே, 'நக்கீரன்மேல் பெரும் போர் ஒன்றை தொடுத்திருக்கிறார் ஜெயலலிதா. மக்கள் சக்தியுடன் நக்கீரன் எத்தகைய போரையும் வெல்லும், வெல்லும்னு எழுதியிருக்கீங்க. இது அரசுக்கு எதிரா மக்களைத் தூண்டி விடுகிற வேலை. அதனால செக்ஷன் 124 (ஏ)ன்படி உங்க மேலே வழக்கு இருக்கு."

"மகாத்மா காந்தி மேலேயும், வெள்ளைக்காரங்க இதே கேஸ்தானே போட்டாங்க."

இன்ஸ்பெக்டர் வாய் திறக்கவில்லை.

"வாரண்ட் இருக்கா?"

"இருக்கு?"

“எத்தனை பேருக்கு வாரண்ட் கொண்டு வந்திருக்கீங்க.”

“உங்களுக்கு மட்டும்தான்.”

‘‘நல்லா பார்த்துச் சொல்லுங்க...’’ -என்னுடைய யோசனையெல்லாம் தம்பிகள் யாராவது சிக்கியிருந்தால் அவர்களுக்கு தகவல் கொடுத்து தப்பிக்க வைக்கவேண்டுமே என்பதுதான்.

வாரண்ட்டை காட்டினார்கள். என் பெயர் மட்டும்தான் இருந்தது. அவர்கள் என்னை... கைது செய்வதற்காக வீட்டுக்குள் வரமுயன்றார்கள்.

“வீட்ல பெண்களெல்லாம் தூங்கிக்கிட்டிருக்காங்க. அதனால இந்த சோபாவில் உட்கார்ந்து ரெஸ்ட் எடுங்க... டீ, காபி ஏதாவது சாப்பிடுங்க. உடனடியா நான் வரணுமா... குளிச்சு முடிச்சிட்டு வரலாமா?”

‘‘டேக் யுவர் ஒன் டைம் சார்... எட்டரை மணிக்கு எஸ்.பி.கிட்டே போனால் போதும்.”

அவர்கள் சொல்லி முடித்ததும், நான் உள்ளே சென்றேன். அப்போது இன்ஸ்பெக்டர் செல்வராஜ், எஸ்.ஐ.மோகனை கூப்பிட்டு, “எஸ்.பி.கிட்டே இன்ஃபார்ம் பண்ணிடுங்க. கோபாலை அரெஸ்ட் பண்ணியாச்சுன்னு உடனே இன்ஃபார்ம் பண்ணிடுங்க” என்றார் வேகமாக. அவர் சொல்லி முடித்த விநாடியில், எஸ்.ஐ.மோகன் தகவல் கொடுப்பதற்காக வேகமாக வெளியே ஓடினார். இவ்வளவு அவசரமாக அவர்கள் செயல்படுகிறார்கள் என்றால் ஏதோ ஒரு பயங்கரதிட்டம் பின்னணியில் இருக்கிறது என உணர்ந்துகொண்டு, அவசர அவசரமாக மொட்டை மாடிக்குச் சென்று தெருவைப் பார்த்தேன்.

போலீசாரிடமிருந்து தப்புதல்!

நான் பார்த்த காட்சி அதிர்ச்சியும் ஆச்சரியமுமாக இருந்தது. தெருவின் வலப்பக்கத்தில் உள்ள சந்து முனையில் ஒரு வேன் நின்று கொண்டிருந்தது. அதைச்சுற்றிலும் 20 போலீசார் மஃப்டியில் நின்று கொண்டிருந்தனர். அதேபோல் இடதுபுற சந்து முனையிலும் ஏராளமான போலீசார் குவிக்கப்பட்டிருந்தனர். மேலும் சிலர் மறைவாக நின்றனர். மிருகத்தனமாக திட்டம் தீட்டி என்னைப் பிடிப்பதற்காகத்தான் இவ்வளவு படைகளும் கொண்டுவரப்பட்டுள்ளன என்பதை உணர்ந்தேன். என்ன செய்வது என்ற யோசனையுடன் மாடி சுவரில் சாய்ந்து உட்கார்ந்தேன். முதல்நாள் நான் என் அப்பா போன் செய்து சொன்ன தகவல்களெல்லாம் ஒவ்வொன்றாக நினைவுக்கு வந்தன.

சி.ஐ.டி. போலீஸ் அதிகாரி ஆறுமுகத்தின் தலைமையில் ஒரு டீம் என் சொந்த ஊரான அருப்புக்கோட்டைக்கு சென்று விசாரித்துள்ளது. முதலில் நான் வேலைபார்த்த அரிசிக்கடை உரிமையாளர் ஜெயப்பிரகாஷிடமும் அதன்பிறகு அரிசி மில் உரிமையாளர் மோகனிடமும் பல விபரங்கள் கேட்கப்பட்டிருந்தன. பின்னர் சக்தி பிரஸ் உரிமையாளரிடம் விசாரணை நடத்தப் பட்டிருக்கிறது. அவர் என்னைப் பற்றி நல்லபடியாகவே

கூறியிருக்கிறார். போலீஸ் டீம் பஸ்-ஸ்டாண்ட் பகுதிக்கு வந்து அங்கும் விசாரணை மேற்கொண்டுள்ளது. நெடுஞ்சாலைத்துறையில் என் அப்பா பியூனாக பணியாற்றுகிறார் என்ற விவரத்தையும் போலீஸ் டீம் அறிந்துகொண்டது. அருப்புக்கோட்டையில் எங்களுக்கு அக்கம் பக்கத்திலிருந்த வீடுகளிலெல்லாம் விசாரித்துள்ளனர். எங்கள் வீட்டிற்குள் மட்டும் நுழையாமல் அந்த லொகேஷனை போலீஸார் நோட்டம் விட்டுள்ளனர். நான் அவர்களிடம் பிடிபடாமல் போய்விட்டால் தேடிப்பிடிப்பதற்கு வசதியாகத்தான் எனது சொந்த ஊரில் போலீஸ்படை மும்முரமாக சுற்றியிருக்கிறது. இந்த விவரங்களைத் தான் போன்மூலம் அப்பா தெரிவித்திருந்தார். இப்போது என்னைப் பிடிப்பதற்காகப் பெரும்படை வந்திருப்பதைப் பார்த்தபோது ஏதோ ஒரு பயங்கர திட்டத்துடன்தான் போலீஸ் நம்மை நெருங்கி வருகிறது என்பதைப் புரிந்துகொண்டேன்.

சடசடவென்று கீழே இறங்கி வந்தேன். கொடூரமான பார்வையுடன் காணப்பட்ட இன்ஸ்பெக்டர் செல்வராஜ் சோபாவில் உட்கார்ந்திருந்தார். அவருக்கு நேராக அறையில் போன் இருந்தது. பார்வையை போன் மீதே பதித்திருந்தார். யாருடனாவது நான் தொடர்புகொண்டு பேசுகிறேனா என்பதை கவனிப்பதற்காகவே அவர் அந்த இடத்தைவிட்டு அசையாமல் உட்கார்ந்திருந்தார். ஆனால் உள் அறையில் இன்னொரு போன் இருக்கும் விபரத்தை அவர் அறியவில்லை. அப்போதுதான் அந்த எக்ஸ்டென்ஷன் வைக்கப்பட்டிருந்தது.

என் மனைவியும் மகளும் ஹாலில் படுத்திருந்தனர். அவர்கள் எழுந்திருப்பதற்குள் யார் யாருக்கு தகவல் கொடுக்க வேண்டுமோ அவர்களுக்கெல்லாம் தகவல் கொடுத்துவிடவேண்டும் என முடிவு செய்தேன். அவர்கள் எழுந்துவிட்டால் போலீசார் உள்ளே வந்துவிடுவார்கள். அதனால் வேகமாக செயல்படத்தொடங்கினேன். உள் அறைக்குச் சென்று டயல் செய்தேன்.

முதலில் நான் தொடர்பு கொண்டது அலுவலகத்தில் இருந்த தம்பி குருவுக்குத்தான்.

"அண்ணா சொல்லு."

"என்னை அரெஸ்ட் பண்ணிட்டாங்க..." என தொடக்கத்திலேயே சொல்லிவிட்டு அடுத்த கட்டமாக என்னென்ன செய்யவேண்டும் என்பதை தெரிவிக்கத் தொடங்கினேன். அருப்புக்கோட்டையில் உள்ள குருவின் நண்பருக்குப் போன் செய்து அப்பாவையும், அம்மாவையும் உடனடியாக அங்கிருந்து புறப்படச் செய்யவேண்டும் என்ற தகவலை தெரிவித்தேன். தேனியில் உள்ள தங்கை வீட்டில் அவர்கள் தங்குவதுதான் நல்லது என்பது என்

எண்ணம். தேனி வாட்டர் போர்டில்தான் தங்கையின் கணவர் பணியாற்றி வருகிறார். அதனால் அங்கே அவர்களை அனுப்புமாறு கூறினேன். தம்பி குருவை பாடிக்கு போகச்சொல்லிவிட்டு ரிசீவரை எனது மாமனாரிடம் கொடுக்கும்படி கூறினேன்.

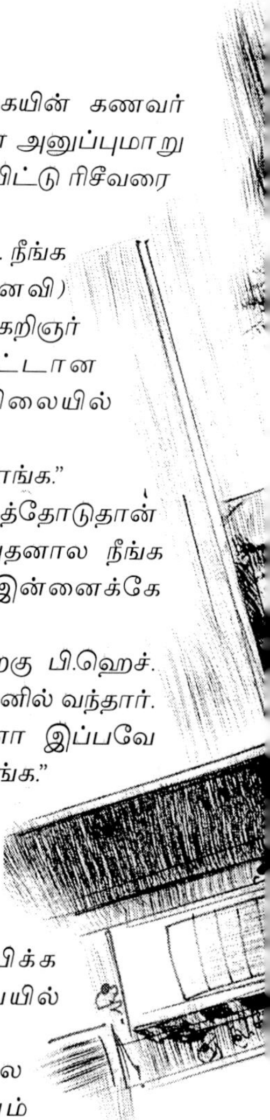

"மாமா... என்னை அரெஸ்ட் பண்ணிட்டாங்க... நீங்க வீட்டுக்கு அவசரமா வாங்க. விஜியை (மனைவி) பார்த்துக்கணும்" என்று சொல்லிவிட்டு நமது வழக்கறிஞர் பெருமாளைத் தொடர்புகொண்டு அரெஸ்ட்டான விபரத்தைத் தெரிவித்துவிட்டு, ''இந்த சூழ்நிலையில் தப்பிக்கலாமா?" என்றேன்.

"எத்தனை பேருக்கு வாரண்ட் போட்டிருக்காங்க."

"எனக்கு மட்டும்தான்... ஆனால் பெரிய திட்டத்தோடுதான் வந்திருக்காங்க. தப்பிக்கிறது ரொம்ப கஷ்டம்... அதனால நீங்க பி.ஹெச்.பாண்டியன் வீட்டுக்குப் போயிடுங்க. இன்னைக்கே பெயில் எடுக்க ஏற்பாடு பண்ணுங்க."

வழக்கறிஞர் பெருமாளிடம் பேசிமுடித்த பிறகு பி.ஹெச். பாண்டியன் நம்பருக்கு டயல் செய்தேன். அவரே லைனில் வந்தார்.

"க்ரைம் நம்பரை நோட் பண்ணிட்டீங்கன்னா இப்பவே பெயில் எடுத்திடலாம். பெருமாளை வரச்சொல்லுங்க."

"க்ரைம் நம்பர் நோட் பண்ணலை... ஆனா எனக்கு மட்டும்தான் வாரண்ட் போட்டிருக்காங்க... ஏகப்பட்ட போலீஸ் வந்திருக்காங்க... தப்பிக்க லாமான்னு யோசிக்கிறேன்...!"

''அவ்வளவு பேர் இருக்கும்போது தப்பிக்க முடியுமா? சரியா பார்த்துக்குங்க... நான் பெயில் எடுப்பதற்கான வேலைகளைப் பார்க்கிறேன்."

பி.ஹெச்.பாண்டியனிடம் பேசிவிட்டு ஹாலை கவனித்தேன். மனைவியும் மகளும் இன்னும் உறக்கத்தில்தான் இருந்தனர். அதேபோல் தம்பி குருவுக்கு போன் செய்து, "நீ பாடிக்குப் போகும்போது தம்பி காமராஜைப் பார்த்து தகவல் சொல்லிட்டுப் போ" என தெரிவித்தேன். என்னைக் கைது செய்த பிறகு அடுத்ததாக அலுவலகத்தின் மீதுதான் போலீசார் குறிவைப்பார்கள். அதனால்தான் குருவையும், காமராஜையும் உஷார்படுத்தினேன்.

போன் பேசி முடித்தபிறகு வெளியே வந்தேன். போலீசார் காத்துக்கொண்டிருந்தனர். "எல்லோரும் டீ சாப்பிடுங்க" என்றேன். ''வேண்டாம்... புறப்படலாம்'' என்றனர். நான் வாசலிலிருந்த பெரியவரை அழைத்து எல்லோருக்கும் டீ வாங்கி வரச்சொன்னேன். வெளியில் போலீசார் அடர்த்தியாக நின்றுகொண்டிருந்தனர்.

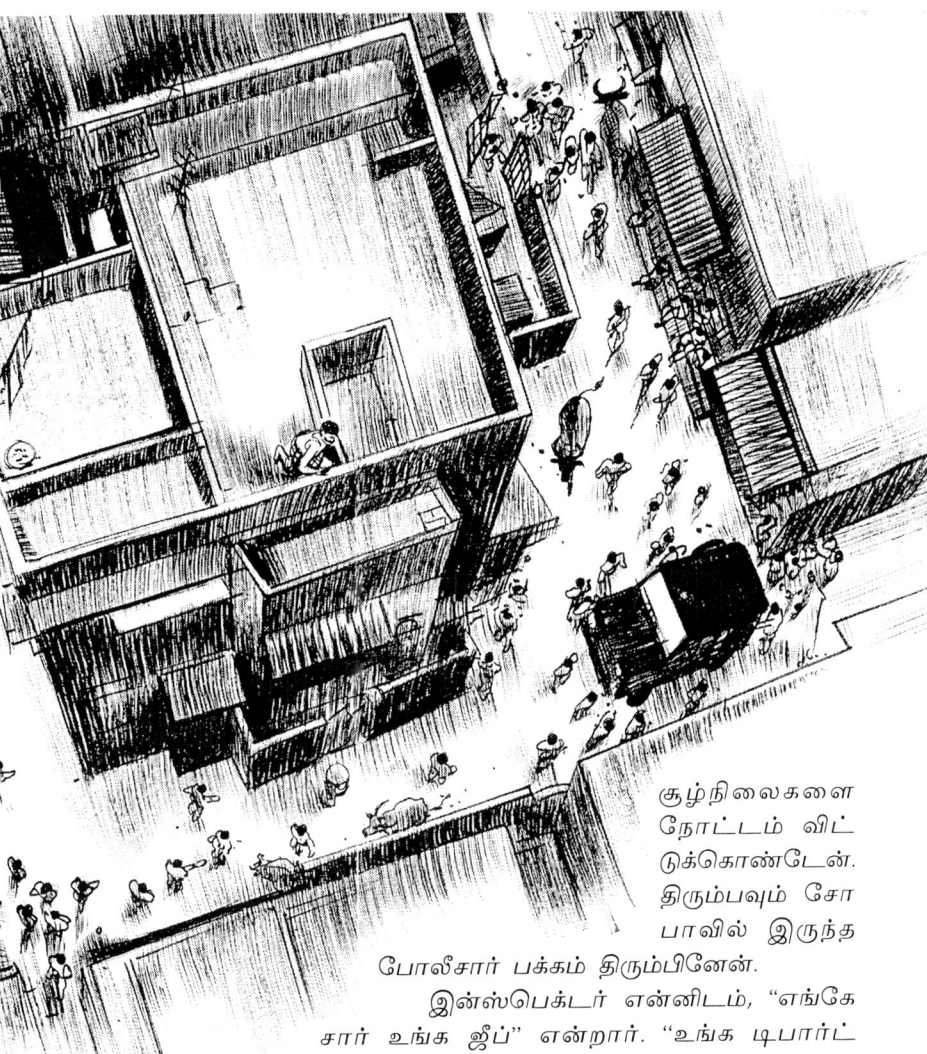

சூழ்நிலைகளை நோட்டம் விட்டுக்கொண்டேன். திரும்பவும் சோபாவில் இருந்த போலீசார் பக்கம் திரும்பினேன்.

இன்ஸ்பெக்டர் என்னிடம், "எங்கே சார் உங்க ஜீப்" என்றார். "உங்க டிபார்ட்மெண்ட்தான் ரொம்ப தொல்லை கொடுக்குதே. அதனால் இப்ப அதை பயன்படுத்துவதில்லை" என்றேன். உண்மையில் 'பெரிசு' சுந்தர் வீட்டில்தான் ஜீப் நிறுத்தப்பட்டிருந்தது. போலீசாரிடம் பேசி முடித்துவிட்டு மீண்டும் உள்ளே சென்றேன். அவர்களுடன் புறப்படுவதற்கு நான் தயாராகிக்கொண்டிருக்கிறேன் என்ற தோற்றத்தை உருவாக்குவதற்காகவே போலீசாரிடம் பேச்சுக் கொடுத்துவிட்டு திரும்பினேன்.

அறைக்குள் வந்ததும் எனக்குள் பலமான யோசனை. தப்பிச்சிடலாமா... தப்பிக்கும் போது மாட்டிக்கொண்டால் என்ன செய்வது? ஒரு பத்திரிகையின் ஆசிரியராக இருந்துகொண்டு போலீசாரிடமிருந்து தப்பி ஓடினால் அசிங்கமாக இருக்காதா? பயங்கர திட்டத்துடன் வந்திருக்கும் போலீசிடம் சிக்குவதைவிட

தப்பிப்பதுதான் நல்லது... இப்படி பல மாதிரியான சிந்தனைகள். நான் தப்பிவிட்டால் அடுத்ததாக என் வீட்டின் மீதுதான் போலீசார் குறிவைப்பார்கள். போனமுறையே இந்த முயற்சி நடந்தது. இப்போதும் அது மாதிரி நடந்தால் என்ன செய்வது என்று குழம்பினேன். மாமாவை இங்கு வரச்சொல்லியிருப்பதால் என் மனைவியை அவர் பொறுப்பில் விட்டுவிடலாம். ஆபத்து எதுவும் இருக்காது. தம்பிகளையும் பாதுகாப்பான இடத்திற்கு போகச்சொல்லிவிட்டோம். அதனால் போலீசார் யாரையும் தொந்தரவு செய்யமுடியாது. நாம் தப்பிப்பதுதான் நல்லது என்ற முடிவுக்கு வந்தேன்.

மனைவி விழித்திருந்தார். சூழ்நிலையைச் சொல்லி பயத்தை ஏற்படுத்திவிடக்கூடாது என்பதற்காக மௌனமாக இருந்தேன். மேட்டர் சம்பந்தமாக வந்திருக்கிறார்கள் போலும் என்று நினைத்து அவரும் பேசாமல் இருந்துவிட்டார். நான் ஏற்கனவே அணிந்திருந்த லுங்கிக்குப் பதிலாக வேறொரு லுங்கியை உடுத்திக்கொண்டேன். பனியனை கழற்றிவிட்டு ஒரு சட்டையைத் தோளில் தொங்கவிட்டுக் கொண்டேன். தலையில் ஒரு துண்டைக் கட்டிக்கொண்டு பின்பக்கமாக சென்றேன். பாத்ரூமிற்குத்தான் செல்கிறேன் என்று மனைவி நினைத்துக்கொண்டிருந்தார்.

சோபாவில் உட்கார்ந்திருந்த போலீசார் என்னைப் பார்த்துவிடாதபடி சர்வ ஜாக்கிரதையாக நடந்து, பின்புறமுள்ள மோட்டார் ரூம் பக்கமாக சென்றேன். சுற்றிலும் பார்த்துக்கொண்டு 'டக்'கென்று சுவரேறிக் குதித்தேன். 'அப்பாடா' என மனதுக்குள் நினைத்தபடி நிமிர்ந்தேன். பலத்த அதிர்ச்சி! எதிரில் வரிசையாக மஃப்டி போலீசார்.

பால்காரர் வேடம்!

மோட்டார் பம்ப்செட் ரூம் சுவரை நான் ஏறிக்குதித்து, நின்ற இடத்திலிருந்து 30 அடி தூரத்தில் போலீசார் வரிசையாக நின்று கொண்டிருந்தனர். நான் கொஞ்சம் யோசனையுடன் தயங்கி நின்றேன். அவர்கள் யாரும் என்னைக் கவனிக்கவில்லை. போலீ சாரின் பார்வை என் மீது படவில்லை என்பதை உறுதிசெய்து கொண்டு சட்டென பின்பக்க மதில் சுவரேறிக் குதித்து தவழ்ந்தபடியே சென்றேன்.

மூன்று வீடுகள் கொண்ட அந்த காம்ப வுண்டில் ஒரு வீட்டு பெண்மணி, திடீரென நான் குதித்ததை பார்த்ததும் திருடன் என நினைத்து அலற ஆரம்பித்து விட்டார். அந்தப் பெண்மணியின் அலறல் போலீசாரின் காதில் விழுந்தால் மறுபடியும் நமக்குத்தான் ஆபத்து என்பதை உணர்ந்தவனாய் நான் யாரென அந்த பெண்மணியிடம் அடையாளம் காட்டிக் கொண்டேன்.

“ஐயா... நீங்களா” என்று அவர் அதிர்ந்தார். “எதுவும் இப்ப பேசாதீங்க” என்று அவரிடம் சொல்லிவிட்டு பின்பக்கத்தில் குடியிருந்த கமலக்கண்ணன் என்பவரின் வீட்டுக்கதவைத் தட்டினேன். அப்போது காலை மணி 6.45. அவர் குடும்பத்தினர் தூக்கத்தில் இருந்தனர். கதவைத் திறந்த கமலக்கண்ணன், “இந்த

நேரத்தில் இவ்வளவு அவசரமா வர்றீங்களே... என்ன விஷயம் சார்?" என்றார். போலீசாரால் நான் சூழப்பட்டிருக்கும் விவரத்தை அவரிடம் கூறிவிட்டு, "ஒரு வேட்டி வேண்டும்" என்றேன்.

அவர் கொடுத்த வேட்டியைக் கட்டிக் கொண்டேன். ஏற்கனவே அணிந்திருந்த கைலியை அவர் வீட்டிலேயே போட்டுவிட்டேன். தலையில் கட்டியிருந்த துண்டை அவிழ்த்து, மறுபடியும் இறுக்கமான முண்டாசாகக் கட்டிக்கொண்டேன். துண்டின் ஒரு பகுதியைத் தொங்கவிட்டு இடப்பக்க மீசையை மறைத்தேன். சட்டையை தோள் மீது போட்டுக்கொண்டு வாசலை நோக்கினேன். பால் கேன் ஒன்றும் அணைக் கயிறும் கிடந்தன. கமலக் கண்ணனின் சைக்கிள் ஒரு ஓரமாக நிறுத்தப்பட்டிருந்தது. சடாரென எனக்குள் ஒரு யோசனை. பால்காரர்கள் போல வேட்டியை தூக்கிக் கட்டிக்கொண்டு ஒரு தோளில் சட்டையையும்

இன்னொரு தோளில் கயிறையும் போட்டுக்கொண்டேன்.

பால் கேனை சைக்கிளில் கட்டிக்கொண்டு கமலக் கண்ணனைக் கூப்பிட்டேன். “போலீஸ்காரங்க வாட்ச் பண்றாங் களான்னு கவனியுங்க'' என்றேன். முதல்முறை எட்டிப் பார்த்துவிட்டு, “ஆமாம்” என்றார். ஐந்து நிமிடம் கழித்து மீண்டும் ஒருமுறை பார்த்து “எல்லாரும் கொஞ்சம் நகர்ந்து போயிட்டாங்க” என்றார். காம்பவுண்ட் தகர கேட்டை இழுத்து பிடித்துக் கொள்ளும்படி அவரிடம் கூறினேன். கேட் திறக்கப்பட்டது. செருப்பு அணியாத காலால் சைக்கிள் பெடலை அழுத்தி மிதித்து பால்காரர் கோலத்துடன் தெருவுக்கு வந்தேன். அந்த காலை நேரத்தில், பால்காரர் வேஷம் எனக்குச் சரியாகப் பொருந்தியதால் போலீசாரால் அடையாளம் காண முடியவில்லை. சைக்கிளை வேகமாக அழுத்தி அங்கிருந்து ஐந்தாவது தெருவில் இருக்கும் ‘பெரிசு' சுந்தர் வீட்டிற்கு வந்தேன். அங்குதான் போலீசார் கண் வைத்திருந்த கருப்பு ஜீப் நின்று கொண்டிருந்தது. சுந்தரின் அப்பா ரத்தினம் செட்டியாரிடம் சைக்கிளையும் பால்கேனையும் கொடுத்து எங்கிருந்து எடுத்து வந்தேனோ அங்கே கொண்டு விட்டுவிடும்படி கூறினேன்.

அத்துடன் இன்னொரு தகவலையும் தெரிவித்தேன். போலீசார் என் மனைவியைக் கைது செய்ய முயற்சிக்கலாம் அதனால் என் மாமாவிடம் சொல்லி டிரைவர் ராஜேந்திரனிடம் உள்ள ஆட்டோவில் என் மனைவியையும் மகளையும் ஏற்றி வில்லி வாக்கத்தில் உள்ள ஒன்றுவிட்ட தமக்கையின் கணவர் காந்தி மாமா வீட்டில் விட்டுவிடும்படி சொன்னேன். அவர்கள் அங்கு வருவதற்குள் நான் வில்லிவாக்கத்தில் வெயிட் பண்ணிக்கொண்டிருப்பேன் என்றும் தெரி வித்தேன். சுந்தரின் அப்பா உடனடியாக சைக்கிளை எடுத்துக்கொண்டு புறப்பட்டார். நான் சுந்தரைக் கூப்பிட்டேன். பதட்டத்துடன் வந்தவரிடம் விவரத்தை தெரிவித்துவிட்டு, அவருடைய செருப்பை அணிந்து கொண்டேன். தோளில் கிடந்த சட்டையையும் போட்டுக்கொண்டேன். ஜீப்பை வில்லிவாக்கத்துக்கு விடச்சொன்னேன். ஜீப் சீறிப் பாய்ந்து கொண்டு சென்றது. வில்லிவாக்கம் காந்தி மாமா வீட்டில் இறங்கியதும் ‘பெரிசு' சுந்தரிடம் சில வேலைகளை ஒப்படைத்தேன். ‘பெரிசு... காமராஜிடம் தகவல் சொல்லும்படி ஏற்கனவே குருவிடம் சொல்லிருக்கேன். அவனை பாடி ராஜேந்திரன் வீட்டிற்கு போகச் சொல்லுங்க. நீங்களும் உடனடியாகப் போய்

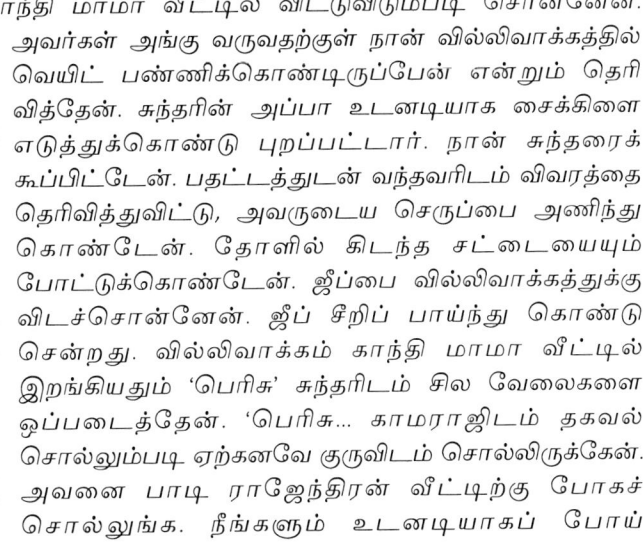

காமராஜைப் பார்த்து, அவரைக் கூட்டிக்கிட்டு புரசைவாக்கத்தில் உள்ள அவரோட ஃப்ரெண்ட் துரைசிங்கம் ரூமில் தங்க வச்சிடுங்க. ஏதாவது முக்கிய விஷயம்னா நான் அங்கே வந்து காமராஜை மீட் பண்ணிக்கிறேன். அங்கிருந்தபடியே அவர் வக்கீல் பெருமாளையும். பி.ஹெச். பாண்டியனையும் காண்டாக்ட் பண்ணட்டும். கட்டாயம் அவர் வெளியே வரவே கூடாதுன்னு சொல்லிடுங்க" என்றேன். கவனமாக கேட்டுக்கொண்டார் 'பெரிசு' சுந்தர். "இன்னொரு முக்கியமான விஷயம், கருப்பு ஜீப்பை உங்க வீட்டிலேயே விட்டுடுங்க. மோகனிடமுள்ள ஆட்டோவை எடுத்துக்கிட்டு ராஜாமணி அண்ணனையும் தம்பி சுரேஷையும் பார்த்து ஜாமீன்தாரர்கள் நாலைந்து பேரை ஏற்பாடு பண்ணச் சொல்லுங்க. ஜாமீன்தாரர்கள் ரெடி யானதும் அவங்க ரெண்டு பேரும் கோர்ட்டுக்கு வந்திடணும். தகவலை கிளியரா சொல்லிடுங்க. நீங்களும் ரொம்ப ஜாக்கிரதையா இருக்கணும்" என்றேன். எனது வார்த்தைகளை வேதவாக்காக எடுத்துக்கொண்டு பெரிசு சுந்தர் உடனடியாகப் புறப்பட்டுச் சென்றார். நான் காந்தி மாமா வீட்டிற்குச் சென்று, அங்கே ஒரு புதுவேட்டியை கேட்டு வாங்கிக்கட்டிக்கொண்டேன் அருகில் ஒரு போன் பூத் இருந்தது கப்பலில் வேலை பார்த்த நண்பன் சாமிக்குத் தெரிந்தவருடைய பூத் அது. அங்கு சென்று மீண்டும் யார் யாரைத் தொடர்பு கொண்டு தகவல் தெரிவிக்க வேண்டுமோ அவர்களிடமெல்லாம் பேசினேன். குறிப்பாக, வக்கீல் பெருமாளைத் தொடர்பு கொண்டேன்.

"சார்... நான் கோபால் பேசுறேன். வில்லிவாக்கத்துக்கு வந்துட்டேன். நீங்க பி.ஹெச். பாண்டியனை காண்டாக்ட் பண்ணி முன் ஜாமீன் எடுப்பதற்கான வேலைகளை ரெடி பண்ணச் சொல்லுங்க" என்றேன்.

அவரும் துரிதமாகச் செயல்படத் தொடங்கினார். மிருகவெறியுடன் என்னை நெருங்கிய போலீஸாரிடமிருந்து லாவகமாக தப்பித்து வில்லிவாக்கத்தை அடைந்து அடுத்தகட்ட நடவடிக்கைகளில் நான் மும்முரமாக இருந்த அதே நேரத்தில், வீட்டில் காத்திருந்த போலீசார் பொறுமையிழந்தபடி என்னை எதிர்பார்த்திருந்தனராம்; நான் தப்பித்துவிட்டதை அறியாமல்! போலீசார் கைபிசைந்தபடி காத்துக் கொண்டிருந்த நேரத்தில், அலுவலகத்திலிருந்து வீடு நோக்கி வந்திருக்கிறார் எனது மாமனார் ஆர்.எஸ்.பி. அவரிடம் "சார்... உங்க மருமகன் உள்ளே இருக்காரு. அவரைக் கொஞ்சம் வரச் சொல்லுங்க" என்றனராம். "என்ன சார் நீங்க... இன்னைக்கு ஏப்ரல் 10-ந் தேதி. மாப்பிள்ளைக்கு பிறந்தநாள், அதனால இப்பதானே பிள்ளையார் கோயிலுக்குப் போனார். எதிரில் பார்த்துவிட்டுத்தான் இங்கே வர்றேன்'' என்று

சர்வசாதாரணமாக சொன்னதும் இன்ஸ்பெக்டர் செல்வராஜுக்கும் எஸ்.ஐ. மோகனுக்கும் தலையில் இடிவிழுந்தது போல் ஆகிவிட்டதாம். ''என்ன... என்ன சொல்றீங்க நீங்க?'' என பதட்டத்துடன் எனது மாமனாரைக் கேட்க, அவர் மீண்டும் சர்வசாதாரணமாக, "மாப்பிள் ளை கோயிலுக்குப் போயிருக்கிறார்" என்று பதில் சொன்னாராம். போலீசாரும் எனது மாமனாரும் பேசிக் கொள்வதைப் பார்த்து குழம்பிப் போன என் மனைவி, "இல்லப்பா... அவர் பாத்ரூம் போயிருக்கிறார்" என்று சொல்ல, "இல்லை... இப்பதான் எதிரில் பார்த்தேன்" என்று மறுபடியும் அழுத்தமாகச் சொன்னாராம் என் மாமனார் அவ்வளவுதான்... ஆத்திரமடைந்த போலீஸ் பட்டாளம் என் ரூமுக்குள் நுழைந்து கட்டிலுக்கு அடியிலும் பீரோவுக்கு பின்னாலும் தேடிப் பார்க்க, நான் இல்லை என்று தெரிந்ததும் வீடு முழுக்க தேடத் தொடங்கினாராம் இன்ஸ்பெக்டர் செல்வராஜ். பாத்ரூம், டாய்லெட் , அடுப்பங்கரை, மொட்டை மாடி என ஒரு இடம் விடாமல் தேடிப் பார்த்தபிறகுதான் நான் தப்பித்துவிட்டேன் என்று அவர்களுக்குப் புரிந்திருக்கிறது. அடுத்த விநாடி, இன்ஸ்பெக்டரும் எஸ்.ஐ.யும் கண்கள் சிவக்க கைகள் பரபரக்க... வெறி பிடித்தவர்கள் போல் கூச்சலிடத் தொடங்கினராம்.

அய்யா கணேசனை பிடித்த போலீஸ்!

நான் தப்பித்துவிட்டேன் என்பதைப் போலீசாரால் நம்பவே முடியவில்லை. கோட்டைவிட்டு விட்டோமே என்ற ஆத்திரத்துடன் ஒட்டுமொத்த போலீஸ்படையும் 'ஓ'வென பெருங்குரல் எழுப்பியபடி பிள்ளையார் கோயிலை நோக்கி ஓடிவந்து தேடிப்பார்த்திருக்கிறார்கள். போலீசார் அனைவரது கவனமும் கோயிலை நோக்கி இருந்தவேளையில் எனது மாமனார் ஆர்.எஸ்.பி. வேகமாக செயல்பட்டு ராஜேந்திரனின் ஆட்டோவில் எனது மனைவியையும், குழந்தையையும் ஏற்றி நான் இருக்குமிடத்தில் கொண்டுவிடும்படி சொல்லிவிட்டார்.

கோயிலிலும் என்னைக் காணவில்லை என்றதும் போலீசாரின் ஆத்திரம் அதிகரித்தது. உடனடியாக டி.எஸ்.பி. மாதவராவுக்கு தகவல் தெரிவிக்கப்பட்டது. அடுத்த பத்தாவது நிமிடத்தில் அவர் ஸ்பாட்டில் ஆஜராகி வெறித்தனமாகக் கூச்ச லிட்டிருக்கிறார். இந்த இடத்தில் டி.எஸ்.பி.யின் கேரக்டரைப் பற்றி சொல்லவேண்டியது அவசியம். கிட்டத்தட்ட ஜெ.வின் அடிவருடியாகவே செயல் பட்டவர் அவர். அந்தம்மா கண் அசைத்தால்போதும்... இன்னார்

என்று பார்க்காமல் வெறித்தனமாக நடவடிக்கை எடுக்கக்கூடியவர். இவரால் ஒட்டுமொத்த போலீஸ் துறைக்கே அவப்பெயர் ஏற்பட்டது என்பது 100% உண்மை.

இதுபோன்ற கேரக்டர் கொண்ட டி.எஸ்.பி. மாதவராவ் ஸ்பாட்டிற்கு வந்ததும், இன்ஸ்பெக்டர் செல்வராஜையும், எஸ்.ஐ. மோகனையும் எகிறத் தொடங்கிவிட்டார். "என்னய்யா பண்ணி யிருக்கீங்க... கோபாலைப் பிடிக்கிறதுக்காக தமிழ்நாடு முழுக்க உள்ள போலீஸ் படையையும் அலர்ட்டா இருக்கச் சொன்னோம். நீங்க அவரை கைது பண்ணிட்டதா தகவல் கொடுத்ததும் போலீஸ் படையை ரிலாக்ஸ் பண்ணிட்டோம். இப்ப அந்த ஆள் தப்பிச்சுப் போயிட்டாருன்னு கையைப் பிசைஞ்சிக்கிட்டு நிற்கிறீங்க. எல்லா இடத்துலேயும் போட்டிருந்த போலீஸ்காரனெல்லாம் வீட்டுக்குப் போயிட்டான். இனிமே அந்த ஆளை எப்படிப் பிடிக்கிறது? மேலி டத்திலிருந்து கேள்வி கேட்டால் என்ன பதில் சொல்வது?" என்று கோபமாகக் கேட்ட டி.எஸ்.பி. ரோட்டில் நடப்பட்டிருந்த ஒரு கல்லின்மீது உட்கார்ந்தபடி தலையில் அடித்துக்கொண்டு சத்தம் போடத் தொடங்கிவிட்டார்.

இன்ஸ்பெக்டரும், எஸ்.ஐ.யும் ஒருவர் முகத்தை ஒருவர் பரிதாபமாகப் பார்த்தபடி நிற்க, டி.எஸ்.பி. திடீரென கேட்டார்.

"நக்கீரன் பத்திரிகை ஒண்ணு கொண்டு வாங்கய்யா."

"அந்த வாரத்து இதழ் அவரிடம் கொடுக்கப்பட்டது. அவசர அவசரமாக கடைசிப் பக்கத்தைப் புரட்டி, அதில் யார், யார் பெயர் உள்ளது என பார்த்தார். அடுத்த வினாடி, "எடுங்கய்யா ஜீப்பை" என்றார். என் வீட்டு வாசலில் இரண்டுபேரை காவலுக்கு நிறுத்திவிட்டு, மற்ற போலீசார் அனைவரும் டி.எஸ்.பி.யை பின்தொடர்ந்தனர். டி.எஸ்.பி. குறிவைத்தது வேறு யாரையும் அல்ல; நமது பிரிண்டர் அய்யா கணேசனைத்தான். முதலிலேயே அவருடைய அட்ரசை போலீசார் நோட் செய்திருந்ததால் ஜீப்பை எடுத்துக்கொண்டு அவருடைய வீட்டிற்கு விரைந்தனர். ஆனால் அய்யா கணேசனோ, காலையில் பிரஸ் திறக்கவேண்டும் என்பதற்காக அப்போதுதான் வீட்டிலிருந்து புறப்பட்டுச் சென்றார். அவரை ஜீப் கிராஸ் செய்தபோதும் போலீசார் யாரும் அவரை அடையாளம் காணவில்லை.

அய்யாவின் வீட்டுக்குச் சற்று முன்னதாகவே ஜீப்பை நிறுத்திவிட்டு, கையில் சில பேப்பர்களை எடுத்துக்கொண்டு மஃப்டி உடை போலீசார் அவருடைய வீட்டுக்குச் சென்றனர். அய்யாவின் மனைவி சீனிவாசம்மா மற்றும் அவருடைய மகன் உமாபதி, மகள் முத்துக்குமாரி மூவரும் வீட்டில் இருந்தனர். அய்யாவின் மனைவி வந்தவர்களிடம்...

"என்ன விஷயங்க, யாரைப் பார்க்கணும்?"

"பிரிண்டிங் விஷயமா வந்திருக்கோம்; கணேசனைப் பார்க்கணும்." -பொதுவாக பிரிண்டிங் விஷயமாகப் பலரும் வீட்டிற்கு வரும் வழக்கம் என்பதால், இவர்களும் நிஜமாகவே அதற்காகத்தான் வந்திருக்கிறார்கள் என்று நம்பிவிட்டார்

அய்யாவின் மனைவி. உடனே, அய்யாவின் தம்பி நாராயணனின் மகன் வெங்கடேசனைக் கூப்பிட்டார்.

"அப்பாவைத்தேடி இவங்க வந்திருக்காங்க. அப்பா இப்பதான் பிரஸ்ஸுக்கு புறப்பட்டுப் போய்கிட்டிருக்கார். இவங்களை அவர்கிட்டே அழைச்சுக்கிட்டுப் போ'' என்றார். விபரீதத்தை அறியாமல் அவர் இட்ட கட்டளையை நிறைவேற்றத் தயாரானான் சிறுவன் வெங்கடேசன். மஃப்டியில் இருந்த போலீசாரை அழைத்துக்கொண்டு தெருவுக்கு வந்தான். போலீசார் அங்கிருந்த ஆட்டோ ஒன்றை கைதட்டி அழைத்தனர். அந்த ஆட்டோ டிரைவர் வர மறுக்கவே, அவரை நெருங்கிய போலீசார் ரகசியமாக மிரட்டத் தொடங்கினர்.

"நாங்க மஃப்டியில் வந்திருக்கோம். மரியாதையா வண்டியை எடுக்குறியா; இல்லையா?" என்றதும் அந்த ஆட்டோ டிரைவர் விக்கித்துப்போய் வண்டியை ஸ்டார்ட் செய்தார். ஆட்டோவை ஃபாலோ செய்தபடி போலீஸ் ஜீப்பும் தொடர்ந்தது. அய்யாவை அடையாளம் காட்டுகிறான் அந்த சிறுவன் போலீசிடம். பிரஸ்ஸை நோக்கிப் போய்க் கொண்டிருந்த அய்யா கணேசன் மடக்கப்பட்டார்.

''உங்ககிட்டே பிரிண்டிங் விஷயமா பேசணும்."

"பிரஸ்சுக்கு வாங்க பேசலாம்."

"இல்லை... நக்கீரன் விஷயமா பேசணும்."

"அப்படின்னா வாங்க... கோபால் தம்பி வீட்டுக்கே போய் பேசலாம்!" -அய்யா பேசிக் கொண்டிருக்கும்போதே ஆட்டோவைப் பின் தொடர்ந்து வந்த போலீஸ் ஜீப் அய்யாவின் முன் வந்து நின்றது.

"கோபாலைப் பற்றி உங்ககிட்டேதான் விசாரிக்கணும்." -தன்னை மடக்கிப் பிடிப்பதற்காகவே போலீசார் இவ்வளவு நாடகமாடியிருக்கிறார்கள் என்பதைப் புரிந்துகொண்ட அய்யா கணேசன் கொஞ்சமும் கலங்கவில்லை. இயல்பாகவே அவரிடம் அசாத்திய துணிச்சல் உண்டு. அதைக் கொஞ்சமும் இழக்காமல் ஜீப்பில் உட்கார்ந்திருந்தார். தன் தம்பி பையனைக் கூப்பிட்டார். ''என்னைத் தேடி வீட்டுக்கு வந்தவங்க போலீஸ்காரங்க. விசாரணைக்காக அழைச்சுக்கிட்டுப்போறாங்கன்னு அம்மாகிட்டே

சொல்லிடு. இந்த விஷயத்தை கோபால் தம்பி வீட்டிலும் சொல்லி டச்சொல்லு" என்றார். ஜீப் கிளம்பியது.

பதறிப்போன பையன் வேகமாக வீட்டுக்கு ஓடிவந்து அய்யாவின் துணைவியாரிடம் அய்யாவை போலீஸ் பிடித்துக்கொண்டு போன விபரத்தைத் தெரிவித்தான். அய்யாவின் துணைவியாருக்கு தலையில் இடி விழுந்தது போன்ற அதிர்ச்சி! அவர் அலறியடித்துக்கொண்டு என் வீட்டிற்கு ஓடிவந்து, "கோபால் தம்பி இருக்கா?" என்று அழுதபடி என் மாமனாரிடம் கேட்டார். ஏதோ விபரீதம் நடந்திருக்கிறது என்பதை உணர்ந்த என் மாமனார், 'என்ன விஷயம்?' என்று விசாரிக்க, அய்யாவை போலீசார் பிடித்துக்கொண்டுபோன விபரம் என் மாமனாருக்குத் தெரியவந்தது. அவர் உடனடியாக அட்வகேட் பெருமாளுக்கு டயல் செய்தார். பெருமாளிடம், அய்யாவின் துணைவியாரே நடந்தது என்ன என்பதை விலாவாரியாகச் சொல்ல அட்வகேட்டிற்கும் அதிர்ச்சி!

அய்யாவைப் போலீசார் பிடித்துச் சென்ற விபரம் எதுவுமறியாத நான், அட்வகேட் பெருமாளுக்கு போன் செய்தேன். மறுமுனையில் அவர் கவலையுடன் பேசினார். "அண்ணாச்சி... இன்னொரு Bad News. நம்ம பிரிண்டர் அய்யா கணேசனை போலீஸ்காரங்க பிடிச்சிட்டுப் போயிட்டாங்க'' -அவர் சொன்ன தகவல் என் காதுக்குள் தேள் கொட்டுவது போல இருந்தது. "அப்படியா... மற்ற தம்பிகளெல்லாம் எப்படியிருக் காங்க?"

''குரு, காமராஜ் மற்றவங்க எல்லோரும் பாதுகாப் பான இடத்துக்குப் போயிட்டாங்க. அய்யாவை மட்டும்தான் போலீஸ் காரங்க விசாரணைக்கு அழைச்சிக்கிட்டுப் போயிருக்காங்க."

"அட்வகேட் சார்... நான் தப்பிச்சிட்டதால போலீஸ்காரங்க வெறித்தனமா இருப்பாங்க. அந்த வெறியால் அய்யாவுக்கு எதுவும் ஆகிவிடக்கூடாது. உடனே அய்யாவுக்கும் ஜாமீன் எடுக்க ஏற்பாடு பண்ணுங்க. ரொம்ப அவசரம். சுந்தர், ராஜாமணி ரெண்டுபேர்கிட்டேயும் சொல்லி எனக்கும், அய்யாவுக்கும் முன்ஜாமீன் எடுப்பதற்குத் தேவையான ஜாமீன்தாரர்களை ஏற்பாடு பண்ணச்சொல்லுங்க." -நான் சொன்ன தகவல்களை சிரத்தையுடன் கேட்டுக்கொண்ட அட்வகேட் பெருமாள், ''அண்ணாச்சி.. அதற்கான ஏற்பாடுகளை நான் பண்ணிக்கிட்டிருக்கேன்... கவலைப்படவேண்டாம்; நீங்க எப்படி இருக்கீங்க... சேஃப்டியாக இருக்கீங்களா?" என்றார். "நான் தப்பிச்சுப் போயிக்கிட்டிருக்கேன்... பாண்டிச்சேரிக்கு போய்கிட்டிருக்கேன்... அங்கே போய் சேர்ந்ததும்

உங்களை காண்ட்டாக்ட் பண்றேன். எனக்கும், அய்யாவுக்கும் முன்ஜாமீன் கிடைக்கவேண்டிய ஏற்பாடுகளை கவனிச்சுக்குங்க" என்றபடி லைனை கட் செய்தேன். அட்வகேட் பெருமாளும் பி.ஹெச்.பாண்டியனின் ஜூனியர் ரத்னவேலுவும் எங்களுக்கு முன்ஜாமீன் எடுப்பதற்காக ஹைகோர்ட்டுக்கு விரைந்தனர்.

ஒவ்வொரு வாரம் வெளியாகும் செய்திகளுக்காக உயிரைப் பணயம் வைத்து களத்தில் நிற்கும் நாம், ஜெயலலிதா அரசு தனது கொடுங்கரத்தால் நம்மை நசுக்குவதற்கு போட்ட திட்டங்களையெல்லாம் எதிர்கொண்டு முறியடித்து, தமிழகத்தின் முக்கிய வார இதழ்களின் பட்டியலில் நக்கீரனுக்குத் தனி இடம் கிடைக்கச் செய்த நாம், இந்த சம்பவத்தின்போது மட்டும் போலீசாரின் பிடியில் சிக்காமல் தப்பித்ததற்கு முக்கிய காரணம் உண்டு.

மந்திரிகள் போட்ட கொலைத் திட்டம்!

சமூக நாசத்துக்கெதிராக தர்மயுத்தம் நடத் தும்போது கைது செய்யப்படுவது சகஜம்தான். இதை உணர்ந்திருந்தும் நான் ஏன் ஓடினேன்? உள்ளுணர்வில் ஏதோ ஒரு விபரீதம் நடக்கப் போகிறது என்ற எச்சரிக்கை மணி அடித்துக் கொண்டேயிருந்தது. நான் நினைத்தது சரிதான் என்பதை உறுதி செய்வதுபோல் நான்காம் நாள் நமக்கொரு தகவல் கிடைத்தது.

பழைய எம்.எல்.ஏ. ஹாஸ்டல், ரூம் எண் 65-ல் இருந்து நண்பர் நாகப்பட்டினம் கலை என்பவர் அவசர அவசரமாக போன் செய்தார். “அண்ணே, ஒரு பயங்கரமான தகவல்... உடனே நீங்க வாங்க” என்றார். இவ்வளவு பரபரப்பாக அவர் பேசியதேயில்லை. திடீரென அவர் அப்படிப் பேசியதால் தம்பி காமராஜை அவரிடம் அனுப்பி வைத்தேன். காமராஜை நேரில் சந்தித்தபோது நண்பர் கலையிடம் பரபரப்பு காணப்பட்டது.

“நீங்களும் கோபாலண்ணனும் ரொம்ப ஜாக்கிரதையா இருக்கணும். உங்க இரண்டு பேரையும் காலி பண்ணுகிற அளவுக்கு ஜெயலலிதா அரசாங்கம் பிளான் போட்டிருக்கு. ஏப்ரல் 10-ந் தேதியன்னைக்கு காலையிலே கோபாலண்ணனை பிடிக்கப்போகும் போதே போலீஸ்காரங்க இந்த பிளானை நிறைவேற்ற நினைச்சாங்க. அழகு திருநாவுக்கரசோட ஏற்பாட்டின்படி போலீஸ் வேனில்

நாகப்பட்டினம் ஜீவாங்கிற மிக பயங்கரமான கிரிமினலும் அவனோட ஆட்கள் பத்து, பதினைந்து பேரும் இருந்தானுங்க. வெளியிலே திட்டத்தை முடிக்க நினைத்தாங்க. அண்ணன் தப்பிச்சிட்டதாலே அவங்க திட்டம் நிறைவேறாம போயிடுச்சு" -நண்பர் கலை சொன்னதைக் கூர்ந்து கேட்டுக்கொண்ட தம்பி காமராஜ், "என்ன திட்டம்?" என்று கேட்டார்.

"நக்கீரன் ஆட்களை அரெஸ்ட் செய்தால் பெரியளவில் போராடி பெயிலில் வந்துவிடுறாங்கன்னு போலீஸ் வட்டாரத்தில் பேச்சு இருக்கு. அதனால கோபாலண்ணனை அரெஸ்ட் செய்து வேனில் ஏற்றி, ஐ.ஜி.ஆபீசுக்கு கொண்டுபோகிற வழியில், ஜீவாவும் அவனோட ஆட்களும் அண்ணனை சாகிற அளவுக்கு கடுமையா அடித்து, மவுண்ட்ரோடு பக்கம் வேன் போகும்போது ரோட்டில் தள்ளிவிட்டு கதையை முடிச்சிடணும்ங்கிறதுதான் போலீஸோட பிளான். தப்பித்து ஓட நினைக்கும்போது கோபாலண்ணன் ரோட்டில் விழுந்து அடிபட்டு செத்துட்டதா கேஸை குளோஸ் பண்ண, பிளான் போட்டிருந்தாங்க. நல்லவேளை. அதற்கு முன்னாடியே அண்ணன் எஸ்கேப் ஆயிட்டாரு. நீங்களும் அண்ணனும் ரொம்ப ஜாக்கிரதையா இருக்கணும்'' என்று தம்பிகளிடம் தெரிவித்தார் கலை.

இந்த பயங்கரமான தகவலைக் கேட்ட தம்பி காமராஜ் உடனடியாக என்னிடம் விஷயத்தைத் தெரிவித்தார்.

ஜீவாவும் அவனுடைய ஆட்களும் இன்னமும் சென்னையில்தான் இருக்கிறார்களா என்பதைக் கண்டுபிடிக்கும்படி தம்பியிடம் கூறினேன்.

நண்பர் கலையை மீண்டும் சந்தித்தார் காமராஜ். நாகப்பட்டினம் ஜீவா தங்கியிருக்கும் இடத்தை அறிந்துகொண்டு அங்கு சென்றார். நக்கீரன் என்று வெளிக்காட்டிக் கொள்ளாமல் ஜீவாவிடம் பேசி, போலீஸ் போட்ட திட்டங்களை தெரிந்து கொண்ட காமராஜ் கடைசியாக, "நீங்க தேடிக்கொண்டிருக்கும் இரண்டு பேரில் நானும் ஒருத்தன்'' என்றதும் ஜீவாவுக்கு தூக்கிவாரிப்போட்டது.

தம்பியின் பால்முகமும் வெளிப்படையான பேச்சும் அந்த கிரிமினலின் மனதுக்குள் பெரும் ஆச்சரியத்தை ஏற்படுத்திவிட்டது. "எங்களைப் போலீஸ் இங்கே கூட்டிகிட்டு வந்தது யாருக்கும் தெரியாது. ஆனால் உங்க ஆசிரியர் அதை எப்படி தெரிந்துகொண்டு தப்பித்தார் என்று எங்களுக்கு பயங்கர ஆச்சரியம். இவ்வளவு சீக்ரெட்டான திட்டத்தைக் கண்டுபிடித்து தப்பித்திருக்காருன்னா அது மிகப்பெரிய சாதனை. நக்கீரன் மேல எங்களுக்கு புதுமதிப்பும் மரியாதையும் உண்டாயிடுச்சு. இனி நான் உங்களுக்கு உதவியா

இருப்பேன். நாகப்பட்டினம் பகுதியில் ஏதாவது பிரச்சனைன்னா என்னை தொடர்பு கொள்ளுங்க. இந்த போலீஸ்காரனுங்க வேற குரூப்பை வச்சு உங்க கதையை முடிக்க நினைக்கலாம். அதனால ஜாக்கிரதையா இருங்க. ஆசிரியரையும் ஜாக்கிரதையா இருக்கச் சொல்லுங்க" என்றான் ஜீவா.

எங்கள் கதையை முடிக்க போலீஸார் போட்டிருந்த திட்டம் நிஜம்தான் என்பதை உறுதிசெய்யும் வகையில், பின்னாளில் ஜெ. தலைமையிலான கொள்ளைக்கூட்டத்திலிருந்து வெளியேற்றப் பட்ட அழகு.திருநாவுக்கரசு ஒரு வாக்குமூலமே கொடுத்தார். கட்சியிலிருந்து கல்தா கொடுக்கப்பட்ட அழகு, தன் மனதை திறக்கிறாரா என தெரிந்துகொண்டு பேட்டியெடுக்கும்படி தம்பி காமராஜிடம் கூறினேன். தம்பியை சந்தித்த அழகு.திருநாவுக்கரசு மனம் திறந்தார். அப்போதுதான், அந்த பயங்கர திட்டத்தை உறுதி செய்வதுபோல் சில தகவல்களைக் கூறினார்.

"நக்கீரன் இருக்கவே கூடாதுன்னு அந்தம்மா பலமுறை என்கிட்டே சொல்லியிருக்கு. ஒவ்வொரு வாரமும் பத்திரிகையை பார்க்கும்போது இன்னுமா இந்தப் பத்திரிகை வருது என்று கோபமா கேட்பது அந்தம்மாவோட வழக்கம். ஒவ்வொரு ஆளிடமும் ஒவ்வொரு பொறுப்பைக் கொடுத்து உங்கமீது ஏவிவிட்டாங்க. ஒவ்வொரு முறையும் நீங்க தப்பிச்சது எங்களுக்கு ஆச்சரியமாகத்தான் இருக்கு'' என்று 'மனம் திறந்தார்' அழகு.திருநாவுக்கரசு. நக்கீரன் கதையை முடிக்க மந்திரி பிரதானிகள் எல்லோரும் தங்களுக்கு வேண்டிய ரவுடிகளை ஏவிப்பார்த்தனர். மூத்த அமைச்சர்களில் ஒருவராக இருந்த எஸ்.டி.எஸ்.ஸும் இதற்கு விதிவிலக்கல்ல. அவருடைய சிஷ்யகோடிகளில் முக்கியமான ஆள் அயோத்தியாகுப்பம் வீரமணி. நாடறிந்த இந்த ரவுடியை தன் வீட்டுக்கு வரச்சொல்லி அழைத்தார் எஸ்.டி.எஸ்.

தன்னை வளர்த்த தலைவர் கூப்பிடுகிறாரே என்று சேனையைத் திரட்டிக்கொண்டு எஸ்.டி.எஸ். வீட்டிற்குச் சென்றதும், தன்னுடன் வந்த ஆட்களை அமைச்சர் வீட்டு வராண்டாவில் உட்காரச் சொல்லிவிட்டு உள்ளே சென்ற வீரமணி, நீண்டநேரம் கழித்து வெளியே வந்தபோது, காத்திருந்த குட்டி ரவுடிகள், "என்னண்ணே... தலைவர் என்ன சொன்னாரு?" என்று கேட்க, சலிப்புடன்...

"இந்த நக்கீரன்காரனுங்க அம்மாவுக்கு ரொம்ப தலைவலியா இருக்கானுங்களாம். அவனுங்களை முடிக்கச் சொல்லி அய்யா உத்தரவு போட்டிருக்காரு. ரெண்டு மூணு தபா இதே மாதிரி சொல்லி ட்டாரு. நானும் ட்ரை பண்ணிப்பார்க்கிறேன். ...த்தா மாட்டவே மாட்டேங்குறாங்க. எங்கே போயிடுவானுங்கன்னு பார்க்கிறேன்.

...த்தா அவனுங்க பலே கில்லாடியா இருக்கானுங்கப்பா... என்னா பிளான் போட்டாலும் அதிலிருந்து தப்பிச் சிப்பூடுறானுங்க. எப்படியாவது, எங்கேயிருந்தாவது வாராவாரம் புக்கை ரிலீஸ் பண்ணிடுறானுங்க. ...த்தா, ஆனா அவனுங்களை விடமாட்டேன். அம்மாவுக்காக, அய்யா சொன்னபடி அவனுங்களை குளோஸ் பண்ணிடுவேன்" என்று சபதம் எடுப்பதுபோல் வீரமணி பேச... ஒரு நிசப்தம் நிலவியது.

ஜனநாயக முறையில் தேர்ந்தெடுக்கப்பட்ட ஒரு அரசு ஜனங்களுக்கு நல்லது செய்யவேண்டும் என்பதுதான் நமது நோக்கம். ஆனால் ஜெயலலிதா அரசு முழுக்க முழுக்க மக்கள் விரோத நடவடிக்கைகளில் ஈடுபட்டதால் நாம் அதை துணிச்சலாகக் கண்டித்து எழுதினோம். மற்றபடி ஜெயலலிதாவுக்கும் நமக்கும் பங்காளித் தகராறு எதுவும் கிடையாது. அமைச்சர்கள் மீதோ, எம்.எல்.ஏ.க்கள் மீதோ தனிப்பட்ட விரோதம் எதுவும் கிடையாது. ஜெ. அரசின் எதேச்சதிகாரப் போக்கை ஆரம்பத்திலிருந்தே நாம்தான் துணிவுடன் எதிர்த்தும் கண்டித்தும் எழுதிவந்தோம் என்பதால் அன்றைய ஆட்சியாளர்களால் ஜீரணிக்க முடியவில்லை. அதனால்தான் கொலைத்திட்டத்தை தீட்டினர். நாம் சாதாரண பத்திரிகையாளர்கள்தான். என்னை ஒரு தீவிரவாதிபோல நினைத்து பெரும் போலீஸ்படையையும் வாகனங்களையும் திரட்டிவந்து கைது செய்ய நினைத்ததால்தான் ஏதோ ஒரு விபரீதம் நடக்கப் போகிறது என்பதை அறிந்து தப்பித்தேன். நமது இதழை எதிர்பார்க்கும் வாசகர்களிடம் வாரந்தோறும் குறித்த நேரத்தில் பத்திரிகையைக் கொடுக்க வேண்டியது நமது கடமை என்பதால் இந்த தப்பித்தல் அத்தியாவசியமாயிற்று.

பாண்டிச்சேரிக்கு செல்வதாக வழக்கறிஞர் பெருமாளிடம் டெலிபோனில் தெரிவித்தபின் மூத்த வழக்கறிஞர் பி.ஹெச். பாண்டியனைத் தொடர்பு கொண்டேன். தப்பிப்பது பற்றி அவரிடம் ஏற்கனவே தெரிவித்திருந்ததால் இப்போது என்ன நிலைமையில் இருக்கிறேன் என்பதைக் கூறிவிட்டு, எனக்குள் ஏற்பட்ட சந்தேகங்களை அவரிடம் சொல்லத் தொடங்கினேன்.

"சார்... என்னை அரெஸ்ட் பண்ணும்போது அவங்ககிட்டே வாரண்ட் கேட்டேன். எனக்கு மட்டும்தான் வாரண்ட் போட்டிருந்தாங்க. ஆனா, இப்ப எங்க பிரிண்ட்டர் அய்யா கணேசனை விசாரணைக்காக போலீஸ்காரங்க பிடிச்சிட்டுப் போயிருக்காங்க. வாரண்ட் இல்லாமல் அவரைப் பிடிச்சிக்கிட்டுப் போகலாமா? அதற்கு சட்டத்தில் இடமிருக்கா? ஒரு ஆளுக்குப் பதிலா இன்னொரு ஆளை விசாரணைங்கிற பேரில் கொண்டு போகமுடியுமா? இதை உடனடியா எதிர்த்து அப்பீல் பண்ணுங்க"

என்றேன். நான் கூறிய விவரங்களைக் கேட்டுக்கொண்ட வழக்கறிஞர் பி.ஹெச்.பாண்டியன், ''விசாரணைக்காகத்தானே அய்யா கணேசனை அழைச்சிக்கிட்டுப் போயிருக்காங்க... நான் பார்த்துக்கிறேன். கோபால், நீங்க கவலைப்படவேண்டாம். எங்கே இருக்கீங்களோ அங்கிருந்து எனக்கு அடிக்கடி போன் பண்ணுங்க. அய்யா கணேசனுக்கு எந்த ஆபத்தும் வராது'' என்றார். ஆனால் அடுத்து நடந்த சம்பவங்களோ, நம் தலையில் இடியைத் தாக்கியது.

அந்த இடி எப்படித் தாக்கியது என்று விலாவாரியாகச் சொல்கிறேன். போலீஸ் பிடியிலிருந்து தப்பிப்பதற்காக முத்து டிராவல்ஸிலிருந்து கார் ஒன்றை வரவழைத்து, மனைவியை அழைத்துக்கொண்டு அதில் அமர்ந்தேன். காரின் கருப்புக் கண்ணாடிகளை ஏற்றிக்கொண்டு, போலீஸ் என்னை எந்த வழியில் துரத்தியதோ, அதேவழியில் நமது அலுவலகத்தைக் கடந்து வந்தேன். மவுண்ட்ரோட்டில் உள்ள ஒரு ஜவுளி ஷோ-ரூமில் ஏற்கனவே தைக்கக் கொடுத்திருந்த பேண்ட்டையும் சட்டையையும் வாங்கி

அணிந்துகொண்டு அதற்கு முன் கட்டியிருந்த வேட்டியை அங்கேயே விட்டுவிட்டேன்.

அதன்பிறகு... ஸ்டார் வீடியோவிற்கு போனில் தொடர்பு கொண்டு நண்பர் அமீன் மூலமாக தம்பி சுரேஷை வரச்சொல்லி பேசினேன். அன்று வெள்ளிக்கிழமை என்பதால் அலுவலகத்தை சிறிதுநேரம் திறந்துவிட்டு பிறகு மூடுமாறு தகவல் கொடுத்தேன். மேலும், தம்பி குருசாமி பாதுகாப்பான இடத்தில் இருப்பதால் அவர் கவனித்துவரும் ஆர்ட் ஒர்க் வேலையை ஓவியர் தம்பி ஜோகியின் வீட்டில் வைத்து செய்யும்படி சொல்லி, தம்பி பரமேஸ்வரனையும் ஜோகி வீட்டிற்குச் செல்லுமாறு கூறினேன். எடிட்டோரியலில் இருந்த வெங்கடே'சன்'னையும் கதிரை.துரையையும், உதயனையும் கோர்ட்டுக்கு அனுப்பும்படி சுரேஷிடம் தெரிவித்தேன். ஜாமீன்தாரர்களை ரெடி செய்வதில் 'பெரிசு' சுந்தர், ராஜாமணி ஆகியோரைத் துரிதப்படுத்தும்படி மோகனும், கௌரியும் ஹைகோர்ட் வேலைகளுக்கு நமது அட்வகேட்டுடன் ஒத்துழைக்கட்டும் எனவும் இன்ஸ்ட்ரக்ஷன் கொடுத்துவிட்டு நான் பாண்டிச்சேரி நோக்கிப் பயணமானேன். தம்பி காமராஜ் பாதுகாப்பான இடத்தில் இருந்ததால் தம்பி உதயன், வெங்கடேசன், கதிரை.துரை மூவரும் எழும்பூர் கோர்ட்டுக்கும் ஹைகோர்ட்டுக்கும் இடையே பரபரப்பாக இயங்கத் தொடங்கினர்.

வழியில் செங்கல்பட்டில் உள்ள பிள்ளையார் கோவிலில் வழிபட்டேன். அப்போது அருகிலிருந்த டீக்கடையிலிருந்து ஒருவர் வேகமாக என்னிடம் வந்து, "அண்ணே... நேற்றிலிருந்து இங்கே போலீஸ்காரங்க யாரையோ எதிர்பார்த்து காத்துக்கிட்டிருந்தாங்க. இன்னைக்கு காலையிலேதான் எல்லோரும் போனாங்க" என்றார். என்னை எதிர்பார்த்துதான் அங்கு போலீசார் நிறுத்தப்பட்டிருக் கிறார்கள். நான் கைது செய்யப்பட்டுவிட்டதாக நினைத்து ரிலாக்ஸ் செய்யப்பட்ட போலீசாரில் இவர்களும் அடக்கம் என்பதை பின்னாளில் புரிந்துகொண்டேன். பாண்டிச்சேரியை அடைந்ததும் எழுத்தாளர் பிரபஞ்சன், நமது ஏஜெண்ட் கண்ணனைச் சந்தித்தேன். அதனைத் தொடர்ந்து நண்பர் பன்னீரைச் சந்தித்து பாண்டிச்சேரியில் ரூம் போட்டு தங்கினேன்.

அய்யா கணேசனுக்கு அடி, உதை!

அதேநேரத்தில் சென்னை ஹைகோர்ட்டில் எனக்கும் அய்யா கணேசனுக்கும் முன்ஜாமீன் எடுப்பதற்கான பணிகள் மும்முரமாக நடந்து கொண்டிருந்தன. பொதுவாக முதல்நாள் மனுபோட்டால் மறுநாள்தான் அதை விசாரணைக்கு எடுத்துக் கொள்வார்கள். ஆனால் நமது மனுவை Urgent matter relating to press என்ற வகையில் ட்ரீட் செய்தனர். அதனால் காலை 10-30 மணிக்குக் கொடுக்கப்பட்ட மனு, மதிய இடைவேளைக்குப் பிறகு ஜட்ஜ் வந்து அமர்ந்தபோது வாதத்திற்கு எடுத்துக்கொள்ளப்பட்டது. நமக்காக வழக்கறிஞர் பெருமாள், மூத்த வழக்கறிஞர் பி.ஹெச். பாண்டியன் இருவரும் கோர்ட்டுக்கு வந்திருந்தனர். நாம் பெயில் மூவ் பண்ணுகிறோம் என்பதை பப்ளிக் பிராசிக்யூட்டர் அலுவலகத்தில் தெரிவித்தோம். மாநகர எல்லைக்குள் உள்ள விவகாரம் என்பதால் உடனே ஏற்றுக்கொண்டு சி.பி.சி.ஐ.டி. யிடம் தகவல்களைப் பெற தொடங்கினார் பப்ளிக் பிராசிக்யூட்டர்.

சி.பி.சி.ஐ.டி.யினர் கோர்ட்டுக்கு வந்து பப்ளிக் பிராசிக்யூட்டரிடம் தகவல்களைத் தெரிவித்தனர். இருதரப்பு வாதமும் அனல் பறந்துகொண்டிருந்த வேளையில், பப்ளிக் பிராசிக்யூட்டரிடம் சி.பி.சி.ஐ.டி. இன்ஸ்பெக்டர் ஏதோ கிசுகிசுத்தார்.

அப்போதுதான் புதிய இடி தாக்கியது. "கணேசனை அரெஸ்ட் செய்துவிட்டோம்; அதனால் அவருக்கு முன்ஜாமீன் வழங்கக் கூடாது" என்று கோர்ட்டில் தெரிவிக்கப்பட்டது. விசாரணை என்ற பெயரில் அழைத்துச் சென்று கைது செய்திருக்கும் போலீஸாரின் அயோக்கியத்தனத்தைக் கண்டு நமது தம்பிகள் அதிர்ந்து போனார்கள். அரெஸ்ட் செய்யப்பட்டவருக்கு முன்ஜாமீன் கொடுக்க முடியாது என்பதால் முதல் குற்றவாளியாக குறிப்பிடப்பட்டிருந்த எனக்கு மட்டும் முன்ஜாமீன் வழங்கினார் நீதிபதி ராஜு.

அய்யா கணேசன் கைது செய்யப்பட்டது தொடர்பான தகவல்களை வாங்கிக்கொண்டு வரும் பொறுப்பை பி.ஹெச்.பி.யின் ஜூனியர் ரத்னவேலுவிடம் ஒப்படைத்துவிட்டு, எழும்பூர் கோர்ட்டுக்கு விரைந்தார் நமது வழக்கறிஞர் பெருமாள். நக்கீரன் தம்பிகளும், அய்யாவின் மகன் உமாபதியும் எழும்பூர் கோர்ட்டுக்கு வந்து சேர்ந்தனர். மதியம் 2-45 மணி. அரெஸ்ட் செய்யப்பட்ட அய்யாவை பெயிலில் எடுக்கவேண்டும் என்பதற்கான முயற்சிகள் தீவிரமாக்கப்பட்டன. முதல் குற்றவாளியான எனக்கு முன்ஜாமீன் கொடுத்துள்ளனர். அதனால் இரண்டாவது குற்றவாளியான அய்யா கணேசனுக்கு பெயில் கொடுக்கவேண்டும். ஆனால் நடந்ததோ...!"

'பெரிசு' சுந்தரும், ராஜாமணியும் ஜாமீன்தாரர்களுடன் கோர்ட்டில் இருந்தனர். நடராஜ நாயக்கர், கன்னியப்ப நாயக்கர், தனபால், ராதா, கோவிந்தன், பெயிண்டர் என 6 பேர் ஜாமீன்தாரர்களாக வந்திருந்தனர். அட்வகேட் பெருமாளும், பி.ஹெச். பாண்டியனின் ஜூனியர் ரத்னவேலுவும் பரபரப்பாக இயங்கிக்கொண்டிருந்தனர். எழும்பூர் அட்வகேட் செல்வராஜ், பெயில் பெட்டிஷனைத் தயாராக்கிக் கொண்டிருந்தார்.

மதியம் சரியாக 3 மணி. போலீஸ் வேனில் அய்யாவை அழைத்து வந்தனர். அவர் முகம் வாடியிருந்தது. இறுக்கமான சூழ்நிலை நிலவியது. போலீஸ் பந்தோபஸ்துடன் வேனிலிருந்து இறங்கிய அய்யா கணேசன், 'பெரிசு' சுந்தரை தன்னருகே அழைத்து ஏதோ சொல்ல வாயெடுத்தார். அருகில் நின்ற போலீசார் முறைக்கவே சுந்தர் அவசர அவசரமாக வழக்கறிஞர் பெருமாளைக் கூப்பிட்டார். வழக்கறிஞரைக் கண்டதும் தன் மனதுக்குள் அடக்கி வைத்திருந்ததை கொட்டத் தொடங்கினார்.

''என்னை ஜீப்புல ஏத்திக்கிட்டுப்போய் ஒரு பெரிய கட்டிடத்துக்கு முன்னாடி நிறுத்தினாங்க. அதுதான் ஐ.ஜி.ஆபீசாம். அங்கே என்னை இறங்கச் சொன்னாங்க. நான் ஜீப்பிலிருந்து இறங்கிக்கொண்டிருக்கும்போதே போலீஸ்காரங்க என்னை கண்மூடித்தனமா அடிக்க ஆரம்பிச்சிட்டாங்க" என்று பதட்டத்துடன் தெரிவித்த அய்யா கணேசன், தூரத்தில் நின்ற இன்ஸ்பெக்டர்

செல்வராஜை காட்டி, “அதோ அந்த ஆள்தான் என்னை ஐ.ஜி. ஆபீசில் வைத்து அடிச்சான். கண்டபடிக்கு எல்லா போலீஸ்காரங்களும் திட்டினாங்க. ‘கோபால் எப்படி தப்பிச்சான். இப்ப எங்கே இருக்கான், உனக்குத்தான் எல்லாம் தெரியும்’ அப்படின்னு சொல்லிச்சொல்லி என்னை அடிச்சாங்க. தம்பி எங்கே இருக்குன்னு எனக்குத் தெரியாதுன்னு சொல்லிப் பார்த்தேன். ஆனா அந்த பாவிங்க ஈவிரக்கம் இல்லாமல் என்னைப் போட்டு அடிச்சானுங்க. அவங்க பிடிச்சிட்டுப் போனதிலிருந்து எதுவுமே சாப்பிடலை. கொலைப் பட்டினி போட்டுட்டாங்க. என் மூலமா கோபால் தம்பி இருக்கிற இடத்தைக் கண்டுபிடிக்கணும்னு வெறித்தனமா இருக்காங்க. தம்பி எங்கே இருந்தாலும் பத்திரமான இடத்துக்கு ஓடிடச் சொல்லுங்க. இல்லேன்னா, போலீஸ்கார பாவிங்க கொன்னாலும் கொன்னுடுவாங்க” என்று பதறியபடி தெரிவித்தார் அய்யா கணேசன். அட்வகேட்டிடம் அய்யா பேசிக்கொண்டி ருப்பதை கவனித்த இன்ஸ்பெக்டர் செல்வராஜ் வேகமா வந்து பேசவிடாமல் தடுத்தார். பத்தாவது எம்.எம். கோர்ட்டில் மாஜிஸ்திரேட் ஜெயராமனிடம் பெயில் பெட்டிஷன் வந்தது. இந்த மாஜிஸ்திரேட்தான் முன்பு என்னையும் தம்பி காமராஜையும் அப்போதைய ஆசிரியர் துரையையும் ரிமாண்ட் செய்தவர். இப்போது மீண்டும் நமக்கு அநீதி இழைக்கப்படுவதை உணர்ந்து நமக்கு நீதி வழங்க தயாராகவே இருந்தார். “முதல் குற்றவாளிகளுக்கு முன்ஜாமீன் கிடைத்துள்ளது; அதனால் இரண்டாவது குற்றவாளிக்கு பெயில் தரவேண்டும்” என நமது தரப்பில் வாதாடப்பட்டது. உடனே மாஜிஸ்திரேட் போலீசாரிடம் இது பற்றி கேட்க, அவர்களோ ஏ.பி.பி.யிடம் கன்சல்ட் பண்ணிச்சொல்வதாக தெரிவித்தனர்.

போலீசார் குறிப்பிட்ட ஏ.பி.பி. ஸ்பாட்டில் இல்லை. அதனால் நமது தரப்பில் Pass Over வாங்கிக்கொண்டு ஏ.பி.பி.யை பார்ப்பதற்காக அவரது அறையை நோக்கி வழக்கறிஞர் பெருமாளும், ‘பெரிசு’ சுந்தரும் சென்றனர். ஏ.பி.பி.யை சந்தித்து, அய்யாவுக்கு பெயில் எடுக்க வேண்டியதற்கான அவசரத்தையும் அவசியத்தையும் விளக்கினர். அவரும் ‘இதோ வருகிறேன்’ என்றார். அதனால் அவரை அழைத்துவரும் பொறுப்பை சுந்தரிடம் ஒப்படைத்துவிட்டு மாஜிஸ்திரேட்டிடம் திரும்பினார் வழக்கறிஞர் பெருமாள். சிறிதுநேரம் கழிந்தது. ஏ.பி.பி. வரவில்லை. ‘பெரிசு’ சுந்தர் மட்டும் அவசர அவசரமாக அட்வகேட்டிடம் வந்தார். “ஏ.பி.பி. எங்கே?” என்று அட்வகேட் கேட்டவுடன், படபடவென பேச ஆரம்பித்தார் சுந்தர். “சார், நீங்க இங்கே வந்ததும், சி.பி.சி.ஐ.டி. இன்ஸ்பெக்டர் செல்வராஜும், எஸ்.ஐ. மோகனும் ஏ.பி.பி. ரூமுக்கு வந்தாங்க. அவங்க ரெண்டுபேரும் ஏ.பி.பி.கிட்டே ஏதேதோ ரகசியமா

பேசினாங்க. நான், டயம் ஆகுது வாங்க சார்னு ஏ.பி.பி.யை கூப்பிட்டேன். ஆனா, அவர் காதில் விழாத மாதிரி நான் கூப்பிடக் கூப்பிட போய்விட்டார். இன்ஸ்பெக்டரும், எஸ்.ஐ.யும் எதுவும் தெரியாத மாதிரி நின்னுகிட்டிருந்தாங்க'' என்றார். மாஜிஸ்திரேட்டிடம் வந்த இன்ஸ்பெக்டரும், எஸ்.ஐ.யும் 'பெரிசு' சுந்தர் சொன்னதுபோலவே கல்லுளிமங்கனைப் போல் நின்றனர். முழு பூசணிக்காயை சோற்றில் மறைக்கும் முயற்சி நடந்து கொண்டிருந்தது. மறுபடியும் ஏ.பி.பி.யை கூப்பிட வாய்ப்பளித்தார் மாஜிஸ்திரேட். ஆனால் இன்ஸ்பெக்டரும் எஸ்.ஐ.யும் அவசரமாக முந்திக்கொண்டு, "ஆள் இல்லை... போய்விட்டார்" என்றனர்.

நமக்காக சிறிதுநேரம் காத்திருந்து பார்த்த மாஜிஸ்திரேட் வேறு வழியில்லாமல் அய்யா கணேசனை ரிமாண்ட் செய்தார். மாஜிஸ்திரேட்டின் உத்தரவுக்குப் பிறகு வெளியே வந்த அய்யா, கோர்ட் வளாகத்தில் இருந்த நமது தம்பிகளைப் பார்த்தார். திடீரென, "கோபால் தம்பியை ஜாக்கிரதையா இருக்கச் சொல்லுங்க. ரொம்ப பத்திரமா இருக்கச் சொல்லுங்க. இந்த போலீஸ்காரங்க ஏதோ பெரிசா ஒரு காரியத் தைச் செய்யப்போ றாங்க" என்றார் பதட்டத்துடன்.

கோர்ட்டில் நடந்த பரபரப்பு காட்சி!

அய்யா கணேசனை ஏற்றிக்கொண்டு போலீஸ் வேன் புறப்பட, நக்கீரன் தம்பிகள் எல்லோரும் அதைப் பின் தொடர்ந்து சென்ட்ரல் ஜெயில்வரைக்கும் சென்றனர். நக்கீரன் குடும்பத்தின் மீது அளவு கடந்த பாசம் கொண்ட அய்யாவுக்கு, எந்த விபரீதமும் நேர்ந்துவிடக்கூடாது என்பதில் தம்பிகள் அக்கறையாக இருந்தனர். நான் பாண்டிச்சேரியில் எழுத்தாளர் பிரபஞ்சன், நண்பர் பன்னீர் ஆகியோருடன் ஒரு லாட்ஜ் அறையில் பேசிக்கொண்டிருந்துவிட்டு, அங்கிருந்தபடியே நமது வழக்கறிஞர் பெருமாளுடன் போனில் தொடர்பு கொண்டேன். "சார்... கோர்ட் விஷயம் என்னாச்சு?"

"அண்ணாச்சி, உங்களுக்கு முன் ஜாமீன் கிடைச்சிடுச்சு! ஆனா... நம்ம பிரிண்டர் அய்யா கணேசனை ரிமாண்ட் பண்ணிட்டாங்க."

"எனக்கு முன்ஜாமீன் கொடுத்தவங்க அவரை மட்டும் ஏன் ரிமாண்ட் பண்ணணும்?"

நடந்த விஷயங்களை ஒன்றுவிடாமல் சொல்லி முடித்தார் வழக்கறிஞர் பெருமாள்.

"போலீஸ் சைடில் அடுத்ததா என்ன பிளான் பண்ணிக்

கிட்டிருக்காங்க?"- நான் கேட்டேன்.

"அய்யா கணேசன் ஜெயிலுக்குப் போறதுக்கு முன்னாடி நிறைய விஷயங்களைச் சொன்னார். நீங்க இருக்கிற இடத்தை கண்டுபிடிக்கணும்கிறதுக்காக அவரை அடிச்சு, உதைச்சு, சித்ரவதை பண்ணியிருக்காங்க. உங்களைப் பிடிக்கணும்ங்கிற வெறியோட போலீஸ் கத்திக்கிட்டிருக்கு. முன்ஜாமீன் கிடைச்சது பெரிய விஷயமல்ல உங்களை மறுபடியும் வேறுவகையில் கைது பண்ண திட்டம் போட்டிருக்காங்க. அதை மட்டும் என்னால புரிஞ்சுக்க முடியுது. ரொம்ப ஜாக்கிரதையா இருங்க அண்ணாச்சி. நாளைக்கு மதியம் 2 மணிக்கு எக்மோர் கோர்ட்டுக்கு வந்திடுங்க, பெயில் எடுத்திடலாம்" -பரபரப்பாக சொல்லி முடித்தார் அட்வகேட் பெருமாள்.

நான் சென்னை திரும்புவதற்கு ஆயத்தமானேன். போலீஸார் போட்டிருந்த மிகப்பெரிய திட்டத்திலிருந்து நான் தப்பித்ததால் அவர்கள் அத்தனை பெரும் கோபமும், ஆத்திரமுமாக காணப்பட்டனர். என்னை எப்படியும் மடக்கிப் பிடித்து உள்ளே தள்ளிவிடவேண்டும் என்பதில் போலீஸார் தீவிரமாக இருப்பதைத் தெரிந்துகொண்டேன். அய்யா கணேசனை தாக்கியதால் எனக்குப் போலீஸார் மீது கடும்கோபம். என்மீது போலீஸாரும், போலீஸார் மீது நானும் வெறிகொண்டிருந்த நேரம் அது. அதனால் மிகக்கவனமாக அடியெடுத்து வைத்து செயல்பட்டேன்.

வழக்கறிஞர் பெருமாளுக்கு மீண்டும் போன்செய்து மறுபடியும் என்னைக் கைதுசெய்ய சட்டத்தில் இடமிருக்கிறதா என்று கேட்டேன். புதிய கேஸில் என்னை சிறைப்பிடிக்க போலீஸார் மும்முரமாக இருப்பதை விளக்கினார் வழக்கறிஞர். "சசிகலா மீது அடுத்தடுத்து கேஸ் போட்டு பழி வாங்குகிறார்கள். என்னையும் அதேமுறையில் வஞ்சம் தீர்க்கிறார்கள். அதனால், என்மீது போடப்படும் எல்லா கேசுக்கும் சேர்த்து முன்ஜாமீன் வழங்கவேண்டும்'' என ஜெயலலிதா லபோதிபோவென அடித்துக்கொள்கிறாரே, அன்று அவர் ஆட்சியில் இருந்தபோது அதேவித்தையைத்தான் நம்மிடம் காட்டினார். ஒருவழக்கில் முன்ஜாமீன் வாங்குதென்பது எளிதான காரியம்தான். ஆனால் அதற்குரிய பெயில் கிடைக்கும்வரை போலீஸின் பிடியில் சிக்காமல் இருக்க வேண்டும்.அஜாக்கிரதையாக இருந்துவிட்டால் நமது வழக்கறிஞருக்குத்தான் அவப்பெயர் வரும். அதனால் மிகவும் கவனமாக செயல்படத் தொடங்கினேன்.

என் மனைவியை அவருடைய சொந்த ஊரான விருத்தாச்சலத்தில் கொண்டு போய் விட்டுவிட்டு அங்கிருந்து ராக்போர்ட் எக்ஸ்பிரஸ் மூலமாக சென்னையை நோக்கி

பயணமானேன். பெயிலுக்காக நான் எப்படியும் சென்னைக்கு வருவேன் என்பதை எதிர்பார்த்து, போலீஸார் என்னைக் கைது செய்ய தயாராகயிருந்தனர். மதுரையிலிருந்தோ, விருத்தாச்சலத்திலி ருந்தோதான் வருவேன் என கணக்குப்போட்டு, சி.பி.சி.ஐ.டி. இன்ஸ்பெக்டர், எஸ்.ஐ. தலைமையில் 20- போலீஸார் மஃப்டியில் எழும்பூர் ரயில்வே நிலையத்தில் கண்ணில் விளக்கெண்ணெய் விட்டுக்கொண்டு காத்திருந்தனர்.

எழும்பூர் ரயில்நிலையத்தில் போலீஸ் குவிக்கப்பட்டிருக்கும் விஷயம் எனக்குத் தெரியாது. இருந்தாலும், போலீஸின் புத்தி எப்படி செயல்படும் என்பதை அறிந்திருந்ததால் மாம்பலத்திலேயே இறங்கி, அங்கிருந்து ஆட்டோ மூலம் மவுண்ட்ரோடு கேஸினோ தியேட்டர் அருகில் உள்ள மல்லிகா லாட்ஜில் தங்கினேன். நான் தங்கியிருப்பது வெளியே தெரியக்கூடாது என்பதற்காக நண்பர் பன்னீர் பெயரில் ரூம் புக் செய்யப்பட்டது. அந்த லாட்ஜிலிருந்து நமது தம்பிகளை போன்மூலம் தொடர்பு கொண்டு, நடந்து கொண்டிருக்கும் விஷயங்களைக் கேட்டறிந்தேன். தம்பிகளில் யாருக்கும் கைது ஆபத்து இல்லை என்பதால் அனைவரும் ரிலாக்ஸாக இருந்தனர்.

அதேவேளையில் எழும்பூர் ரயில் நிலையத்திற்கு வந்து சேர்ந்த ஒவ்வொரு ரயிலிலும் என்னை எதிர்பார்த்து சி.பி.சி.ஐ.டி. போலீஸார் ஏறி இறங்கிக்கொண்டிருந்தனர். எல்லா ரயில்களும் வந்து சேர்ந்த பிறகும் என்னைக் காணவில்லை என்றவுடன் நான் தப்பித்து விட்டேன் என்ற முடிவுக்கு வந்தனர். எப்படியும் பெயில் எடுப்பதற் காக மெட்ராஸிற்கு வந்தாகவேண்டும் என்று கணக்குப்போட்டு கோர்ட்டில் போலீஸ் படையைக் குவித்தனர்.

அன்று சனிக்கிழமை என்பதால் மதியத்திற்குமேல்தான் பெயில் பெட்டிஷன் விசாரணைக்கு எடுத்துக்கொள்ளப்பட்டது. நான் தங்கியிருந்த லாட்ஜிலிருந்து பகல் 1.30 மணிக்கு வெளியே வந்தேன். பல்லவன் பஸ்ஸில் ஏறி, எழும்பூர் கோர்ட்டுக்கு எதிரில் உள்ள ஸ்டாப்பிங்கில் இறங்கினேன். அருகிலேயே நண்பர் ஒருவருக்குச் சொந்தமான டிராவல்ஸ் ஒன்றிருந்தது. சட்டென அதற்குள் நுழைந்துவிட்டேன். கோர்ட்டிலிருந்த போலீஸாரால் என்னைக் கவனிக்க இயலவில்லை. பஸ்ஸில் வருவேன் என்பதையும் எதிர்பார்க்கவில்லை. நான் அந்த டிராவல்ஸ் அலுவலகத்தில் உட்கார்ந்தபடி போலீஸாரின் நடமாட்டத்தைக் கவனித்துக் கொண்டிருந்தேன். கோர்ட்டில் நமது தம்பிகள், வழக்கறிஞர் பெருமாள் ஆகியோர் காத்திருந்தனர். 'பெரிசு' சுந்தர் ஜாமீன்தாரர்களை ஏற்பாடு செய்திருந்தார். மதியம் 2.15 மணிவரை டிராவல்ஸிலேயே காத்திருந்தேன். டிராவல்ஸ் வாசலில் மூன்று

கார்களும் ஒரு வேனும் நின்று கொண்டிருந்தன. அந்த 4 வாகனங்களும் தேவை என்று நண்பரிடம் சொல்லி அதற்குரிய வாடகையைப் பேசி முடித்தேன். நான்கு வாகனங்களின் டிரைவர்களும் அழைத்து வரப்பட்டனர். நான்கும் சேர்ந்தாற்போல் புறப்பட்டு கோர்ட் வளாகத்திற்குள் நுழைந்து 13-வது எம்.எம். கோர்ட்டுக்கு முன் நின்றன.

திடீரென வரிசையாக நுழையும் கார்களைப் பார்த்தவுடன் நான்தான் பாதுகாப்பு சூழ வந்திருக்கிறேன் என நினைத்து ஒட்டுமொத்த போலீஸாரும் வாகனங்களை நோக்கி ஓடினர். இந்த சந்தர்ப்பத்தைப் பயன்படுத்தி நான் இன்னொரு கேட் வழியாக கோர்ட் வளாகத்திற்குள் நுழைந்து 5-வது எம்.எம்.கோர்ட்டுக்கு அருகிலுள்ள கிளார்க் ரூமில் உட்கார்ந்துகொண்டேன். அந்த அறையில் வேணுகோபால், ஜெயபால் என இரண்டு நண்பர்கள் இருந்ததால் எனக்கு அது பாதுகாப்பான இடமாக அமைந்து விட்டது.

அந்த அறைக்கு நமது அட்வகேட் பெருமாள் வந்து பார்த்துவிட்டு சில தகவல்களை தெரிவித்துச் சென்றார். கார்களை சூழ்ந்திருந்த சி.பி.சி.ஐ.டி.யினர் அங்கும் என்னைக் காணாததால் ஆத்திரத்துடன் கோர்ட் வளாகம் முழுக்கத் தேடத்தொடங்கினர். சி.பி.சி.ஐ.டி. போலீஸில் கோபால் என்றொருவர் இருந்தார். அவர்தான் இந்த கோபாலை (என்னை) பிடிப்பதில் முஸ்தீபாக இருந்தார். ஒவ்வொரு இடமாகத் தேடிப்பார்த்துக் கொண்டே வந்த அவர், கிளார்க் ரூமில் என்னைக் கண்டதும் இந்தத் தகவலை தனது மேலதிகாரிகளிடம் தெரிவிப்பதற்காக ஓடினார். நான் உஷாரானேன். வேகமாக ஓடி 100 அடி தூரத்திலிருந்த மாஜிஸ்திரேட் அமரும் இடத்திற்குள் சென்றுவிட்டேன். அப்போதுதான் மாஜிஸ்திரேட் உள்ளே நுழைந்தார். மீண்டும் என்னை கோட்டை விட்டு விட்டதால் போலீஸார் கைபிசைந்தபடி நின்றனர்.

பெயில் பெட்டிஷன் விசாரணைக்கு வந்தது. நீதிபதி முன்பு நமது வழக்கறிஞர் மற்றும் எழும்பூர் பார்கவுன்சில் தலைவரான அட்வகேட் ராஜஇளங்கோ இருவரும் நமக்கு ஏற்பட்ட கொடுமைகளை விளக்கினர். பத்திரிகையாளர்கள் என்றுகூட பார்க்காமல் போலீஸார் இழைத்த அநீதிகள் பற்றியும், அய்யா கணேசனை அநியாயமாக கைது செய்தது பற்றியும் அலுவலகத்தைத் திறக்க முடியாமல் நமக்கு ஏற்பட்டுள்ள தவிப்பு குறித்தும் நீதிபதியிடம் விலாவாரியாக எடுத்துச் சொன்னார்கள். அடுத்து எனது வாதத்தையும், நீதிபதி கேட்டார். காலையிலிருந்தே போலீஸார் என்னை துரத்துவதையும், ரயில்வே ஸ்டேஷனிலேயே போலீஸ் படையைக் குவித்திருந்ததையும், அவர்களிடமிருந்து நான்

எப்படித் தப்பித்து வந்தேன் என்பதையெல்லாம் விளக்கமாகத் தெரிவித்து, "என்னைக் கொலைக் குற்றவாளிபோல நடத்து கிறார்கள்; வேறு ஏதோ ரகசியமான திட்டத்தைத் தீட்டி என்னை கைது செய்ய நினைக்கிறார்கள். போலீஸார் பிடியிலிருந்து நான் விடுபட நீங்கள்தான் உத்தரவிட வேண்டும்" என்றேன்.

நமது தரப்பில் உள்ள நியாயத்தை உணர்ந்த மாஜிஸ்திரேட் "இனி அவர்களுக்கு எந்த தொந்தரவும் கொடுக்கக்கூடாது" என சி.பி.சி.ஐ.டி.யினரை வாய்மொழியாக எச்சரித்து எனக்கு கண்டிஷன் பெயில் வழங்கினார். தம்பிகள் முகத்தில் சந்தோஷம் பூத்தது. வழக்கறிஞருடன் நான் கோர்ட்டிலிருந்து வெளியே வந்தேன். எதிரே சி.பி.சி.ஐ.டி.யின் டி.எஸ்.பி. உட்பட பெரும் போலீஸ் படையே நின்றுகொண்டிருந்தது. என்னைப் பார்த்ததும் எஸ்.ஐ.மோகன் அருகில் வந்து. "எப்படி சார் தப்பிச்சீங்க... எப்படி? எப்படி?" என்று அதிர்ச்சியுடன் கேட்டார்.

"என்னை நீங்க ஒரு பத்திரிகைக்காரன் மாதிரியா நடத்துனீங்க... நூறு, நூற்றைம்பது போலீஸை என் வீட்டுக்கு கொண்டுவந்து, தீவிரவாதியைப் பிடிக்கப்போகிற மாதிரி ஏன் செயல்பட்டீங்க? வாரண்ட்டில் பெயர் இல்லாமல் அய்யா கணேசனை ஏன் பிடிச்சீங்க?" என்றேன்.

"எங்களுக்கு வேற வழியில்லை" -எஸ்.ஐ. வழிந்தார்.

அடுத்த இதழுக்கான வேலைகளைத் தொடங்க வேண்டிய கட்டம் நெருங்கிவிட்டது. அய்யாவை பெயில் எடுக்கும் வேலைகளும் மும்முரமாக நடந்துகொண்டிருந்தன. சென்ட்ரல் ஜெயிலுக்குச் சென்று அய்யாவை நாங்கள் சந்தித்தோம். என்னைக் கண்டதும் அவருடைய கண்கள் பனித்தன. உடல் முழுவதும் சோர்வு காணப்பட்டது. உள்ளே என்னென்ன கொடுமைகள் நேர்ந்தது என சொல்லத் தொடங்கினார். அவருடைய நா தழுதழுத்தது அவரிடமிருந்து வெளிப்பட்ட வார்த்தைகள் நம்மை அதிர்ச்சிக்குள்ளாக்கின...

மறைந்த அய்யா கணேசன்!

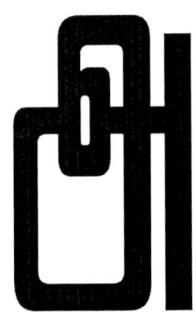

அய்யா கணேசனின் நெஞ்சுக்குள் அடைந்து கிடந்த வார்த்தைகள் தடுமாறித் தடுமாறி வெளியே வந்து விழுந்தன. என்னை நோக்கியபடி பேசத் தொடங்கினார். ''ரொம்ப ஜாக்கிரதையா இருப்பா... நிறைய கேள்விகள் கேட்டு என்னை தொந்தரவு பண்ணுறாங்க. அடிக்கடி சி.பி.சி.ஐ.டி. இன்ஸ்பெக்டரு இங்கே வர்றாரு. ஜெயிலுக் குள்ளே கூட என்னை நிம்மதியா இருக்க விடுறதில்லை. கேட்டதையே திரும்ப திரும்பக் கேட்டு சித்ரவதைப் பண்ணுறாங்க. எனக்கு ரொம்ப பயமா இருக்கு. என்னென்னவோ கேள்வியெல்லாம் கேட்கிறானுங்கப்பா. வேற யார்கூட எல்லாம் தொடர்பு வச்சிருக்கீங்கன்னு கேட்டு மிரட்டுறாங்க. ஏதோ ஒரு படுபயங்கரமான திட்டத்தோடுதான் அவங்க வந்து விசாரிக்கிறாங்க... அடிக்கிறாங்க... அதனால, நீ ரொம்ப ஜாக்கிரதையா இருந்துக்கப்பா'' என்றார்.

நாங்கள் அவரைப் பார்த்து வந்த பிறகு, அய்யாவின் துணைவியாரும் அவரது மகனும் சென்ட்ரல் ஜெயிலுக்கு சென்று பார்த்தனர். அவர்களிடம் அய்யாவால் எதுவும் பேச இயலவில்லை. கண்ணீர் வழிய சில நிமிடங்கள் கரைந்தன. விழிகளைத்

துடைத்தபடி அய்யாவின் மனைவியும் மகனும் சிறையிலிருந்து வெளியே வந்தனர். அதன் பிறகு, அய்யா கணேசனின் ஒரே தங்கையான கஸ்தூரி சிறைக்குச் சென்று பார்த்தார். அவரிடம் அய்யா மனம்விட்டுப் பேசத் தொடங்கினார்.

“எப்படிம்மா இருக்கே...”

“நான் நல்லா இருக்கண்ணே... நீங்க ஏன் ஒரு மாதிரி இருக்கீங்க.”

“என் கழுத்திலே போலீஸ்காரங்க அடிச்சிட்டாங்க. வலி தாங்க முடியலை. இதையெல்லாம் அண்ணிகிட்டே சொல்ல வேணாம். வீட்ல எல்லோரும் பயந்து அழ ஆரம்பிச்சிடுவாங்க. அன்னைக்கு ஐ.ஜி.ஆபீசுக்கு அழைச்சிக்கிட்டு போனப்ப ஒருநாள் முழுக்க பட்டினி போட்டாங்க. அது என் உடம்பை ரொம்ப பாதிச்சிடுச்சு. இங்கே ஜெயில்ல போட்ட பிறகும் போலீசோட தொந்தரவைத் தாங்க முடியலை. சாப்பாடு கூட சாப்பிட முடியலை. எனக்கு ரொம்ப பயமா இருக்கு.”

“அய்யாவுக்கு நேர்ந்த கொடுமையைக் கேட்டு கலங்கியபடி திரும்பினார் அவருடைய தங்கை. அந்த வாரத்தில் 15-ந் தேதி ஒரு நாள் மட்டும்தான் ஹைகோர்ட் இயங்கியது. மற்ற நாட்கள் அனைத்தும் விடுமுறை. ஹைகோர்ட் இயங்கிய அந்த நாளில் அய்யாவுக்கான பெயில் பெட்டிஷன் தாக்கல் செய்யப்பட்டது. உடனே போலீஸ் தரப்பில் வேண்டுமென்றே அவகாசம் கேட்டனர். ஆனால் 20-ந் தேதி திங்கட்கிழமைதான் மீண்டும் கோர்ட் இயங்கியது. அன்றுதான் அய்யாவுக்கு பெயில் கிடைத்தது.

நக்கீரன் குடும்பமே சிறை வாசலில் அய்யாவுக்காகக் காத்திருந்தது. மிகவும் சோர்வுடன் வெளியே வந்தார் அய்யா கணேசன். அவரது முகம் வாடியிருந்தது. நடந்து வருவதற்கு மிகவும் சிரமப்பட்டார். தம்பிகள் அவரைத் தாங்கிக் கொண்டனர். நக்கீரனுக்காக தழும்புகளைத் தாங்கிய அவரது தோளுக்கு மாலை சூட்டினோம். அவரது மகனும் எங்களுடன் இருந்தார். அய்யாவை மெதுவாக அழைத்து வந்து வாகனத்தில் உட்கார வைத்தோம்.

எல்லோரும் சேர்ந்து சென்று அய்யாவை அவரது வீட்டில் விட்டு விட்டு வரலாம் என தீர்மானித்தோம்.

“அய்யா, வீட்டுக்குப் போகலாம். குளித்து முடித்து கொஞ்ச நேரம் ரெஸ்ட் எடுங்க.”

“இல்லை... நான் வீட்டுக்கு இப்ப போகலை. அப்புறமா போறேன்... முதல்ல நம்ம ஆபீசுக்குத்தான் போகணும்.”

“அய்யா, வீட்டுக்குப் போய் குளித்து முடிச்சீங்கன்னா டாக்டர்கிட்டே போய் செக்கப் பண்ணிட்டு வந்திடலாம்.”

“இல்லப்பா... உன்கிட்டே நிறைய விஷயம் பேசணும்... அதனால முதல்ல ஆபீசுக்குப் போகலாம். பேச வேண்டியதை பேசிடலாம்.”

அய்யா விடாப்பிடியாக சொன்ன பிறகு அவரை தடுக்க இயலவில்லை. அதனால் வாகனத்தை அலுவலகம் நோக்கிச் செலுத்தினோம். அலுவலகத்துக்கு வந்ததும் டீ வேண்டுமென்றார் அய்யா. அவர் உட்பட அனைவருக்கும் டீ வரவழைத்து, அருந்தினோம். அய்யாவின் முகத்தில் மிகப்பெரிய வருத்தம் பரவியிருந்தது. அவர் மனதில் ஏதோ ஒன்று அழுந்திக்கிடப்பதை உணரமுடிந்தது. ஆனால் அது என்ன என்பதைப் புரிந்துகொள்ள முடியவில்லை.

டீ சாப்பிட்டபின், பாத்ரூம் சென்று முகத்தைக் கழுவினார். அங்கிருந்து வெளியே வந்தவர், தன் முகத்தைத் துடைத்துக் கொண்டிருக்கும்போது தடுமாற ஆரம்பித்தார். அவருக்குத் தலை சுற்றத்தொடங்கியது. அதைப் பார்த்த வேகத்தில் நான் அய்யாவை நோக்கி ஓடினேன். அவர் அப்படியே என் மீது சரிந்தார்.

"அய்யா... என்னாச்சு."

அவரிடமிருந்து பதில் வரவில்லை.

பசி மயக்கமாக இருக்கலாம் என நினைத்து சோடா வாங்கிவரச்சொல்லி அய்யாவின் முகத்தில் தெளித்தேன். அப்போதும் அவர் எழுந்திருக்கவில்லை. உடனடியாக அவரை ஹாப்கின் மருத்துவமனைக்குக் கொண்டு சென்றோம்.

நக்கீரன் குடும்பத்தினருக்கு எப்போதும் சிகிச்சையளிக்கும் டாக்டர்கள் காஞ்சனா, மனோகர்ராவ், சீனியர் டாக்டர் மற்றும் ஸ்பெஷலிஸ்ட்டான ஆர்.ரத்தினசபாபதி மூவரும் அய்யாவுக்குத் தீவிர சிகிச்சை அளிக்கத் தொடங்கினர். நம்முடன் இருந்த அய்யாவின் மகனை அவருடைய வீட்டுக்கு அனுப்பி துணைவியாருக்கு தகவல் தெரிவிக்கச் சொன்னோம்.

அய்யாவுக்கு ரத்த அழுத்தம் பரிசோதிக்கப்பட்ட பின் அவரை தேவகி மருத்துவமனையில் அட்மிட் செய்யும்படி டாக்டர் ரத்தினசபாபதி தெரிவித்தார்.

தேவகி மருத்துவமனைக்குச் செல்வதில் நமக்கு தயக்கம் இருந்தாலும்... நம்மீது அக்கறை கொண்ட டாக்டர் ரத்தினசபாபதியின் ஆலோசனை மீது முழு நம்பிக்கை வைத்து அய்யா கணேசனை தேவகி மருத்துவமனையில் அட்மிட் செய்தோம். ஏறத்தாழ கோமா நிலைக்குச் சென்று விட்ட அய்யாவை சுயநினைவுக்குக் கொண்டு வர பகீரத முயற்சிகள் மேற்கொள்ளப்பட்டன.

அய்யா மயங்கி விழுந்த நாள் ஏப்ரல் 20-ந் தேதி. அன்றுதான் நக்கீரன் பிறந்தநாள். எப்போதும் கோலாகலமாகக் கொண் டாடப்பட்டு வந்த அந்த நாள், அய்யா மயங்கி விழுந்த தினமானதால் அந்த வருடம் முதல் அவருடைய நினைவைப்

போற்றுகின்ற தினமாக அனுசரிக்கப்பட்டு வருகிறது.

தேவகி மருத்துவமனையில் நான், தம்பி காமராஜ், நமது வழக்கறிஞர், பெரிசுசுந்தர், மோகன், தம்பி குரு, பாதுகாவலர் பூபதி அனைவரும் விடிய விடிய காத்திருந்தோம். எப்படியாவது அய்யா விழித்துவிட மாட்டாரா என எதிர்பார்த்திருந்தோம்.

அவசர சிகிச்சைப் பிரிவில் அய்யாவுக்கு சிகிச்சையளிக்கப் பட்டு வந்தது. என்ன காரணத்தால் கோமா நிலைக்கு வீழ்ந்து விட்டார் என டாக்டரிடம் கேட்டபோது, “அவர் ரொம்பவும் தொந்தரவு செய்யப்பட்டிருக்கார். அவரால் அந்த டார்ச்சர்களைத் தாங்கிக்கொள்ள முடியவில்லை. அதனால் ரத்தக்குழாய் தெறித்துப்போய் இந்த நோய் ஏற்பட்டிருக்கு. அதிக மன உளைச்சல் காரணமாக உள்ளுக்குள்ளேயே ரத்தப்போக்கு ஏற்பட்டிருக்கு அதனாலதான் அவர் கோமாவில் விழுந்துவிட்டார். எங்களால் முடிந்த அளவு மேக்ஸிமம் ட்ரீட்மெண்ட் கொடுத்து குணப் படுத்திடுறோம்” என்றார்.

போலீஸ் கொடுமையினால்தான் அய்யாவுக்கு இந்த கதி ஏற்பட்டது என்பதை மருத்துவமனை வட்டாரம் உறுதி செய்தவுடன் பத்திரிகை அலுவலகங்களுக்குப் போன் செய்து தகவல் தெரிவித்தோம். 26-ந் தேதிவரை அய்யாவுக்கு நினைவு திரும்பவில்லை. டாக்டர்களின் நம்பிக்கையும் மெல்ல மெல்ல குறையத் தொடங்கியது. அய்யாவின் மனைவி, தங்கை, மகன், உறவினர்கள் அனைவரும் அவர் அருகிலேயே இருந்தனர். டாக்டர்களும் தங்களால் முடிந்த அளவு தீவிர சிகிச்சை அளித்தனர். எதுவும் பயனளிக்காமல் 26-ந் தேதி இரவு 11.30 மணியளவில் அய்யா கணேசன் நிரந்தரமாகக் கண்களை மூடினார்.

அவர் நம்மிடம், என்ன சொல்ல வேண்டுமென்ற துடிப்புடன் அலுவலகத்துக்கு வந்தாரோ, அதைக் கடைசிவரை சொல்லாம லேயே கண்ணை மூடிவிட்டார். அதைவிடக் கொடுமை என்னவென்றால், போலீஸார் கைது செய்வதற்கு முன், அவர் தன் வீட்டைவிட்டு புறப்படும் சமயத்தில் மனைவியிடம் பேசியதுதான், அதன்பிறகு அந்த அம்மாவிடம் அய்யா கணேசன் எதுவும் பேசவில்லை. என்னென்ன ஆசைகளைச் சொல்ல நினைத்தாரோ, அவையெல்லாம் அந்த உத்தமரின் சடலத்துடன் புதைந்து போனது.

அரக்கி ஜெயலலிதாவின் சர்வாதிகாரப் போக்கால் நக்கீரனில் முதல் பலி விழுந்தது.

ஜெ. ஆட்சிக்கு எதிராக முதல் கண்டனக் கூட்டம்!

நக்கீரனில் முதல் உயிர்ப்பலி விழுந்த நேரத்தி லும், ஜெயலலிதா அரசின் போக்கு நீடித்துக் கொண்டிருந்தது. அய்யாவை பறிகொடுத்துவிட்டு, நக்கீரன் குடும்பமே சோகத்தில் மூழ்கியிருந்த வேளையில், இதயத்தில் துளிக்கூட ஈரமில்லாத அப்போதைய சபாநாயகர் சேடபட்டி முத்தையா, 27-4-92 அன்று நக்கீரன் மீது குறிவைத்து சட்டமன்றத்தில் பேசினார்.

"முதலமைச்சர் மீது பழி சொல்லுவோருக்கு (உரிமைப் பிரச்சனையைத் தவிர) வேறு ஏதாவது நடவடிக்கை எடுப்பதுதான் சரியாக இருக்கும்" என்று சட்டமன்றத்திலேயே குறிப்பிட்டார் சேடபட்டி. பத்திரிகைகளின் குரல்வளையை அதிலும் குறிப்பாக நக்கீரனை அழித்தொழிக்க வேண்டும் என்பதில் ஜெ. அரசு எவ்வளவு தீவிரமாக இருந்தது என்பதற்கு சபா நாயகரின் பேச்சே சாட்சியம். அவர் என்ன நோக்கத்தில் பேசினாரோ அதற்கு நக்கீரன் பலியாகிவிட்டது.

அநியாயமாக ஒரு உயிரைப் பறிகொடுத்து விட்டு, இழப்பைத் தாங்க முடியாமல், நாம் தவித்துக் கொண்டிருந்த நேரத்தில், அப்போதைய எதிர்க் கட்சித் தலைவர்களின் அனுதாபக் கரங்கள்

நம்மை பரிவுடன் அணைத்துக்கொண்டன. அய்யா கணேசனுக்கு நேர்ந்த கொடுமையைக் கண்டித்து, தமிழக அரசியல் கட்சித் தலைவர்கள் அனைவருமே அறிக்கை விட்டனர். அய்யாவின் மரணம் குறித்து 'நீதி விசாரணை தேவை' என எதிர்க்கட்சியினர் ஓரணியில் நின்று குரல் கொடுத்தனர். திராவிட முன்னேற்றக்கழகத் தலைவர் கலைஞர், பாட்டாளி மக்கள் கட்சித்தலைவர் ராமதாஸ், முஸ்லீம் லீக் அமைப்பைச் சேர்ந்த அப்துல் லத்தீப், மார்க்சிஸ்ட் கட்சியின் உமாநாத், எம்.ஜி.ஆர். அ.தி.மு.க.வின் பொதுச்செயலாளர் திருநாவுக்கரசு, இந்திய கம்யூனிஸ்ட் கட்சி எம்.எல்.ஏ. பழனிச்சாமி, ஜனதாதள எம்.எல்.ஏ. குமாரதாஸ் மற்றும் சுப்ரீம் கோர்ட் நீதியரசர் வி.ஆர்.கிருஷ்ணய்யரை ஆலோசகராகக் கொண்ட 'சோக்கோ' டிரஸ்ட் (Society for Community Organisation Trust) உட்பட பல்வேறு அரசியல் அமைப்பினரும் நமக்கு நீதி கிடைக்க வேண்டும் என வலியுறுத்தினர்.

பழிபாவத்துக்கு அஞ்சாத ஜெயலலிதா அரசு மீண்டும் மீண்டும் நம்மை நசுக்குவதற்கான வழிகளையே ஆராய்ந்து கொண்டிருந்தது. அடிமை சாசனம் எழுதிக்கொடுத்துவிட்டு அமைச்சரவையில் இடம் பெற்றிருந்த மாண்புமிகுக்களும், எப்படியாவது அம்மாவிடம் நல்ல பெயர் வாங்கிவிட வேண்டும் என்பதற்காக, நம்மீது குறிவைத்துக் காத்திருந்தனர். நக்கீரன் இதைக் கண்டு அஞ்சவில்லை. 'நெஞ்சினைப் பிளந்தபோதும் நீதிகேட்க அஞ்சிடோம்' என்ற தாரக மந்திரத்துடன் போர்க்களத்தை சந்தித்தது.

ஜெயலலிதா அரசின் ஆணவப் போக்கைக் கண்டித்து, பொதுக்கூட்டம் நடத்த தீர்மானித்தோம். நக்கீரன் வாசகர் பேரவையினருடன் கலந்தாலோசித்து மே 10-ந் தேதியன்று சென்னையில் கண்டன பொதுக்கூட்டம் நடத்துவதெனவும், அரசியல் கட்சி தலைவர்கள் பத்திரிகையாளர்கள் ஆகியோரை அக்கூட்டத்திற்கு அழைப்பதெனவும் முடிவெடுக்கப்பட்டது. கூட்ட ஏற்பாடுகளைக் கவனித்துக்கொள்ளும் பொறுப்பு தம்பி காமராஜிடம் ஒப்படைக்கப்பட்டது. ஆசிரியர் குழுவில் இடம் பெற்றிருந்த நரசிம்மனும், நிருபர் உதயனும், காமராஜுக்கு உதவியாக செயல்பட்டனர். பத்திரிகையுலக நண்பர்கள் பலரும் இக்கூட்டம் தொடர்பாக ஆலோசனை வழங்கினர். தற்போது அவுட்லுக் கரஸ்பாண்டென்ட்டாக இருக்கும் நண்பர் பன்னீர் செல்வம் ஒத்துழைப்பு தந்தார்.

நக்கீரன் வாசகர் பேரவை சார்பில் கூட்டம் என்றதும் இடம் கிடைப்பது பெரும்பாடாகிவிட்டது. மீட்டிங் ஹால்களும், கல்யாண மண்டபங்களும் நம் பெயரைக் கேட்டதும் கதவைச் சாத்திக்கொண்டன. ஆளுங்கட்சியினரிடமிருந்து அந்த அளவுக்கு

பிரஷர் கொடுக்கப்பட்டிருக்கிறது. ஆனால் தம்பி காமராஜ் சோர்ந்துவிடவில்லை. பல்கலைக்கழகப் பேராசிரியரை அணுகி, 'உஸ்' (USC) எனப்படும் பல்கலைக்கழகத்திற்குச் சொந்தமான சிறிய ஹாலை ஏற்பாடு செய்தார். குறைந்த நேரம்தான் மீட்டிங் நடக்கும் என்று பேராசிரியரிடம் சொல்லி, அவரை சம்மதிக்க வைத்து கூட்டத்திற்கான இடத்தை ஏற்பாடு செய்த தம்பி காமராஜின் திறமை பாராட்டுக்குரியது.

கூட்டம் நடத்துவதற்கும், அரசியல் கட்சித் தலைவர்கள் வருவதால் அவர்களுக்குப் பாதுகாப்பு ஏற்பாடு செய்வதற்கும் போலீசாரை நாம் அணுகியபோது, அவர்கள் அதைக் கண்டுகொள்ளவேயில்லை. போலீசார் நமது நடவடிக்கைகளை கண்காணித்துக் கொண்டேயிருந்ததால் கூட்டம் நடப்பதற்கு முதல்நாள்வரை நம்மால் போஸ்டர் ஒட்டக்கூட முடியவில்லை. போஸ்டர்கள் எதுவும் கண்ணில் படாததால் நாம் கூட்டம் நடத்தவில்லையென்று காவல்துறையினர் அரசுக்குத் தகவல் தெரிவித்து விட்டு, தளர்ந்திருந்த நேரத்தில், அதிகாலை 4 மணியளவில் நாம் சுறுசுறுப்பாக பணியாற்றி கண்டன கூட்டத்திற்கான போஸ்டரையும், அய்யாவுக்குக் கண்ணீர் அஞ்சலி செலுத்தும் போஸ்டரையும் சென்னை நகர் முழுவதும் ஒட்டி முடித்தோம். பொழுது விடிந்ததும் நமது போஸ்டர்களைப் பொது மக்கள் ஆர்வமுடன் படித்துக்கொண்டிருந்ததைப் பார்த்த போலீசார், கோபத்தின் உச்சிக்கே சென்றனர். சென்னை நகரில் போஸ்டர் ஒட்டும் வேலையில் ஈடுபடும் ஆட்களையெல்லாம் அள்ளிக்கொண்டு போய் வைத்து கண்மூடித்தனமாக அடித்தது காவல்துறை "யாருடா நக்கீரன் போஸ்டரை ஒட்டியது?" எனக்கேட்டு அந்த அப்பாவிகளை அடித்து நொறுக்கியது. உண்மையில் நக்கீரன் தம்பிகளான பாபுவும், கிருஷ்ணனும் துணைக்கு சில தம்பிகளுடன் களத்திலிறங்கி போஸ்டர்கள் ஒட்டியிருந்தனர். நமக்காக காவல்துறையிடம், அடிபட்ட தொழிலாளிகளுக்காக மிகவும் வருந்தினோம். அப்போது அ.தி.மு.க. போஸ்டர்கள் மட்டுமே கேட்பாரின்றி ஒட்டப்பட்டு வந்தது. எதிர்கட்சிகளால்கூட போஸ்டர் ஒட்டமுடியாத நிலைமை. அத்தகைய கொடுங்கோல் ஆட்சியில் நக்கீரன் ஒட்டிய போஸ்டரைப் பார்த்துவிட்டு பொதுமக்கள் கூட்டத்திற்குத் திரண்டனர்.

நமது கூட்டத்திற்கு யாரும் இடம்தரவில்லை என்றுதான் போலீஸ் தரப்பிலிருந்து ஜெயலலிதாவுக்குத் தகவல் தரப்பட்டிருந்தது. ஆனால் நாம் இடத்திற்கு ஏற்பாடு செய்து கூட்டம் நடத்துவது தொடர்பான போஸ்டரையும் ஒட்டிவிட்டதால் ஆளும் வர்க்கம் கடும்கோபம் கொண்டது கூட்டத்தை

எப்படியாவது தடுத்து நிறுத்திவிட வேண்டும் என்ற முடிவுடன் அரசு இயந்திரங்கள் முடுக்கிவிடப்பட்டன. இடம்கொடுத்த பேராசிரியருக்குப் பிரஷர் கொடுக்கப்பட்டது. அனுமதியை மறுக்கும்படி உத்தரவிடப்பட்டது. ஆனால் அவர் தரப்பிலிருந்து காலையிலிருந்தே நமக்குப் போன் செய்து கூட்டத்தை சீக்கிரமாக முடித்துக்கொள்ளும்படி நாகரிகமான முறையில் தெரிவித்தனர்.

மிகக் குறைந்த பேரே அமரக்கூடிய இடத்தில்தான் நமது கூட்டம் நடந்தது. இரண்டு அடுக்குகளைக் கொண்ட அந்த ஹாலில் சுமார் 700 பேர் மட்டுமே அமரமுடியும். ஆனால் ஹாலைக்கடந்து அந்த வளாகம் முழுவதும் மக்கள் திரண்டிருந்தனர். மேடையிலிருப்பவர்களை அவர்களால் பார்க்கமுடியாது என்பதால் டி.வி.பெட்டிகள் வைக்க முயற்சித்தோம். இடம் கொடுத்தவர்களிடமிருந்து அதற்கும் எதிர்ப்பு வந்தது. ஒருவழியாக சமாதானப்படுத்தி டி.வி.பெட்டிகளை வைத்தோம். தலைவர்கள் பேசப்பேச கூட்டம் பெருகிக்கொண்டேயிருந்தது. வளாகத்தையும் கடந்து சாலையெங்கும் மக்கள் வெள்ளம், பத்தாயிரத்திற்கும் அதிகமானோர் திரண்டனர். கூட்டம் நடந்த எழும்பூர் நெடுஞ்சாலை பிளாக் ஆகிவிட்டது. போலீஸ் பாதுகாப்போ மிகவும் குறைவு. நாலைந்து பேர்தான் இருந்தனர். அந்த சூழ்நிலையிலும் கட்டுக்கோப்பாகக் கூட்டம் நடந்தது.

கருத்துரிமை நசுக்கப்படுவதைக் கண்டித்து தமிழகத்தில் குரல் கொடுக்க அதுவரை யாரும் முன்வரவில்லை. நக்கீரன்தான் முதன்முறையாக மாபெரும் பொதுக்கூட்டத்தை நடத்தியது. ஜெயலலிதா ஆட்சியில் முக்கிய எதிர்கட்சிகளின் தலைவர்கள் அனைவரும், ஒரே மேடையில் முதன்முறையாக பேசியதும் நமது கூட்டத்தில்தான். கூட்டம் முடியும்வரை தலைவர்களுக்கு எந்த ஆபத்தும் வரக்கூடாது என்பதற்காக நானும், தம்பி காமராஜும் மற்ற தம்பிகளும் விழிப்புடன் இருந்தோம்.

அந்த வரலாற்று சிறப்புமிக்கக் கூட்டத்தில் கலைஞர் பேசும்போது-

“ஆட்சியாளர்களைப் பற்றி குற்றம் குறைசொல்ல பத்திரிகைகளுக்கு முழு அதிகாரம் உண்டு. காலையில் எழுந்ததும் நிலைக்கண்ணாடியைப் பார்த்து தூங்கி வழியும் நம் முகத்தை திருத்திக் கொள்கிறோம். அதுபோலத்தான் காலையில் பத்திரிகைகளைப் பார்த்து ஆட்சியாளர்கள் தங்கள் தவறுகளைத் திருத்திக்கொள்ளவேண்டும். இந்த அரசைப்பற்றி இந்த ‘நக்கீரன்’ சொல்கின்ற கருத்தைத்தான் மக்கள் ஏற்றுக்கொண்டிருக்கின்றனர். இந்த ஆட்சிக்கு அறைகூவலாக இக்கூட்டம் நடைபெறுகிறது. இந்த ஆட்சியின் ஆணவ தர்பாருக்கு; அடக்குமுறை கொடுமைகளுக்கு

எதிராக எழுப்பப்படுகிற அறைகூவலாக இது இருக்க வேண்டும்" என்றார்.

மார்க்சிஸ்ட் கம்யூனிஸ்ட் கட்சியைச் சேர்ந்த கே.வரதராஜன், "சட்டசபையின் மதிப்பைக் குறைப்பது; அந்த சபையை நடத்துபவர்களே ஒழிய, அதை எடுத்து எழுதும் பத்திரிகைகள் அல்ல. வயது வந்தவர்களுக்கு மட்டும் என்று போஸ்டரிலே போடும் அளவுக்கு அ.தி.மு.க.வினரின் பேச்சு ஆபாசமாக உள்ளது. இதை தட்டிக்கேட்டால் பத்திரிகைகள் தாக்கப்படுகின்றன. இதற்கு ஒரு முடிவு கட்டியே தீரவேண்டும்" எனக்குறிப்பிட்டார்.

நக்கீரனில் 'இங்கே ஒரு ஹிட்லர்' தொடரை எழுதிய க.சுப்பு "ஹிட்லர் எவ்வளவு பெரிய சரித்திர புருஷன் , அவர் பெயரை ஏன் இந்தம்மாவிற்கு வைத்தீர்கள் என்று பலர் என்னிடம் கேட்கிறார்கள். ஜனநாயக முறை மூலம் ஆட்சிக்கு வந்து, சர்வாதிகாரியாக மாறிய ஹிட்லரைப்போலவே நமது முதல்வரும் மாறிவருகிறார் என்ற கண்ணோட்டத்தில்தான் அந்த பெயரைச் சூட்டினேன். நான் சட்டமன்ற விதிமுறைகளைத்தான் எழுதுகிறேன். சட்டசபையையே கேவலப்படுத்துகிறார் சேடபட்டி முத்தையா. அதைவிடக் கேவலம் கவர்னர் நிலை. மூச்சுக்கு 300 தடவை புரட்சித் தலைவி என்று

கூறுகிறார். (அப்போதைய கவர்னர் பீஷ்மநாராயணசிங்) நாங்கள் பத்திரிகைகள் மூலமாக எழுதினாலும், பத்திரிகைகளை எரிக்கிறார்கள். அச்சிடுபவரை சிறையில் அடைத்து கொடுமைப்படுத்துகிறார்கள். இதனால் ஒரு உயிர் பறி போய்விட்டது. இதற்கு நிச்சயம் நீதிவிசாரணை வேண்டும்" என்றார். அய்யாவின் படத்தைத் திறந்துவைத்த 'ஃப்ரண்ட்லைன்' ஆசிரியர் என்.ராம் தனது பேச்சில், "கடந்த ஒரு வருடத்திற்குள்ளாக இந்த அரசு பத்திரிகைகளுக்கு எதிரான சவால் விட்டுக்கொண்டிருக்கிறது. இதை இப்படியே விட்டால் தொடர்ந்து அரசின் அடக்கு முறைகளுக்கு பத்திரிகைகள் ஆட்படும். அனைவரும் ஒன்றுசேர்ந்து இதை எதிர்க்கவேண்டும். இந்திய வரலாற்றில் பத்திரிகை சுதந்திரத்திற்காக இப்படிப்பட்ட மாபெரும் பொதுக்கூட்டம் நடந்ததேயில்லை" என்றார். பெருந்திரளான மக்கள் கலந்துகொண்ட அக்கூட்டத்தில் முஸ்லிம்லீக்கைச் சேர்ந்த அப்துல் லத்தீப், பா.ம.க.வின் சி.ஆர்.பாஸ்கரன், இந்திய கம்யூனிஸ்ட் கட்சியின் மாநிலச் செயலாளராக இருந்த ப.மாணிக்கம், எம்.ஜி.ஆர். அ.தி.மு.க. கட்சியின் சார்பில் கோடம்பாக்கம் குமார், சுப்பிரமணியசுவாமியின் ஜனதா கட்சியில் அப்போது தீவிரமாக இருந்த திருச்சி வேலுசாமி, பி.ஜே.பி. சார்பில் விஜயராகவலு, ஐ.பி.எஃப் அமைப்பின் எஸ்.வெங்கடேசன் உட்பட பலரும் கலந்துகொண்டு உரை யாற்றினர். தோழர் டி.எஸ்.எஸ்.மணி விழா மேடையில் ரொம்பவும் உதவியாக இருந்தார். கூட்டம் நடந்துகொண்டிருந்தபோது மேலி டத்திலிருந்து மறுபடியும் பிரஷர் கொடுக்கப்பட்டது. நமக்கு இடமளித்த பேராசிரியரை ஆளும்வர்க்கம் தொந்தரவு செய்யத் தொடங்கியது. அன்றைய துணைவேந்தர் சாதிக், யாரைக்கேட்டு இடம்கொடுத்தீர்கள் என்று பேராசிரியரை மிரட்ட ஆரம்பித்தார். நாம் பேராசிரியரிடம் குறைந்த நேரமே கூட்டம் நடக்கும் என்று சொல்லியிருந்ததால் 8 மணிக்கெல்லாம் கூட்டத்தை முடிக்கும்படி பேராசிரியர் அவசரப்படுத்திக் கொண்டேயிருந்தார். மேலிடத்து பிரஷரால் அவருக்கு ஏற்பட்டிருந்த தர்மசங்கடத்தை நம்மால் உணரமுடிந்தது. ஆனால்... தலைவர்கள் அனைவரும் பேசி முடிக்கும்போது இரவு 10 மணியாகிவிட்டது.

வெற்றிகரமாக நடந்து முடிந்த கூட்டத்தைப் பற்றிய ரிப்போர்ட்டைப் பார்த்ததும் ஜெயலலிதாவுக்கு பிரஷர் ஏறியது. மறுநாள் காலையில் பல்கலைக்கழக துணைவேந்தர் சாதிக்கை அழைத்து, கடுமையான வார்த்தைகளைப் பிரயோகித்தார். துணைவேந்தர் நொந்துபோய் திரும்பினார். காவல்துறையினரை அழைத்த ஜெ. "கூட்டம் நடத்துற அளவுக்கு எப்படி விட்டீங்க. நீங்க எல்லோரும் என்ன பண்ணிக்கிட்டிருந்தீங்க? இனிமேல்

இந்தப்பக்கம் வராதீங்க" என சகட்டுமேனிக்குத் திட்டி அனுப்பிவிட்டார்.

நக்கீரன் குடும்பத்தில் ஒரு உயிர் அநியாயமாக பறி போயிருக்கிறதே என்ற வருத்தமோ, ஈரமோ கொஞ்சம்கூட இல்லாமல் நம்மை பழிவாங்குவதற்கான வழிகளை ஆளும் வர்க்கம் தேடத் தொடங்கியது. ஒரு பத்திரிகைக்குரிய ஆசிரியர், பப்ளிஷர், பிரிண்டர் மூவருக்கும் சீஃப் மெட்ரோபாலிடன் மாஜிஸ்ரேட்டிடம் டிக்ளரேஷன் வாங்கித்தான், அதன்பிறகு பத்திரிகையை வெளியிடுகிறோம். நக்கீரனின் பிரிண்டர் அய்யா கணேசன் இறந்து போனதால் கோர்ட் நியதிப்படி இன்னொரு பிரிண்டரை தயார் செய்து டிக்ளரேஷன் வாங்கவேண்டும். ஆனால் ஆளும்வர்க்கமும், காவல்துறையும், நக்கீரனுக்கு யாரும் பிரிண்டராகக்கூடாது என அனைத்து பிரிண்டர்களையும் மிரட்டி வைத்திருந்த தால் நமக்கு பிரிண்டராக பலரும் தயங்கினர்.

அய்யாவின் மகனையே அந்த இடத்திற்குக் கொண்டு வரலாமா என நினைத்தோம். ஆனால் அவர்தான் சட்டப்படியான வாரிசு (Legal heir) என்பதற்கான சர்டிபிகேட்டை தாசில் தாரிடமிருந்து பெறவேண்டும். அதற்கு முன்பு மாநகராட்சி யிடமிருந்து அய்யாவின் இறப்பு சான்றிதழைப் பெறவேண்டும். நமக்கெதிராக எல்லா தரப்பினரையும் முடுக்கிவிட்டிருக்கும் ஜெ. அரசிடமிருந்து இந்த சான்றிதழ்களைப் பெறுவதென்பது அவ்வளவு சீக்கிரமாக நடக்கக்கூடியதல்ல. முறைப்படி விண்ணப்பித்து பெறுவதற்கே சில வாரங்களாகும். அதற்குள் அடுத்த வாரத்துக்கான இதழைக் கொண்டுவர வேண்டிய நேரம் நெருங்கிவிட்டது. இந்த சந்தர்ப்பத்தைப் பயன்படுத்தி சட்டரீதியாக நம்மை நசுக்கி, அதன்மூலம் ஜெ.விடம் நல்ல பெயர் எடுக்கத் தயாரானார் டிஎஸ்.பி. மாதவராவ். கைது விஷயத்தில் கோட்டைவிட்டதை இப்போது பிடித்துவிடலாம் என்று புதிய யுக்தியைக் கையாளத் தொடங்கினார்.

உலக பத்திரிகைகள் ஜெ.வுக்கு கண்டனம்!

ஜெயலலிதா அரசின் மிரட்டலுக்குப் பயந்து நக்கீரனை பிரிண்ட் பண்ண யாரும் முன்வரவில்லை. அதனால் நாம் வேறொரு முயற்சியில் இறங்கியிருந்தோம். 'தாய்' பத்திரிகையில் வலம்புரிஜான் ஆசிரியராக இருந்தபோது நான் அங்கு பணியாற்றியிருந்தேன். அதன் உரிமையாளரான எம்.ஜி.ஆரின் வளர்ப்பு மகன் அப்பு என்கிற ரவீந்திரனுடன் எனக்கு நல்ல பழக்கம் உண்டு. அவரிடம் உள்ள மெஷினை வாங்கி பிரிண்ட் செய்வதற்கு கோர்ட்டில் அப்ளை செய்து, அதற்கான டிக்ளரேஷனும் வாங்கியிருந்தோம்.

அய்யாவின் எதிர்பாராத இறப்பினால் அவரிடமிருந்த நக்கீரன் அச்சிட்டாளர் பொறுப்பை நான் வாங்கியிருந்த டிக்ளரேஷனுக்கு மாற்றுவதற்கான முயற்சிகளைத் தொடர்ந்தோம். ஆனால் அதற்கான அவகாசம் குறைவு. அடுத்த இதழைக்கொண்டு வரவேண்டிய நேரம் நெருங்கிவிட்டது. நக்கீரன் பத்திரிகை வெளிவராமல் தடுத்துவிட வேண்டும் என்பதில் டி.எஸ்.பி. மாதவராவ் மிகத் தீவிரமாக இருந்தார். சி.பி.சி.ஐ.டி. போலீசார்

கோர்ட்டுக்கு வந்து டிக்ளரேஷனை மாற்றுவதற்கு எவ்வளவு கால அவகாசமாகும். என்னென்ன நடைமுறைகள் என்பதை விசாரித்துவிட்டு, தங்களது அதிகாரத்தை எந்தளவு பயன்படுத்தி நம்மை நசுக்கமுடியும் என்பது பற்றி ஆராய்ந்து கொண்டிருந்தனர். நாம் சட்டத்தின் துணையுடன் பயணத்தைத் தொடர்ந்தோம். நக்கீரன் தடைபடாமல் வருவதற்காக குறுகிய கால அவகாசம் கேட்டு சென்னை எழும்பூர் சி.எம்.எம். கோர்ட்டில் நாம் அப்பீல் செய்தோம்.

எழும்பூர் கோர்ட்டில் பிரஸ் செக்ஷன் தொடர்பான விஷயங்களைக் கவனித்துவந்த ராமச்சந்திரன் என்பவரை அணுகி, நக்கீரன் குடும்பத்திற்கு ஏற்பட்ட உயிரிழப்பு பற்றியும், பத்திரிகை தடைபடாமல் கொண்டுவருவதற்கான அவசரத்தில் நாம் இருப்பது பற்றியும் தெரிவித்து. அய்யாவின் இறப்பு சான்றிதழைக் கொடுத்து டிக்ளரேஷன் விரைவில் கிடைக்க அப்ளை செய்தோம்.

நீலகிரியைச் சேர்ந்த நீதியரசர் அஜ்ஜன், குறித்த காலத்தில் வாரப்பத்திரிகை வந்தாகவேண்டும் என்பதை, அவர் கருத்தில் கொண்டு வியாழக்கிழமையன்று டிக்ளரேஷன் தருவதாக தேதி கொடுத்தார். மிகக் குறுகிய காலத்தில், டிக்ளரேஷன் மாற்றம் கிடைக்கப் போவதால் திருப்தி ஏற்பட்டாலும், அது வியாழக் கிழமை என்பதால் சற்று பதட்டமும் இருந்தது. இப்போது சனி, புதன் இருநாட்களிலும் நக்கீரன் இதழ்கள் வெளியாவதுபோல் அப்போது வியாழக்கிழமைகளில் நக்கீரன் வெளியாகி வந்தது. அதனால் அந்த வாரமும் வியாழக்கிழமையன்று வாசகர்களுக்கு நக்கீரன் இதழ்கள் கிடைக்கவேண்டும் என்பதற்காக, அச்சிடும் பணியைத் தொடங்கினோம். அச்சிட்டு வெளியிடுவோர் என்ற இடத்தில் அய்யாவின் பெயருக்குப் பதிலாக என் பெயரும். அருகில் நக்கீரன் பப்ளிகேஷன்ஸ் என்றும் இடம்பெற்றது. மொத்த பிரதிகளையும் அச்சிட்டுவிட்டோம் என்றாலும் கோர்ட்டிலிருந்து முறையான ஆணை கிடைப்பதற்கு முன், அதைக் கடைகளுக்கு சப்ளை செய்யக்கூடாது எனக் காத்திருந்தோம். அதேநேரத்தில் சி.பி.சி.ஐ.டி.யினர் தங்கள் குறுக்குப்புத்தியைப் பயன்படுத்தி, நக்கீரன் இதழ் ஒன்றைக் கைப்பற்றி அவசர அவசரமாக கடைசிப்பக்கத்தைப் புரட்டி பார்த்துள்ளனர். அச்சிடுபவர் என்ற இடத்தில் என் பெயரைக் கண்டதும் பரபரப்பாக எழும்பூர் கோர்ட்டை நோக்கி வந்தனர். அவர்கள் கோர்ட் வளாகத்திற்குள் நுழைந்த அதே நேரத்தில் டிக்ளரேஷன் மாற்றத்தை உறுதி செய்தார் நீதிபதி அஜ்ஜன். அப்போது காலை 10.20 மணி சி.பி.சி.ஐ.டி.யினர் உள்ளே நுழைவதற்கும், டிக்ளரேஷன் ஆர்டரை வாங்கிக்கொண்டு நான் வெளியே வருவதற்கும் நேரம் சரியாக இருந்தது. என்னைப்

பார்த்ததும் அதிர்ந்துபோன சி.பி.சி.ஐ.டி. அதிகாரி, "எப்படி சார், உங்க பெயரைப் போட்டு பிரிண்ட் செய்தீங்க?" என்றார்.

"நீதிபதி டிக்ளரேஷன் கொடுத்துட்டாரு. ஏதாவது சந்தேகம்னா உள்ளேபோய் வெரிஃபை பண்ணிக்குங்க" என்று நான் சொன்னதும் அங்கிருந்த சி.பி.சி.ஐ.டி.யினர் அனைவரும் உறைந்துபோய்விட்டனர். இந்த நெருக்கடியையும் நொறுக்கிவிட்ட திருப்தியுடன் நமது பணிகளைத் தொடர்ந்தோம். அராஜக ஆட்சியின் அடக்குமுறைக்குப் பலியான அய்யா கணேசனுக்கு இரங்கல் தெரிவித்தும், ஜெ. அரசை கண்டித்தும் கோவை, மதுரை, திருச்சி ஆகிய இடங்களில் வாசகர் பேரவை சார்பில் பொதுக்கூட்டம் நடத்தப்பட்டது. தமிழ் பத்திரிகையுலகம் மட்டுமின்றி, இந்தியாவில் உள்ள அனைத்து ஏடுகளும் அய்யாவுக்கு நேர்ந்த கொடூரத்தைக் கண்டித்து எழுதியிருந்தன. பிரபல பத்திரிகையாளர்கள் பலரும் தங்கள் கண்டனத்தைத் தெரிவித்தனர்.

உலகளாவியப் பத்திரிகையாளர்களின் பாதுகாப்புக்காக நியூயார்க்கில் இயங்கிவரும் Committee of Protect Journalist என்ற அமைப்பு, அய்யா கணேசனின் மரணம் குறித்து தனது உறுப்பினர்களுக்கும், நிர்வாகிகளுக்கும் சர்குலர் அனுப்பி, ஜெயலலிதா அரசுக்குக் கண்டனத்தை தெரிவிக்கச் சொன்னது. அந்த அமைப்பின் சார்பில் வெளியாகும் பத்திரிகையில், "இந்தியாவில் தமிழ்நாட்டில்தான் பத்திரிகை சுதந்திரம் அநியாயமாக பறிக்கப்படுகிறது" என குறிப்பிட்டு நக்கீரன் பிரிண்டர் அய்யா கணேசன் எப்படிப் பழி வாங்கப்பட்டார் என்பதையும் பிரசுரித்திருந்தது.

அய்யாவின் மரணத்துக்கு இரங்கல் தெரிவித்து, ஜெ. அரசின் மீது கண்டனக் கணைகளை வீசிய பத்திரிகைகள் மீது வேறொரு காரணம் காட்டி உரிமை பிரச்சனையைக் கொண்டுவந்தார் ஜெயலலிதா. குறிப்பாக தினகரன், முரசொலி, கோவை மாலைமுரசு, இல்லஸ்ட்ரேட் வீக்லி, ஸ்டேட்ஸ்மென் ஆகிய பத்திரிகைகள் உரிமைப்பிரச்சனைக்கு இலக்காயின. இந்த அக்கிரமத்தைக் கண்டித்து நக்கீரனில் காட்டமான தலையங்கம் வெளியானது. அந்த தலையங்கத்தை ஆங்கில ஏடான இண்டி பெண்டன்ட்டில் 'Bent on Murder' என்ற தலைப்பில் வெளியிட்டார் அதன் ஆசிரியர் அனில்தக்கார். அதற்காக இன்டிபெண்டண்ட் பத்திரிகை மீதும், கேஸ் போட்டு தனது வக்கிரப் புத்தியை மீண்டும் வெளிப்படுத்தினார் ஜெயலலிதா. இந்த தகவல்கள் அனைத்துமே Committee of protect journalist அமைப்பின் பத்திரிகையில் வெளியிடப்பட்டது. உலகம் முழுவதும் நக்கீரனின் பெயர் உச்சரிக்கப்பட்டது வடஇந்தியாவிலி ருந்து வெளியான நியூஸ் ட்ராக் வீடியோ கேசட்டிலும் தமிழகத்திலி

ருந்து வெளிவந்த 'பூமாலை' வீடியோ கேசட்டிலும், அய்யா மரணம் குறித்தும், நக்கீரனுக்கு ஏற்படும் சோதனைகள் பற்றியும் அதை நக்கீரன் எதிர்கொண்டு வெற்றி காண்பதும் விஷுவலாகக் காட்டப்பட்டன. உலகளாவிய பத்திரிகை அமைப்புகளும், இந்திய பத்திரிகைகளும் நக்கீரன் சந்திக்கும் கொடுமைகள் பற்றி எழுதி வந்த நேரத்திலும், இங்கிருந்த மந்திரிகளின் புத்தியில் பழிவாங்கும் உணர்ச்சியே அதிகமாக இருந்தது. மீசை மந்திரி செல்வகணபதி தன் பங்குக்கு நம்மீது குறிவைத்தார். நம்மீது ஏற்கனவே தாக்குதல் நடத்தியதன் மூலம் ஜெயலலிதாவிடம் நல்லபெயர் வாங்கியிருந்த செங்கோட்டையனுக்கும், கண்ணப்பனுக்கும் கூடுதல் பொறுப்பு கிடைத்திருந்தது. அந்த நப்பாசையில் செல்வகணபதியும் நம்மீது பாயத்தொடங்கினார்.

தனது சொந்த தொகுதியான திருச்செங்கோட்டில் இருந்த நக்கீரன் ஏஜண்ட்டையும், அவரது குடும்பத்தையும் மிரட்டி நக்கீரன் விற்பனையாகாதபடி செய்தார். நாம் அசரவில்லை; ஈரோடு ஏஜண்ட் மூலம் திருச்செங்கோட்டில் உள்ள கடைகளுக்கும் நமது இதழ்களை சப்ளை செய்தோம். தலைகீழாக நின்றும் தனது தொகுதியில் நக்கீரன் விற்பனையைத் தடுக்க முடியவில்லையே என்ற கோபத்துடன் மீசையை முறுக்கிய செல்வகணபதி நக்கீரன் விற்பனையாகும் கடைகளுக்கு முன் தன் காரை நிறுத்தி, மிரட்டத் தொடங்கினார். அவர் முன்னிலையிலேயே அவரது கைத்தடிகளால் ஒரு கடைக்காரர் கண்மூடித்தனமாகத் தாக்கப்பட்டார். கடையும் அடித்து நொறுக்கப்பட்டது. "அடுத்த தடவை இங்கே நான் வரும்போது உன் கடையில் நக்கீரன் தொங்கினால் அவ்வளவுதான். அர்த்தநாரீஸ்வரர் மலையிலிருந்து உன்னை உருட்டிவிட்டுடுவேன்... ஜாக்கிரதை" என்று மிரட்டிவிட்டுப் போனார் மந்திரி. அந்த பயமுறுத்தலுக்கும் அஞ்சாமல் திருச்செங்கோட்டில் நக்கீரன் விற்பனை அமோகமான அளவை எட்டியது.

இந்த தருணத்தில்தான், எஸ்டேட் வாங்குவதில் ஜெயலலிதா தீவிரமாக இருப்பதாகப் பரவலாக பேச்சு அடிபட்டது. ஊட்டியில் உள்ள கிரேக்மூர் எஸ்டேட்டை 55 கோடி ரூபாய்க்கு வாங்கப்போவதாக செய்திகள் வெளியாயின. அதை உறுதி செய்வதுபோல் ஜெயலலிதா தன் அரசுப்பணிகளுக்கு ஒரு வாரம் விடுமுறை போட்டுவிட்டு தோழி சசிகலாவையும் அவரது குடும்பத்தினரையும் அழைத்துக்கொண்டு ஓய்வுக்காக ஊட்டிக்குப் புறப்பட்டார். அவருக்குப் பாதுகாப்பு என்ற பெயரில்; பின்னாலேயே சென்றார் மந்திரி செங்கோட்டையன்.

எஸ்டேட்டை விலை பேசுவதற்காகத்தான் இந்த கும்பல் ஊட்டிக்குச் செல்கிறது என்று வெளியான செய்திகளை ஜெயலலி

தா மறுக்கவேயில்லை. டூர் என்ற பெயரில் தோழி குடும்பத்துடன் ஜெயலலிதா புறப்பட்டபோது பத்திரிகையாளர்களுக்கும், புகைப்படக்காரர்களுக்கும் அனுமதியில்லை என கடுமையாகத் தெரிவிக்கப்பட்டது. பரிவாரங்களுடன் ஜெயலலிதா சென்றதால் ஊட்டியே ரணகளப்பட்டது. அங்கிருந்த போட்டோ ஸ்டுடியோக் களுக்கு சென்ற போலீஸார், “ஜாக்கிரதை... அம்மாவைப் படம் எடுக்கப்போறதா சொல்லிட்டு யாரும் வரக்கூடாது’’ என மிரட்டினர். ஜெயலலிதா கும்பல் ஏதோ ஒரு திட்டத்துடன் செல்வதால்தான் இந்த அளவுக்கு கெடுபிடிகள் உள்ளன என்பதை நாம் புரிந்து கொண்டோம்.

ஊட்டி பயணம் முடித்து ஜெயலலிதா அண்ட் கோ சென்னைக்குத் திரும்பியபோது அந்த வாரத்துக்கான நமது இதழ் கடைகளுக்கு வந்தது. அட்டைப்படத்தில் ஜெயலலிதாவும், சசிகலாவும் ஊட்டியில் மிக நெருக்கமாக நின்று கொண்டிருக்கும் ஸ்டில் பளிச்சிட்டது. ஜெயலலிதாவும், சசிகலாவும் தோழிகள் என்று பரவலான பேச்சு இருந்ததே தவிர, அதை உறுதிப்படுத்தும் விதத்தில் எந்தப் படமும் அதுவரை வெளியானதில்லை. தோழிகள் இருவருக்கும் இவ்வளவு அன்னியோன்யமா என்று தமிழகமே ஆச்சரியப்படும் வகையில் இருவரும் நெருங்கி நின்ற முதல் படத்தை வெளியிட்டது நக்கீரன் தான். தமிழகத்தில் உள்ள அத்தனை பத்திரிகை புகைப்படக் காரர்களுக்கும், தடைவிதிக்கப்பட்டிருந்தும் ஊட்டி போட்டோ, நக்கீரன் அட்டையில் எப்படி வந்தது என ஜெயலலிதா கும்பல் கோபத்தின் உச்சாணிக்கிளைக்கே சென்றது. நெஞ்சத்தில் பொங்கிய வஞ்சத்தைத் தீர்த்துக்கொள்ள, போயஸ் கார்டனில் திட்டம் தீட்டப்பட்டது. இந்தமுறை, அடக்குமுறை ஆயுதத்தைக் கையிலெடுத்தவர் சசிகலா...!

நக்கீரனில் வெளியான அந்த அட்டைப்படம் போயஸ் கார்டனில் பெரும் பீதியை உருவாக்கி விட்டது. ஜெயலலிதாவும், சசிகலாவும் மிகவும் நெருங்கி நிற்க, சசிகலா தனது கையை நீட்டி சுட்டிக்காட்டிக் கொண்டிருப்பது போன்ற ஸ்டில் அது. அதில் நமது கமெண்ட்டாக 'அதோபார் அக்கா... அந்த எஸ்டேட்தான்' என்று சசிகலா சொல்வதுபோல் வெளியிட்டிருந்தோம். இதைப் பார்த்த சசிகலா கோபத்தின் உச்சிக்குச் சென்றார். எல்லோருக்கும் போன் பறந்தது.

பிரச்சனையை கிளப்பிய 'அதோ பார் அக்கா' படம்!

அடுத்த சில நிமிடங்களில் ரவுடி மந்திரிகள் அனைவரும் கார்டனில் ஆஜரானார்கள். அவர்களைத் தொடர்ந்து போலீஸ் உயர் அதிகாரிகள் அனைவரும் கார்டனுக்கு வந்தனர். அவர்களின் முகத்துக்கு நேரே, நக்கீரன் பத்திரிகையை வீசிய ஜெயலலிதா, "இதுக்கு என்ன சொல்லப் போறீங்க?" என்று ஆத்திரத்துடன் கேட்டார். அதிகாரிகளும் மந்திரிகளும் மலங்க மலங்க விழித்தனர். "இனிமே உங்ககிட்ட நான் எதுவும் பேசப்போவதில்லை. எல்லாத்தையும் சசி பேசுவா" என்று கோபமாக சொல்லிவிட்டு மாடிப்படிகளில் ஏறினார் ஜெ. அதற்கு முன்புவரை, அதிகாரிகளிடம் சசிகலா நேரடியாக எந்தக் கட்டளையும் இட்டது கிடையாது. தன்னுடைய கட்டளைகளை ஜெயலலிதா மூலமாகத்தான் நிறைவேற்றி வந்தார். நக்கீரனில் அந்தப் படம் வெளியான அன்றுதான் அதிகாரிகளை நேருக்கு நேராக சந்தித்தார் சசிகலா. அமைச்சர்களும் போலீஸ் அதிகாரிகளும் பதற்றத்துடன் நிற்க, சசிகலா கோபாவேசமாக கத்தத் தொடங்கினார்.

"நக்கீரனை உங்களால் ஒண்ணும் செய்யமுடியாதா?

அக்காவோடு நானும், என்னோட சொந்தக் காரர்களும் மட்டும்தான் ஊட்டிக்குப் போனோம். பிரஸ்காரங்க யாரும் அங்கே வரமாட்டாங்கன்னு நீங்கதானே சொன்னீங்க! அப்படியிருக்கும் போது இந்தப்படம் எப்படி அட்டையிலே வந்தது. நீங்க எல்லாம் என்ன பண்ணிகிட்டு இருக்கீங்க?" -எதிரில் நின்ற எல்லோரும் மவுன சாமியார்கள்போல நின்றனர். ஆத்திரம் அடங்காத சசிகலா, அக்கா வழியிலேயே மாடிப்படி ஏறினார். என்ன செய்வதென்று புரியாத மந்திரிகளும் போலீசாரும் தங்களுக்குள் ஏதேதோ டிஸ்கஷன் செய்தனர். மாடிப்படியிலிருந்து சசிகலா மீண்டும் கீழே இறங்கிவந்தார். "இந்த கொலை, கற்பழிப்பு, குழந்தை கடத்தல் எல்லா கேஸையும் தூக்கி குப்பையிலே போட்டுட்டு, நக்கீரனுக்கு எங்கேயிருந்து படம் கிடைச்சதுன்னு கண்டுபிடியுங்க! நம்ம கையிலே இருக்கிற சட்டத்தைப் பயன்படுத்தி அவனுங்களை எந்தளவுக்கு நசுக்கமுடியுமோ அந்தளவுக்கு நசுக்குங்க… புரியுதா?"

"நாளைக்கே கண்டுபிடிச்சு ஆக்‌ஷன் எடுத்திடுறோம்மா" -கார்டனில் உறுதி கொடுத்துவிட்டு வெளியேவந்த போலீஸ் அதிகாரிகள் அன்றிரவே, சென்னையில் உள்ள போட்டோகிராபர் களின் லிஸ்டை தயாரித்தனர். இரவோடு இரவாக போட்டோ கிராபர்களிடம் கடுமையான விசாரணை நடத்தப்பட்டது.

"நீங்க நக்கீரனுக்கு படம் கொடுக்குறீங்களா?"

"இல்லை சார்…"

"நீங்க?"

"முன்னாடி கொடுத்திருக்கேன்…"

"இனிமே கொடுத்தீங்கன்னா… கையை ஒடிச்சுப்புடுவேன்." -வார்த்தைகள் தடித்து வந்து விழுந்தன. பிரிண்டர்களையெல்லாம் மிரட்டி, யாரும் நக்கீரனை அச்சிடக்கூடாது என்று சொன்னது போல்; இந்த சந்தர்ப்பத்தைப் பயன்படுத்தி போட்டோகிராபர்கள் யாரும் நமக்கு உதவி செய்யாதபடி நடவடிக்கையை மேற் கொண்டது காவல்துறை. விசாரிக்கப்பட்ட போட்டோ கிராபர்களில் சிலரை மட்டும் காலையில் தூக்கிக்கொண்டு போய் நம்மைப் பற்றி விசாரிக்கத் தொடங்கினர். நாம் எந்தெந்த ஸ்டுடியோக்களில் பிரிண்ட் போடுவோம் என்பதை அவர்கள் மூலம் தெரிந்துகொண்ட காவல்துறை நமக்கு எதிரான நடவடிக்கைகளை முடுக்கிவிட்டது. இப்போதைய ஆட்சியில் முதல்வரும், மற்ற மந்திரிகளும் கலந்துகொள்ளும் அரசு விழாக்களில் எல்லா பத்திரிகைகளும் தாராளமாகப் படமெடுக்க அனுமதிக்கப்படுவது போல், அப்போது கிடையாது. ஒரு சிலருக்கு மட்டும்தான் அனுமதி. அரசை விமர்சிக்கும் பத்திரிகைகளை விழா நடக்கும் ஏரியாவுக்குள்ளேயே அனுமதிப்பதில்லை என்ற கொள்கையை ஜெ.

அரசு கடைபிடித்து வந்தது. அவர்களும்கூட பி.ஆர்.ஓ. சம்சுதீன் சொல்லும் கோணத்தில்தான் படமெடுக்க வேண்டும். ஜெயலலிதா கையைத் தூக்குவது போலவோ, மூக்கைச் சீந்துவதுபோல, கண்ணைக் கசக்குவதுபோல படமெடுக்கக்கூடாது என கண்டிப் பான உத்தரவு போட்டிருந்தார் சம்சுதீன். மீறிப் படமெடுத்தால் சம்சுதீனின் ஆட்கள் சம்பந்தப்பட்ட போட்டோகிராபர் களிடமிருந்து கேமராவை பிடுங்கிக்கொண்டு போய்விடுவார்கள்.

மேலும் ஜெயலலிதா, சசிகலா குடும்பம் தொடர்பான அந்தரங்க போட்டோக்களை எடுக்க மயிலாப்பூரில் உள்ள பாலு ஸ்டுடியோ உரிமையாளர் ஆறுமுகம் என்பவரை நியமித்திருந்தனர். அவர்தான் பர்சனல் போட்டோ எடுப்பதற்காக ஊட்டிக்குச் சென்றார், அவரை காவல்துறையினர் விசாரித்தபோது தனக்கு

வேண்டாத நான்கு போட்டோ ஸ்டுடியோக்காரர்களை கைகாட்டிவிட்டார். அவர்களைப் போலீசார் அள்ளிக்கொண்டு வந்தனர். ஊட்டி போட்டோக்களை ஆல்பம் போட்ட ஸ்டுடி யோக்காரரையும், அவரது அப்பா, அம்மா உட்பட குடும்பத்திலி ருந்த அனைவரையும் ஐ.ஜி. ஆபீசில் கொண்டுவந்து தள்ளியது காவல்துறை. எதற்காகத் தங்களை இங்கே கொண்டு வந்திருக்கிறார்கள் என்பதைக்கூட அறியாமல், ஸ்டுடியோக்காரரின் குடும்பத்தினர் தவித்துக் கொண்டிருந்த நேரத்தில் சி.பி.சி.ஐ.டி.யின் உயரதிகாரி வந்தார். நக்கீரன் அட்டைப் படத்தை ஸ்டுடியோக்காரரிடம் காட்டி, "இது எப்படி அவங்களுக்கு கிடைச்சது. நீதான் கொடுத்தியா?" என மிரட்டினார். "அய்யா... இதுக்கும், எனக்கும் எந்த சம்பந்தமும் இல்லை. அம்மாவோட தோட்டத்தில் பாதுகாப்புக்கு இருக்கும் அதிகாரிங்கதான் போட்டோவை கொண்டு வந்து ஆல்பம் போடக் கொடுத்தாங்க. ஆல்பத்தை ஒட்டி முடிக்கிற வரைக்கும் பக்கத்திலேயே இருந்து கையோடு வாங்கிக்கிட்டுப் போயிட்டாங்க; ஒரு 'பிட்'டைக்கூட விடலை" என்று பரிதாபமாக அந்த ஸ்டுடியோக்காரர் சொன்னபோதுதான் இன்னொரு உண்மையும் தெரியவந்தது.

ஜெயலலிதா, சசிகலா, அவருடைய அக்கா, அக்கா மகள், மருமகன், பேத்திகள் என ஒட்டுமொத்தக் குடும்பமும் ஊரைக் கொள்ளையடித்த பணத்தில் ஒருவாரம் ஊட்டியில் சுற்றித்திரிந்து போட்டோ எடுத்துக்கொள்ள... அதை ஆல்பம் போடும் வேலைக்கு அரசு சம்பளம் வாங்கும் பாதுகாப்பு அதிகாரிகளைப் பயன்படுத்தியிருக்கிறார்கள் என்ற தகவல் வெட்டவெளிச்சமானது.

விசாரணை என்ற பெயரில் அநாவசியமாக அழைத்து வரப்பட்ட ஸ்டுடியோக்காரரின் குடும்பத்தினர் நொந்துபோய் விட்டனர். நக்கீரன் அட்டைப்பட பிரச்சனைக்கு சம்பந்தமேயில்லாத வேறு இரண்டு போட்டோ ஸ்டுடியோக்காரர்களையும் ஐ.ஜி. ஆபீசுக்கு கொண்டுவந்து, கேஸ் போட்டது காவல்துறை. இதைத் தெரிந்துகொண்ட நாம் வேகமாக செயல்பட்டு அன்று மதியமே அந்த 2 ஸ்டுடியோக்காரர்களையும் பெயிலில் வெளியே கொண்டுவந்தோம். அரசு தரப்பில் நக்கீரன் இதழ்கள் அதிக அளவில் வாங்கப்பட்டன. போட்டோ கலையில் நிபுணர்களாக விளங்குபவர்களை வரவழைத்து, அவர்களிடம் நமது அட்டைப் படத்தைக் காட்டி, "இந்த போட்டோ நேரடியாக எடுக்கப்பட்டதா? அல்லது காப்பி செய்யப்பட்டதா? இது ஒரிஜினலா? இல்லையான்னு வெரிஃபை பண்ணுங்க" என உத்தரவிடப்பட்டது. நிபுணர்களும் பல்வேறு வகையில் ஆராய்ச்சி செய்துவிட்டு, ஒருமித்த

நக்கீரன் கோபால் • 195

முடிவுக்கு வரமுடியாமல் தவித்தனர்.

ஜெயலலிதா அரசின் கோபம் அதிகமானது. அரசு ஆவணத்தைத் திருடியதாக குற்றம் சுமத்தி, என்மீது மூன்று வழக்குகளைப் போட்டனர். ஆனாலும் அவர்களால் அந்தப் படம் எப்படி நமக்கு வந்தது என்பதைக் கண்டுபிடிக்க முடியவில்லை. ஆத்திரமடைந்த கார்டன் வட்டாரம் என்னைக் கொலைசெய்யத் திட்டமிட்டது. அலுவலகத்திற்கும் வீட்டிற்கும் மிரட்டல் போன்கால்கள் வந்துகொண்டேயிருந்தன. குடும்பத்தினர் எல்லோரும் அச்சப்படும்படி கண்ட நேரத்திலும் போன் அலறியது. ''கோபால் கதையை முடிச்சுடுவோம். ஜாக்கிரதை!'' என அனாமத்தான குரல்கள் ஒலித்தன. "அவன் எங்கே இருக்கான்? எங்கே இருந்தாலும் நாங்கதான் முடிவுகட்டுவோம்" என என் குடும்பத்தினர் மிரட்டப்பட்டனர்.

அட்டைப் படத்தால் ஏற்பட்ட ஆத்திரம் அடங்காத சசிகலா, அப்போது தனக்கு நம்பிக்கையாக இருந்த மந்திரி அழகு திருநாவுக்கரசை கார்டனுக்கு வரச்சொன்னார்.

"போலீஸ்காரங்களாலேயும் எதுவும் செய்யமுடியலை. மற்ற மந்திரிகளாலேயும் ஒண்ணும் செய்யமுடியலை. நீங்க என்ன பண்ணுவீங்களோ தெரியாது. நக்கீரன்காரங்களை ஒரு வழி பண்ணியாகணும்'' என கடுமையான குரலில் தெரிவித்தார். சசிகலாவின் வார்த்தைகளுக்குக் கட்டுப்பட்ட மந்திரி, தனது மாவட்டத்திலிருந்து ஏராளமான ஆட்களை இறக்குமதி செய்தார். அவர்கள் நான் எப்போது சிக்குவேன் என்ற எதிர்பார்ப்புடன் சென்னையை வலம்வந்து கொண்டிருந்தனர்.

சம்பந்தமில்லாத ஆட்கள் அடிக்கடி நம் அலுவலகத்தைக் கடந்து போய்க்கொண்டிருந்தார்கள். அலுவலகம் உள்ள தெருவின் முனையில் ஒரு ரவுடிப்பட்டாளம் தேவையின்றி சுற்றிக்கொண்டிருந்தது. அனாமத்தான போன்கால்கள் தொடர்ந்து கொண்டிருந்தன.

அட்டையில் வெளியான ஒரு போட்டோ எப்படி நம் கைக்குக் கிடைத்தது என்பதைக் கண்டுபிடிக்க இத்தனை பட்டாளத்தைத் திரட்டியும், அதைக் கண்டுபிடிக்கத் தெரியாத கார்டனின் சாமர்த்தியத்தைக் கண்டு மனசுக்குள் நாம் சிரித்துக்கொண்டோம். உண்மையைச் சொல்வதென்றால் ஜெயலலிதாவும், சசிகலாவும் நெருங்கி நிற்கும் அந்த ஊட்டி படம், போயஸ் கார்டனிலிருந்துதான் நமக்குக் கிடைத்தது.

உயிரை பலிகொண்ட விபத்து!

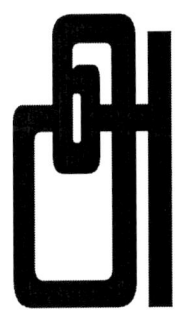

அ.தி.மு.க. அரசால் தொடர்ந்து நமக்கு ஏற்பட்ட நெருக்கடிகள், எதிர்கொண்ட தாக்குதல்கள், எப்போதும் ஓட்டமும் நடையுமாக இருக்க வேண்டிய கட்டாயம், எந்த நேரத்தில் என்ன நடக்குமோ என்ற பரபரப்பு. இப்படியே வாழ்க்கை அமைந்துவிட்டதால் தம்பிகளுக்குக் கொஞ்சம் ரிலாக்ஸ் கொடுக்க தீர்மானித்தேன்.

தம்பிகளை இரண்டு டீம்களாகப் பிரித்து டூர் அனுப்ப முடிவானது. எடிட்டோரியல் தம்பிகள் ஒரு டீமாக வேனில் ஒகனேக்கல் புறப்பட்டனர். சர்க்குலேஷன் மற்றும் கணக்குப் பிரிவில் உள்ள தம்பிகள் இன்னொரு டீமாக மற்றொரு வேனில் குற்றாலத்திற்குப் புறப்பட்டனர். சந்தோஷமாகத்தான் அந்த பயணம் தொடங்கியது.

தம்பி காமராஜ் தலைமையில் புறப்பட்ட எடிட்டோரியல் டீம் ஒகனேக்கல் பகுதியில் சுற்றுலாவை அனுபவித்துவிட்டுத் திரும்பியது. தம்பி குரு தலைமையில் 17 பேர் கொண்ட சர்குலேஷன் டீம் ஒரு வேனில் குற்றாலம், கன்னியாகுமரி ஆகிய இடங்களுக்குச் சென்றுவிட்டு சென்னையை நோக்கித் திரும்பிக் கொண்டிருந்தது. கன்னியாகுமரியிலேயே தம்பிகள் சிவக்குமாரும், சந்திரமோகனும் இறங்கிக்கொண்டு தங்கள் சொந்த ஊருக்குச் சென்றனர். தம்பி

பாண்டியராஜன் திருநெல்வேலியில் இறங்கிக்கொண்டார். மீதமிருந்த 14 பேருடன் வேன் புறப்பட்டது. திருநெல்வேலி அல்வாவை விரும்பி வாங்கிக்கொண்டு தம்பிகள் அனைவரும் வேனில் வந்துகொண்டிருந்தனர். பயணக் களைப்பால் அனைவரும் கண் அசந்திருந்தனர்.

அன்று ஆகஸ்ட் 15-ந் தேதி. சுதந்திரச் சிறகுகளுடன் தம்பிகள் பயணித்துக் கொண்டிருந்தனர். மாலை சரியாக 5.30 மணி. சாத்தூருக்கு 6 கிலோமீட்டர் முன்பாக வேன் வந்து கொண்டிருந்தது. அப்போது "டமார்" என பெரும் சத்தம். டயர் வெடித்து விட்டதால் வேன் திசை கட்டுப்பாட்டை இழந்து தாறுமாறாக ஓடத் தொடங்கியது. டிரைவர் சீட்டுக்குப் பக்கத்தில் அமர்ந்திருந்த தம்பி மோகன் "ஓ"வென அலற, பின்னால் அமர்ந்திருந்த தம்பிகள் அனைவரும் விழித்துக் கொண்டனர். நிலைமை என்ன என்பதை அவர்கள் உணரும் முன்பே, எதிரில் வந்த சுசுகி மோட்டார் பைக் மீது மோதி, ரோட்டைவிட்டு இறங்கி, மூன்றுமுறை தலைகீழாகப் புரண்டு ஒரு முட்புதரின் மீது வேன் கவிழ்ந்து கிடந்தது. அண்டசராசரங்களும் நொறுங்கி விழுவதுபோல் தம்பிகள் உணர்ந்தனர். வேனின் முன்பக்க கண்ணாடி தெறித்து நொறுங்கியது. உடைபட்ட கண்ணாடி வழியாக ராஜாமணி, கண்ணன், பிரான்சிஸ், வேன் டிரைவர் ஆகியோர் தூக்கி வீசப்பட்டனர். வெகுதூரத்தில் போய் விழுந்த அவர்களுக்கு உடலெங்கும் பலத்த அடி. மீதமிருந்த தம்பிகள் குரு, அவரது ஜூனியர் தர்மர், சுரேஷ், கலெக்ஷன் ராஜேந்திரன், சேட் ராஜேந்திரன், பூமிநாதன், பாபு, கௌரி, ஆரி, 'பாய்' கிருஷ்ணன், மோகன் எல்லோருமே வேனுடன் சேர்ந்து புரண்டு தலைகுப்புற கவிழ்ந்துகிடந்தனர்.

அந்த நிலையிலும் சுதாரிப்புடன் வேன் ஜன்னலைத் திறந்துகொண்டு முதலில் வெளியே வந்தார் தம்பி குரு. வேன் கிடந்த கோலத்தையும், மற்ற தம்பிகளுக்கு ஏற்பட்ட நிலைமையையும் கண்ட குருவின் நெஞ்சு 'திக் திக்' என்று அடித்துக்கொண்டது. கை, கால்களெல்லாம் பதற்றத்தில் நடுங்கின. யாருக்கும் எதுவும் நேர்ந்துவிடக் கூடாது என்ற பதைபதைப்புடன் ஒவ்வொருவரையும் மீட்கும் முயற்சியில் இறங்கினார். இன்னொரு ஜன்னல் வழியாகத் தம்பிகள் சுரேஷும், மோகனும் சிரமப்பட்டு வெளியே வந்தனர். உள்ளே தவித்துக் கொண்டிருந்த ஓவியர் தர்மருக்கு கைகொடுத்து வெளியே கொண்டுவந்தார் குரு. மற்றவர்களையும் ஒவ்வொருவராக மீட்டனர். தூக்கியெறியப்பட்ட ராஜாமணி ஒரு மரத்தடியில் கிடந்தார்.

எல்லோரும் நலமாக இருக்கிறார்களா என்பதை தெரிந்துகொள்வதற்காக மோகனும் சுரேஷும் தலைகளை

எண்ணினார்கள். பிரான்சிசை மட்டும் காணவில்லை. அவர் எங்கே என்று தேடிக்கொண்டிருந்த நேரத்தில் மற்றொரு பயங்கரம் நிகழ்ந்தது. மீட்கப்பட்ட ஓவியர் தர்மர், சோர்ந்து விழத் தொடங்கினார். அவரை சரிப்படுத்துவதற்காக ரோட்டருகே அழைத்து வந்து தரையில் படுக்கவைத்தனர். தூரத்தில் தெரிந்த ஒரு குடிசையில் தண்ணீர் வாங்கி வருவதற்காக சுரேஷ் ஓடினார். மற்றவர்கள் அனைவரையும் மோகன் கவனித்துக் கொண்டார். அவர்கள் அனைவருக்கும் பலத்த அடி என்றபோதும் யாரும் ஆபத்தான நிலையில் இல்லை. அதனால் அவர்களும் தர்மருக்கு உதவுவதில் தீவிரமாக இருந்தனர். 'தர்மா... தர்மா...' என கதறியபடி முதலுதவி அளித்துக் கொண்டிருந்தார் தம்பி குரு. அப்போது அந்த

வழியாக சைக்கிளில் வந்த ஒருவர் தர்மரைப் பார்த்துவிட்டு நம் தம்பிகளிடம், 'பையன் தாங்கமாட்டாம்பா... வாயிலிருந்து சோறா வருது பாரு... பிழைக்கிறது கஷ்டம்' என்று சொன்னபடியே போய்க் கொண்டிருந்தார். அதைக் கேட்ட தம்பிகளுக்கு 'பக்'கென்றாகி விட்டது. இன்னும் 6 கிலோமீட்டர் சென்றால் சாத்தூர் ஜி.ஹெச்.சில் அட்மிட் செய்துடலாம். எப்படிப் போவது? ஏதாவது செய்தாக வேண்டும் என்ற பரபரப்பில் தம்பிகள் துடிதுடித்துக் கொண்டிருந்தனர். வழியில் வந்த வாகனங்கள் சீறிக்கொண்டு பறந்தனவே தவிர, யாரும் நிறுத்தவில்லை. தர்மரின் உடல் மேலும் மேலும் சோர்வடைந்துகொண்டே இருந்தது. அதேவேளையில், பிரான்சிஸ் எங்கே என்று தேடும் பணியில் சில தம்பிகள் இறங்கியபோது, முட்புதருக்குள் வசமாகச் சிக்கிய நிலையில் பிரான்சிஸ் கிடப்பதைக் கண்டனர். ஒவ்வொரு முள்ளும் மெதுவாக அகற்றப்பட்டன. பிரான்சிசை காப்பாற்றிய தம்பிகள் இன்னொரு அதிர்ச்சியான காட்சியையும் பார்த்தனர். வேன்மீது மோதிய சுசுகிகாரர் ஒரு புளியமரத்தடியில் சுயநினைவின்றிக் கிடந்தார். யாரைக் காப்பாற்றுவது, என்ன செய்வதென்று புரியாத பதட்டத்தில் தம்பிகள் தடுமாறிக் கொண்டிருந்தனர்.

அப்போது அந்த வழியாக வந்த லாரியை மறிப்பதுபோல் ரோட்டின் குறுக்கே தம்பிகள் நின்றதால் லாரி டிரைவர் கீழே இறங்கினார். அவரிடம் நிலைமையை விளக்கி, தர்மரை மருத்துவமனைக்குக் கொண்டுசெல்ல வேண்டுமென்று தெரிவித்தனர். லாரி டிரைவர், தர்மர் அருகே வந்து பார்த்துவிட்டு, 'ஆள் செத்துட்டான்ம்பா... பிணத்தையெல்லாம் லாரியில் ஏத்த மாட்டோம்' என்றதும் தம்பிகளுக்குத் தூக்கிவாரிப் போட்டது. 'தர்மர் இறந்துவிட்டாரா...? அய்யோ கடவுளே... நம்பமுடியலையே' என்று தம்பிகள் கதற ஆரம்பித்துவிட்டனர். இருந்தாலும் தம்பி குருவுக்கு லாரி டிரைவர் சொன்னதில் நம்பிக்கையில்லை. அவர் சடாரென லாரி டிரைவரின் சட்டையைப் பிடித்து அடிக்கத் தொடங்கிவிட்டார். சுரேஷும், மோகனும் குருவை விலக்கிவிட்டு, லாரி டிரைவரிடம் 'முடிஞ்சா வண்டியிலே ஏத்திகிட்டுப்போ. அதை விட்டுட்டு அநாவசியமா பேசினா அடிபட்டு செத்துடுவே' என்றனர். கடைசிவரை தர்மரை ஏற்றிக்கொள்ள அந்த டிரைவர் சம்மதிக்காமல் லாரியை எடுத்துக்கொண்டு போய்விட்டார்.

தூக்கியெறியப்பட்டிருந்த ராஜாமணிக்கு நல்லவேளையாக பலத்த காயம் எதுவும் ஏற்படவில்லை. அவரது தலைமையில் தம்பிகளை மதுரை மருத்துவமனைக்கு கொண்டுசெல்ல ஏற்பாடானது. வாகனங்களை நிறுத்தியே ஆகவேண்டும் என்ற தீவிரத்துடன் ஆளாளுக்கு கையில் கற்களை வைத்துக்கொண்டு

ரோட்டில் நின்றனர். அதைக்கண்டு வாகனங்களும் நின்றன. ராஜாமணியுடன் தம்பிகள் கௌரி, பூமிநாதன், கலெக்‌ஷன் ராஜேந்திரன், ஆரி, பாபு ஆகியோர் மதுரை மருத்துவமனை நோக்கிச் சென்றனர். கையிலிருந்த இரண்டாயிரம் ரூபாயை ராஜாமணியிடம் செலவுக்காகக் கொடுத்து, மதுரையில் ஒரு லாட்ஜின் பெயரைக் குறிப்பிட்டு அங்கு தங்கிக்கொள்ளுமாறு தெரிவித்தார் தம்பி குரு. கவலைக்கிடமாக இருந்த தர்மர், தலையில் இருந்து ரத்தம் வழிய காணப்பட்ட சேட் ராஜேந்திரன், முட்புதரிலிருந்து மீட்கப்பட்ட பிரான்சிஸ், வேன் டிரைவர் ஆகியோரை மற்றொரு வாகனத்தில் ஏற்றி அருகிலுள்ள சாத்தூர் மருத்துவமனைக்குக் கொண்டுசெல்ல முடிவுசெய்தனர். தம்பி சுரேஷ், அருகிலிருந்த ஒரு மில்லுக்கு ஓடி அங்கிருந்து சாத்தூர் ஏஜெண்ட்டுக்கு போன் செய்து தகவல் தெரிவித்தார். சாத்தூர் போலீசாருக்குத் தகவல் தெரிவிக்கப்பட்டது.

அதற்குள் அந்த வழியாக வந்த இருவர், புளியமரத்தடியில் சுயநினைவிழந்து கிடந்த சுசுகிகாரரைப் பார்த்துவிட்டு, ‘இவரா... அய்யய்யோ’ என்றபடி தங்களுக்குள் பேசிக்கொண்டு வேகமாக எங்கோ சென்றனர். அவர்கள் யார், என்ன என்பதைக்கூட தம்பிகளால் அறியமுடியவில்லை. அந்த நேரத்தில் போலீசார் தனியார் வேன் ஒன்றில் ஸ்பாட்டுக்கு வந்தனர். அவர்களிடம் விபத்துபற்றி தெரிவித்து, தர்மரை அவசரமாக ஆஸ்பத்திரியில் சேர்க்கவேண்டும் என்று கூறியதும், போலீசுக்காக வந்த வேனின் டிரைவர், தர்மரை நெருங்கிப் பார்த்துவிட்டு, ‘இந்த ஆள் செத்துட்டாரு. நான் வண்டியிலே ஏற்றமாட்டேன்’ என்று அலறியபடி வேனைத் திருப்பிக்கொண்டு போய்விட்டார். செய்வதறியாது போலீசார் கை பிசைந்து நிற்க, தம்பிகளோ பதறிவிட்டனர். அந்த நேரத்திலும் போலீசார் தங்கள் விசாரணையை மேற்கொண்டனர். நக்கீரன் என்று நம்மை வெளியில் அடையாளம் காட்டிக்கொள்வதில்லை என்பதால் மதுரையிலிருந்து குற்றாலம், கன்னியாகுமரி சென்றுவிட்டுத் திரும்புவதாக தம்பிகள் தெரிவித்தனர். வழியில் வந்த இன்னொரு லாரி நிறுத்தப்பட்டது. அதில் மோகனுடன் சேட் ராஜேந்திரன், பிரான்சிஸ், வேன் டிரைவர் ஆகியோர் சாத்தூர் மருத்துவமனைக்கு அனுப்பப்பட்டனர். அந்த லாரி சென்ற சிறிது நேரத்தில் வேன் ஒன்று வந்து நின்றது. படபட வென்று இறங்கிய ஆறேழு பேர் சுயநினைவின்றிக் கிடந்த சுசுகிகாரரை மருத்துவமனையில் சேர்ப்பதற்காக வேனில் ஏற்றினர். முன்பு பார்த்துவிட்டு போன ஆட்கள்தான் இவர்களிடம் தகவல் தெரிவித்துள்ளனர் என்பதைத் தம்பிகள் புரிந்துகொண்டனர். அவர்களிடம் கெஞ்சி அந்த

வேனிலேயே தர்மரை ஏற்றிக்கொண்டு சுரேஷும் தொற்றிக் கொண்டார்.

தம்பி குரு டவுன் பஸ்ஸில் ஏறி சாத்தூர் மருத்துவமனைக்கு விரைந்தார். லாரியில் சென்ற பிரான்சிஸ், ராஜேந்திரன், வேன் டிரைவர் மூவரும் மருத்துவமனையில் அட்மிட் ஆகியிருந்தனர். தர்மர் அவசரஅவசரமாக மருத்துவமனைக்குக் கொண்டு வரப்பட்டார். ஆனால், டாக்டர்கள் அவரைப் பரிசோதித்துவிட்டு கையை விரித்துவிட்டனர். தர்மர் இறந்துவிட்டார் என்பதை நம்பமுடியாமல் தம்பிகள் கதறித்துடித்தனர். இந்த விவரம் எதுவும் அறியாமல் நான் சென்னையில் இருந்தேன். அன்று சுதந்தரதினம் என்பதால் டி.வி.யில் படம் ஓடிக்கொண்டிருந்தது. மாலை 6.00 மணி. டெலிபோன் மணி அடித்தது.

"ஹலோ..."

"அண்ணே நான் குரு பேசுறேன்."

"டூரெல்லாம் நல்லபடியா முடிஞ்சுதா?"

"இல்லண்ணே... பெரியஅடி... வேன் கவிழ்ந்திருச்சு... எல்லோருக்கும் அடி... தர்மர் செத்துட்டதா சொல்றாங்க" -குரு சொன்னதைக் கேட்டதும் என் நெஞ்சே வெடித்துவிடுவது போல் இருந்தது.

விபத்தில் தர்மர் மரணம்!

"எப்படிடா... நல்லா செக் பண்ணிப் பார்த்தீங்களா" -அதிர்ச்சியுடன் கேட்டேன்.

"பார்த்துட்டோம்... நீ உடனே வந்திரு... சாத்தூர் ஆஸ்பத்திரியில் இருக்கோம். வேனோடு மோதிய சுசுகிகாரர் ஒருத்தர் ரொம்ப சீரியஸா இருக்கார்."

"யார் அந்த ஆள்னு தெரியுமா?"

குரு சொன்ன பதிலைக் கேட்டதும் எனக்கு பயங்கர அதிர்ச்சி! அடிபட்ட சுசுகிகாரர்- அ.தி.மு.க.வின் ஒன்றிய செயலாளர் கேசவன். சாத்தூர் நகரில் செல்வாக்கு உள்ளவர். 'விபத்தில்கூட அ.தி.மு.க.காரர்தானா அடிபட வேண்டும். அடக்கடவுளே, இதென்ன சோதனை' என்று என் மனம் துடித்தது. சோகமும் பதட்டமும் கலந்த குரலில் குருவிடம் பேசினேன்.

"ஒன்றிய செயலாளருக்கு என்னாச்சு? தர்மரை ஆஸ்பத்திரிக்குக் கொண்டு போயிட்டீங்களா? வேகமா கொண்டு போங்க. வேற யார் யாருக்கு அடி?"

"14 பேரில் மூணு பேர் மட்டும்தான் அடிபடாமல் இருக்கோம். நான், மோகன், சுரேஷ் தவிர எல்லோருக்கும் அடி."

என் இருதயத்தில் யாரோ இரும்புத்தடியால் அடிப்பதுபோல

இருந்தது. நம் குடும்பத்தைச் சேர்ந்த ஒரு தம்பியின் உயிரைப் பறிகொடுத்திருக்கிறோம். மற்றவர்கள் எல்லோரும் அடிபட்டு என்ன நிலையில் இருக்கிறார்களோ... விபத்து பற்றி போலீசிடமும் சொல்லமுடியாத நிலை. அ.தி.மு.க. ஒன்றியச் செயலாளர் மீது மோதியது நக்கீரன் வேன்தான் என்று தெரிந்தால், கட்சிக்காரர்கள் கூடிவந்து ரகளை பண்ண ஆரம்பித்துவிடுவார்கள். போலீசும் அவர்களுக்கு ஆதரவாகத்தான் இருக்கும். என்ன செய்வதென்று புரியாமல், நெஞ்சம் முழுவதும் துக்கம் அடைக்க ரிசீவரை கையில் வைத்தபடி அமைதியாக நின்றுவிட்டேன்.

"அண்ணா... அண்ணா..." -மறுமுனையில் குருவின் குரல் பதட்டத்துடன் கேட்டது.

"முடிந்தவரைக்கும் சாத்தூர் ஆஸ்பத்திரியிலிருந்து எல்லோரையும் அழைச்சுக்கிட்டு மதுரைக்குப்போயிடு. நான் உடனே புறப்பட்டு வந்திடுறேன்" என்றேன்.

"அண்ணா... அதுமுடியாது. சாத்தூரிலே மூணு பேரை அட்மிட் பண்ணியிருக்கோம்."

"டிஸ்சார்ஜ் வாங்கிக்கிட்டு எப்படியாவது அங்கிருந்து கிளம்பிடுங்க" -அ.தி.மு.க.வினரிடம் சிக்கி, மேலும் உயிர்ப்பலி யாகிவிடக் கூடாதே என்ற தவிப்புடன் நான் சொன்னேன். என்னுடைய பதட்டமும் தவிப்பும் வீட்டில் இருந்த அம்மா, அக்கா, மனைவி எல்லோருக்கும், ஏதோ விபரீதம் நடந்துவிட்டது என்பதை உணர்த்தியது. நான் அவர்களிடம் எதுவும் காட்டிக்கொள்ளாமல் ரிசீவரை வைத்துவிட்டு சட்டையை எடுத்து தோளில் போட்டுக்கொண்டு நாலாவது தெருவில் இருந்த 'பெரிசு' சுந்தர் வீட்டிற்கு ஓடினேன். என்னுடைய அவசரமான ஓட்டத்தைப் பார்த்த தெருவாசிகள், மீண்டும் போலீஸ் என்னை துரத்துகிறதோ எனப் பதறிப்போய்விட்டனர். சுந்தரிடம் ஜீப்பை எடுக்கச் சொன்னேன். தர்மரின் அண்ணனான ஓவியர் ஜோகி வீட்டிற்குச் சென்றோம். போகும் வழியிலேயே சுந்தரிடம் விவரத்தைக் கூறினேன். ஆனால் அந்த விபரீதமான செய்தியை ஜோகியிடம் எப்படிச் சொல்வது என்று தெரியவில்லை. மெதுவாக ஆரம்பித்தேன். "தம்பிங்க போன வேன் ஆக்ஸிடெண்ட் ஆயிடுச்சு. தர்மருக்கு பலமான அடி! உடனே வாங்க" என்று சொல்லிவிட்டு, வழக்கறிஞர் பெருமாளுக்கும் ஆடிட்டர் ஜான்மோரீசுக்கும் தகவல் கொடுத்தேன். எல்லோரும் முத்து டிராவல்சுக்கு சென்று அங்கிருந்து காரில் கிளம்பத் தயாரானோம். அப்போது கார் டிரைவரை பெரிசு சுந்தர் தனியாக அழைத்துச்சென்று ரகசியமாக ஏதோ சொல்லிவிட்டுத் திரும்பினார். தம்பி காமராஜ் ஒரு மேட்டர் விஷயமாக திருச்சிக்கு சென்றிருந்ததால் அவருக்குத் தகவல் கொடுத்து மதுரை கே.பி.எஸ்.

லாட்ஜுக்கு வரச்சொல்லுமாறு சுந்தரிடம் கூறினேன். மதுரை நிருபர் சண்முகசுந்தரத்துக்கும் தகவல் கொடுக்கச் சொல்லிவிட்டு நாங்கள் புறப்பட்டோம்.

அதேநேரத்தில் ராஜாமணியையும் அவருடன் சென்றவர்களையும் ஏற்றிக்கொண்டு மதுரைக்குச் சென்ற லாரி, திடீரென கோவில்பட்டியில் நின்றது. அடிபட்ட பதட்டத்தில் பாதைமாறி வந்துவிட்டோம் என்பதைத் தம்பிகள் அப்போதுதான் உணர்ந்தனர். "இதுக்கு மேல நாங்க உங்களை அழைச்சுக்கிட்டு போகமுடியாது. எல்லோரும் இறங்கி, வேற வண்டியில போங்க'' என்று அதிரடியாகச் சொல்லிவிட்டார் லாரி டிரைவர். நடுவழியில் எங்கு செல்வது, என்ன செய்வது என்று புரியாமல் தம்பிகள் தவிக்கத் தொடங்கிவிட்டனர். 'பாய்' கிருஷ்ணனின் தோள் பகுதியில் மூட்டு சரிந்துவிட்டதால் அவரால் அசையக்கூட முடியவில்லை. வலி தாங்க முடியாமல் அலறத் தொடங்கிவிட்டார். அவரைத் தம்பிகள் அனைவரும் சேர்ந்து தூக்கினர். குரு கொடுத்திருந்த 2000 ரூபாய்தான் தம்பிகளுக்குப் பெரும்உதவியாக இருந்தது. ஒரு டாக்ஸியைப் பிடித்து மதுரைக்கு வந்தனர். எல்லோரிடமும் பதட்டம்... பதட்டம்... பதட்டம். தம்பி குரு, அருப்புக்கோட்டைக்கு போன்செய்து அப்பாவிடம் விஷயத்தைத் தெரிவித்துவிட்டு நண்பன் மருதுவை உடனடியாக சாத்தூருக்கு வரச்சொன்னார். மதுரையில் நாம் ரெகுலராக பயன்படுத்தும் டிஏஏ-3677 காரை எடுத்துக்கொண்டு வரும்படி தம்பி ஆனந்துக்கு தகவல் கொடுத்தார். எல்லோருமே இரண்டுமணி நேரத்தில் சாத்தூருக்கு வந்துவிட்டனர்.

அ.தி.மு.க.வினரின் எண்ணிக்கை அதிகரித்துக் கொண்டேயிருந்ததால் நமது ஆட்கள் எல்லோரும் ஆஸ்பத்திரியிலிருந்து சற்று தள்ளியே காத்திருந்தனர். அட்மிட்டாகியிருந்த தம்பிகளுக்குத் துணையாக குருவும், சுரேஷும், மோகனும் ஆஸ்பத்திரியில் இருந்தனர். சேட் ராஜேந்திரனும், பிரான்சிசும் மிகவும் ஆபத்தான கட்டத்தில் போராடிக் கொண்டிருந்தனர். அடிபட்ட ஒன்றிய செயலாளரின் நிலைமையும் நிமிடத்துக்கு நிமிடம் மோசமாகிக் கொண்டேயிருந்தது. அவரை மதுரைக்கு கொண்டுசெல்லும்படி டாக்டர்கள் தெரிவித்துவிட்டனர். கட்சிக்காரர்கள் அதற்கான ஏற்பாடுகளைச் செய்துவிட்டு ஒன்றிய செயலாளரை மதுரை நோக்கி கொண்டுசெல்ல முயன்றனர். சிறிது தூரம்தான் போயிருப்பார்கள். அதற்குள் ஒன்றிய செயலாளரின் உயிர் பிரிந்துவிட்டது. அவர் இறந்தார் என்ற செய்தி வெளியான வேகத்தில் சாத்தூர் மருத்துவமனையின் சூழலே மாறியது. கட்சிக்காரர்களின் கூட்டம் அதிகரித்துக்கொண்டேயிருந்தது. "அண்ணனை அடிச்சுப்போட்டவேன்காரர் எங்கேன்னு தேடிப் பிடிங்கடா'' என்றபடி

அ.தி.மு.க.வினர், மருத்துவமனையில் அலச ஆரம்பித்தனர். ஒன்றிய செயலாளரின் சகோதரர் ஒருவர் பளபளத்த கத்தி ஒன்றை கையில் பிடித்தபடி சுற்றிச் சுற்றி வந்தார். அட்மிட் ஆகியிருந்த மூன்று தம்பிகளும் என்ன நடக்குமோ என்று பயந்தபடியே இருந்தனர். நல்லவேளையாக, அவர்களை யாரும் அடையாளம் கண்டு கொள்ளவில்லை. ஆனால், சேட் ராஜேந்திரனுக்கு சிகிச்சையளித்த டாக்டருக்கு லேசான சந்தேகம். காரணம், சுரேஷும் மோகனும் தங்களுக்குள் பேசிக்கொண்டபோது அவர்கள் வார்த்தைகளில் மெட்ராஸ் பாஷை சரளமாக வந்ததுதான். 'மதுரை என்றுதானே இவர்கள் சொன்னார்கள். அப்புறம் எப்படி மெட்ராஸ் பாஷையில் பேசுகிறார்கள்' என டாக்டர் குழம்பினார். சேட் ராஜேந்திரனுக்கு ரத்தம் ஏற்றும்போது டாக்டர் மெதுவாக பேச்சு கொடுத்தார்.

"உங்களுக்கு எந்த ஊர்?"

"மெட்ராஸ். நக்கீரனிலிருந்து வர்றோம்" என்று பட்டென்று ராஜேந்திரன் பதில் சொன்னதும் மற்ற தம்பிகளுக்கு அதிர்ச்சியாகிவிட்டது. ஒருவர் முகத்தை ஒருவர் பார்த்துக்கொண்டனர். நக்கீரன் என்றதும் டாக்டரும் அதிர்ந்துவிட்டார். சிகிச்சையளிப்பது பற்றி யோசிக்கத் தொடங்கினார். ராஜேந்திரனை கவனித்துக் கொண்டு இருந்தவர், சடரென ஓடி, தருமரை மார்ச்சுவரிக்கு அனுப்பிவிட்டு, மார்ச்சுவரி அட்டெண்டரிடம் ஏதோ ரகசியமாகச் சொன்னார். அவர் என்ன சொல்கிறார் என்று தம்பிகள் புரியாமல் தவித்தனர். பயம் அதிகரித்தது. திரும்பி வந்த டாக்டர், சேட் ராஜேந்திரனிடம் "வாசலில் நிறைய பேர் இருக்காங்க. வேன் டிரைவரை தேடிக்கிட்டிருக்காங்க. மிச்ச ஆட்கள் எங்கேன்னு கேட்டுக்கிட்டு இருக்காங்க. உங்களை அடிக்கிறதுக்காகத்தான் அவங்க சுத்திகிட்டு இருக்காங்க" -டாக்டர் சொல்லச் சொல்ல தம்பிகளின் பதட்டம் அதிகரித்தது. "நான் நல்லதுக்குத்தான் சொல்றேன். யாரும் பயப்படவேண்டாம். இந்த மூணு பேரையும் டிஸ்சார்ஜ் பண்றேன். கொஞ்சம் சீரியஸான கண்டிஷன்தான். ஆனா, இந்த நிலைமையில் இங்கே இருந்தால் அதைவிட சீரியஸாகிவிடும்" என்றபடி ஒரு நர்ஸை கூப்பிட்டார். ராஜேந்திரனுக்கு ஏற்றப்பட்ட சலைன் பாட்டிலை பிடித்தபடியே நர்ஸும் வந்தார். வாசலில் அ.தி.மு.க.வினரின் கூட்டம் அதிகரித்துக்கொண்டே இருந்ததால் கேட்டை இழுத்துப் பூட்டச் சொன்னார். பின்வழியாக தப்பித்துப் போகும்படி தம்பிகளிடம் டாக்டர் கூறினார். தர்மரை விட்டுவிட்டுச் செல்ல முடியாமல் தம்பிகள் தவித்தனர். "உங்க நிலைமை புரியுது. அதனாலதான் யார் வந்தாலும் மார்ச்சுவரிக்குள் விடக்கூடாதுன்னு அட்டெண்டர் கிட்டே சொல்லிட்டு வந்திருக்கேன். நாளைக் காலையிலே எனக்கு போன் பண்ணுங்க. எப்ப வந்து எடுத்துட்டுப் போகலாம்னு சொல்றேன். இந்தாங்க என் போன் நம்பர்" -ஆபத்பாந்தவன்போல் உதவுகிற டாக்டரைத் தம்பிகள் நன்றியுடன் பார்த்தனர். "உங்க பத்திரிகையை பற்றி நானும் கேள்விப்பட்டிருக்கேன். உங்க வேன்தான் ஒன்றிய செயலாளர்மீது மோதிடுச்சின்னு தெரிந்தால் கட்சிக்காரர்களால ஏதாவது விபரீதம் நடக்கலாம். காலையிலே அவங்க போயிடுவாங்க. எந்த டயத்துக்கு வரலாம்னு நான் சொல்றேன். உடனே நீங்க கிளம்புங்க."

-டாக்டர் சொன்ன வார்த்தைகளால் தம்பிகளுக்குள் சற்று நம்பிக்கை பிறந்தது. பின்வாசல் வழியாக வந்து மார்ச்சுவரியில் வைக்கப்பட்டிருந்த தர்மரைப் பார்த்துவிட்டு கண்ணீருடன் வெளியே வந்தனர். ஒரு மரத்தடியில் டி.ஏ.ஏ.3677 காரை டிரைவர் ராமலிங்கமும் தம்பி ஆனந்தும் தயாராக வைத்திருந்து, அங்கு

காத்துக்கொண்டிருந்தனர். அவர்களைப் பார்த்ததும் தம்பிகளின் பயம் கொஞ்சம் விலகியது. அப்பாவும் என் நண்பன் மருதுவும் காரில் ஏறி மதுரை நோக்கிப் புறப்பட்டனர். வேன் டிரைவரை மட்டும் போலீசார் அரெஸ்ட் செய்து பாதுகாப்பான இடத்திற்குக் கொண்டுபோய்விட்டனர். கட்சிக்காரர்களின் கண்ணில் யாரும் படவில்லை. ஆனால் சிறிதுநேரத்தில், மருத்துவமனை வாசலில் நின்ற அ.தி.மு.க.வினருக்கு விஷயம் பரவியதால் கலவரமான சூழ்நிலை உருவானது. "டேய்... அவனுங்க தப்பிச்சுப் போயிட்டானுங்க. ஊரைத் தாண்டுவதற்குள் மடக்கிப் பிடிங்கடா" என்று ஒரு பெருங்குரல் கேட்டது. சாத்தூர் பகுதி பதட்டமாக இருந்த அதே நேரத்தில் நானும் என்னுடன் வந்தவர்களும் மதுராந்தகம் அருகே பயணம் செய்துகொண்டிருந்தோம். கார் மிகவும் மெதுவாக சென்றதால் வேகமா ஓட்டும்படி டிரைவரிடம் சொன்னேன். ஆனால் அவரோ மெதுவாக ஓட்டிச் சென்றார். நான் மீண்டும் மீண்டும் டிரைவரை அவசரப்படுத்தினேன். என்னுடைய டென்ஷனைப் பார்த்த ஓவியர் ஜோகிக்கு சந்தேகம் வந்துவிட்டது. "அண்ணே... ஏதாவது சீரியஸா... தர்மருக்கு ஏதாவது..." நான் அவரை அதிகமாகப் பேசவிடாமல் டிரைவரிடம் வேகமாக ஓட்டச் சொன்னேன். அவர் ஏதேதோ காரணம் கூறி நடுநடுவே காரை நிறுத்தியதால் எனக்குக் கோபம் அதிகரித்தது. சட்டென டிரைவரின் சட்டையை கொத்தாகப் பிடித்தேன். டிரைவர் நடுங்கத் தொடங்கிவிட்டார்.

"என்னண்ணே... கார் பேசிவிட்டவரு மெதுவா போன்னு என்கிட்ட சொன்னாரு. நீங்க வேகமாகப் போகச் "சொல்லி சட்டையைப் பிடிக்கிறீங்க'' என்றார். சென்னையிலிருந்து புறப்படும்போது கார் டிரைவரிடம் 'பெரிசு' சுந்தர் இதைத்தான் ரகசியமாகச் சொல்லியிருக்கிறார் எனப் புரிந்தது. நமக்கு எந்த ஆபத்தும் ஏற்பட்டுவிடக் கூடாது என்ற நோக்கத்தில்தான் அவர் இப்படி சொல்லியிருக்கிறார். அதன்பிறகு டிரைவரும் நமது நிலைமையைப் புரிந்துகொண்டு ஓட்டினார். நடுவில் விழுப்புரத்திலிருந்து மதுரை கே.பி.எஸ். லாட்ஜுக்குப் போன் செய்தேன். தம்பி காமராஜ் அங்கு வந்து சேர்ந்திருந்தார். அவரிடம், "தம்பி... நீங்க எல்லோருக்கும் முதலுதவிக்கு ஏற்பாடு செய்துவிட்டு மெட்ராஸுக்கு புறப்படுங்க. ஆபீசில் வேறுயாருமில்லை" என்றேன். அதிகாலை 6 மணி. மதுரையை அடைந்தோம். கே.பி.எஸ். லாட்ஜின் மினிஹாலில் தம்பிகள் இருப்பதாகச் சொன்னார்கள். வேகமாக அந்த ஹாலுக்கு ஓடினேன்.

எமது லட்சியம் 5 லட்சம்!

மினி ஹாலில் தம்பிகள் பரிதாபமான நிலையில் படுத்திருந்தனர். ஒவ்வொருவருக்கும் ஒவ்வொரு விதமான பாதிப்பு ஏற்பட்டிருந்தது. அவர்களைப் பார்க்கப் பார்க்க என்னையுமறியாமல் கண்ணீர் வழியத்தொடங்கிவிட்டது. ஒவ்வொருவரையும் நெருங்கி, எங்கே அடிபட்டிருக்கிறது என்று பார்த்தேன். பிரான்சிஸை தொட முடியாதபடி அவருடைய உடம்பெங்கும் முட்கள் தைத்திருந்தன. ரணவேதனையுடன் துடித்துக்கொண்டிருந்தார். ராஜாமணிக்கும் உடலெங்கும் முள்ளாக இருந்தது. 'பாய்' கிருஷ்ணனுக்கு தோள்மூட்டு இறங்கியதால் உடலை அசைக்கக்கூட முடியாமல் அவதிப்பட்டு கொண்டிருந்தார். கையில் கட்டு, தலையில் கட்டு என மற்ற தம்பிகளும் மோசமாகப் பாதிக்கப்பட்டிருந்தனர். அந்த ஹாலே, ஒரு ஆஸ்பத்திரி போல் இருந்தது.

மீண்டும் ஒரு முறை எல்லோருக்கும் மருத்துவ பரிசோதனை செய்ய ஏற்பாடு செய்தேன். அட்வகேட் பெருமாள், ஆடிட்டர் மோரீஸ், அப்போதைய மதுரை ஏஜெண்ட் மோகன், நிருபர் சண்முகசுந்தரம், மதுரை சண்முகம், கீழ்ப்பாக்கம் சண்முகம் ஆகியோர் உதவியாக இருந்தனர். எனது தந்தையும் உடன் இருந்தார்.

எலும்பு முறிவு ஏற்பட்டிருந்தவர்கள் அதற்கான ஸ்பெஷலிஸ்ட்டிடம் அனுப்பப்பட்டனர். முள் தைத்து வலியால் துடித்துக் கொண்டிருந்தவர்களுக்கு அதற்குரிய சிகிச்சையளிக்க ஏற்பாடு செய்யப்பட்டது. இதற்கிடையே, விபத்து பற்றி தம்பிகளின் வீடுகளுக்கும் தகவல் தெரிந்துவிட்டதால் குடும்பத்தினர் பதைபதைப்பாக இருந்தனர். அதனால், லேசான காயம்பட்டவர்களை அவரவர் ஊர்களுக்கு அனுப்பி வைத்தோம். டிரைவர் கண்ணனை, மருதுவுடன் விருதுநகருக்கு அனுப்பி வைத்தேன். கலெக்‌ஷன் ராஜேந்திரன் அருப்புக்கோட்டைக்கு அனுப்பப் பட்டார்.

இந்தப் பணிகள் ஒருபுறம் நடந்து கொண்டிருக்க, ஓவியர் தர்மரின் சடலத்தைப் பெறுவதற்காக சாத்தூர் மருத்துவமனை டாக்டருக்குப் போன் செய்து பேசினேன். 'டாக்டர்... நக்கீரன் கோபால் பேசுறேன். நீங்க செய்த உதவியாலதான் தம்பிகளெல்லாம் உயிர் பிழைச்சாங்கன்னு தெரிஞ்சுகிட்டேன்; ரொம்ப நன்றி! தர்மரோட பாடியை எடுத்துகிட்டு கிளம்பணும். ஒன்றிய செயலாளர் ஆட்களெல்லாம் போயிட்டாங்களா?" -எதிர்முனையிலிருந்த டாக்டர், ஒரு மணி நேரம் கழித்து பேசச் சொன்னார். நேரம் கடந்து கொண்டிருந்தது.

மீண்டும் டயல் செய்தேன். டாக்டர்தான் பேசினார். ஒன்றிய செயலாளரோட பாடியை எடுத்துகிட்டு போகப்போறாங்க. இப்ப நீங்க புறப்பட்டு வந்தீங்கன்னா டயம் சரியா இருக்கும். நீங்க வரவேண்டாம். உங்க மீசையை வச்சு அடையாளம் கண்டுபிடிச்சிடுவாங்க. நேற்று இங்கேயிருந்த தம்பிகளும் வரவேண்டாம். வேறு யாரை அனுப்புறீங்க?"

"எங்க அட்வகேட்டையும் ரிப்போர்ட்டரையும் அனுப்பி வைக்கிறேன்."

"சீக்கிரம் வாங்க... உங்களுக்காகத்தான் நான் வெயிட் பண்ணிகிட்டிருக்கேன். உங்க சாத்தூர் ஏஜண்ட் இங்கேதான் இருக்கார்." -எங்களுடைய பரபரப்பும், துடிதுடிப்பும் ஓவியர் ஜோகிக்குப் பலத்த சந்தேகத்தை ஏற்படுத்தியதால், 'அண்ணே.... என்னாச்சுன்னு சொல்லுங்க' என்றார். அதற்கு மேலும் அவரிடம் மறைக்க இயலாது என்பதால் தர்மருக்கு நேர்ந்த கொடூரத்தைச் சொன்னோம். வேதனையில் துடித்துப் போய்விட்டார். அவரைத் தேற்றுவதற்கு நீண்ட நேரமானது ஜோகிதான் தர்மரை என்னிடம் வேலைக்கு கொண்டு வந்துவிட்டவர். இளமைத்துடிப்பும் அசாத்திய திறமையும் கொண்ட தர்மரை இழந்ததைத் தாங்க முடியாமல் நக்கீரன் குடும்பமே தவிக்க எங்களுடன் ஜோகியும் பரிதவித்தார். யாருக்கு யார் ஆறுதல் கூறுவதென்றே தெரியவில்லை.

தர்மரின் வீட்டுக்கும் இந்த தகவலை தெரிவித்தாக வேண்டும். யார் தெரிவிப்பது? எப்படித் தெரிவிப்பது? எல்லோருக்குமே தயக்கம். மனதைத் தேற்றிக்கொண்டு ஜோகிதான் போன் செய்யத் தயாரானார். அப்போது இந்தளவுக்கு எஸ்.டி.டி. பூத்கள் கிடையாது. அதனால் நான், ஜோகி, மோரீஸ் மூவரும் போஸ்ட் ஆபீசுக்குச் சென்று போன் செய்தோம். நீலகிரி மாவட்டம் கோத்தகிரி அருகேயுள்ள திம்பட்டிதான் தர்மரின் சொந்த ஊர். அங்குள்ள போஸ்ட் ஆபீசுக்குப் போன் செய்து வீட்டிலுள்ளவர்களை அழைத்து வரச்சொல்லி தகவல் தெரிவிப்பதற்குள் ஒருமணி நேரத்திற்கும் மேல் கடந்து விட்டது. நமது பதட்டம் நிமிடத்துக்கு நிமிடம் அதிகரித்துக் கொண்டேயிருந்தது.

தர்மரின் சகோதரர் போஜன்தான் லைனில் வந்தார். வழிகின்ற கண்ணீருடன் அவரிடம் தகவலைச் சொன்னார் ஜோகி. வீட்டில் உள்ளவர்களிடம் தர்மர் இறந்துவிட்டதைத் தெரிவிக்க வேண்டாம். ஆக்ஸிடெண்ட்டாகி சீரியஸாக இருப்பதாகவும் டாக்டர்கள் நம்பிக்கையிழந்துவிட்டதாக மட்டும் சொல்லவும். இரவுக்குள் தர்மரின் உடலை அங்கு கொண்டு வந்துவிடுகிறோம் என்று போஜனிடம் தெரிவித்தார் ஜோகி.

நான் அலுவலகத்திற்குப் போன் செய்து அடுத்த இதழ் தயாரிப்பு பற்றி தம்பி காமராஜிடம் சொல்லிவிட்டு 'பெரிசு' சுந்தருக்கு போன் செய்தேன். சென்னையைச் சேர்ந்த தம்பிகள் வீட்டிற்குப் போய், எல்லோரும் பத்திரமாக இருப்பதாகவும் சாயங்காலம் வந்துவிடுவார்கள் என்றும் தகவல் தெரிவிக்கச் சொன்னேன். நமது சாத்தூர் ஏஜெண்ட் கண்ணன் இரவு முழுவதும் மருத்துவமனையிலேயே இருந்து தர்மரின் உடலை மிகவும் கவனமாகப் பார்த்துக்கொண்டார். அவர் அங்கு காத்திருந்த வேளையில் மதுரையிலிருந்து நமது அட்வகேட், ஓவியர் ஜோகி, நிருபர் சண்முகசுந்தரம், தம்பி ஆனந்த், டிரைவர் ராமலிங்கம் ஆகியோர் ஆம்புலன்ஸ் எடுத்துக் கொண்டு சாத்தூர் சென்றனர். மதுரையில் சிகிச்சை எடுத்துக்கொண்ட தம்பிகள் ஒவ்வொருவராக சொந்த ஊருக்கு அனுப்பிவைக்கப்பட்டனர். பிரான்ஸிஸ் திருநெல்வேலி பயணமானார். மிகக்கொடூரமான விபத்திலிருந்தும், அ.தி.மு.க.வினரின் பிடியிலிருந்தும் தம்பிகளைக் காப்பாற்றி நக்கீரனுக்கே உரிய துணிச்சலுடன் செயல்பட்ட தம்பிகள் குரு, சுரேஷ், மோகன் மூவரையும் பாராட்டினோம்.

மதியம் 2 மணியளவில் தர்மரின் உடல் மதுரைக்கு வந்தது. தம்பிகள் அதைப் பார்த்து கதறித் துடித்தனர். பொங்கி வந்த கண்ணீரை என்னாலும் அடக்க முடியவில்லை. சுமார் 20 நிமிடம் தர்மரைப் பார்த்தபடியே மௌனமாக அழுதேன். மற்றவர்கள்

கொடுத்த ஆறுதலால் சற்று தெம்படைந்து, தர்மர் உடலை கோத்தகிரிக்குக் கொண்டு செல்வதற்கான ஏற்பாடுகளைத் தொடங்கினேன். மற்ற தம்பிகளைப் பத்திரமாக ஊருக்கு அனுப்பி வைக்கும் வேலையை குருவிடமும் சுரேஷிடமும் ஒப்படைத்துவிட்டு நான், ஜோகி, மோரீஸ், கீழ்ப்பாக்கம் சண்முகம் நால்வரும் தர்மரின் உடலை எடுத்துக்கொண்டு கோத்தகிரிக்கு பயணமானோம். திம்பட்டியை நெருங்கும்போது இரவு 9.30 மணி. தூரத்தில் தீ எரிவது போலத் தெரிந்தது. மலைப்பாதையில் ஆம்புலன்ஸ் வளைந்து வளைந்து செல்லும்போது தர்மரின் உடல் அசைந்தது. 'தர்மா... உன்னோட ஊர் வந்திடுச்சு... எழுந்திரு' என்று எங்கள் உள்ளம் உச்சரித்தாலும் உதடுகள் மௌனமாகி விழிகள் கலங்கின. திம்பட்டியை நெருங்க... நெருங்க தீ ஜுவாலை பிரகாசமாகத் தெரிந்தது. அந்த ஊரே எதையோ இழந்துவிட்டதுபோல் சோகமாக இருந்தது.

மலைப்பிரதேசமான நீலகிரி மாவட்டத்தில் இரவு 7 மணிக்கெல்லாம் ஊர் அடங்கிவிடுவது வழக்கம்.

ஆனால் திம்பட்டி அன்று அப்படியில்லை. ஒவ்வொரு வீட்டிலும் தங்கள் குடும்பத்தில் மரணம் நேர்ந்துவிட்டது போல் சோகம் படர்ந்திருந்தது. எல்லோரும் விழித்துக்கொண்டிருந்தனர். 320 வீடுகளும் சுமார் 1000 படுகர் இனத்தவரையும் கொண்ட திம்பட்டி கிராமம் முழுவதும் பஜனை கோயில் மைதானத்தில் திரண்டு, ஊர் பெரியவர் தொள்ளி அச்சபென்னி முன்னிலையில் தீ வளர்த்துக் கொண்டிருந்தது.

தங்கள் ஊரைச் சேர்ந்த ஒருவர் வேறு ஊரில் இறந்துவிட்டால், அவரது சடலத்தைக்கொண்டு வரும்போது இப்படி தீ வளர்ப்பது படுகர் இனத்தவரின் வழக்கம் என்பதைத் தெரிந்துகொண்டேன். ஒரு உடலுக்காக கிராமமே காத்திருப்பதை நினைத்த போது வேதனையால் இதயமே வெடித்து விடும் போல இருந்தது. அவர்கள் உயிருடன் அனுப்பி வைத்த தர்மரை சடலமாக எடுத்துச் செல்ல வேண்டிய துர்பாக்கிய நிலைமை ஏற்பட்டதை நினைக்க நினைக்க கண்ணீர் பெருக்கெடுத்தது.

தர்மர் வீட்டிற்கு சடலத்தைக் கொண்டு சென்றபோது குடும்பத்தினரும், கிராமத்தினரும் கதறியழுத சோகம் இன்றுவரை கண்ணில் நிற்கிறது. அடக்க முடியாத அவர்களின் வேதனை, கதறலாக வெடித்தபோது மலைகளில் பட்டுத் தெறித்து எதிரொலித்தது. நீண்ட நேரம்வரை எல்லோரும் அழுது கொண்டேயிருந்தனர்.

தர்மரின் சகோதரர் போஜனுக்கு ஆறுதல் கூறினோம். வீட்டுத் திண்ணையில் உட்கார்ந்து வேதனைகளை விழுங்கிக் கொண்டிருந்தோம். அந்த நிலையிலும் ஊர் பெரியவர் எங்களை அணுகி, "குளிர் உங்களுக்குப் பழக்கமிருக்காது" என்று கூறி கம்பளிகளைத் தந்தார். படுகர் இனத்தவரின் ஒற்றுமையும், துயரத்தில் பங்குகொள்ளும் பாங்கும், வந்தவர்களுக்கு உதவிடும் மனோபாவமும் நம்மை வியக்க வைத்தது.

பஜனை கோவில் மைதானத்தில் அமைக்கப்பட்ட கூடாரத்தில், கிராம மக்கள் அஞ்சலிக்காக தர்மரின் உடல் வைக்கப்பட்டது. காலையில் எல்லோரும் அஞ்சலி செலுத்தினர். சடங்குகள் நிறைவேற்றப்பட்டன. காலை 10 மணியளவில் தர்மரின் உடல் அடக்கம் செய்யப்பட்டது.

அந்த வாரம் வெளியான நக்கீரன் இதழின் பின் அட்டையில், சுற்றுலாவின் போது எடுக்கப்பட்ட தர்மரின் வண்ணப்படத்தை வெளியிட்டு கண்ணீர் அஞ்சலியைச் செலுத்தியிருந்தோம். அதிலும் ஒரு வேதனை என்னவென்றால், தனக்காக வைக்கப்பட்ட "கண்ணீர் அஞ்சலி" என்ற வார்த்தைகளை எழுதியதே ஓவியர் தர்மர்தான். அய்யா கணேசன் மறைவுக்காக எழுதப்பட்ட அந்த வார்த்தைகள்...

இறுதியில் தர்மருக்காக வைக்கப்படவேண்டிய அவலமான நிலை ஏற்பட்டது.

தர்மர் எழுதிய மற்றொரு வாசகமான, ‘எமது லட்சியம் 5 லட்சம்’ என்ற தாரக மந்திரம் இணையாசிரியர் தம்பி காமராஜ் கேட்டுகொண்டதற்கிணங்க அவர் டேபிள் மீது வைக்கப்பட்டது. தர்மர் அன்று எழுதித் தந்த அந்த லட்சிய வார்த்தைகள் இன்று நிறைவேறிவிட்டன என்பது எங்களுக்குக் கண்ணீர் கலந்த பெருமை. அந்த தூரிகை நாயகனின் விரல்கள் ஒரு சகாப்தத்தை முன்மொழிந்துவிட்டுச் சென்றிருக்கிறது.

சுற்றுலாவில் ஏற்பட்ட சோகம் மெல்ல மறைந்து அரசியல் பரபரப்புகள் தொற்றிக் கொள்ளத் தொடங்கின.

டெல்லி அரசியலில் ஈடுபட்டிருந்த சுப்பிரமணியசாமி தமிழக அரசியல் பக்கம் கவனத்தைத் திருப்பி, பரபரப்பை உண்டு பண்ணத் தொடங்கினார். டான்சி நில ஊழலைக் கையிலெடுத்துக் கொண்டு, தனது செல்வாக்கால் ஜெயலலிதா ஆட்சியை 93-ம் ஆண்டு ஜனவரி 31-ந் தேதிக்குள் கலைத்து விடுவேன் என்று 92-ம் வருடம் நவம்பரிலேயே அறிவித்தார்.

ஜெயலலிதாவுக்கு எதிராக நாம் வாரந்தோறும் தர்மயுத்தம் நடத்திக் கொண்டிருந்த நேரத்தில், சுப்பிரமணியசாமியோ அலுங்காமல் குலுங்காமல் அறிக்கைகள் மூலமே அரசியல் நடத்திக் கொண்டிருந்தார். அப்போது ஜெயலலிதாவுக்கு எதிராக இருந்த திருநாவுக்கரசு, பி.ஹெச்.பாண்டியன், இப்போதும் ஜெயலலிதாவை விமர்சிக்கும் முன்னாள் அமைச்சர் ராஜாராம் உட்பட ஆறு பேரை இணைத்து ‘நல்லாட்சி இயக்கம்’ என்ற பெயரில் சு.சாமி செயல்படத் தொடங்கினார். மற்ற தலைவர்களை விட தன் வலிமையை அதிகமாகக் காட்டிக் கொள்வதற்காக அடிக்கடி அறிக்கை விட்டுவிட்டு டெல்லிக்குப் பறந்துவிடுவது சு.சாமியின் வழக்கம்.

நல்லாட்சி இயக்கத்தை செயல்படவிடாமல் தடுப்பதற்காக அ.தி.மு.க. அரசு பல இடங்களிலும் அதிகாரத்தை பயன்படுத்தியது. கூட்டம் நடத்தவிடாமல் தடுத்தது.

இதனைக் கண்டித்து 19-12-92 அன்று சேப்பாக்கத்தில் நல்லாட்சி இயக்கத் தலைவர்கள் உண்ணாவிரதம் இருக்கப் போவதாக அறிவித்தனர். அன்றைய தினம், ஆளுங்கட்சியினர் நிச்சயமாக அராஜகம் செய்வார்கள் என்ற எதிர்பார்ப்புடன் களத்திற்கு சென்று செய்தி சேகரிக்க நாம் தயாரானோம்.

மீண்டும் நக்கீரன் பறிமுதல்!

நல்லாட்சி இயக்கத்தினர் உண்ணாவிரதம் இருப்பதை அறிந்ததுமே ஜெயலலிதாவின் பேயாட்டம் தொடங்கிவிட்டது. உண்ணாவிரத தினத்தன்று காலை 8 மணிக்கே எல்லா அமைச்சர்களையும் போயஸ் கார்டனுக்கு அழைத்து ஆலோசனை நடத்தினார். அதன்பிறகு, ஜெ.யின் உதவியாளர்கள் போலீஸ் உயரதிகாரிகளைத் தொடர்பு கொண்டனர்.

''சுப்பிரமணியசாமிக்கு எதிராக எங்கள் ஆட்கள் உண்ணும்விரதம் நடத்துவார்கள். அதில் அநேக பெண்கள் கலந்துகொள்ளார்கள். அவர்களை சாமி ஆபாசமாகக் கேலி செய்தார் என்று பொய் வழக்கு பதிவு செய்து அவரையும் அவரது ஆட்களையும் கைது செய்யவேண்டும்" என்று கட்டளையிட்டனர். உண்ணாவிரதத்திற்கு வரும் நல்லாட்சி இயக்கத் தலைவர்களை எப்படி ஒழித்துக்கட்டுவது என்று சேப்பாக்கம் கிரிக்கெட் ஸ்டேடியத்தில் அ.தி.மு.க.வினர் திட்டம் தீட்டிக்கொண்டிருந்தனர். உண்ணாவிரதப் பந்தலுக்கு எதிரே உண்ணும் விரதப் பந்தல் போடப்பட்டது. இந்த சமயத்தில், நல்லாட்சி இயக்கம் சார்பாக உண்ணாவிரதம் இருக்க கோடம்பாக்கம் குமார், செங்கம் ஜபார் ஆகியோர் சுமார் இருபது

பேரோடு அங்கு வந்தனர். எதிரே போடப்பட்டிருந்த பந்தலில் இருந்த அ.தி.மு.க. மகளிரணியினர் தங்களின் ஆபாசக் கூத்தை அரங்கேற்றத் தொடங்கினர். முதலில் ஒரு கல், கோடம்பாக்கம் குமாரைக் குறிவைத்து பறந்து வந்தது. சற்று நேரத்தில் ஒரு சாராய பாட்டில் வந்து விழுந்து உடைந்து, அந்த பிராந்தியத்தில் பிராந்தி வாசனையைப் பரப்பியது.

தொடர்ந்து வெடித்த வன்முறையால் அந்தப் பகுதி முழுவதும் யுத்தகளமானது. அ.தி.மு.க. எம்.எல்.ஏ.க்கள், வாரியத்தலைவர்கள் எல்லோரும் சேர்ந்து நல்லாட்சி இயக்கத்தினரை விரட்டியடிக்க, அவர்கள் மூச்சிரைக்க ஓடினர். இவையனைத்தையும் வேடிக்கை பார்த்துக்கொண்டிருந்த காவல்துறை, எல்லாம் முடிந்த பின்பு லத்தியைச் சுழற்றியபடி பாய்ந்து பாய்ந்து பொதுமக்களையும் பத்திரிகையாளர்களையும் தாக்கியது.

அந்த பரபரப்பான கூட்டத்திலும் நமது போட்டோ கிராபர்கள் கதிரைதுரையும், சுந்தரும் துணிச்சலுடன் நின்று 'கிளிக்' செய்தனர். போலீஸாரின் தாக்குதலைப் பொருட்படுத்தாமல் நிருபர் உதயன் செய்திகளைச் சேகரித்தார். ஆனால், உண்ணாவிரதத்திற்கு காரணகர்த்தாவான சு.சாமியோ அந்தப் பக்கம் எட்டிக்கூட பார்க்காமல் டெல்லிக்குப் பறந்துவிட்டார். நமது நிருபர்களும் புகைப்படக்காரர்களும் தைரியமாகக் களத்தில் நின்று செய்தி சேகரித்ததால் ஜெயலலிதா அரசியல் கொலைவெறி அதிகமானது.

அதேவேளையில், என் குடும்பத்தினரைப் பழிவாங்கும் முயற்சிகளும் தொடங்கப்பட்டன. அருப்புக்கோட்டை ஹைவேஸ் அலுவலகத்தில் பியூனாக பணியாற்றிய என் அப்பாவை நோக்கி முதல் குறி வைக்கப்பட்டது. திடீரென்று ஒரு கார் அவசரமாக வந்து அலுவலக வாசலில் நின்றது. அதிலிருந்து இறங்கிய நான்கு பேர், அலுவலகத்துக்குள் நுழைந்து என் அப்பாவைக் கூப்பிட்டனர். அவர்கள் யார் என்று தெரியாததால் சற்றுத் தயக்கத்துடன் என் அப்பா அவர்களை அணுகினார். அவர்கள் மிகவும் கேஷுவலாக, "நாங்க உங்க பையனுக்கு ரொம்ப வேண்டியவங்க. உங்க பையன் இப்ப மதுரையிலே இருக்காரு. உங்களை அழைச்சுகிட்டு வரச்சொன்னாரு" என்றனர்.

என் அப்பாவிற்கு லேசான சந்தேகம், "அவன் எப்பவும் பச்சை வண்டியைத்தானே அனுப்புவான். நீங்க இந்த காரை எடுத்துக்கிட்டு வந்திருக்கீங்களே" என்று கேட்டதும், அவர்கள் எடுத்து வந்த காரின் டிரைவர் சட்டென சமாளித்தார். "நீங்க 3677 நம்பர் வண்டியைத் தானே கேட்குறீங்க. அந்த வண்டி வெளியில போயிருக்கு. நீங்க வாங்க" என்று கூறிவிட்டு, நான் வழக்கமாகத் தங்கும் லாட்ஜின் பெயரைக் குறிப்பிட்டு, அங்கு நான் காத்திருப்பதாகவும் சொல்லி

யிருக்கிறார். டிரைவர் சொன்ன தகவல்களால் அப்பாவின் சந்தேகம் கொஞ்சம் விலகியது.

அலுவலகத்துக்குள் சென்று ஏ.இ.யிடம் மதுரை சென்று வருவதாகச் சொல்லிவிட்டு அப்பா புறப்பட்டார். காரில் ஏறி, பின் சீட்டில் அவர் உட்கார்ந்துகொள்ள இருபுறமும் இரண்டுபேர் உட்கார்ந்து கொண்டனர். டிரைவருக்குப் பக்கத்தில் இன்னொருவர் உட்கார்ந்தார். அருப்புக்கோட்டையிலிருந்து பாளையம்பட்டி தாண்டும்வரை கேஷுவலாகவே பேசிக்கொண்டு வந்த அவர்கள்,

கல்குறிச்சியைக் கடந்தபிறகு வித்தியாசமாக செயல்படத் தொடங்கினர்.

"ஏய் பெரிசு" என்று மதுரைத் தமிழில் ஆரம்பித்து, "உன் பையன் எங்கிருக்கிறான்?" என்று திமிராகக் கேட்டனர்.

"நீங்கதானே என் பையன் கூப்பிட்டதா சொல்லி அழைச்சுகிட்டு வந்தீங்க. இப்ப என்னைக் கேட்டால் என்ன அர்த்தம்" -அப்பா பொறுமையாக பதில் சொன்னதும், காரில் வந்தவர்களில் ஒருவன் எகிற ஆரம்பித்துவிட்டான். "உன் பையன் என்ன பெரிய மயிரா... மெட்ராஸிலிருந்தா எங்களால் பிடிக்க முடியாதா?"

அவன் அப்படி சொன்னதும் அப்பாவுக்கு பொறிதட்டியது. ஏதோ ஒரு விபரீதத்துடன்தான் இவர்கள் வந்திருக்கிறார்கள்

என்பதை புரிந்துகொண்டு சட்டென சுதாரித்தார். முகத்தை உம்மென்று வைத்துக்கொண்டு, "அவனைப் பத்தி என்கிட்டே கேட்டால் எனக்கென்ன தெரியும். அவன் ஏதோ பத்திரிகைன்னு சொல்லிகிட்டிருக்கான். அவன் வேலையும் பிடிக்கலை. ஒண்ணும் பிடிக்கலை. அதனால எங்க ரெண்டு பேருக்கும் சண்டை ஏற்பட்டு பேசிக்கிறதேயில்லை. அவன் கூப்புடுறதா நீங்க சொன்னதும் அவன் மனசு மாறித்தான் கூப்பிடுறானோன்னு நினைச்சு வந்தேன்" என்றார்.

"பெரிசு... உன்னை கட்டி வச்சு உரிச்சோம்னா எல்லா உண்மையையும் நாங்க தெரிஞ்சுக்க முடியும்" என்றான் ஒருவன்.

"இந்த ஆளை வைத்து கோபாலை பிடிச்சிடலாம்" என்றான் இன்னொருவன். அப்பா மிகவும் சாமர்த்தியமாக, "என்னை உரிச்சுப்போட்டாலும் உங்களுக்கு எதுவும் தேறாது. எனக்கும் என் பையனுக்கும் எந்தத் தொடர்பும் கிடையாது" என்று அழுத்தமாக கூறினார். காரில் அழைத்து வந்தவர்களின் முகத்தில் லிட்டர் கணக்கில் அசடு வழிந்தது. காரியாபட்டி வந்ததும் அப்பா எங்கே சத்தம் போட்டுவிடப் போகிறாரோ என்ற பயத்தில் காரை நிறுத்தி, "பெரிசு, இறங்கித் தொலை" என்று அவரை இறக்கிவிட்டு, கதவை சாத்துவதற்கு முன், "சிவகங்கைக்குப் போய் அண்ணன்கிட்டே சொல்லணும்டா" என்று அவர்களுக்குள் பேசிக்கொண்டனர். அப்போதுதான், அவர்கள் மந்திரி கண்ணப்பனின் ஆட்கள் என்பதை அப்பா தெரிந்து கொண்டார்.

குடும்பத்தின் மீது வைக்கப்பட்ட குறியும் முறியடிக்கப்பட்டது. ஆனாலும் ஜெயலலிதா அரசின் கொடூர புத்தி மாறவில்லை. தன்னை எதிர்ப்பவர்களைப் பழிவாங்கியே தீருவதென்பது ஜெயலலிதாவின் பிறவிக்குணம். எதிரியை முதலில் பணத்தால் சரிகட்டப் பார்ப்பார், முடியவில்லையென்றால் ஆள்பலத்தைப் பயன்படுத்துவார். பயனில்லையென்றால் அதிகாரபலத்தைக் கொண்டு அராஜகம் செய்வார். அதிலும் தோல்வி ஏற்பட்டால் கடைசியாக அவர் நம்புவது யாகங்களைத்தான். எதிரியை ஒழிப்பதற்காக எவ்வளவு செலவு செய்தும் யாகம் நடத்த அவர் தயங்க மாட்டார். 40 மாடுகளை வைத்து யாகம் செய்த விஷயம் பரபரப்பாக பேசப்பட்டது. அதைவிட நாடே பார்க்கும்படி மகாமகக்குளத்தில் புரோகிதர் புடைசூழ, மந்திரங்கள் முழங்க, அவரும் சசிகலாவும் நீராடி மகிழ்ந்ததை யார்தான் மறக்க முடியும்? அதனால் ஜெயலலிதாவின் யாகபூஜையை மையமாக வைத்து அந்த வார நக்கீரன் இதழின் முன் அட்டை தயாரிக்கப்பட்டது.

அதே இதழின் பின்னட்டையில் நல்லாட்சி இயக்கத்தினர் மீது நடத்தப்பட்ட வெறித்தனமான தாக்குதலை வெளிச்சத்துக்குக் கொண்டு வரும் படங்கள் வெளியிடப்பட்டன. ஒரு படத்தில்

அப்போதைய மயிலை தொகுதி எம்.எல்.ஏ. ரங்கராஜன் தலைமையில் அ.தி.மு.க.வினர், நாற்காலிகளை அடித்து நொறுக்குவதும், இன்னொரு படத்தில் வாரியத் தலைவர் ஜெபாலன் வரிந்துகட்டிக்கொண்டு நல்லாட்சி இயக்கத்தினரை விரட்டு வதையும், மூன்றாவது படத்தில் போலீஸ்காரர்கள் வேடிக்கை பார்த்துக்கொண்டிருப்பதையும் அப்பட்டமாக வெளிக்கொண்டு வந்தோம். வழக்கம்போல இரவில், தம்பி காமராஜ், தலைமையிலான எடிட்டோரியல் டீம் பக்கங்களைத் தயார் செய்ய, தம்பி குரு அதை லே-அவுட் செய்து கௌரியிடம் கொடுத்து தயாரிப்புப் பணிகளை கவனித்தார். 'பெரிசு' சுந்தர் மேற்பார்வையில் படிவங்கள் தயாராயின. காலையில் முதல் படிவத்தை நான் பார்வையிட்டு, அந்த வாரத்துக்கான இதழ்களை அலுவலகத்துக்கு எடுத்து வந்து தம்பிகளிடம் கொடுத்தேன். வெளியூர்களுக்கு இதழ்களை அனுப்பும் பணியை தம்பி சுரேஷ் துரிதமாகக் கவனித்துக் கொண்டார். எழும்பூர் ரயில் நிலையத்திலிருந்து வெளியூருக்கு செல்லும் பார்சல்களை அவர் தலைமையில் 'பெரிசு' சுந்தர் மேற்பார்வையிட்டார். சென்ட்ரல் ரயில் நிலையத்திலிருந்து செல்லும் பார்சல்களை பாபு தலைமையில் ஆரியின் தோழர்கள் கவனித்துக் கொண்டனர்.

நான் ஒரு வழக்கு விஷயமாக திருச்சிக்கு செல்ல வேண்டியிருந்தது. அப்போது என் மனைவி அவருடைய அப்பா வீட்டில் இருந்தார். அவரைப் பார்த்துவிட்டு திருச்சிக்கு செல்லும் திட்டத்துடன் ராக்போர்ட் எக்ஸ்பிரசில் விருத்தாசலத்திற்கு பயணமானேன். நள்ளிரவு 2.15 மணிக்கு விருத்தாசலத்தில் வண்டி நின்றது. அங்கிருந்து ஒன்றரை கிலோமீட்டர் செல்ல வேண்டும். இருட்டு படர்ந்திருந்தது. சூட்கேசுடன் புறப்பட்டேன். வீட்டுக்கு சென்று சூட்கேஸை வைத்துவிட்டு முகம் கழுவத் தொடங்கினேன். நான் வந்ததை அறிந்ததும் என் மைத்துனர் மூர்த்தி பதட்டத்துடன் என்னிடம் வந்தார்.

"மெட்ராஸிலிருந்து போன் வந்தது. போலீஸ்காரங்க பைண்டிங்குக்கு வந்து புத்தகத்தையெல்லாம் பறிமுதல் பண்ணிட்டாங்களாம்" -அவர் சொல்லச் சொல்ல அந்த இரவிலும் எனக்கு வியர்த்தது. மீண்டும் யுத்தகளத்தில் கால் வைக்கும் நேரம் வந்துவிட்டதை உணர்ந்தேன்.

தமிழகம் முழுவதும் பறிமுதல்!

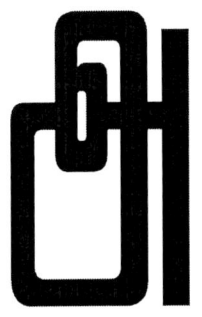அவசர அவசரமாக சட்டையையும் பேண்ட்டையும் போட்டுக்கொண்டு கையில் சூட்கேஸை எடுத்தேன். வந்த வேகத்தில் புறப்படுவதைப் பார்த்ததும் வீட்டிலுள்ளவர்களுக்கு பதட்டம் ஏற்பட்டது. அவர்களின் பதட்டத்தைத் தணிக்க வேண்டும் என்பதற்காக, "பாண்டிச்சேரி போறேன். அங்கேயிருந்து போன் பண்றேன்" என்று சொல்லி விட்டு வேகமாகப் புறப்பட்டேன். கும்மிருட்டு.. அந்த நள்ளிரவில் தன்னந்தனி ஆளாக சூட்கேசுடன் நடந்தேன். 'ஆபீஸ் என்னாச்சு, தம்பிகளுக்கு என்னாச்சு' என்று மனசு பதறியது.

ஒன்றரை கிலோமீட்டர் கடந்து மெயின் ரோட்டை அடைந்த போது ஒரு எஸ்.டி.டி. பூத் கண்ணில் பட்டது. அதை நோக்கி வேகமாக நடந்தேன். மீண்டும் ஒரு திடுக். காரணம் அந்த எஸ்.டி.டி. பூத்துக்கு அருகில்தான் விருத்தாசலம் தொகுதியின் அப்போதைய அ.தி.மு.க. எம்.எல்.ஏ. அரங்கநாதனின் கடை இருந்தது. அதிலிருந்தவர்கள் யாரும் என்னைப் பார்த்துவிடாதபடி மிகவும் ஜாக்கிரதையாக எஸ்.டி.டி. பூத்துக்குள் நுழைந்தேன். அட்வ கேட்டுடன் தொடர்புகொண்டேன்.

“சார், என்னாச்சு?”

“அண்ணாச்சி... நம்ம பத்திரிகையை சீஸ் பண்ணுறாங்க. நீங்க இப்ப இங்கே வர வேணாம். ரொம்ப ஜாக்கிரதையா இருங்க?”

“தம்பிங்களெல்லாம் எப்படி இருக்காங்க. காமராஜிக்கு எந்த பிரச்சனையுமில்லையே.”

“இல்லீங்க அண்ணாச்சி... காமராஜ் ஸ்பாட்டில்தான் இருந்தார். ஆனா, அவரை யாருக்கும் அடையாளம் தெரியலை இப்பதான் ஒரு பூத்திலிருந்து எனக்கு போன் பண்ணினார். உங்க போன் வரும்னு எதிர்பார்த்து இருந்துவிட்டு இப்பதான் காமராஜ், சுந்தர், குரு, சுரேஷ் நாலு பேரும் புறப்பட்டுப் போயிருக்காங்க. மறுபடியும் வரச் சொல்றேன்.”

“காமராஜையும் சுந்தரையும் வரச்சொல்லுங்க. நான் பேசிக்கிறேன்.”

“வரச்சொல்றேன். அண்ணாச்சி... போலீஸ்காரங்க உங்களைப் பற்றி கேட்டிருக்காங்க. அதனால, நீங்க ஜாக்கிரதையா இருங்க. நாளைக்கு எந்த ஊரிலே இருந்தாலும் காண்டாக்ட் பண்ணுங்க.”

“திருச்சியிலே இருப்பேன். இல்லேன்னா பாண்டிச்சேரியில் இருப்பேன்.”

“அண்ணாச்சி இன்னொரு முக்கியமான நியூஸ். பெரிய ஊர் ஏஜெண்டெல்லாம் போன் பண்ணியிருக்காங்க. எல்லா ஊரிலும் அ.தி.மு.க.காரங்களுடன் போலீஸ்காரங்க வந்து ஏஜெண்டுகளை மிரட்டுறாங்களாம்.”

அட்வகேட் சொல்லச் சொல்ல ஏதோ ஒரு பெரிய விபரீதம் நடக்கப் போகிறது என்பதை உணர்ந்தேன்.

“சார், தம்பிகளையெல்லாம் ரொம்ப கவனமா இருக்கச் சொல்லுங்க. காமராஜ் உட்பட யாரும் ஸீனுக்கு வரவேண்டாம். பி.ஹெச்.பாண்டியனைப் பார்த்து எனக்கும் காமராஜிக்கும் முன் ஜாமீன் எடுக்க ஏற்பாடு பண்ணுங்க. கவனம் சார், விட்டுடாதீங்க.”

“காலையிலே பி.ஹெச்.பி.யைப் பார்த்து முன்ஜாமீனுக்கு ஏற்பாடு பண்றேன். அண்ணாச்சி, நீங்களும் ஜாக்கிரதையா இருங்க.”

அட்வகேட்டுடன் பேசி முடித்ததும் மனதுக்குள் ஆயிரமாயிரம் எண்ண ஓட்டங்கள். இந்த சவாலை எப்படி எதிர்கொள்வது? போலீசின் பிடியில் நானோ தம்பிகளோ சிக்காமல் எப்படி பாதுகாத்துக்கொள்வது? என யோசிக்கத் தொடங்கினேன். எனது உத்தரவை எதிர்பார்த்து தம்பிகள் நால்வரும் காத்திருந்த வேளையில் நம்மால் தொடர்புகொள்ள முடியாமல் போய் விட்டதே என்ற வருத்தம் அதிகரித்துக் கொண்டேயிருந்தது. வீட்டுக்கு போன் செய்து குருவுடன் பேச நினைத்தபோதும், காமராஜ் வீட்டிற்கு டயல் செய்த போதும் போன் அடித்துக்

கொண்டிருந்ததே தவிர யாரும் எடுக்கவில்லை. தம்பிகள் வேறு எங்கோ பாதுகாப்பான இடத்தில் இருக்கிறார்கள் என்பது மட்டும் புரிந்தது. ஒரு டெய்லர் கடைக்கு போன் செய்து 'பெரிசு' சுந்தரை அங்கு அழைத்து வருமாறு சொன்னேன். ஆனால் சுந்தரும் பாதுகாப்பான இடத்திற்குச் சென்று விட்டார். அதன்பிறகு, அருப்புக்கோட்டைக்குப் போன் செய்து என் அப்பாவையும் அம்மாவையும் பாதுகாப்பு கருதி ராமநாதபுரத்தில் உள்ள மூத்த சகோதரி வீட்டிற்குப் போகுமாறு கூறினேன். வயதான காலத்தில் என்னால் அவர்களுக்கு இதுபோன்ற கஷ்டங்கள் ஏற்படுவதை

நினைக்கையில் கஷ்டமாக இருந்தாலும் தவிர்க்க முடியவில்லை. எஸ்.டி.டி. பூத்துக்குப் பக்கத்திலேயே இருந்த ஒரு டிராவல்ஸ் அலுவலகத்திற்கு சென்றேன். அங்கே தூங்கிக் கொண்டிருந்தவரை எழுப்பி, "மெட்ராஸ் போகணும்" என்றேன். தூக்கம் கலைந்தும் கலையாமலும் இருந்த அவர், என்னை மேலும் கீழும் பார்த்தார். மீசை, கையில் சூட்கேஸ் இவற்றுடன் அந்த இரவில் நான் சென்னைக்குப் போகவேண்டும் என்று கூறியதுதான் அவருடைய அந்தப் பார்வைக்கு காரணம். சிறிது நேர யோசனைக்குப் பின் அவர் என்னை அடையாளம் கண்டுகொண்டார். "வழக்கமாக காரில் வருபவர், இப்போது நடந்து வந்து நம்மிடம் கார் கேட்கிறாரே" என்று யோசித்தார் போலும். லேசான தயக்கத்திற்குப் பிறகு 'அந்த காரை எடுத்துக்கலாம்' என்று கை காட்டினார்.

கார் புறப்படும்போதுதான் அதை கவனித்தேன், கண்ணாடிகள் பிளெய்னாக இருந்தன. "கருப்பு கிளாஸ் வைத்த கார் இல்லையா?" என்றேன். அந்த டிராவல்ஸில் இருந்த 3 கார்களில் இந்த கார்தான் நல்ல கண்டிஷனில் இருப்பதாக டிரைவர் சொல்ல, 'என்ன ஆனாலும் பார்த்துக்கொள்ளலாம்' என்ற உறுதியுடன் பயணத்திற்குத் தயாரானேன். எம்.எல்.ஏ. கடையிலிருந்து யாராவது நம்மைக் கவனிக்கிறார்களா என மீண்டும் ஒரு முறை ஜாக்கிரதையாக நோட்டம் விட்டேன். அப்படி யாரும் கவனிப்பதாகத் தெரியவில்லை. "நேரா மெட்ராஸுக்கு விடுப்பா" என்றேன்.

கார் பறந்தது தொடர்ச்சியான பயணமும், பரபரப்பும் அசதியை ஏற்படுத்தியிருந்ததால் லேசாக கண்ணயர்ந்தேன். சிறிது நேரம்தான் கடந்திருக்கும். திடீரென ஏற்பட்ட சத்தத்தால் தூக்கம் கலைந்தது, "வாழ்க" கோஷங்கள் காதைத் துளைத்தன. லாரிகளும், வேன்களும் ஹெட்லைட் வெளிச்சத் தைப் பரப்பியபடி சீறிக்கொண்டிருந்தன. நான் பயணம் செய்த காருக்கு முன்னும் பின்னும் ஏராளமான வாகனங்கள்.

"என்னப்பா இவ்வளவு வண்டி?" -டிரைவரிடம் கேட்டேன்.

"ஆளுங்கட்சி ஆளுங்க சார். மெட்ராஸுக்குப் போறாங்க."

டிரைவர் சொன்னதும்தான் சட்டென பொறி தட்டியது. அன்றைய தேதி 24.12.92. எம்.ஜி.ஆர். நினைவு தினம். சென்னை மெரினா கடற்கரையில் எம்.ஜி.ஆருக்காக கலைஞர் கட்டியிருந்த நினைவிடத்தில் குடை போன்ற அமைப்பு இருந்தது. இது எம்.ஜி.ஆரைப் பெருமைப்படுத்தும் அளவில் இல்லை என்று சொல்லி, அதை மாற்றியமைப்பதாக அறிவித்தார் ஜெயலலிதா. புதிய வடிவத்தில் நினைவிடம் அமைக்கப்பட்டது. அதன் திறப்பு

விழாவுக்காக தமிழகம் முழுவதுமிருந்தும் கட்சிக்காரர்களை அழைத்து வரும்படி மந்திரிகளுக்கு உத்தரவு போட்டிருந்தார் ஜெயலலிதா. அதனால்தான் அன்று அவ்வளவு வாகனங்கள் வந்துகொண்டிருந்தன. நான் பயணம் செய்யும் காரின் கண்ணாடிகள் பிளெய்னாக இருப்பதால் அ.தி.மு.க.காரர்கள் யாரும் அடையாளம் கண்டுவிடக்கூடாதே என ஜாக்கிரதை உணர்வுடன் செயல்பட்டேன். தலைப்பாகை கட்டிக் கொண்டேன். பொழுது விடியத் தொடங்கியிருந்ததால் ஆங்காங்கே அவர்கள் வாகனங் களை நிறுத்தி முகம், கை, கால்களை கழுவிக்கொண்டிருந்தனர். நானோ வண்டியை விட்டு இறங்கினால் அடையாளம் தெரிந்துவிடும் என்பதால் காலைக்கடன்களுக்காகக் கூட வண்டியை நிறுத்தவில்லை.

விருத்தாசலத்திலிருந்து சென்னை வரும் வழியில் நான்கு இடங்களில் ரயில்வே கேட் உள்ளது. அங்கெல்லாம் அ.தி. மு.க.வினரின் வாகனங்கள் நின்றபோது நான் மிகவும் எச்சரிக்கை யுடன் என்னை அவர்களிடமிருந்து மறைத்துக்கொண்டேன்.

இந்த கடுமையான பயணத்தை முடித்து சென்னை வந்து சேர்ந்த போதுதான் 'அப்பாடா' என்றிருந்தது. நண்பன் மருதுவின் மைத்துனர் சோனைமுத்துவின் அண்ணாநகர் வீட்டிலிருந்து போன் செய்தேன். முதல் வேலையாக அட்வகேட்டிடம் பேசினேன். பாண்டிச்சேரியிலிருந்து பேசுவதாக தெரிவித்து முன்ஜாமீன் பற்றிக் கேட்டேன். அப்போதுதான் இன்னொரு தர்மசங்கடமான தகவலைக் கேட்க நேர்ந்தது.

முன்ஜாமீன் பற்றி விவாதிப்பதற்காக அண்ணாநகரில் உள்ள பி.ஹெச்.பாண்டியன் வீட்டிற்கு நமது அட்வகேட் சென்றபோது, பாண்டியன் மறுத்துவிட்டார். காரணம், சுப்பிரமணியசாமியின் நல்லாட்சி இயக்கத்தில் பி.ஹெச்.பி.யும் ஒருவர். எம்.ஜி.ஆர். நினைவகத் திறப்பு விழாவுக்கு வந்திருந்த அ.தி.மு.க.வினர் நல்லாட்சி இயக்கத் தலைவர்களின் வீடுகளையெல்லாம் தாக்கத் தொடங் கினர்.

முதன் முதலில் பெரியவர் க.ராஜாராம் வீட்டில் ஒரு கும்பல் பாட்டில்களை வீசியது. பாண்டியன் வீட்டிற்கும் சென்று கல்லெறிந்தனர். அதனால் பி.ஹெச்.பி. நமது அட்வகேட்டிடம், "இவனுங்க கல்லெறிந்தே என்னைக் கொன்னுடுவானங்க போலி ருக்கு. இந்த நேரத்திலே நான் எப்படி கோர்ட்டுக்கு வரமுடியும்? அதனால் நீங்களே போய் சமாளிச்சுக்குங்க" என்று சொல்லி விட்டார். இந்த தகவலை என்னிடம் தெரிவித்துவிட்டு ஹைகோர்ட்டிற்குப் புறப்பட்டார் நமது அட்வகேட் பெருமாள். அட்வகேட் மூலமாகத் தம்பிகளுக்குத் தகவல் கொடுத்து

எல்லோரையும் டெய்லர் கடைக்கு வரச்சொன்னேன். மின்னல் வேகத்தில் எல்லோரும் விரைந்து வந்தனர். நான் போன் மூலம் அவர்கள் ஒவ்வொருவரிடமும் பேசினேன். பாண்டிச்சேரியிலிருந்து பேசுவதாகத்தான் அவர்களிடமும் தெரிவித்தேன். பதட்டமும் பரபரப்புமாக இருந்த தம்பிகள், எனது குரலைக் கேட்டதும் தெம்படைந்தனர். "அண்ணே... எல்லா ஊரிலிருந்தும் போன் வந்துகிட்டிருக்கு. போலீஸ்காரங்களும் அ.தி.மு.க.காரங்களும் சேர்ந்து வந்து புத்தகக் கட்டை எடுத்துட்டுப் போயிருக்காங்க."

-தமிழகம் முழுவதும் நக்கீரன் பறிமுதல் செய்யப்படுவதால் அடுத்த கட்ட நடவடிக்கை பற்றி யோசிக்கத் தொடங்கினேன். அதற்கு முன் தம்பி காமராஜிடமும் 'பெரிசு' சுந்தரிடமும் பேசினேன். "எதற்காக சீஸ் பண்ணுறாங்க. பத்திரிகை வெளியாவதற்கு முன்னாடி அதில் உள்ள செய்தி, போலீசுக்கு எப்படி தெரிஞ்சது?"

"அண்ணே... நம்ம புக் பைண்டிங் ஆகிற இடத்தில் நேற்று ஒரு ஐந்தாம்படை நுழைஞ்சிருக்கான். அவன் புத்தகத்தை எடுத்து படிச்சிட்டிருந்தான்னு இப்பதான் சொல்றாங்க. அவனாலதான் இவ்வளவும்" என்று சொல்லிவிட்டு அந்த ஐந்தாம் படையின் பெயரைக் கூறினார்கள்.

அதைக் கேட்டதும் எனது கோபம் உச்சத்திற்குச் சென்றது. ஃபோனில் பேசுவதையும் மறந்து பயங்கரமான குரலில் கேட்டேன்.

"அவனா?"

தலைமறைவு வாழ்க்கை!

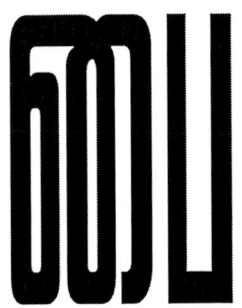

பைண்டிங்கில் நுழைந்த அந்த ஐந்தாம் படையின் பெயரை உச்சரிக்கவே எனக்கு கூச்சமாக இருக்கிறது. சாதிப்பெயரை வைத்து வியாபாரம் செய்யும் அந்த ஆசாமிக்கு தீவிரவாதிகளுடன் ஏராளமான தொடர்பு உண்டு. மக்கள் பணத்தை ஜெயலலிதாவும், சசிகலாவும் கொள்ளையடித்து கணக்கிலடங் காத மாளிகைகளை வாங்கிக்குவித்தபோது, "ஒரு தமிழச்சிதானே சொத்து வாங்குகிறார்" என்று சசிகலாவுக்கு வக்காலத்து வாங்கி சந்தோஷப்பட்டவன்தான் அந்த ஐந்தாம்படை. நடராஜனுக்கு ஏவலாளாக இருப்பவன். ஒரு தொகையை வாங்கிக் கொண்டு எந்த காரியத்தை வேண்டு மானாலும் செய்யக்கூடிய அவன், போலீசுக்குத் தகவல் கொடுப்பதை தனது முக்கிய தொழிலாக வைத்திருந்தான். வாரப்பத்திரிகை என்ற பெயரில் வெறும் 500 பிரதிகள் மட்டும் அச்சடித்து வியாபாரம் செய்தவன். பலமுகங்கள் கொண்ட அவனை நாம் மதிப்பதேயில்லை. நல்ல குடும்பத்தில் கலகம் மூட்டுவதை வழக்கமாகக் கொண்டிருந்த அவன்தான் நக்கீரன் குடும்பத்தில் குழப்பத்தை உண்டாக்கி ஒரு பிரிவினரை நடராஜனிடம் அழைத்துச் சென்றவன்.

அந்த ஐந்தாம்படைதான் நமது இதழ்கள் பைண்டிங் ஆகும்

இடங்களில் ஒன்றிற்குச் சென்று திருட்டுத்தன மாகப் பத்திரிகையை எடுத்துக்கொண்டு போய் போலீஸ் உயர்அதிகாரி பஞ்சாபகேசனிடம் கொடுக்க, அவர் அதை ஜெயலலிதாவிடம் கொடுக்க அதன் விளைவாகத்தான் இந்த முறை ஒட்டுமொத்தமாக எல்லா ஊர்களிலும் நமது இதழ்கள் முடக் கப்பட்டன. ஐந்தாம்படை செய்த வேலையை தெரிந்து கொண்ட பிறகு, ''வேறென்ன நடந்துச்சு'' என்று 'பெரிசு' சுந்தரிடம் கேட்டேன். அவர் விலாவாரியாக சொன்னார்.

"அண்ணே... நம்ம பைண்டிங்கிற்கு ஜாம்பஜார் ஸ்டேஷன் ஏ.ஸி. பச்சத்தண்ணி மாணிக்கம், இன்ஸ்பெக்டர் சுப்ரமணியம், தலைமையிலே ஒரு வேன் நிறைய ஆளுங்க வந்தாங்க, சிடியில போடறதுக்காக இருந்த ஒட்டுமொத்த புக்கையும் சீஸ் பண்ணிட்டு என்ன, ஏதுன்னு கூட கேட்காமல் நம் வண்டியிலேயே ஏற்றி ஸ்டேஷனுக்கு கொண்டு போயிட்டாங்க. நம்ம புக் பைண்டிங் ஆன எல்லா எடத்துலேயும் இதேமாதிரிதான் சீஸ் பண்ணியிருக்காங்க."

"நம்ம தம்பிங்க யாரும் பிடிபட்டுட்டாங்களா?"

''இல்லண்ணே... போலீஸ் நடவடிக்கையைத் தெரிஞ்சுக் கிட்டதுமே நான் உங்க காரை எடுத்துக்கிட்டு நேரா குருசாமியை பார்க்கப் போயிட்டேன். அவருக்கு தகவல் கொடுத்துவிட்டு அதுக்கப்புறம் காமராஜை அவரோட ரூமிலே போய் பார்த்து அவரை என் கூட அழைச்சுக்கிட்டு வந்துட்டேன்."

"காமராஜுக்கு எந்த பிராப்ளமும் இல்லையே?"

''இல்லை... நாங்க பைண்டிங்குக்குப் போனோம். அந்த ஏரியாவில ஒரு வீட்டு வாசலிலே லைட்டெல்லாம் போட்டு ஏதோ விசேஷம் நடந்துக்கிட்டிருந்தது. நாங்க நேரா அங்கே போய் காரை நிறுத்திட்டோம். சுரேஷ், கௌரி, பாபு எல்லோரும் பைண்டிங்குக்குப் பக்கத்திலே எச்சரிக்கையா நின்னுகிட்டிருந் தாங்க. பைண்டிங் வாசலிலே போலீஸ் படையைக் குவிச்சிருந் தாங்க நான், காமராஜ், குருசாமி, மோகன் நாலுபேரும் போலீஸ் கண்ணில் படாமல் டீக்கடை பக்கம் போயிட்டு வந்தோம். அப்போ மணி நைட்டு 12-30 இருக்கும் நம்ம ஆட்கள் யாராவது இருக்காங் களான்னு பார்க்கிறதுக்காக பைண்டிங் பக்கம் போனோம்."

“காமராஜை போலீஸ்காரங்க அடையாளம் கண்டுபிடிச்சிருப் பாங்களே! அவரை ஏன் கூட்டிக்கிட்டுப் போனீங்க?”

“யாருக்கும் அவரை அடையாளம் தெரியலை. என்னைத்தான் ஏ.ஸி. கூப்பிட்டு யார், என்னன்னு விசாரிச்சாரு. அந்த வீட்டு வாசலி ல் காரை நிறுத்திட்டு நீங்க பாட்டுக்கு எங்கேயோ போயிட்டு வர்றீங்க. யார் நீங்கன்னு கேட்டாரு. எனக்கும் அவருக்கும்

வாக்குவாதமாயிடுச்சு. கடைசியா, நாங்க நக்கீரன்தான்னு சவுண்டாகவே சொல்லிட்டேன். உடனே அந்த ஏ.ஸி. என்னைப் பார்த்து பத்திரிகைக்காரனா இருந்துட்டு எதுக்காக திருடன் மாதிரி மறைஞ்சு மறைஞ்சு ஓடுறீங்கன்னு கேட்டாரு. நானும், பதிலுக்கு, நீங்களும் எங்களை பத்திரிகைக்காரன் மாதிரியா நடத்துறீங்க. திருடன் மாதிரிதானே விரட்டி விரட்டிப் பிடிக்கிறீங்கன்னு சூடா கேட்டுட்டேன்" என்றார்.

'பெரிசு' சுந்தர் தைரியமாக வாக்குவாதம் செய்யக்கூடியவர். தமிழ்நாடு முழுவதும் பத்திரிகையை எரித்து, வெடிகுண்டு சோதனை என்ற பெயரில் அலுவலகத்துக்குள் அத்துமீறி நுழைந்து தம்பிகளை அச்சுறுத்த முயற்சித்து, என்னைப் பிடிப்பதற்காக 150-க்கும் மேற்பட்ட போலீசாரை வீட்டைச்சுற்றிக் குவித்து, அய்யா கணேசனை கைது செய்து கொண்டு போய் சித்திரவதை செய்தது... இப்படி அடுக்கடுக்கான அடக்குமுறைகளை போலீஸிடம் சுட்டிக்காட்டி பேசினார் சுந்தர். அதைக்கேட்ட ஏ.ஸி.யும் இன்ஸ்பெக்டரும் நம் பக்கம் உள்ள நியாயத்தை உணர்ந்து சாந்தமாகிவிட்டனர்.

சுந்தருக்கும், போலீசுக்கும் நடந்த வாக்குவாதங்களை மற்ற தம்பிகள் அனைவரும் சற்று தூரத்தில் நின்றபடி கேட்டுக்கொண்டிருந்தனர். தம்பி காமராஜை எக்காரணம் கொண்டும் ஸ்பாட்டுக்கு வந்து தன்னை அடையாளம் காட்டிக்கொள்ளக்கூடாது என்று நான் ஏற்கனவே கூறியிருந்தேன். என் விருப்பத்தை உணர்ந்த அவர், நான் சொன்னதை மனதில் வைத்துக்கொண்டு போலீசாரிடம் தன்னை அடையாளம் காட்டிக்கொள்ளாமலேயே இருந்தார்.

போலீசார் அமைதியானதும் சுந்தர், "எங்க பைண்டிங்கில் என்னதான் நடக்குதுன்னு பார்க்கிறதுக்காகத்தான் நாங்க இங்கே வந்தோம். எங்க ஓனர் ஊரில் இல்லாத நேரத்தில், நீங்க பாட்டுக்கு உள்ளே புகுந்து ஏதேதோ பண்ணிக்கிட்டிருந்தா நாளைக்கு யார் பதில் சொல்றது" எனக்கேட்டார்.

"ஓனர் எங்கே?" என்று போலீசார் திருப்பிக் கேட்டனர்.

"எங்களுக்குத் தெரியாது. அவர் முக்கியமான வேலையா வெளியூர் போயிருக்கார். இந்த அரசாங்கம்தான் ஒருநாளைக்கு மூணு கேஸ் போட்டு பழிவாங்கிக்கிட்டிருக்கே! -அதையெல்லாம் சந்திக்க வேணாமா? எங்கேயிருந்தாலும் நாளைக்குப் போன் பண்ணுவார். போலீஸ்காரங்க என்ன செஞ்சாங்கன்னு கேட்பார். அவருக்கு நாங்க என்ன பதில் சொல்றது?" என்று கேட்டதும், போலீசார் சிறிதுநேரம் யோசித்துவிட்டு "சீஸ் பண்ணிட்டோம்னு சொல்லுங்க" என்று பதிலளித்தனர்.

இந்த தகவல்கள் அனைத்தையும் போன் மூலம் என்னிடம் தெரிவித்த பெரிசு சுந்தர், “அண்ணே... போலீஸ்காரங்க அப்படி சொன்னதும் நாங்க உடனே லாயர்கிட்டே விபரத்தைச் சொன்னோம். உங்க போன் வரும்னு ரொம்பநேரம் வெயிட் பண்ணிப்பார்த்தோம். உங்க போன் கிடைக்கலை. அதுக்கப்புறம் தான் நாங்க எல்லோரும் பாதுகாப்பான இடத்துக்குப் போனோம். நீங்க விருத்தாசலம்போய் இறங்குறதுக்குள்ளே போலீஸ் உங்களை பிடிச்சிருமோங்கிற பயம்தான் எங்களுக்கு அதிகமா இருந்தது. நல்லவேளையா அப்படியெதுவும் நடக்கலை” என்றார்.

ஒரு ஊரைக்கூட விட்டு வைக்காமல், எல்லா இடங்களிலும் நமது இதழ்கள் சீஸ் செய்யப்பட்டன. இரண்டரை லட்சத்திற்கும் அதிகமான பிரதிகள் பறிமுதல் செய்யப்பட்டன. தமிழகத்தில் உள்ள ஒட்டுமொத்த போலீசாரும் இதே வேலையில்தான் ஈடுபடுத்தப் பட்டிருந்தனர். நமது அலுவலகத்தையோ, பைண்டிங்கையோ திறக்க முடியாதபடி போலீசார் குவிக்கப்பட்டிருந்தனர். இந்த சவாலை எதிர்கொண்டு இதழ்களை எப்படியும் கடைகளுக்கு அனுப்பிவிட வேண்டும் என தீர்மானித்தேன். சுந்தரிடம் சொல்லி, 75,000 பிரதிகள் அச்சிட உத்தரவிட்டேன். அங்கிருந்து எல்லா ஊர்களுக்கும் பஸ் மூலம் பார்சல் அனுப்பப்பட்டது. இந்தப் பணியை நமது கலெக்ஷன் பிரதிநிதிகள் கவனித்துக்கொண்டனர்.

சுரேஷுக்குத் தகவல் கொடுத்து, நமது அலுவலகத்துக்குப் பக்கத்தில் உள்ள காஜா பீடி கம்பெனியில் இருக்கச் சொன்னேன். போலீசுக்குச் சந்தேகம் வராதபடி பீடி கம்பெனியில் சுரேஷ் தங்கியிருந்தார். காவல்துறையினர் சற்று ரிலாக்ஸாக வெளியே சென்ற நேரத்தில், நமது அலுவலகத்துக்கு சென்ற சுரேஷ் அங்கிருந்து ஏஜெண்டுகளின் போன் நம்பர்களை எடுத்துக்கொண்டு டெய்லர் கடைக்கு வந்துவிட்டார். நான் டெய்லர் கடைக்குப் போன் செய்து அந்த நம்பர்களை வாங்கி எல்லா ஏஜெண்டுகளுக்கும் போன் செய்தேன். எல்லா இடங்களிலும் நமது இதழ்கள் பறிமுதல் செய்யப்பட்டிருந்தன.

ராஜபாளையம், சங்கரன்கோயில், சிவகங்கை, கரூர், ராமநாதபுரம், பரமக்குடி, வடஆற்காடு திருப்பத்தூர் போன்ற ஊர்களின் ஏஜெண்டுகளைப் பிடித்து ஸ்டேஷனில் உட்காரவைத்துவிட்டது காவல்துறை, சில ஏஜண்டுகள் தங்கள் மனைவி, மகன் பெயர்களில் ஏஜென்ஸி நடத்துவது வழக்கம் அப்படிப்பட்டவர்களுக்கு இன்னும் கடுமையான சோதனை ஏற்பட்டது. சிவகங்கை ஏஜெண்டு தனது மனைவி பெயரில் ஏஜென்ஸி நடத்தியதால் அந்த பெண்மணியும் விசாரணைக் குள்ளானார். திருப்பத்தூர் ஏஜெண்ட்டின் மூத்த மகன் மாணவராக

இருந்தார். அவரைப் போலீசார் விட்டுவைக்கவில்லை. நக்கீரன் இதழ்களை ஆளுங்கட்சியினர் எரித்தபோது போலீசின் தொந்தரவுக்காளான ராஜபாளையம் ஏஜெண்டு பெரியவர் பிச்சையா செட்டியார் இந்தமுறையும் உள்ளே வைக்கப்பட்டார். பெரிய ஊர்களைச் சேர்ந்த 50-க்கும் மேற்பட்ட ஏஜெண்டுகள் ஸ்டேஷனில் உட்கார வைக்கப்பட்டனர்.

ஜாம்பஜார் போலீஸ் ஸ்டேஷனில் எப்.ஐ.ஆர். போடப்பட்டிருந்ததால் என்னையும், தம்பி காமராஜையும் போலீசார் தேடத்தொடங்கினர். நாங்கள் ஆளுக்கொரு இடத்தில் பாதுகாப்பாக இருந்தோம். முன்ஜாமீன் பெறுவதற்கான முயற்சிகளில் அட்வகேட் மும்முரமாக ஈடுபட்டிருந்தார். கிறிஸ்துமஸ் பண்டிகையையொட்டி ஹைகோர்ட்டிற்கு விடுமுறை விடப்பட்டிருந்தது.

டிசம்பர் 25-ந் தேதி வெள்ளிக்கிழமை என்பதால் அன்று எங்களைக் கைது செய்து உள்ளே வைத்துவிடவேண்டும் என்பதில் போலீசார் தீவிரமாக இருந்தனர். எனது இருப்பிடத்தை வெளிக்காட்டிக்கொள்ளாமல் பாதுகாப்பாக இருந்தேன்.

டிசம்பர் 28-ந் தேதியன்று விடுமுறை கால கோர்ட் (Vacation Court) இயங்கியது. அன்று பி.ஹெச்.பாண்டியனும் நமது வழக்கறிஞர் பெருமாளும் எங்களுக்கான முன்ஜாமீன் மனுவை தாக்கல் செய்தனர். மறுநாள், மனுவை விசாரித்த நீதிபதி பிரதாப்சிங், எனக்கும் காமராஜுக்கும் முன்ஜாமீன் வழங்கினார். அதன்பிறகு, எழும்பூர் கோர்ட்டில் சூரிட்டி பாண்ட் கொடுத்து ஜாமீனில் வெளியே வரவேண்டும். ஆனால்... கோர்ட்டுக்கு புத்தாண்டு மற்றும் சனி, ஞாயிறு விடுமுறை. அதனால் முன்ஜாமீன் கிடைத்தும் நாம் வெளியே வரமுடியாமல் தலைமறைவாக வேண்டியிருந்தது. அலுவலகம் மூடப்பட்டது. தம்பிகள் தலைமறைவாயினர்.

போலீசார் வலைவீசித் தேடத் தொடங்கினர். என்னை எப்படியும் பிடித்தே தீருவதென கங்கணம் கட்டிக்கொண்டு அலைந்தது காவல்துறை. மிகுந்த எச்சரிக்கை உணர்வுடன் நான் மறைவிடத்தில் இருந்தேன்.

அண்டர்கிரவுண்டிலிருந்து வந்த நக்கீரன்!

அண்ணாநகரிலேயே மிகவும் ‘டொக்’கான ஒரு இடத்தில்தான் நான் தங்கியிருந்தேன். முன்ஜாமீன் கிடைத்துவிட்டதால் என்னுடைய இருப்பிடத்தைத் தம்பிகளுக்கு மட்டும் தெரிவித்தேன். அடுத்த இதழ் தயாரிப்பதற்கான நாளும் நெருங்கிவிட்டது. அதனால் மிக ரகசியமாக அந்த இடத்தில் இருந்தபடி இதழ் தயாரிப்புக்கான ஆலோசனைகளை தம்பிகளுக்கு தெரிவித்துக் கொண்டிருந்தேன். அடுத்த இதழ் தயாரிப்பதற்கான நாளும் நெருங்கிவிட்டது. அதனால், மிக ரகசியமாக அந்த இடத்தில் இருந்தபடி இதழ் தயாரிப்புக்கான ஆலோசனைகளை தம்பிகளுக்குத் தெரிவித்துக்கொண்டிருந்தேன்.

அ.தி.மு.க. ஆட்சியின் அடக்குமுறைகளைத் துணிவுடன் எதிர்த்து நின்று நாம் நடத்தும் தர்மயுத்தத்தை அறிந்த திரைப்பட இயக்குநர் டி.ராஜேந்தர், தனது உஷா பத்திரிகையில் எனது பேட்டியை வெளியிடவேண்டும் என்பதால் பரபரப்பாக என்னைத் தேடிக்கொண்டிருந்தார். தம்பிகளுடன் தொடர்புகொண்டு அவர் பேசியபோது, “சார்... அது ரொம்ப ரிஸ்க்” என்று தெரிவித்துள்ளனர். அவரோ எப்படியும் பேட்டியை வெளியிட்டுவிடவேண்டும் என்பதில் ஆர்வமாக இருந்தார். கலைத்துறையிலும், அரசியல்

துறையிலும் ஈடுபாடு கொண்ட ஒருவர், அன்றைய சூழ்நிலையில் தனது பத்திரிகையில் ஜெயலலிதாவை விமர்சித்து எழுதுகிறார் என்பது ஆச்சரியமானது தான். டி.ராஜேந்தர் அந்த துணிச்சலான காரியத்தைச் செய்து வந்தார். அதனால்தான் பேட்டி எடுப்பதில் ஆர்வத்தைக் காட்டினார்.

போட்டோகிராபர் கதிரை துரை என்னைத் தொடர்பு கொண்டு தகவலைத் தெரிவித்தார். நான் கதிரை துரையிடம், "டி.ஆரோட முயற்சியை, பாராட்டுகிறேன். ஆனால் அவர் என்னை சந்திக்க வருவதால் நான் இருக்கும் இடத்தை போலீஸார் தெரிந்துகொண்டு அரெஸ்ட் செய்து விட்டால் நக்கீரனுக்கும் அவமானம்; நமது அட்வகேட்டுக்கும் அவமானம். 4-ந் தேதிவரை கோர்ட் இல்லை. வெளியே வரவும் முடியாது. ரொம்ப தர்மசங்கடமாகிவிடும்" என்றேன்.

டி.ராஜேந்தரோ விடாப்பிடியாக இருந்துள்ளார். அதனால் கதிரை துரை மீண்டும் என்னைத் தொடர்பு கொண்டு, "அண்ணே டி.ஆர்.ரொம்ப ஜாக்கிரதையாக வருகிறாராம். இடத்தை மட்டும் சொன்னால் போதுமாம்" என்றார். நான் மிகவும் யோசித்துவிட்டு நமது அட்வகேட்டைத் தொடர்பு கொண்டேன். அவரோ, "அண்ணாச்சி வேண்டாம். ஏதாவது ஆயிடுச்சுன்னா எல்லோரும் என்னைத் திட்டுவாங்க" என்றார். ஆனால் டி.ஆரின் பிடிவாதம் இறுதியில் நம்மை சம்மதிக்க வைத்தது கருநீல மாருதியில் தான், வருவதாகக் கூறியிருந்தார்.

நான் தங்கியிருக்கும் அண்ணாநகர் மருதுவின் மைத்துனர் இல்லத்திற்கு 'பெரிசு'சுந்தரை வரவழைத்து, "டி.ராஜேந்தர் 'உஷா' பத்திரிகைக்கு பேட்டி சம்பந்தமாக நாளை காலை என்னை சந்திக்க வருகிறார். நீங்க நம்ம கதிரையைச் சந்தித்து அவருடன் சென்று

டி.ஆரை இங்கு அழைத்து வந்துவிடுங்கள்; ரொம்ப ஜாக்கிரதை! என்றேன்.

தம்பி டிரைவர் மோகனையும், ராஜாமணியையும் நான் தங்கியிருந்த தெருவின் முனையிலிருந்த டீக்கடையில் காவலுக்கு நிறுத்தியிருந்தேன். அவர்கள் பார்வையில் அந்த கருநீல மாருதி பட்டவுடன் எனக்கு தகவல் கொடுக்க மோகன் முதலில் விரைந்து வந்து, கூறினார்.

மாருதி போன வேகத்தில் திடீரென நின்று, திரும்ப வந்த வழியே பின்னோக்கி தெருமுனைவரை வந்துகொண்டிருப்பதை ராஜாமணி கவனித்து, கார் அருகே செல்ல முயன்றபோது, அந்த நீலநிற மாருதி சடாரென்று மறுபடியும் முன்னோக்கி பறந்திருக்கிறது. நான் தங்கியிருக்கும் வீட்டினருகே வந்தவுடன் முதலில் 'பெரிசு' சுந்தர் இறங்கி வர, காரை மறுபடியும் வாசலருகே நெருக்கமாக நிறுத்தி அதிலிருந்து 'கபால்' என ஒரு உருவம் உள்ளே நுழைந்தபோதுதான், வந்தது டி.ஆர்.என்பதை என்னாலேயே உணர முடிந்தது. யாரும் தம்மை அடையாளம் கண்டுவிடக்கூடாது என்பதால்தான் அவ்வளவு ஜாக்கிரதையாக அவர் வந்தார். கைலி, பனியனுடன் இருந்த நான், அவரிடம் கேட்ட முதல் கேள்வி, "ஏண்ணே... முதலில் உங்க கார் முன்னோக்கி பறந்து வந்தது; பின்பு ஏன் திடீரென பின்னோக்கி ரிவர்ஸில் கார் போனது?" என்றேன்.

ஆச்சரியத்துடன் பார்த்த டி.ஆர். "அதெப்படி உங்களுக்குத் தெரியும்?" என்றார்.

"நம்ம ஆட்கள் அங்கேதான் இருக்காங்க. அவங்கதான் பார்த்திருக்காங்க. அவ்வளவு தூரம் வந்துட்டு எதற்காக திரும்பிப் போனீங்க?"

"கார்ல உங்க இடத்துக்கு வரும்போது ஒரு பூனை குறுக்கே

போயிடுச்சுண்ணே; அந்த சகுனத்தால எனக்கெதுவும் ஆகலைன்னாலும், இந்த அரக்கியோட ஆட்சியை இவ்வளவு தூரம் எதிர்த்து போராடிக்கிட்டிருக்கிற உங்களுக்கு எந்த ஆபத்தும் வரக்கூடாதே. போலீஸ் பட்டாளம் தேடிக்கிட்டிருக்கிற நேரத்திலும் ரொம்ப பாதுகாப்பான இடத்திலே மறைஞ்சிருக்கீங்க. நான் வருவதால் அண்ணனுக்கு ஏதும் ஏடாகூடமாயிடக் கூடாதுங் கிறதாலதான் திரும்பி போயிட்டு வந்தேன்" என்றார். அதன் பிறகு என்னை பேட்டி கண்டார்.

நக்கீரனின் அடுத்த இதழுக்கான அட்டை தயாரிக்கும் பணியையும் நான் அந்த இடத்திலிருந்துதான் செய்தேன். அதைக் கவனித்த டி.ஆர். "இந்த இக்கட்டான நேரத்திலும் நீங்களே எல்லா வேலையையும் பார்க்கிறீங்களே" என்று ஆச்சரிய மடைந்தார். அந்த பரபரப்பான சந்திப்புக்குப் பிறகு நம்மிடமிருந்து விடைபெற்றுக் கொண்ட டி.ஆர்., தான் வந்து சென்றது யாருக்கும் தெரியக்கூடாது என்பதற்காக மீண்டும் 'கபால்' என காருக்குத் தாவி மின்னல் வேகத்தில் பறந்தார். தமிழ்த்திரையுலகில் பிரபலமான ஸ்தானத்தில் உள்ள ஒரு கலைஞர், அக்கம்பக்கத்தார் தன்னை அடையாளம் காணாதபடி வந்து சென்றதைக் கவனித்தபோது, அவருடைய ஜாக்கிரதை உணர்வு பளிச்சிட்டது. எங்களின் சந்திப்பு அந்த வார உஷா இதழில் பரபரப்பான பேட்டியாக வெளிவந்தது.

டி.ஆர். சென்ற பிறகு, அட்டைப்பட வேலைகளைத் தொடர்ந்தேன். நக்கீரன் குடும்பத்தை அழிக்க வேண்டும் என்று ஜெயலலிதா ரத்தவெறி பிடித்து அலைவதை, சித்தரிக்கும் விதத்தில் டிராகுலா போன்ற நீளமான பற்களும், அதிலிருந்து ரத்தம் வழிவதுபோலவும் அட்டைப்படத்தை வடிவமைத்தேன்.

அட்டைப்பட வேலைகளை நான் கவனித்துக்கொண்டிருந்த அதே நேரத்தில் தம்பி காமராஜ் தலைமையிலான எடிட்டோரியல் டீம் செய்திப் பக்கங்களைத் தயாரிப்பதில் மும்முரமாக இருந்தது. கீழ்ப்பாக்கத்தில் பேச்சலர் குவார்ட்டர்ஸில்தான் காமராஜ் அப்போது தங்கியிருந்தார். அந்த இடத்திலேயே பக்கங்கள் தயார் செய்யப்பட்டன. லே-அவுட் பணிகளை தம்பி குருசாமி கவனித்துக் கொண்டார். கண்ணில் விளக்கெண்ணெய் விட்டுக்கொண்டு போலீஸார் நம்மைத் துரத்திக்கொண்டிருந்த அந்த நேரத்திலும், நக்கீரன் குடும்பத்தின் சளைக்காத உழைப்பால் அந்த வாரத்துக்கான இதழ் குறித்த நேரத்தில் வெளியானது. கடைகளில் நக்கீரனைப் பார்த்த போலீஸாரும், ஐந்தாம் படையும் அதிர்ந்துபோயினர். "எப்படி இவர்களால் முடிந்தது?" என்று தங்களுக்குள்ளேயே ஒருவர் சிண்டை ஒருவர் பிய்த்துக்கொண்டனர். நமது விடாமுயற்சியைக் கண்டு தமிழகமே பாராட்டியது.

இதழ் தயாரிப்புப் பணியைத் தொடர்ந்து, வழக்கை எதிர் கொள்ள வேண்டிய வேலைகளையும் மும்முரமாகச் செய்து வந்தோம். புத்தாண்டையொட்டி மூன்று தினங்கள் விடுமுறை தினமானதால் அந்த நேரத்தில் வழக்குக்குத் தேவையான மற்ற விவரங்களை தயார்படுத்திக் கொண்டாம். நான் வெளியுலகைக் காண முடியாதபடி அமைந்த ஆங்கிலப் புத்தாண்டு தினம் என்பது அந்த வருடம்தான்.

4-1-93 திங்கட்கிழமையன்றுதான் எழும்பூர் கோர்ட் செயல்பட்டது. அந்த வளாகத்தில் உள்ள 14-வது மெட்ரோபாலிடன் மாஜிஸ்திரேட் நீதிமன்றத்தில்தான் நமது முன்ஜாமீன் வழக்கு விசாரிக்கப்பட்டது. திங்களன்று சூரிட்டி பாண்ட் கொடுத்து, நானும் தம்பி காமராஜும் முன் ஜாமீனுக்கான ஆர்டரைப் பெற்றோம். போலீஸ் துரத்தலிலிருந்து விடுபட்டு சற்று நிம்மதி பெருமூச்சுவிடத் தொடங்கியவுடன் அலுவலகத்தைத் திறந்தோம்.

வெளியூர் ஏஜெண்ட்டுகளின் நிலை என்ன வென்று தெரிந்து கொள்வதற்காக எல்லோருக்கும் போன் செய்து பேசினேன். மறுபடியும் ஸ்டேஷனுக்குச் சென்றதாகவும், போலீஸாரின் தொந்தரவு தொடர்ந்து கொண்டிருப்பதாகவும் எல்லோர் மீதும் கேஸ் போட்டிருப்பதாகவும் ஏஜெண்ட்டுகள் தெரிவித்தனர். எந்த ஏஜெண்ட்டைத் தொடர்புகொண்டாலும் அவர்கள் பயத்துடனும், பதட்டத்துடனும் பேசினர்.

“அண்ணே... நீங்க இங்கே கோர்ட்டுக்கு வர மாதிரி இருக்கும்” என்று சொல்லாத ஏஜெண்ட்டுகளே இல்லை.

ஜெயலலிதா அரசு மீண்டும் ஒரு சதி வலையைப் பின்னிக் கொண்டிருக்கிறது என்பதை உணர்ந்தேன். தம்பி சுரேஷை கூப்பிட்டு மீண்டும் எல்லா ஏஜெண்ட்டுகளையும் தொடர்புகொண்டு கேஸைப்பற்றி விசாரிக்கச் சொன்னேன். நமது ஏரியா ரிப்போர்ட்டர்களையும் தொடர்பு கொண்டு பேசினேன். ஒவ்வொரு ஏஜெண்ட்டையும் சுரேஷ் தொடர்பு கொண்டு பேசிய அதே வேளையில் இன்னொரு லைனில் அட்வகேட் பெருமாள் பதட்டத்துடன் பேசினார்.

“அண்ணாச்சி... தமிழ்நாடு பூராவும் கேஸ் போட்டிருக்காங்க. எல்லா ஏஜெண்ட்டுகள் மேலேயும், உங்க மேலேயும் ஏராளமாக கேஸ் போட்டிருக்காங்க. இணையாசிரியர் காமராஜ் மேலேயும் கேஸ் போட்டிருக்காங்க” என்ற அட்வகேட் லேசாகத் தயங்கினார்.

“என்ன விஷயம்?” என்றேன்.

“அண்ணாச்சி... இந்திய வரலாற்றிலேயே இப்படி நடக்கலை... ஒரேநாளில் ஒரு பத்திரிகை மேலேயும் அதன் ஆசிரியர் மேலேயும் யாரும் இவ்வளவு கேஸ் போட்டதில்லை.”

“எவ்வளவு கேஸ்?”

ஒரே நாளில் நூற்றுக்கணக்கான வழக்குகள்!

"அண்ணாச்சி... நூத்திபத்துக்கும் மேலே கேஸ் போட்டிருக்காங்க'' என்று அதிர்ச்சியும் ஆச்சரியமும் கலந்த குரலில் சொன்னார் அட்வகேட் பெருமாள்.

"நூத்திபத்தா?" -நான் அதிர்ந்தேன்.

"அண்ணாச்சி... இன்னும் கூட அதிகமா இருக்கலாம். நான் சரியா கணக்கு பண்ணிச் சொல்றேன்."

"சார்... ஜாம்பஜார் ஸ்டேசனில் போட்ட கேஸுக்குத்தான் நமக்கு முன் ஜாமீன் கிடைத்திருக்கு. மற்ற கேஸ்களுக்கு என்ன செய்றது?"

நான் கேட்டதும் நமது அட்வகேட் தீவிரமாக யோசித்தார். பெரியளவில் திட்டம் போட்டு நம்மை உள்ளே வைக்க ஜெயலலிதா அரசு முடிவு செய்துவிட்டது என்பது புரிந்தது. அதை எப்படியும் முறியடித்திட வேண்டும். வெளியூர் ஏஜெண்டுகளையெல்லாம் நான் சந்திக்க வேண்டியிருப்பதால் அந்த புரோகிராமிற்கு முன்பாக இந்த கேஸ்களை சமாளிப்பது எப்படி என முடிவு செய்தாக வேண்டும்.

எனது பரபரப்பான நிலைமையை புரிந்துகொண்ட அட்வகேட் பெருமாள். "அண்ணாச்சி, ஒரு சீனியர் அட்வகேட்டை நம்ம கேஸ் சம்பந்தமா பார்த்துப் பேசியிருக்கேன்" என்றார்.

"அவர் பேரு?"

"ரங்கா... ஸ்டிராங் ஃபைட்டர்."

"அவரை எப்போ சந்திக்கலாம்?"

"இன்னைக்கு நைட்டே டிஸ்கஸ் பண்ணிடலாம் அண்ணாச்சி."

அட்வகேட் சொன்னபடி சீனியர் வழக்கறிஞர் ரங்காவைச் சந்திக்க ஆயத்தமானேன். ஒவ்வொரு ஊரிலும் போடப்பட்டிருந்த வழக்குகளில், க்ரைம் நம்பர் நமது ஏஜெண்ட் மற்றும் ரிப்போர்ட்டர்கள் மூலம் தம்பி சுரேஷ் பெற்று வைத்திருந்தார்.

அதையும் எடுத்துக் கொண்டு வழக்கறிஞரைச் சந்திக்க புறப்பட்டேன்.

நீண்ட நேரம் ஆலோசனை நடந்தது. ஒரு தவறுக்கு ஒரு இடத்தில்தான் வழக்குப்போட முடியும் என்று சட்டத்தை சுட்டிக்காட்டிய வழக்கறிஞர் ரங்கா, "உங்க பிரச்சனைக்குத் தமிழ்நாடு முழுக்க கேஸ் போட சட்டத்தில் சாத்தியமில்லை" என்றார்.

"இப்ப என்ன பண்ணலாம்."

"அடுத்த கட்டமா ஆகவேண்டியதைப் பார்ப்போம். அரசாங்கத்தோட நடவடிக்கைக்கு எதிரா இரண்டு ரிட் போடலாம். முதல் விஷயம் என்னன்னா, ஒரே பிரச்சனைக்கு நூற்றுக்கும் அதிகமான கேஸ் போடக்கூடாது என்பதுதான். அதைத் தடை (Prohibit) செய்ய ஒரு ரிட் போடலாம். இரண்டாவது ரிட் ரொம்ப முக்கியமான ஒரு பத்திரிகையைப் பறிமுதல் செய்ய வேண்டுமென்றாலோ ஒரு பதிப்பகத்தைத் தடை செய்ய வேண்டுமென்றாலோ அதற்கென தனியாக அரசாணை (G.O) போட்டுத்தான் தடை செய்ய வேண்டும். நக்கீரனைப் பொறுத்த வரைக்கும் தமிழ்நாடு முழுக்க 2 லட்சத்து 49 ஆயிரம் காப்பிகளை பறிமுதல் செய்திருக்காங்க. இதற்கு எந்த ஒரு ஜி.ஓவும் போடப்படவில்லை. போலீசார் எதேச்சதிகாரமாக செய்திருக்கிறார்கள். நக்கீரனை பறிமுதல் செய்தது சட்டத்திற்குப் புறம்பானதுன்னு ரிட் போடலாம். அதே மனுவின், பறிமுதல் செய்யப்பட்ட 2 லட்சத்து 49 ஆயிரம் பிரதிகளுக்கு நஷ்டஈடாக ஏழரை லட்ச ரூபாய் கேட்க வேண்டும். ஜாம்பஜார் போலீஸ் ஸ்டேசனில் என்மீதும் தம்பி காமராஜ் மீதும் போடப்பட்டிருக்கும் எஃப்.ஐ.ஆரை குவாஷ் (Quash) பண்ணச் செய்ய வேண்டும். இந்த இரண்டு ரிட் மனுக்களையும் உடனடியா தாக்கல் செய்வோம்" என்றார் வழக்கறிஞர் ரங்கா.

ரிட் மனுக்களைத் தாக்கல் செய்வதற்காக மறுநாள் ஹைகோர்ட்டிற்குச் சென்றபோது மீண்டும் ஒரு போராட்டத்தை எதிர்கொள்ள வேண்டியிருந்தது. எந்த ஒரு மனுவும் கோர்ட் ரிஜிஸ்ட்ரியால் நம்பர் செய்யப்பட்ட பிறகுதான் விசாரணைக்கு அனுப்பப்படும்.

ஆனால் நமது ரிட் மனுக்களுக்கு நம்பர் போடத் தயங்கினார் ரிஜிஸ்டரார் அலுவலர். ‘‘உங்களோட ரிட் மனுக்கள் இரண்டும் முதல்வருக்கு எதிராகவும் போலீசாருக்கு எதிராகவும் இருக்கு. மெயின்டெய்னெபிலிட்டி (Maintainability) கிடையாது. அதனால் நாங்க உடனே நம்பர் பண்ண முடியாது. மேலே கேட்டுட்டுத்தான் எதுவும் செய்ய முடியும்” என்றார்கள்.

இந்த புதிய சிக்கலிலிருந்து மீள்வதற்கான போராட்டத்தைத் தொடங்கினார் வழக்கறிஞர் ரங்கா. ஹைகோர்ட் வளாகத்தில் செயல்பட்ட நீதியரசர் பக்தவத்சலத்தின் நீதிமன்றத்திற்குச் சென்று Motion letter வாங்கிக் கொடுத்தும், ரிஜிஸ்ட்ரார் நமது மனுக்கள் மீது நம்பர் போடத் தயங்கினார். அதனால் சற்றுக் கோபமடைந்த வழக்கறிஞர் ரங்கா, “Post it before the Court’’ என்று ரிஜிஸ்ட்ராரிடம் தெரிவித்தார். அப்போதும் ரிஜிஸ்ட்ரார் தன் நிலையிலிருந்து மாறவில்லை ரிட் மனுக்களை தாக்கல் செய்வதில், முதல் கட்டத்திலேயே பெருந்தடையை தகர்க்க வேண்டியிருந்தது. ரிஜிஸ்ட்ராருடன் வாதம் புரிந்து கொண்டிருப்பதையும்விட சட்டரீதியான அணுகுமுறைகளே விரைவான பலனளிக்கும் என்பதால் அடுத்தகட்ட முயற்சிகளைத் தொடங்கினார் ரங்கா. நமது அட்வகேட் பெருமாள் உற்ற துணையாக இருந்து பணிகளைக் கவனித்துக்கொண்டார்.

கோர்ட்டில் மதிய நேரத்தில் Mention time என்ற நேரம் ஒதுக்கப்படும். அந்த நேரத்தில் நீதியரசர் பக்தவத்சலத்திடம் முறையிட்டார் ரங்கா. “உங்களுடைய கோர்ட்டில் நக்கீரனுக்காக இரண்டு ரிட் மனுக்களை தாக்கல் செய்ய வந்திருக்கிறோம். இரண்டுமே மிகவும் முக்கியமான, அவசரமாக நடவடிக்கை எடுக்கப்பட வேண்டிய மனுக்கள். அந்த மனுக்கள் அரசுக்கெதிராக இருப்பதாகக் கூறி ரிஜிஸ்ட்ரார் நம்பர் போட மறுத்தார். ஏன் என்று கேட்டால், Maintainability கிடையாது என்று சொல்கிறார்.

ரிஜிஸ்ட்ரியே கோர்ட் மாதிரி செயல்படுகிறது நீங்கள் உடனடியாக இதைக் கவனித்து ஆவன செய்யவேண்டுகிறோம்'' என்று நீதியரசர் பக்தவத்சலத்திடம் முறையிட்டார் வழக்கறிஞர் ரங்கா.

நமது வேண்டுகோளை கவனமுடன் கேட்டார் நீதியரசர். கடைசியாக, "யுவர் லார்ட்ஷிப்... நீங்கள் பண்டிலை Call for பண்ணிப் பார்த்துவிட்டு எங்கள் ரிட் மனுக்கள் மீது நம்பர் பண்ண ஆணையிட வேண்டுகிறோம்" என்ற கோரிக்கையும் வைத்தார் ரங்கா. நக்கீரனுக்கு ஏற்பட்டுள்ள சிக்கலையும், அது உடனடியாக நடவடிக்கை எடுக்கப்பட வேண்டிய விஷயம் என்பதையும் புரிந்துகொண்ட நீதியரசர் பக்தவத்சலம், "ரிஜிஸ்டராருக்கு நான் உடனே இன்ஸ்ட்ரக்ஷன் தருகிறேன். உங்கள் ரிட் மனுக்களை நாளை கட்டாயம் நம்பர் பண்ணி விடுவார்கள்" என்றார். நமக்குள் நம்பிக்கை பிறந்தது. ரிட் மனு விசாரணை தொடர்பான மற்ற தயாரிப்புகளை சீனியர் வழக்கறிஞர் ரங்காவும் நமது அட்வகேட்

பெருமாளும் கவனித்துக்கொண்டனர்.

நம் ரிட் மனுக்கள் விசாரணைக்கு ஏற்றுக் கொள்ளப்படும் என்ற தெம்புடன் இருந்தபோது, அன்றிரவே இன்னொரு அதிர்ச்சி இடி தாக்கியது. வெளியூர்களிலிருந்து போன் செய்த ரிப் போர்ட்டர்கள் அனைவரும் அந்தச் செய்தியை தெரிவித்தனர்.

"அண்ணே... நீங்க வெளியூர் கேஸ்களுக்காக வரும்போது உங்களை அரெஸ்ட் பண்ணிடனும்னு போலீஸ்காரங்க திட்டம் போட்டிருக்காங்க. போலீஸ் சைடில் நமக்கு வேண்டிய ஆட்கள் மூலமா கிடைத்த கன்ஃபார்மான நியூஸ் இது. ஜாக்கிரதையா இருந்துக்கங்கண்ணே" -ரிப்போர்ட்டர் தம்பிகள் அனைவரும் பதட்டத்துடன் இந்த தகவலைத் தெரிவித்தனர்.

அந்த செய்தி கிடைத்தவுடனேயே அட்வகேட் பெருமாளைப் போன் மூலம் தொடர்பு கொண்டேன். அதன்பிறகு இருவரும் ரங்கா வீட்டிற்குச் சென்றோம். அரெஸ்ட் செய்வதற்காக போலீஸ் வகுத்திருக்கும் திட்டம் பற்றிச் சொன்னோம். கோர்ட் மூலம் எப்படித் தடை வாங்கலாம் என்று ஆலோசித்த போதுதான், பொங்கல் விடுமுறைகள் குறுக்கிடுவதை உணர்ந்தோம். போகி, தைப்பொங்கல், திருவள்ளுவர் தினம், உழவர் திருநாள் என நான்கு நாட்கள் தொடர்ந்து விடுமுறை. இந்த சந்தர்ப்பத்தை பயன்படுத்தி போலீசார் என்னை உள்ளே வைப்பதில் குறியாய் இருந்தனர். உடனடியாக ஸ்டெப் எடுக்க வேண்டிய கட்டாயத்தில் நாங்கள் இருந்தோம். அப்போது இரவு 12 மணி.

"நியாயத்துக்காக நடு இரவிலும் நீதிபதிகள் வீட்டுக் கதவைத் தட்டுவதற்கு மக்களுக்கு உரிமை உண்டு" என்று சட்டம் குறிப்பிடுவதை நாம் தெரிந்து வைத்திருந்தோம். விடிந்தும் விடியாத காலைப் பொழுதுக்குள் நீதிபதியைச் சந்தித்து விவரம் தெரிவிக்க வேண்டும் என்பதால் அதிகாலையில் கார் அனுப்பி வைக்குமாறு கேட்டுக்கொண்டார் ரங்கா. டிராவல்ஸில் காருக்கு சொல்லிவிட்டு நான் விடைபெற்றேன்.

சென்னை ஹைகோர்ட் தலைமை நீதிபதி விடுப்பிலிருந்த நேரம் அது. நீதியரசர் சீனிவாசன்தான் தலைமை நீதிபதி பொறுப்பிலி ருப்பதாகக் கேள்விப்பட்டோம். இவர்தான் பின்னாளில் கொடைக்கானல் பிளசன்ட் ஸ்டே ஹோட்டல் வழக்கில் 'ஜெ'க்கு எதிராகத் தீர்ப்பளித்து சாதனை புரிந்தவர். வழக்கறிஞர் ரங்காவும் நமது அட்வகேட்டும் விடிகாலையிலேயே நீதியரசரின் வீட்டுக்குச் சென்றனர்.

பூஜையை முடித்துவிட்டு வந்த அவரிடம், நக்கீரன் வழக்கு தொடர்பான அனைத்து விவரங்களும் தெரிவிக்கப்பட்டன. பறிமுதல் செய்யப்பட்டது, தமிழகமெங்கும் கேஸ் போட்டது, ரிட்

மனு மீது நம்பர் பண்ணாதது, வெளியூருக்கு செல்லும்போது அரெஸ்ட் பண்ணத் திட்டமிட்டிருப்பது எல்லா விவரங்களையும் கேட்ட நீதியரசர் சீனிவாசன், "மிஸ்ராதான் ஆக்டிங் சீஃப் ஜஸ்டிஸ்ஸா இருக்கார். அவர்கிட்டே எல்லாத்தையும் சொல்லுங்கோ" என்று தெரிவித்தார்.

தலைமை நீதிபதி பொறுப்பிலிருந்த நீதியரசர் மிஸ்ராவை சந்தித்து அவரிடமும் நமது பிரச்சனை பற்றி விரிவாகத் தெரிவிக்கப்பட்டது. உண்மை நிலையை உணர்ந்த அவர், உடனடியாக போன் செய்தார். யாருக்கு போன் செய்கிறார் என்று வழக்கறிஞர்கள் இருவரும் எதிர்பார்ப்புடன் இருந்தபோது, எதிர்முனையில் வந்தவர் நீதியரசர் பக்தவத்சலம்...

நக்கீரனுக்காக திறக்கப்பட்ட உயர்நீதிமன்றம்!

நமது அட்வகேட்டுகள் முன்னிலையில் நீதியரசர் பக்தவத்சலத்திடம் போனில் பேசினார் தலைமை நீதியரசர் பொறுப்பிலிருந்த ஜஸ்டிஸ் மிஸ்ரா.

"brother... Mr. Ranga has come here. He is representing Nakkheeran Publications. அவங்க எடிட்டரை, பப்ளிகேஷன் சம்பந்தமா போலீஸ் கைது பண்ண முயற்சிக்கிறதா சொல்றார். இது சம்பந்தமா இரண்டு ரிட் ஃபைல் பண்ணி செக்ஷனில் நம்பர் ஆகாததால் உங்களிடம் முறையிட்டு, நீங்க நம்பர் பண்ணச் சொல்லி டைரக்ஷன் கொடுத்ததா மிஸ்டர் ரங்கா சொல்றார். அது உண்மையா?" என்றார். எதிர்முனையிலிருந்த நீதியரசர் பக்தவத்சலம் அதை ஆமோதித்ததால் தலைமை நீதியரசர் மிஸ்ரா தொடர்ந்து பேசினார். "பிராப்பரா இவங்க ரிட் இரண்டும் நம்பராகி நேற்றே வந்திருந்தால் இந்த எஃப்.ஐ.ஆர். எல்லாம் ஸ்டே ஆகியிருக்கும்னு நம்புறாங்க. அவங்க மேலே நிறைய கேஸ் போட்டு தமிழ்நாடு பூரா தேடிகிட்டு இருக்காங்களாம். புதிய புதிய கிரைம் நம்பர்களைத் தொடர்ந்து பல ஊர்களிலிருந்து இவங்க ஆட்கள் அனுப்பிக்கிட்டிருக்காங்களாம். அதனால் எந்த க்ரைமில்

வேணும்னாலும், எப்ப வேணும்னாலும் அரெஸ்ட் பண்ணிடுவாங்கன்னு பயப்படுறாங்க. நேற்றே நம்பராகி விவாதம் கேட்டிருந்தால் எல்லாமே பிராகிபிட் ஆகியிருக்கும். அந்த வாய்ப்பு அநியாயமா மறுக்கப்பட்டதால் அவங்க இன்றைக்கு அந்த கேஸை என்கிட்டே எடுத்துகிட்டு வந்து ஸ்பெஷல் ஹியரிங் கேட்கிறாங்க. அவங்க கேட்கிறதில் நியாயம் இருக்கு. அதனால இந்த கேஸை உங்க சேம்பரில் இன்றைக்கு எடுத்துக்க முடியுமா?" என்று கேட்டார் தலைமை நீதியரசர் மிஸ்ரா.

பொதுவாக கோர்ட் விடுமுறையாக உள்ள நாட்களில் எல்லா ஜட்ஜ் வீட்டிலும் நமது வழக்கு போன்று உடனடி தலையிட்டு ஆணை வழங்க வேண்டிய வழக்குகளை rarest of the rare cases என்ற அடிப்படையில் விசாரிப்பது வழக்கம். அதுபோல நீதியரசர் பக்தவத்சலம் நமது வழக்கை விசாரிக்கத் தயாராகவே இருந்தார். ஜஸ்டிஸ் மிஸ்ராவிடமும் அதைப் போன் மூலம் தெரிவித்தார்.

"பிரதர்... இந்த வழக்கை விசாரிக்க நான் தயாராகவே இருக்கிறேன். ஆனால் கோர்ட்டிலிருந்து கேஸ் பண்டலை எடுத்து வரவேண்டும். அதற்கும் இதுபோல் நீங்க டைரக்ட் பண்ண வேண்டும். ஸ்பெஷல் ஹியரிங்கை பண்ணும்போது ரிஜிஸ்ட்ரார் உடனிருக்க வேண்டும். அவர்தான் பண்டலைக் கொண்டுவர வேண்டும். அதனால் நீங்கள் சம்பந்தப்பட்ட ரிஜிஸ்ட்ராருக்கு டைரக்ஷன் கொடுத்திடுங்க" என்றார். நீதியரசர் பக்தவத்சலத்தின் பதிலைக் கேட்ட ஜஸ்டிஸ் மிஸ்ரா, "தேங்க்ஸ் பிரதர்" என்று கூறிவிட்டு ரிசீவரை வைத்தார். நமது வழக்கறிஞர்களின் பக்கம் திரும்பி, "பக்தவத்சலம் உங்க கேஸை எடுத்துக்கிறதா சொல்லிட்டார். அதனால நீங்க அடிஷனல் ரிஜிஸ்ட்ராரை பார்த்து எனக்குப் போன் பண்ணச் சொல்லுங்க" என்றார்.

அடிஷனல் ரிஜிஸ்ட்ராராக அன்று சார்ஜில் இருந்தவர் திரு. சீனிவாசன். நமது அவசரம் கருதி, இன்றைக்கே கேஸ் எடுக்கச் சொல்லி, தலைமை நீதியரசர் மிஸ்ரா டைரக்ஷன் கொடுத்ததையும் அதற்கு நீதியரசர் பக்தவத்சலம் உடனடியாக ஒப்புக் கொண்டதையும் எண்ணி நமது வழக்கறிஞர்கள் 'அப்பாடா' என்று நிம்மதி பெருமூச்சுவிட்டனர்.

அந்த திருப்தியில் அட்வகேட் பெருமாள் என்னிடம் போனில் தொடர்பு கொண்டு பேசினார். "அண்ணாச்சி... ஜஸ்டிஸ் பக்தவத்சலம் ஒப்புக்கொண்டுவிட்டார். 50% ஓ.கே. அடுத்தகட்ட வேலைக்காக நாங்க இப்ப கிளம்பிக்கிட்டு இருக்கோம். நீங்க எங்கேயும் போயிட வேண்டாம். ஆபீஸ்லேயே வெயிட் பண்ணுங்க. நிறைய டீடெய்ல்ஸ் வேண்டி இருக்கும். இப்ப கிடைக்கிற கிரைம் நம்பர்களையும் கலெக்ட் பண்ணி வைக்கச் சொல்லுங்க" என்றார்.

சந்தோஷமும் பதட்டமும் கலந்த குரலில் அட்வகேட் பேசியதும், நான், “சார், எஃப்.ஐ.ஆர். காப்பி நம் கையில் நிறைய இருக்கு” என்றேன். “அதையும் பத்திரமா எடுத்து வச்சுக்குங்க 2 மணிக்கு ஒரு இடத்துக்கு கொண்டு வரணும். அப்புறமா நான் போன் பண்ணிச் சொல்றேன்” என்று சொல்லிவிட்டு ரிசீவரை வைத்தார் அட்வகேட் பெருமாள். நேரம் பறந்து கொண்டேயிருந்தது. நிமிடங்கள் கரைந்து கொண்டிருந்தன. நீதியரசர் பக்தவத்சலம் வீட்டில் மதியம் சிட்டிங் என்பதால் அடிஷனல் ரிஜிஸ்டரார் சார்ஜில் இருக்கும் திரு.சீனிவாசனின் மயிலாப்பூர் வீட்டைத் தேடிப்பிடிக்கும் பணியில் சீனியர் அட்வகேட் ரங்காவும் நமது அட்வகேட் பெருமாளும் பரபரப்பாக இருந்தனர். தீவிரமான முயற்சியின் பயனாக சீனிவாசனின் வீட்டை அடையாளம் கண்டனர். நல்லவேளையாக திரு.சீனிவாசன் வீட்டில் இருந்தார். அவரிடம் விஷயத்தைச் சொல்லி தலைமை நீதியரசரை போனில் தொடர்பு கொள்ளும்படி கூறினார் அட்வகேட் பெருமாள்.

திரு.சீனிவாசன் உடனடியாக, ஜஸ்டிஸ் மிஸ்ராவைத்

தொடர்பு கொண்டார். அவரிடம் விவரத்தைத் தெரிவித்த ஜஸ்டிஸ் மிஸ்ரா, “நீங்க உடனே பக்தவத்சலத்தை காண்ட்டாக்ட் பண்ணுங்க” என்று டைரக்ட் செய்தார். போன் வழியாக நாம் ஒரு பெரிய போர்க்களத்தை சமாளித்துக் கொண்டிருந்தோம்.

தலைமை நீதியரசர் மிஸ்ராவின் உத்தரவுப்படி நீதியரசர் பக்தவத்சலத்திடம் பேசினார் திரு.சீனிவாசன். பேசி முடித்துவிட்டு ரிசீவரை வைத்த சீனிவாசனிடம், “ஜஸ்டிஸ் என்ன சொல்றாங்க?” என்று கேட்டார் சீனியர் வழக்கறிஞர் ரங்கா. 'வாங்க' என்றபடி வீட்டிலிருந்து புறப்பட்டார் திரு.சீனி வாசன். அவரையும் ஏற்றிக்கொண்டு நீதியரசர் பக்தவத்சலத்தின் வீட்டிற்கு கார் பறந்தது. வழக்கிற்குத் தேவையான அனைத்தையும் தயார்படுத்திக் கொண்டால்தான் மதிய சிட்டிங்கில் வாதாடுவது வசதியாக இருக்கும் என்பதால் நமது வழக்கறிஞர்கள் இருவரும் பரபரப்பின் உச்சகட்டத்தில் இருந்தனர்.

நீதியரசர் பக்தவத்சலத்தின் வீட்டு வாசலில் கார் நின்றது. ஓட்டமும் நடையுமாக வழக்கறிஞர்கள் இருவரும் நீதியரசரைக் காணச் சென்றனர். அவர்களுடன் திரு.சீனிவாசனும் வந்தார். பக்தவத்சலத்திடம் எல்லா விஷயங்களையும் மீண்டும் ஒருமுறை எடுத்துக்கூறினார் சீனியர் வழக்கறிஞர் ரங்கா. நக்கீரன் இதழ்கள் பறிமுதல் செய்யப்பட்டது. ஏஜெண்டுகள் அனைவரும் போலீஸின் தொல்லைக்கு ஆளானது. என் மீதும் தம்பி காமராஜ் மீதும் நூற்றுக்கும் அதிகமான வழக்குகள் போடப்பட்டது, அலுவலகத்தில் நுழைய முடியாதபடி போலீஸைக் குவித்தது... என வரிசையாக அவர் விவரித்த சம்பவங்களைப் பொறுமையுடன் கேட்டார் நீதியரசர் பக்தவத்சலம். பிறகு, சீனிவாசனை அழைத்து, “இவங்க கேஸ் சம்பந்தமா உள்ள இரண்டு ரிட்மனு பண்டல் களையும் எடுத்துக்கொண்டு இங்கே வந்துவிடுங்க” என்றார்.

நமது வழக்கறிஞர்கள் மீண்டும் பரபரப்பானார்கள். திரு.சீனிவாசனை மறுபடியும் காரில் ஏற்றிக்கொண்டு பறந்தனர். இம்முறை கார் நின்ற இடம், உயர்நீதிமன்றம். நீதி தேவதை குடியிருக்கும் அந்த வளாகம், அன்று தைப்பொங்கல் திருநாள் விடுமுறை தினமென்பதால் அமைதியைத் தழுவிக் கொண்டு இருந்தது. கேட்டுகள் பூட்டப்பட்டிருந்தன. அநீதிக்கு எதிராகவும் அதர்மத்திற்கு எதிராகவும் யுத்தம் நடத்திக்கொண்டிருக்கும் நக்கீரனுக்காக நீதி தேவதையின் கரங்கள் கதவுகளைத் திறந்துவிட்டன. ஆம்! நமக்காக உயர்நீதி மன்றம் திறக்கப்பட்டு நமது ரிட் மனுக்கள் தொடர்பாக பண்டல்கள் எடுத்துவரப்பட்டன. அடிஷனல் ரிஜிஸ்ட்ரார் சீனிவாசன் அந்த பண்டல்களுடன் காரில் ஏறினார்.

இதுபோன்ற ஸ்பெஷல் ஹியரிங்கிற்கு ஏற்பாடு செய்யப்பட்டிருந்தால் அது தொடர்பாக அட்வகேட் ஜெனரலிடம் நாம் நோட்டீஸ் கொடுக்க வேண்டும் என்று சட்டம் வலியுறுத்துகிறது. அப்போது அட்வகேட் ஜெனரலாக இருந்தவர் திரு.சுப்ரமணியம். எனவே அவர் வீட்டிற்குப் போய் அவரை நேரில் சந்தித்த நமது வழக்கறிஞர்கள், நீதியரசர் பக்தவத்சலம் கொடுக்கச் சொன்ன நோட்டீஸைக் கொடுத்தனர். “உங்கள் தரப்பை, ஜஸ்டிஸ் பக்தவத்சலம் வீட்டிற்கு மதியம் 2 மணிக்கு வரச் சொல்லிவிடுங்கள்” என்று கேட்டுக்கொண்டார் அட்வகேட் பெருமாள். அட்வகேட் ஜெனரலும் அதற்கு ஒப்புக்கொண்டார். முக்கால் கிணறு தாண்டிய திருப்தியுடன் எனக்குப் போன் செய்தார் அட்வகேட். “அண்ணாச்சி... கோர்ட்டிலிருந்து பண்டல் எடுத்துக்கிட்டு வந்துட்டோம். ஏ.ஜி.கிட்டேயும் நோட்டீஸ் கொடுத்துட்டோம். இப்ப ஜஸ்டிஸ் பக்தவத்சலம் வீட்டுக்குத்தான் போய்கிட்டிருக்கோம். நீங்க அந்த எப்.ஐ.ஆர். காப்பிகளையும், இப்ப கிடைச்ச கிரைம் நம்பர்களையும் கொடுத்தனுப்பிடுங்க. 2 மணிக்குள் அங்கே வந்து சேர்கிற மாதிரி ஏற்பாடு பண்ணிடுங்க” என்றார்.

மதியம் 2 மணிக்கு முன்பாகவே சீனியர் வழக்கறிஞர் ரங்காவும் நமது வழக்கறிஞர் பெருமாளும் நீதியரசர் பக்தவத்சலம் வீட்டில் ஆஜராகிவிட்டனர். அடிஷனல் ரிஜிஸ்ட்ரார் சீனிவாசனும் ரெடியாக இருந்தார். உயர் போலீஸ் அதிகாரிகள் 4 பேர் இருந்தனர். அரசு வழக்கறிஞராக சதாசிவம் ஆஜரானார். (இவர் தற்போது உயர்நீதிமன்ற நீதிபதி) மதியம் சரியாக 2 மணி நீதியரசர் பக்தவத்சலம் வீட்டு சேம்பரில் நக்கீரன் கேஸ் வாதத்திற்கு எடுத்துக் கொள்ளப்பட்டது. சீனியர் வழக்கறிஞர் ரங்கா பேசத் தொடங்கினார்.

பரபரப்பை ஏற்படுத்திய சந்திரலேகா படம்!

நக்கீரனுக்கெதிராக இந்த அரசு எடுத்து வரும் நடவடிக்கைகள், தமிழகம் முழுவதும் ஒரே நாளில் போடப்பட்ட நூற்றுக்கும் மேற்பட்ட வழக்குகள். அது தொடர்பாக கைது செய்வதற்கு எடுக்கப்பட்டு வரும் முயற்சிகள் ஆகியவற்றை எடுத்துக்கூறி, நக்கீரன் மீது ஜெயலலிதா அரசு எந்தளவுக்குப் பழிவாங்கும் போக்கை மேற்கொண்டுள்ளது என்பதை விரிவாக எடுத்துக்கூறிக் கொண்டிருந்தார்.

இடையில் குறுக்கிட்ட நீதியரசர், "உங்களுடைய நிலையை என்னால் புரிந்து கொள்ள முடிகிறது. நீண்ட நேரம் பேசிக்கொண்டே போனால் நேரம் கடந்துவிடும். உங்களின் Urgent Prayer என்ன? இப்போது உங்களுக்கு என்ன வேண்டும்?" எனக் கேட்டார். "இந்த வழக்கு தொடர்பாக நக்கீரனைச் சேர்ந்த யாரையும் அரெஸ்ட் பண்ணக் கூடாதென்று Oral direction கொடுக்க வேண்டுகிறேன்" என்றார் ரங்கா. நீதியரசர் பக்தவத்சலம் உடனே அரசு வழக்கறிஞர் சதாசிவத்தைப் பார்த்து, "ரிட் பெட்டிஷன் தொடர்பாக கோர்ட் decision எடுக்கும்வரை நக்கீரனில் உள்ள யாரையும் அரெஸ்ட் பண்ணக்கூடாது என்று தமிழகத்தில் உள்ள ஒட்டு மொத்த போலீஸ்துறைக்கும் இன்ஃபார்ம் கொடுத்திடுங்க"

என்று கூறி விட்டு நமது வழக்கறிஞர்களை நோக்கி, "போதுமா?" என்றார்.

"Thank you my lordship" என நன்றி தெரிவித்தார் வழக்கறிஞர் ரங்கா.

நீதியரசரின் முடிவைக் கேட்ட பிறகு நமது அட்வகேட் பெருமாள் போன் மூலம் என்னிடம் தொடர்பு கொண்டு, "அண்ணாச்சி...! ஒரு குட் நியூஸ். ஜஸ்டிஸ் பக்தவத்சலம் டைரக்‌ஷன் கொடுத்துவிட்டார். இப்போதைக்கு பயமில்லை" என்று உற்சாகக் குரலில் தெரிவித்தார். விடுமுறை தினம் முடிந்தபிறகு ஹைகோர்ட்டில் நமது ரிட் மனுக்கள் வாதத்திற்கு எடுத்துக் கொள்ளப்பட்டன. நக்கீரன் குடும்பம் பேராபத்திலிருந்து மீண்டெழுந்தது.

யாகம் பற்றிய செய்திக்காகவா ஜெயலலிதா அரசு இந்தளவு ஆத்திரப்பட்டு, அறிவிழந்து நம் மீது அடக்குமுறைகளை ஏவிவிட்டது? இதற்காகவா இவ்வளவு போராட்டங்களை நாம் சந்திக்க நேர்ந்தது? என்பது பற்றி ஆராய்ந்த போதுதான் அடக்குமுறைகளை ஏவியதன் பின்னணியில் இன்னொரு காரணமும் இருப்பதை அறிந்தோம். பெண் ஐ.ஏ.எஸ். அதிகாரி சந்திரலேகா முகத்தின் மீது சென்னை நகரின் மையப்பகுதியில் பட்டப்பகலில் ஆசிட் வீசப்பட்டது. அதை அனைத்து நாளிதழ்களும் எட்டுகாலச் செய்தியாக வெளியிட்டன. இந்த செய்தி மிகப் பெரிய பரபரப்பை உருவாக்கிவிட்டது.

ஒரு அழகான பெண் ஐ.ஏ.எஸ். அதிகாரியின் முகத்தை சிதைத்து சின்னாபின்னமாக்கும் விதத்தில் ஆசிட் வீச்சு நடத்தியது மிகப் பெரிய கொடூரம். இதன் பின்னணியில் ஆட்சியாளர்களே இருப்பதை அறிந்தபோது அதிர்ந்து போனோம். இத்தகைய கொடூரத்தை செய்யத் தூண்டியது யார்? செய்து முடித்தது யார்? என்பதைக் கண்டுபிடித்து, சந்திரலேகாவின் பாதிப்படைந்த முகத்தைப் புகைப்படம் மூலம் மக்களிடம் காட்ட வேண்டியது நக்கீரனின் கடமை என்பதை உணர்ந்தேன். அந்தப் படம் வெளியிடப்பட்டால்தான் ஜெயலலிதா என்ற அரக்கியின் சுயரூபம் வெளியே தெரியும். பெண் என்று சொல்லப்படுகிறவரின் ஆட்சியில் ஒரு பெண் அதிகாரிக்கு எத்தகைய விபரீதம் நேர்ந்துள்ளது என்பதை வெளியிட்டால்தான், தமிழகத்தில் உள்ள தாய்மார்களுக்கு உண்மை புரியும். ஜெயலலிதாவின் முகத்திரை கிழிபடும் என்பதால் அந்த போட்டோவைக் கொண்டு வரும் பொறுப்பை ஆசிரியர் குழுவிடம் ஒப்படைத்தேன். வாராவாரம் அதைப் பற்றிக் கேட்டுக்கொண்டிருந்தேன். நமது நிருபர் படையும் போட்டோவைத் தேடி அலைந்து கொண்டிருந்தது.

நான்கைந்து மாதங்கள் கடந்துவிட்டன. ஒரு நாள் இரவு 11 மணியளவில் அலுவலகத்தில் இருந்தபடி அட்டைப்படத் தயாரிப்பில் ஈடுபட்டிருந்தேன். திடீரென போன் அடித்தது. எதிர்முனையில் தம்பி காமராஜ். பதட்டமும் பரவசமும் நிறைந்த குரலில் பேசினார். “அண்ணே...! நீங்க கேட்டுகிட்டிருந்த முக்கியமான போட்டோவைப் பிடிச்சிட்டேன், வந்துகிட்டேயிருக்கேன்” என்று சொல்லிவிட்டு ரிசீவரை வைத்தார்.

எதிர்பார்ப்புடன் காத்திருந்தேன். விரைந்து வந்தார் தம்பி காமராஜ். அவர் கொண்டு வந்து கொடுத்த போட்டோவைப் பார்த்தபோது மிகப் பெரிய திகைப்பு ஏற்பட்டது. ஆசிட் வீச்சால் சிதைந்த சந்திரலேகாவின் முகம் அந்த போட்டோவில் இருந்தது. அழகான பெண் அதிகாரியா இப்படி என்பதை நினைத்தபோது பரிதாபம் ஏற்பட்டது. இப்படிப்பட்ட படுபாதகச் செயலையா ஆட்சியாளர்கள் செய்திருக்கிறார்கள் என எண்ணிப்பார்த்தபோது ஜெயலலிதா அரசின் கொடூர முகம் நம் கண்முன்னே வந்து நின்றது. பெண் ஆட்சியில் பெண்ணுக்கு ஏற்பட்ட கொடுமையை அந்தப் படம் துல்லியமாக விளக்கியது. (பின்னாளில் சந்திரலேகாவுக்கு ஆதரவாக ஜெயலலிதா ஓட்டுக் கேட்ட அந்த அரசியல் அசிங்கத்தை மறந்துவிடுவோம்).

நான் கொடுத்த பொறுப்பை சிரமேற்கொண்டு அந்த போட்டோவைப் பிடித்து வந்த தம்பி காமராஜுக்குக் கைகொடுத்து, “மிகப் பெரிய விஷயத்தைச் செய்திருக்கீங்க” என்று பாராட்டினேன். நான் ஏற்கனவே தயாரித்திருந்த அட்டைப்படத்தை ரத்து செய்துவிட்டு, ஆசிட் வீச்சால் பாதிக்கப்பட்ட சந்திரலேகாவின் படத்தை வைத்து நக்கீரன் அட்டையைத் தயாரித்தேன். ஜெயலலிதா ஆட்சியில் இரண்டு மாதத்திற்கு ஒருமுறை பெரிய கொடூரம் நடப்பது வழக்கமாக இருந்தது. மகாமக சாவுகள், சிதம்பரம் பத்மினி கற்பழிப்பு, ப.சிதம்பரம் மீது தாக்குதல் இப்படி வரிசையாக தொடர்ந்து கொடூரங்களை சில நாட்கள் கழித்து மக்கள் மறந்துவிடுவார்கள். அது அவர்களின் தவறல்ல. முந்தைய கொடுமையை மிஞ்சும் வகையில் இன்னொரு பெரிய விபரீதம் நடப்பதே இதற்கு காரணம்.

அது போலத்தான் சந்திரலேகா விவகாரமும் திசை திரும்பியிருந்தது. மக்களின் நினைவிலிருந்து மறைந்துகொண்டிருந்த ஒரு கொடூரச் செயலை அட்டைப்படத்தின் மூலம் நாம் வெளியிட்டதால் தமிழகமெங்கும் மீண்டும் பெரும் பரபரப்பு ஏற்பட்டது.

பாதிக்கப்பட்ட சந்திரலேகாவின் படத்தை முதன்முதலில் வெளியிட்டது நக்கீரன்தான் என்பது வரலாற்று உண்மை. அந்தப்

படத்தைப் பார்த்த தமிழக மக்கள், குறிப்பாக தாய்மார்கள் மத்தியில் ஜெயலலிதா மீது கோபமும் ஆத்திரமும் வெடித்தது. சந்திரலேகா மீது பரிவும் அனுதாபமும் ஏற்பட்டது. தமிழகம் முழுவதும் இதுபற்றிய பேச்சாகவே இருந்தது. அதிகாரபலத்தால் முற்றுப்புள்ளி வைக்கப்பட்டுவிட்டதாக ஆட்சியாளர்கள் நினைத்துக்கொண்டிருந்த ஒரு கொடூர சம்பவத்தை நக்கீரன் மூலம் மக்கள் மீண்டும்அறிந்து உண்மையைத் தெரிந்து கொண்டுவிட்டார்களே என்ற கோபம் ஜெயலலிதாவின் உச்சந்தலையில் ஏறியது.

நாம் கலங்கவில்லை. சந்திரலேகா மீது ஆசிட் வீசியதன் பின்னணியில் மறைந்திருப்பவர்கள் யார்? அதற்குக் கருவியாக பயன்பட்டவர்கள் யார்? போன்ற ரகசியங்களை அறிவதற்காக பம்பாய்க்கு சென்று புலனாய்வு செய்தோம். திருநெல்வேலியைச் சேர்ந்த சுர்லா என்ற சுடலை முத்து என்பவன்தான் ஆசிட் வீசியவன் என்பதும், அவன் அப்போது பம்பாயில் முர்ரே என்கிற கேங்லீடர் தலைமையில் இயங்கிக் கொண்டிருப்பதையும், அந்த கும்பலைத்தான் ஆட்சியாளர்கள் பயன்படுத்தியிருக்கிறார்கள் என்பதையும் வெட்ட வெளிச்சமாக வெளியிட்டோம். நமது செய்தியால் அரசாங்கத்திற்கு மிகப் பெரிய அவமானம் ஏற்பட்டது. காவல்துறைக்கு வேறு வழி தெரியாததால் நமது செய்தியை அடிப்படையாகக் கொண்டு பம்பாய்க்குச் சென்று சுர்லாவைக் கைது செய்து சென்னைக்குக் கொண்டு வந்தது.

இங்கு கொண்டு வரப்பட்ட சுர்லா, ஒப்பன் கோர்ட்டிலும் நீதிமன்ற வளாகத்திலும், "மந்திரி மதுசூதனன் சொல்லித்தான் நான் ஆசிட் வீசினேன்." என பட்டவர்த்தனமாகத் தெரிவித்தான். "அவனுக்கு பைத்தியம் பிடித்துவிட்டது. அதனால்தான் இப்படி உளறுகிறான்'' என்று ஆட்சியாளர்கள் உண்மையை மூடி மறைத்தனர்.

ஆசிட் வழக்கின் முக்கிய குற்றவாளியான அவனைத் தீர்த்துக்கட்டவும் முயற்சிகள் மேற்கொள்ளப்பட்டன. இந்த பயங்கர தகவலையும் நக்கீரன் வெளியிட்டது. அதனால் ஆட்சியாளர்களின் கோபமும் ஆத்திரமும் நம் பக்கம் திரும்பியது.

''நக்கீரன் குடும்பத்தில் ஒருத்தரின் உயிரையாவது எடுத்தால்தான் பயம் வரும். இப்படியெல்லாம் எழுதமாட்டாங்க" என ஜெயலலிதா அரசின் மந்திரிபிரதானிகள் ஆலோசித்தனர். உயிரை எடுக்கும் பொறுப்பு மந்திரி கண்ணப்பனிடம் விடப்பட்டது.

இந்த சூழ்நிலையில், நமது அலுவலகத்திற்கு திடீரென ஒரு போன் வந்தது. ஜெயலலிதா ஆட்சியில் அமைச்சர்களும் அதிகாரிகளும் கைகோர்த்துக் கொண்டு கொள்ளையடித்து வந்த

நேரத்தில், இந்த அநியாயங்களைத் தாங்கமுடியாத நேர்மையான அரசு அதிகாரிகளும் இருக்கத்தான் செய்தார்கள். அநீதிக்கு எதிராக எதுவும் செய்ய இயலாமல் கை பிசைத்தபடி இருந்த அதிகாரிகளில் ஒருவர்தான் லைனில் வந்தார்.

"சார், ஒரு முக்கியமான விஷயம்...! ரொம்ப சீக்ரெட்! சிதம்பரனார் மாவட்ட வளர்ச்சி பணிகளுக்காக உலக வங்கி 12 கோடி ரூபாய் ஒதுக்கியிருந்தது. இந்த திட்டத்தின் கீழ் தூத்துக்குடி பகுதியில் தாமிரபரணி மேம்பாட்டுத் திட்டம் என்ற பெயரில் பொதுப்பணித்துறை மூலமாக வேலைகள் நடைபெற்று பணம் பட்டுவாடா செய்யப்பட்டதாகக் கணக்கு எழுதியிருக்காங்க. உண்மையில் ஒரு வேலையுமே நடக்கவில்லை. எல்லாம் கப்சா. கணக்கு மட்டும் எழுதிவிட்டு சுமார் 8 கோடி ரூபாயை ஆளுங்கட்சிக்காரங்க கொள்ளையடித்திருக்காங்க. இதிலே மினிஸ்டர் கண்ணப்பன் வரைக்கும் சம்பந்தமிருக்கு. கண்ணப்பனோட சமூகத்தைச் சேர்ந்தவரும், அவரோட

பினாமியுமான சிதம்பரனார் மாவட்ட ஜெயலலிதா பேரவைச் செயலாளர் ஆறுமுக நயினார்தான் இந்த உலக வங்கித் திட்டத்தில் ஏகப்பட்டதை சாப்பிட்டிருக்காரு. நீங்க இதைப் புலனாய்வு செய்து இந்த ஆட்சியில் நடக்கிற அக்கிரமத்தை வெளியிடுங்க சார்" என்று கூறிவிட்டு லைனை கட் செய்தார் அந்த அதிகாரி.

ஊரையடித்து உலையில் போடும் ஆட்சியாளர்கள் உலக வங்கித் திட்டத்தையும் விட்டு வைக்கவில்லை என்பதை அறிந்ததும் இந்த செய்தி யைப் பற்றி ஸ்பாட்டுக்கு சென்று விசாரிக்கும் பொறுப்பை கதிரை துரையிடம் ஒப்படைத்தேன்.

குடும்ப நிகழ்ச்சி ஒன்றுக்காக நான் திருச்செந்தூர் செல்ல வேண்டியிருந்தது. நான், என் குடும்பத்தினர், பெற்றோர்கள், என் இரு சகோதரிகளின் குடும்பத்தினர் அனைவரும் இரண்டு கார்களில் இரவே திருச்செந்தூர் சென்று, காலையில் தரிசனம் முடித்துவிட்டு எனது சொந்த ஊரான அருப்புக்கோட்டைக்கு திரும்பும் வழியில் ஒரு எஸ்.டி.டி.பூத் அருகே இறங்கி, வழக்கம்போல் அலுவலக நிலவரத்தைத் தெரிந்துகொள்வதற்காக 11 மணியளவில் போன் செய்தேன்.

லைனில் வந்த தம்பி காமராஜ் பதட்டத்தோடும் பரபரப்போடும் அந்த பயங்கர செய்தியைச் சொன்னபோது எனக்கு 'பகீர்' என்றது. என்னையுமறியாமல் 'அய்யோ...' என்று அலறினேன்.

தாக்கப்பட்ட கதிரைதுரை

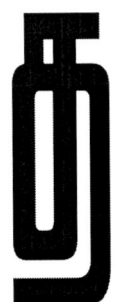

தம்பி காமராஜ்தான் அந்த பயங்கர சம்பவத்தை போனில் தெரிவித்தார்.

"அண்ணே... காலையில 9 மணிக்குக் கதிரை துரையை அடிச்சிட்டாங்களாம்!"

"கதிரையையா? அடிச்சிட்டாங்களா? எப்படி? யாரு?"

"ஆறுமுகநயினாரும், அவங்க ஆட்களும்தான் அடிச் சிருக்காங்க. ரொம்ப சீரியசான நிலைமை. உயிர் போயிடுச்சுன்னு நினைச்சு, கதிரையை வெளியிலே தூக்கிப்போட்டிருக்காங்க."

"வெளியிலே போட்டிருக்காங்களா? எங்கேயிருந்து, எங்கே தூக்கிப்போட்டிருக்காங்க?"

"வீட்டுக்குள்ளே வச்சு அடிச்சு, வெளியிலே தூக்கிப் போட்டிருக்காங்க. கண்ணப்பன் சொல்லித்தான் இவ்வளவும் நடந்திருக்கு."

"இப்ப கதிரை எப்படி இருக்காரு? கரெக்டா சொல்லுங்க தம்பி."

"நம்ம ஏஜெண்ட் கணபதிராம்தான் கூட இருக்காரு.

தூத்துக்குடி ஜி.ஹெச்.சிலே கதிரையை அட்மிட் பண்ணி யிருக்காங்க. ரெண்டு காலையும், கையையும் அடிச்சு உடைச்சிட்டாங்க. தலையிலே சரியான அடி. பேச்சு மூச்சில்லாமல் அவர் விழுந்ததும், செத்துப்போயிட்டார்னு நினைச்சுத் தூக்கி வெளியிலே போட்டிருக்காங்க."

"அய்யோ... இவ்வளவா? கதிரை எப்படி அவங்ககிட்டே மாட்டினார்?"

"இன்னும் முழு விபரம் தெரியலை?" என்ற காமராஜ் "ஒரு நிமிஷம்ண்ணே" என்றார்.

அலுவலகத்தில் உள்ள இன்னொரு லைனில் தம்பி சுரேஷ் பேசிக்கொண்டிருந்தார். அவரின் பதட்டமான குரல் இந்த போனில் எதிரொலித்தது.

"இன்னொரு லைனில் யாரு?" -நான் கேட்டதும் காமராஜ் மீண்டும் பேசத்தொடங்கினார்.

"அண்ணே, தூத்துக்குடி ஏஜெண்ட்தான் பேசினார்.

உங்களைத்தான் மெயினா குறி வச்சிருக்காங்க. கதிரைக்கு அடிபட்டதும், எப்படியும் நீங்க வருவீங்கன்னு அவங்க எல்லோருக்கும் தெரிஞ்சிருக்கு. நாலுமுறை ஏஜெண்ட் போன் பண்ணிட்டார். நீங்க தூத்துக்குடிக்கு வரவேண்டாம்னு பதறுறார்."

காமராஜிடமிருந்து ரிசீவரை வாங்கிப் பேசிய தம்பி சுரேஷ், "அண்ணே, நீங்க தூத்துக்குடிக்கு போயிடாதீங்க... ஏஜெண்ட் திரும்பத் திரும்ப அதைத்தான் சொல்றார்" என்றார். தம்பிகள் அனைவருமே பதட்டத்துடன் போனை சுற்றி நிற்பதை உணர்ந்துகொண்டேன். கதிரைக்கு ஏற்பட்ட விபரீதம், எனக்கும் ஏற்பட்டு விடக்கூடாதே என்பதில் எல்லோரும் கவனமாக இருந்தனர்.

நமது நிருபருக்கு நேர்ந்த கொடூரத்தால் எனக்கு ஆளுங்கட்சி மீது கோபம் ஒருபுறம்; கதிரைக்கு என்ன ஆனதோ என்ற பதற்றம் மறுபுறம், உடனடியாக அவரைப் போய்ப் பார்த்து, நிலைமையை அறிய வேண்டுமே என்று பதைபதைப்பு இன்னொரு புறம். கவனமாக போகச் சொல்லியும் இப்படி மாட்டிக்கொண்டாரே என்ற யோசனை ஒருபுறம்! -எல்லாமாக சேர்ந்து வார்த்தைகளைத் தடுத்துவிட்டன. ரிசீவரைப் பிடித்துக்கொண்டே நின்றேன்.

"ஹலோ... ஹலோ..." -தம்பி காமராஜின் குரல் தொடர்ந்து ஒலித்ததால் இயல்பு நிலைக்கு திரும்பி பேசத்தொடங்கினேன்.

"தம்பி... கதிரை அடிபட்டது சம்பந்தமா எல்லா பத்திரிகைக்கும் தகவல் கொடுத்திடுங்க. பிரஸ் ரிலீஸ் ஒண்ணு எழுதிடுங்க" என்று சொல்லிவிட்டு சுரேஷிடம் போனை தரச்சொன்னேன். சுரேஷ் என்னிடம் பேசிவிட்டு மீண்டும் காமராஜிடம் ரிசீவரைக் கொடுத்தார்.

"அண்ணே... நீங்க போகவேண்டாம். இங்கே வந்திடுங்க... பத்திரிகைகளுக்கு என்ன தகவல் கொடுக்கிறதுன்னு பேசி எழுதிக்கலாம்" என்றார் பதைபதைப்புடன்.

நான் தூத்துக்குடிக்குப் போகக்கூடாது என்று தம்பிகள் அனைவரும் திரும்பத் திரும்பச் சொன்னதற்குக் காரணம், தூத்துக்குடி அரசு மருத்துவமனையில் உள்ள சைக்கிள் ஸ்டாண்ட், டீக்கடை, பங்க்கடை உட்பட அனைத்துக் கடைகளையும் கண்ணப்பனின் பினாமியான ஆறுமுகநயினாரின் ஆட்கள்தான் நடத்துகிறார்கள், நான் ஜி.ஹெச்.சுக்கு எப்போது வருவேன் என்று அவர்கள் கொலை வெறியுடன் எதிர்பார்த்துக் கொண்டிருந்தனர். அதனால்தான் தம்பிகள் இவ்வளவு எச்சரிக்கை செய்தனர். பதட்டத்தில் இருக்கும் தம்பிகளை மேலும் பதட்டமடையச் செய்யக்கூடாது என்பதால், ''நான் ஆபீசுக்குத்தான் வந்துகொண்டிருக்கிறேன்'' என்று சொல்லிவிட்டு போனை வைத்தேன்.

சில விநாடிகளுக்குப் பிறகு மீண்டும் போன் செய்து சுரேஷிடம் பேசி தூத்துக்குடி ஏஜெண்ட்டின் போன் நம்பரை வாங்கிக் கொண்டேன். அதன்பிறகு நமது அட்வகேட் பெருமாளுக்கு டயல் செய்து, கதிரை தாக்கப்பட்டதைத் தெரிவித்து, கன்சல்ட் செய்தேன். பிறகு மீண்டும் சுரேஷைத் தொடர்பு கொண்டு, ஜனாதிபதி உட்பட முக்கிய பிரமுகர்களுக்கு தந்தி கொடுக்க ஏற்பாடு செய்யச் சொன்னேன். தந்தி கொடுக்கும் பணியை சுரேஷ் கவனித்துக் கொள்ள, எல்லா பத்திரிகைகளுக்கும் போன் செய்து தகவல் கொடுத்துக் கொண்டிருந்தார் காமராஜ். நான் போன் செய்த எஸ்.டி.டி. பூத்தின் உரிமையாளர் ராஜேந்திரன்; அவரிடம் சொல்லி நண்பன் 'கப்பல்' சாமியின் தம்பி ராஜாவை அழைத்துவரச் சொன்னேன். பூத்துக்கு பக்கத்தில்தான் ராஜா இருந்தார். ராஜாவை அழைப்பதற்காக ராஜேந்திரன் சென்றபிறகு தூத்துக்குடி ஏஜெண்ட் கணபதிராமுக்குப் போன் செய்தேன். என் குரலைக் கேட்டதுமே பரபரப்பானார் ஏஜெண்ட். "அண்ணே... நல்ல வேளையா போன் பண்ணுனீங்க... எங்கே நீங்க திடுதிப்னு வந்துடப்போறீங்களோன்னு பயந்துகிட்டே இருந்தேன். நீங்க இங்கே வந்துடாதீங்க. கண்ணப்பனோட ஆளுங்க இங்கே அரிவாளும், கத்தியுமா அலைஞ்சுக்கிட்டுருக்காங்க. நீங்க வருவீங்கன்னு சொல்லித்தான் அவங்க கத்திக்கிட்டிருக்காங்க. இப்பதான் ஆபீசுக்கு போன் பண்ணி நீங்க இங்கே வர வேணாம்னு சொல்லிடச் சொன்னேன். நீங்க இங்கே வந்துடாதீங்க; நான் பார்த்துக்கிறேன். நாங்க அண்ணன் தம்பிங்க 3 பேர் இருக்கோம். நம்ம கதிரையை பத்திரமா பார்த்துக்கிறோம்" என்றார்.

“போலீசுக்கு கம்ப்ளைண்ட் கொடுத்தாச்சா? அவங்களுக்கு இந்த அக்கிரமமெல்லாம் தெரியுமா?”

“அடிச்சவங்களே கம்ப்ளையிண்ட் பண்ணியிருக்காங்களாம்?”

‘‘அடிச்சவங்களேவா... எதுக்காக...?’’ -நான் யோசிக்கத் தொடங்கினேன்.

“அதுதான் மர்மமா இருக்குண்ணே... இருந்தாலும் போலீஸ் ஸ்பாட்டுக்கு வந்திடுச்சு. ஆனா அடிச்சவங்க தலைமறை வாயிட்டாங்க. இப்ப அவங்களை போலீஸ் தேடிகிட்டிருக்கு.”

“போலீசுக்கு பயந்து ஓடிக்கிட்டிருக்கிறவங்க. நான் அங்கே வந்தால் எப்படி அடிப்பாங்க?”

“அண்ணே... ஆஸ்பத்திரி ஏரியாவிலே இருக்கிற கடைங்க எல்லாம் அவங்க ஆளுங்க கடைதான். நாங்களே ரொம்ப கவனமாத்தான் இங்கே இருக்கோம். யாரும் சந்தேகப்படாதபடி, போய் வந்துகிட்டிருக்கோம். அவங்க ஆளுங்க எங்க காதுபடவே பயங்கரமா பேசிக்கிறாங்க. நீங்க இங்கே வந்தா, அதோடு உங்க கதையை முடிச்சிடணும்னு பேசிக்கிட்டதைக் கேட்டேன். அதனாலதான், இங்கே வரவேண்டாம்னு சொன்னேன்.”

‘‘கதிரை தாக்கப்பட்ட கேசை டீல் பண்ணுற போலீஸ் ஆபீஸர் யாரு? அவரோட போன் நம்பர் வேணும்?”

“ஏ.எஸ்.பி.ராஜேஷ்தாஸ்தான் டீல் பண்றார். தூத்துக்குடிக்கு அவர் வந்தபிறகு, இதுவரைக்கும் பிரச்சனையில்லாமல் தான் இருந்தது. ஒட்டப்பிடாரம் தொகுதி அ.தி.மு.க. எம்.எல்.ஏ. ராஜமன்னாரை அடிச்சு இழுத்துக்கிட்டுப் போனவர் அவர். ரொம்ப துணிச்சல்காரர். அவர்தான் இந்த கேசை பார்த்துக்கிறார்.”

பாலைவன சுடுமணலில் நாக்கு வரண்டு தவித்தவனின் மேல் திடீரென இரண்டு சொட்டு மழைநீர் விழுந்தது போல, நமது நிருபர் தாக்கப்பட்ட விவகாரத்தை ஒரு துணிச்சலான போலீஸ் அதிகாரிதான் விசாரிக்கிறார் என்ற செய்தி கொஞ்சம் ஆறுதல் அளித்தது.

“அண்ணே... ஏ.எஸ்.பி.ராஜேஷ்தாஸ்தான், கதிரைதுரையை அடிச்சவங்களை தேடிப்போயிருக்காரு. எப்படியும் பிடிச்சுக்கிட்டு தான் திரும்பி வருவாருன்னு டிபார்ட்மெண்ட்டில் உள்ளவங்களே சொல்றாங்க.”

“கதிரையை அடிச்ச விஷயம் உங்களுக்கு எப்படித் தெரியும்?”

“தினத்தந்தி (நெல்லை) ஆபீசுக்கு யாரோ சொல்லியிருக்காங்க. அங்கேயிருந்துதான் எங்களுக்கு போன் பண்ணிச் சொன்னாங்க. அதுக்கப்புறம்தான் போய்ப் பார்த்தோம். ஆனா ஒண்ணுண்ணே... நம்ம நல்ல நேரம்தான்னு சொல்லணும். முதலில் எங்களுக்கு என்ன சொன்னாங்க தெரியுமா? நக்கீரன் ஆசிரியரை அடிச்சுக்

கொன்னுட்டதாதான் சொன்னாங்க. நாங்க பதறிப்போயிட்டோம். எங்க நெஞ்சே வெடிச்சுத் தெறிச்சுடுற மாதிரி இருந்தது. ஆஸ்பத்திரிக்கு வேகமா ஓடிப்போய் பார்த்தால் கதிரை துரை அடிபட்டுக் கிடந்தாரு. உடம்பெல்லாம் ரத்தம்! ஆனா... உயிர் இருக்குன்னு தெரிஞ்சதும்தான் கொஞ்சம் நிம்மதி வந்தது."

தூத்துக்குடி ஏஜெண்ட் தந்த தகவல்களைக் கேட்டபிறகு, போனை வைத்தேன். எஸ்.டி.டி. பூத் உரிமையாளர் ராஜேந்திரன் நான் குறிப்பிட்ட ராஜாவை அழைத்து வந்திருந்தார். நான் மறுபடியும் நமது அலுவலகத்திற்கு போன் செய்து காமராஜிடம் பேசினேன்.

"தம்பி... பத்திரிகைக்கெல்லாம் தகவல் கொடுத்தாச்சா?"

"எல்லோருக்கும் சொல்லிக்கிட்டிருக்கேன்."

"சரி... நான் அங்கேதான் வந்துகிட்டிருக்கேன்."

தம்பிகள் எல்லோரும் அப்படித்தான் நம்பிக்கொண்டி னர். நான் போன் பேசிய இடத்திலிருந்து தூத்துக்குடி 80 கி.மீ. தூரத்தில் இருந்தது. ராஜாவை அழைத்துக்கொண்டு காரில் ஏறினேன். அடுத்த ஒன்றரை மணி நேரத்தில் தூத்துக்குடியில் கார் நின்றது.

ஆறுமுகநயினாரின் வெறியாட்டம்!

தூத்துக்குடிக்குள் கார் நுழையும்போதே, எனக்குள் பலவிதமான பலத்த யோசனைகள். தம்பிகள் அனைவரும் போகவேண்டாம் என்று எச்சரித்தும் போகிறோம். அதே நேரத்தில் கை, கால்களெல்லாம் உடைக்கப்பட்டு, கடுமையாக பாதிக்கப் பட்டுள்ள கதிரையை, நம் அலுவலகத்தில் இருந்து யாரும் சென்று பார்க்காவிட்டால் மனரீதியாகப் பாதிக்கப்படுவார். நாம போகாமல் இருந்தால், எதிரிகளுக்கு இடம் கொடுத்தது போலாகிவிடும். நிருபரை அடித்தால் தலைமை அலுவலகத்தில் யாரும் கண்டுகொள்ளமாட்டார்கள் என எதிரிகள் நினைத்துக்கொண்டு, எல்லாப் பகுதிகளிலும் நமது நிருபர்கள் மீது கை வைக்கும் தைரியத்தைப் பெற்றுவிடுவார்கள். இதே வழியைப் பின்பற்றும்படி ஜெயலலிதா தனது கட்சிக்காரர்களுக்கு, சுற்றறிக்கை அனுப்பினாலும் ஆச்சரியப்படுவதற்கில்லை.

கதிரையைப் பார்க்கப் போகும் இடத்தில், நம் மீது தாக்குதல் நடத்தப்பட்டால் நிச்சயமாக மக்கள் மனதில் கொதிப்பு உண்டாகும். நிருபரையும் தாக்கி, அவரைப் பார்க்கப்போன ஆசிரியரையும் தாக்கியுள்ள இந்த ஆட்சி அவசியம்தானா? என்ற கேள்வி மக்கள் மனதில் எழும். அதனால் எது நடந்தாலும் சரி,

அந்த இடத்திற்குச் சென்று ரத்தம் சிந்தினாலும் சரி, எதையும் எதிர்கொண்டே தீரவேண்டும் என்ற முடிவுடன் தூத்துக்குடி அரசு மருத்துவமனைக்குச் சென்றேன்.

என்னை எதிர்பார்த்து, ஆறுமுக நயினாரின் ஆட்கள் தயாராக இருப்பது, காரின் கருப்புக் கண்ணாடிகள் வழியே நன்றாகத் தெரிந்தது. அடியாட்களின் பார்வையில் படாதவாறு காரை ஓரிடத்தில் நிறுத்திவிட்டு நானும், தம்பி ராஜாவும் கதிரை அட்மிட்டாகியிருந்த அறையை நோக்கிச் சென்றோம். அறையின் கதவு தாழிடப்பட்டிருந்தது.

அதனருகில் இரண்டு போலீஸ்காரர்கள் நின்றுகொண்டிருந்தனர். நாங்கள் கதவருகே சென்றதும், அவர்கள் என்னைத் தடுத்தனர். கூட வந்திருந்த ராஜா, "நக்கீரன் ஆசிரியர்" என்றார். போலீசார் என்னிடம், "ஸாரி ஸார்... ரொம்ப ஜாக்கிரதையா பார்த்துக்கும்படி ஸ்பெஷல் உத்தரவு போட்டிருக்காங்க; அதனாலதான் நீங்க யாருன்னு தெரிஞ்சுக்காமல் தடுத்துட்டோம்... ஸாரி... ஸார்..." என்றபடி கதவைத் திறந்தனர்.

உள்ளே நுழைந்து கதிரையை நெருங்குவதற்கு முன்... அங்கேயும் ஒரு போலீஸ்காரர் பாதுகாப்புக்காக நிறுத்தப்பட்டிருந்தார். போலீஸாரின் பணி திருப்திகரமாக இருந்தது. ஆனால்... படுக்கையில் கதிரை துரை கிடந்த நிலையோ கல் மனசுக்காரர்களையும் ஒரு விநாடி உலுக்குவதுபோல் இருந்தது.

தலையில் பெரிய கட்டுபோடப்பட்டு, கைவிரல்கள் பேண்டேஜால் சுற்றப்பட்டிருந்தன. நெஞ்சிலிருந்து பாதம்வரை எந்தப் பகுதியும் வெளியே தெரியாதபடி இறுக்கமான கட்டுப்போடப்பட்டிருந்தது. நாங்கள் வந்ததை அறிந்துகொள்ள முடியாதபடி அரை மயக்கத்திலிருந்தார் கதிரை, அவரது கையை ஆறுதலாகப் பிடித்தேன். மெல்ல என்னை நோக்கினார். அரைமயக்கத்திலும் என்னை அடையாளம் கண்டுகொண்ட அவரால், பொங்கி வந்த அழுகையை நிறுத்த முடியவில்லை.

"அண்ணே... சொல்லிச் சொல்லி அடிச்சாங்கண்ணே..." என்றவர், குழந்தையைப் போல தேம்பித் தேம்பி அழுதார்.

"இனிமே எந்த பயமுமில்லை. நாங்கதான் வந்துட்டோமே!"

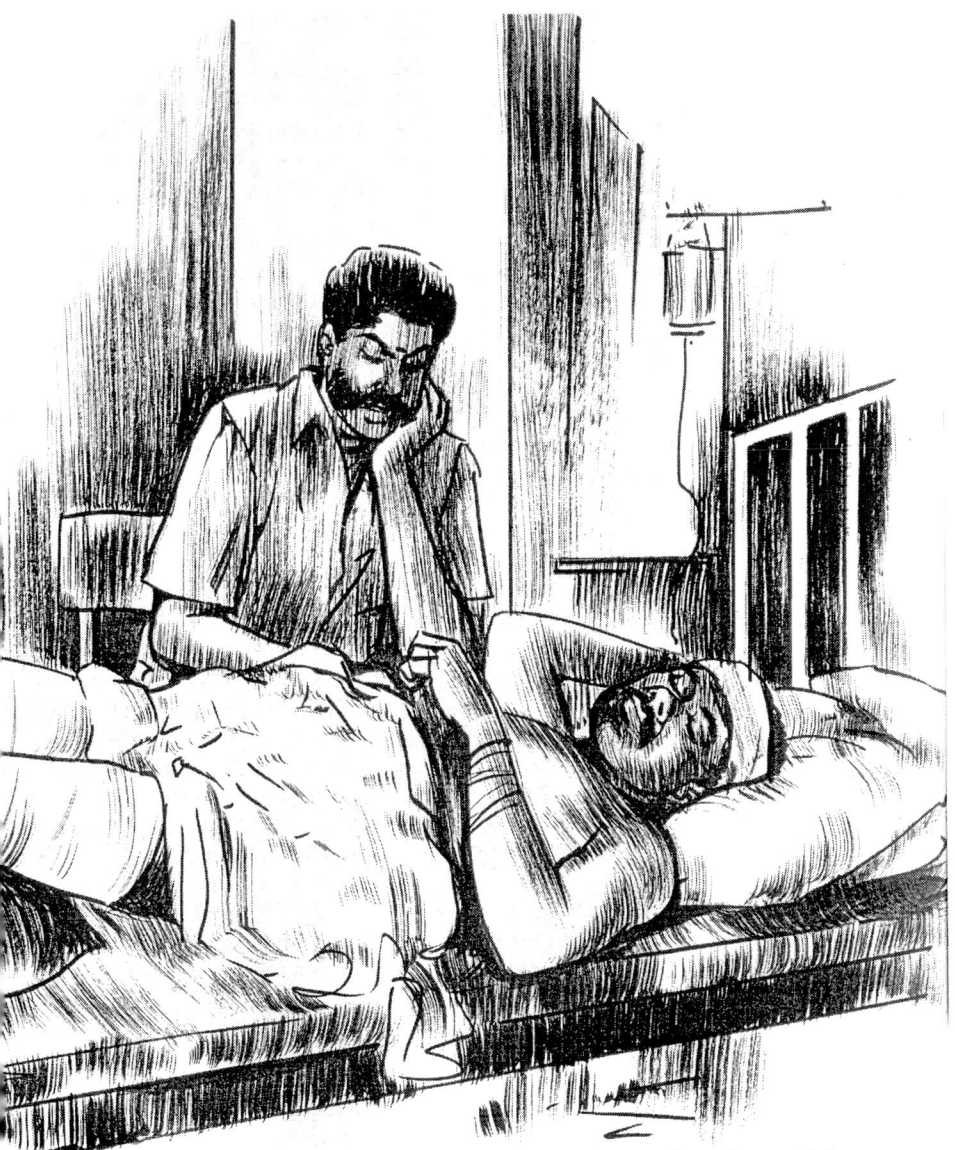

என்று ஆறுதலாக சொல்லிவிட்டு, பக்கத்திலிருந்த போலீஸை சிறிது நேரம் வெளியில் இருக்கும்படி கேட்டுக்கொண்டேன். போலீஸ்காரர் வெளியே சென்றதும் படுக்கைக்கு பக்கத்திலிருந்த எக்ஸ்ரேக்களை எடுத்துப் பார்த்தேன். பெரிய அளவில் மருத்துவ ஞானம் இல்லாவிட்டாலும், எக்ஸ்ரேயைப் பார்த்து எங்கெங்கே முறிவு ஏற்பட்டிருக்கிறது என்பதைப் புரிந்துகொள்ளக்கூடிய அளவுக்கு பரிச்சயம் இருந்தது.

எக்ஸ்ரேயை பார்த்தபடி, கதிரையிடம் நான் கேட்ட கேள்வி "தலையில் என்ன காயம்?"

"14 இடத்தில் தையல் போட்டிருக்காங்கண்ணே"

என்னை அதிர்ச்சி தாக்கியது. ஒவ்வொரு எக்ஸ்ரேயிலும் கதிரைக்கு ஏற்பட்டிருந்த பாதிப்புகள் தெளிவாகத் தெரிந்தன. அவர் கையில் ஒரு விரல் ஒடிக்கப்பட்டிருந்தது. இரண்டு கால்களையும் மூட்டுக்குக் கீழே பலமாக சிதைத்திருந்தனர். கணுக்காலும் உடைக்கப்பட்டிருந்தது.

அவற்றைப் பார்க்கப் பார்க்க எனக்குள் பொங்கி எழுந்த கோபத்தையும், வேதனையையும் பல்லைக் கடித்துக்கொண்டு அடக்கினேன். எல்லா எக்ஸ்ரேக்களையும் பார்த்து முடித்த பிறகு கதிரையிடம் கேட்டேன்.

"இங்கே பாதுகாப்பு எப்படியிருக்கு?"

"நல்லபடியா பார்த்துக்குறாங்கண்ணே!"

இவ்வளவு பாதுகாப்பிலும், அவர்கள் என்னைத் தாக்குவதற்கு துணிந்திருக்கிறார்கள் என்றால் ஜெயலலிதா எவ்வளவு தூரத்திற்கு இடம் கொடுத்திருக்கிறார் என்பதைப் புரிந்து கொண்டேன்.

கதிரையிடம் "உடம்பு வலி எப்படி?" என்றேன்.

"ஓங்கி... ஓங்கி மிதித்ததால் எழுந்திருக்கவே முடியலை" -லேசாக உடம்பை அசைக்க முயன்று, முடியாமல் போனதால் வேதனையடைந்த கதிரை, மீண்டும் அழத்தொடங்கினார். அவர் கன்னங்களில் வழிந்த கண்ணீரைத் துடைத்து விட்டு, ட்ரீட்மெண்ட் எப்படி கொடுக்கப்படுகிறது என்பது பற்றி விசாரித்தேன். அவருக்கு நம்பிக்கையூட்டும் விதத்தில் சிறிது நேரம் பேசினேன். 10 நிமிடம் கழிந்தது. கதிரையின் மனதில் தெம்பு பிறந்திருப்பதை அவரின் முகம் பிரதிபலித்தது.

"சொல்லுங்க கதிரை... எப்படி இது நடந்தது?"

வலியினைத் தாங்கிக்கொண்டு பேசத் தொடங்கினார். அந்த ரண நிமிடங்களிலும் முழு விபரத்தினையும் தெரிவிக்கவேண்டும் என்ற துடிப்பு அவரிடம் காணப்பட்டது. வார்த்தைகள் நிதானமாக வெளிப்பட்டன. நடந்தது என்ன என்பது நமக்குப் புரிந்தது.

நாம் இட்ட பணியை நிறைவேற்றுவதற்காக, உலக வங்கித் திட்டத்தின்மூலம் எந்தெந்த வகையில் மோசடி செய்யப்பட்டிருக்கிறது என்பதற்கு சாட்சியமாக நின்ற முள் செடி அகற்றப்படாத தாமிரபரணி ஆறு, வெங்காயத்தாமரை மண்டிக் கிடந்த கொற்கை வாய்க்கால், புதிய ஷட்டர் அமைத்ததாக கணக்கெழுத பயன்பட்ட உப்பாற்று ஓடை, சரளைக்கல் சாலை அமைத்ததாக போலி பில் போட பயன்பட்ட பேய்க்குளம் வாய்க்கால், மற்றும் கடம்பா குளக்கரை சாலை, ஆத்தூர்சாலை ஆகியவற்றைக் கவனமாக படமெடுத்துக்கொண்டார் கதிரை.

எந்தவொரு ஊழல் பற்றிய செய்தியை புலனாய்வு செய்தாலும் அந்த ஊழல் பற்றி சம்பந்தப்பட்டவர்களிடம் பேட்டி காண்பது வழக்கம்.

காரணம், எந்த ஒரு விஷயமும் ஒரு தரப்பு செய்தியாக வெளிவரக்கூடாது. அதன்படி ஊழல் திலகம் ஆறுமுகநயினாரை தொடர்பு கொண்டு, அவர் தரப்பு விளக்கத்தை கேட்க முடிவு செய்தார் கதிரை, நயினாரின் வீட்டைப் புதுப்பிக்கும் பணி நடந்துகொண்டிருந்ததால் மறுநாள் காலையில் வந்து பார்க்கும்படி கதிரையிடம் கூறியிருக்கிறார் நயினார், கோடிக்கணக்கில் கொட்டி புதுப்பிக்கப்படும் வீட்டையும் படமெடுத்து விடலாம் என்று முடிவு செய்த கதிரை. அதற்கு முன் எடுக்கப்பட்ட புகைப்படங்கள் அடங்கிய ஃபிலிம் ரோலை கேமராவிலிருந்து கழற்றினார்.

முக்கியமான படங்கள் எடுத்த பிறகு ஃபிலிம் ரோலையும், கேசட்டையும் பத்திரப்படுத்திவிட்டு, புதிய ஃபிலிம் ரோலுடன் அடுத்த செய்திக்காக புறப்படுவது நமது நிருபர்களின் வழக்கம். அதே முறையில்தான் கதிரையும் செயல்பட்டார். புதிய ஃபிலிம்ரோல் அடங்கிய கேமராவுடன் மறுநாள் காலை 9 மணிக்கு ஆறுமுகநயினாரின் வீட்டிற்குச் சென்றார்.

கால்மேல் கால்போட்டபடி உட்கார்ந்திருந்தார் நயினார். பின்னணியில் ஜெ.வுடன் அவர் நிற்கும் பிரம்மாண்டமான படம் மாட்டப்பட்டிருந்தது. கதிரையை பார்த்ததும், “நீங்க, நக்கீரன் நிருபர்னு எப்படி தெரிஞ்சுக்கிறது?” என்றார்.

கதிரை, தனது விசிட்டிங் கார்டை எடுத்துக் கொடுத்தார். நயினாருக்கு சந்தேகம் விலகவில்லை. கதிரையை மேலும் கீழும் பார்த்தார். அதைப் புரிந்துகொண்ட கதிரை, தனது அடையாள அட்டையை காண்பித்தார்.

அதை வாங்கி தன் கையில் வைத்துக்கொண்ட ஆறுமுகநயினார், “எதுக்காக பார்க்க வந்தீங்க?” என்றார்.

உலக வங்கித் திட்டம் பற்றி சொன்ன கதிரை, “நீங்கதான் இதற்கு மெயின் காண்ட்ராக்டர். அந்த திட்டத்தில் நிறைய ஊழல் நடந்திருப்பதாகச் சொல்றாங்க... நீங்க அதுக்கு என்ன சொல்றீங்க?”

‘‘உலக வங்கித் திட்டமா? அது பற்றி எனக்கு எதுவும் தெரியாது! எனக்கு துளிக்கூட சம்பந்தமில்லாத விஷயம். யார் அந்த நியூஸ் கொடுத்தது?”

அந்தத் திட்டத்தில் உள்ள காண்ட்ராக்டர்களின் பட்டியலை வரிசையாக அடுக்கிய கதிரை, ‘‘இதில் முதல் பெயரே உங்களுடையதுதான்” என்றார் நயினாரிடம்.

‘‘எனக்குப் பிடிக்காத என் கட்சிக்கார தே... பசங்க பொறாமையாலே இப்படி நியூஸ் கொடுத்திருக்காங்க. சரி... இப்ப

உங்களுக்கு என்ன உதவி வேணும்...? கேளுங்க... நாம் எல்லோரும் ஃப்ரண்ட்ஸா இருக்கலாம்'' என்று சொல்லிக்கொண்டே தன் கையிலிருந்த அடையாள அட்டையை கதிரைக்குத் தெரியாமல் சுரண்டிக்கொண்டிருந்தார் நயினார்.

“உங்ககிட்ட எனக்கு எந்த உதவியும் வேணாம்; பேட்டிதான் வேணும்?” -கதிரை.

“நக்கீரனுக்கு பேட்டியோ, விளக்கமோ கொடுக்கக்கூடாதுன்னு அம்மா சொல்லியிருக்காங்க” என்று கூறிவிட்டு, உள்ளே சென்ற ஆறுமுகநயினார் யாருக்கோ டயல் செய்து பேசினார். அவருடைய பேச்சில், ‘நக்கீரன்’ என்ற வார்த்தை அடிக்கடி ஒலித்தது. போன் பேசி முடித்துவிட்டு வந்த நயினாரின் முகம் மாறியிருந்தது. கதிரைக்கு பின்னால் இருவர் வந்து நின்றனர். அறைவாசலில் இரண்டுபேர் நின்றுகொண்டனர்.

நயினாரின் பேச்சுத் தொனி மாறியது. ''இந்த மேட்டர் நக்கீரனில் வரக்கூடாது. அதுக்கு நான் என்ன செய்யணும்னு சொல்லு.''

''அதெல்லாம் எனக்குத் தெரியாது. என்னிடம் ஒப்படைக்கப்பட்ட வேலைக்காக வந்தேன். பேட்டி கொடுக்க விருப்பமிருந்தா கொடுங்க. இல்லைன்னா பேட்டி கொடுக்கலைன்னு போடுவோம்; அவ்வளவுதான்... இப்ப என் ஐடெண்ட்டி கார்டை கொடுங்க'' -கதிரை பேசி முடிக்கும் முன்பே, அவருடைய கன்னத்தில் பளார் என அறைந்தார் ஆறுமுகநயினார்.

போலீஸ் நடத்திய விசாரணை!

கதிரையின் கன்னத்தில் ஆறுமுக நயினார் அடித்த மறு விநாடியே நான்கைந்து பேர் சுற்றி நின்று கொண்டனர். திடீர் தாக்குதலால் பாதிக்கப்பட்ட கதிரை, சூழ்நிலை விபரீதமாவதை உணர்ந்து அங்கிருந்து தப்பித்து விடலாம் என்ற யோசனையில் வாசல் பக்கத்தை நோக்கினார். அங்கிருந்த கேட்டை இரண்டு பேர் சாத்திக் கொண்டிருந்தனர். கதிரையின் பார்வை அங்கிருந்து திரும்புவதற்குள்ளாகவே, அவர் மீது கொடூரமான தாக்குதல் நடத்தப்பட்டது. பயங்கரமான ஆயுதங்கள் அவரைப் பதம் பார்த்தன.

ஆறுமுகநயினார் புதுப்பித்துக்கொண்டிருந்த வீட்டில், இரும்புக் கம்பிகளும், மட்டப் பலகைகளும் குவிந்துகிடந்தன. நயினாரின் ஆட்கள் ஆளுக்கொன்றாக அதை தூக்கிக் கொண்டு கதிரையை அடிக்க ஆரம்பித்தனர். அடிப்பதற்கென்றே தயாரிக்கப்பட்ட பயங்கரமான இரும்புத் தடியையும் அடியாட்கள் வைத்திருந்தனர். முதலில் பதம்பார்க்கப்பட்டது கதிரையின் தலைதான். நயினாரின் அடியாட்களில் ஒருவன் இரும்புத்தடியால் கதிரையின் தலையில் ஓங்கி அடிக்க, பொறி தெறித்து, ரத்தம்

பொங்கியது. கதிரைக்கு தலைசுற்றியது. அரை மயக்கநிலையை நோக்கி அவர் போய்க் கொண்டிருந்த போது, அடுத்த அடிக்காக இரும்புக்கம்பியை உயர்த்தினான் இன்னொருவன்.

அந்த அடியிலிருந்து தலையைக் காப்பாற்றிக் கொள்ள வேண்டும் என்பதற்காக கைகளால் தடுக்க முயன்றார் கதிரை தலையில் விழவேண்டிய அடி அவரின் கையில் விழுந்து விரலைத் துண்டித்தது. கைகளை உதறியபடி கீழே சரிந்த அவரை, சுற்றி நின்ற மிருகங்கள் வெறித்தனமாகத் தாக்கத் தொடங்கின நெஞ்சிலும் வயிற்றிலும் மாறி, மாறி உதைத்தனர். “அம்மா…” என அலறியபடியே சுருண்டார் கதிரை. கண்கள் இருட்டியது. நாக்கு வறண்டது. கொஞ்ச நேரத்தில் நினைவிழந்து விடுவோம் என்பது அவருக்கே புரிந்தது. அதற்குள் இந்த இடத்திலிருந்து தப்பித்துவிட வேண்டும் என்பதுதான் அவருடைய ஒரே நோக்கம்.

அந்த கொடுமைக்காரர்களின் பிடியிலிருந்து விடுதலை பெறும் எண்ணத்தில் எழுந்து ஓட முயற்சித்தார். ‘ஓடவா-பார்க்கிறே” என்றபடி கால்மூட்டுகளை இரும்புக் கம்பிகளால் அடித்து நொறுக்கியது ஆறுமுக நயினார் கும்பல். ரத்தம் வழியும் கால்களை பிடித்தபடி மீண்டும் சரிந்த கதிரையின் முதுகிலும், நெஞ்சிலும் சரமாரியான அடிகள் விழுந்தன.

“டேய்… இவனை ஓடவிட்டுடக்கூடாது. விட்டால் நம்ம ஊழலையெல்லாம் காட்டிக் கொடுத்திடுவான். பொழப்பிலே மண்ணு விழுந்திடும்'' என்று ஆறுமுக நயினார் சொல்ல, அவருடைய ஆட்கள் மறுபடியும் கதிரையை கண்மூடித்தனமாக அடிக்கத் தொடங்கினர். இன்னொரு காலில் மூட்டுகளும் சிதைக்கப்பட்டன. கணுக்காலும் உடைத்து நொறுக்கப்பட்டது. வீட்டுத் தரையில் செம்மண் சாந்து பூசியதுபோல் ரத்தம் பரவிக்கிடந்தது. கதிரையின் உடம்பு முழுவதும் ரத்தம் வழிந்தது. நயினாரின் ஆட்கள் அப்போதும் அடித்துக் கொண்டேயிருந்தனர். ஆட்களுடன் சேர்ந்து ஆறுமுக நயினாரும் இரும்புக் கம்பியால் அடித்தார். சுமார் 15 நிமிடம் தொடர்ச்சியாக நடந்த இந்த வெறித்தனமான தாக்குதலால் பேச்சு மூச்சின்றி சரிந்தார் கதிரை, அதன் பிறகுதான் அடி விழுவது நின்றது. அடியாட்களில் ஒருவன் கதிரையின் பக்கத்தில் வந்து பார்த்துவிட்டு, “முடிஞ்சிடுச்சு” என்பது போல் சைகை செய்தான்.

ஆட்களைப் பார்த்து ‘உம்’ என்றார் ஆறுமுக நயினார். ரத்தக்குளத்தில் மிதந்துகொண்டிருந்த கதிரையை, தரதரவென இழுத்துக்கொண்டு போய் வெளியில் போட்டனர். கதிரையின் அருகே வந்த நயினார், “இவன் சட்டையை செக் பண்ணிப்பாருங்க” என்றார். சாராயத்துக்கும் சாப்பாட்டுக்கும் நயினாரை நத்திப்

பிழைத்துக் கொண்டிருக்கும் கூட்டத்திலிருந்த ஒருவன் கதிரையின் பேண்ட் பாக்கெட்டில் கைவிட்டு, சில ஜெராக்ஸ் காப்பிகளை எடுத்து நயினாரிடம் கொடுத்தான். வாங்கிப் பார்த்த நயினாரின் முகம் சிவந்தது. “எல்லாம் பக்கா டாக்கு மெண்ட்ஸ். எப்படி புடிச்சானுங்கன்னு தெரியலை. ஜெராக்ஸ்தான் வச்சிருக்கான். ஒரிஜினலை வேற எங்கேயோ மறைச்சிட்டான்” என்று சொல்லிக் கொண்டே தரையில் கிடந்த, சுயநினைவற்ற கதிரையை ஓங்கி ஓங்கி மிதித்தார். கதிரையின் உடல் லேசாக அசைந்தது. உயிர் ஒட்டிக்கொண்டிருக்கிறது என்று தெரிந்ததும் அவசர அவசரமாக வீட்டுக்குள் சென்ற நயினார், யாருக்கோ போன் செய்துவிட்டுத் திரும்பினார். முகம் இறுக்கமாக இருந்தது. தன் ஆட்களைப் பார்த்து சத்தமாகச் சொன்னார்.

“இவனை தூக்கிட்டு வாங்க.”

கதிரையை தூக்கி வந்தனர். மாடி ஜன்னலுக்கு நேர் கீழே அவரைச் சாயவைத்து, உடம்பெல்லாம் மண்ணைத் தூவினர். வீடு கட்டும் பணிக்காக போடப்பட்டிருந்த சாரத்தில், அவரை பக்குவமாக சாயவைத்து அங்கிருந்த கயிறுகளால் கட்டிப்போட்டனர். கதிரை மீது அபாண்டமான குற்றச்சாட்டை சுமத்துவதற்காகவே இந்த செட்டப் செய்யப்பட்டது. ஆறுமுக நயினாரின் வீட்டு மாடியிலுள்ள பெட்ரூமுக்குள் நுழைந்து போட்டோ எடுக்கும் சாக்கில், கதிரை திருட முயன்றதாகவும் அப்போது நயினாரின் ஆட்கள் பார்த்துவிட்டதால் மாடி ஜன்னல் வழியே குதித்தபோது, அடிபட்டு விழுந்துவிட்டதாகவும், அடிபட்டு ரத்த வெள்ளத்தில் கிடந்த கதிரையைப் பிடித்து வைத்திருப்பதாகவும் நயினாரால் ஒரு கதை ஜோடிக்கப்பட்டது. இந்தக் கதையை அப்படியே போலீஸாரிடம் போனில் சொல்ல, அது புகாராகவும் பதிவு செய்யப்பட்டது. கொள்ளையடிக்க வரும் திருடன் எவனாவது பகலில் வந்து மாட்டிக்கொள்வானா? அதுவும், தமிழக மக்களின் வரிப்பணத்தை பகல் கொள்ளையடிக்கும் அ.தி.மு.க. பிரமுகரின் வீட்டுக்குள் இன்னொரு கொள்ளைக்காரன் நுழைவானா?

ஆனால் அதிகாரமும், மிரட்டலும் அ.தி.மு.க.வினரின் ஆயுதமாக இருந்ததால் அடிவருடிகளாய் செயல்பட்ட அப்போதைய காவல்துறையினர், ஆறுமுக நயினார் சொன்னதை அப்படியே புகாராக எடுத்துக்கொண்டனர். அ.தி.மு.க.வினருக்குப் போலீசார் எப்படியெல்லாம் வளைந்து நெளிந்து ஒத்துழைப்பு தந்தனர் என்பதற்கு கதிரை தாக்கப்பட்ட சம்பவமே சரியான சாட்சியம்.

போலீசுக்கு போன் செய்துவிட்டு வெளியே வந்த நயினார்

அரைகுறை மயக்கத்தில் இருந்த கதிரையை நெருங்கினார். உடம்பை அலட்டிக்கொண்டு மிரட்டுகிற தொனியில் பேச ஆரம்பித்தார். "டேய்... பத்திரிகையாடா நடத்துறீங்க...? நீங்க ஒரு ஆள்தான் அடங்கமாட்டேன்னு சொல்லிட்டிருந்தீங்க. அதையும் நான் அடக்கிட்டேன். இனிமே எவனாவது ஏதாவது எங்களைப் பத்தி எழுதுனீங்கன்னா, உங்க ஆபீசிலே இருக்கிற எல்லோருக்கும் இதே கதிதான். இங்கே நடந்ததைப் பற்றி வெளியிலே மூச்சு விடக்கூடாது. செலவுக்கு பணம் தர்றேன். இங்கேயே ட்ரீட்மெண்ட் எடுத்துக்கிட்டு மெட்ராசுக்கு போயிடு. நடந்ததைப் பற்றி யார்கிட்டேயாவது சொன்னீன்னா...?'' என்று நயினார் மிரட்டிக் கொண்டிருந்த நேரத்தில் போலீஸ் அங்கு வந்து சேர்ந்தது.

ஒரு இன்ஸ்பெக்டரும், மூன்று கான்ஸ்டபிள்களும் வந்தனர். கதிரை கிடந்த கோலத்தையும், நயினாரும் அவருடைய ஆட்களும் சுற்றி நிற்பதையும் பார்த்த இன்ஸ்பெக்டர், "என்ன, நடந்துச்சு?" என்றார்.

ஆறுமுகநயினார், தான் தயாரித்திருந்த கதையை அவிழ்த்துவிட்டார். "சார்... இவன் நக்கீரன் ரிப்போர்ட்டர்னு சொல்றான். ஆனா திருட வந்திருக்கான். என் பெட்ரூமுக்குள்ள நுழைஞ்சு திருட முயற்சி செய்தப்ப என் ஆளுங்க. பார்த்துட்டாங்க. தப்பிக்கிறதுக்காக குதிச்சான்; அடிபட்டு விழுந்துட்டான். நாங்க புடிச்சி வச்சிட்டு, மேலிடத்துக்கு போன் பண்ணிக்கேட்டாச்சு. நாயை அடிச்சு தூக்கிப் போடுற மாதிரி வெளியிலே போட்டு டுங்கன்னு சொல்லிட்டாங்க. நீங்க இவனை இழுத்துக்கிட்டுப் போங்க" -கூசாமல் பொய்யை அவிழ்த்து விட்டார் நயினார்.

'கதை'யைக் கேட்ட இன்ஸ்பெக்டர், கதிரையின் பக்கத்தில் வந்து, "யார் நீ" என்று போலீஸ் வார்த்தைகளால் கேட்டார். கதிரையிடமிருந்து பதில் வரவில்லை. இன்ஸ்பெக்டர் கேட்டது அவர் காதில் விழுந்தது. ஆனால் பதில் சொல்வதற்கு வார்த்தைகள் வரவில்லை. மயக்கம் முற்றுகையிட்டது. அதைப் பொருட் படுத்தாமல் போலீஸ் தொனியில் ஏதேதோ கேட்டுக் கொண்டேயிருந்தார் இன்ஸ்பெக்டர். கடைசியில்தான் அவருக்கு நிலைமை புரிந்தது. தண்ணீர் கொண்டுவரச் சொல்லி கதிரையின் முகத்தில் தெளித்தார்.

மயக்கத்திலிருந்து மெல்ல விடுபட்டார் கதிரை துரை. எதிரே காக்கிச்சட்டையினர் நிற்பது அப்போதுதான் அவருக்குத் தெளிவாகத் தெரிந்தது. பேச ஆரம்பித்தார்.

''நான் நக்கீரன் ரிப்போர்ட்டர். மெட்ராஸிலிருந்து வந்திருக்கேன். பேட்டி விஷயமாக இவரைப் பார்க்கவந்தேன். என் கார்டை பிடுங்கி கிழிச்சிப் போட்டுட்டு என்னை அடிச்சாங்க. பல்

ரெண்டையும் உடைச்சிட்டாங்க; நடக்க முடியலை. இங்கே வழிஞ்சு கிடக்கிற ரத்தத்தைப் பார்த்தாலே உங்களுக்கும் புரியும்" கதிரை சொல்லிக்கொண்டிருந்த போது, அவசர அவசரமாக பேசத் தொடங்கினார் ஆறுமுக நயினார். "அதெல்லாம் பொய்... மேலே உள்ள ஜன்னல் வழியா..." என்றபடி ஜன்னலை போலீஸிடம் சுட்டிக்காட்டினார். அவர் எதை சுட்டிக்காட்டுகின்றார் என்பதைக் கூட நிமிர்ந்து பார்க்க முடியாமல் ரணவேதனையில் துடித்துக் கொண்டிருந்தார் கதிரை.

விசாரிக்க வந்த போலீஸாரோ குற்றுயிராகக் கிடக்கும் கதிரையின் மீது பச்சாதாபம் காட்டாமல், நயினார் சொன்னதை கேட்டுக்கொண்டு அதன்படியே செயல்பட்டனர். அந்த இடத்தில் அவர்கள் வேறென்ன செய்யமுடியும். நயினார் சுட்டிக்காட்டிய இடத்தைப் பார்த்துவிட்டு திரும்பிய இன்ஸ்பெக்டரை சைகையால் தன்னை நோக்கி அழைத்தார் கதிரை. அருகில் வந்தார் இன்ஸ்பெக்டர் "ஸார்... இவங்க அடிச்சதாலே எனக்கு ஏற்பட்டி ருக்கிற பாதிப்பை நீங்களே பார்க்குறீங்க. இதையெல்லாத்தையும் விட..." என்று கதிரை சொல்லத் தொடங்கியபோது, "டேய்... வாயை

நக்கீரன் கோபால் ♦ 271

மூடு" என்று முகத்தில் மிதிக்கப் பாய்ந்தார் ஆறுமுக நயினார்.

கதிரை மீண்டும் இன்ஸ்பெக்டரிடம், "இதையெல்லாத்தையும் விட..."

மறுபடியும் நயினார் பாய்ந்தார். "ஓம்மா... டேய்... ஏதாவது சொன்னே?"

"ஸார்... இதையெல்லாத்தையும் விட..."

"சீக்கிரமா சொல்லுய்யா..." -அதட்டினார் இன்ஸ்பெக்டர். ஆறுமுகநயினார் முறைத்தார். அந்தப் பார்வை 'சொல்லாதே' என்பது போல் இருந்தது.

"இதையெல்லாத்தையும்விட இதையெல்லாத்தையும் விட..." கதிரையின் வார்த்தைகள் தடுமாறின. அழுகையை அவரால் அடக்க முடியவில்லை. அவர் சொல்ல வந்தது...

சொல்லமுடியாத கொடுமை!

என்னவென்று சொல்ல முடியாமல் தவித்த கதிரையிடம் இன்ஸ்பெக்டர், “என்னன்னு சொல்லித் தொலைய்யா”என்றார் சலிப்புடன். அதற்குள் ஆறுமுக நயினார் ஏதோ சொல்ல முற்பட அவரை நோக்கி, “சும்மா இருங்க” என்று குரலை உயர்த்திச் சொன்னார் இன்ஸ்பெக்டர்.

கலங்கிய விழிகளோடு இருந்த கதிரை தனக்கு நேர்ந்ததென்ன என்பதைச் சொல்லத் தொடங்கினார். “சார்... அவங்க அடிச்சுப் போட்டதாலே தண்ணி, தண்ணின்னு கேட்டுகிட்டே நான் மயங்கி விழுந்துகிட்டுருந்தேன். அப்ப என் முகத்தில சுடுதண்ணி பீய்ச்சுவது போல் இருந்தது. அந்த அரை மயக்கத்திலும் நான் கஷ்டப்பட்டு கண்ணைத் திறந்து பார்த்தப்ப, எனக்கு முன்னாடி ஒருத்தன் நின்னுகிட்டு என் முகத்திலே யூரின் (சிறுநீர்) அடித்துகிட்டிருந்தான். கை, காலையெல்லாம் உடைச்சுட்டதால என்னால அதைத் தடுக்கக்கூட முடியலீங்க சார். இந்தக் கொடுமையைத் தாங்க முடியாமல் நான் கத்தலாம்னு நினைச்சு வாயைத் திறந்தப்ப, என் வாயிலேயும் யூரினை அடிச்சான் அந்த

படுபாவி. அதனால தலையை திருப்பிகிட்டேன். வேறு வழி தெரியலை."

கதிரைக்கு நேர்ந்த இந்த அரக்கத்தனமான கொடுமையை நம்மிடம் அவர் சொன்னபோது என் ரத்தம் கொதித்தது. கோபத்தை வெளிக்காட்டக் கூடாது என்பதால் பல்லைக் கடித்துக்கொண்டு உட்கார்ந்திருந்தேன். நரம்புகள் புடைத்து வீங்கின இன்ஸ்பெக்டர் இதைக் கேட்ட போது அவருக்கும் கோபம் கொப்பளித்திருக்கிறது. ஆனால் அந்த மிருகங்களுக்கு முன்னால் அதைக் காட்ட இயலாமல் கதிரையிடம் மேற்கொண்டு நடந்தவற்றைக் கேட்டறிந்தார்.

அந்த ஈனப்பிறவிகள் சிறுநீர் கழித்தபோது, அதைப் பார்த்துவிட்டு வீட்டுக்குள் இருந்து ஓடிவந்த நயினாரின் மனைவி வாயில் அடித்துக் கொண்டு அலறியிருக்கிறார். உள்ளே இருந்த உறவினர் ஒருவரும் ''வேண்டாம்... இப்படியெல்லாம் செய்யாதீங்கடா" என்று சத்தம் போட்டிருக்கிறார். அவர்கள் சொன்னதை காதில் வாங்கிக்கொள்ளாமல் அந்த மனித மிருகங்கள் தங்களுடைய இழிசெயலை மூன்று நிமிடங்களுக்கும் மேலாக தொடர்ந்தன.

இந்த கொடூரத்தைத்தான் சொல்ல முடியாமல் தயங்கித் தயங்கி சொன்னார், கதிரை. அப்போது மீண்டும் குறுக்கிட்ட ஆறுமுக நயினார், "இவன், அம்மாவோட Nude போட்டோ வைத்திருக்கான். அதை வச்சு அம்மாவை மிரட்டி மாசாமாசம் பணம் வாங்குறானாம். நினைச்சா ஆட்சியையே கலைக்க முடியும்னு மிரட்டுறான்" என்று அபாண்டமான வார்த்தைகளை கொட்டத் தொடங்கினார். எதிர்கட்சிகளால்கூட நினைத்து பார்க்க முடியாத ஒரு கற்பனையை கட்டவிழ்த்து விட்ட ஆறுமுக நயினார் போன்ற பிறவிகள் தங்கள் கட்சித் தலைமையின் மீது என்ன அபிப்ராயம் வைத்திருக்கின்றனர் என்பதை இதிலிருந்தே புரிந்து கொள்ளலாம்.

"வேறென்ன நடந்துச்சுன்னு சொல்லுங்க" -இன்ஸ்பெக்டர் கதிரையிடம் கேட்டார்.

"வெற்று பேப்பரில் கையெழுத்து வாங்கிக்கிட்டாங்க. நான் இவங்ககிட்டே பேரம் பேச வந்ததா கமிட் பண்ணனும்னு சொல்லி டேப்ரிகார்டரை ஆன் பண்ணி பேசச் சொன்னாங்க. நான் முடியவே முடியாதுன்னு மறுத்துட்டேன். உடனே என்னை மறுபடியும் அடிச்சாங்க."

கதிரை அடுத்து சொன்னவைகளைக் கேட்டு இன்ஸ்பெக்டரே அதிர்ந்து போனார். தாங்கள் மிரட்டியும் கதிரை பணியவில்லை என்பதால், ஆத்திரம் கொண்ட ஆறுமுக நயினார், "டேய்..." என்று ஒருவனை அழைத்து, தனக்கு சொந்தமான ஒயின் ஷாப்பில் பிராந்தி

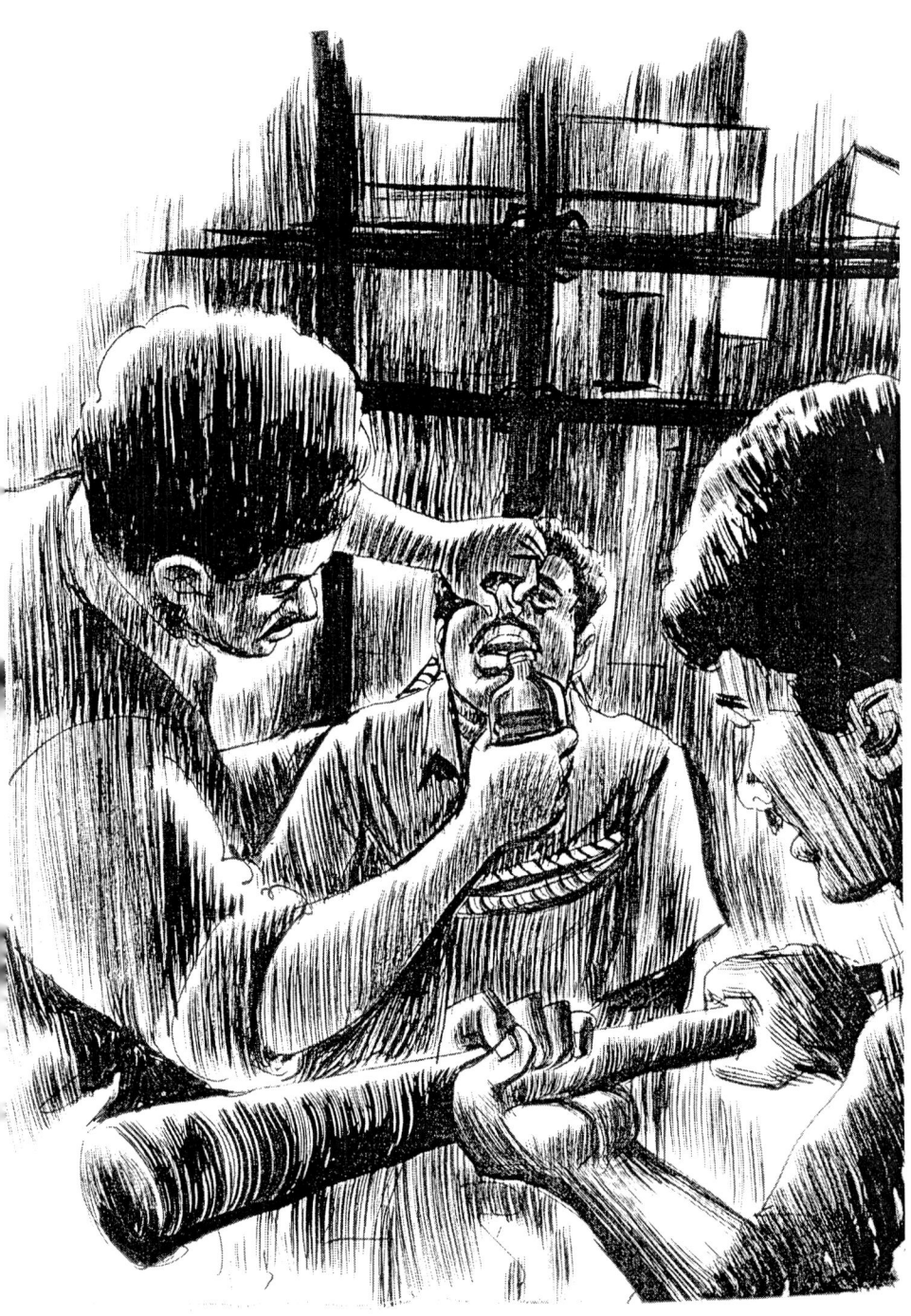

பாட்டில் வாங்கி வரச் சொல்லியிருக்கிறார். அவன் ஓடிப்போய் வாங்கி வந்ததும், "தண்ணிதானே கேட்டே, இந்தா குடி" என்றபடி அந்த பாட்டிலை திறந்து அப்படியே கதிரையின் வாயில் ஊற்ற முயற்சித்தார். கதிரை தன் வாயை இறுக்கமாக மூடிக் கொண்டதால் இரண்டு பேரை அழைத்தார் நயினார். அவர்கள் இருவரும் கதிரையின் மூக்கை பொத்தினர். மூச்சு அடைத்ததால் கதிரை லேசாக வாயைத் திறக்க, அவர்களிருவரும் கதிரையின் மூக்கைப் பிடித்து இழுத்துக்கொண்டு வாயை அகலமாகத் திறந்து பிராந்தியை அப்படியே வாயில் ஊற்றி வதம் செய்தனர். கதிரையை பயம் பிடித்துக்கொண்டது. பிராந்தியை ஊற்றி அதனால் தடுமாற்றமான நிலையை உருவாக்கி, மயங்கி சரிய வைத்து, அதன் பின் தன்னைத் தூக்கிச் சென்று எரித்து விடுவார்களோ என்பதுதான் அவருக்கு ஏற்பட்ட அச்சம்.

கதிரைக்கு நேர்ந்த இந்த கொடூரங்களையெல்லாம் கேட்க கேட்க நம் மனதுக்குள் ஆத்திரம் பொங்கியது. கஷ்டப்பட்டு அடக்கிக்கொண்டு மேலும் என்ன நடந்தது என்பதை அறிந்து கொண்டோம்.

கதிரையை அழைத்துச் செல்வதற்காக வேன் வந்திருந்தது. அதில் ஏற்றுவதற்காக கதிரையின் கட்டுகளை அவிழ்க்க முயன்றார் இன்ஸ்பெக்டர். சிறுநீர் வீச்சம் பயங்கரமாக இருந்தது. அதை பொறுத்துக்கொண்டு கதிரையின் காதருகில் சென்று, "பயப்படாதீங்க. ஸ்டேஷனில் போய் பார்த்துக்கலாம்" என்றார். கை, கால் எலும்புகள் நொறுங்கியிருந்த நிலையில் எழுந்திருக்கக்கூட முடியாமல் தவித்த கதிரையை போலீஸார் தூக்கிச்சென்று வேனில் உள்ள இருக்கையில் படுக்க வைக்க முயன்றனர். ஆனால் பாதிக்கப்பட்ட கதிரையை இருக்கையில் படுக்க வைப்பது கடினமாக இருந்தது. அதனால் இருக்கைக்கு முன் உள்ள பாதையிலேயே படுக்க வைத்தனர். வேன் புறப்பட்டது. நயினாரின் வீடு புதுப்பிக்கும் வேலைக்காக அங்கு கொட்டிக் கிடந்த கல்மீதும் ஜல்லி மீதும் ஏறி இறங்கிய போது வேன் குலுங்கியது. அடித்து நொறுக்கப்பட்டிருந்த கதிரையின் உடலுறுப்புகளில் வேதனை பெருக்கெடுத்தது. வலிதாங்க முடியாமல் துடித்தார். ஸ்டேஷன் வாசலில் வேன் நின்றபோது கதிரையை இறக்குவதற்குப் போலீசார் மிகவும் சிரமப்பட்டனர்.

வேதனை தாங்க முடியாமல் துடித்துக் கொண்டிருந்தார் கதிரை. ரத்தம் கொட்டிக்கொண்டிருந்தது. ஸ்டேஷன் தரையெங்கும் ரத்தக்குளம். கதிரையை ஸ்டேஷனுக்குக் கொண்டு வந்த சில நிமிடங்களில் நயினாரின் ஆட்களும் வந்தனர். அவர்களில் ஒருவனுக்கு கையில் கட்டு போடப்பட்டிருந்தது. அவனை கதிரை

தாக்கியதாகவும் அதனால் கட்டுப்போட்டிருப்பதாகவும் எதிர் புகார் கொடுப்பதற்காக செட்டப் செய்திருந்தனர். "இந்தாளு அடிச்சதாலதான் இவன் கையிலே கட்டுப்போட்டிருக்குன்னு எழுதிக்குங்க" என்று போலீசிடம் நா கூசாமல் சொன்னார்கள். இன்ஸ்பெக்டர் கதிரையைப் பார்த்தார். "இந்த சூழ்நிலையில் என்னால் எந்த வாக்குமூலமும் தரமுடியாது" என்று சொல்லி விட்டார் கதிரை.

வேறு வழியில்லாததால், கதிரையை ஜி.ஹெச்.சுக்கு அனுப்பி முதலுதவி தர முடிவு செய்தார் இன்ஸ்பெக்டர். கதிரையை மீண்டும் வேனில் ஏற்றுவதென்பது மிகவும் சிரமமாக இருந்தது. அதனால் அம்பாசிடர் ஒன்றை போலீசார் கொண்டு வந்தனர். கதிரையின் உடம்பில் எந்தப் பகுதியில் தொட்டாலும் அவருக்கு உயிர்போகும் அளவுக்கு வலித்தது. அதனால் ஒரு கோணியை கொண்டு வந்து அதில் அவரை அப்படியே தூக்கி வைத்து காரின் பின் சீட்டில் ஏற்றினர். அடிபட்டவர்களை ஒருமுறை வாகனத்தில் ஏற்றி இறக்கினாலே, ரணவேதனையாக இருக்கும். கதிரையோ வேன், கார் என மாற்றி மாற்றி ஏற்றப்பட்டதால் மரண அவஸ்தைப்பட்டார். போலீசாரின் துணையுடன் மிகவும் கவனமாக தூத்துக்குடி ஜி.ஹெச்.சுக்கு கொண்டு போகப்பட்டார்.

மருத்துவமனை வளாகத்திற்குள் அம்பாசிடர் நுழைந்தது. காரிலிருந்து கதிரையை இறக்கி வார்டுக்குள் கொண்டு செல்வதென்றால் ஸ்ட்ரெச்சர் வேண்டும். மருத்துவமனை ஸ்ட்ரெச்சர் வசதியாக இல்லை. இருந்தாலும், வேறு வழியில்லாததால் காரில் படுக்க வைக்கப்பட்டிருந்த கதிரையை கஷ்டப்பட்டு ஸ்ட்ரெச்சருக்கு மாற்றினர். நகக்கண்ணில் ஊசி குத்துவதுபோல் அவரின் ஒவ்வொரு நரம்பிலும் வலியெடுத்தது. பல்லைக் கடித்தபடி அவ்வளவு வேதனையையும் அவர் பொறுத்துக்கொண்டார்.

ஜி.ஹெச்.சுக்குள் கொண்டு செல்லப்பட்ட கதிரைக்கு அசிஸ்டெண்ட் சிவில் சர்ஜன் ஆக இருந்த டாக்டர் மனோகரனின் மேற்பார்வையில்தான் சிகிச்சையளிக்கப்பட்டது. நடந்த கொடுமைகளை அறிந்த டாக்டர் மனோகரன் சிகிச்சையினை துரிதப்படுத்தினார். கதிரையை எக்ஸ்ரே அறைக்குக் கொண்டு சென்றனர். எந்தெந்தப் பகுதியில் எலும்பு முறிவு ஏற்பட்டிருக்கிறது என்பதற்காக உடல் முழுவதும் பகுதி பகுதியாக எக்ஸ்ரே எடுக்கப்பட்டது. மொத்தம் 15 எக்ஸ்ரேக்கள். ஒவ்வொரு முறையும் கதிரையின் உடலைப் புரட்டி புரட்டி எக்ஸ்ரே எடுத்ததால் வலி அதிகமானது. அருகிலிருந்த டாக்டர் மனோகரன் ஆறுதலும் நம்பிக்கையும் கொடுத்துக் கொண்டிருந்தார். எக்ஸ்ரே

எடுக்கப்படுவதையும் டாக்டர்கள் சிகிச்சை அளிப்பதையும் ஒரு உருவம் கவனித்துக் கொண்டேயிருந்தது. அதன் பார்வை மிகவும் கூர்மையாக இருந்தது. அந்த வேதனையான நிமிடங்களிலும் கதிரை அதனை கவனிக்கத் தவறவில்லை.

எக்ஸ்ரே எடுத்து முடித்தபிறகு, கதிரையின் உடலெங்கும் கட்டுப்போடப்பட்டது.

இரண்டு கால்களிலும் இறுக்கமான மாவுக் கட்டு. அடுத்து, கைகளிலும் பேண்டேஜ் சுற்றப்பட்டது. அதன்பிறகு, தலையைச் சுற்றிலும் பெரிய கட்டு போடப்பட்டது. கடைசியாக இடுப்பிலும் மாவுக்கட்டு போட்டு முடித்தனர். கட்டுப் போடும் அறைக்கு வெளியிலும் போலீசார் நின்று கொண்டிருந்தனர். உள்ளே டாக்டர்களுக்கு சற்று தள்ளி நின்றபடி அந்த உருவம் மறுபடியும் கதிரையைக் கவனித்துக் கொண்டிருந்தது.

கட்டுகள் போடப்பட்டவுடன் வார்டுக்கு கொண்டு வரப்பட்டார் கதிரை. 'பெட்'டில் படுக்க வைக்கப்பட்டு கைகளில் குளுக்கோஸ் ஏற்றப்பட்டிருந்தது. அப்போதும் அந்த உருவம் கதிரையை கவனித்துக்கொண்டிருந்தது. கதிரையின் மனதில் பலவிதமான யோசனைகள். யார் அது? எதற்காக நம்மையே கவனிக்க வேண்டும் என்று யோசித்துக் கொண்டிருந்தபோதே அந்த உருவம் கதிரையை நோக்கி வந்துகொண்டிருந்தது.

திடீர் அதிர்ச்சி!

கதிரையின் அருகில் வந்த அந்த உருவம் ஆதரவாகக் கையைப் பிடித்தது.

“பிரதர்... இப்ப எப்படி இருக்கீங்க?”

முன்பின் தெரியாதவரிடமிருந்து வந்த கேள்வியால் கதிரைக்கு என்ன பதில் சொல்வதென்றே புரியவில்லை. அந்த உருவத்தையே உற்றுப் பார்த்தார்.

“என்ன நடந்ததுன்னு சொல்லுங்க பிரதர்?’

“நீங்க யா...ரு?”

“நான்தான் ஏ.எஸ்.பி.ராஜேஷ்தாஸ். ஒரு வாரம் லீவில் போய்விட்டு மதியம்தான் வந்தேன். உங்களுக்கு ஏற்பட்ட சம்பவத்தை பற்றி ஸ்டேஷனிலே சொன்னாங்க. அதைக் கேள்விப்பட்டதும் நேரா ஜி.ஹெச்.சுக்கு வந்துட்டேன். இப்ப உங்களுக்கு பரவாயில்லையா?” -ஏ.எஸ்.பி.ராஜேஷ்தாஸ் தன்னை அறிமுகப் படுத்திக் கொண்ட விதமும், செய்தி கேள்விப்பட்ட வேகத்தில் அவர் காட்டிய சுறுசுறுப்பும், உடல் நலம் பற்றி மனிதாபிமானத்துடன் அவர் விசாரித்ததும் காவல்துறையிலும் சில ஈர இதயங்கள் இருக்கத்தான் செய்கின்றன என்பதை உணர்த்துவது

போல் இருந்தது. இவையெல்லாவற்றையும் விட தான் யார் என்பதை அடையாளம் காட்டிக் கொள்ளாமலேயே மஃப்டியில் இருந்தபடி சிகிச்சை எப்படி அளிக்கப்படுகிறது என்பதை அவர் கூர்ந்து கவனித்த விதம், கதிரையை நெகிழச் செய்துவிட்டது.

"என்ன நடந்ததுன்னு சொல்லுங்க பிரதர்?" -மீண்டும் கேட்டார் ஏ.எஸ்.பி.

நடந்தவற்றை விவரிக்கத் தொடங்கினார் கதிரை. நக்கீரனுக்குக் கிடைத்த செய்தி பற்றியும், அதை விசாரித்து உண்மையை அறிவதற்காக நாம் அனுப்பிவைத்தது பற்றியும், செய்தி சேகரிக்க வந்த இடத்தில் ஆறுமுகநயினாரும் அவரது ஆட்களும் கொலைவெறியுடன் தாக்கியது பற்றியும் விலாவாரியாக சொல்லி முடித்தார். எல்லாவற்றையும் பொறுமையாகக் கேட்ட ஏ.எஸ்.பி.ராஜேஷ்தாஸ் சக காவலர்களை உடனடியாக அழைத்தார்.

''சீக்கிரமா ஜீப்பை எடுங்க'' என்று உத்தரவிட்ட பின் கதிரையின் பக்கம் திரும்பி, "பிரதர்... ரெஸ்ட் எடுங்க" என்றபடி புறப்பட்டார் ஏ.எஸ்.பி.

மருத்துவமனை வளாகத்திலிருந்து ஜீப் கிளம்புகிற சத்தம் கதிரையின் காதுகளில் தெளிவாக விழுந்தது. அடுத்த பதினைந்தாவது நிமிடத்தில் ஏ.எஸ்.பி.யின் ஜீப், ஆறுமுக நயினாரின் வீட்டு வாசலில் வந்து நின்றது.

"அவனை கூட்டிகிட்டு வாங்க" -மிடுக்கான குரலில் ஏ.எஸ்.பி. உத்தரவிட்டதும் இரண்டு கான்ஸ்டபிள்கள் ஜீப்பிலிருந்து குதித்து நயினாரின் வீட்டுக்குள் சென்றனர். கதிரையை தாக்கியதால் தரையெங்கும் ஏற்பட்டிருந்த ரத்தக்கறைகளை நயினாரின் ஆட்கள் அப்போதுதான் துடைத்துக் கொண்டிருந்தனர். போலீஸைக் கண்டதும் அவர்கள் உள்ளே போய் ஆறுமுகநயினாரிடம் தகவல் தெரிவித்தனர்.

போலீஸாரை அலட்சியமாக பார்த்தபடி வெளியே வந்தார் நயினார் "என்ன விஷயம்?"

"ஏ.எஸ்.பி. அய்யா வெளியே வெயிட் பண்றாங்க. உங்களை கூட்டிகிட்டு வரச் சொன்னாங்க."

"நான் எதுக்காக வரணும்? என் வீட்டிலே திருட வந்தவனை பிடிச்சு போலீசிலே ஒப்படைச்சிருக்காங்க. நான் அம்மாவை பார்த்துட்டு இன்னைக்குத்தான் மெட்ராஸிலிருந்து வர்றேன். எனக்கு எதுவும் தெரியாது."

நயினாரின் தெனாவெட்டான பதிலால் போலீசார் மௌனமாக நின்றார்கள்.

"என் ஆளும் அடிச்சிருக்கான். அவனும் அடிச்சிருக்கான். ரெண்டு பேரும் கம்ப்ளையிண்ட் கொடுத்திருக்காங்க. இதிலே நான்

எதுக்கு வரணும்? வர முடியாதுன்னு சொல்லு."

''உங்களுக்காகத்தான் ஏ.எஸ்.பி. வெயிட் பண்ணிகிட்டிருக்காரு."

"அவன் எதுக்கு வந்தான்?"

நயினார் சொன்ன வார்த்தைகள் அனைத்தும் கான்ஸ்டபிள்கள் மூலம் ஏ.எஸ்.பி.யின் காதுக்கு எட்டியது. ஜீப்பில் இருந்தபடியே எல்லாவற்றையும் கேட்டுக்கொண்ட ஏ.எஸ்.பி. "அவன் இங்கே வர்றானா, இல்லே, நான் அவன் வீட்டுக்குள்ள வரணுமான்னு கேட்டுட்டு வாங்க" என்றார்.

கான்ஸ்டபிள்கள் மீண்டும் வீட்டுக்குள் சென்றபோது யாருடனோ போனில் பேசிக்கொண்டிருந்தார் நயினார். போலீஸ் வருவது தெரிந்ததும் ரிசீவரை வைத்துவிட்டு திரும்பினார்.

''நீங்க வரலேன்னா அவர் இங்கே வருவாராம். என்ன சொல்றீங்க?" -கான்ஸ்டபிள் கேட்ட கேள்வியால் திடுக்கிட்டார் நயினார். "நானே வர்றேன்" என்றபடி வெளியே வந்தார். ஜீப்பில் காத்திருந்த ஏ.எஸ்.பி. அலட்சியப்பார்வை பார்த்தார். நயினாரிடம் எதுவும் பேசவில்லை. ஜீப்பில் ஏறும்படி சைகை மட்டும் காட்டினார். கலவரமும் பீதியும் நயினாரின் முகத்தில் பளிச்சென தெரிந்தது. ஏ.எஸ்.பி.யின் வார்த்தைக்கு பெட்டி பாம்பாக அடங்கி ஜீப்பில் ஏறினார் நயினார்.

''கேம்ப் ஆபீசுக்கு விடுப்பா''- ஏ.எஸ்.பி. உத்தரவிட்ட மறுவிநாடி, ஜீப் சீறிப்பாய்ந்தது.

கேம்ப் ஆபீஸ் வாசலில் நின்ற ஜீப்பிலிருந்து வேகமாக இறங்கிய ஏ.எஸ்.பி. அவசரமாக ஆபீசுக்குள் சென்று தன் இருக்கையில் அமர்ந்தார். காவலர்களை அனுப்பி ஆறுமுக நயினாரை இழுத்துவரச் சொன்னார். கராத்தேயில் முறையான பயிற்சி பெற்றிருந்த ஏ.எஸ்.பி.யின் முன்னால் நிற்கும்போதே நயினாருக்கு உடம்பெல்லாம் நடுங்கியது.

எதிர்பார்க்காத விநாடியில் நயினாரின் முகத்தில் பலமான குத்து விழுந்தது. அதைத் தொடர்ந்து கராத்தே அடிகள் நயினார் மீது சரமாரியாக இறங்கின. ஏ.எஸ்.பி. வெளுத்து வாங்கியதில் நயினார் நிலைகுலைந்து விழுந்தார். தடாலென ஏ.எஸ்.பி.யின் காலைப்பிடித்துக்கொண்டு கதற ஆரம்பித்தார். "சார்... நடந்ததை சொல்லிடுறேன். என்னை மட்டும் விட்டுடுங்க. இல்லேன்னா என்னோட எதிர்காலமே வீணாயிடும். இப்பதான் நான் கட்சியிலே வளர்ந்து வர்றேன். அம்மாகிட்டே எனக்கு நல்ல பேரு இருக்கு."

"எந்த அம்மாடா?"

"ஜெயலலிதாம்மாங்கதான் சார்."

''பத்திரிகை நிருபர்களை கொலை பண்ணுற அளவுக்கு

அடிக்கிறவனுங்களுக்குத்தான் உங்கம்மாகிட்டே நல்ல பேரு கிடைக்குமா?" -நயினாரை அடிப்பதற்காக மீண்டும் முஷ்டியை மடக்கினார் ஏ.எஸ்.பி.

"சார்... என்னை எதுவும் செஞ்சுடாதீங்க சார், அடிச்ச ஆளுங்களை நான் அழைச்சுக்கிட்டு வந்து அடையாளம் காட்டுறேன்."

"5 மணி வரைக்கும் வெயிட் பண்ணுவேன். அதுக்குள்ள வரணும்."

ஏ.எஸ்.பி. ராஜேஷ்தாஸின் உத்தரவுப்படி 4 பேருடன் மாலை 5 மணிக்கு ஸ்டேஷனுக்கு வந்து நின்றார் நயினார். அவர்களை அழைத்துக் கொண்டு 5-30 மணியளவில் ஜி.ஹெச்.சுக்குள் நுழைந்தார் ஏ.எஸ்.பி.

ஜெனரல் வார்டில் குளுக்கோஸ் ஏற்றப்பட்ட நிலையில் கதிரை படுத்திருந்தார்.

அவர் அருகில் சென்ற ஏ.எஸ்.பி. "இப்ப பரவாயில்லையா?" என்று கேட்டுவிட்டு, கான்ஸ்டபிள்கள் பக்கம் திரும்பி "அவனுங்களை கூப்பிடுங்க" என்றார். நயினார் உட்பட 5 பேரும் வரிசையாக வந்து கதிரையின் பெட் அருகே நின்றனர்.

"பிரதர்... உங்களை அடிச்சது இவங்கதானா?"

நயினாரின் முகத்தைப் பார்த்ததும் கதிரைக்குக் கோபம் கொப்பளித்தது. "இந்த ஆளுதான்..." -அந்த ரணவேதனையிலும் அழுத்தமாக வார்த்தைகள் வந்து விழுந்தன.

''வெயிட் வெயிட் பிரதர், ப்ளீஸ் கூல் டவுன்'' என சாந்தப்படுத்தினார் ஏ.எஸ்.பி.

"இவன்தான் என்னை அடிச்சவன்."

''ஓ.கே. ஓ.கே... பக்கத்தில் நிற்கிறவங்களும் உங்களை அடிச்சாங்களான்னு பார்த்து சொல்லுங்க."

ஆறுமுகநயினாரின் பக்கத்தில் வரிசையாக நின்ற 4 பேரையும் உற்றுப்பார்த்தார் கதிரை. அவரைத் தாக்கியதில் அந்த 4 பேருக்கும் சம்பந்தமேயில்லை. அதனால் மீண்டும் மீண்டும் அவர்களைப் பார்த்தார். கண்களை மூடி யோசித்தார். அந்தக் கொடிய சம்பவம் நிழலாடியது. ஆனால் இந்த நால்வரும் அதில் இல்லை. கண்களைத் திறந்து மீண்டும் அவர்களைப் பார்த்தார் கதிரை. பிறகு, ஏ.எஸ்.பி.யிடம் திரும்பினார்.

"சார்... இவன் பொய் சொல்றான். இங்க வந்திருக்கிறவங்கள்ல இவனைத் தவிர வேற யாரும் என்னை அடிக்கலை. என்னை அடிச்சது வேற ஆளுங்க."

கதிரை சொன்னதும் ஏ.எஸ்.பி.யின் கோபப்பார்வை நயினாரை எரித்தது. நடுங்கிப் போன நயினார். "சார், இவங்கதான் அடிச்சாங்க."

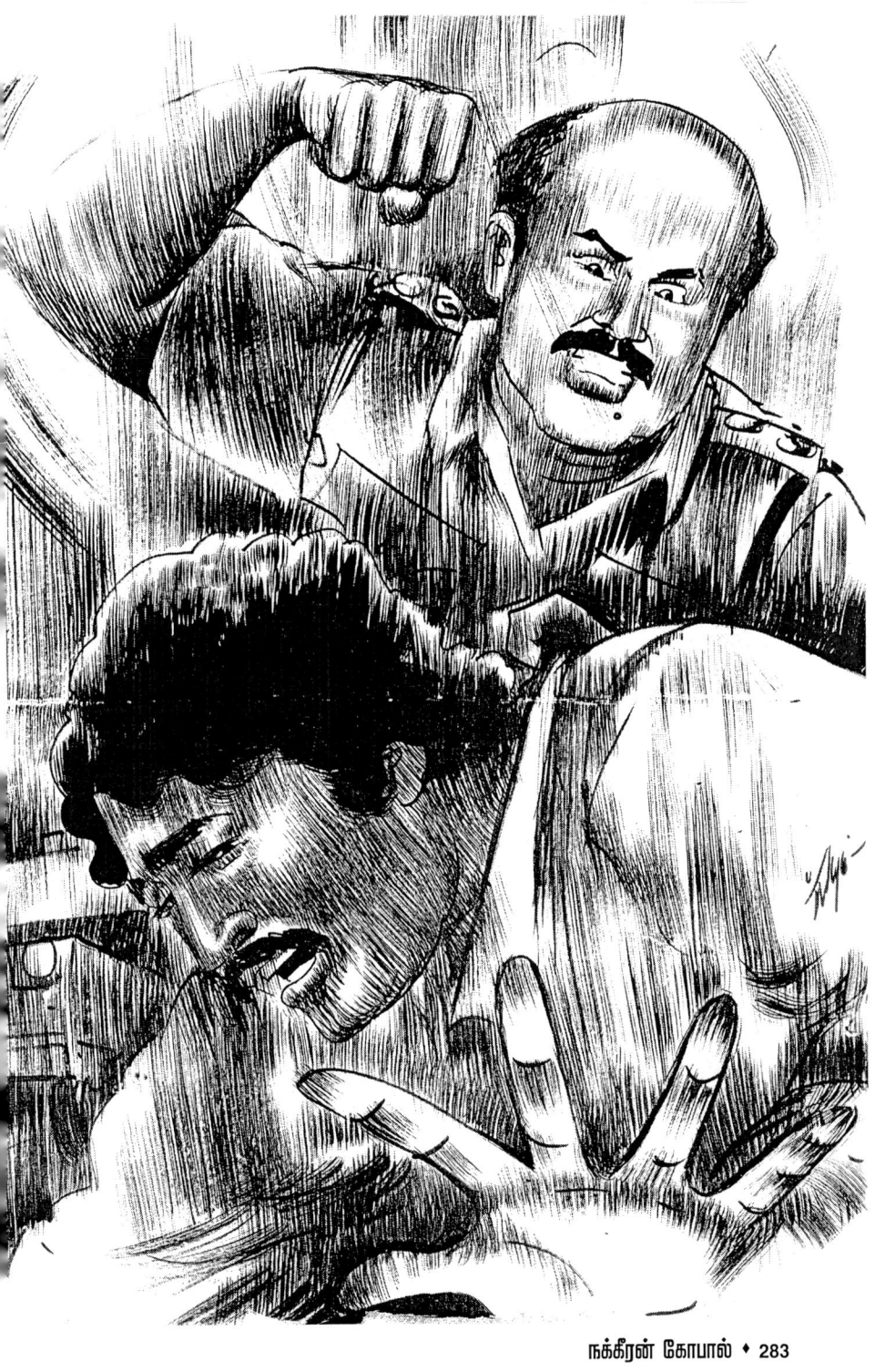

“ஆமாங்க சார், நாங்கதான் அடிச்சோம்”- வந்தவர்களும் லாலி பாடினர்.

“பொய் சொல்றாங்க சார்... இவங்க உண்மையான ஆளுங்க இல்லை” கதிரையின் வார்த்தைகள் தெளிவாக வந்து விழுந்தன.

“இங்க வாய்யா” நயினாரை கோபமாக அழைத்தார் ஏ.எஸ்.பி. தயக்கத்துடன் வந்து நின்ற நயினாரை பார்த்து, “காலை 7 மணி வரைக்கும் உனக்கு டயம் தர்றேன். உண்மையான குற்றவாளிகளை அதுக்குள்ள கொண்டு வந்து ஒப்படைக்கணும். இல்லேன்னா... கேம்ப் ஆபீசில் வாங்கிய அடி ஞாபகமிருக்குல்ல” என்றார்.

“சரிங்கய்யா... காலையில் 7 மணிக்கு கூட்டிட்டு வந்திடுறேன்” என்றபடி நயினாரும் அவர் கூட்டிவந்த போலி ஆட்களும் வெளியேறினர்.

அவர்கள் போனதும் கதிரையிடம் வந்த ஏ.எஸ்.பி. “பிரதர், நான் வர்றேன். உடம்பை கவனிச்சுக்குங்க” என்று சொல்லிவிட்டுப் புறப்பட்டார். ஏ.எஸ்.பி. போவதையே பார்த்துக்கொண்டிருந்த கதிரை, அவர் மறைந்ததும் பார்வையை எதேச்சையாக வேறு பக்கம் திருப்பினார். பயங்கர அதிர்ச்சி.

எதிர் வரிசையிலிருந்த ‘பெட்’டுக்குப் பக்கத்தில் முதுகைக் காட்டியபடி தடி எருமைகள் போல் நின்றுகொண்டிருந்த நான்கு பேர், ஏ.எஸ்.பி. வெளியேறியதை தெரிந்துகொண்டு கதிரையை நோக்கி முகத்தை திருப்பினர். அந்த ‘பெட்’டில் படுத்திருந்தவனின் கையில் கட்டு போடப்பட்டிருந்தது. அதைப் பார்த்த மாத்திரத்தில் தன்னையுமறியாமல் அலறினார் கதிரை.

“அய்யய்யோ... சார்...”

போலீஸ் அதிகாரியின் துணிச்சல் நடவடிக்கை

கதிரையின் அலறல் பலமாக இருந்தாலும் அது ஏ.எஸ்.பி.யை எட்டவில்லை. அவருடைய ஜீப் ஸ்டார்ட் செய்யப்படும் சத்தம் கதிரைக்கு தெளிவாகக் கேட்டது. எப்படியாவது அவரைக் கூப்பிட வேண்டுமே என கதிரை தவிப்புடன் நினைத்துக் கொண்டிருந்த போது நமது ஏஜெண்ட் கணபதிராம் வார்டுக்குள் நுழைந்தார்.

"அண்ணே... ஏ.எஸ்.பியைக் கூப்பிடுங்க. என்னை அடிச்சவனுங்க இங்கதான் நிக்கிறானுங்க. வேகமாகப் போங்க ஜீப் கிளம்பிடுச்சு."

கதிரை சொன்னதைக் கேட்டதும் அவசரமாக ஓடினார் நமது ஏஜெண்ட். அதற்குள் ஏ.எஸ்.பி.யின் ஜீப் மறைந்துவிட்டது. உடனடியாக ஏ.எஸ்.பி.யின் அலுவலகத்துக்கும் வீட்டிற்கும் போன் மூலம் தொடர்பு கொண்டு விவரம் தெரிவித்தார். ஒயர்லெஸ் மூலம் தகவலைத் தெரிந்துகொண்ட ஏ.எஸ்.பி. ராஜேஷ்தாஸ் சில நிமிடங்களில் மருத்துவமனைக்குத் திரும்பினார். ஆனால், அதற்குள் அந்த நான்கு பேரும் எச்சரிக்கையடைந்து ஓடிவிட்டனர். கையில்

கட்டுப்போடப்பட்டிருந்தவன் மட்டும் ‘பெட்டில் படுத்திருந்தான்.

அவனை நோக்கிச் சென்ற ஏ.எஸ்.பி. கடுமையான வார்த்தைகளால் திட்டிவிட்டு, டாக்டர் மனோகரனை அணுகினார்.

‘‘சீக்கிரமா ஸ்பெஷல் வார்டில் ஒரு பெட் ரெடி பண்ணுங்களேன்.”

“ஓ.கே. சார்” -டாக்டர் மனோகரன் விரைவாக செயல்பட்டார். ஏ.எஸ்.பி. தனது ஒயர்லெஸ்ஸை எடுத்தார். ‘‘ஜி.ஹெச்.சுக்கு உடனடியா 4 ரிசர்வ் போலீசை அனுப்புங்க. லேட் பண்ணிடாதீங்க” என்றார்.

அடுத்த பத்தாவது நிமிடத்தில் ஆயுதப்படையினர் நால்வர் அங்குவந்து சேர்ந்தனர். மருத்துவமனை வட்டாரமே பரபரப்படைந்தது. ஸ்பெஷல் வார்டில் கதிரை அனுமதிக்கப்பட்டார். அவர் அருகில் ஏ.எஸ்.பி. நின்று கொண்டிருந்தார். உள்ளே வந்த ஆயுதப்படையினரை பார்த்து? “எத்தனை பேர் வந்திருக்கீங்க?” என்றார்.

“நாங்க நாலு பேர்.”

“ஒரு ஆள் உள்ளே இருந்து கவனிச்சுக்குங்க. ரெண்டு பேர் வார்டுக்கு வெளியே நின்னுக்குங்க. ஒருத்தர் ரவுண்ட்ஸிலேயே இருங்க. ரொம்ப ஜாக்கிரதையா இருக்கணும். கரெக்டா வாட்ச் பண்ணுங்க. சந்தேகப்படுகிற மாதிரி யாராவது வந்தால் யோசிக்காம சுட்டுத்தள்ளுங்க. முக்கியமா கரைவேட்டி கட்டுன ஆளுங்க வந்தால் ரொம்ப கேர்ஃபுல்லா இருக்கணும். புரியுதா? இங்க என்ன பொசிஷன்னு எனக்குத் தகவல் கொடுத்துகிட்டே இருக்கணும்”

-ஏ.எஸ்.பி.யின் உத்தரவுகளை ஆயுதப்படையினர் கவனமாகக் கேட்டுக்கொண்டு செயல்படத் தொடங்கினர்.

அவர்களின் செயல்பாடுகளைக் கவனித்துவிட்டு கதிரையிடம் வந்தார் ஏ.எஸ்.பி. ‘‘பிரதர்... நீங்க ஃப்ரீயா இருங்க. இனிமேல் பிரச்சனை எதுவும் வராது” என்று சொல்லிவிட்டுக் கிளம்பினார். அவர் தனது வேலைகளை முடித்துவிட்டுப் புறப்படுகிறார் என்றுதான் கதிரை நினைத்திருந்தார்.

ஆனால், அவரின் பணி முடியவில்லை. நமக்காக மேலும் சில காரியங்களைத் தொடர்ந்தார்.

மீண்டும் அவர் மருத்துவமனைக்கு வந்தபோது டி.எஸ்.பி., இன்ஸ்பெக்டர் சகிதமாக ஒரு போலீஸ்படையும் உடன் வந்தது. திடீர் திடீரென போலீஸ் பட்டாளம் வருவதும் போவதுமாக இருந்ததால், ‘யாருக்கு... என்னாச்சு’ என்று மருத்துவமனைக்கு வந்தவர்கள் பரபரப்படைந்தனர். எல்லோரும் இதுபற்றியே பேசிக்கொண்டிருந்த நேரத்தில் புதுவிதமான பரபரப்பும் சேர்ந்து கொண்டது. வரிசையாக பல போட்டோகிராபர்களும்,

பத்திரிகையாளர்களும் மருத்துவமனை வளாகத்திற்குள் வந்தனர். அவர்கள் நேராக கதிரை அட்மிட்டாகியிருந்த ஸ்பெஷல் வார்டுக்குள் நுழைந்தனர். அவர்களைப் பார்த்ததும் கதிரைக்கு ஆச்சரியம்.

"ஸார்... இவங்களுக்கெல்லாம் எப்படி தகவல் தெரிஞ்சது. இவ்வளவு பேர் வந்திருக்காங்களே?" -ஏ.எஸ்.பி.யிடம் கேட்டார் கதிரை.

"பிரதர் நான்தான் தகவல் கொடுத்தேன். எல்லோரும் உங்க ஆளுங்கதான். பத்திரிகைகாரங்க. என்ன நடந்ததுன்னு நீங்களே சொல்லிடுங்க" என்றார். ஏ.எஸ்.பி.யின் அந்த நடவடிக்கை அவரது மதிப்பை மேலும் உயர்த்திவிட்டது. ஒரு பத்திரிகையாளர் தாக்கப்பட்ட விவரத்தை அவர் வாயாலேயே சக பத்திரிகை யாளர்களுக்கு சொல்ல வைத்து, அதை வெளியிடச் செய்தால்தான் உண்மைகள் உறுதிப்படும்- மக்களுக்கும் உண்மை தெரியும். வழக்கும் இறுக்கமாகும் என்பதை உணர்ந்து ஏ.எஸ்.பி. செயல்பட்டிருப்பது அவரது கூர்மையான அறிவுத்திறனை வெளிப்படுத்தியது.

பத்திரிகையாளர்களிடம் ஏ.எஸ்.பி. "பிரதர்ஸ்... உங்களுக்கு என்ன சந்தேகம்னாலும் இவர்கிட்டே கேட்டு தெரிஞ்சுக்குங்க" என்றார். நடந்தவற்றை பத்திரிகையாளர்களிடம் முழுமையாக விளக்கினார் கதிரை. அப்போது ஆளுங்கட்சிக்கு எதிராக எழுதுவதற்கு பத்திரிகையாளர்கள் தயங்கிக்கொண்டிருந்த நேரம். அவதூறு வழக்குகள், ஆட்டோ குண்டர்கள் என மிரட்டல்கள் தொடர்ந்து கொண்டிருந்த காலம். அப்படியிருந்தும்கூட கதிரைதுரை தாக்கப்பட்ட சம்பவத்தில் எவ்வித பாரபட்சமும் இல்லாமல் ஜெயலலிதாவின் பேயாட்சியைக் கண்டித்து அத்தனை பத்திரிகைகளும் குரல் கொடுத்தன. நியாயத்தின் பக்கம் நின்ற பத்திரிகை நண்பர்களுக்கு அப்போதே நன்றி தெரிவித்தோம். இப்போது இதை எழுதுவதன் மூலம் மீண்டும் ஒருமுறை அவர்களுக்கு நன்றி சொல்ல வாய்ப்பு கிடைத்திருக்கிறது.

கதிரைக்கு நேர்ந்த கொடூரத்தின் தொடக்கம் முதல் இறுதி வரையிலான தகவல்கள் என் காதுகளில் தேளாகக் கொட்டின. எல்லாவற்றையும் தெரிந்து கொண்டபின் மனதில் பெரும் பாரம் அழுத்தியது. உணர்வில் கோபம் கொப்பளித்தது. கதிரையின் கைகளை ஆறுதலாகப் பற்றினேன். "ஒரு அஞ்சு நிமிஷம் இருங்க இதோ வந்திடுறேன்" என்றேன்.

என்னுடன் வந்திருந்த தம்பி ராஜாவை பக்கத்தில் அழைத்து கதிரையை கவனித்துக் கொள்ளும்படி சொல்லிவிட்டு மருத்துவமனை வளாகத்தில் நின்ற காரில் ஏறினேன். அப்போதும்

நயினாரின் அடியாட்கள் என்மீது பார்வை பதித்திருப்பதை கவனித்தேன். அவர்களுக்கு அவகாசம் கொடுக்காமல் காரின் கருப்புக் கண்ணாடிகளை உயர்த்திவிட்டு ஐந்து நிமிடத்துக்குள் ஏ.எஸ்.பி.யின் அலுவலகத்தை அடைந்தேன்.

என்னை அடையாளம் கண்டுகொண்ட ஏ.எஸ்.பி. அன்புடன் வரவேற்றார். நான் அவரிடம் "We are very proud sir, நக்கீரன் இதை காலத்திற்கும் மறக்காது'' என்றேன். ஜெயலலிதாவின் முதல் கையாளான கண்ணப்பனின் நேரடி பினாமி ஆறுமுகநயினார். அவர் வீட்டுக்கு போலீஸ் செல்வதென்பதே மிகப் பெரிய சவால்.

எதற்கும் அஞ்சாமல் நயினாரை கொத்தாக தூக்கி வந்து வெளுத்து வாங்குவதென்பது நினைத்துப் பார்க்க முடியாத காரியம். அதை செய்த ஏ.எஸ்.பி.க்கு நன்றியை தெரிவித்தேன்.

"சார், நான் மறுபடியும் டாக்டரை பார்த்து பேசுறேன். அதுக்கு முன்னால் கேஸ் எப்படி ஃபைல் ஆகியிருக்குன்னு தெரிஞ்சுக்க விரும்புறேன்."

"நீங்க பயப்படவே வேணாம். ரொம்ப ஸ்டிராங்கா புக் பண்ண முடிவு செய்துட்டேன். 307 (கொலை முயற்சி) 147, 148, 324, 326, 506 (11) இந்த செக்ஷனில் ஃபைல் பண்ணப் போறேன். அவங்களால தப்பிக்கவே முடியாது."

''நயினார்தான் முதல் குற்றவாளி. அந்த ஆளை தப்பிக்க விட்டுடாதீங்க."

''நயினார் மட்டுமில்லை. சந்தனராஜ், சுரேஷ், கண்ணன், வேலுச்சாமி உட்பட மொத்தம் 6 பேர் சிக்கியிருக்காங்க.

இந்தக் கேஸிலிருந்து அவங்களால தப்பிக்கவே முடியாது. அந்தளவுக்கு ஸ்டிராங்கான உண்மைகள் இருக்கு. அதனடிப்படையில்தான் நான் வழக்கு பதிவு செய்யப்போறேன். தூத்துக்குடி போலீஸாரை பொறுத்தவரைக்கும் நியாயமாக நடந்துக்குவாங்க. உங்களுக்கு தயக்கமோ கவலையோ தேவையில்லை. நிச்சயம் ஸ்டிராங்கான ஆக்ஷன் எடுப்போம்."

"சார்... இந்த தாக்குதலுக்கு மூலகாரணமே மந்திரி கண்ணப் பன்தான். போனில் அவர் கொடுத்த இன்ஸ்ட்ரக்ஷன்படிதான் இந்தக் கொடூரமான தாக்குதல் நடந்திருக்கு. அவர் மேல ஆக்ஷன் எடுப்பீங்களா?"

''மிஸ்டர் கோபால்... இன்வெஸ்டிகேஷனில் மினிஸ்டர் பெயரும் வந்தால் நிச்சயமா நடவடிக்கை எடுப்பேன். என்னைப் பொறுத்த வரைக்கும் தயவு தாட்சண்யமே கிடையாது. சட்டத்திற்கு முன்னாடி எல்லோரும் சமம். அது மினிஸ்டரா இருந்தாலும் சரி"

ஏ.எஸ்.பி.ராஜேஷ்தாஸின் துணிச்சலான பேச்சும் செயலும்

நம்மை மீண்டும் ஆச்சரியப்பட வைத்தது. இந்தளவுக்கு நேர்மையாக செயல்படும் காவல்துறை அதிகாரியை நாம் சந்தித்ததில்லை. ஆளுங்கட்சிக்கு எதிராக எப்படி இவரால் நடவடிக்கை எடுக்க முடிகிறது என்று யோசித்தபடியே அவரிடம் கை குலுக்கினேன்.

"Don't Worry Brother என்னை டிரான்ஸ்பர் பண்ணிடு வாங்கன்னுதானே யோசிக்கிறீங்க. இந்த அயோக்கியன்களை தட்டிக்கேட்டதால மேலிடம் என்னை பழிவாங்கும். அவ்வளவுதானே"

"அதனாலதான் சார் நான் யோசிக்கிறேன்"

"என்ன பிரதர் பண்ணிடப்போறாங்க? உங்க பத்திரிகைக்கு எவ்வளவோ தொந்தரவு கொடுத்திருக்காங்க. அதைவிட பெரிசா என்னை என்ன செய்திடமுடியும்! டிரான்ஸ்பர்தானே பண்ணுவாங்க. I am from Rajasthan, அதனால இப்ப என்னை எங்கே போட்டாலும் தமிழ்நாட்டு ஏரியாவுக்குள்ளேதானே போட முடியும். தமிழ்நாட்டில் எந்த ஏரியாவா இருந்தால் என்ன, என்னைப் பொறுத்தவரைக்கும் எல்லாம் ஒன்றுதான். நான் கவலைப்பட போறதில்லை. நான் யாருன்னு நிரூபிக்க உங்களால எனக்கு இந்த சான்ஸ் கிடைத்திருக்கு. அதற்காக நான்தான் உங்களுக்கு நன்றி சொல்லணும்."

அவரிடமிருந்து உறுதியான வார்த்தைகள் வெளிப்பட்டன. மீண்டும் அவருக்கு நன்றி தெரிவித்தேன்.

"கதிரையை நாளைக்கு மெட்ராஸ் அழைச்சிட்டு போய் அங்கே ட்ரீட்மெண்ட் கொடுக்கலாம்னு நினைக்கிறேன். எனக்கு எஃப்.ஐ.ஆர். காப்பி வேணும்."

"ஆல் ரைட் மிஸ்டர் கோபால்! இன்ஸ்பெக்டர் சேவியர்கிட்டே கேட்டு வாங்கிக்கங்க."

ஏ.எஸ்.பி.யிடம் விடை பெற்று ஜி.ஹெச். நோக்கி விரைந்தேன்.

வரும் வழியில் இருந்த எஸ்.டி.டி.பூத்துக்கு சென்று டயல் செய்தேன்.

சதியின் பின்னணி!

எதிர்முனையில் தம்பி காமராஜ்!

‘‘அண்ணே... எங்கிருந்து பேசுறீங்க?’’ -பரபரப்பான குரலில் கேட்டார் தம்பி காமராஜ்.

“தூத்துக்குடியிலிருந்து...”

“தூத்துக்குடியிலிருந்தா? ஒண்ணும் பிரச்சனையில்லையே?”

“நான் இங்கே வந்து ரெண்டு மணி நேரமாச்சு. கதிரைக்கு ஆபத்து எதுவுமில்லை. தம்பி, நீங்க பயந்த மாதிரியே இங்கே அ.தி.மு.க. குண்டர்கள் நிறைய பேர் நம்மை குறி வச்சு வெயிட் பண்ணிகிட்டிருக்காங்க. ஆஸ்பத்திரியை சுற்றி இருக்கிற எல்லா கடைகளுமே ஆறுமுகநயினாரோட கடைதான். அவங்க ஆளுங்க எல்லோரும் கையிலே பெரிய தடியோடுதான் அலையிறாங்க. நமக்குள்ள ஒரே நம்பிக்கை, போலீஸ் ரொம்ப ஸ்ட்ராங்க். இங்க இருக்கிற பத்திரிகைகாரர்களும் நமக்கு நல்ல சப்போர்ட்டா இருக்காங்க. கதிரைக்கு நேர்ந்த அநியாயத்தைக் கேள்விப்பட்ட தூத்துக்குடி மக்களால் வெளிப்படையா பேச முடியலையே தவிர, உள்ளுக்குள்ளே கொதிச்சுப் போயிருக்காங்க.

என்ன நடந்ததுங்கிற முழு விவரத்தையும் நான் கதிரைகிட்டே கேட்டு தெரிஞ்சுகிட்டேன்."

"அண்ணே... ஆஸ்பத்திரியை சுற்றி அ.தி.மு.க. குண்டர்கள் இருக்காங்கன்னு நீங்களே சொல்றீங்க. இன்னும் எதுக்காக அங்கேயே இருக்கீங்க? ரிஸ்க்தானே?"

"இல்ல தம்பி... இங்கே ராஜேஷ்தாஸ்னு ஒரு ஏ.எஸ்.பி. இருக்காரு. அவரும் சரி, அவருக்கு கீழே உள்ள டி.எஸ்.பி., இன்ஸ்பெக்டர், எஸ்.ஐ. எல்லோருமே ரொம்ப ஆக்டிவ்வா இருக்காங்க. நமக்காக கேஸை ஸ்ட்ராங்கா டீல் பண்றாங்க. இதையும் மீறி நயினார் ஆட்கள் என் மேலே கை வைத்தால் அது மக்கள் பிரச்சனையா திசை திரும்பிடும். அதனால இங்கே இருப்பதில் எந்த ரிஸ்க்குமில்லை. அதுவுமில்லாம, நான் இங்கே வந்த பிறகுதான் கதிரைக்கு ஒரு தெம்பு வந்திருக்கு. அவர் மேல நடந்திருக்கிற தாக்குதல் ரொம்ப கொடுமையானதுதான், இதை ஆறுமுக நயினாரும் அவரோட ஆளுங்களும் மட்டும் செய்யலை. கண்ணப்பன் கொடுத்த இன்ஸ்ட்ரக்ஷன்படிதான் இவ்வளவு கொடூரமும் நடந்திருக்கு. நம்ம மேல அவங்களுக்கு உள்ள வெறி இன்னும் அடங்கலைன்னு நல்லாவே தெரியுது."

"கதிரையை அடிச்ச எல்லோரையும் பிடிச்சிட்டாங் களாண்ணே?"

"நயினாரை ஏ.எஸ்.பி.யே ஸ்பாட்டுக்கு போய் பிடிச்சு, ஜீப்பில் ஏற்றி தன்னோட ஆபீசுக்குக் கொண்டு வந்து வெளுத்து வாங்கிட்டாரு. சரியான அடி. மற்றவர்களையும் அரெஸ்ட் பண்ணியிருக்காங்க. இதிலே முக்கியமான விஷயம் என்னன்னா, கதிரையை அடிச்சப்ப அவர் செத்துட்டதா நினைச்சுதான் வெளியிலே தூக்கிப் போட்டாங்க. அவர் உயிரோடு இருக்காருன்னு தெரிஞ்சதும், நயினார் ஆட்களுக்கு பயம் வந்துருச்சி. நடந்ததையெல்லாம் போலீஸ்கிட்டே சொல்லிடுவாரு. கோர்ட்டில் கேஸ் வந்தாலும் சாட்சிய மாயிடுவார்ங்கிறதால அவரை ஆஸ்பத்திரியிலேயே தீர்த்து கட்டவும் திட்டம் போட்டிருந் திருக்காங்க. அவங்க ஆளு ஒருத்தனுக்கு கையில கட்டுப்போட்டு கதிரை இருக்கிற வார்டிலேயே படுக்க வச்சு, அவனுக்குப் பக்கத்திலே நயினார் ஆட்கள் நின்னுகிட்டிருந்தாங்க. நல்ல வேளையா கதிரை கவனிச்சு ஏ.எஸ்.பி.கிட்டே சொல்லிட்டாரு. அதனால கதிரையை ஸ்பெஷல் வார்டுக்கு மாற்றி, டைட் செக்யூரிட்டி போட்டிருக்காங்க. ஏ.ஆர்.போலீஸ்தான் காவலுக்கு இருக்கு"

"மறுபடியும் எந்த ஆபத்தும் வராதே...?"

"சான்ஸேயில்லை... நம்ம ஏஜெண்ட் கணபதிராமும் அருப்புக்கோட்டை தம்பி ராஜாவும் சுதாரிப்பா இருந்து கதிரையை

பார்த்துக்குறாங்க. ட்ரீட்மெண்ட் கொடுக்கிற டாக்டர் மனோகரனும் நல்லபடியா ஒத்துழைக்கிறாரு. அதுவுமில்லாம இப்ப நான் எஸ்.பி.யை பார்த்துட்டுத்தான் வர்றேன். நல்ல ஒரு தில் பர்சனாலிட்டியான ஆள். நாம் கவலைப்படத் தேவையில்லை. ஆனா...”

“அண்ணே... என்னாச்சு?”

“இந்த ஊழல் மேட்டருக்காகத்தான் அடிச்சிருப்பாங்களான்னு எனக்கு சந்தேகமா இருக்கு.”

“வேற என்ன காரணம் இருக்கு?”

“இங்கே கோஷ்டி பூசல் பெரிசா இருக்கு. தம்பி... உங்களுக்கு ஞாபகமிருக்கா. கேடி நம்பர் 1, கேடி நம்பர் 2, கேடி நம்பர் 3-ன்னு வரிசையா அட்டையிலே போட்டோமே, அதில் கேடி நம்பர் 2-ன்னு கண்ணப்பனை பற்றி எழுதும்போது ஒரு விஷயத்தை சொல்லி யிருந்தோம். தூத்துக்குடி எம்.எல்.ஏ. ரமேஷ் சம்பந்தப்பட்ட விஷயம். அவருக்கும் கண்ணப்பனுக்கும் பிரச்சனை இருக்கும் போலத் தெரியுது. அதனாலதான் இவ்வளவும் நடந்திருக்கணும். நீங்க நம்ம நக்கீரன் ஃபைலை எடுத்துப் பாருங்க. அ.தி.மு.க. எம்.எல்.ஏ.வைக் கொல்ல முயற்சின்னு அட்டையிலேயே போட்டிருக்கோம். அந்த இஷ்யூவை எடுத்து வச்சிக்குங்க. நான் மறுபடியும் லைனுக்கு வர்றேன்.”

ரிசீவரை வைத்துவிட்டு எஸ்.டி.டி. பூத்திலிருந்து வெளியே வந்து பார்த்தேன். அ.தி.மு.க.வினரின் நடமாட்டம் எதுவுமில்லை, 5 நிமிடம் கழித்து மீண்டும் தம்பி காமராஜுக்கு டயல் செய்தேன்.

“அண்ணே... அந்த இஷ்யூவை எடுத்துட்டேன். 91-ம் வருஷம் நவம்பர் மாசத்திலே எழுதியிருக்கோம். தூத்துக்குடி எம்.எல்.ஏ. ரமேஷை அவரோட ஆட்களே அடிச்சதா கவர்மெண்ட் சொன்னப்ப நாம இன்வெஸ்டிகேஷன் பண்ணி ரமேஷை அடித்தது, கண்ணப்பனும் அவரோட ஆட்களும்தான்னு ஆதாரப்பூர்வமா எழுதியிருக்கோம். ஆறுமுகநயினாருக்கு இந்த தாக்குதலில் உள்ள தொடர்பு பற்றியும் சொல்லியிருக்கோம்.”

“கரெக்ட் தம்பி... கண்ணப்பனையும் நயினாரையும் நாம எக்ஸ்போஸ் செஞ்சதாலே அப்போதிலிருந்தே நம்ம மேல குறி வச்சிட்டுத்தான் இருந்திருக்காங்க. தங்களோட கட்சி எம்.எல்.ஏ.க்களான மதுராந்தகம் சொக்கலிங்கத்தையும் தூத்துக்குடி ரமேஷையும் மெட்ராஸிலேயே வச்சு அடிச்ச மாதிரி நக்கீரனையும் அடிக்கிறதுக்கு பிளான் பண்ணியிருந்திருக்காங்க. ஊழல் விவகாரத்தை ஸ்பாட்டுக்கு போய் நாம விசாரித்தது அவர்களுக்கு ஒரு சான்ஸா போயிடுச்சு. கையிலேயே வந்து மாட்டிகிட்டாங்க

நக்கீரன் கோபால் • 293

அப்படின்னு நினைச்சு கண்ணப்பன் இன்ஸ்ட்ரக்ஷன்படி நயினாரும் அவரோட ஆட்களும் கதிரையை தாக்கியிருக்காங்க?"

''அண்ணே... இங்கே டெய்லியிலெல்லாம் நியூஸ் போட்டிருக்காங்க."

"இங்கேயும் நல்லா ஃபளாஷ் பண்ணி யிருக்காங்க தம்பி. நக்கீரனை அடிச்சிட்டாங்கன்னு பரவலா பேச்சு இருக்குது. ஆஸ்பத்திரியில் கதிரையைப் பார்த்த பெண்களெல்லாம் ஜெயலலிதா ஆட்சி மேலே ரொம்ப கோபமா இருக்காங்க. என் காதுபடவே ஜெயலலிதாவை திட்டி கிட்டிருக்காங்க. மக்கள்கிட்டே இந்த விஷயம் பெரிசா பேசப்படுது. நீங்களும் இங்கே புறப்பட்டு வாங்க, நான் இப்ப இங்கேயிருந்து கிளம்பி மெட்ராஸ் வந்திடுறேன். ரிப்போர்ட்டர் தம்பி உதயனை ராயப்பேட்டா ஆஸ்பத்திரிக்கு அனுப்புங்க." நாளை கழிச்சு கதிரையை அங்கே அட்மிட் பண்ற மாதிரி ஏற்பாடு பண்ணச் சொல்லிவிட்டு, நீங்க உடனே இங்கு புறப்பட்டு வந்துடுங்க"

-போனை வைத்துவிட்டு நான் சட்டென ஜி.ஹெச்.சுக்கு விரைந்தேன்.

டாக்டர் மனோகரனை சந்தித்தேன். ''நன்றி டாக்டர் இன்னொரு Obligation. எனக்கு கதிரையோட Wound(காயம்) Certificate வேணும்."

''ஓ.யெஸ்... அதுக்கென்ன, டிஸ்சார்ஜ் பண்ணும்போது கொடுத்திடுறேன்."

எந்த ஒரு வழக்கிற்கும் உறுதுணையாக இருப்பது டாக்டரின் சர்டிபிகேட்தான். அதில் இடம் பெற்றுள்ள விவரங்களின் அடிப்படையில்தான் வழக்கு ஸ்ட்ராங்காக இருக்கும். அந்த வகையில் நமக்கு கதிரையின் உடம்பில் எத்தனை இடங்களில் எலும்பு முறிவு ஏற்பட்டிருக்கிறது. எந்தெந்த உறுப்புகள் பலமாக பாதிப்படைந்துள்ளன. எவ்வளவு கடுமையாகத் தாக்கப் பட்டிருக்கிறார் -என்பதை டீடெய்லாக குறிப்பிட்டுத் தரும்படி டாக்டரிடம் கேட்டுக்கொண்டேன். அவரும் நம்பிக்கையான பதிலைத் தந்தார்.

டாக்டரைச் சந்தித்த பின் கதிரையின் வார்டுக்கு சென்றேன். நம்பிக்கையும் தெம்பும் கூடியிருந்ததன் அடையாளமாக முகத்தில் புன்னகை மலர்ந்திருந்தது.

"அண்ணே... திடீர்னு நீங்க கிளம்பி போனதாலே எனக்கு யோசனையா இருந்துச்சு."

''நமக்காக இவ்வளவு ஸ்டெப் எடுத்திருக்காரு ஏ.எஸ்.பி.ராஜேஷ்தாஸ். அவரை நேரில் பார்த்து நன்றி சொல்ல வேண்டாமா..? அதனாலதான் உடனடியா அவரைப்போய்

பார்த்துட்டு வேகமா திரும்பிட்டேன். தம்பி காமராஜ், காலையிலே இங்கே வந்திடுவார். நாளை கழிச்சு உங்களை ராயப்பேட்டாவில் அட்மிட் பண்ணப்போறோம்."

"சரிங்கண்ணே."

கதிரைக்கு அருகில் பாதுகாப்புக்காக நின்ற போலீசாரிடம், "இதுவரைக்கும் நல்லா பார்த்துகிட்டீங்க. அதுக்காக உங்க ஏ.எஸ்.பி.யை நேரிலே பார்த்து பேசிட்டேன். நாளை கழிச்சு இவரை மெட்ராஸிலே அட்மிட் பண்றோம். எந்தவித ஆபத்துமில்லாமல் இவரை அங்கே கொண்டு வந்து சேர்க்க வேண்டியது உங்க பொறுப்பு."

காவலுக்கு நின்ற போலீஸார் என் வார்த்தைகளை ஏற்றுக்கொண்டனர். வெறும் கடமை என்று கருதாமல் நிஜமான அக்கறையுடன் கதிரைக்கு அவர்கள் பாதுகாப்பாக இருந்ததை பாராட்டினேன். ஏஜெண்ட்டிடமும் தம்பி ராஜாவிடமும் கதிரையை கவனித்துக்கொள்ளுமாறு சொல்லிவிட்டு நான் புறப்படத்தயாரானபோது கதிரையிடமிருந்து குரல் வந்தது.

அதிரடி மாற்றம்!

"அண்ணே, ஒரு நிமிஷம்... ஜூனியர் விகடனிலிருந்து..."
"சௌபாவும், அவங்க ரிப்போர்ட்டர் அருள்செழியனும் காலையில் வந்து பார்த்துட்டுப் போனாங்க. எப்படி நடந்ததுன்னு விவரம் கேட்டுட்டுப் போனாங்கண்ணே."

நக்கீரன் மீது நடத்தப்பட்ட தாக்குதலைக் கண்டித்து, பத்திரிகைகள் குரல் எழுப்புவதும் நமக்கு ஆதரவாக செயல்படுவதும் தெம்பாக இருந்தது. கதிரையை ஜாக்கிரதையாக இருக்கச் சொல்லிவிட்டு, நான் புறப்பட்டேன். அருப்புக்கோட்டைக்கு வந்தேன்.

எனது பயணத்திட்டத்தின்படி அந்தப் பகுதியில் மூன்று நாட்கள் இருந்திருக்க வேண்டும். கதிரைக்கு நேர்ந்த கொடூரத்தால் எல்லா புரோகிராம்களையும் கேன்சல் செய்துவிட்டு சென்னைக்குத் திரும்பினேன். அலுவலகத்திற்கு வந்து அரசியல் பிரமுகர்கள் காவல் துறை உயரதிகாரிகள், வடநாட்டுப் பத்திரிகைகளுக்கு கதிரை தாக்கப்பட்டது தொடர்பாக தந்தி மற்றும் புகார் கொடுக்கும் வேலைகளைக் கவனித்தேன்.

அதே நேரத்தில் தம்பி காமராஜ் தூத்துக்குடியில் கதிரையைச் சந்தித்தார். என்னைத் தொடர்ந்து... காமராஜும் அங்கு சென்றதால் கதிரைக்கு ஆறுதலும், தெம்பும் கூடியது. நான் சென்னையிலிருந்து போன் மூலம் காமராஜை தொடர்பு கொண்டேன்.

''தம்பி... கதிரையை இன்னைக்கு அங்கிருந்து டிஸ்சார்ஜ் பண்ணி அழைத்து வரமுடியுமா?''

''இன்னும் இரண்டு நாளாகும்னு சொல்றாங்கண்ணே?''

''அப்படியா! ஜாக்கிரதை... நீங்க மேட்டரும், படமும் எடுத்துக்கிட்டு, கதிரைக்குத் தைரியம் சொல்லிட்டு மெட்ராசுக்கு திரும்பிடுங்க தம்பி. ஏஜெண்ட்கிட்டே சொல்லி கதிரையை ஜாக்கிரதையா அனுப்பி வைக்கச் சொல்லுங்க.''

''சரிங்கண்ணே... நான் புறப்பட்டு வர்றேன்.''

தூத்துக்குடியிலிருந்து காமராஜ் புறப்பட்டார். அதேவேளையில் தம்பி உதயன் ராயப்பேட்டை மருத்துவமனையில் கதிரையை அட்மிட் செய்வதற்கு தேவையான ஏற்பாடுகளைச் செய்துகொண்டிருந்தார்.

அடுத்தநாள், ஏ.எஸ்.பி. ராஜேஷ்தாஸ் ஒரு நாளிதழுடன் கதிரையின் வார்டுக்குள் நுழைந்தார். பரபரப்பாக அவர் வருவதைக் கண்ட கதிரை, ''என்னவாக இருக்கும்?'' என யோசித்தபடி இருந்தார். கதிரையின் அருகே வந்த ஏ.எஸ்.பி. ''பிரதர்... எப்படி இருக்கீங்க?'' என்று விசாரித்து விட்டு, அந்த பேப்பரை கதிரையிடம் கொடுத்தார். அதைப் பார்த்த கதிரை, ''என்ன சார், இது அக்கிரமம்'' என்று பதறினார்.

காரணம், ஏ.எஸ்.பியை வேறு மாவட்டத்திற்கு அதிரடியாக டிரான்ஸ்பர் செய்திருந்தது ஜெயலலிதா அரசாங்கம். அந்த செய்திதான் பத்திரிகைகளில் வெளியாகியிருந்தது. கதிரையின் கலக்கத்தைக் கண்ட ஏ.எஸ்.பி. ''டோண்ட் வொர்ரி பிரதர்... இதெல்லாம் சகஜம். இதுமாதிரி நடக்கும்னு நான் ஏற்கனவே உங்க எடிட்டர்கிட்டே சொல்லியிருந்தேனே... நான் எதிர்பார்த்ததுதான். அதனால எனக்கு அதிர்ச்சியா இல்லை. நீங்க தைரியமா இருங்க; இங்கிருந்து நான் புறப்படுவதற்கு 10 நாளாகும். அதற்குள் நீங்க சென்னைக்குப் போயிடலாம் அங்கே எல்லாம் ரெடியா இருக்கா?'' என்றார்.

''அண்ணன்கிட்டேயிருந்து போன் வந்தது; எல்லாம் ரெடியா இருக்குதாம். நாளைக்கு எனக்கு இங்கே டிஸ்சார்ஜ் கொடுக்கிறதா, சொல்லியிருக்காங்க.''

''நாளைக்கு உங்களை வழியனுப்பி வைக்கிறதுதான் என்னோட முக்கிய வேலை. உங்க நக்கீரன் டீம் மேலே எனக்கு ரொம்ப மரியாதை வந்திடுச்சு. இவ்வளவு அடிபட்டும் நீங்க தெம்பா

இருக்கிறது, உங்களுக்கு ஆபத்துன்னு தெரிஞ்சதும் உங்க ஆசிரியர் உடனடியா இங்கே வந்தது. அவரைத் தொடர்ந்து உங்க இணையாசிரியர் வந்து பார்த்துட்டுப் போனது, எங்க பாதுகாப்பைவிட உங்க பாதுகாப்பை பலமா வச்சிருக்கிறது இதெல்லாம் எனக்கு ரொம்ப பிரமிப்பா இருக்கு I appreciate your team work. ஓ.கே... நாளைக்கு நீங்க புறப்படுவதற்கு முன்னாடி உங்களை சந்திக்கிறேன்..."

ஏ.எஸ்.பி.ராஜேஷ்தாஸ் புறப்பட்டார். அவர் சென்ற பிறகு ஏஜெண்ட்டை அழைத்தார் கதிரை.

"அண்ணனுக்கு போன் பண்ணி மெசேஜை சொல்லுங்க" என்றார். அடுத்த சில நிமிடங்களில் ஏஜெண்ட்டிடமிருந்து எனக்கு போன் வந்தது.

"அண்ணே... ஒரு அநியாயம்... ஏ.எஸ்.பியை டிரான்ஸ்பர் பண்ணிட்டாங்க." -என் இதயத்தில் யாரோ பலமாக அடிப்பது போல் இருந்தது. ஏ.எஸ்.பி.யிடம் இதைத்தானே நாம் சொன்னோம். அதற்குள்ளாகவா இப்படி ஒரு அதிரடி மாற்றம்? வேதனையும் கோபமும் ஒரே நேரத்தில் பொங்கியது. அதை அடக்கிக்கொண்டு ஏஜெண்ட்டிடம் பேசினேன்.

"நீங்க லைனை கட் பண்ணிட்டு, தம்பி ராஜாவை அழைச்சிகிட்டு வந்து மறுபடியும் பேசுங்க."

சில நிமிட இடைவெளிக்குப் பிறகு ராஜா லைனில் வந்தார். நான் மிகுந்த எச்சரிக்கையுடன் இருக்கும்படி அவரிடம் கூறினேன்.

"தம்பி... ஏ.எஸ்.பி.யை டிரான்ஸ்பர் பண்ணியிருக்கிறதாலே நீங்க ரொம்ப கவனமா இருக்கணும். ஆளுங்கட்சிக்காரங்க ரொம்ப ஆட்டம் போடுவாங்க ஏ.எஸ்.பி.யையே டிரான்ஸ்பர் பண்ணிட்டோம்ங்கிற திமிரிலே ஆறுமுக நயினார் ஆட்கள் அங்கே வந்து ரகளை பண்ணலாம். வெறி பிடிச்ச மாதிரி நடந்துக்குவானுங்க. அதனால ரொம்ப ஜாக்கிரதையா இருங்க."

ராஜாவிடம் நான் பேசி முடித்த பிறகு, ஏஜெண்ட் கணபதிராம் என்னிடம் பேசினார். "அண்ணே, ஏ.எஸ்.பி. இப்பதான் கதிரையை பார்த்துட்டுப் போனாரு. கதிரையை மெட்ராசுக்கு அனுப்பி வைக்கிற வரைக்கும் கவனிச்சுக்கிறேன்னு சொல்லியிருக்காருண்ணே."

"சரி... நீங்க முத்துநகர் எக்ஸ்பிரஸில் கதிரைக்கு முதல்வகுப்பு டிக்கெட் ரிசர்வ் பண்ணிடுங்க. நாளைக்கு டிக்கெட் கிடைக்கலேன்னா, அடுத்த நாள் புக்பண்ணிடுங்க. ரிசர்வ் பண்ணித்தான் அவரை அனுப்பி வைக்கணும். புக் பண்ண லேட்டானால் ஏ.எஸ்.பிக்கு தகவல் கொடுத்திருங்க. கதிரையை பத்திரமா டிரெயினில் ஏற்றி அனுப்பி வைக்க வேண்டியது

உங்களோட பொறுப்பு. 5 நிமிஷம் கழித்து மறுபடியும் உங்ககிட்டே பேசுறேன்."

லைனை கட் பண்ணிவிட்டு, ஏ.எஸ்.பி.யின் நம்பருக்கு டயல் செய்தேன். அவரே லைனில் வந்தார். எடுத்த எடுப்பிலேயே நான், "ஸாரி சார்" என்றேன்.

"நீங்க..."

"நக்கீரன் கோபால்... டிரான்ஸ்பர் பண்ணிட்டதா சொன்னாங்க."

"எதிர்பார்த்ததுதானே மிஸ்டர் கோபால்... இதிலே வருத்தப்பட என்ன இருக்கு?"

"எந்த ஊருக்கு டிரான்ஸ்பர் பண்ணியிருக்காங்க?"

"ஓசூர்"

எனக்கு மீண்டும் அதிர்ச்சி. தூத்துக்குடியிலிருந்து சுமார் 600 கிலோ மீட்டர் தூரத்திலுள்ள ஓசூருக்கு மாற்றியிருக்கிறார்களே பாவிகள்! நேர்மையான அதிகாரிக்கு இந்த ஆட்சியாளர்கள் தரும் பரிசு இதுதானா? என் மனதுக்குள் கேள்விக்கணைகள். நான் அமைதியாக இருப்பதைக் கண்ட ஏ.எஸ்.பி. ''ஒண்ணும் வருத்தப்படாதீங்க பிரதர்... நாம் மறுபடியும் சந்திப்போம். உங்க ரிப்போர்ட்டரை பத்திரமாக அனுப்பி வைக்க வேண்டியது என்னோட பொறுப்பு."

"தேங்க்ஸ் சார்."

ஏ.எஸ்.பி.யிடம் பேசிமுடித்தபிறகு மீண்டும் ஏஜெண்ட்டுக்கு போன் செய்தேன்.

"ஏ.எஸ்.பி.கிட்டே பேசிட்டேன். அவர் எல்லா ஏற்பாடு களையும் கவனிச்சிக்கிறதா சொன்னார். நீங்க கதிரையை பத்திரமா அனுப்பி வையுங்க."

"சரிங்கண்ணே."

பலமான வற்புறுத்தலுக்குப் பிறகுதான் கதிரைக்கு டிஸ்சார்ஜ் கிடைத்தது. இந்த நிலையில் பயணம் செய்வது ரிஸ்க் என்றாலும், ஏ.எஸ்.பி. டிரான்ஸ்பர் செய்யப்பட்டிருக்கும்போது கதிரை அங்கிருப்பது அதைவிட ரிஸ்க் என்பதால் டிஸ்சார்ஜ் பெறுவதைத் தவிர வேறு வழியில்லை. டாக்டர் மனோகரன் மிகவும் உதவியாக இருந்தார். கதிரையிடம் வந்து, 'மெட்ராஸ் போனதும் நல்லா ட்ரீட்மெண்ட் எடுத்துக்குங்க. ரொம்ப கவனமா இருக்கணும். உங்க எடிட்டரை நான் விசாரித்ததா சொல்லுங்க" என்றார்.

ஆயுதப்படை போலீசார் ஐந்து பேர் பாதுகாப்பு தர, ஆம்புலன்ஸில் ஏற்றப்பட்டார் கதிரை, குளுகோஸ் பாட்டில்களை தூக்கிப் பிடித்துக்கொண்டு கதிரையை மிகவும் கவனமாக ஆம்புலன்ஸில் ஏற்றினர். அவருடன் போலீசாரும் ஏறிக் கொண்டனர். ஆம்புலன்ஸ் புறப்படும் நேரத்தில், "ஏ.எஸ்.பி. எங்கே?"

என்று கதிரை கேட்க, போலீசாரோ அதைச் சரியாகக் காதில் வாங்கிக்கொள்ளவில்லை. ரயில்வே ஸ்டேஷனை நோக்கி ஆம்புலன்ஸ் விரைந்தது.

ரயில்வே ஸ்டேஷனின் சூழ்நிலையே ஒரு மாதிரி இருந்தது. முத்துநகர் எக்ஸ்பிரஸ் நிற்கும் பிளாட்பாரத்தில் பயணிகளையே காணவில்லை. போலீசார்தான் குவிக்கப்பட்டிருந்தனர். இந்த விநோதமான சூழ்நிலையைப் பார்த்து, நமது ஏஜெண்ட்டும், உடன் வந்தவர்களும் குழம்பினர். யாராவது கண்ணில் தெரிகிறார்களா என சுற்றும் முற்றும் பார்த்தனர். தூத்துக்குடி ரயில்வே ஸ்டேஷனில் முக்கியத்துவம் வாய்ந்த ரயில் முத்துநகர் எக்ஸ்பிரஸ்தான். தலைநகரை நோக்கி செல்லும் அந்த ரயிலுக்கு அதிகக் கூட்டம் வருவது வழக்கம். அப்படியிருக்கையில் ஏன் இந்த நிலைமை? போலீசார் ஏன் குவிக்கப்பட்டிருக்கிறார்கள்.

விபரீதமாக ஏதாவது நடந்துவிட்டதா அல்லது வி.ஐ.பி. யாராவது வருகிறாரா என்று நம் ஆட்கள் குழம்பினர். ஒரு வேளை கண்ணப்பன் கூட வரலாம். அப்படி வந்தால் ஆறுமுகநயினாரும் அவரது அடியாள் கூட்டமும் வருமே! மீண்டும் பிரச்சனைதானா? -என்று அவர்கள் யோசித்துக் கொண்டிருந்தபோதே டிரெய்ன் கம்பார்ட்மெண்ட்டில் ரிசர்வேஷன் சார்ட் ஒட்டப்பட்டது. அவசரமாக வந்த டி.டி.சி. கதிரையின் டிக்கெட்டை பரிசோதித்த பின், ஆம்புலன்ஸிலிருந்து அவரை இறக்கினர். குளுகோஸ் பாட்டில், பாண்டேஜ் இவற்றுடன் கதிரையை இறக்க சற்று சிரமமாகத்தான் இருந்தது. ஸ்ட்ரெச்சரை மெதுவாக அவர்கள் இறக்கிக்கொண்டிருந்த போது "Very Careful... பார்த்து, பார்த்து இறக்குங்க" என்று குரல் கொடுத்தபடியே ஒரு கை, ஸ்ட்ரெச்சரை தாங்கி பிடித்தது. கதிரை திரும்பிப் பார்த்தார்.

கண்ணப்பனுக்கு விழுந்த அடி!

ஏ.எஸ்.பி.ராஜேஷ்தாஸ்தான் அந்த குரலுக்கு சொந்தக்காரர். அவரின் கைகள்தான் ஸ்ட்ரெச்சரை அழுத்தமாகத் தாங்கிப் பிடித்திருந்தது. ஏ.எஸ்.பி.யை நன்றியுடன் பார்த்தார் கதிரை. முதல் வகுப்பு பெட்டிக்குள் ஸ்ட்ரச்சரை கொண்டு செல்வது மிகவும் சிரமமான காரியமாக இருந்தது. குறுகலான பகுதிகளில், கதிரைக்கு சிறு ஆபத்துகூட இல்லாமல் கொண்டு செல்லவேண்டும் என்பதில் கவனமாக இருந்தார் ஏ.எஸ்.பி.

ஒரு வழியாக, கதிரைக்கு எவ்வித பாதிப்பு மில்லாமல் முதல் வகுப்பு பெட்டிக்குள் கொண்டு படுக்க வைத்துவிட்டு ஏ.எஸ்.பி. துணைக்கு வந்த 5 போலீசாரில் இருவரை பெட்டியிலேயே இருக்கச் சொன்னார். கதிரையைப் பார்த்து "ஓ.கே. பிரதர்... தைரியமா போயிட்டு வாங்க. அங்கே போனதும் கவனமா ட்ரீட்மெண்ட் எடுத்துக்குங்க. இங்கே என்னால முடிந்த அளவுக்கு உங்களுக்கு பாதுகாப்பு கொடுத்துட்டேன். மெட்ராஸிலேயும் இதேமாதிரி பாதுகாப்பு கிடைக்கணும். நான்

புறப்படுறேன். மறுபடியும் சந்திப்போம். ஆசிரியரை ரொம்பக் கேட்டதா சொல்லுங்க, ஓ.கே...” என்றார்.

முதல் வகுப்பு பெட்டியிலிருந்து அவர் இறங்கிய சில நிமிடங்களில் திமுதிமுவென பிளாட்பாரத்திற்கு வந்த கூட்டம் முண்டியடித்து ரயிலில் ஏறியது, கதிரைக்கும் அவருடன் இருந்தவர்களுக்கும் இந்த திடீர் பரபரப்புக்கான காரணம் தெரியவில்லை. பயணிகளுடன் சேர்ந்து ஒரு ஏட்டும் இன்னொரு போலீஸ்காரரும் ஏறி, கதிரையின் அருகில் வந்தனர்.

“உங்க பாதுகாப்புக்காக எங்களையும் ஏ.எஸ்.பி. அனுப்பி வைத்திருக்கிறார். மெட்ராஸ் வரைக்கும் வர்றோம்” என்றனர்.

“டிரெயின் புறப்படுகிற நேரத்தில் இவ்வளவு பேர் வந்து ஏறினார்களே, இவ்வளவு நேரம் அவங்களெல்லாம் எங்கே போயிருந்தாங்க?” -கதிரை கேட்டார்.

‘அதுவா’ என்றபடி ஏட்டு பதில் சொல்லத் தொடங்கினார். “உங்களை பத்திரமா டிரெயினில் ஏற்றணும்ங்கிறதுக்காக மத்தியானத்திலிருந்தே ஏ.எஸ்.பி. இங்கேதான் இருந்தார். இங்கே வந்த பாசஞ்சர்களையெல்லாம் செக் பண்ணச் சொல்லிட்டார். அதிலும் குறிப்பா, கரை வேட்டி கட்டிகிட்டு வந்த ஆளுங்களை பயங்கரமா செக் பண்ணினார். சில பேரை திருப்பியே அனுப்பிட்டாருன்னா பார்த்துக்குங்களேன். நீங்க ஏறியபிறகுதான் பாசஞ்சர்களை ஏற்றணும்ங்கிறது ஏ.எஸ்.பி.யோட ஸ்டிரிக்ட் ஆர்டர். அதனால்தான் உங்களை ஏற்றியபிறகு இவ்வளவு பேரும் வந்து ஏறினாங்க. அதுவும் எப்படி தெரியுமா? ரயில் புறப்படுவதற்கு முன்னாடி பச்சைக் கொடி காட்டுவாங்களே, அந்த மாதிரி பயணிகள் ஏறுவதற்காக ஸ்பெஷலா ஒரு முறை பச்சைக்கொடி காட்டினாங்க அதுக்கப்புறம்தான் பாசஞ்சர்ஸ் ஏறினாங்க.”

ஏ.எஸ்.பி. காட்டிய அக்கறையையும் எடுத்துக்கொண்ட முயற்சிகளையும் நான் கேள்விப்பட்டபோது இப்படி ஒரு சின்சியரான ஆபீசரா என வியந்தேன். அதே நேரத்தில் இவரைப்போன்ற நேர்மையான அதிகாரிகளுக்குத்தான் அதிரடி மாறுதல் உத்தரவு வருகிறது என்பதை நினைத்தபோது வேதனையாக இருந்தது. பழிவாங்கும் எண்ணத்தையே முதன்மையாகக் கொண்டிருக்கும் பெண் ஹிட்லர் ஜெயலலிதாவின் குரூர புத்தியை மீண்டும் ஒருமுறை புரிந்துகொள்ள முடிந்தது.

எழும்பூர் ரயில் நிலையத்தில் நாம் கதிரையை ரிசீவ் செய்து ராயப்பேட்டை மருத்துவமனைக்கு அழைத்துச் சென்றோம். பாதுகாப்புக்காக வந்த 4 போலீசாரும் நம்மிடம் விடைபெற்றுக்கொண்டனர். எலும்பு முறிவு பிரிவின் சீஃப் டாக்டர் மார்த்தாண்டன் கதிரைக்கு சிகிச்சையளிப்பதில் தனி கவனம்

எடுத்துக்கொண்டார். நாம் அவரை சந்தித்தபோது, "மிஸ்டர் கோபால், நோ பிராப்ளம்... 8 மாசத்தில் நான் அவரை நிற்க வச்சுக் காட்டுறேன்."

"8 மாசமா?"

"என்ன கோபால் ஆச்சரியப்படுறீங்க... அவ்வளவு பலமான அடி" -டாக்டர் சொன்னதைக் கேட்டதும் நமக்கு மீண்டும் ஷாக்காக இருந்தது.

சென்னை ராயப்பேட்டையில் கதிரைக்கு சிகிச்சையளிக்கப்படுவதை கேள்விப்பட்டதும் வந்து பார்த்த அரசியல் பிரமுகர் வைகோ. அப்போது அவர் தி.மு.க.வில் இருந்தார். தமிழகம் முழுவதும் சுற்றுப்பயணம் செய்த அவர், ஒவ்வொரு பொதுக்கூட்டத்திலும் நக்கீரன் மீது ஏவப்படும் அடக்குமுறைகளையும் கதிரை மீது நடத்தப்பட்ட தாக்குதலையும் கண்டித்து பேசினார். முன்னாள் அமைச்சர் பெரியவர் ராஜாராம் மருத்துவமனைக்கு வந்து கதிரைக்கு ஆறுதல் தெரிவித்தார். அரசியல் பிரமுகர்கள் ஒவ்வொருவராக வந்து பார்த்துவிட்டு சென்ற நேரத்தில், திடீரென பரபரப்பு தொற்றிக்கொண்டது. கையில் துப்பாக்கி சகிதமாக கருப்பு பூனைப்படை வேகமாக நுழைந்தது. எதற்காக இவர்கள் வருகிறார்கள் என மருத்துவமனையிலிருந்தவர்கள் குழம்பிக்கொண்டிருந்த நேரத்தில், ஜனதா கட்சித் தலைவர் சுப்பிரமணியசாமியும் சந்திரலேகாவும் வந்தனர். இருவரும் கதிரையிடம் நலம் விசாரித்து விட்டுச் சென்றனர். மற்ற கட்சிகளைச் சேர்ந்த பிரமுகர்களும் வந்து பார்த்தனர்.

தூத்துக்குடியில் ஏ.எஸ்.பி.ராஜேஷ்தாஸ் இருந்ததால் பாதுகாப்பு பற்றி நாம் கவலைப்படவேண்டிய அவசியமில்லாமல் இருந்தது. ஆனால் சென்னையில் நிலைமை வேறு. இங்கு நமது பாதுகாப்பை நாம்தான் டைட் செய்ய வேண்டியிருந்தது. நமது செக்யூரிட்டிகளான பெருமாள், தங்கமணி, பூபதி, குமார் ஆகிய நால்வரிடமும் கதிரையைக் கவனிக்கும் பொறுப்பு ஒப்படைக்கப்பட்டது. இதில் செக்யூரிட்டி பெருமாளை 24 மணி நேரமும் கதிரையின் அருகிலேயே இருக்கும்படி சொன்னோம்.

டாக்டர் மார்த்தாண்டன் கதிரைக்கு இரண்டு ஆபரேஷன்கள் செய்தார். எலும்பு முறிவு சிகிச்சையில் தமிழகத்தில் எக்ஸ்பெர்ட்டான இரண்டு டாக்டர்களில் மார்த்தாண்டனும் ஒருவர். மிகுந்த அக்கறையுடன் அவர் மேற்கொண்ட ஆபரேஷன்களுக்கு ராயப்பேட்டை எலும்பு முறிவு பிரிவில் பணியாற்றிய நர்ஸ்கள், உதவியாளர்கள், மற்ற டாக்டர்கள் அனைவரும் முழு ஒத்துழைப்பு தந்தனர். டாக்டர் மார்த்தாண்டத்தின் சிறப்பான சிகிச்சையினால், அவர் குறிப்பிட்ட

காலக் கெடுவிற்குள்ளாகவே, கதிரை நடக்க ஆரம்பித்தார். நீண்ட நாட்களுக்குப் பிறகு நம்மிடமிருந்து பெருமூச்சு வெளிப்பட்டது. ஆனால், ஆட்சியாளர்கள் குணம் மாறவேயில்லை.

ஜனநாயகத்தின் நான்காவது தூணான பத்திரிகைகளை ஜெயலலிதா மதிக்கவேயில்லை. தூணாவது, மண்ணாவது என்ற ஆணவப் போக்கிலேயே செயல்பட்டார். தான்தோன்றித்தனமான பேச்சுக்கள்தான் அவரிடமிருந்து வெளிப்பட்டன. பத்திரிகையாளர்கள் தாக்கப்பட்டால் அதற்காக சிறு வருத்தம்கூட தெரிவிப்பதில்லை. மாறாக, நிருபர்களைத் தாக்கிய கட்சி குண்டர்களுக்கு பதவியும் பணமும் தந்தார்.

கதிரையை தூத்துக்குடியில் எந்த ஆறுமுக நயினார் தாக்கினாரோ, அதே நயினாருக்கு மாவட்ட செயலாளர் பொறுப்பும் மாவட்ட பால்வளத்துறை மற்றும் திருச்செந்தூர் கோவில் அறங்காவலர் குழுத்தலைவர் ஆகிய பொறுப்புகளும் வழங்கப்பட்டன.

அநீதி கோலோச்சிய அந்த காலகட்டத்திலும் நாம் மனம் கலங்கவில்லை. அ.தி.மு.க. ஆட்சியின் ஊழல்களைத் தொடர்ந்து தோலுரித்துக் கொண்டேயிருந்தோம். ஜெயலலிதா ஆட்சியில் ஊழலின் சிகரமாக இருந்த கண்ணப்பனின் அக்கிரமங்களை அக்குவேறு ஆணி வேறாக வெளுத்து வாங்கினோம். ஆரம்பத்தில் அவர் இருந்த நிலை என்ன, ஆட்சிக்கு வந்த பிறகு அவருடைய நிலை என்ன என்பதை நக்கீரனில் விலாவாரியாக எழுதி வெட்ட வெளிச்சமாக்கினோம். கண்ணப்பனின் நடவடிக்கைகளில் ஜெயலலிதாவுக்கு சந்தேகம் வந்ததால் அவரை ரகசியமாக கண்காணிப்பதற்காக எஸ்.பி.சி.ஐ.டியினரை நியமித்திருந்தார்.

இதையறியாத கண்ணப்பன், தான் அடித்த கொள்ளையில் கார்டனுக்கு பங்கு கொடுக்காமல் 6 கோடி ரூபாயை தன் மனைவியிடம் கொடுத்து சிவகங்கையில் உள்ள வீட்டில் பதுக்கி வைக்கச் சொன்னார். அவரது மனைவியும் உறவினர்களும் TCA-100 என்ற காரில் சிவகங்கை வடக்கு சிவன் கோவில் தெரு வீட்டிற்கு பணத்துடன் வந்தபோது ஸ்பெஷல் சி.ஐ.டியினர் அதைப் பறிமுதல் செய்து ஜெ.யிடம் கொண்டு போய் ஒப்படைத்தனர். ஆத்திரமடைந்த ஜெயலலிதா சரியான சந்தர்ப்பத்திற்காக காத்திருந்தார். பணத்தை பறிகொடுத்த கண்ணப்பனோ தனக்கு வேண்டியவர்களிடம் ஜெயலலிதாவை திட்டிக்கொண்டிருந்தார். ஜெயலலிதா போட்ட உத்தரவுகளை நிறைவேற்றாமல் தள்ளிப்போட்டுக் கொண்டேயிருந்தார். எல்லா விஷயங்களும் உளவுத்துறை மூலம் போயஸ் கார்டனை சென்றடைந்தது. "கூப்பிடு அவனை"

-ஏக வசனத்தில் சொன்னார் ஜெ.

மறுநாள், ஜெயலலிதா முன் கைகட்டி நின்றார் கண்ணப்பன்.

“சாதாரண நாயா திரிஞ்சுகிட்டிருந்த உன்னை மந்திரி நாயாக்கியது என்னோட தப்பு. நான் போட்ட உத்தரவையே நீ மதிக்கிறதில்லையாமே” என்று கோபமாகக் கேட்டபடி எதையோ தேடினார் ஜெயலலிதா.

எந்தவொரு பிரச்சனையாக இருந்தாலும் டென்ஷனாகி கையில் கிடைத்த பொருளைத் தூக்கி எதிரே நிற்பவர் மேல் வீசுவது ஜெயலலிதாவின் குணம்.

ஆனால் அந்த இடத்தில், தூக்கி வீசக்கூடிய சைசில் எந்தப் பொருளும் இல்லை. இதனால் மேலும் கோபமடைந்து ஆத்திரத்தின் உச்சிக்கே போன ஜெயலலிதா படாரென தன்காலில் இருந்த செருப்பைக் கழற்றி கண்ணப்பனின் முகத்தில் வீசினார். நிலை குலைந்து போன கண்ணப்பன் அவமானத்துடன் கார்டனிலி ருந்து திரும்பினார்.

இந்த செய்தி அப்படியே நக்கீரனில் வெளியானது “6 கோடி எங்கே? மந்திரிக்கு ஜெ. செருப்படி” என்ற தலைப்பில் வெளியான அந்த செய்தியைக் கண்டதும் கண்ணப்பன் வட்டாரம் கொதித்தது. மேலும் அ.தி.மு.க. தொண்டர் ஒருவரின் மனைவியை கண்ணப்பன் கடத்தியதாக அந்த அ.தி.மு.க.காரரே கொடுத்த வாக்குமூலமும் நக்கீரனில் வெளியானது.

உண்மைகள் வெளியாவதை கண்ணப்பனால் ஜீரணிக்க முடியவில்லை. எத்தகைய தாக்குதலையும் தாங்கிக்கொண்டு நாம் நடத்தும் தர்மயுத்தத்தை அவரால் பொறுத்துக் கொள்ள முடியவில்லை. அதனால் மற்றொரு மகாபயங்கர திட்டத்தைத் தீட்டத் தொடங்கினார்.

இந்தக் கைதானே எழுதியது... வெட்டுங்கடா அதை!

தனது அடியாட்களை அவசரமாக வரச் சொன்னார்.

"இவ்வளவு தூரம் நக்கீரன்காரங்க எழுதிகிட்டிருக்காங்க; இன்னமும் அவனுகள உயிரோட விட்டுவச்சிருக்கீங்களே. டேய் நாய்களா...

"இப்ப சொல்றேன் கேட்டுக்குங்க. நாய்களா... நக்கீரன் நிருபரோட கதையை முடிச்சிட்டு வாங்க. உங்களால் முடியலைன்னா சொல்லுங்க. நான் பார்த்துக்குறேன். எவ்வளவு செலவானாலும் சரி! அந்த நிருபரோட கதையை எப்படி முடிக்கணுமோ அப்படி முடிச்சிடறேன்."

-வெறி பிடித்ததுபோல் கண்ணப்பன் பேச, அவருடைய ஆட்கள் அமைதியாக நின்றனர்.

"உங்களால முடிக்க முடியுமா, முடியாதா? எதுவும் பண்ண முடியலைன்னா என் மூஞ்சியிலே முழிக்காதீங்க" -கோபமாக சொன்னார் கண்ணப்பன்.

1993-ம் ஆண்டு ஆகஸ்ட் 8-ந் தேதி. ஞாயிற்றுக்கிழமை காலை 6 மணி.

அயர்ந்து தூங்கிக்கொண்டிருந்தேன். பரபரப்புடன் வந்து

எழுப்பிய மனைவி, தன் கையில் வைத்திருந்த தந்தியைக் காட்டி "இவர் செத்துட்டாராம்" என்றார். சடாரென படுக்கையிலிருந்து எழுந்து தந்திபை வாங்கிப்பார்த்த எனக்கு பயங்கர அதிர்ச்சி. அதில், Nakkheeran reporter Shanmugasundaram expired" என்றிருந்தது. என்னையுமறியாமல் பதறினேன். எதிர்பாராத நேரத்தில் இப்படியொரு சம்பவமா? அட ஆண்டவனே...!

தந்தியை மீண்டும் மீண்டும் படித்தேன். இது உண்மையாக இருக்கக்கூடாது. சண்முகசுந்தரத்திற்கு எதுவும் ஆகிவிடக்கூடாது என மனது துடித்தது. அவருடைய வீட்டிற்கே போன் செய்து கேட்டுவிடலாம் என்ற முடிவுடன் சிவகங்கைக்கு டயல் செய்தேன். மறுமுனையில் மணி அடித்துக்கொண்டேயிருந்தது. யாரும் எடுக்கவில்லை. இந்த நேரம் பார்த்தா இப்படியொரு சோதனை என நினைத்தபடி, அடுத்து செய்யவேண்டிய காரியங்களில் இறங்கினேன்.

தூங்கிக்கொண்டிருந்த தம்பி குருசாமியை எழுப்பினேன். "உடனே வண்டியை எடு" என்றேன். அடுத்த சில நிமிடங்களில் நானும், குருசாமியும் டூவீலரில் பறந்தோம். ஒரு எஸ்.டி.டி.பூத்தில் வண்டியை நிறுத்தச் சொன்னேன்.

"நான் போன் பண்ணிவிட்டு வந்திடுறேன்; நீ போய் ஆபீஸ் சாவியை எடுத்துட்டு வா. அப்படியே டிரைவர் மோகனைப் பார்த்து காமராஜ், சுந்தர், சுரேஷ் எல்லோரையும் உடனே ஆபீசுக்கு அழைச்சிட்டு வரச்சொல்லு" -அவசரமாக சொல்லிவிட்டு பூத்துக்குள் நுழைந்து சிவகங்கைக்கு போன் செய்தேன். அப்போதும் ரிங் போய்க்கொண்டிருந்ததே தவிர எதிர்முனையில் யாரும் எடுக்கவில்லை. கலங்கியிருந்த கண்களால் தந்தியை மறுபடியும், மறுபடியும் படித்துவிட்டு சிவகங்கைக்குத் தொடர்ந்து டயல் செய்துகொண்டேயிருந்தேன். பதில் இல்லை.

வேதனையும், பரபரப்பும் நிறைந்திருந்த அந்த நிமிடத்தில் குருசாமி திரும்பி வந்தார். இருவரும் அவசரமாக அலுவலகத்திற்கு சென்றோம். நாங்கள் சென்ற சிறிது நேரத்தில் தம்பிகள் அனைவரும் பதற்றத்துடன் அலுவலகத்திற்கு வந்தனர். விவரத்தைக் கேள்விப்பட்ட உடனேயே அவர்களின் முகத்தில் வேதனை பிரதிபலித்தது.

மறுபடியும், சிவகங்கையில் உள்ள சண்முகசுந்தரத்தின் வீட்டிற்குப் போன் செய்தோம். யாரும் எடுக்கவில்லை. சிவகங்கையில் உள்ள நமது வக்கீல்கள் சுதர்சன நாச்சியப்பன், தேவராஜன், மதிவாணன் ஆகியோரைத் தொடர்பு கொள்ள முயற்சித்தபோதும் லைன் கிடைக்கவில்லை. சிவகங்கை ஜி.ஹெச்.சுக்கு போன் செய்து டாக்டர்களிடம் விசாரிக்கலாம் என

நம்பரைச் சுழற்றியபோதும் ஏமாற்றமே மிஞ்சியது.

கலெக்டர் ஆபீசுடன் தொடர்பு கொண்ட போதும் அதே நிலைமைதான். கடைசியாக, காவல்துறையை தொடர்பு கொள்ள தீர்மானித்தோம். எஸ்.பி.சுப்ரமணியத்தைத் தொடர்பு கொள்ளலாம் என டயல் செய்தபோது, அவர் திண்டுக்கல்லுக்கு போய்விட்டதாகத் தெரிவித்தனர். டி.ஐ.ஜி. வெங்கடகிருஷ்ணன் அலுவலகத்திற்கு போன் செய்தபோது அவரும் திண்டுக்கல்லுக்கு சென்றுவிட்டதாகத் தெரிவித்தனர். பத்திரிகை நிருபர் ஒருவர் படுகொலை செய்யப்பட்டிருக்கும் நிலையில் காவல்துறையில் பொறுப்பாக பதில் சொல்ல ஒரு அதிகாரிகூட இல்லாமல், எல்லோரும் திண்டுக்கல்லுக்குப் போய் என்ன செய்கிறார்கள் என்று விசாரித்தபோது விடை கிடைத்தது.

பழனி நாடாளுமன்ற இடைத்தேர்தல் பிரச்சாரத்திற்காக ஜெயலலிதா அங்கு வருவதால் சுற்று வட்டத்தில் உள்ள அனைத்து மாவட்டங்களிலிருந்த ஒட்டுமொத்த போலீஸ்படையும் திண்டுக்கல்லில் குவிக்கப்பட்டிருந்தது. ஜெயலலிதா ஆட்சியின் அக்கிரமங்களில் இதுபோன்ற அக்கிரமங்களும் அடிக்கடி நடந்தது. அவர் எங்கு செல்கிறாரோ அந்தப் பகுதியில் உள்ள காவல்துறையினர் மொத்தமும் ஜெயலலிதாவின் பாதுகாப்புக்காக சென்று விடுவது வழக்கம். அந்தப் பகுதியில் என்ன இழவு விழுந்தாலும் ஜெயலலிதா சென்றபிறகுதான் காவல்துறை கவனிக்கும். ஆகஸ்ட் 8-ந் தேதியும் அதே நிலைமைதான் இருந்தது. பழனி இடைத்தேர்தலுக்காக சுமார் 250 கிலோ மீட்டர் தூரத்திலிருந்த சிவகங்கை போலீசாரையும் திண்டுக்கல்லுக்கு அனுப்பிய கொடுமையை என்னவென்று சொல்வது.

அரசு எந்திரங்கள் அனைத்தும் திண்டுக்கல்லில் ஜெயலலிதாவுக்கு லாலி பாடிக்கொண்டிருந்த நேரத்தில், நமது அலுவலகத்தில் தம்பிகள் பரபரப்பாக இயங்கிக்கொண்டிருந்தனர். நமது அட்வகேட்டுடன் தொடர்புகொண்டு காவல்துறையிலிருந்து கவர்னர் வரை அனைவருக்கும் போன் செய்து தகவல் தெரிவிக்கும் பணியினை தம்பி காமராஜ் மேற்கொண்டார். எல்லோருக்கும் தந்தி கொடுக்கும் பணியை தம்பி சுரேஷ் கவனித்துக்கொண்டார்.

அந்த பரபரப்பான நேரத்தில் அலுவலக டெலிபோன் மணி ஒலித்தது எதிர்முனையில் நமது நிருபர் சண்முகசுந்தரத்தின் தம்பி வெங்கடேசன் பேசினார். அவரும் சண்முகசுந்தரத்தின் தமக்கைக் கணவர் ஜனார்த்தனமும் சென்னையில் இருந்தனர். இருவரும்தான் போன் செய்திருந்தனர்.

"அண்ணே... அண்ணனை"

"கொன்னுட்டாங்களா...?" -பதற்றத்துடன் கேட்டேன்.

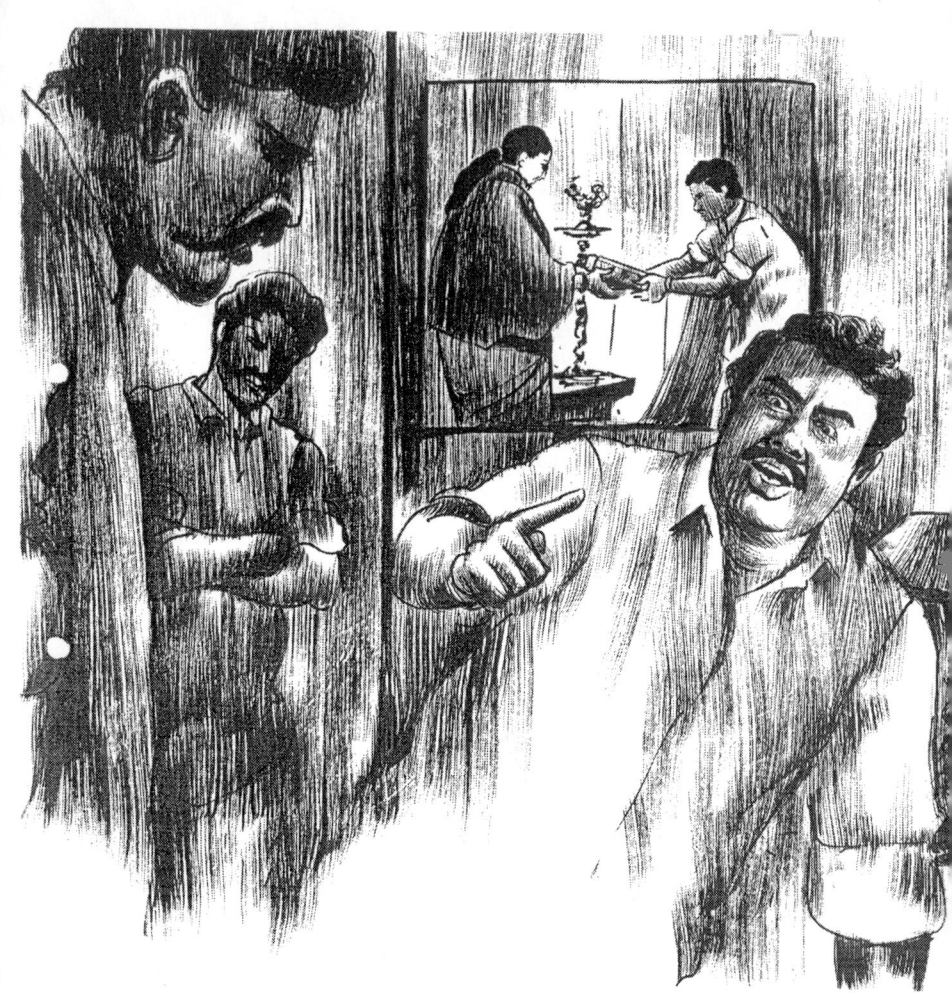

"இல்லண்ணே... உயிருக்கு ஆபத்தில்லை..."

சண்முகசுந்தரத்தின் உயிருக்கு ஆபத்தில்லை என்ற வார்த்தைகளைக் கேட்ட விநாடியில், மனதிலிருந்த பெரிய சுமை இறங்கியது போலிருந்தது. ரிசீவரை பொத்திக்கொண்டு தம்பி காமராஜை அழைத்து, "தம்பி... சண்முகசுந்தரம் உயிருக்கு ஒண்ணும் ஆகலை" என்று சொல்லிவிட்டு மீண்டும் வெங்கடேசனுடன் பேசினேன்!

"இப்ப எப்படி இருக்காரு?"

"சீரியஸான அடி... நாங்க ஊருக்குத்தான் கிளம்பிக் கிட்டிருக்கோம். உங்களுக்குத் தகவல் சொல்லிடலாமேன்னுதான் போன் செய்தோம்."

"நாங்க சிவகங்கைக்கு டிரை பண்ணினா, யாரும் எடுக்கலையே?"

''எல்லோரும் ஆஸ்பத்திரியில்தான் இருந்தாங்க. அப்பா மட்டும் இப்ப வீட்டுக்குத் திரும்பியிருப்பார். நீங்க பேசிப் பாருங்கண்ணே.''

''அவர்களிடம் பேசி முடித்ததும் மீண்டும் சிவகங்கைக்குப் போன் செய்தோம். எதிர்முனையில் சண்முகசுந்தரத்தின் அப்பா குரல் தழுதழுக்கப் பேசினார். ''என் பையனை இழந்திடுவேனோன்னு பயமா இருக்குங்க; இந்தக் கையாலதானே எழுதினேன்னு சொல்லி மந்திரி கண்ணப்பனோட அடியாளுங்க என் பையனோட கட்டை விரலை வெட்டிட்டானுங்க...''

எனக்கு தூக்கிவாரிப்போட்டது ''விரலை வெட்டிட் டானுங்களா? உயிருக்கு ஒண்ணும் ஆபத்தில்லையே?''

''நான் கேட்டதற்கு சண்முகசுந்தரத்தின் அப்பாவால் பதில் சொல்ல முடியவில்லை. சண்முகசுந்தரத்தின் அண்ணன் பாலசுப்ரமணியன் ரிசீவரை வாங்கிப் பேசினார்.

''அண்ணே... சண்முகசுந்தரம் செத்துட்டதாதான் நான் நினைச்சேன்... அதனாலதான் EXPIRED-னு தந்தி கொடுத்தேன். எப்படியும் தீர்த்துகட்டியாகணும்னு மந்திரியோட ஆளுங்க மறுபடியும் காத்துக்கிட்டிருக்காங்க. ஆஸ்பத்திரியையே சுத்தி சுத்தி வரானுங்க. எங்களுக்குப் பயமா இருக்குது. போலீசும் மந்திரிக்குத்தான் சப்போர்ட்டு. இதுவரைக்கும் ஒருத்தனைக்கூட அரெஸ்ட் பண்ணலை'' என்றார்.

சண்முகசுந்தரத்தை இன்னமும் ஆபத்து சூழ்ந்திருக்கிறது என்பதை உணர்ந்தவுடன் பரபரப்பான நடவடிக்கைகளில் இறங்கினோம். சிவகங்கை வழக்கறிஞர்களைத் தொடர்புகொண்டு, கலெக்டர் தங்கவேல் வீட்டு போன் நம்பரையும், டி.ஐ.ஜி. வெங்கடகிருஷ்ணன் வீட்டு போன் நம்பரையும் கேட்டு குறித்துக்கொண்டேன்.

முதலில் கலெக்டர் தங்கவேலு வீட்டிற்குப் போன் செய்தோம். கண்ணப்பனுக்கும் பசும்பொன் மாவட்ட கலெக்டர் தங்கவேலுவிற்கும் உள்ள நெருக்கம், மாவட்டம் முழுவதும் தெரிந்த ரகசியம்தான். சாதாரண பி.ஆர்.ஓ.வாக இருந்த தங்கவேலை நியமன ஐ.ஏ.எஸ். ரேங்கிற்கு கொண்டு வந்து பசும்பொன் மாவட்ட கலெக்டராக்கியதே கண்ணப்பன்தான். தகுதியற்ற தனக்கு இவ்வளவு பெரிய பதவியைப் பெற்றுத்தந்த கண்ணப்பனை எந்த வகையிலெல்லாம் திருப்திப்படுத்த முடியுமோ அந்தளவுக்கு காரியங்களை செய்து வந்தார் கலெக்டர் தங்கவேலு.

நக்கீரனின் 26-6-93 தேதியிட்ட இதழில் கலெக்டர் தங்கவேலுவுக்கும், சிவகங்கை சாமியார் முத்துகாமாட்சிக்கும் உள்ள தொடர்புகளை வெட்ட வெளிச்சமாக்கினோம். அதைத் தொடர்ந்து

கலெக்டருக்கும், கண்ணப்பனுக்கும் உள்ள நெருக்கம், கலெக்டர் உதவியுடன் கண்ணப்பன் செய்துவரும் அக்கிரமங்கள் வெளிவந்தன. ஜூன் மாதத்தில் செய்திகள் வரத்தொடங்கியதும் ஆகஸ்ட் மாதத்தில் நிருபர் சண்முகசுந்தரம் தாக்கப்பட்டதும் கவனிக்கப்பட வேண்டிய அம்சங்கள். இந்த நிலையில்தான் நாம் கலெக்டர் வீட்டிற்குப் போன் செய்தோம்.

''நான் நக்கீரன் எடிட்டர் பேசுறேன்... கலெக்டர் இருக்காங்களா?''

"வெயிட் பண்ணுங்க."

"நீங்க...?"

"பி.ஏ.பேசுறேன்... சார், டிபன் சாப்பிட்டுக்கிட்டிருக்காங்க..."

"வெயிட் பண்றேன்..."

எஸ்.டி.டி. லைனில் சுமார் 20 நிமிடங்கள் காத்திருந்தேன். அதன்பிறகு அந்த நபர், "சார் கிளம்பிட்டாங்களே...!"

"கிளம்பிட்டாங்களா... இப்பதானே இருக்கிறதா சொன்னீங்க?"

"இல்லை... கிளம்பிட்டார்"

''ஞாயிற்றுக்கிழமை எங்கே போகப்போகிறார். நீங்க பி.ஏ.தானே? உங்களுக்குத் தெரியாதா?"

"நான் பி.ஏ. இல்லை... வேலைக்காரன்" என்று சொல்லி விட்டு அந்த நபர் லைனைத் துண்டித்துவிட்டார்.

சட்டப்படியான நீதிக்காக அதிகாரிகளைத் தொடர்பு கொண்டு பேசுவது நமது வழக்கமாக இருந்ததால், அப்போதைய உள்துறை செயலாளர் மலைச்சாமிக்கு போன் செய்து நிருபர் சண்முகசுந்தரம் தாக்கப்பட்டது பற்றியும், கலெக்டர் உட்பட அனைத்து அதிகாரிகளும் அலட்சியமாக இருப்பது பற்றியும் தெரிவிக்க முயன்றேன். அவர் வீட்டுக்கு டயல் செய்தேன். மலைச்சாமியின் மனைவிதான் ரிசீவரை எடுத்தார்.

''நக்கீரன் எடிட்டர் பேசுறேன். எங்க ரிப்போர்ட்டரை சிவகங்கையில் மந்திரி ஆட்கள் பயங்கரமா தாக்கி விரலை வெட்டிட்டாங்க. அது சம்பந்தமா சார்கிட்டே சொல்லணும்... ரொம்ப அவசரம்" என்றேன்.

"நக்கீரனா... என்னய்யா பத்திரிகை நடத்துறீங்க?'' -நான் எதிர்பார்க்காத நொடியில் எகிற ஆரம்பித்தார் மலைச்சாமியின் மனைவி.

பொறுப்பான அதிகாரியின் மனைவி காட்டிய அலட்சியம்!

"நீங்கபாட்டுக்கு உங்க இஷ்டத்துக்கு எதை வேண்டுமானாலும் எழுதுவீங்களா?"

அவர் எதற்காக இவ்வளவு உஷ்ணப்படுகிறார் என்று நமக்குப் புரியவில்லை. ஆனாலும் நாம் எவ்வித டென்ஷனுமடையாமல் இயல்பாக அவரிடம் சொன்னோம். "இதோ பாருங்கம்மா, உங்க கணவர் முக்கியமான பொறுப்பில் இருக்கிறார். அதனாலதான் போன் செய்தோம். எங்க பத்திரிகையோட நிருபரைக் கொலை பண்ண திட்டமிட்டு மந்திரியோட ஆளுங்க தாக்கியிருக்காங்க. நிருபரோட கையை வெட்டிட்டாங்க. சிவகங்கையிலே இந்த கொடுமை நடந்திருக்கு. ஆனா போலீஸ்காரங்க எந்த ஆக்ஷனும் எடுக்கலை. கலெக்டர்கிட்டே யிருந்தும் சரியான ரெஸ்பான்ஸ் இல்லை. அதனாலதான் உங்க கணவருக்கு போன்பண்ணினோம்."

"இந்த மாதிரி ஆபத்துன்னா மட்டும் எங்களைத் தேடி போன் பண்ணுவீங்க. மத்த நேரத்தில் உங்க இஷ்டத்துக்கு எழுதுவீங்க.

என்னய்யா பத்திரிகை நடத்துறீங்க?'' -மறுபடியும் கத்தினார் மலைச்சாமியின் மனைவி.

"அம்மா நீங்க தப்பா பேசுறீங்க. ஒரு பத்திரிகையில் வேலை பார்க்கிற நிருபரை அ.தி.மு.க.காரங்க காட்டுத்தனமா தாக்கியிருக்காங்க. அதைப்பற்றி..."

இடைமறித்த மலைச்சாமியின் மனைவி, "நீங்க இப்படி எழுதினா அப்படித்தான் பண்ணுவாங்க" என்றார்.

"ரொம்ப நன்றியம்மா! உங்க கணவர் முக்கிய பொறுப்பில் இருக்காருங்கிறதாலதான் உங்க வீட்டுக்கு போன்பண்ணினோம். ஆனா இப்பதான் தெரியுது, நீங்களும் சேர்ந்துதான் இதைப் பண்ணியிருக்கீங்க போலிருக்கு. நீங்க உங்க வீட்டுக்காரரை கூப்பிடுங்கம்மா, அவர்கிட்டே நாங்க நியாயம் கேட்டுக்குறோம்."

"அவர்கிட்ட நீங்க பேசமுடியாது. இப்ப அவர் இங்கே இல்லை."

"சரியா சொல்லுங்க... நாங்க இந்த விஷயத்தை பெரிய அளவில் கொண்டுபோகப்போறோம்."

"அவர் இல்லேன்னா இல்லைதான். போனை வையுங்க."

பட்டென ரிசீவரை வைத்தார் மலைச்சாமியின் மனைவி. எனக்குள் பொங்கி வந்த ஆத்திரத்தை மிகவும் சிரமப்பட்டு அடக்கினேன். மாநிலத்தின் பல்வேறு பகுதிகளில் ஏற்படும் சட்டம்-ஒழுங்கு பிரச்சனை, காவல்துறையின் நடவடிக்கை, கலெக்டர்களின் நிர்வாகம் இவைபற்றி முதல்வரிடம் தகவல் தெரிவிக்க வேண்டிய முக்கிய பொறுப்பில் இருக்கும் உள்துறை செயலாளரின் வீட்டுக்குப் போன் செய்தால் அலட்சியமாகவும், ஆணவமாகவும் பதில் வருவதைக் கண்டு கொதித்தேன். காவல்துறையோ, திண்டுக்கல்லில் லாலி பாடுகிறது. கலெக்டரோ பேச மறுத்துவிட்டு ஓடி ஒளிகிறார். இவர்களை நிர்வகிக்கக்கூடிய உள்துறைச் செயலாளருக்குப் போன் செய்தாலோ, அவர் மனைவி என்ன, ஏது என்று புரிந்துகொள்ளாமலே எகிறுகிறார். அரசு இயந்திரங்கள் இந்த லட்சணத்தில் இருந்தால் பொதுமக்களுக்கு என்ன பாதுகாப்பு?

நம்மை நாம்தான் தற்காத்துக்கொள்ள வேண்டும். கையாலாகாத அரசு அதிகாரிகளை நம்பிப் பயனில்லை என்ற முடிவுடன் மீண்டும் சிவகங்கைக்குப் போன் செய்து சண்முகசுந்தரத்தின் அண்ணன் பாலசுப்ரமணியனுடன் பேசினேன்.

"தம்பி இப்ப எப்படி இருக்காரு?"

"பரவாயில்லே... இருந்தாலும் இன்னும் சீரியஸ் கண்டிஷன்தாங்கண்ணே."

"ஒண்ணும் பயப்படவேண்டாம். எல்லோரையும் தைரியமா

இருக்கச் சொல்லுங்க. நான் அங்கே வந்திடுறேன்."

''அண்ணே நீங்க இங்க வரவேணாம். உங்களை காலி பண்ணுறதுக்குத்தான் பிளான் பண்ணிக்கிட்டிருக்காங்க. நீங்க எப்படியும் வருவீங்கன்னு எதிர்பார்த்து வேனிலே மந்திரி ஆளுங்க காத்துக்கிட்டிருக்காங்க. இங்கே ஆஸ்பத்திரியைச் சுற்றிலும் ஆளுங்க இருக்காங்க. மூணு காரிலே சுற்றிச்சுற்றி வந்து கிட்டிருக்காங்க. நாங்க வீட்டுக்குப் போகும்போதும் வரும்போதும் இடைஞ்சல் பண்ணிக்கிட்டிருக்காங்க; அதனால நீங்க இப்ப வரவேணாம்ணே."

பாலசுப்ரமணியம் சொன்னதும் எனக்குள் ஒரு யோசனை. கதிரை தாக்கப்பட்டபோது, போலீஸ் நமக்கு மிகவும் ஒத்துழைப்பாக இருந்தது. ஆனால், இந்த முறை எல்லாமே தலைகீழ். காவல்துறை, கலெக்டர், உள்துறை செயலாளர் என அனைத்துத் தரப்புமே எதிராகச் செயல்பட்டுக்கொண்டிருக்கிறது. இந்த சூழ்நிலையில் சண்முகசுந்தரத்துக்கு மறுபடியும் ஆபத்து வராமல் தடுப்பது மிகமிக அவசியம். அதனால் அதைப்பற்றி பாலசுப்ரமணியத்திடம் வலியுறுத்தினேன்.

"தம்பியை ரொம்ப ஜாக்கிரதையாக பார்த்துக்குங்க. நமக்கு லைன் பார்க்கிற தம்பி ராமுவை கூப்பிடுங்க" என்றேன். ஊர் ஊராக ஆளுங்கட்சிக்காரர்கள் நக்கீரனை எரித்தபோது, இந்த ராமு நமது இதழ்களை காப்பாற்ற மேற்கொண்ட முயற்சிகளை ஏற்கனவே குறிப்பிட்டிருக்கிறேன். ராமுவின் மனஉறுதியை நான் அறிந்திருந்ததால் சண்முகசுந்தரத்தின் பாதுகாப்பு பற்றி அவனிடம் கூறிவிட்டு மீண்டும் பாலசுப்ர மணியத்திடம் பேசினேன். "ரஜினி மன்ற செல்வாவை கூப்பிட்டுக்கங்க, அவரோடு பத்து பதினைந்து பேரை சேர்த்துக்கச் சொல்லுங்க. தம்பி சண்முகசுந்த ரத்துக்குப் பக்கத்திலே எப்போதும் ஆள் இருந்துகிட்டே இருக்கணும்."

"சரிங்கண்ணே."

"ரொம்ப ஜாக்கிரதை... கேர்லெஸ்ஸா இருந்துடாதீங்க."

''சரிங்கண்ணே... நீங்க சொன்னவங்களுக்கு தகவல் கொடுத்திடுறேன். நமக்கு வேண்டிய சக்திவேல், கருப்பசாமி சேர்வை, சாமி இவங்களெல்லாம் இங்கேதான் இருக்காங்க. ராமுவும் இருக்கார். சண்முகசுந்தரத்தை பத்திரமா பார்த்துக்குறோம்.'' -சிவகங்கைக்குப் போன் பேசி முடித்த பிறகு அரசியல் தலைவர்கள் அனைவருக்கும் போன் செய்து சண்முகசுந்தரத்துக்கு நேர்ந்த கொடூரத்தை விளக்கினோம். திராவிட முன்னேற்றக் கழக தலைவர் கலைஞர் கருணாநிதி, பாட்டாளி மக்கள் கட்சி நிறுவனர் டாக்டர் ராமதாஸ், முன்னாள் அமைச்சர் பெரியவர் கராஜாராம், அப்போது தனிக்கட்சி நடத்திக்கொண்டிருந்த திருநாவுக்கரசு ஆகியோருக்குப்

போன் மூலம் தகவல் தெரிவிக்கப்பட்டது. அதன்பிறகு, டெல்லியிலிருந்த வைகோ., வாழப்பாடி ராமமூர்த்தி, அன்பரசு ஆகியோருக்கும் தகவல் சொல்லப் பட்டது. அனைவருமே அதிர்ச்சி யடைந்தனர். நமக்கு தைரியம் சொன்னார்கள். ஆதரவுக்குரல் கொடுக்க முன்வந்தனர்.

அரசியல் தலைவர்களுக் குத் தகவல் தெரிவித்தபிறகு பத்திரிகையாளர்கள் அனை வரையும் தொடர்பு கொள்ள முடிவு செய்தோம். பத்திரிகை ஆசிரியர்களின் டெலிபோன் நம்பர்களை தம்பிகள் வேகமாக சேகரித்தனர். சுபமங்களா பத்திரிகையின் ஆசிரியர் பொறுப்பை ஏற்றிருந்த கோமல் சுவாமிநாதன் அவர்களைத்தான் முதலில் நான் தொடர்பு

கொண்டேன். மந்திரியின் ஆட்கள் நமது நிருபர் சண்முகசுந்தரத்தைக் கொடூரமாகத் தாக்கி, விரலை வெட்டியதிலிருந்து, காவல்துறையினர் ஒட்டுமொத்தமாக திண்டுக்கல்லுக்கு போனதையும், கலெக்டர் வீட்டிலும் உள்துறை செயலாளர் வீட்டிலும் காட்டிய அலட்சியத்தை விலாவாரியாக சொன்னேன். எல்லாவற்றையும் கவனத்துடன் கேட்ட கோமல், "தம்பி கோபால்... இது எதேச்சையா நடந்த விஷயமா தெரியலை. எல்லாமே பெரிய பிளான் பண்ணி செய்தது போல இருக்கு. இதை சும்மா விடக்கூடாது. எல்லா பத்திரிகை ஆசிரியர்களுக்கும் நீங்க போன் பண்ணி விஷயத்தைச் சொல்லிடுங்க. நானும் பேசுறேன் இதற்கொரு முடிவு கட்டியாகணும். அரைமணிநேரம் கழித்து மறுபடியும் எனக்கு போன் பண்ணுங்க" என்றார்.

கோமலிடம் பேசிய பிறகு தம்பி காமராஜிடம் கண்டன அறிக்கை ஒன்று தயார் செய்யச் சொன்னேன். தம்பி மிகவும் பரபரப்பாக அறிக்கையைத் தயார் செய்யத் தொடங்கினார். நான் மற்ற

பத்திரிகை ஆசிரியர்களுடன் தொடர்பு கொண்டேன்.

அன்று ஞாயிற்றுக்கிழமை என்றபோதும், கல்கி ஆசிரியர் ராஜேந்திரன் உடனடியாக லைனுக்கு வந்தார். முழு விபரத்தையும் தெரிவித்தேன். தனது வருத்தத்தை தெரிவித்துக்கொண்ட அவர், நமக்கு ஆதரவுக் குரல் கொடுக்க சம்மதித்தார். அதுபோலவே பெரியவர் சாவியும், நமது நிருபருக்கு நேர்ந்த கொடூரத்தைக் கேட்டு வருந்தினார். துக்ளக் ஆசிரியர் சோவிடமும் தகவல் தெரிவிக்கப்பட்டது கடைசியாக, ஃபிரன்ட்லைன் ஆசிரியர் என்.ராமிடம் பேசினேன். எல்லா விபரங்களையும் கேட்டுக்கொண்டபின், “பாலிட்டிஷியன்ஸ் எல்லோருக்கும் சொல்லியாச்சா?” என்றார்.

“எல்லோருக்கும் சொல்லிட்டோம்.”

“சுப்ரமணியசாமிக்கு?”

“அவர் டெல்லியில் இருக்கார். லைன் கிடைக்கலை.”

“பரவாயில்லை... நான் சொல்லிடுறேன். இந்த இஷ்யூவை நாம் விடக்கூடாது.”

என்.ராமிடம் பேசி முடித்த பிறகு மீண்டும் கோமலைத் தொடர்பு கொண்டேன்.

“தம்பி கோபால்... எல்லோர்கிட்டேயும் பேசிட்டீங்களா? நானும் பேசிட்டேன். உடனே ஒரு கண்டன அறிக்கை தயார் பண்ணி எனக்குக் கொடுத்துவிடுங்க. எல்லா பத்திரிகை ஆசிரியர்கள்கிட்டேயும் கையெழுத்து வாங்கிடலாம்” என்றார் கோமல். தம்பி காமராஜ் தயாரித்திருந்த கண்டன அறிக்கையை தம்பி உதயனிடம் கொடுத்து, கோமலிடம் ஒப்படைக்கச் சொன்னேன்.

நமது நிருபர் தாக்கப்பட்டதைக் கடுமையாகக் கண்டித்தே தீரவேண்டும் என்ற உறுதியுடன் இருந்த கோமல்சுவாமிநாதன் எல்லோரிடமும் அந்த கண்டன அறிக்கையைக் காண்பித்தார். பத்திரிகை ஆசிரியர்கள் உடனடியாக அதில் கையெழுத் திட்டனர்.

கடைசியாக, துக்ளக் ஆசிரியர், சோவிடம் அந்த கண்டன அறிக்கை காண்பிக்கப்பட்டது. அதை வாங்கிப் படித்த சோ சட்டென சொன்னார். “நான் இதிலே கையெழுத்து போடமாட்டேன்.

அந்த இரவு நடந்த பயங்கரம்!

"கையெழுத்து போட முடியாது'' என்று மறுபடியும் சொன்னார் சோ. அவரிடம் அந்த அறிக்கையை எடுத்துச்சென்ற நமது நிருபர் உதயனுக்கு குழப்பம் அதிகமானது, ''இவர் வரச்சொல்லித் தானே நாம் இங்கு வந்தோம். இப்போது ஏன் கையெழுத்துப் போடமுடியாது என்கிறார், என்னாயிற்று இவருக்கு?" என்று குழம்பி நின்றார்.

"அந்த அறிக்கையில் சிலமாற்றங்களை செய்தால்தான் நான் கையெழுத்துப்போடுவேன்'' என்ற சோ, என்ன மாற்றங்கள் என்பதையும் சொன்னார். அதைக்கேட்ட உதயன் உடனடியாக வெளியே வந்து, நம்மை தொடர்பு கொண்டார். "அண்ணே... துக்ளக் எடிட்டர் சோ இந்த அறிக்கையிலே கையெழுத்துப் போட மாட்டேங்கிறார். சில மாற்றங்களை செய்தால்தான் கையெழுத்துப் போடுவாராம்."

"என்ன மாற்றம் செய்யணுமாம்?"

"நம்ம அறிக்கையில் 'ஆட்சியாளர்களைப்பற்றிய உண்மை

செய்திகளை வெளியிடும் நக்கீரனின் சிவகங்கை பகுதி நிருபர் சண்முகசுந்தரம் மீது நடத்தப்பட்ட கொடூரமான தாக்குதலை வன்மையாகக் கண்டிக்கிறோம்'னு இருக்கு. இதிலே உண்மை செய்திகள்னு வர்ற இடத்துக்குப் பக்கத்தில், சிலநேரங்களில் பொய் செய்திகளையும் வெளியிடும் நக்கீரன்னு மாற்றம் செய்தால்தான் அவர் கையெழுத்துப் போடுவாராம்."

உதயன் சொன்னதிலிருந்து சோவின் எண்ணங்கள் எப்படியிருக்கின்றன என்பது நமக்குப் புரிந்தது. வேண்டுமென்றே நம்மை வம்புக்கிழுத்து, எரிகிற தீயில் எண்ணெய் ஊற்றுகிற வேலையை சோ, தனக்கே உரிய பாணியில் நக்கல் செய்யத் தொடங்கிவிட்டார் என்பதை உணர்ந்துகொண்டோம். அவரிடம் விதண்டாவாதம் செய்ய நான் விரும்பவில்லை. அதே நேரத்தில் அவர் சொல்கிறபடி மாற்றுவதற்கும் நான் தயாராக இல்லை. இந்த கண்டன அறிக்கையின் வாசகங்களை மற்ற பத்திரிகை ஆசிரியர்கள் அனைவரும் மனப்பூர்வமாக ஒப்புக்கொண்டு கையெழுத் திட்டுள்ளனர். இந்த நிலையில் சோவுக்காக மாற்றம் செய்வதென்பது நம்மை நாமே தாழ்த்திக்கொள்ளும் செயல்மட்டுமல்ல; நம்மை மதித்து நம்மீது அக்கறை கொண்டு கையெழுத்திட்ட மற்ற பத்திரிகைகளின் ஆசிரியர்களை அவமானப்படுத்துவதுமாகும்.

நாம் முதலில் தொடர்புகொண்டபோதே, தன்னால் கையெழுத்துப் போடமுடியாது என்பதை சோ சொல்லியிருந்தால், அவரிடம் நாம் போயிருக்கப் போவதில்லை. நமது நிருபர் உயிருக்குப் போராடிக்கொண்டிருக்கும் நேரத்தில், கண்டன அறிக்கையை நாம் தயார் செய்யக் காரணமே, மற்ற பத்திரிகையாசிரியர்கள் நம்மீது கொண்ட அக்கறைதான். தனது படைப்புகள் மூலம் புரட்சிகரமான எண்ணங்களை விதைத்து இன்று அமரராகிவிட்ட கோமல் சுவாமிநாதன் அவர்களும் போபர்ஸ் ஊழலை அம்பலப்படுத்துவதில் பெரும்பங்கு வகித்து, இந்திய பத்திரிகையுலகையே தன் பக்கம் திருப்பிய என்.ராம் அவர்களும், பழம்பெரும் பத்திரிகையாளர் சாவியும், தன் தந்தையைப் போல் எளிமையாகவும், இனிமையாகவும் பழகும் கல்கி ஆசிரியர் ராஜேந்திரன் காட்டிய ஆர்வமும், அளித்த ஒத்துழைப்பும்தான் நாம் கண்டன அறிக்கை தயாரிக்க காரணமாக இருந்தது.

பத்திரிகையாசிரியர்களின் ஒத்துழைப்புடன் தயாரான அறிக்கையில் தேவையற்ற, முரண்பாடான திருத்தத்தை செய்வதற்கு நாம் கொஞ்சமும் தயாராக இல்லை. அதனால் அந்த அறிக்கையை சோவிடமிருந்து திரும்ப வாங்கிவந்துவிடுமாறு நிருபர் உதயனிடம் தெரிவித்துவிட்டு, அடுத்தகட்ட நடவடிக்கைகளை மேற்கொள்ளத்

தொடங்கினேன்.

சண்முகசுந்தரத்தை நேரில் சென்று பார்க்க முடிவு செய்தேன். அக்கவுண்ட்ஸ் மேனேஜராக உள்ள தம்பி பிரான்சிஸிடம் மதுரைக்கு ஃப்ளைட் இருக்கிறதா என விசாரிக்கச் சொன்னேன். விமானம் மூலம் மதுரைக்குச் சென்றுவிட்டால் அங்கிருந்து விரைவாக சிவகங்கை சென்று விடலாம் என்ற எண்ணத்தில்தான் விசாரிக்கச் சொன்னேன். ஆனால் எனது துரதிர்ஷ்டம் அந்த அவசரத்திற்கு விமானம் கிடைக்கவில்லை. அதனால் பர்வீன் டிராவல்ஸ் மூலம் மதுரைக்குப் புறப்படத் தயாரானேன். அதற்கு முன்பு சிவகங்கைக்குப் போன்செய்து சண்முகசுந்தரத்தின் உடல்நிலையை விசாரித்தேன்.

"தம்பி, இப்ப எப்படி இருக்காரு?"

"பரவாயில்லீங்கண்ணே... ஆனா கண்ணப்பன் ஆட்கள்தான் மறுபடியும் சுற்றி, சுற்றி வந்துகிட்டிருக்காங்க. அவங்க பேச்செல்லாம் பயங்கரமா இருக்கு. இவ்வளவு தூரம் ஆயிடுச்சு, இனிமேலும் என்ன ஆனாலும், சரின்னு ஆளை காலிபண்ணிடணும் அப்படின்னு பேசிக்கிறாங்கண்ணே, போலீஸ்காரங்களெல்லாம். திண்டுக்கல்லில் இருக்கிறதாலே இந்த சந்தர்ப்பத்தைப் பயன்படுத்தி தீர்த்துக்கட்ட பிளான் போட்டுக்கிட்டிருக்காங்க. சண்முக சுந்தரத்தைக் குறிவைத்து அவங்க சுத்திக்கிட்டிருக்காங்க. சண்முசுந்தரத்தைப் பார்க்கிறதுக்கு நீங்க வந்தால் உங்களையும் காலி பண்ணிடணும்ங்கிறது. அவங்களோட திட்டம்."

"போலீஸ்காரங்க யாரும் வந்து விசாரித்தாங்களா?"

"நேற்று ராத்திரி எஸ்.ஐ. முத்துசாமி, ஆஸ்பத்திரிக்கு வந்து சண்முகசுந்தரத்துக்கிட்டே வாக்குமூலம் வாங்கிக்கிட்டுப் போனாரு."

"நம்ம ஆட்களெல்லாம் பக்கத்திலே இருக்காங்களா?"

"எல்லோரும் இருக்காங்கண்ணே... நாங்க பார்த்துக்குறோம்."

போன் பேசி முடித்த பிறகு நான் சிவகங்கை பயணத்திற்குத் தயாரானேன். பர்வீன் டிராவல்ஸ் மூலம் மதுரைக்குச் சென்றதும் நாம் வழக்கமாகப் பயன்படுத்தும் பச்சைநிற அம்பாசிடரை (எண்.3677) வரவழைத்தோம். நமது அலுவலக காசாளர் தம்பி ஆனந்தின் சித்தப்பாவான இன்ஸ்பெக்டர் கருப்பண்ணன்தான் காரை அனுப்பிவைத்தார். வழக்கம்போல் டிரைவர் ராமலிங்கம் தான் காரை எடுத்துவந்தார்.

அவரிடம், மதுரையிலிருந்து சிவகங்கைக்கு எந்தெந்த ரூட்டில் போகலாம் என விசாரித்தேன். நான்கு வழிகளை அவர் சொன்னார். முதல்வழி மேலூர் வழியாக சிவகங்கை செல்வது. அடுத்தது வரிச்சூர், பாண்டிகோவில் வழியாக செல்வது, மூன்றாவது வழி திருப்புவனம், பூவந்தி வழியாக சிவகங்கையை அடைவது. இந்த மூன்றைத் தவிர

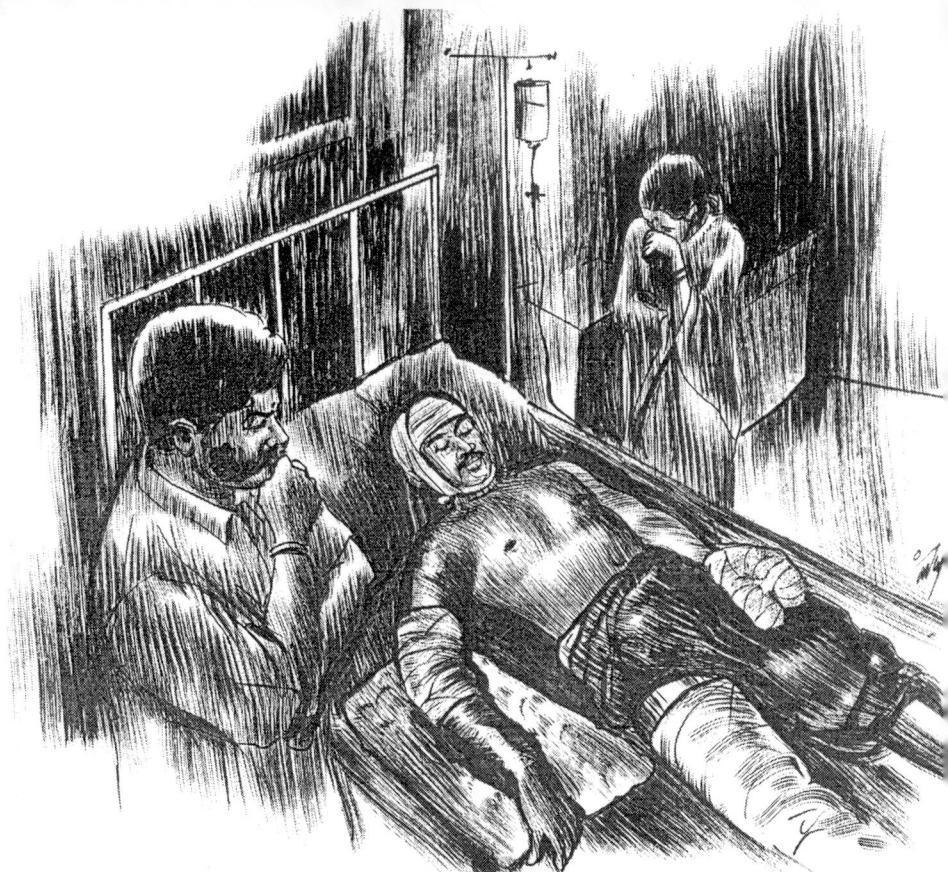

நான்காவதாக ஒரு வழியும் இருந்தது. தலையைச் சுற்றி மூக்கைத் தொடுவதுபோல மதுரையிலிருந்து மானாமதுரை சென்று அங்கிருந்து சிவகங்கை செல்வது. மற்ற மூன்று வழிகளிலும் கண்ணப்பனின் ஆட்கள் நம்மை எதிர்பார்த்து நிச்சயமாகக் காத்திருப்பார்கள் என்பதால் மானாமதுரை வழியையே தேர்ந்தெடுத்தேன்.

மானாமதுரை வழியாக சிவகங்கையை அடைந்ததும், நேராக ஆஸ்பத்திரியை நோக்கி கார் பறந்தது. சிவகங்கையின் பலபகுதிகளிலும் கரைவேட்டி கட்டிய அ.தி.மு.க.வினர் கார்களை நிறுத்தி வைத்துக்கொண்டு நம்மை எதிர்பார்த்துக் காத்திருப்பதைக் காணமுடிந்தது. நமது காரின் கருப்பு கண்ணாடிகள் நம்மை யாருக்கும் அடையாளம் காட்டாதவாறு மறைத்துக் கொண்டன. ஆஸ்பத்திரி வளாகத்தில் கார் நின்ற மறுவினாடி சட்டென இறங்கி உள்ளே நுழைந்தேன்.

சண்முகசுந்தரம் அட்மிட் ஆகியிருந்த வார்டு நோக்கிச் சென்றேன். உறவினர்களும் நண்பர்களும் சூழ்ந்திருக்க கட்டுகளுடன் கண்ணயர்ந்து படுத்திருந்தார் சண்முகசுந்தரம்.

ட்ரிப் ஏறிக்கொண்டிருந்தது. நான் சென்றதும், சுற்றி நின்றவர்களின் கண்கள் கலங்கின. சண்முகசுந்தரத்தின் துணைவி வாய்விட்டு கதறினார். அவரை ஆறுதல் படுத்திவிட்டு, சண்முகசுந்தரத்தின் அருகில் சென்று அவர் மீது பார்வையை படரவிட்டேன். நான் முதலில் பார்த்தது அவருடைய கையைத்தான். வெட்டப்பட்ட விரலைப் பார்ப்பதற்காக வலது கையை கவனித்தேன். ஆச்சரியமான அதிர்ச்சி. அவரது வலது கை வழக்கம்போல்தான் இருந்தது. நல்ல வேளை, எதுவும் ஆகவில்லை என்று நிம்மதியடைந்த எனக்கு, மறுவினாடி மிக பயங்கரமான அதிர்ச்சி- காரணம், சண்முகசுந்தரத்தின் இடது கையில் பெரிய கட்டு போடப்பட்டிருந்தது. நான் ஒன்றும் புரியாமல் குழம்பியபடியே அந்த கையில் போட்டிருந்த கட்டைப் பார்த்தேன். எனது குழப்பத்தை புரிந்துகொண்ட சண்முகசுந்தரத்தின் மனைவி "அண்ணே…" என்றார்.

"என்னம்மா…?"

"மந்திரியோட ஆளுங்க எல்லோரும் குடிபோதையில இருந்திருக்காங்க. இவரோட தலையிலே ஒருத்தன் ஓங்கி அடிச்சதும், இன்னொருத்தன், இந்தக் கையாலதானே எழுதுறே; அதை வெட்டிடுறேன்னு சொல்லி வெட்டுறதுக்கு கையை தேடியிருக்கான். அப்ப இன்னொருத்தன் வந்து வலதுகைக்கு பதிலா இடது கையை தூக்கிப் பிடிச்சதாலே இந்த கட்டை விரலை வெட்டிட்டானுங்க பாவிங்க"

சொல்லி முடிப்பதற்குள் அவர் கண்களிலிருந்து தாரை தாரையாக நீர் வடிந்தது. என்னையுமறியாமல் எனது விழிகள் கலங்கின. அந்த வேதனையிலும் ஒரு ஆறுதல், கெட்ட நேரத்திலும் ஒரு நல்ல நேரமாக வலது கை காப்பாற்றப்பட்டதை நினைத்து கொஞ்சம் நிம்மதி.

"வேற எந்த பெரிய பாதிப்பும் இல்லையே?"

"இல்லீங்கண்ணே… உடம்புல அடிபட்ட இடத்திலெல்லாம் தையல் போட்டிருக்காங்க."

'தலையிலே உள்காயம் ஏதாவது இருக்கிறதா? டாக்டர் சொன்னாரா?'

"டெஸ்ட்டெல்லாம் எடுத்திருக்காங்க. ரிசல்ட் தெரியல லீங்கண்ணே."

நான் சண்முகசுந்தரத்தை நெருங்கி அவரது கையைப் பற்றினேன். மெல்ல கண்விழித்தவர், என்னைக் கண்டதும் அழத்தொடங்கிவிட்டார். அவரை சமாதானப்படுத்தி தைரியம் சொன்னேன். சில நிமிடங்கள் மௌனமாக கரைந்தபின், கேட்டேன், "என்ன நடந்தது?"

அண்ணே... ஆள் குளோஸ்!

நடந்தது என்னவென்று நமது நிருபர் சண்முகசுந்தரம் விவரிக்கத் தொடங்கியபோது காதுக்குள் கந்தகம் எரிவதுபோல் இருந்தது. இதயத்தில் யாரோ இரும்புத்தடியால் ஓங்கி ஓங்கி அடிப்பதுபோல வலித்தது.

7-8-93 அன்று மாலை 7 மணி. நமது அலுவலகத்திற்கு செய்தியை அனுப்புவதற்காக சிவகங்கை பஸ் ஸ்டாண்டிற்கு வந்தார் நிருபர் சண்முகசுந்தரம். பஸ் ஸ்டாண்ட் பரபரப்பாக காணப்பட்டது. வழக்கம் போல் செய்தியை அனுப்பிவிட்டு, பஸ் ஸ்டாண்டிற்கு எதிரே இருந்த மாவட்ட காங்கிரஸ் கமிட்டிதலைவர் இக்பாலின் பரோட்டா கடையில் நின்று பேசிக்கொண்டிருந்தார் சண்முகசுந்தரம். அப்போது, சற்று தூரத்தில் நின்றிருந்த கண்ணப்பனின் கைத்தடிகளான அ.தி.மு.க. நகர துணைச் செயலாளர் கஞ்சா மாதவன், ஜெ. பேரவை செயலாளர் சாம்பார் மதி, குட்டைகுமார், கண்ணன் உட்பட 30 பேர் தங்களுக்குள் ஏதோ பேசிக்கொண்டிருந்தனர். பிறகு, சண்முகசுந்தரத்தை நோக்கி

கைகாட்டியபடி சீரியஸாக எதையோ விவாதித்தனர். எதேச்சையாக இதைக் கவனித்த நமது நிருபர், காங்கிரஸ் கமிட்டி தலைவர் இக்பாலிடம், "என்னை கைகாட்டி ஏதோ பேசிக்கிட்டிருக்காங்க போலிருக்கே" எனக் கேட்டார். "உங்களைப் பற்றித்தான் பேசிக்கிட்டிருக்காங்க. மதியத்திலிருந்தே இந்த கும்பல் இங்கேதான் நின்னுகிட்டிருக்கு. ஆயுதங்களை மறைச்சு வச்சிருக்காங்க. உங்க பெயரையும், நக்கீரன் பெயரையும் சொல்லி ஏதோ பேசிக்கிட்டாங்க. விபரீதமா ஏதாவது பண்ணிடுவாங்களோன்னு எனக்கு பயமாயிருக்கு. நீங்க ஜாக்கிரதையா இருந்துக்குங்க" என்று சண்முகசுந்தரத்திடம் தெரிவித்தார் இக்பால்.

காங்கிரஸ் கமிட்டித் தலைவர் இக்பால் சொன்னதைக் கேட்டதும் உஷாரானார் சண்முகசுந்தரம். இந்த கொலை வெறிக்கும்பலின் கையில் சிக்கினால், எது வேண்டுமானாலும் நடக்கலாம். அதனால், பஸ்ஸில் ஏறி, மதுரைக்கு சென்றுவிடலாம் என முடிவு செய்தார். அருகிலேயே மதுரை பஸ் ஒன்று நின்று கொண்டிருந்தது. உடனடியாக அதில் ஏறினார் சண்முகசுந்தரம்.

இக்பாலிடம் சண்முகசுந்தரம் பேசியதையும் அதைத் தொடர்ந்து அவர் பஸ்ஸில் ஏறியதையும் கவனித்த அ.தி.மு.க.வினர் மீண்டும் தங்களுக்குள் ஏதோ பேசிக்கொண்டனர். அந்த கும்பலிலிருந்த குட்டை குமாரும், கண்ணனும் சண்முகசுந்தரம் உட்கார்ந்திருந்த பஸ்ஸை நோக்கி வந்தனர்.

அவர்கள் வருவதற்குள் பஸ்ஸை எடுத்துவிடமாட்டார்களா என்ற எதிர்பார்ப்புடன் விநாடிகளை எண்ணிக்கொண்டிருந்தார் நமது நிருபர். ஆனால் அவர் எதிர்பார்த்தது நடக்கவில்லை. குட்டை குமாரும், கண்ணனும் வேகமாக வந்து பஸ்ஸில் ஏறினர். தன்னைத்தான் குறி வைத்து வருகிறார்கள் என்பதை உணர்ந்த சண்முகசுந்தரம், தப்பிப்பதற்கான வழியைப் பார்த்தார்.

பஸ்ஸின் ஒரு வழியில் ஏறிய குட்டை குமாரும், இன்னொரு வழியில் ஏறி வந்த கண்ணனும் சண்முகசுந்தரம் தப்பித்து போக முடியாதபடி செய்துவிட்டனர். பஸ்ஸினுள் வேகமாக வந்து சண்முகசுந்தரத்தை நெருங்கிய அந்த இரண்டு கரை வேட்டிகளும், தங்கள் இடுப்பில் மறைத்து வைத்திருந்த கத்தியை சடாரென எடுத்து, சண்முகசுந்தரத்தின் கழுத்தில் வைத்தனர். இந்த சம்பவத்தைப் பார்த்து பஸ்ஸிலிருந்த பயணிகள் பதறினர். ஆனால் அவர்களால் வேறெதுவும் செய்ய முடியவில்லை.

கழுத்தில் கத்தி வைக்கப்பட்டதால் சண்முகசுந்தரத்தின் முகம் வியர்த்தது. ஆனால் மனம் உறுதியாக இருந்தது. எதையும் எதிர்கொண்டு பார்த்துவிடுவது என்ற துணிச்சல்தான் நக்கீரன் தம்பிகளின் தனி அடையாளம். சண்முகசுந்தரமும் அந்த

துணிச்சலுக்கு சொந்தக்காரர்தான். ஆனால், கழுத்தில் கத்தி வைக்கப்பட்டிருந்த நிலையிலும் அ.தி.மு.க. குண்டர்களைப் பார்த்து, "என்ன?" என்றார்.

"இறங்குடா கீழே"

இருவரில் ஒருவன் அதட்டினான்.

எதுவும் பேசாமல் தன் சீட்டிலிருந்து எழுந்த சண்முகசுந்தரம் மெல்ல நடந்தார். என்ன நடக்கப்போகிறதோ என்ற பதட்டத்திலிருந்த மற்ற பயணிகள் செய்வதறியாமல் திகைத்தனர். பஸ்ஸிலிருந்து கீழே இறங்கிய சண்முகசுந்தரம், இருபுறமும் நோட்டம் விட்டார்.

அ.தி.மு.க. கரைவேட்டி கட்டிய கும்பல் வெறித்தனமாக நின்று கொண்டிருந்தது. 'இவர்களிடம் சிக்கினால், நமது உயிரை எடுத்து விடுவார்கள்' என்பதை உணர்ந்தார் நமது நிருபர். அடுத்த விநாடி... கொஞ்சமும் தாமதிக்காமல் ஓடத் தொடங்கினார்.

இதைக் கொஞ்சமும் எதிர்பார்க்காத அ.தி.மு.க.வினர் நமது நிருபரைத் துரத்த ஆரம்பித்தனர். உள்ளூர், வெளியூர் பயணிகள் சிதறி ஓடினர். "ஏய்..." என்ற கூச்சலுடன் 30 பேரும் கத்தி, அரிவாள், இரும்புத்தடி என ஆளாளுக்கு ஒன்றைத் தூக்கிக் கொண்டு சண்முகசுந்தரத்தை துரத்த, அவரோ, ஓடிக்கொண்டிருந்தார்.

சற்று தூரம் ஓடியபின், ஒரு கடையருகே நின்று பின்னால் வந்தவர்களை திரும்பிப் பார்த்தார் சண்முகசுந்தரம். அவரை நெருங்கிவிட்ட ஒருவன், தன் கையிலிருந்த வீச்சரிவாளை ஓங்கினான். அது சண்முகசுந்தரத்தின் தலையை நோக்கி இறங்கத் தொடங்கியது.

கொஞ்சமும் தாமதிக்காமல், சுதாரிப்புடன் தலையைக் குனிந்து வீச்சரிவாள் விபரீதத்திலிருந்து தப்பிக்க முயன்றார் சண்முகசுந்தரம். தலையைக் குறிவைத்து ஓங்கப்பட்ட அந்த வீச்சரிவாளைத் தடுப்பதற்காக கையை உயர்த்த, நிருபரின் வலது முழங்கையில் ஆழமாகப் பாய்ந்த வீச்சரிவாள், கை நரம்புகளை துண்டித்தது.

பொங்கி வழிந்த ரத்தம் ரோடெல்லாம் சிந்தியபடி ரணவேதனையுடன் துடித்தபடியே ஓடினார். சண்முகசுந்தரம் கண்ணப்பனின் கட்டளைப்படி வந்திருந்த கரைவேட்டிகள் அவரைத் துரத்தின. கையிலிருந்து ஏராளமான ரத்தம் வழிந்ததால் சண்முகசுந்தரத்திற்கு மயக்கமாக வந்தது- தலை சுற்றத் தொடங்கியது- கால்கள் தளர்ந்தன.

துரத்தி வந்த அ.தி.மு.க.வினரோ ஆக்ரோஷமாக அரிவாளை உயர்த்தியபடி சண்முகசுந்தரத்தை நெருங்கினர். 30 பேரும் ஒரே நேரத்தில் நமது நிருபரை சூழ்ந்து கொண்டு சரமாரியாக தாக்கத் தொடங்கினர். உடலின் பலபாகங்களிலும் ஆயுதங்கள் பாய்ந்தன. அலறியபடியே ஒரு எஸ்.டி.டி. பூத்தின் வாசலில் சரிந்தார் சண்முகசுந்தரம். அவர் உடல் துடித்தது.

அப்படியும் அந்த கும்பலின் வெறி அடங்கவில்லை. ரத்த வெள்ளத்தில் மயங்கி கிடந்த சண்முகசுந்தரத்தை நெருங்கிய ஜெ.

பேரவைத் தலைவர் சாம்பார் மதி, குடிபோதையில் தள்ளாடியபடி தன் அருகில் நின்றிருந்த இன்னொருவரிடம் "நம்ம மந்திரியைப் பற்றி இவன்தானே எழுதினான். எந்தக் கையாலே எழுதினானோ அந்தக் கையை வெட்டுங்கடா" என்றார்.

அருகில் நின்றவனும் நிறைவான குடிபோதையில் தள்ளாடிக் கொண்டிருந்ததால், எது வலது கை எனத் தெரியாமல், சண்முகசுந்தரத்தின் இடது கையைப் பிடித்து உயர்த்தி, "அண்ணே... இந்தக் கைதான்... போடுங்க" என்றான் மதியிடம். குடிவெறியில் இருந்த மதி, "இனிமேல் நீ எப்படி எழுதுறேன்னு பார்த்திடுறேண்டா" என்று உளறியபடியே சண்முகசுந்தரத்தின் இடது கை கட்டை விரலை வெட்டினான். ரத்தம் படிந்த அரிவாளுடன் அந்த கும்பல் கூச்சலிட்டது. முற்றிலும் மயங்கிய நிலையில் கிடந்தார் சண்முகசுந்தரம்.

"முடிஞ்சாண்டா" என்று கத்தினார் நகர துணைச்செயலாளர் கஞ்சா மாதவன்.

திண்டுக்கலில் ஜெயலலிதா விழாவிற்கு ஏற்பாடு செய்து கொண்டிருந்த கண்ணப்பனுடன் தொடர்புகொள்வதற்காக எஸ்.டி.டி. பூத்துக்குள் அந்த கும்பல் நுழைந்தது.

"அண்ணே... ஆளை குளோஸ் பண்ணிட்டோம்" என்று தகவல் தெரிவித்துவிட்டு, குடிவெறிக் கும்மாளத்துடன் வெளியே வந்த கும்பல், வாசலில் மயங்கிக்கிடந்த சண்முகசுந்தரத்தை உதைத்து உருட்டிவிட்டு, "செத்தாண்டா" என்று சொல்லிவிட்டு சென்றது.

பஸ் ஸ்டாண்டே பதைபதைத்து நிற்க, அ.தி.மு.க.வினர் கூச்சலிட்டபடி சென்றனர். அந்த கும்பல் அங்கிருந்து மறைந்த சில நிமிடங்கள் கழித்து, மெல்ல கண் திறந்து பார்த்தார் சண்முகசுந்தரம்-ரத்தச் சகதியிலிருந்து மெதுவாக எழுந்தார்.

நேரடியாக களத்தில்!

தவழ்ந்து தவழ்ந்து எதிரிலிருந்த எஸ்.டி.டி. பூத்துக்குள் சென்ற நிருபர் சண்முகசுந்தரம், ரத்தத்தில் தோய்ந்திருந்தார். உடலெங்கும் ரணவேதனை. மிகவும் சிரமப்பட்டு வீட்டிற்கு போன் செய்தார். எதிர் முனையில் அவர் மனைவி கார்த்திகா.

"ஹலோ..."

"நா... நான்தான் பேசுறேன்... மந்திரி ஆளுங்க என்னை வெட்டிட்டாங்க. நீ உடனே கிளம்பி வா." -கஷ்டப்பட்டு பேசிய சண்முகசுந்தரத்தின் கையிலிருந்த ரிசீவர் நழுவி விழுந்தது. எதிர்முனையிலிருந்த அவர் மனைவி பதறினார். என்ன செய்வதென்ற புரியாமல் தவித்தார். உடனே புறப்பட்டு வருமாறு சொன்ன சண்முகசுந்தரம் எந்த இடம் என்பதை சொல்லத் தவறிவிட்டதால் அவர் மனைவி பரிதவித்தார். வீட்டைவிட்டு வெளியே புறப்படும்போது ''மேட்டர் கொடுக்கப்போகிறேன்" என்று சண்முகசுந்தரம் சொல்லியிருந்ததால், வழக்கம்போல் பஸ் ஸ்டாண்டிற்குத்தான் சென்றிருக்க வேண்டும் என்று ஊகித்துக்கொண்டு உடனடியாக அங்கு ஓடினார்.

போன் செய்தி கேட்டு அவர் பரபரப்பாகவும்

பதட்டத்துடனும் செயல்படுவதைக் கண்ட சண்முகசுந்தரத்தின் வயதான பெற்றோர், "என்னம்மா... ஏன் இப்படி அழுதுகிட்டே கிளம்பறே..." என்றனர்.

"உங்க புள்ளையை வெட்டிட்டாங்களாம்" என்று சொல்லியபடி அலறிக்கொண்டே ஓடினார் சண்முகசுந்தரத்தின் மனைவி. அவர் சொன்னதைக் கேட்டு, இடிதாக்கியது போல் அதிர்ச்சியடைந்த பெற்றோர் என்ன செய்வதென்று தெரியாமல் பரிதவித்தனர்.

கண்ணீரும் கம்பலையுமாக பஸ் ஸ்டாண்டில் தன் கணவரைத் தேடிய சண்முகசுந்தரத்தின் மனைவி, எஸ்டிடிபூத் வாசலில் கூட்டம் நிற்பதை பார்த்துவிட்டு அவசரமாக அதை நோக்கி ஓடினார். அங்கே ரத்த வெள்ளத்தில் கிடந்த சண்முக சுந்தரத்தைப் பார்த்ததும் அழுகையை அடக்க முடியாமல் வாய்விட்டுக் கதறத் தொடங்கினார். அரை மயக்க நிலையிலிருந்த சண்முகசுந்தரத்தால் எதுவும் பேச இயலாத நிலைமை.

கணவனின் உயிரைக் காப்பாற்றியே ஆக வேண்டும் என்ற சூழ்நிலையில் சண்முகசுந்தரத்தின் மனைவி பரிதவித்தார். பஸ் ஸ்டாண்ட் அருகே நின்றிருந்த ரிக்ஷாக்களை நெருங்கி, ரிக்ஷாக்காரர்களிடம், "ஆஸ்பத்திரிக்கு போகணும்" என்று கலங்கிய கண்களோடு அவர் சொன்னபோது, ரிக்ஷாக்காரர்கள் வரத் தயங்கினர். சண்முகசுந்தரத்தை மருத்துவமனைக்கு அழைத்துச் சென்றால் மந்திரியின் ஆட்கள் தங்களைத் தாக்குவார்களோ என்ற பயம்தான் அவர்களின் தயக்கத்திற்கு காரணம்.

அந்த தர்மசங்கடமான நேரத்தில், சண்முகசுந்தரம் தாக்கப்பட்ட செய்தியை கேள்விப்பட்ட நண்பர்கள் மதன், ஈசனூர் சக்திவேல் ஆகியோர் அங்கு வந்து, ரிக்ஷாக்காரர்களிடம் கெஞ்சி கேட்டு சம்மதிக்க வைத்தனர். ஒரு வழியாக, சண்முகசுந்தரத்தை ரிக்ஷாவில் ஏற்றினர். அவர் மனைவி, உடனே மருத்துவ மனைக்கு செல்ல வேண்டுமென்றார். நண்பர்களோ, முதலில் போலீஸ் ஸ்டேஷனுக்குப் போகலாம் என்றனர். "இது போலீஸ் கேஸ்ங்கிறதால் ஆஸ்பத்திரியில் அட்மிட் பண்ண மாட்டாங்க. அதனால முதலில் ஸ்டேஷனுக்கு போவோம்" என்றனர். அரை மனதுடன் அதற்கு ஒப்புக்கொண்டார் சண்முகசுந்தரத்தின் மனைவி. தன் கணவரின் உடலில் உள்ள ரத்தம் முழுவதும் வழிந்து வீணாகிவிடுமோ என்று பயந்தார்.

அவர்கள் போலீஸ் ஸ்டேஷனுக்கு சென்ற போது அங்கு ஒரு நாதியுமில்லை. இன்ஸ்பெக்டர், எஸ்.ஐ. எல்லோரும் ஜெயலலிதாவுக்கு லாலி பாடுவதற்காக திண்டுக்கல்லுக்கு சென்றிருந்தனர். ஏட்டு மட்டும்தான் ஸ்டேஷனில் இருந்தார். அவரோ ரொம்பவும்

அசால்ட்டாக, "எஸ்.ஐ.வெளியிலே போயிருக்கார். வந்திடுவார். அதுவரைக்கும் வெயிட் பண்ணுங்க'' என்று சொன்னார். சண்முகசுந்தரத்தின் நண்பர்கள் அவரிடம் நிலைமையைச் சொல்லி , உடனடியாக ஆஸ்பத்திரிக்கு கொண்டு செல்லாவிட்டால் உயிருக்கு ஆபத்து என்பதை தெரிவித்தனர்.

ஸ்டேஷனில் இன்ஸ்பெக்டரும் எஸ்.ஐ.யும் இல்லாவிட்டால் 'ஹாஸ்பிடல் மெமோ' தரும் பொறுப்பு ஏட்டுவினுடையதுதான். அந்த மொமோவை மருத்துவமனைக்கு கொண்டு சென்றால், அங்கு ரிஜிஸ்டரில் பதிவு செய்து விட்டு அதன்பிறகு அட்மிட் செய்வார்கள். இதுதான் நடைமுறை. அந்த நடைமுறைப்படி 'ஹாஸ்பிடல் மெமோ' தரவேண்டிய ஏட்டு மிகவும் வேண்டா வெறுப்பாக மெமோ எழுதி நீட்ட அதை அவரிடமிருந்து அவசரமாக பறித்துக்கொண்டு வெளியே வந்தனர்.

மருத்துவமனை நோக்கி ரிக்ஷா சென்றது கை, கால், தலை என எல்லா இடங்களிலும் ரத்தம் வழிந்தபடியே இருந்த சண்முகசுந்தரத்தின் நிலைமை நிமிடத்துக்கு நிமிடம் சீரியஸாகிக் கொண்டிருந்தது. தலை துவளத் தொடங்கியது. அதைப் பார்த்த சிலர், நமது நிருபர் இறந்துவிட்டார் என நினைத்துக் கொள்ள, அந்த வதந்தி சிவகங்கை முழுவதும் வேகமாகப் பரவியது. உள்ளூர் நிருபர்களுக்கும் அந்த வதந்தி சென்று சேர்ந்தது. சண்முகசுந்தரத்தின் அண்ணன் பாலசுப்ரமணியத்திற்கும் இதே தகவல் போய்ச் சேர்ந்ததால் அவர் அதிர்ந்து போனார்.

நெஞ்சை அடைத்த சோகத்தை கட்டுப்படுத்திக் கொண்டு, நமக்கு தகவல் தர வேண்டும் என்ற அவசரத்தில் உடனடியாக, "SHANMUGA SUNDARAM EXPIRED' என நமது அலுவலகத்திற்கு தந்தி கொடுத்துவிட்டு மருத்துவமனைக்கு ஓடினார்.

ஏட்டு கொடுத்த ஹாஸ்பிடல் மெமோவுடன் சிவகங்கை ஜி.ஹெச்.சிற்கு சென்ற மனைவியும், நண்பர்களும் சண்முகசுந்தரத்துக்கு சிகிச்சையளிக்கு மாறு டாக்டரிடம் கூறினர். அந்த நேரத்தில் அங்கிருந்த ஏ.டி.எம்.ஓ. தங்கவேல், நிலைமையை உணர்ந்து உடனடியாக முதலுதவி அளிக்க ஏற்பாடு செய்தார். வெட்டப்பட்டு தொங்கிக் கொண்டிருந்த விரலை, சேர்த்து வைத்து தைத்த டாக்டர்கள், சண்முகசுந்தரத்தின் தலை, கை, கால் உட்பட பாதிக்கப்பட்ட பகுதிகளை கவனித்து சிகிச்சையளித்தனர். கட்டுக்களுடன் பெட்டில் அட்மிட் செய்யப்பட்டார் நமது நிருபர் சண்முகசுந்தரம்.

அவர் இறந்துவிட்டதாக நினைத்து பதற்றத்துடன் வந்த உள்ளூர் நிருபர்கள், அப்படி எந்த விபரீதமும் நடக்கவில்லை என்பதை அறிந்ததும் நிம்மதியடைந்தனர். அதேவேளையில்,

மந்திரிகளின் அடியாள் கூட்டம் நிம்மதி இழந்தது. ஆளைக் கொன்றுவிட்டோம் என்று மந்திரிக்குத் தகவல் கொடுத்த அவர்கள் இரண்டு மணி நேர இடைவெளிக்குப் பின் இப்படியொரு மாறுதல் ஏற்படும் என்று எதிர்பார்க்கவில்லை. சண்முகசுந்தரம் பிழைத்துவிட்டார் என்பதை அவர்களால் ஜீரணிக்க முடியவில்லை. அதனால் அவரைத் தீர்த்துக்கட்டுவதற்கு இரண்டாவது முறையாகத் திட்டம் வகுத்து மருத்துவமனை வளாகத்தை சுற்றி சுற்றி வந்தனர்.

இதையறிந்த சண்முகசுந்தரத்தின் நண்பர்கள், பாதுகாப்பை பலப்படுத்தும் பணியில் ஈடுபட்டிருந்தனர். நாம் சென்னையிலிருந்து கொடுத்த அட்வைஸ்படி பாதுகாப்பு பலப்படுத்தப்பட்டது. லைன்பாய் ராமு, கருப்பண்ணன் சேர்வை, சாமியார்பட்டி சாமி, ரஜினி மன்றத் தலைவர் செல்வா உட்பட பத்து, பதினைந்து பேர் காவல் இருந்தனர். நடந்த சம்பவங்களையும், அ.தி.மு.க. ஆட்சிக்கு ஆதரவான எஸ்.ஐ.வந்து சண்முகசுந்தரத்திடம் வாக்குமூலம் வாங்கிச் சென்றதையும் கேட்டுக்கொண்டேன். எனக்குள் கொதித்தெழுந்த கோபத்தை அடக்கிக்கொண்டு அடுத்த நடவடிக்கைகள் பற்றி யோசித்தேன். சிகிச்சையளிப்பதில் சிரத்தை எடுத்துக்கொண்ட ஏ.டி.எம்.ஔவை சந்தித்தேன்.

“ரொம்ப நன்றி சார்... இப்ப அவருக்கு எப்படி இருக்கு?”

"ஆபத்து எதுவுமில்லை. கொஞ்சம் லேட்டா இங்கே கொண்டு வந்ததாலே நிறைய ரத்தம் வேஸ்டாயிடுச்சு. மற்றபடி he is o.k."

"கைவிரல் எப்படியிருக்குங்க டாக்டர்"

"பயப்பட வேண்டாம்... இப்ப தையல் போட்டிருக்கு. நிச்சயமா சரி பண்ணிடலாம்."

''வெளியிலே அழைச்சுகிட்டுப் போய் ட்ரீட்மெண்ட் கொடுக்கலாம்னு நினைக்கிறேன்."

"அதற்கு அவசியமில்லீங்க கோபால்... நானே அவரை நல்லா செக் பண்ணிட்டேன். பயப்படுற மாதிரி எதுவுமில்லை."

"தேங்க்யூ சார்... போன் பண்ணிக்கலாமா?"

"ஓ... யெஸ்"

அங்கிருந்தபடியே கலெக்டர் வீட்டிற்கு போன் செய்தேன். ஆள் இல்லை என்று பதில் வந்தது இன்ஸ்பெக்டரிடம் பேசலாம் என்று ஸ்டேஷனுக்கு போன் செய்தேன். அங்கிருந்தும் அதே பதில்தான் கிடைத்தது. ரிசீவரை வைத்துவிட்டு, ஏ.டி.எம்.ஓ. தங்கவேலிடம் விடைபெற்று சண்முகசுந்தரம் இருந்த வார்டுக்கு மீண்டும் வந்தேன்.

நான் அங்கு வந்த சில நிமிடங்களில் இரண்டு பேர் பரபரப்பாக வந்தனர். இருவரும் சண்முகசுந்தரத்தின் நண்பர்கள்தான். அவர்கள் என்னிடம், "அண்ணே... இதுவரைக்கும் போலீஸ் யாரையும் அரெஸ்ட் பண்ணலை. மந்திரியோட ஆளுங்க, மறுபடியும் சண்முகசுந்தரத்தை அட்டாக் பண்ண திட்டம் போட்டிருக்காங்க. நேற்று எந்த ஸ்பாட்டிலே வெட்டினாங்களோ அதே ஸ்பாட்டில் உள்ள ஒரு சைக்கிள் கடையிலேதான் இப்ப உட்கார்ந்திருக்கானுங்க" என்றனர்.

நான் உடனடியாக ஒரு முடிவுக்கு வந்தேன். "ஸ்பாட்டுக்கு போயே தீரவேண்டும். எது நடந்தாலும் பார்த்துக்கலாம்'' -மனதுக்குள் தீர்மானித்துக்கொண்டு வேகமாகப் புறப்பட்டேன். நான் எங்கே போகிறேன் என்பதை புரிந்துகொண்ட மற்றவர்கள். "அண்ணே... வேணாம்ணே... நீங்க அங்கே போகவேண்டாம்'' என்றனர்.

அவர்களால் என்னைக் கட்டுப்படுத்த முடியவில்லை.

ரத்தக்கறை!

சிவகங்கை பஸ் ஸ்டாண்டை நோக்கி காரை விரட்டச் சொன்னேன். சீறிப் பறந்த கார், இக்பாலின் பரோட்டா கடை வாச லில்தான் நின்றது. இக்பால் அப்போது கடையில்தான் இருந்தார். என்னை அவர் கொஞ்சமும் எதிர்பார்க்கவில்லை. பதட்டம் தணியாத அந்த நேரத்தில் நான் பஸ் ஸ்டாண்ட் பகுதிக்கு வந்ததைப் பார்த்து அதிர்ச்சியடைந்தார்.

"அண்ணே... இந்த நேரத்திலே நீங்க ஏன் இங்கே வந்தீங்க?'' -அவர் குரலில் பதட்டமும் பயமும் இருந்தது.

"என்ன இப்படி கேட்குறீங்க? முந்தாநாள் இதே இடத்திலே அ.தி.மு.க.காரங்க பேயாட்டம் ஆடியிருக்காங்க. எங்க நிருபரை கொல்றதுக்கு முயற்சி பண்ணியிருக்காங்க. ரத்த வெள்ளத்திலே அடித்துப் போட்டிருக்காங்க. இந்தளவுக்கு அக்கிரமம் நடந்த இடத்தை பார்க்க வேண்டாமா?" -நான் கேட்டதும் இக்பால் சற்றுத் தாழ்வான குரலில், ''அண்ணே... அவங்க பூரா அங்கேதான் உட்கார்ந்திருக்காங்க" என்று கண்ணைக் காட்டினார். அவரின் முகம் முழுவதும் பயம் படர்ந்திருந்தது.

"நான் அவங்ககூட சண்டை போடுறதுக்கோ, வெட்டுக்குத்து நடத்துறதுக்கோ வரலை. பஸ்ஸிலிருந்த நிருபரை கீழே இறக்கி, விரட்டி விரட்டி வெட்டியிருக்காங்க. ரத்த வெள்ளத்திலே அவர் தவழ்ந்து தவழ்ந்து எஸ்.டி.டி. பூத் வரைக்கும் போயிருக்காரு. இப்படியொரு கொடுமை நடந்த இடத்தை பார்த்துட்டுப் போகலாம்னுதான் வந்தேன்."

அவருடன் நான் பேசிக்கொண்டிருக்கும் போதே சண்முகசுந்தரத்தின் தம்பி வெங்கடேசன், லைன்பாய் ராமு, ஈசனூர் சக்திவேல் மூவரும் ஸ்பாட்டுக்கு வந்துவிட்டனர். ராமு என்னிடம் வந்து, ''அண்ணே... அதோ உட்கார்ந்திருக்கானுங்களே, அவனுங்கதான்'' என்று மற்றவர்கள் கவனிக்க முடியாதபடி அடையாளம் காட்டினார்.

''அவங்க உட்கார்ந்திருக்கட்டும். நீ வா... எந்த இடத்தில் வெட்டினாங்கன்னு பார்க்கலாம்" என்றேன். ராமு உடனே என்னை அங்கு அழைத்துச்சென்று, சண்முகசுந்தரம் வெட்டப்பட்ட இடத்தையும், அவர் தவழ்ந்து தவழ்ந்து எஸ்.டி.டி.பூத் வரை சென்ற பாதையையும் அடையாளம் காட்டினார். அந்த வழியெங்கும் ரத்தக்கறை அப்படியே படிந்திருந்தது. எஸ்.டி.டி. பூத்தின் கதவிலும் சுவரிலும் கூட ரத்தக்கறை அப்படியே இருந்தது. ஸ்பாட்டுக்கு இன்ஸ்பெக்டர் வரும் வரை யாரும் எதையும் அழிக்கக்கூடாது என்று சொல்லப்பட்டிருந்ததால் ரத்தக்கறை அழியாமல் இருந்தது. அதைப் பார்க்க பார்க்க என் மனம் வெந்தது.

ரத்தம் படிந்த இடத்தை சிறிதுநேரம் பார்த்துவிட்டு, எஸ்.டி.டி. பூத்திற்குள் சென்றேன். அதன் உரிமையாளர் இருந்தார். சண்முகசுந்தரத்தைக் காப்பாற்ற துணிவின்றி அத்தனை பேரும் பயந்து ஒளிந்த நேரத்தில் எஸ்.டி.டி. பூத் உரிமையாளர் ஒருவர்தான் தைரியமாக அவருக்கு போன் கொடுத்து, வீட்டுக்குத் தகவல் தெரிவிக்க உதவினார். சரியான நேரத்தில் அந்த உதவி கிடைக்காமல் போயிருந்தால் சண்முகசுந்தரத்தின் உயிர் பறிபோயிருக்கும். அந்த ஆபத்தான கட்டத்தில் தைரியமாக உதவிய பூத் உரிமையாளருக்கு நன்றி தெரிவித்தேன். அவரும் என்னிடம் சண்முகசுந்தரத்தின் உடல்நிலை எப்படியிருக்கிறது என்று அக்கறையுடன் விசாரித்தார். அதுபற்றி சில நிமிடங்கள் பேசிவிட்டு அந்த எஸ்.டி.டி. பூத்திலிருந்தே போலீஸ் ஸ்டேசனுக்கு போன் செய்தேன்.

சண்முகசுந்தரத்தைத் தாக்கியவர்கள் தலைமறைவாகிவிட்டது போலவும் அவர்களைத் தேடிக் கொண்டிருப்பது போலவும் போலீஸ் தரப்பில் தெரிவிக்கப்பட்டிருந்தது. போலீஸ் சொல்வதுபோல் எதுவுமில்லை, அமைச்சரின் ஆசிபெற்ற அடியாள் கும்பல், பட்டப்பகலில் பஸ் ஸ்டாண்டில்தான் உலாத்திக்

கொண்டிருக்கிறது என்று போலீசுக்கு தகவல் தெரிவிப்பதற் காகத்தான் போன் செய்தேன். ஈசனூர் சக்திவேல்தான் நம்பர் கொடுத்தார்.

"ஹலோ... இன்ஸ்பெக்டர் இருக்காரா...?"

"நீங்க?"

"நக்கீரன் எடிட்டர் பேசுறேன்."

"என்ன விஷயமா இன்ஸ்பெக்டரை கேட்குறீங்க?"

"எங்க நிருபரை மந்திரியோட ஆளுங்க கொலை பண்ண முயற்சி பண்ணி, விரலை வெட்டியிருக்காங்க. அதைப்பற்றி புகார் கொடுத்தும் இதுவரைக்கும் உங்க டிபார்ட்மெண்ட்டில் ஒரு எழவு ஆக்ஷனும் எடுக்கலை. வெட்டுன அயோக்கியனுங்களெல்லாம் இதே பஸ் ஸ்டாண்டிலேதான் உட்கார்ந்து அரட்டை அடிச்சிகிட்டிருக்கானுங்க. நீங்க என்ன ஆக்ஷன் எடுக்கப் போறீங்கன்னு இன்ஸ்பெக்டர்கிட்டே கேட்கிறதுக்குத்தான் போன் பண்ணினேன்" -கோபமாகத் தெறித்தன வார்த்தைகள்.

"சார்... இன்ஸ்பெக்டர் வெளியிலே போயிருக்கிறார். இன்னும் வரலை" -எதிர்முனையிலிருந்து பதில் வந்தது. என்னிடம் பேசுவதை தவிர்ப்பதற்காகவே இந்த பதில் வருகிறது என்பதைப் புரிந்து கொண்டு லைனை கட் செய்தேன்.

எஸ்.டி.டி. பூத்திலிருந்து வெளியே வந்தபோது கூட்டம் திரண்டுவிட்டது. எல்லோரும் என்னை கவனிக்கத் தொடங்கினர். அதை கவனித்த அடியாள் கும்பலும் என்னை நோட்டம் விட்டது. நான் அதைப் பொருட்படுத்தாமல் சண்முகசுந்தரம் துடிதுடித்த இடத்தை சிறிது நேரம் பார்த்தேன். மனம் பாரமாக இருந்தது. இக்பால் கடைக்கு வந்தேன். டீ சாப்பிடலாமா என நினைத்தபோது சர்ரென ஒரு கார் என்னைக் கடந்து சென்றது.

நான் அதை கவனிக்க முற்படும்போது அருகில் வந்த லைன்பாய் ராமு, "அண்ணே... இது ஒன்றிய செயலாளர் ராமசாமியோட கார், நீங்க இங்கே வந்தால் உங்களை தாக்குறதுக்கு அவர்தான் திட்டம் போட்டு ஆட்களை ஏற்பாடு பண்ணியிருக்கார்" என்றார். நான் சுதாரிப்பானேன். பெரிய திட்டம் வகுக்கப் பட்டிருப்பது தெரிந்தது அந்த ஸ்பாட்டிலிருந்து வெளியேறுவது தான் புத்திசாலித்தனம் என முடிவெடுத்து, உடனடியாக சண்முகசுந்தரத்தின் வீட்டிற்கு சென்றேன்.

உடல்நலம் சரியில்லாமல் இருந்த சண்முகசுந்தரத்தின் அப்பா மிகவும் மனம் கலங்கிய நிலையில் இருந்தார். என்னைப் பார்த்ததும் "என் பையன் தேறிடுவானா?" என்று தழுதழுத்த குரலில் கேட்டார். "அவருக்கு எந்த ஆபத்துமில்லை. இப்ப நல்லா இருக்கார். வெட்டப்பட்ட விரலை நிச்சயமா சரியாக்கிடலாம். அதுக்காக எந்த

ட்ரீட்மெண்ட் செய்றதுக்கும் நக்கீரன் குடும்பம் தயாராகவே இருக்கு" என்றேன். அவர் மனதில் நம்பிக்கை தோன்றியது.

சண்முகசுந்தரத்தின் தாயார் தைரியமாகக் காணப்பட்டார். "அந்த ரவுடிகளை சும்மா விடக்கூடாது. உள்ளே தள்ளணும்" என்றார். மகன் தாக்கப்பட்டதால் அவர் மனமும் கலங்கிதான் இருந்தது. அதையும் மீறி தைரியம் மேலோங்கியிருந்தது சண்முகசுந்தரத்தின் பெற்றோருக்கு ஆறுதல் கூறிவிட்டு அங்கிருந்து தம்பி காமராஜுக்கு போன் செய்தேன்.

"தம்பி... சண்முகசுந்தரத்தைப் பார்த்துட்டேன். ஆபத்து ஏதுவுமில்லை. மந்திரியோட ஆளுங்க இன்னமும் சுற்றிகிட்டுத்தான் இருக்காங்க."

"அண்ணே... போலீஸ் எந்த ஆக்ஷனும் எடுக்கலையா?"

"இல்ல தம்பி... கதிரைதுரை விஷயத்தில் நமக்கு போலீஸ் ஹெல்ப்பா இருந்தது மாதிரி இதிலே இல்லை. இன்ஸ்பெக்டருக்கு ட்ரை பண்ணினா லைனுக்கே வரலை. போலீஸ் முழுக்க, மந்திரி ஆளுங்களுக்குத்தான் சப்போர்ட்டா இருக்காங்க. இதுவரைக்கும் யாரையும் அரெஸ்ட் பண்ணலை. கலெக்டர் சைடிலும் ட்ரை பண்ணி பார்த்தாச்சு. நமக்கு கோவாபரேட் பண்ணலை. எல்லோரும் அந்தப் பக்கம்தான் இருக்காங்க. பார்த்துக்கலாம், நான் அங்கேதான் புறப்பட்டு வர்றேன்"

தம்பி காமராஜிடம் பேசிவிட்டு ரிசீவரை வைத்தேன். சண்முகசுந்தரம் பெற்றோர்களிடம் விடை பெற்றுக்கொண்டு மீண்டும் மருத்துவமனைக்கு வந்தேன். சண்முகசுந்தரத்துக்கு பாதுகாப்பு தருவது பற்றி அங்கிருந்தவர்களிடம் கூறிவிட்டு பாலசுப்ரமணியனிடமும் ராமுவிடமும், "நான் மெட்ராஸுக்கு கிளம்புறேன். புக் எப்படி அனுப்பறதுன்னு அங்கேயிருந்து போன் பண்ணிச் சொல்றேன். போன் டேப் ஆகிறதாலே நீங்க ஆபீசுக்கு போன் பண்ண வேண்டாம். நான் உங்களை வேற நம்பரிலிருந்து கூப்பிடுறேன். அந்த நம்பரிலேயே நீங்க பேசுங்க"- அவர்களிடம் சொல்லிவிட்டு சென்னைக்குப் புறப்பட்டேன்.

சென்னை வந்து சேர்ந்ததும் சிவகங்கைக்கு போன் செய்தேன். சண்முகசுந்தரத்தின் அண்ணன் பாலசுப்ரமணியன், அவர் தம்பி வெங்கடேசன், லைன் பாய் ராமு மூவரும் லைனுக்கு வந்தனர். தம்பி வெங்கடேசன் பதட்டத்துடன் பேசத் தொடங்கினார்.

"அண்ணே... நீங்க பஸ் ஸ்டாண்ட் வந்த செய்தி தெரிந்ததுமே ஒன்றிய செயலாளர் ஆட்கள் ஆயுதத்தோடு உங்களை தேடிகிட்டு வந்திருக்காங்க. நீங்க அங்கேயிருந்து புறப்பட்ட விஷயம் தெரிஞ்சதும் ரொம்ப டென்ஷனாகி சிவகங்கையை சுத்தி சுத்தி வந்திருக்காங்க. அவங்க ஸ்பாட்டுக்குள்ளே நீங்க நுழைஞ்சிட்டு முழுசா திரும்பிட்டீங்கன்னு கோபமா இருக்கானுங்க. அவங்க நடவடிக்கையை நீங்க கவனிச்சிட்டதாலே இந்த வாரம் பயங்கரமா எழுதுவீங்கன்னு பயப்பட ஆரம்பிச்சிட்டாங்க. அதனால சிவகங்கைக்குள்ளே நக்கீரனை போட விடக்கூடாதுன்னு நகரச்செயலாளர் முனியப்பன்கிற போஸ் தலைமையிலே ஆளுங்களை போட்டிருக்காங்க."

"அப்படியா... சரி, நீங்க கட் பண்ணிட்டு அரை மணிநேரம் கழித்து இதே நம்பருக்கு பண்ணுங்க" என்று சொல்லிவிட்டு ரிசீவரை வைத்தேன்.

கலெக்டர் காட்டிய அலட்சியம்!

அடுத்த இதழின் தயாரிப்பு பணி தொடங்கியது. தாக்கப்பட்ட நமது நிருபர் சண்முகசுந்தரம் சிகிச்சை பெறும் நிலையில் எடுக்கப்பட்ட படத்தை அட்டைப் படமாக்கி இதழைத் தயாரிக்கும் பணியை கவனிக்கத் தயாரானேன். நடந்த சம்பவமும் ஜெயலலிதாவின் ஹிட்லர் பாணி ஆட்சியில் நமது நிருபர்கள் மீது தொடர்ந்து வெறித்தனமான தாக்குதல் நடத்தப்படுவது பற்றியும் கவர் ஸ்டோரி எழுதப்பட்டது. இதழ் தயாரிப்பு பணிக்கிடையே, சிவகங்கையில் நமக்கு விடப்பட்டுள்ள சவாலை முறியடித்து, கடைகளில் நக்கீரனை சப்ளை செய்வதற்கான வழிமுறைகளையும் மேற்கொள்ளவேண்டிய சூழ்நிலை. சர்க்குலேஷன் மேனேஜர் தம்பி சுரேஷை அழைத்தேன்.

சிவகங்கையில் எப்படி சப்ளை செய்வது என்பது பற்றி அவருடன் கலந்தாலோசித்தேன். வழக்கமாக அங்கு எவ்வளவு பிரதிகள் அனுப்பப்படுகிறதோ அதை இரண்டு மடங்காக்கி, அதில் ஒரு பகுதியை ரயிலிலும் இன்னொரு பகுதியை மதுரை

பார்சலுடனும் அனுப்புவதென தீர்மானித்தோம். மதுரைக்கு செல்லும் பார்சலை அங்கிருந்து காரில் எடுத்துச்சென்று சண்முகசுந்தரத்தின் வீட்டில் வைத்துப் பிரித்து கடைகளுக்கு சப்ளை செய்வதெனவும் ரயிலில் செல்லும் பார்சலை சண்முகசுந்தரத்தின் நண்பர் லட்சுமணனின் லேனா பேப்பர்ஸ் நிறுவனத்தில் வைத்துப் பிரிப்பதெனவும் முடிவு செய்யப்பட்டது. இந்தப் பணிகளை கவனிப்பதற்காக சென்னையிலிருந்து ஆட்களை அனுப்பி வைப்பதற்கும் தீர்மானித்தோம்.

அரைமணி நேரத்தில் இவ்வளவு முடிவுகளும் விரைவாக எடுக்கப்பட்டன. நாம் குறிப்பிட்டிருந்த நம்பருக்கு சண்முகசுந்தரத்தின் அண்ணன் பாலசுப்ரமணியன் மீண்டும் தொடர்பு கொண்டார். அவருடன் வெங்கடேசனும் ராமுவும் இருந்தனர். "அண்ணே... கடைக்காரங்களெல்லாம் நம்ம புக்கை எதிர்பார்த்துக்கிட்டிருக்காங்க. எப்படியும் சீக்கிரமா அனுப்பிவச்சிடுவீங்கன்னு அவங்க நம்புறாங்க" என்று ராமு சொன்னதும் நான் பேசினேன்.

"நாளைக்கு ரெண்டு செட்டா புக் வருது. ஒரு செட் ட்ரெய்னில் வருது. அது மேலதான் கட்சிக்காரங்க குறி வச்சிருப்பாங்க. அதனால வழக்கமா எடுக்கிற டயத்தைவிட மூணு மணி நேரம் லேட்டா போய் ரயில்வே ஸ்டேசனில் புக் எடுத்தா போதும். இன்னொன்னு மதுரை பார்சலோடு வருது. அது உங்களுக்கு கார் மூலமா வந்து சேரும். அதை சண்முகசுந்தரம் வீட்டில் வைத்து பிரித்து கடையிலே போட்டுடுங்க. கடைக்கு புக் வந்த பிறகு கட்சிக்காரங்க ஏதாவது பண்ணினாங்கன்னா, ரயில்வே ஸ்டேசனில் இருக்கிற இன்னொரு செட்டை லேனா பேப்பர்ஸில் வைத்துப் பிரித்து கடையிலே போட்டுடுங்க. இங்கிருந்து ஆட்கள் வருவாங்க. ரொம்ப ஜாக்கிரதை. ரயில்வே ஸ்டேசனுக்கு மெதுவா போனா போதும்" என்று சொல்லி விட்டு ரிசீவரை வைத்தேன்.

வழக்கமாக சிவகங்கைக்கு ரயிலில்தான் பார்சல் செல்லும் என்பதால் மந்திரியின் ஆட்கள் அங்குதான் நோட்டம்விட்டுக் கொண்டிருப்பார்கள். அந்த நேரத்தில் நாம் இன்னொரு செட்டைப் பிரித்து கடைகளுக்கு போடுவதை அவர்கள் எதிர்பார்க்க மாட்டார்கள். நமக்கு விடப்பட்ட சவாலை முறியடித்து மீண்டும் ஒருமுறை ஜெயலலிதா கட்சியினரின் முகத்தில் கரிபூசலாம் என்பதால்தான் இந்த ஐடியா மேற்கொள்ளப்பட்டது.

இந்த இடத்தில் கடைக்காரர்கள் நமக்கு அளித்த ஒத்துழைப்பை குறிப்பிட வேண்டியது அவசியம். கடைக்காரர்களின் ஒத்துழைப்பு இல்லாவிட்டால், நாம் எழுதுகிற விஷயங்கள் மக்களிடம் போய்ச் சேராது என்பதை ஏற்கனவே

குறிப்பிட்டிருக்கிறேன். நக்கீரனைப் பொறுத்தவரை, சோதனையான நேரங்களிலெல்லாம் தமிழ்நாட்டிலுள்ள அனைத்து கடைக்காரர்களும் முழு ஒத்துழைப்பு கொடுத்திருக்கிறார்கள். சண்முகசுந்தரம் தாக்கப்பட்ட செய்தியை தாங்கி வந்த இதழுக்கும் அதே ஒத்துழைப்பை சிவகங்கை கடைக்காரர்கள் அளித்தனர். பொதுமக்கள் கண்ணெதிரே, பரபரப்பான பஸ் ஸ்டாண்ட் பகுதியில் அநியாயமாக நமது நிருபர் தாக்கப்பட்டதை கடைக்காரர்கள் பலரும் பார்த்திருந்ததால் இந்த அக்கிரமத்தை வெளிப்படுத்தும் இதழை அவர்கள் ஆர்வமுடன் எதிர்பார்த்திருந்தனர். நாமும் வழக்கமான நேரத்தைக் காட்டிலும் முன்கூட்டியே கடைகளுக்கு சப்ளை செய்வதற்கான ஏற்பாடுகளை முடுக்கிவிட்டிருந்தோம்.

நமது இதழை சப்ளை செய்வது தொடர்பாக நாம் பரபரப்பாக செயல்பட்டுக் கொண்டிருந்த அதே நேரத்தில், சிவகங்கை எஸ்.ஐ.முத்துசாமி, சண்முகசுந்தரம் தாக்கப்பட்டது தொடர்பாக ஒரு எஃப்.ஐ.ஆர். போட்டிருந்தார். ஆனால் டி.ஐ.ஜி. வெங்கடகிருஷ்ணனின் ஐடியாபடி அந்த எஃப்.ஐ.ஆர். அவசர அவசரமாகத் திருத்தப்பட்டது. பலர் கண்முன்னே நடந்த அந்தக் கொடூரத்தாக்குதலை சாதாரண தாக்குதலாக மாற்றி எழுதியது காவல்துறை. எஸ்.ஐ. ரோந்து வரும் நேரத்தில் அடிதடி நடந்தது என சிம்பிளாக குறிப்பிட்டு போலியான எஃப்.ஐ.ஆரை பதிவு செய்தனர்.

சிவகங்கை காவல்துறை நமக்கு எதிராக செயல்பட்டாலும், பொதுமக்களும் அரசியலமைப்புகளும் மற்ற இயக்கங்களும் நமக்கு முழு ஆதரவு தெரிவித்து போராட்டங்களில் இறங்கின. மார்க்சிய கம்யூனிஸ்ட் கட்சியின் மாவட்டச் செயலாளர் கருப்பராஜா கட்சிக் கூட்டத்தைக் கூட்டி சண்முகசுந்தரம் தாக்கப்பட்டதைக் கண்டித்து தீர்மானம் நிறைவேற்றியதுடன் மாவட்டம் முழுவதும் கண்டன போஸ்டர் ஒட்டுவதற்கு ஏற்பாடு செய்தார். இந்திய கம்யூனிஸ்ட் கட்சியின் மாவட்டச் செயலாளர் பி.எல்.ராமச்சந்திரனும் அதேபோல் தீர்மானம் நிறைவேற்றினார். திருப்புவனம் ரஜினி மன்றத் தலைவர் நாகேஸ்வரன் கண்டன போஸ்டர் ஒட்டினார். வருவாய்த்துறை சங்கத் தலைவர் சுந்தரபாண்டியன், கூட்டுறவுத்துறை சங்கத் தலைவர் வடிவேலு, அரசு ஊழியர் சங்கத் தலைவர் ஹைதர் அலி ஆகியோரும் சண்முகசுந்தரம் மீது நடத்தப்பட்ட தாக்குதலுக்கு கண்டனத்தை தெரிவித்தனர். சிவகங்கையில் உள்ள மற்ற தொழிற்சங்கங்களும் தங்களின் கண்டனக் குரலை ஓங்கி ஒலித்தன. அரசு மன்னர் துரைசிங்கம் கல்லூரி மாணவர் பேரவை தலைவர் பொன்னுசாமி தலைமையில்

மாணவர்கள் ஸ்டிரைக் செய்ததுடன் ஊர்வலமும் நடத்தினர். கல்லூரியின் மாணவர் பேரவை செயலாளர் பாண்டியன் கண்டன அறிக்கை வெளியிட்டார்.

சிவகங்கை நகரமே போராட்டக்களமாக மாறியிருந்த நேரத்தில், ஜி.ஹெச்.சிலிருந்து சண்முகசுந்தரத்தை டிஸ்சார்ஜ் செய்யப் போகிறார்கள் என்ற தகவல் கிடைத்ததால் தம்பி காமராஜை உடனடியாக அழைத்துப் பேசினேன்.

"தம்பி... சண்முகசுந்தரத்தை டிஸ்சார்ஜ் பண்ணப்போறதா தகவல் கிடைத்திருக்கு. ஏதோ அங்கே பிராப்பளம்னு தெரியுது. நீங்க உடனே சிவகங்கைக்கு புறப்பட்டுப்போய் சண்முகசுந்தரத்தைப் பார்த்துட்டு புக்கெல்லாம் கடைகளுக்கு அனுப்பிட்டாங்களான்னு பார்த்துட்டு கலெக்டரை நேரிலே பார்த்து பேசிட்டு வந்திடுங்க" என்றேன்.

தம்பி காமராஜ் உடனே சிவகங்கை புறப்படத் தயாரானார். அவருடன் தம்பிகள் உதயனும், பரமேஸ்வரனும் புறப்பட்டனர். மதுரைக்குச் சென்ற மூவரும் அங்கிருந்து காரில் நக்கீரன் பிரதிகளையும் எடுத்துக்கொண்டு சிவகங்கை சென்றனர். சண்முகசுந்தரம் வீட்டிற்குச் சென்று அவற்றைப் பிரித்து அனுப்ப ஏற்பாடு செய்துவிட்டு, ஜி.ஹெச். சென்று சண்முகசுந்தரத்தைப் பார்த்தார் தம்பி காமராஜ். உடல் நிலையில் லேசான முன்னேற்றம்

ஏற்பட்டிருப்பதை அறிந்துகொண்டபின், “டிஸ்சார்ஜ் பண்ணப் போறதா தகவல் வந்ததே?” எனக் கேட்டார் காமராஜ்.

“ஆமாண்ணே... இங்கே அதிக நாள் அட்மிட் ஆகியிருந்தால் கேஸ் ஸ்ட்ராங்க் ஆயிடும்ங்கிறதாலே டிஸ்சார்ஜ் பண்ணச்சொல்லி கண்ணப்பன் சைடிலிருந்து ஏ.டி.எம்.ஓ.வுக்கு பிரஷர் வந்துகிட்டிருக்கு. அதனால டிஸ்சார்ஜ் செய்றது பற்றி என் காதுபடவே டாக்டர்கள் பேசிக்கிட்டிருக்காங்க.”

“சரி... நான் போய் கலெக்டரை நேரில் பார்த்து பேசிட்டு வர்றேன். என்ன பொஸிஷன்னு தெரிஞ்சிடும்.” -சண்முகசுந்தரத்திடம் தெரிவித்துவிட்டு தம்பி காமராஜ் புறப்பட்டார். அவருடன் உதயனும் பரமேஸ்வரனும் புறப்பட்டனர். லைன்பாய் ராமுவும் சண்முகசுந்தரத்தின் தம்பி வெங்கடேசனும் உடன் சென்றனர்.

நக்கீரன் இணையாசிரியர் காமராஜ் வந்திருக்கிறார் என்ற விவரம் கலெக்டர் தங்கவேலிடம் தெரிவிக்கப்பட்டது. வேண்டாவெறுப்புடன் அதைக் காதில் வாங்கிய கலெக்டர், “வெயிட் பண்ணச் சொல்லுங்க” என தன் உதவியாளர் மூலம் சொல்லி அனுப்பினார். தம்பிகள் காத்திருந்தனர். லைன் பாய் ராமு சிறிதுநேரம் வெளியில் இருப்பதாக சொல்லிவிட்டுச் சென்றார்.

20 நிமிடம் கழிந்தது. கலெக்டரிடமிருந்து அழைப்பு வரவில்லை. தம்பி காமராஜும், உதயன், பரமேஸ்வரன் ஆகியோரும் காத்திருந்த நேரத்தில் இரண்டு பேர் அங்கு வந்து காமராஜுக்கு இருபுறமும் அமர்ந்தனர். ரவுடி என்று நெற்றியில் எழுதி ஒட்டாததுதான் பாக்கி. மற்றபடி அவர்களின் தோற்றமே பயங்கரமாக இருந்தது. போதாக்குறைக்கு கரை வேட்டி வேறு. சில நிமிடங்கள் கழித்து மேலும் இரண்டு பேர் அதே அங்கலட்சணங்களுடன் அங்கே வந்து உட்கார்ந்தனர்.

நேரம் கடந்து கொண்டேயிருந்ததால், கலெக்டரை தம்பி காமராஜ் சந்தித்தாரா, இல்லையா என்று பார்ப்பதற்காக திரும்பி வந்த ராமுவுக்கு பலத்த அதிர்ச்சி. காமராஜுக்கு அருகில் உட்கார்ந்திருந்த ஆசாமிகளை மிரட்சியுடன் பார்த்துவிட்டு, தம்பியை நெருங்கி மெதுவான குரலில் சொன்னார். “அண்ணே... இவனுங்கதான் சண்முகசுந்தரத்தை வெட்டினானுங்க...”

அரசியல்வாதிகளைக் கலக்கிய ஆட்டோ சங்கர்!

தம்பி காமராஜின் அருகில் அ.தி.மு.க. குண்டர்கள் உட்கார்ந்திருப்பதை ராமு சுட்டிக்காட்டியதும், தம்பிகள் எச்சரிக்கையடைந்தனர். காமராஜ் தன் அருகில் இருப்பவர்களை கவனித்தார். அவர்கள் இவரையே முறைத்துப் பார்த்துக்கொண்டிருந்தனர். அந்த விபரீதமான சூழ்நிலையைப் புரிந்து கொண்ட நிருபர் உதயன், உடனடியாக அங்கிருந்து வெளியே வந்து எஸ்.டி.டி. மூலம் என்னைத் தொடர்பு கொண்டார்.

"அண்ணே... கண்ணப்பன் ஆளுங்க கலெக்டர் ஆபீசுக்கு வந்து காமராஜ் பக்கத்திலே உட்கார்ந்திருக்காங்க. எங்களையே முறைச்சுப் பார்த்துக்கிட்டிருக்கானுங்க."

உதயன் சொன்னதைக் கேட்ட வேகத்தில் அங்குள்ள விபரீத சூழ்நிலையை புரிந்துகொண்டேன். "உதயா, அந்த இடத்திலே ஒரு நிமிஷம்கூட இருக்கவேண்டாம்... உடனடியா தம்பியை இங்கே புறப்பட்டு வந்திடச் சொல்லு."

"இல்லண்ணே... கலெக்டரைப் பார்த்துட்டு..."

"தேவையில்லை... கரை வேட்டி கட்டினவர்தான் கலெக்டரா உட்கார்ந்திருக்காரு போலிருக்கு அவர்கிட்டே நியாயத்தை எதிர்பார்க்க முடியாது. அதனால நீங்க உடனே புறப்பட்டு வாங்க. ரொம்ப கவனம், அவனுங்க உங்களை ஃபாலோ பண்ணாதபடி போக்குகாட்டிட்டு வாங்க. அடுத்த கட்டமா என்ன செய்யறதுன்னு இங்கே வச்சுப் பார்த்துக்கலாம்... புரியுதா?"

மந்திரியின் ஆட்களால் நம் தம்பிகளுக்கு மேலும் ஆபத்து வரக்கூடாது என்பதால்தான் நான் அவ்வளவு அவசரமாக அவர்களை வரச்சொன்னேன்.

கலெக்டர் அலுவலகத்திலிருந்து தம்பி காமராஜுடன் மற்ற தம்பிகளும் புறப்பட்டு ஜி.ஹெச்.சிற்கு வந்து சண்முகசுந்தரத்தைப் பார்த்துவிட்டு சாதுர்யமாகப் புறப்பட்டு உடனடியாக சென்னைக்குத் திரும்பினர். தம்பிகள் எஸ்கேப் ஆகிவிட்டனரே என்ற வெறுப்பில் மந்திரியின் ஆட்கள் தங்கள் அதிகார பலத்தை ஆஸ்பத்திரியில் காட்ட ஆரம்பித்தனர். சண்முகசுந்தரத்தை டிஸ்சார்ஜ் செய்யச்சொல்லி கண்ணப்பனிட மிருந்து தொடர்ந்து பிரஷர் வந்துகொண்டேயிருந்தது. ஏ.டி.எம்.ஓவால் அதனை மீறமுடியாத சூழ்நிலை. ஒன்பதாம் நாளன்று சண்முகசுந்தரத்திற்கு டிஸ்சார்ஜ் கொடுக்கப் பட்டது.

தனக்கு வேறு வழி தெரியவில்லை என்பதை நம்மிடம் மிகவும் வருத்தத்துடன் தெரிவித்தார் ஏ.டி.எம்.ஓ. நாமும் அந்த சூழ்நிலையைப் புரிந்து கொண்ட அவரிடம் "இவ்வளவு நாள் ட்ரீட்மெண்ட் கொடுத்ததற்கு ரொம்ப நன்றி" என்று சொல்லிவிட்டு Wound சர்டிபிகேட் போன்ற முக்கியமானவற்றை வாங்கிக் கொண்டு மதுரை மீனாட்சி மிஷன் மருத்துவமனையில் சண்முகசுந்தரத்தை அட்மிட் செய்தோம். மிஷன் மருத்துவமனையில் எம்.டி.யான சேதுராமனுக்கு நான் போன் செய்தேன்.

"சார்... நம்ம நிருபர் சண்முகசுந்தரம், சிவகங்கை ஜி.ஹெச்.சிலி ருந்து அங்கே வந்து அட்மிட் ஆகியிருக்கார். அவருக்கு ட்ரீட்மெண்ட்டை கண்டினியூ பண்ணணும்."

"மிஸ்டர் கோபால்... நீங்க கவலைப்பட வேண்டாம். என் தம்பிபோல நினைத்து ட்ரீட்மெண்ட் கொடுக்கிறேன்."

மிஷன் மருத்துவமனையில் இரண்டு வாரகாலம் சிகிச்சையளிக்கப்பட்டது. சண்முகசுந்தரத்தின் பெற்றோரிடம் நாம் கொடுத்திருந்த வாக்குறுதியின்படி துண்டிக்கப்பட்ட விரல் முழுமையாக சரிசெய்யப்பட்டது. பழைய நிலைக்கு விரல் மீட்கப்பட்டதைக் கண்டு சண்முகசுந்தரமும் அவரது குடும்பத்தினரும் அடைந்த சந்தோஷத்திற்கு அளவேயில்லை. மிஷன் மருத்துவமனையின் நிர்வாக இயக்குநரான டாக்டர் சேதுராமன்

மிகுந்த அக்கறை எடுத்துக்கொண்டு சிகிச்சையளித்தார்.

நக்கீரனைப் பொறுத்தவரை விரல்போனாலும் உயிர்போனாலும் உண்மைகளை வெளிக்கொண்டுவருவது ஒன்றையே லட்சியமாகக் கொண்டு, அந்த லட்சியத்துக்காகவே நக்கீரன் குடும்பத்தினர் தங்களை அர்ப்பணித்து வருகின்றனர். புதைக்கப்பட்ட உண்மைகளை தோண்டியெடுத்து அக்கிரமக்காரர்களை மக்களுக்கு அடையாளம்காட்ட நக்கீரன் தவறியதேயில்லை. இந்த லட்சியப் பயணத்தில் நாம் சந்தித்த இன்னொரு சவால் பற்றி இங்கே குறிப்பிடவேண்டியது அவசியம்.

அது 1988-ம் ஆண்டு, தமிழகத்தில் கவர்னர் ஆட்சி நடைபெற்றுக்கொண்டிருந்த நேரம். தினசரி பத்திரிகைகளின் தலைப்புச் செய்திகளில் ஒரு புதிய பெயர் அடிபட்டு தமிழகம் முழுவதும்- பட்டணம் முதல் பட்டிக்காடுவரை பரபரப்பாகப் பேசப்பட்டது. அந்தப் பெயர், ஆட்டோ சங்கர்.

தோண்டத் தோண்ட பிணம், ரகசியமாக பதுக்கி வைக்கப்பட்டிருந்த பணம், புரிபடாத மர்மங்கள் என பலவாறாக செய்திகள் வெளிவந்துகொண்டேயிருந்தன. தமிழகத்தையே கலக்கிய இந்த செய்திகளுக்கு காரணமான ஆட்டோ சங்கர் எல்லா இடங்களிலும் பரபரப்பாகப் பேசப்பட்டான். போலீஸ் பிடியில் சிக்கிய அவனையும் அவன் கூட்டாளிகளையும் முகத்தை மூடித்தான் கோர்ட்டுக்கு அழைத்து வந்தனர். இவையனைத்தும் நாளிதழ்களில் வெளியானபோது, “யார் இந்த ஆட்டோ சங்கர்? அவன் பின்னணி என்ன?” என்ற கேள்வி எல்லோர் மனதிலும் எழுந்தது.

ஆறு கொலைகளை செய்தவன், அந்தப் பிணங்களை வீட்டிலேயே புதைத்து வைத்தவன். தனது மெத்தைக்குள் பணக்கட்டுகளை வைத்து தைத்திருந்தான். அதிகாரிகளும் அரசியல்வாதிகளும் இவன் சொல்கிறபடிதான் ஆடுகிறார்கள். பெரிய மனிதர்களுக்கு பெண்களை சப்ளை செய்து செல்வாக்கை வளர்த்துக்கொண்டான்... என தொடர்ச்சியாக அவனைப் பற்றிய செய்திகள் வந்துகொண்டிருக்கையில் அதில் மிக முக்கியமான ஒரு செய்தியும் இடம்பெற்றது.

இவன் கட்டிய வீட்டின் கிரகப்பிரவேசத்திற்கு பெரிய பெரிய போலீஸ் ஆபீசர்கள், தி.மு.க., அ.தி.மு.க.வைச் சேர்ந்த தளபதிகள், மாஜி மந்திரிகள், காங்கிரஸ் முக்கிய பிரமுகர்கள் வருகை தந்தது வீடியோ எடுக்கப்பட்டுள்ளது என்பதுதான் அந்த செய்தி. கூடவே பெரிய மனிதர்களுடன் பெண்களை அனுப்பி அவர்களை கோல்டன் பீச் காட்டேஜ்களில் உல்லாசமாக இருக்கச் செய்து அந்தநேரத்தில் அவர்களுக்கே தெரியாமல் படம் எடுத்து

நெகட்டிவ்களை பத்திரப்படுத்தியுள்ளான் என்ற செய்தியும் வெளியானது. ஆனால் அதற்கு ஆதாரமான படங்கள் எந்தப் பத்திரிகையிலும் வெளியாகவில்லை. பத்திரிகைகளுக்கு மிகப்பெரிய சான்ஸ் இது என்பதை உணர்ந்த நான். எப்படியாவது அவற்றை

வெளியிடவேண்டும் எனத் தீர்மானித்தேன்.

எடிட்டோரியலில் உள்ள தம்பிகளிடம் "ஆட்டோ சங்கர் சம்பந்தமான அனைத்து செய்திகளையும் திரட்டுங்கள். முக்கியமான அந்த வீடியோ கேசட்டும், நெகட்டிவ்வும் எங்கிருக்கிறதுன்னு இன்வெஸ்டிகேட் பண்ணிக்கொண்டு வாங்க இது நமக்கு மிகப்பெரிய சவால்" என்றேன். அதைத் தொடர்ந்து தம்பிகளும் படுவேகமாக செயல்பட்டனர். எம்.ஜி.ஆர். மறைவுக்குப் பிறகு அ.தி.மு.க.வினர் ஜா.-ஜெ. என இரண்டு அணிகளாகப் பிரிந்தபோது அதில் 'ஜெ' அணியின் எம்.எல்.ஏ.க்களுக்கு பெண்களை சப்ளை செய்து, அவர்களை உற்சாகப்படுத்தி, வேறு அணிக்கு தாவிவிடாமல் பார்த்துக்கொள்வதில் ஆட்டோ சங்கர் பெரிதும் உதவினான் என்ற அதிர்ச்சி தரும் உண்மைகளைத் தம்பிகள் திரட்டிவந்தனர்.

தினம் தினம் புதிய அதிர்ச்சியினைத் தந்துகொண்டிருந்த ஆட்டோ சங்கர் விவகாரத்தில் திடீரென ஒரு பெரும் அதிர்ச்சியான செய்தி வெளியானது. சென்னை சென்ட்ரல் ஜெயிலில் அடைக்கப்பட்டிருந்த ஆட்டோ சங்கர், தேவி என்ற பெண்ணின் துணையுடன் தப்பித்து விட்டான் என்பதே அந்த அதிர்ச்சி செய்தி. பலத்த காவலும், தப்பிப்பதே மிகவும் கடினம் என்ற சூழ்நிலையும் கொண்ட சென்னை. மத்திய சிறையின் வரலாற்றில் இவ்வளவு பெரிய தப்பித்தல் சம்பவம் நடந்ததேயில்லை. ஆட்டோ சங்கர், தேவி, சங்கரின் தம்பி உட்பட 4 பேர் தப்பித்துவிட்டனர் என்ற செய்தி பெரும் பரபரப்பை உண்டாக்கியது. இந்த சம்பவம் நடந்த சில நாட்களில், அவன் ஒரிசாவில் பிடிபட்டதாக செய்தி வந்தது. அதனைத் தொடர்ந்து அவனை கோர்ட்டுக்கு கொண்டு வரும்போது மீண்டும் பரபரப்பு அதிகரித்தது.

நக்கீரன் உட்பட அனைத்து பத்திரிகைகளிலும் இந்த செய்திகள் முக்கியத்துவத்துடன் வெளியிடப்பட்டன. ஆனாலும் என்னைப் பொறுத்தவரை அந்த வீடியோ கேசட்டும், நெகட்டிவ்வும்தான் அதிக முக்கியத்துவம் வாய்ந்தவைகளாகத் தெரிந்தன. அதன் இருப்பிட ரகசியத்தை அறிந்து கொள்ளவேண்டும் என்பதில் தீவிரமாய் இருந்தேன். ஒவ்வொரு முறை ஆட்டோ சங்கரை கோர்ட்டுக்கு கொண்டு வரும்போதும், நமது டீம் அவனது நடவடிக்கைகளைக் கவனித்துக் கொண்டேயிருந்தது.

ஆட்டோ சங்கர் விவகாரத்தில் நாம் காட்டிய அக்கறைக்கு முக்கியமான காரணம் உண்டு. அவனைப்பற்றி அதுவரை வந்த செய்திகள் அனைத்துமே போலீஸ் தரப்பிலிருந்து வந்தவைகள்தான். அவன் என்ன சொல்ல நினைக்கிறான்; உண்மையில் என்ன

நடந்தது? பெரிய மனிதர்கள் போர்வையில் ஒளிந்திருப்பவர்களின் பின்னணி மர்மங்கள் என்ன? சின்ன ரவுடியாக இருந்தவன் அரசியல்வாதிகளாலும், அதிகாரிகளாலும், சாராய வியாபாரம், விபச்சாரம், கொலை என அக்கிர மங்களின் மொத்த உருவமாக எப்படி மாறுகிறான் -போன்ற உண்மைகளை வெளிக்கொண்டுவருவதும் இந்த சமுதாயத்தில் இன்னொரு ஆட்டோ சங்கர் உருவாகிவிடக்கூடாது என்பதும்தான் நமது நோக்கம்.

ஆட்டோ சங்கரின் வீட்டை இடித்து அங்கு புதைக்கப்பட்ட பிணங்களை எடுத்ததாக போலீஸ் தெரிவித்தது. ஆனால் அவன் மனதில் புதைந்திருக்கும் மர்மங்களையும், உண்மைகளையும் தோண்டியெடுக்க நக்கீரன் தீர்மானித்தது. உண்மைகள் அவன் மூலமாகவே வெளியே வரவேண்டும் என்பதால், பெரும் முயற்சிகளை மேற்கொண்டோம். ஏறத்தாழ ஆறாண்டு காலம் அதீத முயற்சி எடுத்தோம்.

1994-ம் ஆண்டு, ஜெயலலிதா ஆட்சி நடைபெற்றுக் கொண்டிருந்த கொடூரமான காலகட்டத்தில் ஒரு நாள், தம்பி காமராஜ் அவசரமாக என்னிடம் வந்தார். அவர் முகத்தில் பரபரப்பும், புதிய நம்பிக்கையும் பளிச்சிட்டது. இதயம் படபடக்க அவர் சொன்னது இதுதான். "அண்ணே... ஆட்டோ சங்கரைப் பார்த்துப் பேசிட்டேன்; அவன் ஒத்துக்கிட்டான்."

விடா முயற்சி!

"அ ப்படியா நிஜமாகவா...? ஆட்டோ சங்கர் ஒத்துக்கொண்டானா... நல்லா கேட்டுட் டீங்களா தம்பி?" -நம்ப இயலாமல் நான் திரும்பத் திரும்பக் கேட்டேன்.

"அண்ணே... அவனே எழுதித்தர்றேன்னு ஒத்துக்கிட்டான்." -அழுத்தமாக சொன்னார் தம்பி காமராஜ். ஆறாண்டு காலம் நாம் மேற்கொண்ட பெரும் முயற்சிகள், செலவிட்ட நேரங்கள், இலக்கை நோக்கி சென்ற பயணங்கள் அனைத்திற்கும் எதிர்பார்த்த பலன் கிடைத்ததில் மனம் சந்தோஷப்பட்டாலும் இதை அடைவதற்குள் நாம் பட்டபாடு இருக்கிறதே. அது ஒரு தனி வரலாறு. தம்பி காமராஜின் நண்பரான சேலம் அட்வகேட் சந்திரசேகர் மூலமாகத்தான் ஆட்டோ சங்கரை சந்தித்து அவன் தரப்பு வாக்குமூலத்தை பெறுவதற்கான பெரும் முயற்சிகள் தொடங்கப்பட்டன. 92, 93 ஆகிய இரண்டாண்டுகளும் தம்பி இந்த முயற்சியை முழு மூச்சாக மேற்கொண்டார். முதன்முதலில் சேலம்

சிறையில் ஆட்டோ சங்கரை சந்தித்து தம்பி காமராஜ் பேசியபோது அவனிடமிருந்து சாதகமான பதில் வரவில்லை. முதல் முயற்சியில் பின்னடைவு ஏற்பட்டாலும், தம்பி காமராஜ் மனம் தளரவில்லை. சங்கரை சந்தித்தது பற்றி என்னிடம் சொன்னார்.

"ஜெயிலில் அவனைப் பார்த்துப் பேசினேன்."

"ஒத்துக்கிட்டானா?"

"இல்லண்ணே" -தம்பியின் குரல் கம்மியிருந்தது. நான் அவரை உற்சாகப்படுத்தி மீண்டும் முயற்சிகளைத் தொடரச் சொன்னேன். வழக்கிற்காக சென்னை எழும்பூர் கோர்ட்டிற்கு ஆட்டோ சங்கர் கொண்டுவரப்பட்டபோது, வக்கீல் சந்திரசேகருடன் சென்று அவனைச் சந்தித்தார் காமராஜ். இந்த முறையும் அவன் ஒப்புக்கொள்ளத் தயங்கினான். ''வேணாங்க... என் மனைவி ஜெகதீஸ்வரி, குழந்தைகள் எல்லோரும் நிம்மதியா இருந்துகிட்டு இருக்காங்க. அவங்க அமைதியை கெடுக்க நான் விரும்பலை. நான் எழுதுறது மூலமா அவங்களுக்கு எந்த தொந்தரவும் வந்திடக்கூடாது" என்று சொல்லி மறுபடியும் மறுத்துவிட்டான். எழும்பூர் கோர்ட்டில் சங்கரை சந்தித்துவிட்டு என்னிடம் வந்த தம்பி, அவன் சொன்னது பற்றி தெரிவித்துவிட்டு, அடுத்த கட்ட முயற்சிக்கு ஆயத்தமானார். ஒரு மாத இடைவெளியில் மீண்டும் சேலம் சிறையில் ஆட்டோ சங்கரை சந்தித்து அவனது வாக்குமூலம் பற்றி மறுபடியும் வற்புறுத்தினார். ''வேணாங்க... எனக்கு கொடுத்திருக்கிற தூக்கு தண்டனையை குறைக்கச் சொல்லி ஜனாதிபதிக்கு கருணை மனு போட்டிருக்கேன். அதற்கு இன்னும் பதில் வரலை. நான் உங்களுக்கு எழுதுறதாலே என்னோட கருணை மனுவுக்கு எந்த பாதிப்பும் வந்திடக்கூடாது."

சங்கர் தயக்கத்திலிருந்து விடுபடவில்லை என்பதை புரிந்துகொண்ட தம்பி அமைதியாகத் திரும்பிவிட்டார். ஒரு சின்ன இடைவெளிக்குப் பிறகு மீண்டும் சேலம் சென்று சங்கரைப் பார்க்க அனுமதி பெறுவதற்காக கொஞ்ச நேரம் சிறை வளாகத்தில் காத்திருந்தார். அப்போது அவரைப் பார்த்துவிட்ட சிறைத்துறை நண்பர் ஒருவர், "சார் நீங்கதானே நக்கீரன்... சங்கர் ஏதோ மாங்கு மாங்குன்னு எழுதிகிட்டிருக்கான். விடிய விடிய எழுதுறான். அவன் போக்கிலே மாற்றம் தெரியுது. போய் பாருங்கள்" என்றார். இந்த முறை ஆட்டோ சங்கரை தம்பி காமராஜ் சந்தித்த போது சாதகமான அணுகுமுறை தெரிந்தது. "இப்ப இங்கே எதுவும் பேசவேணாம்னு நினைக்கிறேன். எக்மோர் கோர்ட்டுக்கு வருவேன். அங்கே வந்து பாருங்க'' என்றான். இதற்கு முன்புவரை 'முடியாது' என்று பிடிவாதமாக சொல்லிக்கொண்டிருந்தவன் கொஞ்சம் மாறியிருப்பது புரிந்தது.

எழும்பூர் கோர்ட்டிற்கு ஆட்டோ சங்கர் அழைத்து வரப்பட்டபோது வக்கீல் சந்திரசேகருடன் சென்று தம்பி காமராஜ் அவனை சந்தித்தார். அவனை சந்தித்துவிட்டு வேகமாக அலுவலகத்திற்கு திரும்பி வந்து என்னை சந்தித்தபோதுதான் ''ஆட்டோ சங்கர் எழுதுறதுக்கு ஒத்துக்கிட்டான்'' என்று தெரிவித்தார் காமராஜ். பலன் தராமல் போன ஆரம்பகட்ட முயற்சிகளால் மனம் சோர்வடையாமல் எடுத்த காரியத்தில் உறுதியாக இருந்து, அதை அடைந்தே தீருவதென்ற லட்சிய வெறியுடன் செயலாற்றி வெற்றிக் கனியைக் கொண்டு வந்த தம்பி காமராஜின் கைகளைக் குலுக்கி வாழ்த்தினேன். "அண்ணே... அவன் எழுதுறதுக்கு ஒத்துக்கிட்டான். எல்லா உண்மைகளையும் எழுதித் தர்றதா சொல்லியிருக்கான். ஆட்டோ சங்கரின் நிழலான நிஜங்கள்னு தலைப்பு வைச்சுக்கலாம்னுகூட பேச்சுவாக்கில் சொன்னான். அந்த அளவுக்கு அவனே இப்ப ஆர்வமாகவும் தீவிரமாகவும் இருக்கான்."

''நிழலோ, நிஜமோ தலைப்பு எப்படி வேணும்னாலும் இருக்கட்டும். இதன் மூலம் நம்ம பத்திரிகை பெரிய அளவில் பேசப்படப்போவது 100% நிஜம். ஏன்னா, 88-ல் அவன் அரெஸ்ட்டானதிலிருந்து அவனைப்பற்றி நாம நிறைய விஷயங்களை சேர்த்து வைத்திருக்கோம். அந்த உண்மைகளுக் கெல்லாம் வலு சேர்க்கிற மாதிரி அவனே அதை வாக்குமூலமா தரப்போறான். இந்த தொடர் ஆரம்பமாகிற இஷ்யூவிலிருந்து தொடர் முடிகிற வரைக்கும் ஆட்டோசங்கர் பற்றியும் நக்கீரன் பற்றியும்தான் பத்திரிகையுலகத்தில் பரபரப்பா பேசுவாங்க. இந்தியாவில் நம்ம மாதிரி உள்ள பத்திரிகைகள் எதுவுமே இந்த மாதிரி தொடரை வெளியிட்டதில்லை. தூக்கு மேடைக்கு போகத் தயாரா இருக்கும் ஒரு கைதி, அதுவும் சிறை கொட்டடியில் இருந்துகொண்டே தன் வாழ்க்கை சம்பவங்களை பற்றி அவனே ஒரு பத்திரிகையில் தொடரா எழுதுறது இதுதான் உலகத்திலேயே முதல் முறை'' என்று சொல்லிவிட்டு, ஆட்டோ சங்கரை ஒப்புக்கொள்ளச் செய்வதில் பெரும் வெற்றி பெற்ற தம்பியை மறுபடியும் மனதார பாராட்டினேன். "தம்பி... ஆட்டோ சங்கர் எழுதப்போற தொடரில் பல போலீஸ் ஆபீசர்கள், பல அரசியல்வாதிகள், பெரும்புள்ளிகள் எல்லோரைப் பற்றியும் நிச்சயமா செய்தி வரும். யாராலேயெல்லாம் சங்கர் உள்ளே போனானோ அந்த ஆளுங்க எல்லோரும் இப்பவும் உயிரோடதான் இருக்காங்க."

"அண்ணே... அது சம்பந்தமாகத்தான் அவனும் யோசித்து நம்மகிட்டே ரொம்ப நாள் பதில் சொல்லாமல் இருந்திருக்கான்.

அவனை மாட்டிவிட்ட அத்தனை பேரும் இன்னமும் இருக்காங்க. அவங்களைப் பற்றி எழுதினா, அதனால தன்னோட குடும்பத்துக்கு ஏதாவது ஆயிடுமோன்னுதான் யோசித்திருக்கான்."

"அந்த ரிஸ்க்கை நான் பார்த்துக்குறேன், அவன் எப்படி எழுதித் தரப்போறான். மொத்தமா தந்திடுவானா, இல்லேன்னா வாராவாரம் தருவானா, ஜெயில் விதிகள் எப்படி? அதையெல்லாம் நாம கவனிக்கணும். போலீஸ்காரங்க இவன் விவகாரத்திலே ரொம்ப அதிகமா இன்வால்வ் ஆகியிருக்காங்க. சிறைத்துறையும், போலீசும் இந்த தொடர் விஷயத்திலே நமக்கு ஒத்துழைப்பு தரும்னு எதிர்பார்க்க முடியாது. இன்னும் சொல்லணும்னா நாம தொடர் வெளியிடப்போறோம்னு தெரிஞ்சாலே அவங்க கதிகலங்கி போயிடுவாங்க. நம்மோடு கோ-ஆபரேட் பண்ண மாட்டாங்க. அதனால அவன்கிட்டேயிருந்து தொடரை எப்படி வாங்குறதுன்னு இன்னைக்கே உட்கார்ந்து பேசி தீர்மானிச்சிடுவோம். அதற்கப்புறம்தான் இந்த தொடர் பற்றி நம்ம பத்திரிகையில் விளம்பரம் பண்ணமுடியும். அதுவரைக்கும் இது நம்ம ரெண்டு பேருக்கும் மட்டும் தெரிஞ்ச ரகசியமா இருக்கட்டும்."

நான் சொன்னவற்றையெல்லாம் கூர்ந்து கேட்டுக் கொண்ட

தம்பி காமராஜ், நான் எதிர்பார்த்தபடியே மிகவும் எச்சரிக்கையுடன் செயல்பட்டார். சிறைவிதிகள் என்ன சொல்கின்றன, தூக்கு தண்டனைக் கைதியிடமிருந்து தொடரை எழுதி வாங்குவது சாத்தியமா, சிறைத்துறையினர் மூலம் என்னென்ன பிரச்சனைகள் வரலாம். அவற்றை எப்படி முறியடிப்பது என்பது பற்றி நான் நமது வழக்கறிஞர்களிடம் ஆலோசித்தேன். எல்லாவற்றையும் தெளிவுபடுத்திக்கொண்டபின் சேலம் நோக்கி மீண்டும் பயணமானார் தம்பி.

"அண்ணே... நாளைக்கே வந்திடுவேன்" என்று அவர் சொல்லி விட்டு சென்றிருந்ததால் அவர் வருகையை எதிர்பார்த்து காத்திருந்தேன். மறுநாள் இரவு, சேலத்திலிருந்து திரும்பி வந்தவர் கத்தை கத்தையாக பேப்பர்களை என்னிடம் கொடுத்தார். அனைத்தும் ஆட்டோ சங்கர் தன் கைப்பட எழுதியவை. பைபிள் வாசகங்களை குறிப்பிட்டு தன் வாழ்க்கைத் தொடரை தொடங்கியிருந்தான் ஆட்டோ சங்கர். தம்பி காமராஜ் கொடுத்த அந்த பேப்பர்களை புரட்டப் புரட்ட ஆச்சரியம்... அதிர்ச்சி... பயங்கரம்!

நடிகைகளும் அரசியல் வி.ஐ.பி.களும்!

ஆட்டோ சங்கர் எழுதிய குறிப்புகளை என்னிடம் கொடுத்துவிட்டு, தனது அறைக்குச் சென்றார் தம்பி காமராஜ். சங்கர் எழுதியதை படிக்கப் படிக்கத்தான் ஏன் இவனுடைய ரகசியங்களை புதைகுழிக்கு அனுப்ப அரசியல்வாதிகளும், போலீஸ் அதிகாரிகளும் தீவிரமாக முயற்சிக்கிறார்கள் என்பது தெரிந்தது. அவன் எழுதியிருந்ததைப் புரட்ட... புரட்ட... அதிபயங்கர ரகசியங்கள் வெடித்தன.

...லலிதாவை, முதன் முதலா நான் பார்த்தது ஒரு காபரே டான்ஸரா! மவுண்ட் ரோடிலே சாந்தி தியேட்டர் இருக்குதே. அதற்குப் பக்கத்தில் இருக்கும் Palls அரங்கத்திலே தினமும் காபரே டான்ஸ் நடக்கும். அங்கேதான் லலிதாவை சந்தித்தேன். ரெண்டு பேரும் அடிக்கடி சந்தித்தோம். யாருக்கும் தெரியாம என் கூட வந்துடுறேன்னு சொன்னா லலிதா!

யாருக்கும் தெரியாமல் ஏன் வரணும்?

“இங்கே வர்ர ஒரு ஆளுக்கு நான் கீப்பா இருந்தவ. அப்பப்ப வந்து என்னை அனுபவிச்சிட்டுப் போவாரு. அவர் பார்த்து, இனிமேல் நீ வேணாம்னு சொன்னாதான் நான் விலக முடியும்”

"யார் அவர்?"

லலிதா அந்த நபரைப் பற்றி சொன்னதும் நான் அதிர்ந்தேன். அவர்... தி.மு.க.வின் தளபதிகளில் முக்கியமானவர்

...டில்லிகிட்டேயிருந்து சரக்கை வாங்கி வந்தாச்சு. முதல் நாள் விற்பனைக்கு ஆயத்தமானேன். என்னைச் சுற்றிலும் போலீஸ் பட்டாளம். சப் இன்ஸ்பெக்டர் அவர் கையாலே ஊதுபத்தி ஏத்தி வியாபாரத்தைத் தொடங்கி வச்சார்.

...அன்பளிப்பா இருபதாயிரம் எடுத்துக்கிட்டு பெரியவர் முனுஆதியை பார்க்கப் போனேன். ஜானிவாக்கர் பாட்டில் ஒண்ணும் வாங்கிட்டுப் போனேன். அவர் கேட்ட கேள்வியை வார்த்தை மாறாம இப்பவும் என்னால சொல்லமுடியும்!

"வெறும் பாட்டில் மட்டும்தானா...? ஃபிகர் இல்லையா?"ன்னு கேட்டாரு. எனக்கு தூக்கி வாரிப் போட்டுச்சு.

"இப்ப புதுசா சினிமாவிலே ஆக்ட் கொடுக்கிறாளே அந்தப் பொண்ணு வேணும் சங்கர். மூக்கும் முழியுமா என்னா அழகு!"

"சினிமா நடிகையா?" -வாயைப் பிளந்தேன்.

"ஆமாப்பா... அந்த நடிகையையும், வி.ஜி.பி. கோல்டன் பீச்சுல ஒரு காட்டேஜையும் ஏற்பாடு பண்ணு" -முனுஆதி ஒரு தினுசா சிரிச்சார்.

'தண்ணீர் தண்ணீர்' நாயகி சரிதாதான் வேணும்னு சொல்லி முடித்தார் முனுஆதி.

தி.நகர்லே முத்துன்னு ஒரு புரோக்கர் இருக்கான்; அவனைப் பார்க்கப் போனேன்.

"அந்த நடிகையை கேட்கிறீர்களா? கொஞ்சம் கூடுதலா பணம் கேட்பாளே... பரவாயில்லையா?"ன்னு கேட்டான்.

"எவ்வளவு கேட்பா?"

"7000 ரூபாய்"

"சும்மா ஒரு ராத்திரிக்குத்தான்"

"ஒரு ராத்திரிக்குத்தான் சொல்றேன். நடிகைன்னா என்ன சும்மாவா? இன்னொரு அக்கா, தங்கையுமான நடிகைங்க... தெரியுமா? அதுதாம்ப்பா அம்பிகா, ராதா, ஒவ்வொருத்திக்கும் எவ்வளவு ஃபீஸ் தெரியுமா? 15,000 ரூபாய். தங்கை நடிகைக்கு ஏக டிமாண்ட். அ.தி.மு.க.விலே சின்ன வயசு மந்திரியா இருக்காரே... அவருக்கு ரொம்ப நெருக்கம்"

..."டி.எஸ்.பி.தங்கையா வரச்சொன்னார்" என்று சொல்லி என்னை அழைத்துச் சென்றார்கள்.

காதோரம் மெலிதான நரை, தோள் பட்டையில் நட்சத்திரம், வீங்கின வயிறு. 'மிடுக்' தோற்றம் கொடுத்தார் டி.எஸ்.பி.

"சங்கர்... நீ ஒரு உதவி செய்யணும்.

"சொல்லுங்க சார்."

"ஸ்டேஷன் செலவுகள், எஸ்.பி. ஆபீஸ் செலவுகள், அப்படி இப்படின்னு அதிகமான செலவுகளை சமாளிக்க முடியலை. விபச்சார விடுதிகள் இருந்தப்ப எப்படியாவது அவங்ககிட்டே வரி மாதிரி வாங்கிக்கிட்டிருந்தோம். இப்போ அதற்கும் வழியில்லை. அதனால இந்த விபச்சாரத் தொழிலை இனிமேல் நீ நடத்தேன்" என்றார் டி.எஸ்.பி.

''என் ஓட்டு எப்போதும் சூரியனுக்குத்தான். கட்சி உறுப்பினராகவும் அந்த வட்டாரத்தில் ஒரு பொறுப்போடும் இருந்தேன். ஆனால் அந்தக் கட்சி அப்போது ஆட்சியில் இல்லை. அதனாலென்ன... அந்த கட்சியில் அரசியல்வாதிகளுடன் நெருக்க மென்றால் ஆளும் கட்சியில் அதிகாரிகளிடம் செல்வாக்கு. அது வும் அந்த காவல்துறை உயர் அதிகாரி 'மிஸ்டர் மில்க்'கின் முதல் மனைவியுடன் நெருக்கமான நட்பு ஏற்பட்டிருந்தது. பெரியார் நகரில் நான் புதுசாக கட்டிய வீட்டை டி.எஸ்.பி. தங்கையாதான் திறந்து வைத்தார். மில்க்கின் மனைவிதான் குத்துவிளக்கேற்றினார்.

ஒரு நாள் மிஸ்டர் மில்க் என்னை அழைப்பதாக தகவல் வந்தது. அவர் மனைவியிடம் எனக்குள்ள உறவைப் பற்றி விசாரிக்கப் போகிறாரோ என்ற பயத்துடன் சென்றேன். அவரோ தன் வெள்ளைப் பற்களைக் காட்டினார்.

"சங்கர், நடிகைகள்கிட்டே உனக்கு பழக்கமுண்டா?"

"சொல்லுங்க சார். உங்களுக்கு யார் வேண்டும்?"

"தங்கையாவுக்கு அனுப்பினாயாமே, அதே ராகம், அதே தாளம், அதே பல்லவி"

மிஸ்டர் மில்க்கின் விருப்பத்தை நிறைவேற்றினேன். கூடவே அதை ரகசியமாக படமும் எடுத்தேன்.

...நடிகை விஜயலலிதாவின் விபச்சாரத் தொழிலை முறியடிக்க எந்தக் கொம்பனாலும் முடியவில்லை. எத்தனையோ பேர் அவரது, விபச்சார விடுதியை களையெடுக்க முயற்சி செய்து, புறமுதுகில் புண்சுமந்து வெட்கத்துடன் ஓட வேண்டியதாயிற்று. எல்லா மட்டத்திலும் விஜயலலிதாவுக்கு ஆள் இருந்ததால் அப்படியொரு பலம். விஜயலலிதா அப்போது வைத்துக் கொண்டிருந்த பெண்களில் சாந்தி என்ற பெண்ணுக்கு வாடிக்கையாளர் மத்தியில் கடும் போட்டி. 'குட்டை சாந்தி' என்று செல்லப்பெயர் கூட உண்டு. நானும் கூட என் வாடிக்கையாளரின் விருப்பம் நிறைவேற்ற பல தடவை குட்டை சாந்தியை வாங்கிச் சென்றேன். அதில் எனக்கும், விஜயலலிதாவுக்கும் சண்டை வந்தது. ''சங்கர்... அந்தப் பெண்ணை அடிக்கடி பெரிய இடத்தில் கேட்கிறாங்க. நீ இப்படி அடம் பிடிச்சால் நான் அப்புறம் அந்த

அதிகாரி கிட்டேதான் சொல்ல வேண்டியது வரும்"

"யார் அந்த அதிகாரி?"

விஜயலலிதா சொன்னதும் என் சப்த நாடியும் ஒடுங்கிவிட்டது. அப்பர் பாடிய சுலோகத்தைப் பெயராகக் கொண்ட போலீஸ் அதிகாரிதான் அவர். இன்னொரு ரகசியம். அன்றைக்கு நூற்றைம்பதும், இருநூறும் ஊதியமாக வாங்கிய குட்டை சாந்தி இன்றைக்கு வாங்கும் சம்பளம் படத்திற்கு அம்பது, அறுபது லட்சங்கள். இப்போது அவர் பெயரும் குட்டை சாந்தி அல்ல; விஜயசாந்தி.

எம்.ஜி.ஆரின் மரணம் இரண்டு பேருக்கு பம்பர் பரிசாக அமைந்துவிட்டது. ஒன்று ஜெயலலிதா, இன்னொரு நபர் நான். மீசைக்காரர் பொறுப்பில் இருந்த எம்.எல்.ஏ.க்களுக்கும், இன்னொரு கோஷ்டியில் இருந்த எம்.எல்.ஏ.க்களுக்கும் பலான சங்கதிகளை சப்ளை செய்து சில ராத்திரிகளுக்குள் 30 லட்ச ரூபாய் பணம் பார்த்தேன். தொகை அனைத்தையும் 500 ரூபாய் கட்டுகளாக மாற்றி, படுக்கை மெத்தையின் ஒரு முனை நூலைப்பிரித்து உள்ளேயிருந்த இலவம் பஞ்சு மறைவுக்குள்

பணக்கட்டுகளைத் திணித்து மீண்டும் தைத்தேன். எம்.எல்.ஏ.க்கள் அணி மாறாமல் தடுத்தது தலைமையோ, தலைவர்களோ அல்ல; நான் சப்ளை செய்த விஷயங்கள்தான்.

...வடபழனி புரோக்கர் போன் செய்தான்.

"என்ன வேணும்?" என்றேன் களைப்புடன்

"நடிகை ஒருத்தியை உடனே ஏற்பாடு செய்யணும்"

"யாருக்கு?"

பெரிய மனிதரின் பெயரைக் கேட்டதும் அதிர்ந்தேன். மணியை பார்த்தேன். இரவு 2 மணி. எம்.ஜி.ஆருக்கு வேண்டிய வளசரவாக்கம் சரசம்மாவுக்கு போன் செய்தேன். நடிகைகளான தன் மகள்கள் இருவரில் ஒருவரை அனுப்பி வைத்தார். அரை மணி நேரத்தில், அந்த வி.ஐ.பி. தங்கியிருந்த ஹோட்டலுக்கு நடிகையுடன் சென்றேன். கதவைத் தட்டினேன். கதவு மெல்லத் திறக்க தூக்க கலக்கத்துடன் வெளிப்பட்டார் அந்த கதர் உடை தேசிய தலைவர்.

-இப்படியாக சங்கர் எழுதியிருந்த குறிப்புகள் ஒவ்வொன்றிலும் ஏராளமான பூகம்ப உண்மைகள் புதைந்திருந்தன. அரசியல்வாதிகள், அதிகாரிகள், பிரபலங்கள் என பலரும் சிக்கியிருப்பதால்தான் உண்மைகளை மறைக்க முயற்சிக்கிறார்கள் என்பதை உணர்ந்தேன். தம்பியை அழைத்தேன்.

"தம்பி, இதை வெளியிட்டால் ஏராளமான பிரச்சனைகள் கட்டாயம் வரும். போலீஸ் சைடிலிருந்தும், அரசியல்வாதிகள் சைடிலிருந்தும் தடை போட முயற்சிப்பாங்க. நம்ம அட்வகேட் பெருமாளை வரச்சொல்லியிருக்கேன். ஒரு ரிட் ஃபைல் பண்ணிட்டு, அதுக்கப்புறம் தொடரை ஆரம்பிச்சிடலாம். எதற்கும் முதலில் ஒரு விளம்பரம் கொடுத்திடுவோம்."

7-5-94 தேதியிட்ட இதழின் பின்னட்டையில் பளிச்சென ஒரு விளம்பரம் வெளியிடப்பட்டது.

"விரைவில்... தூக்கு மேடைக் கைதியின் மரண வாக்கு மூலம்! இது அவனுக்கு வக்காலத் தல்ல! உள்ளத்தில் வெடித்துக்கிளம்பும் முகங்களின் நிஜங்கள்" -இந்த வாசகங்களுடன் அந்த நக்கீரன் இதழ் கடைக்கு வந்த 1-5-94 அன்று காலையில் அலுவலகம் திறந்தவுடன் போன் மணி ஒலித்தது. ரிசீவரை எடுத்தேன். எதிர்முனையில் சிறைத்துறை அதிகாரி...

சிறைத் துறையினரின் போன் மிரட்டல்!

"சூப்பிரண்டெண்ட் பேசுறேன்"

"சூப்பிரண்டெண்ட்னா?"

"ஜெயில் சூப்பிரண்டெண்ட்"

"சொல்லுங்க"

"நீங்க யார்?"

"என்ன விஷயம்னு சொல்லுங்க?"

"இன்னைக்கு நக்கீரனில் விளம்பரம் பார்த்தேன். அந்தத் தொடர் வரக்கூடாது. உங்க ஆசிரியர் வந்தா சொல்லிடுங்க" என்று என்னிடமே சொன்னார் அந்த சூப்பிரண்டெண்ட்.

"உங்க பேரு?"

அவசரமாக லைனைக் கட் செய்துவிட்டார்.

அரைமணிநேரம் கழித்து மீண்டும் போன் பெல் அடித்தது. முதல் போன் சிறைத்துறையிலிருந்து வந்ததால் இந்த முறையும் நானே ரிசீவரை எடுத்தேன். மறுபடியும் சிறைத்துறையிலிருந்துதான் போன்.

"எடிட்டர் இருக்காரா? ஐயா பேசணும்னு சொன்னாங்க" என்ற

குரலைத் தொடர்ந்து எதிர்முனையில் ரிசீவர் கைமாறியது இந்த முறை இன்னொரு அதிகாரி பேசினார்.

"விளம்பரம் பார்த்தேன். ஆட்டோ சங்கர் ஏதோ தொடர் எழுதுறான்னு போட்டிருக்கு. ஒரு தூக்கு தண்டனை கைதி சிறைச்சாலையில் இருந்துகிட்டு பத்திரிகையில் எழுத முடியாது. எழுதவும் கூடாது. அதனால நீங்க இனிமேல் அந்த விளம்பரம் பண்ணாதீங்க."

"நீங்க யார்னு தெரிஞ்சுக்கலாமா?"

பதில் எதுவும் சொல்லாமல் லைன் கட் ஆனது.

நாம் எதிர்பார்த்ததுபோலவே சிறைத்துறை கதிகலங்கி இருப்பதை உணர்ந்தேன். ஒரு விளம்பரம் இவ்வளவு பரபரப்பை ஏற்படுத்தியிருந்தது. குறிப்பாக போலீஸ் சைடில் ஒவ்வொரு அதிகாரி மனதிலும் கிலியை உண்டு பண்ணியிருந்தது என்பதை இரண்டு போன் கால்களும் தெளிவாக உணர்த்தின. இரண்டுமே சிறைத்துறையிலிருந்து வந்த போன்கால்கள் என்றாலும், யார் என்று பெயர் சொல்லத் தயங்கியதிலிருந்தே, இந்த தொடர் அவர்களை எந்தளவுக்கு பயமுறுத்தியிருக்கிறது என்பது புரிந்தது.

நான் தம்பி சுரேஷை அழைத்தேன். "உடனே நம்ம அட்வகேட் பெருமாளை காண்ட்டாக்ட் பண்ணுங்க. தம்பியை உடனே ஆபீசுக்கு வரச்சொல்லுங்க" என்றேன். அலுவலகம் முழுவதும் பரபரப்பு பரவியிருந்த நேரத்தில் தம்பி காமராஜும் பரபரப்பாக வந்தார். அவரிடம் நான், "தம்பி... அநேகமா நீங்க இன்னைக்கு சேலத்திற்குப் போக வேண்டியிருக்கும்" என்றேன். அவர், என்ன விஷயம் என்பதுபோல புரியாமல் பார்த்தார். நான் தொடர்ந்தேன்.

"காலையிலேயே போலீஸ் சைடிலிருந்து போன் நிறைய வந்துகிட்டிருக்கு...

"அதனால..."

நான் அவரிடம் சொல்லிக் கொண்டிருக்கும்போதே இன்டர்காம் ஒலித்தது.

"அண்ணே... சிறைத்துறையிலிருந்து மறுபடியும் பேசுறாங்க."

"கொடுங்க."

இந்த முறை முரட்டுத்தனமாக அதிகாரத் தொனியில் ஒரு குரல் கேட்டது.

"விளம்பரம் பார்த்தேன்... அது மாதிரியெல்லாம் எழுத முடியாதே... அவன் எப்படி எழுத ஒத்துக்கிட்டான். சங்கர்தான் எழுதுறானா?" -அலட்சியமும் அதிகாரமும் கலந்த குரலாக அது இருந்தது.

"நீங்க யார்?"

"நான் யாருங்கிறது அப்புறம் இருக்கட்டும். Prison Rules ஒண்ணு இருக்கு தெரியுமா... He is a Condemned Prisoner, I don't believe, that fellow is writing. அவனை பாக்குறதுக்கே யாராலும் முடியாது, அப்படி இருக்கிறவன் தொடர் எழுதுறானா?"- அதிகாரக் குரல் வரம்பு மீறி சென்று கொண்டிருந்ததை தொடர்ந்து நானும் எனது தொனியை மாற்றினேன்.

"யார் நீங்க... யார் தொடர் எழுதுறா? யாரைப் பற்றி நீங்க சொல்றீங்க?"

நான் கேட்டதும் எதிர்முனை பதறியது. "நோ... அவன் எழுதமாட்டான். நீங்க இனிமே அவனைப் பார்க்கக் கூடாது. Prison Rules-படி ஒரு கைதி எந்த ஒரு பத்திரிகைக்கும் பேட்டியே கொடுக்கக்கூடாது. அப்படியிருக்கும்போது தொடர் எப்படி வரும்? பார்த்துக்குங்க... உங்க நல்லதுக்குத்தான் சொல்றேன்."

"ஹலோ... நீங்க யார்?" -நான் ஓங்கிய குரலில்.

லைன் கட் செய்யப்பட்டது.

"தம்பி... நாம எதிர்பார்த்த மாதிரி போலீஸ் துறையிலிருந்து எச்சரிக்கை போன் வந்துகிட்டே இருக்கு. தொடர் வராதபடி என்னென்ன செய்ய முடியும்னு சிறைத்துறையும் போலீஸ் துறையும் எல்லா தரப்பு அரசியல் வி.ஐ.பி.க்களும் இனிமேல் ஸ்டெப்

எடுப்பாங்க. அதனால நீங்க இன்னைக்கு மத்தியானமே கிளம்பி சேலத்துக்குப் போயிடுங்க. நைட் அங்கே தங்கிட்டு காலையிலே சங்கரைப் பார்த்துட்டு அங்கிருந்து எனக்கு போன் பண்ணுங்க. கவுரியை டிக்கெட் எடுக்கச் சொல்லிடுறேன்."

தம்பி காமராஜிடம் நான் பேசிக்கொண்டிருக்கும்போது அட்வகேட் பெருமாள் லைனில் வந்தார்.

"அண்ணாச்சி... ஹைகோர்ட் முழுக்க நக்கீரன் பற்றித்தான் பேச்சு. எல்லோருமே இந்த விளம்பரம் பற்றித்தான் பேசுறாங்க. தொடருக்கு ரொம்ப எதிர்பார்ப்பு இருக்கு."

"சார்... சிறைத்துறையிலிருந்து இரண்டு மூணு முறை போன் வந்திடுச்சு. ஆட்டோ சங்கரோட தொடர் வரக்கூடாதுங்கிறதில் அவங்க மும்முரமா இருக்காங்க. அதனால, First நீங்க ஒரு கேவியட் ஃபைல் பண்ணுங்க. அதுக்கப்புறம் சிறைத்துறை டி.ஜி.பி.க்கு எதிரா ஒரு ரிட் ஃபைல் பண்ணிடலாம்."

சிறைத்துறையினர் போட இருக்கும் முட்டுக்கட்டைகளை தகர்த்தெறிய வேண்டுமென்றால், நாம் முன்னெச்சரிக்கையாக இந்த மனுக்களை கோர்ட்டில் ஃபைல் பண்ண வேண்டியது அவசியம். அதனால்தான் அட்வகேட்டை அவசரப்படுத்தினேன். அவரும் துரிதமாக செயல்படத் தொடங்கினார்.

"அண்ணாச்சி... நான் ஃபைல் பண்ணிட்டு அப்படியே சீனியர் லாயர் ரங்காவைப் பார்த்து கன்சல்ட் பண்ணிட்டு நேரா ஆபீசுக்கு வந்திடுறேன்" என்றார் அட்வகேட் பெருமாள்.

அட்வகேட்டிடம் பேசி முடித்ததும் மீண்டும் தம்பி காமராஜிடம் சில தகவல்களை தெரிவித்தேன். "தம்பி... ரொம்ப கவனம். கூட யாரையாவது கூட்டிட்டுப் போங்க. இரண்டு மூணு முறை போன் பண்ணிட்டதாலே நம்ம மேலே குறியா இருப்பாங்க நிச்சயமா நம்ம நடவடிக்கையை ஃபாலோ பண்ணுவாங்க. நம்மகிட்டே போனிலே பேசினவங்க பேர் சொல்லலைன்னாலும் அவங்க அத்தனை பேருமே பெரிய அதிகாரிங்கதான். அதனால நீங்க ரொம்ப கவனம்" என்றேன்.

அடுத்த நாள்...

தம்பி காமராஜ் ஊருக்கு சென்றது பற்றிய நினைவிலேயே இருந்தேன். அப்போது தம்பி சுரேஷ் மிகவும் அவசரமாக என் அறைக்குள் வந்தார்.

"அண்ணே... ரிஜிஸ்டர்ட் போஸ்ட் சிறைத்துறையிலிருந்து வந்திருக்கு'' -பதட்டத்துடன் சொன்னபடி அந்த தபாலை, என்னிடம் கொடுத்தார். "சிறைத்துறை தலைமை அலுவலகம்-சென்னை' என்று முத்திரையிடப்பட்டிருந்த அந்த தபாலை நான் பிரிக்க முற்பட்டபோது, தம்பி ஆனந்த் பரபரப்பாக உள்ளே வந்தார்.

நக்கீரன் கோபால் ♦ 365

"அண்ணே... ஒரு ஸ்பீட் போஸ்ட் வந்திருக்கு."

ஆனந்த் கொடுத்த அந்த தபால் உறையின் மீதும் சிறைத்துறையின் முத்திரை இருந்தது. ரிஜிஸ்டர்ட் போஸ்ட் மூலமாகவும் ஸ்பீட் போஸ்ட் மூலமாகவும் தபால் தாக்குதல் நடத்துமளவுக்கு சிறைத்துறையினர் நம்மீது அவ்வளவு காட்டமாக இருக்கிறார்களே என்று நினைத்தபடியே இரண்டு கவர்களையும் பிரித்தேன்.

எதிர்பாராத கோணத்திலிருந்து புதிய சவால்! இல்லை... இல்லை... பூகம்பம்!

அதிர்ச்சியூட்டிய சங்கரின் கடிதம்!

தமிழ்நாடு சிறைத்துறையிலிருந்து எனது முகவரியிட்டு எழுதப்பட்டிருந்த கடிதம்தான் முதல் பூகம்பம்.

ஐயா,

சேலம் மத்திய சிறையில் மரண தண்டனை சிறைவாசியாக இருக்கும் சங்கர் (எ) கௌரி சங்கர்(ஆட்டோசங்கர்) 25-5-94 தேதியிட்டு சிறைத்துறைத் தலைவர், சென்னை-2, என முகவரியிட்டு அனுப்பிய மனுவின் நகல் இத்துடன் இணைத்து அனுப்பியுள்ளேன்.

2.தண்டனை குறைப்பு கேட்டு இந்திய ஜனாதிபதி அவர்களுக்கு கருணை மனு சமர்ப்பித்த நேரத்தில் 'மரண வாக்குமூலம்' என்னும் தொடர் பத்திரிகையில் வருவது பாதிப்பை ஏற்படுத்தும் என்றும், தற்போது அவரது தொடர் பத்திரிகையில் வெளிவருவதை விரும்பவில்லை என்றும் அத்தொடர் வெளி வராது நிறுத்துமாறும் 25-5-94 தேதியிட்ட மனுவில் கேட்டி ருக்கிறார். எனவே, சம்பந்தப்பட்ட சிறைவாசி கேட்டுக் கொண்டதற்கிணங்க அவரது சுயசரிதை தொடரை தங்கள் பத்திரி

கையில் தற்போது வெளியிடுவதை நிறுத்துமாறு தங்களை அன்புடன் கேட்டுக்கொள்கிறேன்.

இவ்வாறு எழுதப்பட்டிருந்த அந்தக் கடிதத்தில் சிறைத்துறைத் தலைவருக்காக ப.சத்யா என்பவர் கையெழுத்திட்டிருந்தார். கூடவே இணைப்புக் கடிதம் ஒன்றும் இருந்தது. படபடப்புடன் அந்தக் கடிதத்தைப் பார்த்தேன். ஆட்டோ சங்கர்தான் எழுதியிருந்தான். படபடப்பு அதிகமானது. கடிதத்தை படிக்கத் தொடங்கினேன். ஆரம்பத்திலேயே பேரதிர்ச்சி-

Sub : என் கடந்தகால வாழ்க்கைப் பற்றிய தொடரை தற்போது தங்கள் பத்திரிகையில் வெளியிட வேண்டாமென்பது குறித்து அன்புடன் அனுப்பும் கடித விண்ணப்பம்.

-முதல் நான்கு வரிகளிலேயே அவன் என்ன சொல்ல வருகிறான் என்பது சட்டெனப் புரிந்தது. பதற்றமும் படபடப்பும் அந்த விநாடியில், "சேலத்திலிருந்து தம்பி போன் செய்தாரா?" என சுரேஷிடம் கேட்டேன்.

"இன்னும் பண்ணலீங்கண்ணே"

"சேலம் ஏஜெண்ட்டை உடனே பிடிங்க" என்று சொல்லிவிட்டு கடிதத்தை தொடர்ந்து படித்தேன்.

உயர்திரு ஆசிரியர் அவர்களுக்கு உங்கள் ஆட்டோ சங்கர் அன்பு வணக்கங்களுடன் எழுதும் கடிதம் யாதெனில், இம்மாத இரண்டாம் வெளியீடு நக்கீரன் பத்திரிகையில் (முன்பு என் கைப்பட நான், என் வக்கீலும், நண்பருமான Mr.Chandrasekar அவர்களுக்கு எழுதிய பல கடிதங்களில் ஒரு கடிதத்தின் சில வரிகள்) என் இதயம் யாருக்குத் தெரியும் என்ற வரியில் ஆரம்பிக்கப்பட்ட சில வரிகள் வெளியாகியுள்ளதை வாசித்தேன். மேலும் 2-6-94 முதல் ஆட்டோசங்கரின் மரண வாக்குமூலம் என்ற தலைப்பில் என கடந்தகால வாழ்க்கை பற்றி தொடர் வெளியிடப்போவதாகவும் வாசித்தேன். என் நண்பரும், வக்கீலுமான Mr.Chandrasekar அவர்களிடமும் நண்பர் காமராஜ் அவர்களிடமும் என் கடந்தகால வாழ்க்கைத் தொடரை ஆட்டோ சங்கரின் நிழலான நிஜங்கள் என்ற தலைப்பில் கதையாகவும் கடிதங்களாகவும் எழுத்து மூலமாகவும் எழுதி அனுப்பினேன். அவர்களிடம் நேரிலும் பல உண்மைகளை சொல்லி இருக்கிறேன். சரியான சமயம் வரும்போது நக்கீரன் பத்திரிகையில் என் கடந்தகால வாழ்க்கைத் தொடரை "ஆட்டோசங்கரின் நிழலான நிஜங்கள்" என்ற தலைப்பில் வெளியிடலாம் என்று சொல்லி யிருந்தேன். ஆனால் இவ்வளவு அவசரமாக எனது வாழ்க்கைத் தொடரை வெளியிட தங்களிடம் எனது வக்கீல் சொல்வார் என்று நான் சிறிதும் எதிர்பார்க்கவில்லை. என் கடந்தகாலம் பற்றி

பத்திரிகையில் செய்தி வெளியிட இப்போது சரியான நேரமல்ல என்று எனக்குத்தான் தெரியும்.

படித்துக் கொண்டிருந்தபோதே இண்டர்காம் குறுக்கிட்டது. "அண்ணே.... சேலம் ஏஜெண்டோட பையன் வீரமணி பேசுறார்"- அப்போதைய ஏஜெண்ட் ரத்தினம்கச்சியின் மகன்தான் லைனில் சிக்கினார்.

"தம்பி வீரமணி.... அதே போனில் இரு. நான் கட் பண்ணிட்டு பேசுறேன்."

லைனை கட் செய்த பின்பு, மோகனை அழைத்து வண்டியை எடுக்கச் சொன்னேன். அருகிலிருந்த எஸ்.டி.டி.பூத்துக்கு சென்று சேலத்திற்கு தொடர்பு கொண்டேன். அலுவலக போன்கள் ஒட்டுக்கேட்கப்பட்டதால் இந்த வழியில் தொடர்பு கொண்டேன்.

"தம்பி காமராஜ் சேலம் ஜெயிலுக்குப் போயிருக்காரு. நீங்க உடனே அங்க போய் அவரைப் பிடிங்க."

"ஜெயிலுக்கா?" -பதறினார் வீரமணி.

"ஒண்ணும் பயப்பட வேண்டாம்... தம்பி அங்கே இருப்பார். அவரைப் பார்த்து என்னை காண்ட்டாக்ட் பண்ணச்சொல்லுங்க."

பேசி முடித்துவிட்டு மீண்டும் அலுவலகத்திற்கு வந்து கடிதத்தை தொடர்ந்து வாசித்தேன்.

நான் தற்சமயம் பலவிதமான குழப்பங்களில் இருக்கிறேன். எனக்கு தரப்பட்டுள்ள தூக்கு தண்டனை என்ற தீர்ப்பை டெல்லி சுப்ரீம் கோர்ட்டில் மறுவிசாரணை செய்வதற்கு என் வக்கீல் மூலமாக ஏற்பாடு செய்து கொண்டி ருக்கிறேன். மேலும் நம் இந்திய ஜனாதிபதி அவர்களுக்கு கருணை மனுவும் அனுப்பியுள்ளேன். இச்சூழ்நிலையில் என் கடந்தகால வாழ்க்கைத் தொடரை பத்திரிகையில் வெளியிடுவதை விரும்பவில்லை. என் மீது போட்டுள்ள பொய் வழக்கில் எனக்கு இறுதித்தீர்ப்பு தெரியும் வரை என் கடந்தகால வாழ்க்கை கதையை தொடர்ந்தும் வெளியிட வேண்டாமென அன்புடன் கேட்டுக்கொள்கிறேன்.

எனது தொடரை எப்போது நமது பத்திரிகையில் வெளியிடலாம் என்று இன்னும் சில மாதங்கள் கழித்து நான் எழுத்து மூலமாக (தங்களுக்கோ நண்பர் காமராஜுக்கோ, Mr.Chandrasekar அவர்களுக்கோ கடிதம் எழுதி அனுமதி தரும் வரை) தங்களுக்கு தகவல் அனுப்பும் வரை என் கடந்த கால வாழ்க்கைத் தொடரைப் பற்றி ஏதும் செய்தி வெளியிட வேண்டாமென அன்புடன் தெரிவிக்கிறேன். இம்மாத பத்திரிகையை வாசித்த நக்கீரன் வாசகர்கள் என் கடந்தகால வாழ்க்கைத் தொடரை 2-6-94 முதல் வாசித்து தெரிந்துகொள்ள ஆவலுடன் இருந்திருப்பார்கள். வாசகர்களின் ஏமாற்றம் குறித்து

உங்கள் சார்பாக இக்கடிதம் மூலம் வாசகர்களிடம் நான் மன்னிப்பு கேட்டுக்கொள்கிறேன். தற்சமயம் பத்திரிகையில் என் தொடரை வெளியிட இயலாமைக்கு வருந்துகிறேன். 2-6-94 அன்று வெளியாகும் நக்கீரனில் என் தொடர் வெளியாகிவிடக்கூடாது என்று அவசரமாக இக்கடிதத்தை தங்களுக்கு Speed Post மூலம் அனுப்புகிறேன். (இக்கடித விபரம் பற்றி 2-6-94-ல் வெளியாகும் நக்கீரனில்) செய்தி வெளியிட்டு "என் கடந்தகால வாழ்க்கை தொடர் பற்றி இன்னும் சில மாதங்கள் கழித்து நக்கீரன் வாசகர்கள் வாசித்து அறியலாம் என்று சொல்லி நக்கீரன் வாசகர்களின் மனதை சாந்தப்படுத்தவும், தயவுசெய்து தற்போது எனது தொடர்பற்றி ஏதும் பத்திரிகையில் செய்தி வெளியிட வேண்டாமென மீண்டும் மீண்டும் அன்புடன் கேட்டுக்கொள்கிறேன்.

"அன்பு வணக்கங்களுடனும், நன்றியுடனும் அன்புடனும் என்றும் உங்கள்...

Auto Sankar

-சிறைத்துறையால் தணிக்கை செய்யப் பட்டிருந்த அக்கடிதத்தின் நகல் வக்கீல் சந்திர சேகருக்கும் சங்கரின் மனைவி ஜெகதீஸ்வரிக்கும் கூட அனுப்பப்பட்டிருந்தது. இன்னொரு தபாலிலும் அதே கடிதத்தின் நகல்தான் இருந்தன.

கடிதத்தைப் படித்து முடித்ததும் என் மனதில் ஏகப்பட்ட எண்ண அலைகள். ஆட்டோ சங்கரை கனிய வைப்பதற்காக எவ்வளவு காலம் பாடுபட்டோம்.

அவனும், தான் சம்பந்தப்பட்ட உண்மைகள் தன்னோடு தூக்கில் ஏற்றப்பட்டுவிடக்கூடாது என்பதில் எவ்வளவு உறுதியாவும் ஆர்வமாகவும் இருந்தான்.

அதனால்தானே தனது கைப்பட அனைத்து உண்மைகளையும் எழுதி நம்மிடம் தந்தான். அவனிடமிருந்து திடீரென இப்படியொரு கடிதம் வந்திருக்கிறதென்றால், ஏதோ ஒரு பயங்கர பின்னணி இருக்க வேண்டும்.

ஒன்று, அவனை அடித்து துன்புறுத்தி இதை எழுத வைத்திருக்க வேண்டும். இல்லையென்றால் சிறைத்துறையினர் வேறு வகையில் மிரட்டிப் பணிய வைத்திருக்க வேண்டும். இதுதான் நடந்திருக்க வேண்டும் என்று சிந்தித்தபடியே தம்பியிடமிருந்து போனை எதிர்பார்த்து எல்லா லைன்களையும் ஃப்ரீயாக வைக்கச் சொல்லியிருந்தேன்.

எதிர்பார்த்தபடியே சேலத்திலிருந்து போன் வந்தது.

"அண்ணே... நான் வீரமணி பேசுறேன். இதோ காமராஜ் அண்ணன் பக்கத்திலேதான் இருக்கார். அவர்கிட்டே கொடுக்குறேன்."

"தம்பி... சொல்லுங்க"

''அண்ணே... சங்கரைப் பார்த்துட்டேன்."

அவர் சொன்னதும் படபடப்பு அதிகமானது.

''தம்பி... நீங்க இருக்கிற நம்பரைக் கொடுங்க. இரண்டு நிமிஷத்தில் காண்ட்டாக்ட் பண்றேன்."

தம்பியின் நம்பரை வாங்கிக்கொண்டு, கடிதங்களை கையில் எடுத்துக்கொண்டு ராஜாமணியுடன் டூவீலரில் அருகிலிருந்த எஸ்.டி.டி. பூத்துக்கு விரைந்தேன். உடனடியாக சேலத்திற்கு லைன் கிடைத்தது.

"சொல்லுங்க தம்பி... சங்கரைப் பார்த்துட்டீங்களா! என்ன சொன்னான்? என்ன மூடில் இருக்கான்? லெட்டர் ஒண்ணு படிக்கிறேன். கவனமா நோட் பண்ணிக்குங்க."

"அண்ணே... சிறைத்துறையிலிருந்து உங்களுக்கு அனுப்பப் பட்ட லெட்டரோடு இணைக்கப்பட்ட சங்கரின் லெட்டர்தானே அது! அது பற்றித்தான் ஒரு முக்கியமான விஷயம்..."

தொடருக்கு 6 லட்சம்!

தம்பி காமராஜ் பரபரப்பாக பேசினார்.

"அண்ணே... நக்கீரனில் தொடரே வரக் கூடாதுன்னு சங்கர் தன் கைப்பட எழுதிய லெட்டரும் சிறைத்துறை அதிகாரிகளின் இணைப்பு லெட்டரும்தானே உங்களுக்கு வந்திருக்கு. அந்த லெட்டரைப் பத்தி சங்கரே என்கிட்டே சொன்னான். தொடர் வரப்போகுதுன்னு தெரிந்ததுமே சிறைத்துறையில் இருக்கிற பெரிய பெரிய அதிகாரிகளெல்லாம் பயந்துட்டாங்க. சங்கரை மிரட்டியிருக்காங்க அவனைக் கடுமையா சித்ரவதை செய்து துன்புறுத்திதான் லெட்டரை எழுதி வாங்கியிருக்காங்க."

"தம்பி... அந்த மாதிரிதான் வாங்கியிருக்க முடியும்னு நான் நினைத்தேன். அதே மாதிரிதான் நடந்திருக்கு."

"அண்ணே... சங்கர் விஷயம்தான் இங்கே ஒரே பரபரப்பா இருக்கு. ஜெயில் முழுக்க அதுதான் பேச்சு. சங்கரை சந்திக்க நான் பர்மிஷன் கேட்டப்ப முடியாதுன்னு சொல்லிட்டாங்க. ரொம்ப ஃபைட் பண்ணித்தான் பார்க்க வேண்டியதாயிடுச்சு."

"உங்ககிட்டே சங்கர் என்ன சொன்னான்?"

“ரொம்ப நெர்வஸாதான் இருந்தான். என்னைப் பார்த்ததும் அவனே முன்வந்து சிறைத்துறை அதிகாரிகள் செய்த டார்ச்சர் பற்றியும் லெட்டர் எழுதிக் கொடுத்தது பற்றியும் சொன்னான். அவன் சொல்லும் போதே, உங்ககிட்டேயிருந்து நிச்சயம் போன் வரும்னு நினைத்தேன். அண்ணே... சங்கர் என்னைப் பார்த்ததும் ரொம்ப பரபரப்பாயிட்டான்.”

“இப்ப அவன் என்ன மூடில் இருக்கான். தொடர் பற்றி ஏதாவது சொன்னானா?”

“அதைப்பற்றி நானே அவன்கிட்டே பேசினேன். இது உன் லைஃப் ரிஸ்க். நீ என்ன நினைக்கிற? நீ எழுதணும்னா எழுதலாம். நீ விரும்பலேன்னா தொடரை ஆரம்பிக்க வேண்டாம். நான் வேணும்னா அண்ணன்கிட்டே சொல்லிக்கிறேன்னு சொன்னேன்.”

“அதற்கு அவன் என்ன சொன்னான்?”

“சட்டுன்னு பரபரப்பாயிட்டான். அண்ணன்கிட்டே நீங்க எதுவும் சொல்லவேண்டாம். என்ன வந்தாலும் நான் பார்த்துக்குறேன். நான் எழுதிய அந்த லெட்டர் வெறும் கண் துடைப்புதான்னு ஆசிரியர்கிட்டே மறந்திடாம சொல்லிடுங்கன்னு சொன்னான். தொடர் வரணும்ங்கிறதில் அவன் ரொம்ப உறுதியா இருக்கான் அப்படிங்கிறது நல்லாத் தெரியுது. நாம நினைச்ச மாதிரியே இந்த தொடர் விவகாரம் பெரிய பூகம்பத்தை உண்டு பண்ணிடுச்சு. சங்கரும் துணிச்சலா இருக்கான். அந்த மாதிரி லெட்டர் எழுதியதற்கு உண்மை காரணம் என்னன்னு நேற்றே உங்களுக்கு ஒரு லெட்டர் எழுதிட்டதா சொன்னான்.”

“தம்பி... அவன் உறுதியா இருந்தாலும் அதிகாரிகள் இந்த விஷயத்திலே ரொம்ப கடுமையாக நடந்துக்குவாங்க. அதனால சங்கர்கிட்டே பவர் ஒண்ணு வாங்குறது நல்லது. நீங்க எவ்வளவு சீக்கிரமா புறப்பட்டு வரமுடியுமோ அவ்வளவு சீக்கிரமா வந்திடுங்க.”

“இதோ புறப்பட்டுகிட்டே இருக்கேன். இப்ப எந்த ட்ரெய்ன் இருக்குதோ அதிலே வந்திடுறேன்.”

தம்பியிடம் பேசி முடித்த பின் எஸ்.டி.டி.பூத்திலிருந்து வெளியே வந்தேன். பரபரப்பினாலும் நீண்ட நேரம் பூத்துக்குள் இருந்ததாலும் உடல் வியர்த்திருந்தது. உடனடியாக அலுவலகத்திற்கு திரும்பினேன். அடுத்த கட்ட வேலைகளை ஆரம்பிக்க வேண்டிய அவசியத்தில் இருந்தேன். நாம் முன்பே ஆலோசித்திருந்தபடி தொடருக்கு எந்த சிக்கலும் வராமல் இருப்பதற்காக அரசு மீதும் சிறைத்துறை மீதும் ரிட் மனு தாக்கல் செய்ய வேண்டியிருந்தது.

தூக்கு தண்டனை கைதியான ஆட்டோ சங்கரின் வாக்குமூலத்தை நக்கீரனில் வெளிவராமல் தடுப்பதற்காக

சிறைத்துறையும் மாநில அரசும் முயற்சித்து வருகிறது. பத்திரிகை சுதந்திரத்திற்கு எதிராக சிறைத்துறையும் மாநில அரசும் எடுக்கும் நடவடிக்கைகளுக்கு கோர்ட் தடை விதிக்க வேண்டும் என்று அந்த ரிட் மனுவில் நாம் குறிப்பிட்டிருந்தோம். பத்திரிகை சுதந்திரத்தை வலியுறுத்தி நாம் தாக்கல் செய்ய முயன்ற ரிட் மனுவை எப்படியெல்லாம் தடுக்க முடியும் என சிறைத்துறை காய் தகர்த்த ஆரம்பித்தது. ஆரம்ப கட்டத்திலேயே நமது மனுவிற்கு சோதனை வந்தது.

ரிட் மனுக்களுக்கு நம்பர் பண்ணும் இடத்தில் இருந்த அப்பீல் எக்ஸாமினரான ஜூலி என்ற அம்மையார் நமது மனுவுக்கு நம்பர் இட மறுத்தார். “ஆட்டோ சங்கரின் லைஃப் ஹிஸ்டரியை பப்ளிஷ் பண்ணனும்னா அதற்கு ஆட்டோ சங்கரும் சிறைத்துறை அதிகாரியும்தான் மனது வைக்கணும். இது அவங்க ரெண்டு பேர் சம்பந்தப்பட்டது. அவன் வாழ்க்கை வரலாற்றை வெளியிடவிடாமல் தடுக்கிறாங்கன்னா அது சம்பந்தமா அவன்தான் மனு போடணும். நீங்க இதிலே ஒண்ணும் பண்ண முடியாது. அதனால உங்க ரிட் மனுவுக்கு நம்பர் பண்ண முடியாது” என எடுத்த எடுப்பிலேயே மறுத்துவிட்டார்.

நமது சார்பில் அட்வகேட் ரங்கா வலியுறுத்தியபோது, அடிஷனல் ரிஜிஸ்டிரார் விட்டலைப் பாருங்கள் என்று சொல்லி விட்டு ஒதுங்கிக்கொண்டார் ஜூலி. நாம் விட்டலைச் சந்தித்தோம். அவரும் சொல்லி வைத்ததுபோல் ஜூலி சொன்ன காரணத்தையே திரும்பச் சொன்னார். அதை நாம் எதிர்பார்க்கவில்லையென்றாலும் கலங்கவில்லை.

அரசுக்கு எதிராகவோ அரசு சார்ந்த துறைகளுக்கு எதிராகவோ நாம் ரிட் மனு தாக்கல் செய்தால் இப்படித்தான் ஏதாவது காரணம் காட்டி அதனை ஏற்க மறுப்பார்கள் என்பதை ஜெயலலிதா ஆட்சியில் பலமுறை பார்த்துவிட்டோம். அதனால் அடுத்த ஸ்டெப் எடுக்குமாறு நமது வழக்கறிஞர் பெருமாளிடம் தெரிவித்துவிட்டு அலுவலகத்துக்குத் திரும்பினேன்.

மாலையில் வரும் தபால்களுடன் இன்லேண்ட் லெட்டர் ஒன்றும் வந்திருந்தது. சிறைத்துறையின் முத்திரையிடப்பட்டிருந்த அந்த கடிதத்தில் சங்கரின் கையெழுத்து பளிச்சென தெரிந்தது. பரபரப்பாக அதைப் பிரித்துப் படிக்கத் தொடங்கினேன். மிகத் தெளிவான எழுத்துக்களுடன் சங்கர் அதை எழுதியிருந்தான். முன்பு வந்த கடிதத்திற்கு அப்படியே மாறாக இது இருந்தது.

அன்பு சகோதரர் காமராஜ் அவர்களுக்கு, என்றும் அன்புடன் உங்கள் ஆட்டோ சங்கர் எழுதும் கடிதம். என் கடந்த கால வாழ்க்கைத் தொடரை ஆட்டோ சங்கர் எழுதும் மரண

வாக்குமூலம் என்ற தலைப்பில் நக்கீரன் பத்திரிகையில் வெளிவருவதை நான் முழு மனதுடன் சம்மதிக்கிறேன்.

-சங்கர் எழுதியிருந்த அந்த வார்த்தைகளைப் படித்ததும் போன் மூலம் தம்பி சொன்னது அத்தனையும் மீண்டும் ஒரு முறை

மனசுக்குள் ஓடியது. உண்மைகள் புதைந்துவிடக்கூடாது என துடித்துக் கொண்டிருக்கும் ஒரு தூக்கு தண்டனை கைதிக்கும் உண்மைகள் வெளிவந்துவிடக்கூடாது என்பதில் தீவிரமாக இருக்கும் சிறைத்துறை அதிகாரிகளுக்கும் இடையே நடக்கும் போராட்டத்தை புரிந்துகொள்ள முடிந்தது. சங்கரின் ஒத்துழைப்பின்றி இத்தொடரை வெளியிடுவது சாத்தியமில்லை என்ற சூழ்நிலையில், அவனே தன் கைப்பட எழுதி சம்மதம் தெரிவிக்கிறான், அதுவும் முழு மனதுடன் சம்மதம் தெரிவிக்கிறான் என்றால் நாம் இத்தொடரை பெரும் சவாலாக எடுத்துக்கொண்டு தடைகளை உடைத்தெறிந்து வெளியிட்டே ஆகவேண்டும் என மனதுக்குள் சபதமெடுத்துக்கொண்டு, சங்கரின் கடிதத்தை தொடர்ந்து வாசிக்க முற்பட்டேன்.

இன்டர்காம் ஒலித்தது.

"அண்ணே... காமராஜண்ணே பேசுறாங்க."

"கொடுங்க"

தம்பி லைனில் வந்தார்.

"அண்ணே..."

"தம்பி எங்கேயிருந்து பேசுறீங்க?"

"சேலம் ரயில்வே ஸ்டேஷன்கிட்டேயிருந்து பேசுறேன். இன்னும் கொஞ்ச நேரத்தில் புறப்பட்டு விடுவேன். அதுக்கு முன்னாடி ஒரு முக்கியமான விஷயம். போன தடவை போன் செய்தப்ப சொல்ல மறந்துட்டேன். ஒரு பத்திரிகையிலிருந்து பெண் துணை ஆசிரியரும், பெண் வக்கீலும் 6 லட்ச ரூபாயோடு இங்கே வந்து ஆட்டோ சங்கரை பார்த்திருக்காங்க. நக்கீரனில் எழுத வேண்டாம். எங்களுக்கு எழுதுன்னு அவன்கிட்டே சொல்லி யிருக்காங்க."

தம்பி தந்த அதிர்ச்சியான தகவல் காதில் இறங்கிக் கொண்டிருக்கும்போதே நான் கேட்டேன்.

"யாரு...? எந்தப் பத்திரிகை...?"

கோர்ட்டில் பரபரப்பான வாதம்!

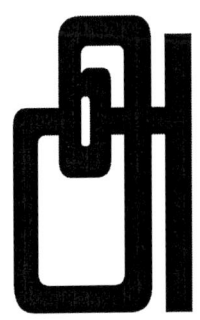

அந்தப் பத்திரிகையின் பெயரை தம்பி சொன்னபோது எனக்கு அதிர்ச்சியாகவும், ஆச்சரியமாகவும் இருந்தது. அந்த பத்திரிகையின் வயதை ஒப்பிட்டுப் பார்த்தால் நாம் 'ஜூனியர்'தான். அந்த பத்திரிகையிலிருந்தா இப்படியொரு கொல்லைப்புற முயற்சியை மேற்கொண்டார்கள் என எனக்கு அதிர்ச்சியாக இருந்தது. 6 லட்ச ரூபாயுடன் அந்தப்பத்திரிகையின் துணை ஆசிரியராக இருந்த பெண்மணியும் வக்கீல் நடராஜனிடம் ஜூனியராக இருந்த பெண் வழக்கறிஞரும் சேலத்துக்கு வந்து சங்கருக்கு வலை வீச முயன்றிருக்கிறார்கள் என்பது தெரிந்ததும் தம்பியிடம் கேட்டேன்.

"சங்கர் அவங்ககிட்டே என்ன சொன்னான்?"

"அண்ணே அவன் கண்டுக்கவேயில்லை."

"சரி தம்பி... நீங்க உடனே புறப்பட்டு வந்திடுங்க. நான் நம்ம வக்கீல்களிடம் டிஸ்கஸ் பண்ணிகிட்டிருக்கேன். சீக்கிரமா வந்திடுங்க" என்று சொல்லிவிட்டு ரிசீவரை வைத்தேன்.

சேலத்திலிருந்து திரும்பிய தம்பி காமராஜ் நேரடியாக அலுவலகத்திற்கு வந்தார். அவர் கையில் ஒரு கடிதம்.

"அண்ணே... ஜெயிலில் யாருக்கும் தெரியாமல் இதை சங்கர் என்கிட்டே கொடுத்தான். 'அதிகப்பிரசங்கித்தனமா எழுதியிருக்கேன்னு நினைக்க வேண்டாம்' அப்படின்னு சொல்லி யே கொடுத்தான்."

தம்பி கொண்டு வந்திருந்த கடிதத்தை வாங்கிப் படித்தேன்.

"பெரிய மகாத்மா மாதிரி சுயசரிதை எழுதுகிறானே, கேவலம்... கைதி! என்று நினைக்க வேண்டாம். மகாத்மாக்களே கூட கைதியாய் இருந்திருக்கிறார்கள். தாஜ்மகாலைக் கூட உலகத்தின் அதிசயம் என்றுதான் சொல்கிறார்களே தவிர உலகத்தின் சோகம் என்று யாரும் சொல்வதில்லை.

ஆ... சங்கர் என்றதும் ஆறு கொலைகள் செய்ததாகவும் ஒரு மனித மிருகமாகவும்தான் பார்க்கிறார்கள்.

அதுதானா நான்?

என் குற்றங்களுக்கு நான் மட்டும்தான் பொறுப்பா?

என்னோடு பல உண்மைகளையும் சவக்குழியில் போட்டு புதைக்கப்பார்க்கிறார்கள் என்பது யாருக்காவது தெரியுமா? பத்திரிகைகள் என்னைப் பற்றி சொன்னதெல்லாம் நிஜம்தானா? பொய் என்றால் ஏன் பொய் சொன்னது?

போலீஸ் என் கேஸில் மறைத்த விஷயங்கள் என்னென்ன? எல்லாம் விபரமாக சொல்கிறேன். போலீஸ் பயத்திலும், V.I.P.க்கள் பயத்திலும் எல்லா பத்திரிகைகளும் உண்மையை வெளியிட தயங்கின. நக்கீரன் மட்டுமே துணிந்து வாசகர்கள், உண்மையைத் தெரிந்து கொள்ளட்டும்...! என எழுத சம்மதித்தது.

எழுதுகிறேன்... எல்லாமே எழுதுகிறேன்!

நீங்களே தீர்ப்பளியுங்கள்.

அதை தெரிந்து கொள்ளத்தான் நான் இருக்கிறேனோ என்னவோ?

-என்று சங்கர் எழுதியிருந்த கடிதத்தைப் படித்ததும் தம்பியைப் பார்த்து, "இதையே ஒப்பனிங்கா வைத்து அடுத்த விளம்பரம் பண்ணிடலாம்" என்றேன்.

"சரிங்கண்ணே"

"தம்பி... நீங்க நேரா ஆபீசுக்கு வந்துட்டீங்களா? வீட்டுக்குப் போய் குளிச்சிட்டு வாங்க. அடுத்த ட்ரெய்னுக்கே கூட நீங்க புறப்பட வேண்டியிருக்கும்; அட்வகேட்டை இங்கே வரச்சொல்லி யிருக்கேன்."

நான் சொன்னவுடன் தம்பி வீட்டிற்கு புறப்படத் தயாரானார். அப்போது நமது அட்வகேட் பெருமாளும் சங்கரின் வக்கீல்

சந்திரசேகரனும் அலுவலகத்திற்குள் நுழைந்தனர்.

"தம்பி வக்கீல்கள் வந்துட்டாங்க. நான் அவங்களோட கலந்து பேசி ஒரு பவர் ரெடி பண்ணி வச்சிடுறேன். நீங்க வீட்டுக்குப் போயிட்டு வந்திடுங்க."

தம்பி காமராஜ் வீட்டிற்குச் சென்று திரும்புவதற்குள் அட்வகேட்டுகளுடன் ஆலோசித்து பவர் ஆஃப் அட்டர்னியை தயாரித்தோம். வக்கீல் பெருமாள் அதனை ஒரு முறை படித்துப் பார்த்துவிட்டு அவசரமாக கோர்ட்டுக்குப் புறப்பட்டார். தம்பி திரும்பி வந்ததும் அவரையும் சந்திரசேகரையும் சேலத்திற்கு புறப்படச் சொன்னேன். பவர் ஆஃப் அட்டர்னியில் ஆட்டோ சங்கரிடம் கையெழுத்து வாங்குவதற்காக அவர்கள் புறப்படத் தயாராயினர். "தம்பி... ரொம்ப கவனம், ஜெயிலில் ரொம்ப ஸ்டிரிக்டா இருப்பாங்க. புத்திசாலித்தனமாத்தான் சங்கரை அப்ரோச் பண்ணனும். ஜாக்கிரதையா மூவ் பண்ணுங்க" என்று சொல்லி அனுப்பி வைத்தேன். இருவரையும் சென்ட்ரலில்

வழியனுப்புவதற்காக கவுரியும், பாபுவும் உடன் சென்றனர். நான் ஹை கோர்ட்டிற்குப் புறப்பட்டேன்.

ஹைகோர்ட்டில், நமது மனுவுக்கு நம்பர் பண்ணும் சாக்கிலேயே கால தாமதம் செய்தனர். கடைசியில், "இதற்கு மெயின் டெய்னெபிலிட்டி கிடையாது" என்று ரிஜக்ட் செய்தார் அடிஷனல் ரிஜிஸ்டிரார். இப்படியொரு இக்கட்டான சூழல் ஏற்படலாம் என்பதை முன்பே நாம் எதிர்பார்த்திருந்ததால் நமது சீனியர் வழக்கறிஞர் ரங்கா அடுத்தகட்ட முயற்சிகளில் தீவிரமானார். "Post it before the Court for Maintainability" என்று அடிஷனல் ரிஜிஸ்ட்ராரிடம் சொன்னார் ரங்கா. அதன்பிறகும் வேண்டுமென்றே தாமதம் செய்யப்பட்டது.

அதனால் அப்போதைய தலைமை நீதியரசர் கே.ஏ.சாமியை சந்தித்து நக்கீரனில் ஆட்டோ சங்கரின் தொடரைத் தொடங்க வேண்டிய தேதி நெருங்கிவிட்டதை வலியுறுத்தியும், அதனால் Maintainability சம்பந்தமாக முடிவெடுக்கக் கோரியும் கடிதம் கொடுத்தார் நமது சீனியர் வழக்கறிஞர். கடிதத்தைப் பார்த்த தலைமை நீதியரசர் சாமி, இது தொடர்பாக முடிவெடுக்கும்படி நீதியரசர் அப்துல் ஹாடிக்குத் தெரிவித்தார்.

நமது ரிட் மனுவின் Maintainability தொடர்பான விசாரணை, நீதியரசர் அப்துல் ஹாடியின் கோர்ட்டுக்கு வந்தது. நமது மனுவிற்கு Maintainability உண்டா, இல்லையா என்பது பற்றி முடிவெடுப்பதை தவிர்த்து, நம்பர் இடப்படாத மனுவாக (Unnumbered Unit) அதனைக் கருதி, வாதிட உத்தரவிட்டார். நம்பர் இடப்படாத மனு டிஸ்மிஸ் செய்யப்பட்டால் உயர்நீதிமன்றத்தில் மேல் முறையீடு செய்ய முடியாது. அதனைப் பற்றி முழுமையாக உச்சநீதி மன்றத்தில்தான் ஒரு புதிய மனு தாக்கல் செய்ய வேண்டும். மிகவும் விசித்திரமான சூழ்நிலை ஏற்பட்டால் மட்டுமே நம்பர் இடப்படாத மனு மீது விசாரணை நடக்கும். நமது மனு மீது அத்தகைய சூழல் திணிக்கப்பட்டது என்றே சொல்லவேண்டும்.

நீதியரசர் அப்துல்ஹாடியின் கோர்ட்டில் விவாதம் அனல் பறந்தது. இந்தக் கேஸில் Writ of Prohibition கேட்க உரிமையில்லை என்று தெரிவித்த நீதிபதி, "ஆர்டர் தரமுடியாது" என்றார். சீனியர் வழக்கறிஞர் ரங்கா, உச்சநீதிமன்றத் தீர்ப்புகளில் உள்ள முன்னுதாரணங்கள் பலவற்றை எடுத்து வைத்து கோர்ட்டை பிரமிக்கச் செய்தார். அப்போது நீதியரசர் குறுக்கிட்டு, "நீங்க சொல்கிற ஆட்டோ சங்கர், இந்த தொடரை உங்க பத்திரிகையில் வெளியிடலாம்னு சொல்லி உங்களுக்கு லெட்டர் ஏதாவது எழுதியிருக்கானா? எனக் கேட்டார். வழக்கறிஞர் ரங்கா உடனே அட்வகேட் பெருமாளைப் பார்த்தார். பெருமாள் தன் கையில்

தயாராக வைத்திருந்த ஆட்டோ சங்கர் எழுதிய கடிதங்களின் நகல்களைக் காண்பித்தார். வழக்கறிஞர் ரங்கா, நீதியரசரை நோக்கி, "யெஸ்... ஆட்டோ சங்கரே கைப்பட எழுதிய ஒப்புதல் கடிதம் இருக்கிறது" என்றார்.

உடனே நீதியரசர் அப்துல்ஹாடி, "அந்தக் கடிதங்களின் ஒரிஜினல்களை மூன்று நாட்களுக்குள் என்னிடம் ஒப்படைக்க வேண்டும்" என்றார்.

கைவசமுள்ள ஆதாரங்களை காட்டிய பிறகும் நீதியரசர் வழக்கை மூன்று நாட்கள் தள்ளிப்போட்டது நமக்கு ஆச்சரியமாக இருந்தது. இந்த வழக்கு தொடர்பான தீர்ப்பை தள்ளிக் கொண்டேபோய் அதன் மூலம், தொடர் வெளியாவதை தாமதப்படுத்துவதில் சிறைத்துறையும், காவல்துறையும் எவ்வளவு தீவிரமாக இருக்கின்றன எனப் புரிந்தது. அடுத்த ஸ்டெப் பற்றி வழக்கறிஞர்களிடம் ஆலோசித்துவிட்டு அலுவலகத்திற்குத் திரும்பினேன்.

மறுநாள், சேலத்திலிருந்து தம்பி காமராஜ் பேசினார், "அண்ணே... சிறைத்துறை அதிகாரிகள் ரொம்ப கெடுபிடி பண்றாங்க. என்னை பயங்கரமா வாட்ச் பண்றாங்க. ரொம்ப ஸ்டிரிக்ட்டா இருக்காங்க. பவர் ஆஃப் அட்டர்னியில் இன்னும் கையெழுத்து வாங்கலை. நான் எப்படியாவது ட்ரை பண்ணி உள்ளே போயிட்டு வந்து மறுபடியும் உங்களுக்கு போன் பண்றேன்." -பதட்டமாகவும், பரபரப்பாகவும் அவர் பேசிவிட்டு போனை வைத்த சில நிமிடங்களில் மீண்டும் போன் மணி ஒலித்தது. இந்த முறை லைனில் வந்தவர் அட்வகேட் பெருமாள்.

ஐ.ஜி. ஆபிசில் இருந்து வந்த கடிதம்!

"அண்ணாச்சி... நம்ம நக்கீரன் இஷ்யூ இனிமேல் வரமுடியாதபடி செய்றதுக்கு போலீஸ் தரப்பில் புது முயற்சியிலே இறங்கியிருக்கிறதா தெரியுது. கோர்ட்டிலே மறுபடியும் நக்கீரன் பற்றித்தான் பேச்சு" -பரபரப்பாக சொன்னார் அட்வகேட் பெருமாள். "பேச்சா... என்ன சார் பேசிக்கிறாங்க...?"

"அண்ணாச்சி... கோர்ட் முழுக்க இப்ப சங்கர் விஷயம் பற்றித்தான் விவாதிச்சிகிட்டு இருக்காங்க. நக்கீரனை எப்படியும் ஸ்டாப் பண்ணிடணுங்கிறதில் சிறைத்துறையும் காவல்துறையும் தீவிரமா இருக்கிறதா சொல்றாங்க. ஆட்டோ சங்கரே அவங்களுக்கு ஒத்துழைப்பு தர்றமாதிரி பேசிக்கிறாங்க. அவங்ககிட்டே ஏதோ பிடி இருக்குதாம். பெரிய அளவில் ஒர்க் பண்ணிகிட்டிருக்காங்க." -எனக்கு பலத்த அதிர்ச்சி, "சார்... அவங்களாலே சங்கர் தொடரை நிறுத்துறதுக்கு வேணும்னா ஆர்டர் போடமுடியும்; நக்கீரனை எப்படி நிறுத்த முடியும்?" சங்கரை பார்த்துவிட்டு பேசுவதாக சொன்ன தம்பியிடமிருந்து மறுபடியும் தகவல் இல்லாத நிலையில் அட்வகேட் சொன்ன செய்தி

பலத்த சந்தேகத்தை உண்டாக்கியது. தொடரைத் தொடங்க வேண்டிய சூழ்நிலை நெருங்கிவிட்ட நேரத்தில் சங்கரைப் பார்க்க சிறைத்துறையினர் அனுமதி தர மறுப்பதை வைத்துப் பார்க்கையில், ஒருவேளை சூழ்ச்சி இருந்தாலும் இருக்கும் என தோன்றியது; அதை அட்வகேட்டிடமும் தெரிவித்தேன். "சார்... சங்கரைப் பார்ப்பதற்காக சேலம் போன தம்பி காமராஜுக்கு பர்மிஷன் கொடுப்பதில் சிறைத்துறையினர் டிலே பண்றாங்க. அட்வகேட் சந்திரசேகர்தான் உள்ளே போயிருக்கிறாரு. நீங்க சொல்றதும் புதுத்தகவலா இருக்கு. இதை வைத்துப் பார்த்தால் நமக்கு எதிரா ஏதோ ஒண்ணு நடக்கப்போகுதுன்னு மாத்திரம் தெரியுது சார். என்ன விஷயம்னு மட்டும் நீங்க கரெக்ட்டா கண்டுபிடிச்சிடுங்க. அது விஷயமா நம்ம நிருபர் உதயனை கோர்ட்டுக்கு அனுப்பறேன்."

அட்வகேட்டிடம் பேசி முடித்ததும் தம்பியின் போனை எதிர்பார்த்துக் காத்திருந்தேன். அவரிடமிருந்து சாதகமான போன் வந்ததுமே ஸ்பெஷல் இதழ் தயாரித்து அதில் தொடரின் முதல் அத்தியாயத்தை வெளியிட்டுவிட வேண்டும் என்பது எனது திட்டம். பவர் வாங்கியதும் கொஞ்சம் கூட தாமதப்படுத்தாமல் இதழைக் கொண்டு வருவதற்கு ஒரு முக்கிய காரணம் இருந்தது. அப்போது, வழக்கமாக நமது இதழ் வியாழக்கிழமைகளில் வரும் இந்த வியாழக்கிழமை போனால் அடுத்த வியாழக்கிழமைதானே நக்கீரன் வரும் என்று சிறைத்துறையினர் சற்று சாவகாசமாக தங்கள் சூழ்ச்சிகளை அரங்கேற்றிக் கொண்டிருப்பார்கள். அந்த சந்தர்ப்பத்தை பயன்படுத்தி ஸ்பெஷல் இதழ் மூலம் தொடரை தொடங்கிவிட்டால் சிறைத்துறையினர் அதை சற்றும் எதிர்பாராமல் அதிர்ந்து போவார்கள் என்பதுதான் நமது திட்டம். நேரம் செல்லச் செல்ல பதற்றமும் பரபரப்பும் அதிகரித்துக் கொண்டே இருந்தது.

தம்பி காமராஜின் போன் எந்த நேரத்திலும் வரலாம் என்பதால் எல்லா லைன்களையும் ஃப்ரீயாக வைக்கச் சொல்லி விட்டு போனுக்காக காத்திருந்தேன். சரியாக மாலை 4 மணி. போன் மணி ஒலித்தது. தம்பிதான் பேசினார். "அண்ணே... Success" -குரலில் சந்தோஷம் ததும்பி வழிந்தது. அந்த நம்பிக்கையான வார்த்தையைக் கேட்டதும் நமக்கும் சந்தோஷம். "சொல்லுங்க தம்பி" என்றேன்.

"அண்ணே... சங்கர் ரொம்ப சந்தோஷப்பட்டான். பெரியவர்கிட்டே (என்னிடம்) சொல்லுங்கன்னு சொன்னான். நீங்களும் பெரியவரும்தான். மெர்சி பெட்டிஷன் வாங்கித் தரணும்னு சொன்னான். ஏதோ லெட்டர் எழுதியிருக்கிறதாகூட சொன்னான்."

தம்பி பேசிக் கொண்டிருக்கும்போதே நான் குறுக்கிட்டு, "பவர்

என்னாச்சு? கையெழுத்து வாங்கிட்டீங்களா?" என்றேன். "அண்ணே... நான் போவதற்கு முன்னாடியே சந்திரசேகர் கொடுத்ததில் அவன் கையெழுத்து போட்டுட்டான். டிலே ஆகிட்டிருந்தா சிறைத்துறை அதிகாரிகள் அதை பிடுங்கிடுவாங்கன்னு சொல்லி ஒரிஜினலை தன்னோட மனைவிக்கு அனுப்பிட்டான். காப்பி ஒண்ணு வச்சிருந்தான். அதை நான் வாங்கிட்டு வந்து படிச்சுப் பார்த்தேன்."

"என்ன எழுதியிருக்கான்? வாசிச்சுக் காட்டுங்க தம்பி."

"பவர் ஆஃப் அட்டர்னிக்கு முன்னாடி அவன் ஒண்ணு எழுதியிருக்கான். அதைப் படிக்கிறேன்" என்று சொல்லிவிட்டு தம்பி காமராஜ் அதை வாசிக்கத் தொடங்கினார்.

மதிப்பிற்குரிய நக்கீரன் ஆசிரியர் (திரு.R.ராஜகோபால்) மதிப்பிற்குரிய இணையாசிரியர் (திரு.காமராஜ்) அவர்களுக்கு என் அன்பு வணக்கங்கள். என் தொடரைத் தங்கள் நக்கீரன் பத்திரிகையில் வெளியிட இந்த பவர் ஆஃப் அட்டர்னியை அனுமதி பத்திரமாக ஏற்றுக்கொள்ளுங்கள். சிறை அதிகாரிகள் மூலமாக அனுமதி பத்திரம் அனுப்ப இயலாது. அதன் காரணத்தை கடிதமாக எழுதி இத்துடன் இணைத்துள்ளேன். பத்திரிகையில் (நக்கீரன்) என் தொடர் தாங்கள் வெளியிட இந்த அனுமதி பத்திரம் போதுமானது. ஜெயில் ஐ.ஜி. இல்லே, முதல்வரே வந்தாலும் இந்த ஆதாரத்தை வைத்து நீங்கள் பேசிக்கொள்ளலாம். எந்த மிரட்டல் (போலீஸ், அரசியல்) பற்றியும் நீங்கள் பயப்படத் தேவையில்லை, என் தொடர் தொடரட்டும்.

அன்புடன்,
ஆட்டோசங்கர்

-இப்படி அவன் எழுதிக்கொடுத்திருந்த பவர் ஆஃப் அட்டர்னியின் முன்பகுதியின் நகலை படித்துக்காட்டினார் தம்பி.

தனது கதை வெளியாவதன் மூலம், மூடி மறைக்கப்பட்ட உண்மைகள் வெளிவந்தே தீரவேண்டும் என்பதில் சங்கர் பிடிவாதமாக இருப்பதை பவர் ஆஃப் அட்டர்னியின் தொடக்கத்தில் அவன் எழுதியிருந்த வார்த்தைகள் பிரதிபலித்தன. அடக்குமுறைகளையும் அராஜகங்களையும் தாங்கித் தழும்பேறிய நக்கீரன், இந்த உண்மைகளையும் வெளிக்கொண்டு வருவதில் உறுதியாக இருந்தான். சங்கரின் தொடர் வெளியானால், நக்கீரன் இதழையே நிறுத்திவிட வேண்டும் என்று சிறைத்துறையினர் கங்கணம் கட்டிக்கொண்டு சூழ்ச்சி வலைகளைப் பின்னி வரும் நேரத்தில், தம்பி காமராஜ் அந்த வலைகளை அறுத்தெறியும் விதத்தில் சங்கரிடம் பவர் வாங்கியிருப்பதை அறிந்தபோது பெருமிதமாக இருந்தது. தம்பியை போனிலேயே பாராட்டிவிட்டு அவரை சென்னைக்கு திரும்பச் சொன்னேன். "தம்பி... நீங்க இங்கே

புறப்பட்டு வந்திடுங்க. தொடரை ஆரம்பிக்கிறது சம்பந்தமா பேசி முடிவெடுக்கலாம். எத்தனை மணிக்குப் புறப்படுறீங்க?"

"அண்ணே... சேலத்திலிருந்து 5.15 மணிக்கு கோவை எக்ஸ்பிரஸ் சென்னைக்கு கிளம்புது. அதிலே புறப்பட்டு வந்திடுறேன். நைட்டு 10.15 மணிக்கு அங்கே வந்திடுவேன்."

"நல்லது தம்பி... நீங்க வந்திடுங்க. நைட் பேசிக்கலாம்."

சுமார் 20 நிமிடங்கள் அவருடன் பேசிய பிறகு ரிசீவரை வைத்துவிட்டு கொஞ்சம் ரிலாக்ஸாக உட்கார்ந்தேன். மிகப்பெரிய சவாலாக விளங்கும் தொடரை வெளிக்கொண்டு வருவதில் யாருடைய ஒத்துழைப்பு அவசியமோ அந்த ஆட்டோ சங்கரிடமே கையெழுத்து வாங்கப்பட்ட பவர் ஆஃப் அட்டர்னி நம் வசம் இருப்பதால் இனி எந்த சிக்கலும் எழ வாய்ப்பில்லை என்று நம்பிக்கையுடன் தொடர் பற்றி ஆலோசனையில் மூழ்கியபோது தம்பி சுரேஷ் பரபரப்புடன் என் அறைக்கு வந்தார். பதட்டமான குரலில் பேசினார்.

"அண்ணே... ஐ.ஜி. ஆபீசிலிருந்து இரண்டு மூணு பேர் ஜீப்பிலே வந்து இறங்கியிருக்காங்க. அதிலே ஒருத்தர் சிறைத்துறை முத்திரை போட்ட லெட்டர் கொண்டு வந்திருக்காரு."

"வாங்கிட்டீங்களா?"

"இல்லை... உங்ககிட்டேதான் நேரடியா கொடுக்கணுமாம்."

தொலைபேசி டென்ஷன்!

ஐ.ஜி.அலுவலகத்திலிருந்து நேரடியாக ஆட்கள் வருவது அதுதான் முதல்முறை. மிகமுக்கியமான செய்தியாக இருப்பதால்தான் அவர்களே நேரில் வந்திருக்கிறார்கள் என்பது புரிந்தது. அவர்கள் கொடுத்துவிட்டுச் சென்ற லெட்டரை அவசர அவசரமாகப் பிரித்தேன். சிறைத் துறை ஐ.ஜி. பஞ்சாபகேசன்தான் அதனை அனுப்பி யிருந்தார். கடிதத்தை படிக்கப்படிக்க அதிர்ச்சி மின்னல்கள் தொடர்ச்சியாகத் தாக்கின. இந்த கடிதத்தை வைத்துத்தான் நக்கீரன் இதழையே நிறுத்துவதற்கு சிறைத் துறையினர் முயற்சி செய்திருக்கிறார்கள் என்பது பட்டவர்த்தனமாகத் தெரிந்தது.

சிறைத்துறை அதிகாரிகளுக்கு சங்கர் எழுதிய கடிதத்தின் நகலைத்தான் நமக்கு அனுப்பியிருந்தனர். கடிதத்தின் முதல் வரியே அதன் சாராம்சத்தை தெளிவாகக் காட்டிவிட்டது.

"என் கடந்தகால வாழ்க்கைத் தொடர் பற்றி தற்போது நக்கீரன் பத்திரிகையில் செய்தி வெளியிடக்கூடாது என தடைசெய்யும்படி பணிவுடன் தங்களுக்கு அனுப்பும் விண்ணப்பம்"

-என்று சங்கர் எழுதியதை படித்தவுடன் ஒரு கோடி இடி ஒரே விநாடியில் தாக்கியதுபோல இருந்தது.

எப்படியாவது சேலத்திலிருக்கும் தம்பி காமராஜிடம் இந்த விவரத்தை தெரிவித்து உடனடியாக சங்கரை பார்க்கச் சொல்ல வேண்டும் என பரபரப்பானேன். தம்பி சுரேஷை அழைத்து, "உடனே காமராஜைப் பிடிங்க" என்றேன். திடீரென நான் சொன்னதும் சுரேஷ் குழம்பிவிட்டார். "அண்ணே... இப்ப அவர் எங்கே இருக்கார்? எப்படி பிடிக்கிறது?" என்றார்.

"இப்பதான் சேலத்திலிருந்து கோவை எக்ஸ்பிரஸில் கிளம்புறதா சொன்னார். அவர்கிட்டே ரொம்ப முக்கியமான ஒரு விஷயத்தை சொல்லணும். அதனால உடனே ஏஜெண்ட்டை லைனில் பிடித்து என்கிட்டே பேசச் சொல்லுங்க என்றேன். மிக முக்கியமான செய்திக்காகத்தான் நான் காமராஜை பிடிக்கச் சொல்கிறேன் என்பதை உணர்ந்துகொண்ட தம்பி சுரேஷ் பரபரப்பாக செயல்படத் தொடங்கினார். நான், கடிதத்தை தொடர்ந்து வாசிக்கத் தொடங்கினேன்.

ஐயா! நான் எனக்கு தண்டனை குறைப்பு பற்றி இந்திய ஜனாதிபதி அவர்களுக்கு கருணை மனு அனுப்பியுள்ளேன். இவ்வேளையில் என் கடந்தகால வாழ்க்கைத் தொடர்பற்றி நக்கீரனில் செய்தி வெளியிட வேண்டாமென தாங்கள்- நக்கீரன் பத்திரிகை ஆசிரியருக்கு உத்தரவிடுமாறு பணிவன்புடன் தங்களை கேட்டுக்கொள்கிறேன். பத்திரிகையில் செய்தி வெளியிடுவதற்கு முறையாக என் அனுமதியை சிறைஅதிகாரிகள் மூலம் பெறுவதற்கு (Power of attorney) எனது வக்கீல் Mr.Chandrasekar அவர்கள் இங்கு (சேலம் சிறையின் கண் காணிப்பாளர் திரு.ஜெயராஜ் ஐயா அவர்களிடம் 1994 ஏப்ரல் மாதம்) கேட்டபோது ஐ.ஜி.ஐயாவிடம் உத்தரவு பெற்றுத்தான் பத்திரிகையில் செய்தி வெளியிட முடியும் என்று கண்காணிப்பாளர் அவர்களே பதில் சொன்னார். அவருடைய அந்த பதிலை மீறி எனது தொடரை நக்கீரனில் வெளியிடப் போவதை அறிந்து அதிர்ச்சி யடைந்தேன்.

எனவே ஐயா அவர்கள் இவ்விஷயத்தில் உடனடியாக நடவடிக்கை எடுத்து என் கடந்த கால வாழ்க்கைத் தொடர் தற்போது நக்கீரன் பத்திரிகையில் வெளி வராதபடி தடுக்க வேண்டுமாய் பணிவுடன் தங்களை வேண்டிக்கேட்டுக் கொள்கிறேன்.

தங்கள் உண்மையுள்ள,
சங்கர்
25-5-94

சங்கரின் கையெழுத்திடப்பட்டிருந்த அந்தக் கடிதத்தின் நகல்

நமக்கு மிகப்பெரிய சவாலாக அமைந்துவிட்டது. பவர் ஆஃப் அட்டர்னி வாங்கிவிட்டோம். இனி எந்த சிக்கலுமின்றி தொடரை வெளியிடலாம் என எண்ணியிருந்த வேளையில் சங்கரின் கையெழுத்துடன் இப்படி ஒரு கடிதமா? அவனே இப்படி எழுதியிருக்க வாய்ப்பேயில்லை. அதிகாரிகளின் நெருக்கடிகளும் சித்ரவதைகளும்தான் அவனை இப்படி எழுத வைத்திருக்க முடியும் என்று சிந்தித்துக் கொண்டிருந்தபோது சேலத்திலிருந்து போன் வந்தது. அப்போதைய ஏஜெண்டின் மகன் வீரமணிதான் லைனுக்கு வந்தார்.

"அண்ணே... என்ன விஷயம்?"

"தம்பி... காமராஜ் கோவை எக்ஸ்பிரசில் புறப்பட்டு இங்கே வர்றேன்னு சொன்னார். நீங்க உடனே அவரைப் பார்த்து மெட்ராஸுக்கு வரவேணாம்னு சொல்லிட்டு, எனக்கு போன் பண்ணச்சொல்லுங்க."

"அண்ணே... காமராஜ் அண்ணே இப்ப எங்கே இருக்காரு?"

"ரயில்வே ஸ்டேஷனுக்கு புறப்பட்டுக்கிட்டிருப்பாரு. மணி 4.45 ஆகுது. 5.15 மணிக்கு அவருக்கு டிரெயின். அதற்கு முன்னாடியே அவரைப் பிடிச்சுடுங்க."

''அண்ணே... இங்கே உருக்காலை ஏரியாவிருந்து ஸ்டேஷனுக்குப் போகணும்னா நேரமாகும். அதற்குள் காமராஜ் அண்ணன் டிரெயின் ஏறினாலும் ஏறிடுவாரு, எதற்கும் நான் சீக்கிரமா ஸ்டேஷனுக்குப் போய் பார்க்கிறேன்."

வீரமணி நம்பிக்கையுடன் சொன்னாலும் நடைமுறையில் அது அவ்வளவு சாத்தியமில்லை என என் மனதுக்குப் பட்டது. வேறு எந்த வகையிலாவது தம்பியைப் பிடித்து தகவலை தெரிவித்து, மீண்டும் சங்கரை சந்திக்கச் சொல்ல வேண்டும் என்று பரபரத்துக்கொண்டிருந்தேன்.

என்னுடைய டென்ஷனும் அவசரமும் ஆபீஸ் முழுவதும் பரவியிருந்தது. எல்லாத் தம்பிகளும் பதட்டமாகவே இருந்தனர். அந்த நேரத்தில் அக்கவுண்ட்ஸ் மேனேஜர் பிரான்சிஸ் சட்டென ஒரு க்ளூ கொடுத்தார்.

''அண்ணே... காமராஜ் அண்ணன் எப்ப சேலத்துக்கு புறப்பட்டாலும் அதற்கு முன்னாடி ஒரு நம்பருக்கு இங்கேருந்து போன் பண்ணி தகவல் சொல்லிட்டுத்தான் போவாங்க. அந்த நம்பரைக் கண்டுபிடித்துவிட்டால் காமராஜ் அண்ணனை பிடிக்கிறது ஈஸியாகிவிடும்."

"நல்ல ஐடியா தம்பி... அந்த நம்பரை யார் நோட் பண்ணி வச்சிருக்காங்கன்னு தெரியுமா?"

"எடிட்டோரியலுக்கு தெரிஞ்சிருக்கலாம்."

எடிட்டோரியலில் இருந்த தம்பிகளிடம் சேலம் நம்பர் பற்றிக் கேட்டேன். துரதிர்ஷ்டவசமாக யாரிடமும் அந்த நம்பர் இல்லை. மீண்டும் சோதனையா என நினைக்கத்தொடங்கியபோது பிரான்சிஸ் பளிச்சென சொன்னார்.

அண்ணே, டெலிபோன் டிபார்ட்மெண்ட்டிலிருந்து நமக்கு அனுப்பும் லிஸ்டில் எந்தெந்த ஊருக்கு எஸ்.டி.டி. பண்ணியிருக்கோம்னு விபரம் இருக்கும்ல. அதிலிருந்து காமராஜ் அண்ணன் எந்த நம்பருக்கு பண்ணியிருக்காருன்னு கண்டுபிடிக்கலாம்."

எஸ்.டி.டி.லிஸ்ட் அவசரமாக ஆராயப்பட்டது. சேலம் எஸ்.டி.டி .கோடு நம்பரில் நமது ஏஜெண்ட்டிற்கும், இன்னொரு நம்பருக்கும் மட்டுமே டயல் செய்யப்பட்டிருந்தது. அந்த நம்பர் தான் தம்பி காமராஜ் தொடர்பு கொள்ளும் நம்பர் என்பதைஅறிந்து உடனே அதற்கு டயல் செய்தேன்.

அது தம்பி காமராஜின் நண்பர் சேகரின் வீடு என்பது தெரிய வந்தது.

“ஹலோ... நாங்க மெட்ராஸிலிருந்து பேசுறோம். தம்பி காமராஜ் அங்கே இருக்காரா?”

“இப்பதாங்க ரயில்வே ஸ்டேஷனுக்கு புறப்பட்டுப் போனார். கோவை எக்ஸ்பிரஸ் மூலமா அங்கேதான் வர்றதா சொன்னார்.”

மணியைப் பார்த்தேன்.

மாலை 5.05 இன்னும் சிறிது நேரமே இருக்கிற நிலையில் பரபரப்பாக அவர்களிடம் கேட்டேன்.

“உங்க வீட்டிலிருந்து ரயில்வே ஸ்டேஷன் ரொம்ப தூரமா?”

“இல்லீங்க... 5 நிமிஷத்தில் போயிடலாம்.”

“அப்படின்னா ஒரு உதவி பண்ணுங்க. உங்க ஆட்கள் யாரையாவது ஸ்டேஷனுக்கு அனுப்பி தம்பி காமராஜைப் பிடித்து, எனக்குபோன் பண்ணச் சொல்லுங்க.”

“உடனே பையனை அனுப்பி காமராஜ் சாரை போன்பண்ணச்சொல்றோம்.”

கடைசி நிமிடங்களில் இப்படியொரு வாய்ப்பு கிடைத்ததே என நான் நம்பிக்கையுடன் இருந்தேன். 5 நிமிடத்தில் ரயில்வே ஸ்டேஷனுக்கு போய்விடலாம் என்று சேகர் தெரிவித்ததால் எப்படியும் தம்பி காமராஜை பிடித்துவிடுவார்கள் என்ற நம்பிக்கை பலமாக இருந்தது. சங்கரிடமிருந்து கடைசியாக வந்துள்ள கடிதத்திற்கு அவனிடமிருந்தே பதில் வாங்கினால்தான் தொடரைத் தொடங்குவது சாத்தியமாகும் என்பதால் தம்பியை பிடித்தே தீரவேண்டிய அவசியமிருந்தது. ஒவ்வொரு விநாடியும் பரபரப்பாக கரைந்து கொண்டிருந்தது.

ஜாக்பாட்!

ஐந்து நிமிடங்களுக்கு பிறகு சேலத்திலிருந்து அந்த போன் வந்தது.

வீரமணிதான் போன் செய்தார்.

"அண்ணே, ட்ரெய்ன் கிளம்பிடுச்சு. காமராஜ் அண்ணனை பிடிக்க முடியலை என்ன செய்ய?"

கடைசி நம்பிக்கையும் நொறுங்கிப்போனது லாட்ஜிலிருந்து சென்றவர்களாலும் தம்பியை பார்க்க முடியவில்லை. அதற்குள் கோவை எக்ஸ்பிரஸ் புறப்பட்டுவிட்டது என்பதை வீரமணியே தெரிவித்தார்.

"அண்ணே... என்ன செய்ய?"

"நான் மறுபடியும் போன் பண்றேன்."

ரிசீவரை வைத்துவிட்டு பாபுவை அழைத்தேன்.

"எத்தனை மணிக்கு கோவை எக்ஸ்பிரஸ் இங்கே வரும்?"

"10.15 மணிக்கு வரும்ணே"

"நீயும், கவுரியும் 10 மணிக்கு சென்ட்ரலுக்கு வந்திடுங்க. நானும், மோகனும் அங்கே வந்திடுறோம்"

"சரிங்கண்ணே."

பாபு புறப்பட்டுச் சென்ற பிறகு, ஐ.ஜி.அலுவலகத்திலிருந்து கொண்டு வந்து கொடுத்த லெட்டரை ஒரு ஜெராக்ஸ் எடுத்து வைத்துக்கொண்டு இரவு 10 மணியளவில் சென்ட்ரல் ஸ்டேஷனுக்கு விரைந்தேன். தம்பியையும், சங்கரின் அட்வகேட் சந்திரசேகரையும் எதிர்பார்த்து சென்ட்ரல் ஸ்டேஷனில் நியூ டெர் மினஸ் வாசலில் காத்திருந்தேன். என்னுடன் மோகன் இருந்தார். கவுரியும், பாபுவும் ரயிலை எதிர்பார்த்து பிளாட்பாரத்தில் காத்திருந்தனர். சரியாக 10.15 மணிக்கு கோவை எக்ஸ்பிரஸ் சென்ட்ரலை அடைந்தது தம்பியும் சந்திரசேகரும் வந்தனர்.

புதிய கடிதம் பற்றிய விவரம் எதுவும் அறிந்திருக்க வாய்ப்பில்லாத நிலையில் தம்பி காமராஜ், பவர் ஆஃப் அட்டர்னியில் சங்கரிடம் கையெழுத்து வாங்கிவிட்ட உற்சாகத்திலேயே திரும்பி வந்திருந்தார். என்னைக் கண்டதும் இருவரும் “அண்ணே… Success” என்றனர். நான் அவர்களது கைகளை குலுக்கினேன். தம்பி எடுத்த பெரும் முயற்சிகளை நான் நன்கு அறிந்திருந்ததால் புதிய லெட்டர் பற்றி கூறி அவரை உடனே அப்செட் ஆக்கிவிடக்கூடாது என்பதில் கவனமாக இருந்தேன்.

கைகொடுத்தபடியே தம்பி கேட்டார், “அண்ணே… நீங்களே ரயில்வே ஸ்டேஷனுக்கு வந்திருக்கீங்களே?”

மெல்ல விஷயத்தை ஆரம்பித்தேன்.

‘‘தம்பி… நீங்க என்கிட்டே போன் பண்ணி கோவை எக்ஸ்பிரஸில் திரும்புவதா சொல்லிட்டு, ரிசீவரை வைத்த அடுத்த நிமிஷத்தில் ஐ.ஜி.ஆபீசிலிருந்து ஆட்கள் வந்து இந்த லெட்டரைக் கொடுத்தாங்க. தொடரை நிறுத்தச் சொல்லி சங்கர்கிட்டேயே லெட்டர் வாங்கியிருக்காங்க. உங்களை எப்படியாவது பிடித்து இந்த லெட்டரோட ஃபேக்ஸ் காப்பியை அனுப்பிடணும்னு நினைத்தேன். ஆனா 5 நிமிட லேட்டில் எல்லாம் வேற மாதிரி ஆயிடுச்சு. இந்த லெட்டரைப் படித்துப் பாருங்க.”

கடிதத்தின் ஜெராக்ஸ் காப்பியை தம்பியிடம் கொடுத்தேன். படிக்கும்போதே அவருக்கு ஏற்பட்ட குழப்பத்தின் அடையாளமாக நெற்றி சுருங்கியது. தம்பி அதைப் படித்து முடித்ததும் சந்திரசேகரிடம் கொடுத்தார். பரபரப்புடன் அதைப்படித்து பார்த்துவிட்டு, “இதைத்தான் அவன் சொல்லியிருக்கான்” என்றார்.

“என்ன?”

“பேச்சு வாக்கில், லெட்டர் ஒண்ணு எழுதியிருக்கிறதா சங்கர் சொன்னான். பவர் ஆஃப் அட்டர்னி வாங்குவதில் மும்முரமா இருந்ததாலே இந்த லெட்டர் விஷயத்தை பெரிசா எடுத்துக்கலை. இதுதானா அந்த லெட்டர்?”

சந்திரசேகர் அப்படி சொன்னதும்… அடுத்ததாக என்ன ஸ்டெப்

எடுக்கலாம் என்பது பற்றி தீவிரமாக யோசிக்கத் தொடங்கினேன். சென்ட்ரல் ஸ்டேஷன் அருகில் உள்ள 'சப்-வே'க்குப் பக்கத்தில் இருந்த டீக்கடையில் டீ சாப்பிட்டபடியே மூவரும் ஆலோசித்தோம். முதலில் சங்கரின் வீட்டிற்கு சென்று அவன் மனைவியிடம் உள்ள பவர் ஆஃப் அட்டார்னியின் ஒரிஜினலை உடனடியாக வாங்கி வருவது எனத் தீர்மானித்தோம். இரவு நேரமானதால், தாமதப்படுத்தாமல் சங்கரின் வீட்டிற்கு செல்ல வேண்டும் என்பதால் எனது ஜீப்பை தம்பியிடம் கொடுத்து, "நீங்க போய் அந்த ஒரிஜினலை சீக்கிரமா வாங்கிட்டு வந்திடுங்க" என்று கூறி, மோகனையும் அனுப்பிவைத்தேன். தம்பியுடன் சந்திரசேகரும் புறப்பட்டார். நான் கவுரியின் வண்டியில் வீட்டிற்கு திரும்பினேன்.

சங்கர் வீட்டிற்கு சென்ற தம்பியும், சந்திரசேகரும் சங்கரின் மனைவி ஜெகதீஸ்வரியை சந்தித்து பவர் ஆஃப் அட்டார்னியின் ஒரிஜினலைக் கேட்டனர். உள்ளே சென்று அதை எடுத்து வந்த ஜெகதீஸ்வரி, கூடவே ஒரு இன்லேண்ட் லெட்டரையும் கொண்டு வந்து தம்பியிடம் கொடுத்தார்.

"இது என்ன?"

"உங்ககிட்டே கொடுக்கச் சொன்னாரு."

பிரிக்கப்படாமல் இருந்த அந்த இன்லேண்ட் லெட்டரையும் வாங்கிக்கொண்டு தம்பி காமராஜ், அதனைக் கூர்ந்து கவனித்தார். அவருடைய பெயருக்குத்தான் எழுதப்பட்டிருந்தது. அவசரமாக அதைப் பிரித்து அங்கேயே படிக்கத் தொடங்கினார்.

"Praise the Lord"

என் அன்புள்ள சகோதரர் திரு.காமராஜ் அவர்களுக்கும் என் நண்பரும் வக்கீலுமான Mr.சந்துரு அவர்களுக்கும் என்றும் உங்கள் அன்பை மறவாத அன்பு சகோதரன் Auto Sankar அன்புடனும் நன்றியுடனும் எழுதுகிறேன். இன்று என் மனைவி குழந்தைகளை மனுவில் நேரில் கண்டு விபரம் தெரிந்து கொண்டேன். சிறை அதிகாரிகள் மூலமாக அனுமதி பத்திரம் எழுதித் தருவது (என் தொடரை நமது நக்கீரன் பத்திரிகையில் வெளியிட என் அனுமதி) மிக சிரமமான காரியம்.

தாங்கள் இருவரும் இக்கடிதம் கண்டதும் அந்த 4 பக்க லட்டரை (power of Attorney-யை) என் மனைவியிடம் பெற்றுக்கொண்டு, பத்திரிகையில் (நக்கீரனில்) என் தொடர் வெளியிட அதை ஆதாரமாக (அனுமதி பத்திரமாக) ஏற்றுக்கொண்டு ஆட்டோ சங்கர் எழுதும் மரண வாக்குமூலம் தொடர் தாராளமாக வெளியிடலாம். சிறை அதிகாரிகள் மூலமாகத்தான் அனுமதி வழங்கப்பட வேண்டுமென சட்டம் ஏதுமில்லை.

"ஒரு சிறைவாசி தனது சூழ்நிலை பற்றி சிறை அதிகாரிகளுக்குத் தெரியாமல் தன் உறவினர்களுக்கோ, பத்திரிகைகளுக்கோ, கோர்ட் நீதிபதிகளுக்கோ ஒரு துண்டு காகிதத்தில் கடிதம் எழுதினால் அந்த துண்டு லட்டரை ஆதாரமாக வைத்து ஐகோர்ட்டில் ரிட் போடலாம்" என்று Cr.P.C. சொல்கிறது. நான் விபரமாக 3 பக்கம் தமிழிலும் 2 பக்கம் ஆங்கிலத்தில் (Type செய்யப்பட்டது) எழுதி என் கையொப்பமிட்டு Power of Attorney அனுப்பி உள்ளேன். அதை வைத்து தாங்கள் டெல்லி சுப்ரீம் கோர்ட்வரை வாதாடலாம். தமிழக முதல்வர் செல்வி.ஜெயலலிதா பற்றியே நக்கீரனில் துணிச்சலாக வெளியிடும் தாங்கள் சாதாரண ஜெயில் ஐ.ஜி.உத்தரவையும், போலீஸ் சொன்னதையும் வைத்து என் தொடரை வெளியிடத் தயங்குவீர்களா என்ன? காவல்துறை, சிறைத்துறையாவுமே உடன்பட்டவர்கள்தான். இரண்டுதுறை காக்கி சட்டைகளுமே ஒரே குட்டையில் ஊறும் மட்டைகள்தான். என்றும் உங்கள் ஆட்டோ சங்கர்"

-என சங்கர் தன் கைப்பட எழுதியிருந்த அந்தக் கடிதத்தைப் படித்த வேகத்தில் சங்கர் மனைவியிடம் நன்றி சொல்லிவிட்டு, ஜீப்புக்கு வந்தார் தம்பி காமராஜ். அடுத்த அரைமணி நேரத்தில்

ஜீப் என் வீட்டு வாசலில் வந்து நின்றது. தம்பி மிகுந்த மலர்ச்சியுடன் வந்து இன்லேண்ட் லெட்டரை என்னிடம் காட்டினார். முழுமையாகப் படித்தேன்.

'சரியான ஜாக்பாட்' என நினைத்தபடி தம்பியை பாராட்டி விட்டு, சங்கரின் துணிச்சலையும் அவர் அறிந்து வைத்துள்ள விவரங்களையும் கண்டு வியந்தேன். தம்பி குருவை அழைத்து ஸ்பெஷல் இஷ்யூ லே-அவுட் செய்ய தயாராக இருக்கும்படி கூறினேன். காலையில் நமது அட்வகேட் பெருமாள் வீட்டிற்கு போன் செய்தேன். அவர் வெளியில் சென்றிருப்பதாக தெரிவித்தனர். "அவர் எப்போது வந்தாலும் உடனே ஆபீசுக்கு வரச்சொல்லுங்க. ரொம்ப முக்கியமான விஷயம்" என்று சொல்லிவிட்டு போனை வைத்தேன். சிறிது நேரத்தில் அட்வகேட் பெருமாள் வந்தார்.

"அண்ணாச்சி... ரொம்ப அர்ஜெண்ட்டா வரச்சொன்னீங்கன்னு சொன்னாங்க."

"சார்... இவ்வளவு நாள் அவங்கதானே லெட்டர் எழுதினாங்க. இப்ப, சிறைத்துறை ஐ.ஜி.க்கு நாம ஒரு லெட்டர் எழுதணும்."

ஏஜெண்டுகள் அனுப்பிய தேன் செய்தி!

அட்வகேட் பெருமாள் ஆச்சரியப்பட்டார். சங்கரிடம் பவர் ஆஃப் அட்டர்னி வாங்கப்பட்டிருப்பதை அவரிடம் தெரிவித்தேன். சிறைத்துறையினருக்கு அனுப்ப வேண்டிய கடிதம் தயாரானது. சங்கர் கையெழுத்துப் போட்டுக் கொடுத்திருந்த பவர் ஆஃப் அட்டர்னியின் நகலுடன், இணைப்புக் கடிதம் ஒன்று எழுதப்பட்டு, சிறைத்துறை ஐ.ஜி.பஞ்சாப கேசனுக்கு அனுப்பப்பட்டது.

சிறைத்துறை ஐ.ஜி.அவர்களுக்கு! தங்களின் பல கடிதங்கள் கிடைத்தன. ஆட்டோ சங்கர் தொடரை வெளியிடக்கூடாதென்று நீங்கள் அவற்றில் குறிப்பிட்டிருந்தீர்கள். மரண தண்டனை சிறைக்கைதியாக இருந்தாலும், ஒரு இந்திய பிரஜைக்கு அவனது வாழ்க்கைச் சரித்திரத்தை எழுதவோ, வெளியிடவோ அடிப்படை உரிமை உண்டு என்பதை தாங்கள் நன்கு அறிந்திருந்தும், வேண்டுமென்றே தடை செய்யும் முயற்சியில் கடிதங்கள் அனுப்பியிருக்கிறீர்கள். ஆனால், ஆட்டோ சங்கர் தனது வாழ்க்கைத் தொடர் நக்கீரனில் வெளிவர வேண்டும் என உறுதி

செய்தும், ஒப்புதல் அளித்தும், முழு சம்மதத்துடன் பவர் ஆஃப் அட்டர்னியில் கையெழுத்திட்டிருக்கிறான். அதன் நகலைத் தங்களுக்கு அனுப்பியுள்ளோம். (காண்க: இணைப்பு) அவனது முழு சம்மதத்துடன் வெளியிடப்படும் தொடரை தடைசெய்ய சிறைத்துறைக்கோ, தமிழக அரசுக்கோ அதிகாரம் இல்லை.

-அதிகார பலத்தைப் பயன்படுத்தி, இனி தொடரை தடுக்க முடியாது என்பதை சிறைத்துறையினருக்கு ஓங்கி அறைந்து சொல்வதுபோல் அமைந்திருந்த அக்கடிதத்தை, சிறைத்துறை ஐ.ஜி.க்கு அனுப்பியவுடன் தொடரை வெளியிடும் பணிகள் மும்முரமாயின. தம்பி காமராஜ் மற்றும் எடிட்டோரியல் தம்பிகள் சந்திரமோகன், லெனின் ஆகியோரை அழைத்து இதழ் வேலைகளை துரிதப்படுத்தச் சொன்னேன். தம்பிகள் பரபரப்பாக பணியில் ஈடுபட்டனர்.

6-94 தேதியிட்ட நக்கீரன் இதழில், தூக்குதண்டனை கைதி ஆட்டோ சங்கர் எழுதும் மரண வாக்குமூலம் என்ற தலைப்புடன் முதல் அத்தியாயம் வெளியானது. வேண்டுமென்றே ஏற்படுத்தப்பட்ட தடைகள், எதிர்பாராத சோதனைகள் எல்லாவற்றையும் தகர்த்தெறிந்து, முதல் அத்தியாயம் பிரசுரமானபோது எல்லா திசைகளும் நம்மை திரும்பிப்பார்த்தன. பத்திரிகை உலகமே பரபரப்பானது. இவர் களுக்கு எப்படி இது சாத்தியமானது என சக பத்திரிகையாளர்கள் மூக்கின் மீது விரலை வைத்தனர். முதல் அத்தியாயத்தைப் பார்த்தது மே சிறைத்துறைக்கும், காவல்துறைக்கும், மிகப்பெரிய பொறுப்பில் இருக்கும் அரசியல் தலைவர்களுக்கும் வெறி தலைக்கேறிவிட்டது. எல்லா அதிகாரிகளும் நறநறவென பல்லைக் கடித்தனர்.

நீதிமன்ற வளாகத்திலும், ஆட்டோ சங்கரின் தொடர் பரபரப்பை ஏற்படுத்தியிருந்தது. அரசியல்வாதிகள் பலர் தங்கள் பெயரும் தொடரில் வந்திருக்கிறதோ என்ற பதட்டத்துடன் முதல் அத்தியாயத்தைப் படித்தனர். தமிழகத்தின் எல்லா பகுதிகளிலும் நக்கீரன் பற்றியும், ஆட்டோ சங்கர் தொடர் பற்றியுமே பேச்சு இருந்தது.

நாம் பட்டபாட்டிற்கு உரிய பலன் கிடைத்திருக்கிறது என்ற திருப்தியுடன் அலுவலகத்திற்கு வந்தேன். தம்பி சுரேஷ் பரபரப்பாக காணப்பட்டார். "அண்ணே... ஆபீசை திறந்ததிலிருந்து ஏஜெண்ட்டுகள்கிட்டேயிருந்து போன் வந்துகிட்டேயிருக்கு."

"என்ன விஷயம்... ஏதாவது பிரச்சனையா?" -பதட்டத்துடன் கேட்டேன். "இல்லண்ணே... சங்கர் தொடருக்கு நல்ல ரெஸ்பான்ஸ் இருக்கிறதா ஒவ்வொரு ஏஜெண்ட்டும் போன் பண்ணி சொன்னாங்க. ரிசல்ட் நல்லா இருக்கிறதா சொன்னாங்க. ஊர்

முழுக்க நக்கீரன் பற்றிய பேச்சாத்தான் இருக்குதாம்."

தம்பி சுரேஷ் சொன்ன செய்திகளால், காதுக்குள் இன்பத் தேன் வந்து பாய்ந்தது. அடுத்தடுத்து போன் செய்த ஏஜெண்ட்டுகளும் அதேபோல தகவல் தெரிவித்தனர். ஏஜெண்ட்டுகளிடமிருந்து வெற்றிச் செய்தி தொடர்ந்து காதுகளில் ஒலித்தது. அந்த வெற்றிச் செய்தியை அப்போதைய ஆட்சியாளர்களால் ஜீரணிக்க முடியவில்லை. ஜெயலலிதா அரசு தனது குறுக்குப் புத்தியைப் பயன்படுத்தி கோர்ட் மூலம் நமக்கு எதிராக காய்களை நகர்த்தும் வேலைகளில் தீவிரமானது. அதனால் நாமும் கோர்ட் சம்பந்தப்பட்ட பணிகளில் கவனத்தைச் செலுத்தினோம்.

நாம் தாக்கல் செய்திருந்த ரிட் மனு மீதான விசாரணையை நீதியரசர் அப்துல்ஹாடி, மூன்று நாட்களுக்கு ஒத்தி வைத்தபோதே, அரசு தரப்பில் சூழ்ச்சிகள் நடைபெற வாய்ப்புள்ளது என்பதை அறிந்திருந்தோம். மூன்று நாட்கள் முடிந்த பின், மீண்டும் ஒரு நாள் தாமதமாகத்தான் நமது வழக்கு விசாரணைக்கு எடுத்துக்கொள்ளப்படுகிறது என்பதை அறிந்தோம். இந்த காலதாமதம் நமக்கு எதிர்விளைவுகளை ஏற்படுத்தும் என்பதால் அடுத்த கட்டம் பற்றி நான், சீனியர் வழக்கறிஞர் ரங்கா, அட்வகேட் பெருமாள் ஆகியோர் ஆலோசனையில் ஈடுபட்டோம்.

சீனியர் அட்வகேட் ரங்காவிடம் நான், "சார்... இந்த பெட்டிஷனை டிஸ்மிஸ் பண்ணிட்டாங்கன்னா, அப்புறம் நாம் ஹைகோர்ட்டில் அப்பீல் பண்ணமுடியாது. அதனால லேட் பண்ணாமல் சுப்ரீம்கோர்ட்டில் ஒரு மனு தாக்கல் பண்றதுதான் நல்லது. நீங்க டெல்லிக்குப் போய் சுப்ரீம் கோர்ட்டில் பெட்டிஷன் ஃபைல் பண்ணுறதுக்கான ஏற்பாடுகளை செய்யுங்க. இங்கே நம்ம அட்வகேட் பெருமாளை வைத்துப் பார்த்துக்கொள்ளலாம்" என்றேன்.

அருகிலிருந்த பெருமாள் உடனே, "அண்ணாச்சி... நீங்க சொல்றபடி செய்திடலாம். இங்கே ஹைகோர்ட்டில் எங்க சீனியர் லாயர் அவுட் ஆஃப் ஸ்டேஷன்னு சொல்லி ஒருவாரம் டயம் கேட்டுக்கலாம்" என்றார். சீனியர் அட்வகேட் ரங்காவிற்கும் அது சரியெனப்பட்டது. அதனால் ரங்காவுக்கு டெல்லி ஃப்ளைட்டில் டிக்கெட் எடுத்து உடனடியாக சுப்ரீம் கோர்ட்டில் ரிட் தாக்கல் செய்ய அனுப்பினோம்.

நமது டெல்லி வழக்கறிஞர் சர்மாவுடன் ஆலோசித்த ரங்கா, சுப்ரீம் கோர்ட்டில் மனு தாக்கல் செய்வதற்கான ஏற்பாடுகளில் துரிதமாக இறங்கினார். மறுநாள், இங்கு சென்னை ஹைகோர்ட்டில் நீதியரசர் அப்துல்ஹாடி முன்பு நமது மனு விசாரணைக்கு

வந்தபோது, அட்வகேட் பெருமாள் ஆஜரானார். அதே நேரத்தில் டெல்லியிலிருந்து நமக்கு போன் வந்தது. சீனியர் வழக்கறிஞர் ரங்காதான் பேசினார்.

"மிஸ்டர் கோபால்... ஹைகோர்ட்டில் நம் ரிட் என்னாச்சு?"

"சார்... அட்வகேட் பெருமாள் அங்கே ஆஜராகியிருக்கார். ஒருவாரம் டயம் கேட்டு வாங்கிடுறேன்னு சொல்லியிருக்கார்."

"அச்சச்சோ..."

"என்ன சார்?"

"கோபால் இங்கே சுப்ரீம் கோர்ட்டில் ரிட் தாக்கல் பண்ணணும்னா நிறைய கேள்விகள் கேட்கிறாங்க. ஆட்டோ சங்கர் விஷயத்தில் உங்களுக்கென்ன அவ்வளவு இன்ட்ரஸ்ட்டுன்னு கொஸ்டின் பண்றாங்க."

"டெல்லியிலும் பிராப்ளம்தானா?"

"இன்னொரு முக்கியமான விஷயம். நம்பர் பண்ணாமல் ஹைகோர்ட்டில் உள்ள ரிட் மனு மீதான விசாரணை என்னாச்சுன்னு இங்கே கேட்கிறாங்க. அந்த ரிசல்ட் தெரிந்தால்தான் இங்கே பெட்டிஷன் ஃபைல் பண்ணமுடியும். நெகட்டிவா இருந்தாலும், பாஸிட்டிவா இருந்தாலும் நமக்கு ரிசல்ட் தான் முக்கியம். அதோட காப்பியை உடனே எனக்கு ஃப்ளைட்டில் அனுப்புங்க. ஜட்ஜ்கிட்டே டயம் கேட்க வேணாம்னு பெருமாள்கிட்டே சொல்லுங்க... நான் அப்புறம் பேசுறேன்."

சீனியர் லாயர் ரங்கா தெரிவித்த தகவல்களால் மீண்டும் பதட்டம் சூழ்ந்தது. கடிகாரத்தைப் பார்த்தேன். 10.30 மணி. ஹைகோர்ட்டில் முதல் கேஸாக நமது மனுதான் விசாரணைக்கு எடுத்துக்கொள்ளப்பட இருக்கிறது. அதற்கு முன் அட்வகேட் பெருமாளை சந்தித்து, 'டயம் கேட்க வேண்டாம்' என்று சொல்ல வேண்டும். அதற்கு அவகாசம் இருக்குமா? மிகவும் இக்கட்டான சூழ்நிலையில் ஹைகோர்ட் வளாகத்துக்கு விரைந்து, நீதியரசர் அப்துல்ஹாடியின் கோர்ட் நோக்கிச் சென்றேன்.

அங்கே விசாரணை தொடங்கியிருந்தது.

பைபிள் வரிகள்!

நீதியரசர் அப்துல்ஹாடியிடம் டயம் கேட்டுக் கொண்டிருந்தார் நமது வழக்கறிஞர் பெருமாள். எப்படியாவது அவரை அணுகி, சீனியர் அட்வகேட் ரங்கா சொன்ன விஷயத்தை தெரிவித்து விடவேண்டும் என்ற தவிப்பு எனக்கு அதிகமாக இருந்தது. கோர்ட் வளாகத்திற்குள் நான் பரபரப்பாக நுழைந்ததைப் பார்த்து அங்கு நின்று கொண்டிருந்த போலீசார் ஷாக் அடித்தது போல் நின்றனர். பத்திரிகை உரிமை தொடர்பான முக்கியமான வழக்கு என்பதால் பத்திரிகையுலக நண்பர்களும் நிறைய பேர் கோர்ட்டிற்கு வந்திருந்தனர்.

நமது அட்வகேட்டை எப்படியாவது சந்தித்துவிட முடியாதா என்ற பரபரப்பில் நான் இருந்த போதுதான், நீதியரசர் அப்துல்ஹாடி அந்த பரபரப்பான தீர்ப்பை அளித்தார். "நீங்கள் மிக அவசரம் என்று சீஃப் ஜஸ்டிசை பார்த்ததால்தான் நம்பர் பண்ணாமல் இந்த மனு மீது விசாரணை மேற்கொள்ளப்பட்டது. இப்போது நீங்கள் டயம் கேட்டால் நான் அனுமதி தர இயலாது. இந்த பெட்டிஷனை நான் டிஸ்மிஸ் செய்கிறேன்" என்றார்.

நமது மனு தள்ளுபடி செய்யப்பட்டது என்று நீதியரசர் உத்தரவிட்ட மறுவிநாடி, அங்கே நின்றுகொண்டிருந்த போலீஸார் என்னை ஏளனப் பார்வை பார்த்தனர். நாம் தோல்வியடைந்து விட்டோம் என்பது அவர்களின் நினைப்பு. ஆனால் நமக்குள் சந்தோஷம்தான். கால தாமதம் இல்லாமல் தீர்ப்பு தந்ததால் சுப்ரீம் கோர்ட் பணிகளை தொடர முடியுமே என்ற சந்தோஷம்.

சுப்ரீம் கோர்ட் நிலைமையை அதுவரை அறியாத நமது அட்வகேட், டயம் கிடைக்கவில்லையே என்ற விரக்தியில் சோர்வாக வெளியே வந்தார். என்னைக் கண்டதும் அவருக்கு அதிர்ச்சி. "அண்ணாச்சி... என்ன நீங்களே கோர்ட்டுக்கு வந்திருக்கீங்க... நமக்கு ரொம்ப bad luck அண்ணாச்சி. டயம் தரலை. பெட்டிஷனை

டிஸ்மிஸ் பண்ணிட்டாங்க."

"தீர்ப்பை நானும் கேட்டேன். ஒரு விதத்திலே நல்லதுதான்."

"என்ன அண்ணாச்சி சொல்றீங்க?"

"டெல்லியிலிருந்து அட்வகேட் ரங்கா போன் பண்ணினாரு. சுப்ரீம் கோர்ட்டில் பெட்டிஷன் தாக்கல் பண்ணுவதில் பிராப்ளமாம்."

"அங்கேயும் பிரச்சனையா?"

"இங்கே பெட்டிஷன் மீது விசாரணை நடந்துகிட்டிருக்கும் போது, அங்கே பெட்டிஷன் தாக்கல் பண்ண அனுமதி இல்லைன்னு சொல்லிட்டாங்களாம். அதனால நெகட்டிவோ, பாசிட்டிவோ

இங்கே ஒரு ரிசல்ட் தெரிந்தாகணும். டயம் கேட்கவேண்டாம். தீர்ப்பு எதுவா இருந்தாலும் அதன் காப்பியை உடனடியா டெல்லிக்கு அனுப்புங்கன்னு ரங்கா சொன்னார். அதனால, டிஸ்மிஸ் ஆனதும் ஒரு விதத்திலே நல்லதுக்குதான். நீங்க உடனடியா இந்த தீர்ப்போட காப்பியை வாங்க ஏற்பாடு பண்ணுங்க. மதியம் டெல்லிக்குப் புறப்படுற ஃப்ளைட்டில் கொடுத்து நம்ம டெல்லி நிருபர் ஷாஜஹான்கிட்டே ஒப்படைச்சிட்டா, அவர் ரங்காகிட்டே சேர்த்திடுவார். அதனால, நீங்க அந்த காப்பியை சீக்கிரமா வாங்கிடுங்க" என்று நமது அட்வகேட்டிடம் சொல்லிவிட்டு அவசரமாக நான் அலுவலகத்திற்கு திரும்பினேன்.

அலுவலகத்தில் ஒரு கடிதம் காத்திருந்தது. தம்பி காமராஜின்

முகவரியிட்டு எழுதப்பட்டிருந்த அந்தக் கடிதத்தை ஆட்டோ சங்கர்தான் அனுப்பியிருந்தான்.

Praise the Lord

மதிப்பிற்குரிய எனது அன்புச் சகோதரர் காமராஜ் அவர்களுக்கு அன்பு வணக்கங்களுடன் நன்றியுடன் உங்கள் சகோதரன் Auto Sankar எழுதும் அன்புக் கடிதம் யாதெனில், இவ்வாரம் நமது நக்கீரனில் வெளியிடப்பட்டுள்ள எனது தொடரை வாசித்தேன். தொடருக்கான படம் மிக அருமை. (அந்தத் தொடருக்கான படம் ஓவியத் தம்பி ஷ்யாம் வரைந்தது). என் நிலைமையை அப்படியே பிரதிபலித்தது. நான் சொன்ன படியே

பைபிளைப் பற்றிக் குறிப்பிட்டது எனக்கு மன ஆறுதலாய் உள்ளது.

என் அன்பான வேண்டுகோள் யாதெனில், ஒவ்வொரு வாரத் தொடரிலும் பைபிள் பற்றி ஒரு நாலு வரிகளாவது அவசியம் குறிப்பிட வேண்டும். ஏனெனில், தமிழ்நாட்டில் உள்ள பல கிறிஸ்துவ சபையின் சகோதர சகோதரிகளில் பெரும்பாலானவர்கள் நமது நக்கீரன் வாசகர்களாக உள்ளனர். நான் இப்போது முழுக்க முழுக்க கர்த்தரை நம்பி கர்த்தரின் நல்ல விசுவாசியாக ஜீவிக்கிறேன். எனவே என் தொடரில் வாரம் தவறாமல் பைபிள் பற்றி ஏதாவது வசனங்களையோ அல்லது பைபிளில் சொல்லப்பட்டுள்ள வரலாறு கதைகளையோ இவ்வாரம் வெளியிட்டது போல தொடரும்படி அன்புடன் கேட்டுக்கொள்கிறேன். இதில் பல வசனங்களை குறிப்பிடுகிறேன். (பைபிள் வசனங்கள் இடம்பெற்றுள்ள அத்தியாயங்கள் சிலவற்றை குறிப்பிட்டிருக்கிறான்)

என் அன்புச்சகோதரரே! பைபிளில் உள்ள இந்த ஒவ்வொரு வசனங்களையும் வாசித்துப் பார்த்து தொடருக்கு ஏற்றவாறு வாரம் ஒரு வசனம் குறிப்பிட்டால் மிகவும் நன்மையாக ஆசீர்வாதமாக இருக்கும்.

முக்கியமான ஒரு விஷயம். நீங்கள் எனக்கு கடிதம் எழுதினால் அதிகாரிகள் நிச்சயம் என் கைக்கு உங்கள் கடிதத்தை தரமாட்டார்கள். உங்கள் பதிலை நான் எப்படி பெறுவது என்று எனக்கு புரியாமல் இருந்தது. அதனால் ஒரு யோசனை செய்துள்ளேன். B.B.ரவி, தண்டனை எண்.4612 மத்திய சிறை, சேலம்-7. இவருக்கு சாதாரணமாக இன்லேண்ட் லெட்டரில் உங்கள் From விலாசம் இன்றி காமராஜ் Ooty என்று மட்டும் எழுதி உள்ளே என் பேர் இல்லாமல் சகோதரர் ரவி பேருக்கே (என் பேர் ரவி என்றே நினைத்து) பதில் எழுதுங்கள். அவர் என்னிடம் தருவார். மற்றவை மறு தபாலில் அல்லது நேரில்.

உங்கள் அன்பு
Auto Sankar

சங்கரின் சமயோசித புத்தி சற்று பிரமிப்பாகத்தான் இருந்தது. கடிதம் பற்றிய சிந்தனையில் இருந்தபோது அட்வகேட் பெருமாள், கோர்ட் தீர்ப்பின் காப்பியைக் கொண்டு வந்தார்.

அதை உடனடியாக மாலை ஃப்ளைட் மூலம் டெல்லிக்கு அனுப்பி, நமது டெல்லி நிருபர் ஷாஜஹானுக்கு கிடைக்கச் செய்தோம். அவர் அதை சீனியர் அட்வகேட் ரங்காவிடம் ஒப்படைத்தார். சுப்ரீம் கோர்ட்டில் பெட்டிஷன் தாக்கல் செய்வதற்கான பணிகள் துரிதமாயின.

அதே நேரத்தில் நாம் இன்னொரு பணியில் துரிதமானோம். ஹைகோர்ட்டில் நமது பெட்டிஷன் டிஸ்மிஸ் ஆனதால் நக்கீரன் இதழை முடக்க ஆட்சியாளர்கள் எந்த நேரத்திலும் படையெடுத்து வரலாம். இந்த ஒரு தீர்ப்பு போதாதா ஜெயலலிதா ஆட்சிக்கு!எந்த நிமிடத்திலும் எது வேண்டுமானாலும் நடக்கலாம் என்பதால் எல்லோரும் பரபரப்பாகவும் பதைபதைப்பாவும் இருந்தனர்.

அலுவலகத்திலும் பைண்டிங்கிலும் எல்லோரையும் எச்சரிக்கையாக இருக்கச் சொன்னேன். குறிப்பாக புரடக்ஷனை கவனித்து வரும் 'பெரிசு' சுந்தரிடம், ''ரொம்ப கவனம்... பார்த்துக்குங்க" என்றேன். முக்கிய ஏஜெண்ட்டுகள் அனைவருக்கும் போன் செய்து, எந்தப் பிரச்சனையாக இருந்தாலும் உடனடியாக தகவல் கொடுக்கச்சொன்னேன். அடுத்த இதழ் தயாரிப்புக்காக பாதுகாப்பான இடம் தேவைப்பட்டது. எடிட்டோரியல் தம்பிகள் சந்திரமோகனையும் லெனினையும் அழைத்து, "மேட்டரை ரெடி பண்ணி வச்சுக்குங்க" என்றேன்.

தம்பி குருவை அழைத்து, "அடுத்த இஷ்யூ லே-அவுட் ஒர்க்கை ஆரம்பிக்கணும். இங்கே ஏதாவது பிரச்சனை வரலாம். அதனால் ஹோட்டலில் ரூம் போட்டு ரெடியா வச்சுக்க" என்றேன். அப்போது நாம் டைப் செய்து கொண்டிருந்த ஹைடெக் நிறுவனத்திலேயே எடிட்டோரியல் பணிகளை கவனிக்க ஏற்பாடு செய்யப்பட்டது. எந்த நேரத்தில் எந்தப் பிரச்சனை வந்தாலும் அதனை சமாளித்து, இதழைக் வெளிக்கொண்டு வர வேண்டும் என்ற துடிப்புடன் தம்பிகள் என்னுடன் கைகோர்த்திருந்தனர். பிரச்சனை வரும் என்று எதிர்பார்த்திருந்த நேரத்தில் கடிதம் ஒன்று வந்தது. இரண்டாவது டெலிவரியில் வந்த அந்தக் கடிதத்தையும் ஆட்டோ சங்கர்தான் எழுதியிருந்தான்.

அன்பு சகோதரர் காமராஜ் அவர்களுக்கு,

நக்கீரன் ஆசிரியருக்கு மனு எழுத வேண்டுமென்றால் ஜெயில் அதிகாரிகள் பேப்பர் தர மறுக்கிறார்கள். எனது வக்கீல் இங்கு வந்தபோது சூப்பிரண்டெண்டை நேரில் பார்த்து இது சம்பந்தமாக சொல்லச் சொன்னேன். but jailor மொட்டை மகாலிங்கம், பேப்பர்தானே நானே தர்றேன் என்றார். அவர் பேப்பர் கொடுத்துவிட்டுப் போன பின்பு அடிஷனல் சூப்பிரண்டெண்ட் வந்தார். அவருடைய நடவடிக்கை முற்றிலும் நேர்மாறாக இருந்தது. நான் எழுதிக் கொண்டிருந்த பேப்பரைக் கிழித்துக் குப்பையில் போட்டார். ஜெயிலரைப் பார்த்து Quarantine ரெடியா இருக்கான்னு கேட்டார். இவனைத் தூக்கி அந்த செல்லில் போடுங்கன்னு உத்தரவு போட்டார். Quarantine-ன்னனா என்ன தெரியுமா?

பரபரப்பான டீம்!

அது ரொம்ப பயங்கரமான தனிமைச் சிறை. மனநலம் பாதிக்கப்பட்டவர்களையும் கொடுமையான தொற்றுநோய் உள்ளவர்களையும்தான் அந்த Quarntine-ல் போடுவாங்க. அங்கே எனக்கு பாதிப்பு ரொம்ப அதிகம். என் மனைவி, குழந்தைகளையோ, வக்கீலையோ பார்க்க முடியாது. நீங்க எழுதுற லெட்டரைக்கூட என்கிட்டே கொடுக்க மாட்டாங்க. பைத்தியத்தை அடைத்து வைக்கிறமாதிரி, என்னையும் அடைத்து வைக்க மேலிடத்திலிருந்து வந்த உத்தரவுப்படி, சிறைத்துறை அதிகாரிகள் செயல்பட்டுக்கொண்டிருக்கின்றனர். என்னுடைய தொடர், நக்கீரனில் வெளிவர ஆரம்பமானதிலிருந்தே... இங்கே என்னை Over கெடுபிடியில் பாதுகாக்கிறார்கள். Warder சகோதரர்கள் பலர் இங்கு என்னிடம் நன்கு பழகிவிட்டதால், கடிதம் எழுதி Outpost செய்ய ஆண்டவர் கிருபை செய்கிறார். சிறைக்குத் தெரியாமல் நான் Power of Attorney-ல் Sign போட்டு Outpost அனுப்பியதால், எனக்கு வேண்டிய ஒரு Warder-ஐ வேறு சிறைக்கு பணிமாற்றம் செய்துள்ளனர் சத்தியமாய் அவர் பாவம். அதை Output செய்தது யார் என்று புரியாமல் என்னுடன்

சகஜமாக அரட்டை அடிக்கும் காவலர்களை எல்லாம், அதிகாரிகள் கண்டபடி திட்டிக்கொண்டிருக்கிறார்கள். இங்கு எனது சூழ்நிலை சரியில்லை.

-அன்புடன்
ஆட்டோ சங்கர்

நம்மை நேரடியாகத் தாக்குவதற்குப் பதிலாக, சங்கர் மீது தாக்குதலைத் தொடர்ந்தால்... தொடரை நிறுத்திவிட முடியும் என கனவுகண்டு அரசும், காவல்துறையும் செயல்பட்டு வருகின்றன என்பதை ஆட்டோ சங்கரின் கடிதம் பட்டவர்த்தனமாகத் தெரிவித்தது. அதேநேரத்தில், அதிகாரத்திமிர் பிடித்த ஆட்சியாளர்கள், தங்களது கூலிப்படையை எந்த நேரத்திலும் ஏவிவிட்டு, நமது அலுவலகத்தின் மீது தாக்குதல் நடத்தக்கூடும் என்பதால் மிகுந்த கவனத்துடன் செயல்பட்டோம்.

தம்பிகள் ஆனந்த், சிவகுமார், பிரான்சிஸ், அக்கவுண்ட்ஸ் சந்திரமோகன் ஆகிய நால்வரை மட்டும் அலுவலகத்தில் இருக்கச்சொன்னேன். செக்யூரிட்டிகள் தங்கமணியையும் பூபதியையும் அழைத்து, “ரொம்ப கவனம். நாலு தம்பிகள் மட்டும் இங்கே இருப்பாங்க. புதுசா யாராவது ஆபீசுக்கு வந்தால் என்ன, ஏதுன்னு ஸ்டிரிக்ட்டா விசாரிச்சுட்டு, அப்புறமா வரச்சொல்லுங்க; அசால்ட்டா இருந்திடக் கூடாது'' என தெரிவித்தேன். போட்டோகிராபர்கள் கதிரைதுரை, சுந்தர் இருவரில் ஒருவரை மேட்டருக்கு அனுப்பி விட்டு, இன்னொருவரை அலுவலகத்திற்கு அருகிலேயே இருக்கச்சொன்னேன். அதிகார வர்க்கம் ஆள், அம்பு, சேனையுடன் நமது அலுவலகத்திற்கு வந்தால், அதனை புகைப்படமெடுத்துக் கொள்வதற்காகவே இந்த ஏற்பாடு, அதன்படியே ஒருபோட்டோகிராபர், அலுவலகத்திற்கு அருகில் இருந்தார்.

எடிட்டோரியல் அஸிஸ்டென்ட்டான தம்பி பரமேஸ்வரனை அழைத்து, “மேட்டர் சம்பந்தமான எல்லாத்தையும் பேக்-அப் பண்ணி வச்சுக்கப்பா. லே-அவுட் சம்பந்தமா குருசாமிகிட்டே கேட்டுக்க. எல்லாம் ரெடியா இருக்கட்டும். எங்கே போறதுன்னு நான் சொல்றேன். தம்பி காமராஜ், லெனின், சந்திரமோகன் மூணுபேரும் அங்கே வந்திடுவாங்க. அங்கேயே உங்க வேலைகளை ஸ்டார்ட் பண்ணிடலாம்” என்றேன். அடுத்த நிமிடமே மேட்டர் சம்பந்தமான விஷயங்கள் பேக்-அப் ஆயின.

இப்படி நக்கீரன் டீம் முழுவதுமே பரபரப்பாக பணியாற்றிக்கொண்டிருந்த நேரத்தில்... இரண்டு கடிதங்கள் வந்தன. இரண்டுமே ஆட்டோ சங்கர் எழுதியவைதான். ஒன்று, எனது பெயருக்கு எழுதப்பட்டிருந்தது. மற்றொன்று தம்பி காமராஜ்

பெயருக்கு வந்திருந்தது. சங்கரின் ஒவ்வொரு கடிதத்திலும் ஒரு அதிர்ச்சியான செய்தி இருப்பதும், தொடரை தடை செய்வதற்காக சிறைத்துறையினர் ஆட்டோ சங்கரை துன்புறுத்துவதும் வழக்கமாகிவிட்ட நிலையில், இந்த இரண்டு கடிதங்களிலும் என்ன 'டைம்பாம்' இருக்கப் போகிறதோ என்ற பரபரப்புடன்... என் பெயருக்கு எழுதப்பட்டிருந்த கடிதத்தை முதலில் பிரித்தேன்.

மதிப்பிற்குரிய ஆசிரியர் அவர்களுக்கு, என் பணிவான வணக்கம்.

இன்று காலை (9-7-94 சனிக்கிழமை) சேலம் சிறையிலிருந்து, பன்னீர் செல்வம் என்ற தண்டனை சிறைவாசியும், ஆறுமுகம் என்ற தடுப்புக்காவல் சிறைவாசியும், சேலம் அரசு மருத்துவமனைக்கு (வைத்தியத்திற்காக) சேலம் A.R.Police மூலம் வழி பாதுகாவல் செய்து அழைத்துச் செல்லப் பட்டனர். அப்போது A.R. போலீஸ் மூவரில் ஒருவர் (மேற்சொன்ன சிறைவாசி களை அழைத்துச்சென்ற போலீஸ் மூவரில் ஒருவர்) என்னைக் கொலை செய்யும் நோக்குடன் சிறைவாசிகளிடம் பேசியிருக்கிறார். "ஏண்டா, உங்க ஜெயில்ல இருக்கானே ஆட்டோ சங்கரு. அவன் என்ன பெரிய மயிரா? பெரிய உத்தமனாட்டம் வாழ்க்கைத் தொடர் எழுதுறானே. அவனுக்கு நேரம் நெருங்கிடுச்சு. அவனை கோர்ட்டுக்கு கூட்டிக்கிட்டு போறப்ப. ஒரே தோட்டாவுல அவனை சுட்டுட்டு தப்பிக்க முயற்சி பண்ணினான். அதனால சுட்டுட்டேன்' என்று அவன் கதையை முடிக்கப்போறேன்" எனச் சொல்லியிருக்கிறார். யார்

அந்தபோலீஸ்? ஆஸ்பிட்டலுக்கு சிறைவாசிகளை அழைத்துச் செல்லவேண்டிய அவரது கடமையை மட்டும் கவனிக்க வேண்டியதை விட்டு, என்னை அவர் கொல்லப்போவதாக சிறைவாசிகளிடம் சொல்லியது ஏன்?

1988-க்கு முன்பு என்னோடு நகமும் சதையுமாய் இருந்த என்பதைவிட; நகமும் நகத்தின் அழுக்குமாய் இருந்த அரசியல்வாதிகளும், அதிகாரிகளும் "ஆட்டோ சங்கர் தன் சுயசரிதையை நக்கீரனில் வெளியிடுறானே. நம்பளைப்பற்றியும் நாறடிச் சிடுவானோ" என்று பயந்து என்னைத் தீர்த்துக்கட்ட, என் உயிருக்கு விலை நிர்ணயித்து சேலம் A.R. போலீஸ் மூலம் கொலைத் திட்டம் தீட்டப்பட்டு உள்ளது.

போலீசார் (A.R. போலீசார் சேலம்) இதுவரை மூன்றரை வருடமாக என்னை சேலம் சிறையிலிருந்து அவ்வப்போது சென்னை கோர்ட்டுக்கு வழி பாதுகாவல் செய்து வருகின்றனர். இதுவரை போலீசார் என்னைத் தரக்குறைவாக பேசியதோ, என்னை மரியாதை இன்றி நடத்தியதோ கிடையாது. கடமையில் விழிப்புடனும், அதே நேரத்தில் என்னிடம் அன்பாகவும் நடந்து வருகிறார்கள். ஆனால் திடீரென 9-7-94-ல் ஒரு போலீஸ் என்னைக் கொல்லும் நோக்குடன் பேசியிருப்பது என் மனதை குழப்பியதுடன், எனக்கு பயத்தையும் ஏற்படுத்தியுள்ளது.

சேலம் ரவுடி ஏரோப்பிளேன் (a) செல்வராஜ் என்பவர்

சேலம் போலீஸாரால் அநியாயமாக சுட்டுக்கொல்லப் பட்டதையும், நாகன் (a) நாகராஜன் என்ற ஆயுள் சிறைவாசி கோர்ட் சென்று திரும்பிவரும்போது, சேலம் சிறைவாசலுக்கு அருகிலேயே A.R. போலீஸாரால் சுட்டுக்கொல்லப்பட்டதையும் நினைத்துப்பார்க்கிறேன்.

Sir, தங்களுக்கு நான் அனுப்புகிற இப்புகார் மனுவை கவனித்து, என் உயிரைப் பாதுகாக்க எல்லாவித முயற்சிகளையும் மேற்கொள்ள வேண்டுகிறேன். என் உயிரை காப்பாற்ற உங்களால்தான் முடியும்.

என்றும் அன்புடனும், நன்றியுடனும்,
AutoSankar

-எதிர்பாராத அதிர்ச்சித் தகவல்களை தாங்கியிருந்த அந்தக் கடிதத்தைப் படித்துவிட்டு, இன்னொரு கடிதத்தில் என்னென்ன அதிர்ச்சிகள் இருக்கின்றனவோ என்ற திகிலுடன் அந்தக் கடிதத்தையும் பிரித்தேன். முதல் கடிதத்திலிருந்த செய்திகளுக்கு தொடர்பில்லாத... ஆனால் மிகவும் சுவாரஸ்யமான தகவல்கள் அந்த இரண்டாம் கடிதத்தில் இருந்தன.

சங்கரின் மனைவி கண்ணீர் கடிதம்!

அதில், தனது தொடர் பற்றியும், தன்னுடன் சம்பந்தப்பட்ட அரசியல்வாதிகள், காவல்துறை அதிகாரிகள், சினிமா நட்சத்திரங்கள் ஆகியோரின் பெயர்களை சிலேடையில் வெளியிட்டால், சுவாரஸ்யமாக இருக்கும் என்பதை விவரித்து எழுதியிருந்தான் ஆட்டோ சங்கர். அவனைக் கொல்வதற்கு சிறை அதிகாரிகள் நேரம் பார்த்துக் கொண்டிருக்கும் பயங்கரமான சூழ்நிலையில், தொடரில் வரும் பெயர்கள் பற்றி அவனால் எப்படி யோசிக்க முடிகிறது என்ற வியப்பினை அந்தக் கடிதம் தந்தது.

அன்புமிக்க நண்பர் காமராஜ் அவர்களுக்கு, வணக்கத்துடன் Auto Sankar எழுதுவது. தொடர் மிகவும் அருமையாக வெளிவருகிறது. என் தொடரில் ஸ்ரீபால் DGP அவர்களின் முதல் மனைவி ரேணுகாதேவியைப் பற்றிக் குறிப்பிடும்போது, பெரிய்ய்ய்ய அதிகாரியின் மனைவி ரேணுகாதேவி என்று எழுதவும். அதேபோல் தேவாரம்- நடிகை விஜயசாந்தி என்ற விவரங் களின்போது பெரிய்ய்ய்ய மீசைக்காரர் விஜயசாந்தியுடன் என்று

குறிப்பிடவும். DSP தங்கய்யா பற்றி எழுதும்போது, உயர் அதிகாரி Gold Sir. என்று குறிப்பிடவும், இன்ஸ்பெக்டர் தலைமலை என்பவர் பேரை தலையான இன்ஸ்பெக்டர் என்று குறிப்பிடவும் மற்ற விபரங்கள் O.K.

அக்கா, தங்கை நடிகையில், தங்கையைப் பற்றி எழுதும்போது, எம்.ஜி.ஆர். மந்திரிசபையில் இருந்த இளம் மந்திரிக்கு நெருக்கமானவர் என்று எழுதவும். ராதா என்று பேர் போடாமல் எழுதவும். அதேபோல, சரிதா பற்றி எழுதும்போது, இயக்குநர் பாலசந்தர் சாரால் பெயர் பெற்ற குண்டு கருப்பாயி நடிகை என்று எழுதவும். மற்றபடி... அரசியல்வாதிகளின் பெயரையும், நேரடியாக குறிப்பிடாமல் மறைமுகமாக குறிப்பிடவும். கே.ஏ.கிருஷ்ணசாமியை, கண்ணன் கடவுள் என்று எழுதினால் நன்றாக இருக்கும். முன்னாள் சபாநாயகர் முனு.ஆதி பற்றி எழுதும்போது அவர் பெயரை எழுதாமல், புரட்சித்தலைவருக்கு மிகவும் வேண்டிய முன்னாள் சபாநாயகர் என்று குறிப்பிடவும், மதுசூதனனை எந்தப் புனைபெயரில் வேண்டுமானாலும் எழுதிக்கொள்ளலாம்.

இன்னும் ஒருவாரத்திற்குள் என்னை நேரில் சந்திக்க அவசியம் வரவும். மற்றவை நேரில்

"ஆட்டோ சங்கர். பி.கு: இதில் நான் குறிப்பிட்டிருப்பது ஒரு பகுதி மட்டும்தான். இன்னும் பல முக்கிய தலைவர்கள் பற்றிய செய்திகள் இருக்கின்றன. அவர்களை என்னென்ன பெயர்களில் குறிப்பிடலாம் என்பதை இன்னொரு கடிதத்தில் எழுதுகிறேன்.

என அந்தக் கடிதத்தை முடித்திருந்தான் ஆட்டோ சங்கர்.

முதல் கடிதத்தில் தனது உயிருக்கு ஆபத்து என்பது பற்றி சீரியஸாக எழுதியிருந்த சங்கர், இரண்டாவது கடிதத்தில், தொடரில் இடம்பெறும் நபர்களின் பெயர்களை எப்படியெல்லாம் எழுதலாம் என்பது பற்றி சுவாரஸ்யமாக எழுதியிருந்தது ஆச்சரியமென்றால்... அதைவிட ஆச்சரியமும், அதிர்ச்சியுமான விஷயம், ஆட்டோசங்கரிடம் இத்தனை அரசியல்வாதிகள் தொடர்பு கொண்டிருந்தார்களா என்பதுதான் முதல் பகுதியிலேயே இத்தனை அரசியல்வாதிகள் என்றால்... கடிதத்தின் பின்குறிப்பில் அவன் சொல்லியிருப்பதுபோல் மற்ற தலைவர்களின் பெயர்களையும் குறிப்பிட்டு எழுதியிருந்தால் எவ்வளவு நீளமான பட்டியலைத் தயாரிக்க வேண்டியிருக்குமோ?

இஸ்திரி மடிப்பு கலையாத வெள்ளைச் சட்டையில் வலம் வரும் அரசியல்வாதிகளின் அந்தரங்க வாழ்க்கையில் அழுக்கும், அசிங்கமும்தான் அப்பிக்கிடக்கிறது என்பதை சங்கரின் கடிதம் தெளிவாக விளக்கியது. இந்த அரசியல்வாதிகளை நம்பித்தான் நமது நாடு இருக்கிறது என்பதை நினைத்துப் பார்த்தபோது, வேதனையாக

இருந்தது. எத்தனைத் தொண்டர்கள், எந்தெந்த ஊர்களையோ சேர்ந்தவர்கள்; இந்த தலைவர்களின் பேச்சிலும், கவர்ச்சியிலும் மயங்கி, கட்சிக்காக தங்கள் வாழ்க்கையையே அர்ப்பணிக்கிறார்கள். ஆனால்... அந்த தலைவர்களின் செயல்பாடுகளோ, நான்காம் தரமாகத்தானே இருக்கிறது.

ஒரு சாராய வியாபாரியாக இருந்த ஆட்டோ சங்கர், விபச்சாரம், கொலை என தைரியமாக களமிறங்கியதற்கு முக்கிய

காரணம் இந்த அரசியல்வாதிகள்தானே! கட்சிப் பிரமுகர்களின் ஆதரவு இருக்கிறது என்ற தைரியத்தில் அவன் செயல்பட அரசியல்வாதிகளும் தங்களின் சுயநலத்திற்காக அவனைப் பயன்படுத்தி வளர்த்திருக்கிறார்கள். எல்லா அக்கிரமங்களுக்கும் பின்னணியாக இருந்திருக்கிறார்கள். அப்படியானால்... முதலில் தண்டிக்கவேண்டியது ஆட்டோ சங்கரையா? அல்லது இந்த அரசியல்வாதிகளையா? இன்னும் பல ஆட்டோ சங்கர்கள் உருவாகாமல் தடுக்க வேண்டுமென்றால், இதுபோன்ற அரசியல்வாதிகளுக்கு அவசியம் தண்டனை

வழங்கவேண்டும்.

இரண்டாவது கடிதம் ஏற்படுத்திய தாக்கத்தால், இப்படி பல யோசனைகள் என்னுள் எழுந்தன. அந்த யோசனைகளை கொஞ்சம் ஓரந்தள்ளி வைத்துவிட்டு, அடுத்த இதழைக் வெளிக்கொண்டு வருவதற்கான பணிகளில் தீவிரமானேன். இடையிடையே டெல்லிக்குத் தொடர்புகொண்டு சுப்ரீம் கோர்ட்டில் நமது மனு தாக்கல் செய்யப்பட்டுவிட்டதா என்பது பற்றி கேட்டறிந்தேன்.

ஆட்டோ சங்கரின் மரண வாக்குமூல தொடரின் ஒவ்வொரு அத்தியாயமும் பெரும் பரபரப்புடன் வாசிக்கப்பட்டன. இந்த இதழில் நம்மைப் பற்றி எழுதியிருப்பார்களோ என்ற பயத்துடனேயே அரசியல்வாதிகளும், சிறைத்துறையினரும், சினிமா நட்சத்திரங்களும் நக்கீரனைப் புரட்டிப் பார்த்தனர். எம்.ஜி.ஆர். ஆட்சிக்காலத்தில் தொடக்கத்தில் சபாநாயகராக இருந்த முனுஆதிக்கும், நடிகை சரிதாவிற்கும் ஏற்பட்ட தொடர்பு பற்றி, தொடரில் வெளியான செய்திகள் அரசியல் வட்டாரத்தில் பரபரப்பை ஏற்படுத்தியிருந்த நேரத்தில், சங்கரின் மனைவி ஜெகதீஸ்வரி மிகுந்த பதட்டத்துடன் நமது அலுவலகத்திற்கு ஓடிவந்தார். நான் அப்போதுதான் முதல்முதலாக அவரைப் பார்க்கிறேன். பீதி படர்ந்த முகத்துடன், வார்த்தை வெளிப்படாத நிலையில் நின்ற ஜெகதீஸ்வரியிடம் “என்னம்மா விஷயம்?” என கேட்டேன்.

தயங்கித் தயங்கி பேசத் தொடங்கினார்.

‘‘அண்ணே... நக்கீரனில் அவரு எழுதுற தொடரிலே முனுஆதியை பற்றி போட்டதாலே, முனுஆதி தன்னோட ஆளுங்களை ஏவிவிட்டிருக்காரு. அந்த ஆளுங்க ரவுடித்தனமா நடந்துக்குறாங்க. எங்க வீட்டு வாசலிலே வந்து நின்னு, என்னையும் அவரோட அம்மாவையும் மிரட்டுறாங்க. கண்டபடி பேசுறாங்க. புள்ளைங்க ரொம்ப பயப்படுது” என்று சொல்லிவிட்டு என்னிடம் ஒரு கடிதத்தைக் கொடுத்தார் சங்கரின் மனைவி.

கனம் நக்கீரன் நிர்வாக ஆசிரியருக்கு திருமதி.G.ஜெகதீஸ்வரி சங்கர் கண்ணீரோடு எழுதும் கடிதம் என்னவென்றால், என் கணவர் தூக்குதண்டனை தீர்ப்பு கேட்டதிலிருந்து நானும், என் பிள்ளைகளும் கண்ணீரோடும் மிகுந்த கவலையுடனும் இருக்கின்றோம். ஜனாதிபதிக்கு கருணை மனு அனுப்பிவிட்டு, கர்த்தராகிய இயேசு கிறிஸ்துவை நோக்கி ஜெயித்து வருகின்றோம்.

இந்த நிலையில் என் கணவர் ஆட்டோ சங்கர் நக்கீரனில் எழுதும் பரபரப்பான தொடரால் என் கணவருக்கும், எங்களுக்கும் மேலும் பல தொல்லைகள் ஏற்படுகின்றன. முன்னாள் சபாநாயகர் முனுஆதி. தனது அடியாட்களை ஏவி எங்களை

மிரட்டுகிறார். எனது குழந்தைகள் மிகவும் பயந்துபோய் உள்ளன. எங்கள் நிம்மதி பாதிக்கப்படுகிறது. அதனால், இனி நக்கீரனில் என் கணவர் ஆட்டோசங்கர் எழுதும் தொடரை வெளியிடாதீர்கள்.

இப்படிக்கு
G.ஜெகதீஸ்வரி சங்கர்

-சங்கர் மனைவியின் கடிதம் நம் முன் பெரும் கேள்விக்குறியாக நின்றது. ஜெயலலிதா அரசும், சிறைத்துறையும் நமக்கு ஏற்படுத்திய தடைகளை நொறுக்கித் தள்ளி, தொடரை வெற்றிகரமாக வெளிக்கொண்டுவரும் வேளையில், இப்படியொரு சோதனையா? ஆட்டோ சங்கர் அதீத பாசம் வைத்திருக்கும் அவனது குடும்பத்திலிருந்தே தொடருக்கு எதிர்ப்பா? மிகவும் சிக்கலான இந்த சவாலை எப்படி சமாளிப்பது?

ஆழ்ந்த யோசனையில் இருந்தபோது அடுத்த 'வெடிகுண்டு' நம்மீது வீசப்பட்டது.

சிறைத்துறையிலிருந்து மீண்டும் ஒரு கடிதம் வந்தது. என் முகவரியிட்டு எழுதப்பட்டிருந்த அந்தக் கடிதம் சிறைத்துறை ஐ.ஜி.பஞ்சாபகேசன் சார்பில் அனுப்பப்பட்டிருந்தது. நம்மை விடவே மாட்டார்கள் போலிருக்கிறதே என்று நினைத்தபடி கடிதத்தைப் பிரித்தேன். அதற்குள் அவ்வளவு பெரிய 'டைம் பாம்' இருக்கும் என்று நான் எதிர்பார்க்கவில்லை.

பொருள் : சங்கர் என்ற கௌரி சங்கர் மரண வாக்குமூலம் என்னும் அவரது சுயசரிதை வெளியிட்டது குறித்து.

-என்ற வரிகளைப் படித்ததும் அதிர்ந்தேன். "போச்சா... மறுபடியும் சிக்கல்தானா?" என யோசித்தபடி இணைப்புக்கடிதம் ஏதாவது இருக்கிறதா என்று பார்த்தபோது மற்றொரு பயங்கரம் தெரிந்தது. சிறைத்துறை ஐ.ஜி.க்கு சங்கர் எழுதியிருந்த கடிதத்தின் நகல் இணைக்கப்பட்டிருந்தது. சிறைத்துறையிலிருந்து எனக்கு வந்த கடிதத்தை மீண்டும் ஒரு முறை பார்த்தபோது Forgery, Blackmail போன்ற வார்த்தைகள் தென்பட்டன. அதைப் பார்த்த மாத்திரத்தில் வியர்த்துவிட்டது மிகப்பெரிய சவால் நம்மை எதிர்நோக்கியிருக்கிறது என்பதை உணர்ந்து, இணைப்புக் கடிதத்தை படிக்கத் தொடங்கினேன்.

சிறைத்துறை ஐ.ஜி.க்கு ஆட்டோசங்கர் எழுதியிருந்த அந்தக் கடிதத்தில்,

ஐயா! நான் எனது தொடரை (நிழலான நிஜங்கள் என்ற தலைப்பில் 300 Page நோட்டுப் புத்தகத்தில் எழுதியதை) நக்கீரன் பத்திரிகையில் வெளியிடச் சொல்லி 30-5-94 அன்று உரிமைப் பத்திரம் ஏதும் எழுதிக் கொடுக்கவில்லை. எனது சுயசரிதையை

(300 Page மட்டும்) நான் சேலம் சிறையிலிருந்து எழுதவில்லை. இது குறித்து நான் ஏற்கனவே தங்களுக்கு தெரிவித்துள்ளேன்.

தங்கள் உண்மையுள்ள,
மரணதண்டனை சிறைவாசி
ஆட்டோ சங்கர்.

ஓராயிரம் இடிகள் ஒரே நேரத்தில் தலையில் இறங்கி, இதயத்தை நொறுக்கியது போல் இருந்தது. சங்கரின் உறுதியும் ஒத்துழைப்பும்தான் தொடரை வெளியிடுவதற்கு அச்சாணியாக இருந்தது. அந்த சங்கரின் மூலமே நம் மீது பாய்ச்சலைக் காட்டும் முயற்சியில் இறங்கிவிட்டது சிறைத்துறை. ஐ.ஜி.க்கு சங்கர் எழுதிய கடிதத்தை வைத்து சிறைத்துறையினர் நம்மை எந்த வகையில் தாக்குவதற்கு திட்டமிட்டுள்ளனர் என்பதை அவர்கள் அனுப்பிய கடிதம் பட்டவர்த்தனமாக வெளிப்படுத்தியது.

...தங்கள் 8-6-94-ம் தேதியிட்ட கடிதத்துடன் இணைத்து அனுப்பப்பட்ட சேலம் மத்திய சிறையில் மரண தண்டனை சிறைவாசி எண்.2841) சங்கர் என்ற கௌரிசங்கர் (ஆட்டோ சங்கர்) என்பவர் எழுதிக் கொடுக்கப்பட்ட பகராள் செயலுரிமை ஆவணம் (Power of Attorney) குறித்து சேலம் மத்திய சிறை கண்காணிப்பாளரின் விளக்கம் கேட்கப்பட்டது. மரண தண்டனை சிறைவாசி சங்கர் என்ற கௌரிசங்கர் என்பவரின் வழக்கறிஞர் திரு.சந்திரசேகரன் என்பவர் பகராள் செயலுரிமை ஆவணம் கண்காணிப்பாளரிடம் கேட்டபொழுது சிறைத் துறைத் தலைவரிடம் அனுமதி பெற்றுதான் எழுத முடியும் என்றும், சிறையிலிருக்கும் சிறைவாசி அவரது சுயசரிதையை பத்திரிகையில் வெளியிட சிறைத்துறைத் தலைவரின் அனுமதி பெற்றுதான் பத்திரிகையில் வெளியிட முடியும் என்று கூறியுள்ளார்.

மேலும் சங்கர் என்ற கௌரிசங்கர் என்பவரின் உறவினரோ, நண்பர்களோ அல்லது வழக்கறிஞரோ அவரைக் காண சேலம் மத்தியசிறைக்கு 30-5-94 அன்று வரவில்லை என்றும் கூறியுள்ளார். மரண தண்டனை சிறைவாசி 12-6-94 தேதியிட்ட மனுவில் அவரது தொடரை (நிழலான நிஜங்கள்) நக்கீரன் பத்திரிகையில் வெளியிட 30-5-94 அன்று உரிமைப்பத்திரம் எதுவும் எழுதிக்கொடுக்க வில்லை எனத் தெரிவித்துள்ளார். மரண தண்டனை சிறைவாசிசங்கர் என்ற கௌரிசங்கர் 12-6-94 அன்று எழுதிய கடிதத்தின் புகைப்பட நகல் இத்துடன் அனுப்பப்படுகிறது.

மேலும் சிறையினுள் இருக்கும் சிறைவாசி ஒருவர் பகராள் செயலுரிமை ஆவணம் (Power of Attorney) எழுதிக் கொடுப்பதாக இருந்தால் அதனை சிறை அதிகாரிகளின் முன்னிலையில்தான் எழுதிக்கொடுக்க வேண்டும். எழுதிக்கொடுத்து சிறை

அதிகாரிகளின் சான்றொப்பம் பெற்றால்தான் அது செல்லுபடியாகும். மேலும் பகராள் செயலுரிமை ஆவணம் பதிவுத்துறை அதிகாரிகளின் முன்னிலையில் பதிவு செய்யப்படவேண்டும். பார்வை 2-ல் கண்டுள்ள தங்கள் கடிதத்துடன் இணைத்து அனுப்பிய பகராள் செயலுரிமை ஆவணம், உரிய அதிகாரிகளின் முன்னிலையில் பதிவு செய்யப்படாத காரணத்தால் அது செல்லுபடியாகத் தக்கதல்ல. மேலும் சிறைவாசியின் ஒப்பம் பெற்ற இடத்தில் அடித்து, திருத்தி ஒப்பம் பெறப்பட்டுள்ளது. ஆகவே சிறையில் இருக்கின்ற சிறைவாசி சங்கர் என்ற கௌரிசங்கர் எழுதிக் கொடுத்ததாகக் கூறப்பட்டு இருக்கும். பகராள் செயலுரிமை ஆவணம் பொய் ஆவணம் (forgery) என்பதை இதன் மூலம் தங்களுக்கு சுட்டிக்காட்டுகிறேன்.

மரண தண்டனை சிறைவாசி சங்கர் என்ற கௌரிசங்கர் 25-5-94-ல் எழுதிய மனுவில் இவ்வலுவலக கடிதம் மூலம் தங்களுக்கு அனுப்பப்பட்டதில் அவரது கடந்த கால வாழ்க்கையைப் பற்றி “நிழலான நிஜங்கள்” என்ற தலைப்பில் சுமார் 300 பக்கங்கள் கொண்ட ஒரு நோட்டுப் புத்தகத்தில் எழுதி அவர் செங்கல்பட்டு கிளைச் சிறையில் இருக்கும்போது திரு.இராஜ்குமார், இணைகண்காணிப்பாளர் மூலமாக கண்காணிப்பாளர் திரு.விஜயநாராயணன் அவர்களுக்கு அனுப்பப்பட்டு, அது தணிக்கை செய்யப்பட்டு, 1991-ம் ஆண்டு மார்ச் அல்லது ஏப்ரல் மாதத்தில் இணை கண்காணிப்பாளர் பாலன் அழகிரிசாமி என்பவரிடம் ஒப்படைக்கப்பட்டு, பின்பு அந்த நோட்டுப் புத்தகம் சிறைவாசியின் மனைவி திருமதி.ஜெகதீஸ்வரி என்பவரிடம் ஒப்படைக்கப்பட்டதாகத் தெரிவித்துள்ளார்.

இது உண்மையா என்பதனை அறிவதற்கு சம்பந்தப்பட்ட மூன்று அதிகாரிகளோடும் கடிதத்தொடர்பு கொள்ளப்பட்டது. மூன்று அதிகாரிகளுமே மரண தண்டனை சிறைவாசி சங்கர் என்ற கௌரிசங்கர் எந்த நிலையிலும் எந்த நேரத்திலும் “நிழலான நிஜங்கள்” என்ற தலைப்பில் எழுதி சிறை அதிகாரிகள் மூலமாக கொடுக்கப்பட்டதாகக் கூறும் கூற்று ஆதாரமற்றது. உண்மைக்குப் புறம்பானது.

எனவே சேலம் மத்திய சிறையில் இருக்கும் மரண தண்டனை சிறைவாசி சங்கர் என்ற கௌரிசங்கர் என்பவர் “நிழலான நிஜங்கள்” என்னும் தலைப்பில் எழுதிய அவரது கடந்தகால வாழ்க்கையை தங்கள் பத்திரிகையில் ஆட்டோசங்கர் எழுதிய “மரண வாக்குமூலம்” என்னும் தலைப்பில் வெளியிடப்படுகின்ற

தொடர் வேறு யாரோ ஒருவரால் எழுதப்பட்டது. இவ்விதம் சிறையில் இருக்கும் ஒரு சிறைவாசியின் பெயரால் அப்பதிப்பு வெளியிடுவது சிறைவிதிகளுக்கு முரண்பட்டது. மேலும் சிறையில் இருக்கின்ற சிறைவாசி ஒருவர் எழுதிக் கொடுக்காத பகராள் செயலுரிமை ஆவணத்தை எழுதிக் கொடுத்ததாகக் கூறும் தங்கள் செயல் திட்டத்திற்கு முரண்பட்டது.

மேற்கண்டவைகளை வைத்துப் பார்க்கும்போது தங்கள் 'நக்கீரன்' வாரப் பத்திரிகையில் ஆட்டோ சங்கர் எழுதிய "மரணவாக்குமூலம்" என்னும் தொடர் வெளியிடுவது உள்நோக்கம் கொண்டது. இச்செயலுக்காக மதிப்பிழக்கும் செய்தி வெளியிட்டமைக்காக (BlackMail) நீதிமன்றத்தில் வழக்கு தொடரும் ஒரு சூழ்நிலையை உருவாக்காமல், தங்கள் வாரப்பத்திரிகையில் மேற்கொண்டு அத்தொடரை வெளியிடாது நிறுத்துமாறு அன்புடன் கேட்டுக்கொள்கிறேன்.

ப.சத்தியா
சிறைத்துறைத் தலைவருக்காக.

கடிதத்தை படித்து முடித்தபோது நெஞ்சத்தில் நெருப்பு எரிந்துகொண்டிருந்தது. நாம் மேற் கொண்ட முயற்சிக்கு ஆட்டோ சங்கர் கையாலேயே முடிவுரை எழுத நினைத்ததுடன் நம் மீது கிரிமினல் Offence-ஐ சுமத்தவும் சிறைத்துறையினர் தீவிரமாக இருப்பது புரிந்தது. நக்கீரனின் துணிவுக்கும் கௌரவத்திற்கும் பெரும் சவாலாக எதிர்நிற்கும் சிறைத்துறையின் நடவடிக்கைகளிலிருந்து எப்படித் தப்பிப்பது என்ற யோசனையில் ஆழ்ந்தேன்.

சங்கரை சுட நடந்த சதி!

சிறைத்துறை அனுப்பிய 'டைம் பாம்' நம்மை பெரும் சவாலுக்கு இழுத்தது. சங்கரிடமிருந்து வாங்கப்பட்ட பவர் ஆஃப் அட்டர்னி, போர்ஜரி என்றும்... அதன் மூலம் சிறைத்துறையை நாம் பிளாக்மெயில் செய்கிறோம் என்றும், கிரிமினல் குற்றங்களை சுமத்தியதால் இந்த சவாலை முறியடிக்க முழு உத்வேகத்துடன் களத்தில் இறங்கினோம்.

நீதித்துறையின் மூலம்தான் இந்த விவகாரத்தில் நாம் வெற்றி பெற முடியும் என்பதால், உடனடியாக டெல்லிக்குத் தொடர்பு கொண்டு சுப்ரீம் கோர்ட்டில் நமது மனுவின் நிலைமை என்ன என்பதை அறிய முற்பட்டோம். இன்னும் சில தடைகளைத் தாண்ட வேண்டியிருந்தது. அதற்கான பணிகளில் சீனியர் வழக்கறிஞர் ரங்காவும் டெல்லி வழக்கறிஞர்களும் தீவிரமாக ஈடுபட்டிருந்தனர். சீனியர் வழக்கறிஞர் ரங்காவை நமது அட்வகேட் பெருமாள் தொடர்பு கொண்டார். சங்கர் எழுதிக்கொடுத்த பவர் ஆஃப் அட்டர்னி செல்லுபடியாகாது என்றும், மரண வாக்குமூலம் தொடரைத் தொடர்ந்து வெளியிட்டால், வழக்கை சந்திக்க வேண்டியிருக்கும் என்றும்,

சிறைத்துறை ஐ.ஜி. சார்பில் எழுதப்பட்டிருக்கும் கடிதத்தின் விவரங்களை சீனியர் அட்வகேட்டிடம் தெரிவித்தார் அட்வகேட் பெருமாள். மிகச் சிக்கலான இந்த விவகாரத்தில், அடுத்து என்ன ஸ்டெப் எடுப்பது என்பது பற்றி டெல்லி வழக்கறிஞர்களுடன் தீவிரமாக ஆலோசனை செய்யத் தொடங்கினார் சீனியர் அட்வகேட்.

அதேவேளையில், சிறைத்துறை முத்திரையிடப்பட்ட மற்றொரு கடிதம் நம்மை நோக்கி வந்தது. சங்கர்தான் எழுதியிருந்தான். எனது முகவரிக்கு எழுதப்பட்ட அந்தக் கடிதத்தின் உள்ளே இருப்பது அணுகுண்டா, ஹைட்ரஜன் குண்டா? -என்ற பதட்டத்துடன் கடிதத்தைப் பிரித்தேன்.

உயர்திரு ஆசிரியர் அவர்களுக்கு, என் அன்பான வணக்கங்கள், என் சிறு வயது முதல் 1988 வரை எனது கடந்தகால வாழ்க்கையில் என்னைக் கிரிமினலாக்கிய அதிகாரிகள் பற்றியும், எனக்கு பக்கபலமாய் இருந்து தீயபாதையில் என்னை

பலப்படுத்திய அரசியல்வாதிகள் பற்றியும் நான் தொடர் எழுதி, அதை எனது வக்கீலும் எனது நண்பருமான Mr.Chandrasekar மூலமாக அன்பு சகோதரர் திரு.காமராஜ் அவர்களிடம் கொடுத்து, தங்கள் நக்கீரன் பத்திரிகையில் வெளியிடச் சொன்னதின்படி தாங்களும் என் தொடரை வெளியிட்டு வருகிறீர்கள்.

நக்கீரனில் என் தொடர் ஆரம்பிக்கப்பட்டதில் இருந்து நான் மனநிம்மதி இன்றி தவிக்கின்றேன். மேலும் என் தொடரை படித்த என் மனைவியும், மகளும் மிகவும் வேதனைப்படுகிறார்கள். என் மனைவி, குழந்தைகள் நிம்மதியின்றி தவிக்கும்வகையில் எனது தொடர் வெளியாவது எனக்கும் வேதனையாய் உள்ளது. தொடரில் அம்பலப்படுத்தப்படும் அரசியல்வாதிகள், தங்களின் அடியாட்களை ஏவி மனைவியையும் குழந்தைகளையும் கொலை செய்துவிடுவதாக மிரட்டி வருகிறார்கள். அதனால் எனது குடும்பத்தினர் நிம்மதியை இழந்து எந்த நேரத்தில் ஆபத்து வருமோ என்ற பயத்தில் வாழ்ந்து கொண்டிருக்கிறார்கள். என் மனைவி, குழந்தைகளின் நிம்மதிதான் எனக்கு நிம்மதி. என் மனைவி, குழந்தைகள் மனம் வேதனைப்படுவதை நான் விரும்பவில்லை.

தங்கள் பத்திரிகையில் என் தொடர் வருவதால் சிறையிலும் எனக்கு நிம்மதியில்லை. சிறைத்துறை அதிகாரிகளும் காவல்துறை அதிகாரிகளும் என் மீது காட்டமாக இருக்கின்றார்கள். என்னை கோர்ட்டிற்கு அழைத்துச் செல்லும் வழியில் சுட்டுக்கொன்றுவிட்டு, தப்பிக்க முயற்சித்தபோது கொன்றுவிட்டோம் என்று சொல்வதற்கு சேலம் ஏ.ஆர்.போலீசார் முடிவு செய்துவிட்டார்கள் என்பதை ஏற்கனவே உங்களுக்கு எழுதியிருந்தேன். இப்போது அவர்களின் திட்டம் இன்னும் வேகம் பெற்றிருக்கிறது, எப்படியும் என்னைக் கொன்றுவிடவேண்டும் என்பதில் சிறைத்துறையும் காவல்துறையும் குறியாக இருக்கிறது.

மேலும், 1988-க்கு முன்பு வரை என்னோடு தொடர்பு கொண்டவர்களாய் இருந்த அரசியல்வாதிகளையும், காவல் துறையினரையும் என் தொடர் மூலம் வெளிப்படுத்தி, அவர்கள் மனதை புண்ணாக்கவும் நான் விரும்பவில்லை. குப்பையைக் கிளறி நாற்றத்தை உண்டாக்குவது போல என் தொடரை வெளியிட்டு,

என்னை நானே அசிங்கப்படுத்திக் கொள்வது எனக்கு நன்மையல்ல, என் இறந்தகால வாழ்க்கை இறந்தவையாகவே போகட்டும். இனி நடப்பது நன்மையாய் அமைய, கர்த்தர் எனக்கு துணை நிற்கிறார். தயவுசெய்து என் நிம்மதியைக் கெடுக்க வேண்டாம். இனி என் தொடரை பத்திரிகையில் வெளியிட வேண்டாம் என்று அன்புடன் கேட்டுக்கொள்கிறேன். என் தொடர் குறித்து என் வக்கீல் மூலமாக தங்களுக்கு தரப்பட்டுள்ள தகவல்களை திருப்பிக்கொடுத்துவிட வேண்டுகிறேன்.

இந்திய ஜனாதிபதியிடம் கருணை மனு அனுப்பிவிட்டு, நான் என் உயிரைக் காப்பாற்றிக் கொள்வதற்காகக் காத்திருக்கிறேன். Sir! இனி என் தொடரை நக்கீரனில் வெளியிடாமல் நிறுத்திக் கொள்ளவும். என் திடீர் மனமாற்றம் குறித்து வருத்தப்படவேண்டாம். நானும், என் மனைவி, குழந்தைகளும் நிம்மதியை விரும்புகிறோம். எங்கள் நிம்மதிக்காக தயவு செய்து இனி தொடர் வெளியிடாமல் இருக்கும்படி பணிவன்புடன் தங்களை கேட்டுக்கொள்கிறேன்.

-அன்புடன்
உங்கள் சகோதரன்,
ஆட்டோ சங்கர்.

சங்கர்தான் இதை எழுதியிருக்கிறானா என என்னால் நம்பவே முடியவில்லை. தொடரின் முதல் அத்தியாயம் வெளியானபோது, தொடர் மிகவும் அருமை எனக் குறிப்பிட்டு, அதிலிருந்த பைபிள் வாசகத்தையும் பாராட்டி எழுதி, அதுபோல வாரந்தோறும் பைபிள் வாசகம் இடம் பெற வேண்டும் என்ற தனது விருப்பத்தை வெளியிட்டு, சில வாசகங்களையும் எழுதி அனுப்பிய ஆட்டோ சங்கரா, இந்தக் கடிதத்தை எழுதியிருக்கிறான்? 'நான் தூக்குமேடைக்குப் போனாலும் பரவாயில்லை. என்னுடன் உண்மைகளும் தூக்கிலேற்றப்பட்டு விடக்கூடாது.

சாதாரண கௌரிசங்கராக இருந்த நான் ஆட்டோ சங்கராக மாறுவதற்கு காரணமாக இருந்த அரசியல்வாதிகள், அதிகாரிகள், காவல்துறையினர், பெரும்புள்ளிகள் ஆகியோரை அடையாளம் காட்டியே தீரவேண்டும். ஏனென்றால் என்னைப்போல இன்னொரு ஆட்டோ சங்கர் இந்த சமூகத்தில் உருவாகிவிடக்கூடாது' என்று நமக்கு எழுதியிருந்த சங்கரால் எப்படி திடீரென இது போன்ற ஒரு கடிதத்தை எழுத முடிந்தது?

தொடரில் இடம் பெறக்கூடிய அரசியல்வாதிகளையும், அதிகாரிகளையும், சினிமா நட்சத்திரங்களையும் எந்தெந்தப் பெயரில் குறிப்பிடவேண்டும் என ஒரு தேர்ந்த எழுத்தாளனைப்போல் எழுதி அனுப்பியவன், திடீரென தனது

தொடரை வெளியிடக் கூடாது என்றும், தொடர் வெளியாவதால் தனக்கும் தன் குடும்பத்தினருக்கும் நிம்மதி பறிபோகிறது எனவும் கடிதம் எழுதுகிறான் என்றால், இதன் பின்னணியில் சிறைத்துறையினரின் கடுமையான மிரட்டல் நிச்சயமாக இருக்கும் என்பதை நான் உணர்ந்தேன்.

ஆட்டோ சங்கரிடமிருந்து வாங்கிய பவர் ஆஃப் அட்டர்னி போர்ஜரியானது என நமக்கு கடிதம் எழுதிய சிறைத்துறையினர், அடுத்த கட்ட நடவடிக்கையாக சங்கரே தனது தொடரை நிறுத்தச் சொல்வது போல் கடிதம் எழுதச் சொல்லி மிரட்டியிருக்கிறார்கள். அதன் விளைவுதான் சங்கர் எழுதியுள்ள இந்தக் கடிதம் என்பதை புரிந்துகொண்டு, இந்த மாபெரும் சவாலை முறியடிப்பதற்கான வழிமுறைகள் என்ன என்ற யோசனையில் மூழ்கினேன்.

அப்போது அட்வகேட் பெருமாள் லைனில் வந்தார்.

இந்தியப் பத்திரிகையுலகிற்கு நக்கீரன் மூலம் கிடைத்த விடுதலை!

"**அ**ண்ணாச்சி... ஒரு Good News, டெல்லியிலிருந்து சீனியர் அட்வகேட் ரங்காவும், சுப்ரீம் கோர்ட் லாயர் சர்மாவும் எனக்குப் போன் செய்தாங்க. இரண்டு பேருமே சந்தோஷமான மூடில்தான் பேசினாங்க. என்ன விஷயம்னு கேட்டேன். உங்ககிட்டேதான் பேசணும்னு சொல்லி ஒரு நம்பர் கொடுத்திருக்காங்க. உடனே நீங்க டெல்லிக்கு காண்ட்டாக்ட் பண்ணுங்க."

"சார்... இங்கே சிறைத்துறையிலிருந்து லெட்டர்மேலே லெட்டரா வந்துகிட்டிருக்கு. சுப்ரீம் கோர்ட்டைத்தான் நாம் நம்பியிருக்கோம். என்ன விஷயம்னுதான் சொல்லுங்களேன்."

"அண்ணாச்சி... உண்மையிலேயே அவங்க என்கிட்டே எதுவும் சொல்லலை. நீங்க உடனே டெல்லி நம்பருக்கு காண்ட்டாக்ட் பண்ணுங்க."

அட்வகேட் பெருமாள் கொடுத்த நம்பரில் டெல்லியைத் தொடர்பு கொண்டேன். சீனியர் லாயர் ரங்கா லைனுக்கு வந்தார். அவர் குரலில் உற்சாகம் பொங்கிப் பெருகியது.

"Mr. Gopal... Don't worry. We got a landmark judgement, regarding press freedom. நக்கீரனால் இந்திய பத்திரிகையுலகத்திற்கே

விடிவுகாலம் ஏற்பட்டுவிட்டதென்று இங்கேயிருக்கிற பத்திரிகையாளர்களெல்லாம் பாராட்டுகிறார்கள். We have done a great job.

சீனியர் அட்வகேட் ரங்கா உற்சாகப் பெருக்குடன் போனில் சொல்லிக் கொண்டிருந்த வார்த்தைகள் நம்மால் நம்பவே முடியாத அளவுக்கு ஆச்சரியத்தைக் கொடுத்தது. உடனே தம்பி காமராஜை அழைத்து, ''தம்பி... success... இனி யாருக்கும் பயப்படத் தேவையில்லை'' என்றேன். போர்ஜரி என்றும், பிளாக்மெயில் என்றும் கிரிமினல் குற்றம் சுமத்தி சிறைத்துறை எழுதிய கடிதங்களும், இனிமேல் தொடரைத் தொடரவேண்டாம் என்று ஆட்டோ சங்கர் நமக்கு எழுதிய அதிர்ச்சிக் கடிதம் எனத் தொடர் இடிகளால் நாம் கொடூரமாக தாக்கப்பட்டிருந்த நேரத்தில் இந்த வரலாற்று சிறப்புமிக்க தீர்ப்பு வெளியானது நமக்கு மிகப்பெரிய வெற்றியாக அமைந்தது. இந்தியப் பத்திரிகையுலகமே நக்கீரனுக்கு நன்றிக் கடன்பட்டது போல், அந்த மாபெரும் தீர்ப்பு அமைந்தது. அதிகார அம்புகளால் துளைத்தெடுக்கப்படும் பத்திரிகை சுதந்திரத்தை காக்கும் கவசமாக அந்த தீர்ப்பு வெளியானதால் பத்திரிகை சகோதரர்கள் அனைவருமே நக்கீரனைப் பாராட்டி Fax அனுப்பிக்கொண்டிருந்தனர். ஆனாலும் அப்போது நமது கைக்கு. அந்த வரலாற்று சிறப்புமிக்கத் தீர்ப்பின் முழுவிபரம் கிடைக்கவில்லை. அதைப்பற்றி சீனியர் அட்வகேட்டிடம் வலியுறுத்தினேன்.

"சார்... அந்த ஜட்ஜ்மெண்ட் காப்பியை உடனே நமக்கு Fax பண்ணிடுங்க."

"கோபால்... அதற்குத்தான் ஏற்பாடு பண்ணிகிட்டிருக்கேன். It will take 5 or 6 hours. Evening Fax பண்ணிடுறேன்" என்று சொல்லிவிட்டு நமது Fax Number-ஐ வாங்கிக்கொண்டார் சீனியர் அட்வகேட் ரங்கா.

அரசியல்வாதிகளும், ஆட்சியாளர்களும், அதிகாரிகளும் காலில் போட்டு நசுக்கிக் கொண்டிருந்த பத்திரிகை சுதந்திரத்தை மீட்க உதவும் வகையில் அந்த தீர்ப்பு வெளியானபோது நாடு முழுவதும் பரபரப்படைந்தது. இமயம் முதல் குமரி வரை உள்ள அனைத்து மொழி பத்திரிகை சகோதரர்களும் நிம்மதி பெருமூச்சுவிட்டனர். பைசா நகரத்து கோபுரம் போல் சாய்ந்து கொண்டிருந்த இந்திய ஜனநாயகத்தின் நான்காவது தூண் நிமிர்ந்து நின்றது.

வரலாற்றின் பக்கங்களில் இடம்பெற்ற அத்தீர்ப்பு வழக்கறிஞர் பட்டம் பெறும் மாணவர்களின் புத்தகங்களிலும் இடம்பெறத் தவறவில்லை. All India Reporter-1995 என்ற புத்தகத்தில் R.Rajagopal v.state of T.N. என்ற துணைத் தலைப்பில் 264-ம் பக்கம் முதல் 277-ம் பக்கம் வரை இத்தீர்ப்பு இடம்பெற்றுள்ளது. வழக்கறிஞர்

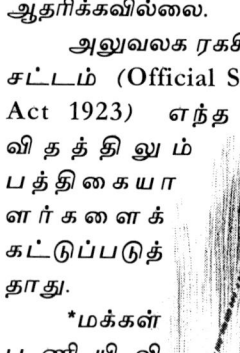

பட்டம் பெறுவதற்காக தேர்வு எழுதும் மாணவர்கள் இந்த பக்கங்களை தவிர்க்கவே முடியாது என்கிற அளவுக்கு முக்கியத்துவம் வாய்ந்ததாக நக்கீரன் வழக்கில் வெளியான தீர்ப்பு அமைந்துள்ளது.

வழக்கறிஞர் பி.டி. சர்மாவின் வாதத்தை நன்கு ஆராய்ந்த நீதியரசர்கள் பி.பி.ஜீவன்ரெட்டியும் சுகாஸ். சி.சென்னும் 1994-ம் ஆண்டு அக்டோபர் 7-ந் தேதியன்று சுப்ரீம் கோர்ட்டில் வழங்கிய அந்த மகத்தான தீர்ப்பின் முக்கிய அம்சங்கள் இவை;

*முதிர்ந்த ஜனநாயக அமைப்பில் ஆட்சியிலிருப்போர், அரசு அதிகாரிகள் ஆகியோருக்கு விமர்சனங்களைத் தாங்கிக்கொள்கிற பக்குவம் வேண்டும். இத்தகைய விமர்சனங்களை தடை செய்வதென்பது எந்த வகையிலும் ஏற்றுக்கொள்ளத் தக்கதன்று. அரசியலமைப்புச் சட்டமும் இதை ஆதரிக்கவில்லை.

அலுவலக ரகசிய காப்புச் சட்டம் (Official Secret Act 1923) எந்த விதத்திலும் பத்திகையாளர்களைக் கட்டுப்படுத்தாது.

*மக்கள் பணியிலிருக்கும் அரசு அமைப்புகள், பிற

நிறுவனங்கள் மீது எழும் விமர்சனங்களுக்கெதிராக போடப்படும் எவ்வித தடையும் மானநஷ்ட வழக்குகளும் ஏற்றுக்கொள்ளப்பட மாட்டாது.

*ஒரு குறிப்பிட்ட செய்தியை அது வெளியாவதற்கு முன்னரே தடை செய்ய எவ்வித முகாந்திரமும் இல்லை. செய்தி வெளியீட்டிற்கப்பால், இது குறித்து தேவையானால் நடவடிக்கை எடுக்கலாமே தவிர, வெளியீட்டிற்கு முன்னரே தடை விதிக்க இயலாது.

அதேபோல், ஒரு மரண தண்டனை கைதியின் வாழ்க்கை சரித்திரத்தை, பத்திரிகையில் வெளியிடுவதை அரசோ,

அலுவலர்களோ தடை செய்ய முடியாது.

தனிப்பட்ட எந்தவொரு மனிதரைக் குறித்து ரகசிய செய்திகளை அனுமதியின்றி வெளியிடக்கூடாதுதான். ஆயினும் அத்தகைய நிகழ்வுகள் அரசின் பொதுவான ஆவணங்களில் குறிப்பிடப்பட்டிருந்தால் அவற்றைப் பிரசுரிக்க எவ்விதத் தடையுமில்லை.

மேலும் இத்தகைய செய்திகளைப் பிரசுரிக்க, குறிப்பிட்ட அந்த நபரின் ஒப்புதலோ, உத்தரவாதமோ தேவையில்லை.

ஒருவருடைய சுயசரிதம் வெளியாகும்போது அதனால் தாங்கள் பாதிக்கப்படலாம் என்று கருதும் அரசு அலுவலகர்கள்

அந்த சுயசரிதம் பிரசுரமான பின்பே தகுந்த பரிகார நடவடிக்கைகளை மேற்கொள்ளலாம். மாறாக சுயசரிதம் பிரசுரிப்பதை அச்சுறுத்தி முன் கட்டுப்பாடுகளுடன் நிறுத்த முற்படக்கூடாது.

அரசு அலுவலர்களின் பொது நடத்தைப் பற்றியும், அலுவல் தொடர்பாகவும் எழும் விமர்சனங்களால் பாதிக்கப்பட்டதாகக் கூறி பரிகாரம் தேடமுடியாது. அந்த விமர்சனம் உண்மையற்ற சம்பவமாக இருந்தாலும், அரசு அலுவலர்கள் எவ்வித நடவடிக்கையும் எடுக்க முடியாது. பத்திரிகையில் வெளியானது உண்மைக்கு மாறானதாக இருந்தாலும்கூட அந்த விமர்சனத்தை எழுதும் முன்பு தான் தீவிர விசாரணை செய்ததையும் ஆவணங்களைத் திரட்டியதையும் பத்திரிகையாளன் நிரூபித்துவிட்டால் போதும்.

சுயசரிதம் எழுதும் மரண தண்டனைக் கைதி, தனது அந்தரங்கம் பாதிக்கப்படுவதாக புகார் செய்யாத பட்சத்தில் சிறைத் துறையும் அதிகாரிகளும் குறிப்பிட்ட அந்த பத்திரிகைக்கெதிராக எவ்வித நடவடிக்கையும் மேற்கொள்ள இயலாது.

இத்தகைய முக்கியத்துவம் வாய்ந்த தீர்ப்புக்கு அடித்தளமிட்ட நக்கீரனின் புகழ் இமயத்திற்கு இணையாக உயர்ந்தது. சட்டக்கல்லூரி மாணவர்களின் பாடப்புத்தகமாக விளங்கும், ஜே.என்.பாண்டே என்பவர் எழுதிய, "Indian Constitutional Law' என்ற புத்தகத்தின் ஒன்பதாம் அத்தியாயத்தில் இந்த தீர்ப்பு விரிவாக விளக்கப்பட்டுள்ளது. R.Rajagopal V.State of T.N. என்ற துணைத்தலைப்பின் கீழ் பத்திரிகை சுதந்திரத்தின் மீது ஆட்சியாளர்களால் அடக்குமுறையை ஏவ முடியாது என்பதை விளக்கி, இத்தீர்ப்பின் முக்கிய அம்சங்கள் வெளியிடப்பட்டுள்ளன. சட்டக்கல்லூரி மாணவர்களின் கட்டாய பாடங்களில் ஒன்றாக நக்கீரன் பெற்றுத்தந்த மகத்தான தீர்ப்பும் இடம் பிடித்துள்ளது.

சட்டமேதைகளும் இத்தீர்ப்பினை பாராட்டத் தவறவில்லை. இந்தியன் எக்ஸ்பிரஸின் புகழ் பெற்ற கட்டுரையாளரான சோலம் சொராப்ஜி இத்தீர்ப்பை விளக்கி மிக நீண்ட கட்டுரை ஒன்றை எழுதினார். நக்கீரனால் பத்திரிகையுலகத்திற்கு கிடைத்த வெற்றி என்று அக்கட்டுரையில் குறிப்பிட்டார்.

சென்னையிலிருந்து வெளியாகும் புகழ்பெற்ற ஆங்கில இதழான Front Line இதழில், “Landmark Judgement” என்ற தலைப்பில் மிகப்பெரிய கட்டுரை வெளியிடப்பட்டது.

டெல்லி, பம்பாய் கல்கத்தா, பெங்களூர் போன்ற இடங்களிலிருந்து வெளியாகும் அனைத்து ஆங்கில நாளேடுகளிலும் இத்தீர்ப்பு குறித்த தலையங்கம் எழுதப்பட்டது. ஆங்கில வாரஏடுகள் அனைத்திலும் இத்தீர்ப்பு பற்றிய கட்டுரைகள் வெளியிடப்பட்டன. போர்முனையில் ஆயுதங்களால் தாக்கப்படுவதுபோல் பாதிக்கப்

பட்டிருக்கும் இந்திய பத்திரிகையுலகத்திற்கு நக்கீரன் ஒரு கவசத்தைப் பெற்றுத் தந்துள்ளது என எல்லா ஏடுகளும் புகழ்ந்தன.

எந்தவொரு பத்திரிகையின் மீது யார் வழக்கு தொடர்ந்தாலும், நக்கீரன் வாங்கித் தந்துள்ள மகத்தான தீர்ப்பை அடிப்படையாகவும் முன்னுதாரணமாகவும் வைத்துதான் வாதிடவேண்டும் என்கிற அளவுக்கு இத்தீர்ப்பு முக்கியத்துவம் பெற்றுவிட்டது.

Rajagopal V State of T.N.(1994) 6 Sec.632 தீர்ப்பின் வலிமையைச் சுட்டிக்காட்டி, கல்கத்தா உயர்நீதிமன்ற முன்னாள் நீதிபதியும் யூனியன் லா கமிஷன் முன்னாள் உறுப்பினரும், பத்மபூஷன் விருது

பெற்றவ ருமான ஆச்சார்ய டாக்டர் துர்காதாஸ் பாசு, தான் எழுதிய "Law of the Press" என்ற புத்தகத்தின் மூன்றாவது பதிப்பின் சிறப்பு முன்னுரையிலேயே.

"இந்த நூலின் மூன்றாவது பதிப்பு அச்சு சம்பந்தப்பட்ட விஷயங்களால் மிகவும் காலதாமதமாக வந்தாலும், இந்தக் காலதாமதமே 'ராஜகோபால் V தமிழக அரசு' வழக்கின் வரலாற்றுச் சிறப்புமிக்க தீர்ப்பை இந்நூலில் கொண்டுவரக் காரணமாகி உள்ளது" என்றும் குறிப்பிட்டுள்ளார்.

பத்திரிகை நண்பர்கள் பலரும் பாராட்டுக்கடித மழையால் நம்மை நனைத்து இதயத்தை குளிர்வித்துக் கொண்டிருந்தனர். அந்த சந்தோஷமான நிமிடங்களில் நாம் சற்று ரிலாக்ஸாக இருந்த நேரத்தில் சிறைத்துறை முத்திரையுடன் மற்றொரு கடிதம் வந்தது. எனது முகவரியிட்டு ஆட்டோ சங்கர் எழுதியிருந்தான்.

அன்புள்ள ஆசிரியர் அவர்களுக்கு, அன்பான வணக்கங்கள், நான் 30-5-94 தேதியிட்ட Power of Attorney-ல் என் Sign போட்டு சிறை அதிகாரி களுக்கு தெரியாமல் அனுப்பினேன் அல்லவா! தமிழிலும் ஆங்கிலத்திலும் 3 பக்கம் அனுப்பி யிருந்தேன் அல்லவா! அதை Mr.காமராஜ் அவர்களிடம் என் மனைவி கொடுத்து உங்களிடம் அது வந்து சேர்ந்திருக்கிறது. அதை ஜெராக்ஸ் எடுத்து, தேதி விவரங்களுடன் நீங்கள் ஐ.ஜிக்கு அனுப்பியுள்ளீர்கள். அதை ஐ.ஜி.இங்குள்ள சிறை அதிகாரிகளுக்கு அனுப்பி, "சங்கர் எப்படி சிறை நிர்வாகிகளுக்கு தெரியாமல் Power of Attorney-ல் Sign போட்டு அனுப்பினான்? என்ன நிர்வாகம் செய்கிறீர்கள்?" என்று I.T.B. action-படி மெமோ கொடுத்திருக் கிறார்கள். அதிகாரிகள் ஞாயிறு காலை என்னை அழைத்து இவ்விவரங்களை என்னிடம் சொல்லி என்னை விசாரித்தார்கள். பின்பு, "நான் 30-5-94 அன்று எந்த அனுமதி பத்திரமும் எழுதி என் Sign போடவில்லை" என்று எழுதித் தரும்படி மிரட்டி சித்ரவதை செய்தார்கள். நான் வேதனை தாங்க முடியாமல் துடித்தேன். நாலே நாலு வரி எழுதினால் போதும் என்று சொல்லி விட்டு அதையும் அவர்களே எழுதிக் கொடுத்தார்கள். அதைப் பார்த்து நான் எழுதினேன். இங்குள்ள அதிகாரிகள் இப்போது என் மீதும் உங்கள் மீதும் கோபமாக இருக்கிறார்கள். அடிஷனல் சூப்பிரண்டெண்ட் ராமச்சந்திரன் உங்களையும் சகோதரர் காமராஜையும் ரொம்பத் திட்டினார். அவரைப் பற்றிய விவரங்களை விளக்கமாக பிறகு எழுதுகிறேன். ஏதேனும் எனக்கு தகவல் தெரிவிக்க வேண்டுமென்றால் முன்பு சொன்ன ரவி பெயருக்கு எழுதவும். மறந்துவிடாமல் உங்கள் விலாசம் எதுவும் எழுதாமல் K.Raj, Ooty என்று மட்டும் குறிப்பிடவும்.

அன்புடன்
ஆட்டோ சங்கர்,

அணுகுண்டாக இருக்குமோ என்று நினைத்திருந்த வேளை யில், மலர்க்கொத்து போல் கைகளில் இருந்தது அந்தக் கடிதம். Power of Attorney-ல் கையெழுத்து போடவில்லை என்று சங்கரை சிறைத்துறை அதிகாரிகள் மிரட்டி சித்ரவதை செய்துதான் கடிதம் எழுதச் சொல்லியிருக்கிறார்கள் என்பதை அறிந்தபோது இதயத்தில் திருப்தி ஏற்பட்டது.

சந்திக்க அனுமதி மறுப்பு!

இந்த திருப்தி ஏற்பட்ட சில நிமிடங்களிலேயே போன் மணி ஒலித்தது. நம்மீது அதிக மதிப்பு வைத்திருந்த சிறைத்துறை காவலர் ஒருவர்தான் பேசினார்.

“இங்கே சங்கரை கொலை பண்ணுறதுக்காக புதுசா ஒரு பயங்கர திட்டம் போட்டிருக்காங்க...”

“ஹலோ... ஹலோ...”

திடீரென போன் லைன் கட்டாகிவிட்டது. மறுபடியும் போன் வரும் என எதிர்பார்த்திருந்தேன்.

நெடுநேரமாகியும் போன் வராததால் குழப்பமடைந்தேன். என்னவாக இருக்கும்? சிறைத்துறை காவலர் ஒருவர் திடுதிப்பென போன் செய்து, சங்கரை கொல்ல புதிய முயற்சி நடக்கிறது என்று சொல்கிறார் என்றால்... அதில் உண்மையில்லாமல் இருக்காது. அதுவும் அவர் நம் மீது மதிப்பும் மரியாதையும் கொண்டிருப்பவர், எவ்வளவு பெரிய மனிதர்கள் சம்பந்தப்பட்ட உண்மைகளானாலும் நக்கீரன் துணிந்து வெளியிடும் என்று, தனது சக ஊழியர்களிடம் பாராட்டிப் பேசக்கூடியவர்- என்று சிறைத்துறை வட்டாரத்தில் சொல்வார்கள்.

அப்படிப்பட்டவர் நமக்கு போன் செய்து சங்கருக்கு ஆபத்து

என்று தெரிவித்ததை அலட்சியமாக ஒதுக்கிவிட முடியவில்லை. சட்டரீதியாக வரலாற்று சிறப்பு மிக்கத் தீர்ப்பைப் பெற்று, மரண வாக்குமூலம் தொடருக்கு எவ்வித தடையும் ஏற்படாத வகையில் பாதுகாப்பினைப் பெற்று, இந்திய பத்திரிகையுலகத்திற்கே முன்னோடியாகவும், பாதுகாப்பு கவசமாகவும் பெயரெடுத்துள்ள நிலையில், சிறைத்துறையினர் வேறு ரூட்டில் நம்மை பழிதீர்ப்பதற்காகத்தான் ஆட்டோ சங்கர் மீது பாய்கிறார்கள் என்பது மட்டும் புரிந்தது. அதைப்பற்றிய ஆழ்ந்த யோசனையில் இருந்தபோது, ஆட்டோ சங்கரிடமிருந்து ஒரு கடிதம் வந்தது. அதன் கவர்கூட வித்தியாசமாக இருந்தது. ராணி வார இதழில் வெளியான ஒரு கதைக்கு 'ஒரு முடிவின் தொடக்கம்' என தலைப்பிடப்பட்டிருந்தது. அதை மட்டும் 'கட்' செய்து கையகல அளவுக்கு ஒரு சுவர்செய்து, அதற்குள் வேறு ஒரு பேப்பரில் கடிதம் எழுதி அனுப்பியிருந்தான். அதனை மிகவும் கவனமாகப் பிரித்து கடிதத்தை வாசிக்கத் தொடங்கினேன். சின்ன பிட் பேப்பரில் எழுதப்பட்டிருந்த வாசகங்களில் மிகப் பெரிய அதிர்ச்சி இருந்தது.

அன்பு சகோதரர் காமராஜ், அன்பு நண்பர் சந்துரு அறிவது- சிறைத்துறையினரின் செயல்பாடுகள் மிகவும் பயங்கரமானவையாக இருக்கின்றன. "கடந்த 23-8-94 முதல் ஆட்டோ சங்கர் என்ற தூக்குத் தண்டனை கைதி, மனநிலை சரியில்லாமல் இருப்பதால் அவரை மிகவும் உஷாராக கண்காணித்து, அவரிடம் எச்சரிக்கையுடன் இருக்க காவலர்களுக்கும் தலைமைக் காவலர்களுக்கும் இந்த அறிக்கையை வெளியிடுகிறோம்" என்று போர்டு எழுதி சிறை வாசலில் மெயின் கேட்டில் வைத்துள்ளார்கள். நான் என்ன மெண்டலா, எனக்குப் பைத்தியமா? ஏன் என்னை அதிகாரிகள் இப்படி துன்புறுத்துகிறார்கள் என புரியவில்லை. மற்றவை நேரில்.

தங்கள் அன்பு சகோதரர்
ஆட்டோ சங்கர்.

-கடிதத்தைப் படித்து முடித்ததும் நாம் அதிர்ச்சியடைந்தோம். சிறைத்துறை காவலர் நமக்கு போன் செய்தது இதற்காகத்தான் என்பது புரிந்தது. சிறைத்துறை அதிகாரிகளுக்கு சுப்ரீம் கோர்ட் கொடுத்த சவுக்கடியை தாங்க முடியாமல், அந்த கோபத்தை ஆட்டோ சங்கர் மீது காட்டத் தொடங்கியிருக்கிறார்கள் என்பது புரிந்தது. அவனை மனநோயாளியாக சித்தரித்து அதன்மூலம் அவனைத் தனிமைப்படுத்தி, ஒருகட்டத்தில் அவனுக்கு பைத்தியம் முற்றிவிட்டதாக கதைகட்டி, அவனது கதையை முடிக்க தீர்மானித்திருந்தார்கள். கடிதத்தைப் படித்த பின் தம்பி காமராஜை அழைத்தேன். அவரிடமும் கடிதத்தைப் படித்துக் காட்டிவிட்டு

"தம்பி... ஏதோ ஒரு விபரீதம் நடக்கப் போகுது. அதற்காகத்தான் இந்த மாதிரி போர்டு வைத்திருக்காங்க. நீங்க உடனே சேலத்துக்கு கிளம்புங்க. புறப்படும் போது, சுப்ரீம்கோர்ட்டில் நமக்குக் கொடுத்த ஜட்ஜ்மெண்ட் பற்றி பத்திரிகைகளில் வந்த கட்டிங்குகளை எடுத்துக்குங்க. அதை சிறைத்துறை அதிகாரிகள்கிட்டே காட்டுங்க. சேலத்திலிருந்து எனக்கு போன் பண்ணுங்க" என்றேன். தம்பி காமராஜ் சேலத்திற்குப் புறப்பட்டார். சேலம் சென்ற தம்பி அந்த காட்சியைப் பார்த்து அதிர்ச்சியடைந்தார். கடிதத்தில் சங்கர் குறிப்பிட்டது போன்றே அவனை மனநோயாளியாக சித்தரிக்கும் போர்டு மெயின் கேட்டிலேயே வைக்கப்பட்டிருந்தது. சிறைத்துறை அதிகாரிகள் இவ்வளவு கல்நெஞ்சக்காரர்களாகவா இருப்பார்கள் என்ற வேதனையுடன் உள்ளே சென்றார் தம்பி.

ஜெயில் சூப்பிரண்டெண்டைச் சந்தித்தார்.

"நான் ஆட்டோ சங்கரைப் பார்க்கணும்."

"ஸாரி... முடியாது."

"ஏன்?"

"மெயின் கேட்டிலேயே போர்டு வைத்திருக்கிறோமே பார்க்கலயா? அவனுக்கு மனநிலை சரியில்லை!"

"பொய் சொல்றீங்க... அவன் நல்லாத்தான் இருக்கிறான். எங்களுக்குத் தெளிவா லெட்டர் எழுதியிருக்கான்."

"அவனைப் பார்க்க அனுமதிக்க முடியாது. நீங்க அவனை சந்திச்சீங்கன்னா உங்க பத்திரிகையிலே எங்க டிபார்ட்மெண்ட்டைப் பற்றி அசிங்கமா எழுதுவீங்க."

"உண்மைகள் வெளியாவதை உங்களால தடுக்க முடியாது. சுப்ரீம்கோர்ட்டே சொல்லிடுச்சு. ஜட்ஜ்மெண்ட்டைப் பார்த்தீங்களா?" -கையோடு எடுத்துச் சென்றிருந்த பத்திரிகை கட்டிங்குகளைக் காட்டினார் தம்பி.

"இதையெல்லாம் காட்டினாலும் அனுமதிக்க முடியாது." 'சூப்பிரண்டெண்ட் பிடிவாதமாக சொன்னதும் சிறையிலிருந்து வெளியே வந்த தம்பி காமராஜ் எனக்குப் போன் செய்தார்.

"அண்ணே... ஜெயில் வாசலில் போர்டு எழுதி வைத்திருப்பது உண்மைதான். சூப்பிரண்டெண்ட் ரொம்ப ரஃப்பா நடந்துக்கிறாரு. சங்கரைப் பார்க்க அனுமதிக்க மாட்டேன்னு சொல்றாரு."

"தம்பி... ஒரு நாள் டிலே ஆனாலும் பரவாயில்லை. நீங்க எப்படியும் ஆட்டோ சங்கரைப் பார்த்துட்டு வந்திடுங்க. அனுமதி கொடுக்க மறுத்தால்... சட்டரீதியான பிரச்சனைகளை சந்திக்க வேண்டியிருக்கும்னு சொல்லிடுங்க."

மறுநாளும் சூப்பிரண்டெண்ட்டை சந்தித்தார் தம்பி. இருவருக்குமிடையே கடும் வாக்குவாதம் நடந்தது. இறுதியில்,

அனுமதி கிடைத்தது. சங்கரை சந்தித்தார் தம்பி காமராஜ், அவரைக் கண்டதும் சங்கர் வேதனையுடன் சொன்னான்.

"சுப்ரீம் கோர்ட் இந்த ஜட்ஜ்மெண்ட்டை கொடுத்ததும்தான், ஜெயில் அதிகாரிகள் இந்த போர்டு வைத்திருக்காங்க. என்னை எந்த வழியிலாவது தீர்த்துக் கட்டிடணும்னு இங்கே உள்ள அதிகாரிங்க திட்டம் தீட்டியிருக்காங்க."

"சங்கர்... நீ எதற்கும் பயப்படவேண்டாம். நக்கீரனுக்கு கிடைச்சிருக்கிறது மிகப்பெரிய தீர்ப்பு. அதனாலதான் அதிகாரிகள் இப்படி வெறிபிடித்து நடந்துக்குறாங்க. இனிமேல் அவங்களாலே ஒன்றும் செய்ய முடியாது. கவலைப்படவேண்டாம்" என தெரிவித்து விட்டு வெளியே வந்த தம்பி காமராஜ் எனக்குப் போன் செய்தார்.

"அண்ணே... சங்கரைப் பார்த்துட்டேன். என்னைப் பார்த்ததும் தைரியமாயிட்டான். மெயின் கேட் வாசலில் இன்னமும் அந்த போர்டு இருக்கு."

"சரிங்க தம்பி... நீங்க புறப்பட்டு வந்திடுங்க."

தம்பி காமராஜிடம் பேசி முடித்தபின், சிறையில் வைத்திருக்கும் போர்டு பற்றி ஆளுநர் முதல் ஜனாதிபதிவரை அனைவருக்கும் தந்தி கொடுத்தோம். எல்லோருக்கும் தந்தி கொடுத்துக் கொண்டிருந்தபோதுதான்...

சாதனை!

சிறைத்துறையிலிருந்து வந்த அந்தக் கடிதம் மிகுந்த ஆச்சரியத்தை அளித்தது. இவ்வளவு சீக்கிரமாக இப்படியொரு கடிதம் வரும் என்று எதிர்பார்க்கவில்லை. கடிதத்தைப் பார்த்தவுடன் தம்பி காமராஜை அழைத்து விவரத்தைச் சொன்னேன். அவர் முகத்தில் சந்தோஷம் மின்னியது. இத்தனை நாட்களாக எதற்காக முயற்சித்தோமோ, எந்தத் தடைகளை நொறுக்க வேண்டும் என்று பாடுபட்டோமோ அந்தத் தடைகளெல்லாம் பனித்துளி போல் கரைந்து கொண்டிருந்தது. நமது அட்வகேட் பெருமாளுக்கு போன் செய்து, கடிதத்திலிருந்த விவரத்தை தெரிவித்து உடனடியாக அலுவலகத்திற்கு வரச்சொன்னேன். அலுவலகத்திலிருந்த தம்பிகள் அனைவரையும் அழைத்தேன். நான் மிகவும் உற்சாகமாக இருப்பதைப் பார்த்து தம்பிகளுக்கு ஆச்சரியம் ஆட்டோ சங்கர் தொடர் பற்றிய விளம்பரம் வெளியான நாளிலிருந்தே நாம் நெருப்பாற்றில்தான் நீந்திவந்தோம். எதிர்பாராத சோதனைகள், மலை போன்ற தடைகள் என ஏராளமான இடர்ப்பாடுகளை ஒவ்வொரு வாரமும் கடந்துதான் தொடரை வெளியிட முடிந்தது.

இனி அந்த சங்கடங்கள் இல்லை என்பதை வெளிப்படுத்தும் விதமாக சிறைத்துறையிலிருந்து கடிதம் வந்திருந்தது. அதனால் ஏற்பட்ட மகிழ்ச்சியை பகிர்ந்துகொள்வதற்காகத்தான் தம்பிகளை அழைத்திருந்தேன்.

சுப்ரீம் கோர்ட் கொடுத்த மகத்தான தீர்ப்புக்குப் பிறகு, மரண வாக்குமூலம் தொடரை எதுவும் செய்ய இயலாது என்பதை புரிந்துகொண்ட சிறைத்துறை அதிகாரிகள் நம்மிடம் காம்ப்ரமைஸ் செய்துகொள்ளும் விதமாக அந்தக் கடிதத்தை எழுதியிருந்தனர். அவர்கள் சொல்ல வந்ததை நேரடியாக சொல்லாமல் ஆட்டோ

சங்கர் சொல்வதுபோல் அவன் கைப்பட ஒரு கடிதம் எழுதி அதனைத் தங்கள் கடிதத்துடன் இணைத்து அனுப்பியிருந்தனர்.

ஐயா,

பொருள் : மத்திய சிறை சேலம்- மரண தண்டனை, சிறைவாசி எண்:2841, சங்கர் என்ற கௌரிசங்கர் அனுப்பிய கடிதம் குறித்து.

பார்வை : மரணதண்டனை சிறைவாசி எண்:2841 சங்கர் என்ற கௌரிசங்கர் கடிதம் நாள் : 24-6-94

பார்வையில் காணும் மரணதண்டனை சிறைவாசி சங்கர் என்ற கௌரிசங்கர் தங்களுக்கு முகவரியிட்டு எழுதிய 24-6-94ம் தேதியிட்ட கடிதம் தக்க நடவடிக்கைக்காக இத்துடன் இணைத்து

அனுப்பப்படுகிறது.

ரெ.வெங்கடேசன்,

சிறைத்துறை தலைவருக்காக.

இணைப்பு : 1

-சிறைத்துறையினர் அனுப்பிய அந்த கடிதத்துடன் சங்கரின் கடிதமும் இணைக்கப்பட்டிருந்தது.

Praise the Lord *24-6-94* வெள்ளி காலை *11* மணி, To : நக்கீரன் ஆசிரியர் மற்றும் இணை ஆசிரியர் அவர்கள் From : T.G.Sankar Ct:2841, Central Prison, Salem-636007.

மதிப்பிற்குரிய நக்கீரன் ஆசிரியர் மற்றும் இணை ஆசிரியர் அவர்களுக்கு, அன்புடன் உங்கள் AutoSankar எழுதும் கடிதம். தங்கள் வார இதழில் என் தொடரை வெளியிடுவதில் சிறைத்துறை பற்றியோ, சிறை நிர்வாகம் பற்றியோ ஏதும் எழுத வேண்டாமென அன்புடன் தெரிவித்துக்கொள்கிறேன். என் வக்கீலும் நண்பருமான Mr.சந்துரு மூலமாக என் வாழ்க்கைத் தொடரில் நான் எழுதியுள்ள விபரங்களையும் குற்றப்பத்திரிகையில் போலீஸ் என் மீது சுமத்திய குற்றவிபரங்கள், குறுக்கு விசாரணையில் என் சார்பாக வாதாடிய A.நடராஜன் வக்கீல் அவர்களின் குறுக்கு விசாரணைக் கேள்விகள், பொய்சாட்சிகளின் பதில்கள் இவற்றுடன் எனது வாழ்க்கைத் தொடர் அரசியல், காவல்துறை யாவும் எழுதிக்கொள்வோம்.

சிறைத்துறை பற்றி மட்டும் ஏதும் தொடரில் எழுத வேண்டாம். சிறைத்துறை பற்றியும் சில (சிறை) அதிகாரிகள் பற்றியும் 1990, 1991, 1992, 1993 ஆகிய வருடங்களில் நான் என் வக்கீலுக்கு கடிதங்கள் மூலம் தகவல் அனுப்பி (சிறை அதிகாரிகளுக்கு தெரியாமல்) உள்ளேன். அதைப் பற்றி எல்லாம் பத்திரிகையில் தயவு செய்து வெளியிட வேண்டாம். என் வக்கீல் சந்துரு அத்தகவல்களை தங்களிடம் கொடுத்திருந்தாலும்கூட தாங்கள் அவற்றை வெளியிடக்கூடாது என்று அன்புடன் இக்கடிதம் மூலம் தெரிவித்துக் கொள்கிறேன். மேலும் அரசியல்வாதிகள், காவல்துறை அதிகாரிகளால் என் மனைவி, குழந்தைகளுக்கு எவ்வித தீங்கும் நேராமல் தாங்களும், சந்துருவும் என் குடும்பத்துக்கு பாதுகாப்பு அளிக்க வேண்டியது தங்கள் இருவரின் கடமையாகும் என்பதையும் அன்புடன் தெரிவித்துக்கொள்கிறேன்.

என்றும் அன்புடனும் நன்றியுடனும் உள்ள சகோதரன்
Autosankar (a) T.Gowrisankar

சங்கரின் கடிதம் மூலமாக சிறைத்துறையினர் நமக்கு சொல்ல வந்தது இதுதான்; தொடரை வெளியிட்டுக் கொள்ளுங்கள். ஆனால் எங்களைப் பற்றிய ரகசியங்களை மட்டும் அம்பலப்படுத்தி விடாதீர்கள். இதுதான் அவர்கள் சொல்ல விரும்பியது.

பவர் ஆஃப் அட்டர்னி ஃபோர்ஜரி என்றும், தொடர்மூலம் பிளாக்மெயில் செய்வதாகவும் நம்மீது கிரிமினல் குற்றம் சுமத்தி வழக்கைச் சந்திக்க வேண்டியிருக்கும் என்று மிரட்டிப் பார்த்த அதே சிறைத்துறையினர்தான் இப்படி ஒரு வேண்டுகோள் கடிதத்தை ஆட்டோ சங்கர் மூலம் தாழ்மையுடன் எழுதியிருந்தனர். வரலாற்றுச் சிறப்பு மிக்கத்தீர்ப்பு ஏற்படுத்தியிருந்த விளைவு இது.

ஏறத்தாழ 5 ஆண்டுகாலம் போராடி, தகவல்களைச் சேகரித்து, ஆட்டோ சங்கரை எழுத சம்மதிக்க வைத்து, ஜெயலலிதா அரசாங்கமும், காவல்துறை மற்றும் சிறைத்துறை அதிகாரிகளும் ஒவ்வொரு கட்டத்திலும் ஏற்படுத்திய தடைகளை நொறுக்கி, இந்திய பத்திரிகையுலகமே சுதந்திரக்காற்றை சுவாசிக்கும் வகையில் மகத்தான தீர்ப்பைப் பெற்று, இறுதியாக சிறைத்துறை அதிகாரிகளும் பணிவான வேண்டுகோளை வைக்கக்கூடிய அளவுக்கு மாபெரும் சாதனை தொடராக அமைந்தது ஆட்டோ சங்கரின் மரண வாக்குமூலம் தொடர்!

நக்கீரன் சந்திக்கும் ஒவ்வொரு சவாலும் சாதனையாக முடிவடைகிறதென்றால் அதற்குப் பின்னணியாக இருப்பவர்கள் நக்கீரன் தம்பிகள்தான் அப்படிப்பட்ட இன்னொரு மகத்தான சாதனைதான்.

வீரப்பன்!

தொடங்கியது நக்கீரனின் வேட்டை!

கடந்த 1988-லிருந்தே காவல்துறைக்கும் கர்நாடக, தமிழக அரசுகளுக்கும் சிம்ம சொப்பனமாக திகழ்ந்து கொண்டிருப்பவன் சந்தன வீரப்பன். அவன் சம்பந்தப்பட்ட செய்திகள் பத்திரிகைகளின் தலைப்பில் இடம் பெற தொடங்கியது... இந்த 8 வருட காலத்தில்தான். யார் இந்த வீரப்பன் என்று ஒருவரையொருவர் ஆச்சரியத்துடன் கேள்வி கேட்டுக் கொண்டிருந்த வேளையில், 1991-ம் வருடத்தில் கர்நாடக மாநில டி.எப்.ஓ.சீனிவாசன் என்பவரை வீரப்பன் கொடூரமாக கொலைசெய்து, தலையை அறுத்து எடுத்துக்கொண்டு முண்டத்தை மட்டும் விட்டுச் சென்றான்.

இந்த செய்தியை நாம் வெளியிட நேர்ந்தபோது, போலீஸ் கொடுத்த வீரப்பன் படம் மட்டும்தான் நம் வசமிருந்தது. நம்மிடம் மட்டுமல்ல; அனைத்து பத்திரிகைகளுக்கும் அந்த படத்தை விட்டால் வேறு கதியில்லை என்ற நிலைமைதான் அப்போது இருந்தது. கைகட்டிய நிலையில் வீரப்பன் நிற்பதுபோன்ற கருப்பு-வெள்ளைப்படம் அது. இவன்தான், இந்தக்கொடூரமான

கொலையைச் செய்தவன் என்று சொல்லி எல்லா பத்திரிகைகளுக்கும் படங்களை விநியோகம் செய்தது காவல்துறை.

வீரப்பன் சம்பந்தப்பட்ட செய்திகள் வெளியாகும் போதெல்லாம் கோவை, ஈரோடு, சேலம், தர்மபுரி ஆகிய மாவட்டங்களில் நமது இதழின் விற்பனை கணிசமான அளவு உயர்வது வாடிக்கையாகிவிட்டது. ஆனால் ஒவ்வொரு செய்தியின்போதும் திரும்பத் திரும்ப அந்த கருப்பு-வெள்ளைப் படத்தையே வெளியிடவேண்டியிருந்தது. இது சலிப்பாக மட்டுமல்ல; நமக்கு ஒரு சவாலாகவும் அமைத்தது.

டி.எப்.ஓ.வை தொடர்ந்து வீரப்பன், பல அதிகாரிகளையும், காவல்துறையினரையும், தன்னைக்காட்டிக்கொடுக்க முயன்ற இன்ஃபார்மர்களையும் கொடூரமாக கொலை செய்து கொண்டேயிருந்தான். இந்தக் கொலைகளின் பின்னணியிலேயே புலனாய்வு செய்து, புதுப்புதுத் தகவல்களை நாம் வெளியிட்ட போதும் வீரப்பனின் புதிய படத்தை வெளியிட இயலாத சூழ்நிலை இருந்தது. என்னால் இதை ஜீரணிக்க முடியவில்லை. ஏனெனில் நான் பத்திரிகை ஆசிரியர் மட்டுமல்ல; லே-அவுட் ஆர்ட்டிஸ்டும் கூட.

ஒரு பத்திரிகைக்கு புதுப்புது செய்திகள் எவ்வளவு முக்கியமோ,

அதே அளவுக்கு புதுப்புது போட்டோக்களும் அவசியம் என்பதை நான் அனுபவபூர்வமாக உணர்ந்தவன். ஒவ்வொரு இதழிலும் அட்டைப்படத்தில் வித்தியாசத்தைக் காட்டவேண்டும். அது வாசகர்களைக் கவரவேண்டும் என்பதற்காக அட்டைப்படத்தை வடிவமைக்கும் போது மிகுந்த சிரத்தை எடுத்துக்கொள்வேன். பெருமைக்காக சொல்லவில்லை, அனுபவ பூர்வமான உண்மையைச் சொல்கிறேன். தமிழகத்தைப் பொறுத்தவரையில் ஒவ்வொரு இதழின் அட்டைப் படத்திலும் புதுமைகளைப் புகுத்தி, விதவிதமான படங்களைப் பயன்படுத்தி வாசகர்களின் மதிப்பை பெற்றது நக்கீரன் இதழ்தான். அந்த வகையில் வீரப்பனையும் அட்டையில் கொண்டு வருவதற்கு புதுப்புது படங்கள் அவசியப்பட்டன. அத்துடன் உள்ளுக்குள் எனக்கொரு சந்தேகமும் இருந்தது. வீரப்பன் என்றொருவன் நிஜமாகவே இருக்கின்றானா? -அல்லது அவனது பெயரைப் பயன்படுத்தி காவல்துறையினர் கண்ணாமூச்சி ஆட்டம் ஆடுகிறார்களா என்ற சந்தேகம்தான் அது.

89-ம் ஆண்டிலேயே வீரப்பன் பற்றிய செய்தி ஒன்று என் காதுகளுக்கு எட்டியது. அப்போது கோவை நிருபராக பணியாற்றிய இன்பதுரை என்பவர்தான் அந்தத் தகவலை தெரிவித்தார். காட்டுப்பகுதியில் உள்ள ஒரு கிராமத்திற்கு வீரப்பன் வருவதாகவும், அங்குள்ள ஒரு வக்கீலை சந்திப்பதாகவும் தகவல் கிடைத்தது. வீரப்பன் விவகாரம் பெரிதாகி, பத்திரிகை தலைப்புச்செய்திகளில் இடம்பெறக்கூடிய நிலை வந்தபிறகு, அவன் யார்? இப்போது எப்படி இருக்கிறான்? என்பதையெல்லாம் போட்டோ ஆதாரத்துடன் வெளியிடவேண்டும் என்ற லட்சியம் என்னுள் உறுதியாக உருவானது. வீரப்பன் விவகாரம் என்பது அரசுக்கும், காவல்துறைக்கும் மட்டும் சவாலாக இல்லை. பத்திரிகையுலகுக்கும் மிகப்பெரும் சவாலாக இருந்தது. அந்த சேலஞ்சை நாம் கையிலெடுத்துக்கொண்டு சாதித்துக்காட்ட வேண்டும் என்பதில் நான் தீவிரமானேன்.

வீரப்பன் சுற்றிஅலையும் காடுகளை உள்ளடக்கிய மாவட்டங்களைச் சேர்ந்த நிருபர்களான சுப்பு, சிவா, ஜீவா தங்கவேல், மகரன், ஜெயப்பிரகாஷ், அப்போது நிருபராக இருந்த சன் ஆகிய எல்லோரிடமும் இந்த சேலஞ்ச் பற்றி தெரிவித்தேன். வீரப்பன் என்றொருவன் இருக்கிறானா? அவனைப் பார்க்க முடியுமா? அரசும் போலீசும் பொய் சொல்கிறதா? வீரப்பன் பெயரில் அரசியல்வாதிகள் அக்கிரமம் செய்கிறார்களா?- என்பதை நக்கீரன் மூலம் வெட்டவெளிச்சமாக்க வேண்டும் என்பதை இவர்களிடம் தெரிவித்து, இந்த சேலஞ்சை கையிலெடுக்க வைத்தேன். அந்த மாவட்டங்களிலிருந்து நிருபர் வேலைகேட்டு

புதிதாக யார் வந்தாலும், "வீரப்பனைப் பார்க்க முடிந்தால் பார்த்துவிட்டு வாருங்கள், பேசுகிறேன்" என்று சொல்லிவிடுவேன்.

89-91ம் ஆண்டுகளில் தி.மு.க. ஆட்சி நடைபெற்றுக் கொண்டிருந்த போது டி.ஜி.பி.யாக இருந்தவர் துரை. அந்த காலகட்டத்தில் கலாநிதிமாறன், பூமாலை என்ற வீடியோ பத்திரிகையை மாதந்தோறும் வெளியிட்டார். அதில் டி.ஜி.பி.துரை தனது படையுடன் காட்டுக்குள் சென்று 80 லட்சம் மதிப்புடைய சந்தன மரங்களைப் பிடித்ததாகவும், தேடுதல் வேட்டையை தொடர்ந்து நடத்திக்கொண்டிருப்பதாகவும் செய்திகள் காண்பிக்கப்பட்டன. அதேநேரத்தில் வீரப்பன் என்பவன் இருக்கிறானா, இல்லையா? என்பதுபற்றி ஒவ்வொரு பத்திரிகையிலும் ஒவ்வொருவிதமான செய்திகள் வெளியாகிக் கொண்டேயிருக்கும். முக்கியமாக முரசொலி, தினமணி ஆகிய ஏடுகளின் தலையங்கங்களில் வீரப்பன் என்றொருவனே கிடையாது என்பது போன்ற செய்திகள் இடம்பெறும். அதேவேளையில் தினந்தந்தி, தினமலர், தினகரன், மாலைமுரசு, மாலைமலர் ஆகிய நாளிதழ்களில் வீரப்பன் வெறியாட்டம் என்றும் வீரப்பன் ஆட்கள் மூவரை போலீஸ் சுட்டுக் கொன்றது என்றும், வீரப்பனின் நடமாட்டம் தொடர்பான செய்திகள் முக்கியத்துவம் கொடுத்து வெளியிடப்படும்.

இந்தச் செய்திகளையெல்லாம் பார்க்கும்போது, உண்மையில் என்னதான் நடக்கிறது என்பதை மக்களுக்குத் தெரிவித்தாக வேண்டும் என்ற லட்சியவெறி நமக்குள் அதிகமானது. ஒருபுறம் வீரப்பன் என்பவனே இல்லை என்றும், மறுபுறம் வீரப்பனை பிடிக்க போலீஸ் தீவிரம் என்றும்- மாறி மாறி வரும் செய்திகளில் உண்மை எது என்ற உறுத்தல் நம்மை ஆட்டிப்படைத்தது. எந்தவொரு செய்தி வெளிவந்தாலும், அதில்உண்மை என்ன என்பதை அறிந்து வெளியிடுவதில் நக்கீரன் முன்னணி வகிப்பது வழக்கம். விடுதலைப் புலிகள் அமைப்பின் தலைவரான தம்பி பிரபாகரன் உயிருடன் இருக்கிறாரா, இல்லையா? என்ற சர்ச்சை உருவானபோது உண்மையைக் கண்டறிந்து அட்டைப்பட கட்டுரையாக முதன்முதலில் வெளியிட்டது நக்கீரன்தான். இந்த தொடரில் இடம்பெறும் ஒவ்வொரு விஷயமும் அந்த வகையில் அறியப்பட்டதுதான். வீரப்பன் விவகாரத்திலும் நமது தேடுதலை தீவிரமாக்கினோம்.

அப்போது தமிழக அதிரடிப்படையின் எஸ்.பி.யாக இருந்த கோபாலகிருஷ்ணன் ஒரு சிறுத்தையை தன் தோளில் போட்டு போஸ் கொடுத்தபடி, "நானும் வன்னியன், வீரப்பனும் வன்னியன். அவனை 10 நாட்களுக்குள் பிடித்துவிடுவேன்" என்று சவால்விட்டுக்

கொண்டிருந்தார். அதேசமயம் 93-ம் ஆண்டு ஏப்ரல் முதல்வாரத்தில் தமிழக சட்டமன்றத்தின் கேள்வி நேரத்தின்போது வீரப்பன் பற்றிய விவாதம் எழுந்தது.

அதற்குப் பதிலளித்த அப்போதைய வனத்துறை அமைச்சர், "வீரப்பன் என்றொருவன் இப்போது இங்கு இல்லை. அவன் பம்பாய் பக்கம் ஓடிப்போய்விட்டான்" என்றார். மந்திரி சொல்வதை ஆமோதிப்பதுபோல் மவுனமாக உட்கார்ந்திருந்தார் அப்போதைய முதல்வர் ஜெயலலிதா.

சட்டமன்றத்தில் வீரப்பன் பற்றி மந்திரி செங்கோட்டையன் பதில் சொன்ன தினத்திலிருந்து பத்து நாட்கள் கழித்து, பத்திரிகைகளில் கொட்டை எழுத்தில் தலைப்புச்செய்தி ஒன்று வெளியானது.

"வீரப்பன் வைத்த கண்ணிவெடியில் தமிழக-கர்நாடக அதிரடிப்படையைச் சேர்ந்த 22-பேர் சாவு. தமிழக அதிரடிப்படை எஸ்.பி.கோபால கிருஷ்ணன் உயிர் ஊசல்."

திடுக்கிட வைத்த அச்செய்தி வெளியான அதேவேளையில், நாம்...

முதல் சாதனை சந்திப்பு!

வீரப்பன் பற்றிய புதிய தகவல்களை, புகைப்பட ஆதாரத்துடன் வெளியிட்டே தீரவேண்டும் என்பதில் தீவிரமாக செயல்படத் தொடங்கினோம். மக்கள் பிரதிநிதிகளின் சபையான சட்டமன்றத்தில், முதல்வர் முன்னிலையில், வனத்துறை அமைச்சர் பேசும்போது, வீரப்பன் என்பவன் இங்கு இல்லை; பம்பாய்க்கு ஓடிவிட்டான் என்று நா கூசாமல் சொல்கிறார். அவர் சொல்லி முடித்த பத்து நாட்கள் இடைவெளியில் வீரப்பன் வைத்த கண்ணிவெடியில் சிக்கி 22 போலீசார் இறந்துபோயிருக்கிறார்கள். அதிரடிப்படை உயரதிகாரியின் உயிர் ஊசலாடிக்கொண்டிருக்கிறது. அப்படியென்றால், தெரிந்தே, திட்டமிட்டே வனத்துறை அமைச்சர் பொய் மூட்டையை அவிழ்த்து விட்டிருக்கிறார் என்றுதானே அர்த்தம். "யாரும் நம்மை கேள்வி கேட்க மாட்டார்கள். மக்கள் எல்லோரும் மடையர்கள். நாம் எதைச் சொன்னாலும் நம்பிவிடுவார்கள்" என்ற திமிர்த்தனம்தான்,

ஆட்சியாளர்களை அப்படிப் பேச வைத்திருக்கிறது. ஆனால் மக்கள் எந்த காலத்திலும் முட்டாளாக இருந்ததில்லை. அவர்கள் ஒவ்வொரு அசைவையும் கூர்ந்து கவனித்துக் கொண்டுதான் இருக்கிறார்கள். வாய்ப்பு வரும்போது தங்களின் தீர்ப்பை அவர்கள் சரியாகவே சொல்லிவிடுகிறார்கள். இதற்கு கடந்த ஆட்சியின் முடிவே சரியான எடுத்துக்காட்டு.

வீரப்பன் விவகாரத்திலும் பச்சையாகப் பொய் சொன்ன ஜெயலலிதா அரசுக்கு எதிராக, நாம் தீவிரமாக களமிறங்கினோம். யார் இந்த வீரப்பன்? எப்படி இந்த மாதிரி ஆனான்? இவனது பின்னணி என்ன? இவ்வளவு கொடூரமான செயல்கள் செய்வதற்கு என்ன காரணம்? -என்பதை மக்களிடம் வெளிப்படுத்தியாக வேண்டும் என்பதற்காக நாம் மேற்கொண்ட கடுமையான முயற்சிக்குப் பெரும் வெற்றி கிடைத்தது.

93-ம் வருடம் ஏப்ரல் 24-ந் தேதியிட்ட நக்கீரன் இதழில் வீரப்பனின் லேட்டஸ்ட் புகைப்படம் கொண்ட அட்டையுடன் அவனைப் பற்றிய செய்திகள் வெளியிடப்பட்டன. இத்தனை காலமாக போலீஸ் விநியோகித்து வந்த கருப்பு-வெள்ளை படத்தில் உள்ள வீரப்பனுக்கும், நக்கீரன் நிருபர் சுப்பு, சிவா, ராஜசேகர் மூவரும் காட்டுக்குள் பயணம் மேற்கொண்டு வீரப்பனைச் சந்தித்து எடுத்து வந்த புதிய வண்ணப்படத்தில் இடம் பெற்றிருந்த வீரப்பனுக்கும் உள்ள வித்தியாசத்தை வாசகர்கள் அறியவேண்டும் என்பதற்காக இரண்டு படங்களுமே நக்கீரன் இதழின் அட்டையில் வெளியிடப்பட்டன.

காட்டுக்குள் நமது நிருபர்கள் பயணித்து, வீரப்பனை சந்தித்தது பற்றிய செய்திகள் வெளியான அதே நேரத்தில் பத்திரிகைகளில் வீரப்பன் பற்றி அரசு வெளியிட்ட முக்கிய செய்தி ஒன்று இடம்பிடித்தது.

வீரப்பன் தலைக்கு 40 லட்சமும் அவனுடைய தம்பி அர்ஜுனனின் தலைக்கு 20 லட்சமும், வீரப்பனுக்கு உடந்தையாக இருப்பவர்களின் தலைக்கு தலா 10 லட்சமும் விதித்து அரசு அறிவிப்பு வெளியாகியிருந்தது. அதேவேளையில் இன்னொரு முக்கியமான நடவடிக்கையும் மேற்கொள்ளப்பட்டது. கர்நாடக அதிரடிப்படையைச் சேர்ந்த 2500 போலீசார், தமிழ்நாடு அதிரடிப்படையைச் சேர்ந்த 2000 போலீசார் என பெரும்படையொன்று காட்டுக்குள் புகுந்து, வீரப்பன் வேட்டையில் ஈடுபட்டது.

இதுதவிர, இந்திய ராணுவத்தின் ஒரு பிரிவான எல்லை பாதுகாப்பு படையைச் சேர்ந்த 7 பெட்டாலியன்களும் தேடுதல் வேட்டையில் தீவிரமாக இறங்கின. (ஒரு பெட்டாலியன் என்பது

135 வீரர்களைக் கொண்டது) காட்டுப்பகுதியில் வீரப்பன் எங்கு இருக்கிறான் என்பதைச் சரியாகத் தெரிந்துகொள் வதற்காக ஹெலிகாப்டர் மூலமும் தேடுதல் வேட்டை நடத்தப்பட்டது. பம்பாய்க்கு ஓடிவிட்டான் என்று எந்த அரசாங்கம் சொன்னதோ; அதே அரசாங்கமும், அதற்குத் துணையாக இன்னொரு அரசாங்கமும், போதாக்குறைக்கு ராணுவமும் சேர்ந்து ஒரு மனிதனைப் பிடிக்க போராடுவதை அறிந்தபோது வேதனையாகவும் வேடிக்கையாகவும் இருந்தது.

காட்டுப்பகுதியில் அவர்கள் தேடுதல் வேட்டையை நடத்திக்கொண்டிருந்த அதேவேளையில், நாம் மலைப்பகுதி கிராம மக்களை நேரில் சந்தித்து வீரப்பன் தொடர்பான செய்திகளை மேலும் அதிகமாகத் திரட்டினோம். அதிரடிப்படையினரின் வேட்டையில்- வீரப்பனைப் பார்த்தவர்கள், வீரப்பனுடன் பழகியவர்கள், அவனுக்கு உதவி செய்தவர்கள் என்ற பெயரில் 500-க்கும் மேற்பட்ட அப்பாவி கிராம மக்கள் ‘தடா’ கைதிகளாக சிறையில் தவிக்கும் செய்தி நம்மை திடுக்கிடச் செய்தது. வீரப்பனைத் தேடுகிறோம் என்ற பெயரில் வயல்வெளிகளுக்குள் புகுந்து விளைநிலங்களையெல்லாம் நாசப்படுத்திய அதிரடிப்படையினரின் செயலைக் கேட்டபோதும், பாதிக்கப்பட்ட விளைநிலங்களைப் பார்த்தபோதும் நெஞ்சம் பதைத்தது. மலைக்கிராம பகுதியில் 5 ஏக்கர் நிலம் உள்ளவர்களால்கூட விளைச்சல் செய்ய முடியாத சூழ்நிலை நிலவியது.

வீரப்பன் வந்தானா என்று கேட்டுக்கொண்டே ஒவ்வொரு வீடாக புகுந்து, அப்பாவி மக்களைத் தாக்கித் துன்புறுத்தியது அதிரடிப்படை. மலைக்கிராம மக்களின் மீது அடக்குமுறை கட்டவிழ்த்து விடப்பட்டது. போலீஸின் அடக்குமுறைக்குப் பயந்து யாராவது வீரப்பன் பற்றி தகவல் தெரிவித்தால், வீரப்பன் அங்கு வந்து ‘காட்டிக் கொடுத்தவர்களை, சுட்டுக்கொன்று, வீசியெறிந்து விட்டுச் சென்றான். இந்த இருமுனைத் தாக்குதலில் சிக்கி அலைக்கழிந்த மலைக்கிராம மக்களின் வாழ்க்கை நிலை கேள்விக்குறியானது. இன்னும் கொடுமை என்னன்னா...

வீரப்பனுக்கு உதவி செய்தவர்கள் என்று சொல்லி அப்பாவிகளான மலைகிராம பெண்களை கற்பழித்தும், அந்த மக்களை தடா கைதிகளாக சிறையில் அடைத்தும் சித்ரவதை செய்தது காவல்துறை, அந்தமான் செல்லுலார் சிறைச்சாலைக்கு இணையான சித்ரவதைகள் மாதேஸ்வரன் மலைப்பகுதியில் நடக்கிறது. ‘ஒர்க்ஷாப்’ என்ற பெயரைக் கேட்டாலே மலைமக்கள் நடுங்குகிறார்கள். மாதேஸ்வரன் மலையில் அதிரடிப்படையின் கட்டுப்பாட்டில் உள்ள இந்த ‘ஒர்க்ஷாப்’ மலைமக்களின் ஒவ்வொரு

உறுப்பையும் 'ஆராய்ச்சி' செய்யும் கொலைக்கூடமாகும். வீரப்பனுக்கு உதவி செய்கிறவர்கள் என்று எந்த குடும்பத்தையாவது அதிரடிப்படை சந்தேகப்பட்டால் விசாரணை எதுவுமின்றி ஆண், பெண், சிறுவர், சிறுமி என்ற பேதமில்லாமல் 'ஒர்க்ஷாப்'புக்கு தூக்கி வந்து விடுவார்கள். தாய், தந்தை, மகன், மகள் என்ற பாகுபாடின்றி எல்லோ ரையும் நிர்வாணமாக்கி ஒரே இடத்தில் வைத்து தண்ணீரை பீய்ச்சி அடித்து துன்புறுத்துவார்கள். பிறகு, அந்த ஈர உடம்பின் முக்கிய உறுப்புகளில் மிளகாய் பொடியை தூவி சித்ரவதை செய்வார்கள்.

மூன்றாவது கட்டமாக, சிறைப்பட்டவர்களின் உயிர்நிலை யில் எலெக்ட்ரிக் கிளிப் மாட்டி கரண்ட் ஷாக் கொடுப்பார்கள். மூக்கு, காது, பெண்களின் மார்பகக் காம்புகளிலும் கிளிப் போட்டு கரண்ட் ஷாக் கொடுப்பது உண்டு. கரண்ட் பாயும் உடம்பு துடியாய் துடிக்கும். இதற்கு அடுத்த கட்டமாக உருளை ஓட்டுதல் என்ற பயங்கர சித்ரவதை நிகழும். நிர்வாணப்படுத்தப்பட்ட மலைகிராம மக்களை சாய்வான சிமெண்ட் பெஞ்ச்சில் படுக்க வைத்து, பெரிய மர உருளைகளை உடம்பின் மீது உருட்டுவார்கள். அப்போது எலும்புகள் நொறுங்கி கூழாகிவிடும். உருளை உருட் டப்பட்ட நபரால் அதன் பிறகு நிற்கவோ, நடக்கவோ, உட்காரவோ முடியாது, படுத்த படுக்கையாக கிடந்து, சில நாட்களில் சாக வேண்டியதுதான். சாப்பாடு, தண்ணீர் எல்லாம் நாயைப் போல் நக்கித்தான் குடிக்க வேண்டும்.

இந்த ஊருளை சித்ரவதைக்குப்பின், 'ஏரோபிளேன்' கொடூரம் அரங்கேறும். பறவையைப் போல் அந்தரத்தில் கட்டித் தொங்கவிட்டு, இரண்டு கைகளுக்கிடையிலும் தடியை நுழைத்து வைத்து அடிப்பதுதான் ஏரோபிளேன் ட்ரீட்மெண்ட். உச்சகட்ட கொடுமையின் பெயர் 'அளவெடுத்தல்! குறிப்பிட்ட கைதிகளை அதிரடிப்படையின் டெய்லர் ஒருவர் அளவெடுப்பார். அதன் பிறகு, அந்த அளவுப்படி பச்சை உடுப்பு தைக்கப்படும். அந்த பச்சை பேண்ட், சர்ட்டை கைதிக்கு மாட்டி இரவோடு இரவாக சுட்டுக்கொன்று காட்டுக்குள் வீசிவிடுவார்கள். மறுநாள் பேப்பர்களில், காட்டில் நடந்த சண்டையில் வீரப்பன் ஆட்கள் சுட்டுக்கொலை என்று செய்தி வெளியிடப்படும். மாலையில் அளவெடுக்கப்பட்டவுடனே, அந்த கைதி தனது சக கைதிகளிடம், "அண்ணே எனக்கு அளவெடுத்துட்டாங்க. நீங்க உயிரோடு வீட்டுக்குப்போனா நான் செத்துட்டேன்னு என் குடும்பத்துகிட்டே சொல்லிடுங்க" என்று அழுதுகொண்டே சொல்வார்.

அதிரடிப் படையின், இப்படிப்பட்ட சித்ரவதை கொடுமைகளை மலைகிராம மக்கள் நக்கீரனிடம் பல முறை

சொல்லியிருக்கிறார்கள். வீரப்பன் தேடுதல் வேட்டை என்ற பெயரால் மலைக்கிராம மக்களை இருமாநில அரசுகளும் படுத்துகிற பாட்டை, அங்கே நடக்கின்ற கொடூரங்களை விரிவாகத் தொகுத்து, டெல்லியில் உள்ள தேசிய மனித உரிமை கமிஷனிடம் நக்கீரன் மனு செய்தது. இதுபோலவே நீதியரசர் கிருஷ்ணய்யரும் சோகோ டிரஸ்ட் சார்பில் பாட்சாவும் தேசிய மனித உரிமை கமிஷனிடம் மனு செய்தனர்.

இந்த நெருக்கடி மிகுந்த சூழ்நிலையில் தான் நக்கீரன் இதழில் வீரப்பனின் புகைப்படத்துடன் கூடிய பேட்டி வெளியானது. வீரப்பன் பேட்டியும் படங்களும் தொடர்ச்சியாக மூன்று இதழ்களின் அட்டையையும், உள்பக்கங்களையும் அலங்கரித்தன. நக்கீரனின் சாதனையை இந்திய பத்திரிகையுலகமே பெருமை பொங்க பார்த்த வேளையில்... ஆங்கிலம் உட்பட ஆறு மொழிகளில் வெளியாகும், தேசத்தின் பெயரைத் தாங்கிய அந்த பத்திரிகை தனது இதழின் அட்டையில் வீரப்பனின் படத்தை வெளியிட்டு, நாங்கள்தான் வீரப்பனைச் சந்தித்தோம் எனத் தம்பட்டம் அடித்தது.

வெளிய சொன்னா வெட்கக்கேடு. காசுக்கு ஆசப்பட்டு வீரப்பன நக்கீரன் சார்பா பாத்த அந்த நிருபர்கள்ல ஒருத்தன், அதான் சிவா என்ன பண்ணிட்டான் இண்டியா டுடே பத்திரிகைக்கு கொண்டுபோய் கொஞ்ச படங்கள வித்துட்டான். நாங்க என்ன பண்ணுனோம்னா, சடசடன்னு தாமதிக்காம 3 இதழ் வீரப்பன் படத்தோட பேட்டியும் வெளியிட்டதால எங்க நக்கீரன்தான் தமிழ்நாடு முழுக்க முதல்ல வெளியிட்டதுங்கிற பெயர் வாங்கிருச்சு.

அந்த பெரிய பத்திரிகை நம்முடன் மோதிப் பார்த்தது. நாம் சளைக்கவில்லை. 'வா, சந்திக்கு' என சவாலை எதிர்கொண்டு, வீரப்பனை சந்தித்தது நாம்தான் என்பதற்கான ஆதாரங்களுடன் பிரஸ் கவுன்சிலில் புகார் செய்தோம்.

நக்கீரனின் மகத்தான சாதனையை நன்கு அறிந்த வடநாட்டு ஆங்கில ஏடுகளான 'டைம்ஸ் ஆப் இந்தியா', 'ஸ்டேட்ஸ்மென்', 'பயனீர்' ஆகிய நாளிதழ்கள் நம்மை பெருமைப்படுத்தி தலையங்கம் தீட்டின. இந்தியா முழுவதும் நக்கீரனின் புகழ் கொடி பறந்தது.

இந்த சமயத்தில்தான் தமிழக அதிரடிப்படையின் தலைவராக வால்டர் தேவாரம் பொறுப் பேற்றார். "வீரப்பனை 10 நாளில் பிடித்துவிடுவோம், 20 நாளில் பிடித்துவிடுவோம்" என நாளும், பொழுதும் அறிக்கைகளை வாரி வழங்கத் தொடங்கினார். கர்நாடக அதிரடிப்படையும் தங்கள் இஷ்டத்திற்கு அறிக்கைகளை அள்ளித் தெளித்துக் கொண்டிருந்தது.

வீரப்பன் மனைவி முத்துலெட்சுமியை அதிரடிப்படையினர் பிடித்து, கொடூர சித்ரவதை செய்வதாகவும் தனது 3 மாத குழந்தையை விட்டுவிட்டு ஓடியதாகவும் அதிர்ச்சிச் செய்திகள் தொடர்ந்துகொண்டேயிருந்த வேளையில், 1994-ஆம் வருடம் டிசம்பர் 25-ந் தேதி மாலைப் பத்திரிகைகளில் ஒரு தலைப்புச் செய்தி வெளியானது.

தமிழ்நாடு டி.எஸ்.பி.சிதம்பரநாதன், ஏட்டு ராஜசேகர், வாத்தியார் சேகர் மூவரையும் வீரப்பன் கடத்திச் சென்றுவிட்டான்.

இரண்டாவது எதிரி நக்கீரன்!

டி.எஸ்.பி. உட்பட 3 அதிகாரிகளை வீரப்பன் கடத்தியபோது அது அரசுக்கும், காவல் துறைக்கும் மட்டுமன்றி நமக்கும் மிகப் பெரிய சவாலாக அமைந்தது. நம்மைப் போட்டிக்கு அழைத்த ஆங்கிலப் பத்திரிகைக்கு நாம் யார் என்பதை நிரூபித்துக் காட்டுவதுடன், வீரப்பனை முதன்முதலில் சந்தித்தது யார் என்பதை அகில இந்திய பத்திரிகைகள் அனைத்தும் உணரும் வண்ணம், நாம் செயலாற்ற வேண்டும் என்ற சூழ்நிலை ஏற்பட்டது.

வீரப்பன் எங்கிருக்கிறான், கடத்தப்பட்டவர்கள் என்ன நிலையில் இருக்கிறார்கள்? என எந்த விவரமும் தெரியாத அந்த பயங்கரமான சூழ்நிலையில், நாம் காட்டுக்குள் நுழைய ஆயத்தமானோம். நமது நிருபர்கள் வனப்பகுதியில் இரவு பகல் பாராது தகவல்களைத் திரட்டிக் கொண்டிருந்தனர். இந்த நிலையில், வீரப்பனிடமிருந்து அரசாங்கத்துக்கு எச்சரிக்கை தகவல்கள் வரத்தொடங்கின. பிணைக்கைதிகளை விடுவிக்க வேண்டுமென்றால் தனக்கு ஆயிரம் கோடி ரூபாய் தரவேண்டும் என நிபந்தனை விதித்தான். தனது தூதராக பேபி வீரப்பனை அனுப்பி அவனிடம் ஒரு ஆடியோ கேசட்டையும் அனுப்பினான் வீரப்பன்.

அதைத் தமிழக அதிரடிப்படைத் தலைவராக இருந்த தேவாரமும், கோவை மாவட்டத்தின் அப்போதைய கலெக்டர் சங்கரும் பெற்று, ஜெயலலிதாவுக்குப் போட்டுக் காட்டினர். ஆயிரம் கோடி ரூபாயை அதில் வலியுறுத்தியிருந்த வீரப்பன், மேலும் சில

நிபந்தனைகளையும் விதித்திருந்தான். பண்ணாரி முகாமில் சிறைப்பட்டிருக்கும் தன் மனைவி முத்துலெட்சுமியின் நிலைமை என்ன என்பதை அறிய, ஒரு மாஜிஸ்திரேட் முன்னிலையில் தன் மனைவியின் வாக்குமூலத்தைப் பதிவு செய்து, தனக்கு அனுப்பி வைக்க வேண்டும் என்ற நிபந்தனையும் விதித்திருந்தான். அதன்படி வீரப்பன் மனைவியின் வாக்குமூலத்தை ஒரு மாஜிஸ்திரேட் முன்னிலையில் பதிவு செய்து, பேபி வீரப்பனிடம் கொடுத்தனுப்பியது தமிழக காவல்துறை.

டி.எஸ்.பி.யை வீரப்பன் கடத்திச் சென்ற சிறுமுகை காட்டுப் பகுதியில் அனைத்துப் பத்திரிகைகளின் நிருபர்களும் காத்திருந்த நேரம் அது. வீரப்பனிடமிருந்து இரண்டாவது முறையாக தூது வந்தது. இம்முறை தூதுவராக வந்தவன் வீரப்பனின் தம்பி அர்ஜுனன். அவனிடமும் வீரப்பன் ஒரு ஆடியோ கேசட்டை கொடுத்தனுப்பினான். அதைக் கேட்டபின், அதிகாரிகள் தங்களுக்குள் பேச்சுவார்த்தை நடத்திக் கொண்டிருந்தனர்.

பிணைக்கைதிகளின் நிலை என்ன என்பதை எப்படியாவது தெரிந்து... தகவல் அனுப்பவேண்டும் என தம்பிகளிடம் நான் தெரிவித்திருந்ததால் நிருபர்கள் சிவா (செய்த தவறுக்கு மன்னிப்பு கோரியதால் மறுபடியும் பணியில் சேர்த்துக்கொண்டோம்), மகரன், ஜீவா, ஜெயப்பிரகாஷ், போட்டோகிராபர் சுந்தர் ஆகியோர் வனப்பகுதியில் தீவிரமாக சுற்றி வந்தனர். ஐந்து பேரும் ஒவ்வொரு வழியில் தங்கள் புலனாய்வை தீவிரப்படுத்தி யிருந்தனர். அதேநேரத்தில் ஜெ அரசின் போலீசாரும் நம்மைக் கண்காணிப்பதில் தீவிரமாக இருந்தனர்.

நக்கீரன் மீது ஒரு கண் வைத்துக்கொள்ளுங்கள் என அதிரடிப்படையினருக்கு மேலிடத்திலிருந்து உத்தரவு பிறப்பிக்கப்பட்டது. நாம் உள்ளே நுழைந்துவிட்டால் திரும்பி வராதபடி செய்துவிட வேண்டும் என்று போலீசார் கங்கணம் கட்டிக் கொண்டிருந்தனர். கோவையில் பத்திரிகையாளர் களுக்குப் பேட்டியளித்த தேவாரம், "எங்களுக்கு முதல் எதிரி வீரப்பன் என்றால் இரண்டாவது எதிரி நக்கீரன்தான். இதை யாரும் எழுதிடாதீங்க" என வெளிப்படையாகவே தெரிவித்தார். அந்த பிரஸ் மீட் முடிந்ததும் எனக்குப் போன் செய்த பத்திரிகை சகோதரர்கள், தேவாரம் சொன்னதைக் குறிப்பிட்டு, உங்கள் பத்திரிகை மீதுதான் காட்டமாக இருக்கிறார் என தெரிவித்தனர்.

நான், நமது நிருபர்கள் அனைவரையும் தொடர்புகொண்டு எச்சரிக்கையாக இருக்கச் சொன்னேன். இந்தியன் எக்ஸ்பிரஸ் நிருபர் ராஜேஷ்கண்ணா என்னைத் தொடர்பு கொண்டபோது, "உங்க தம்பிகள ஜாக்கிரதையாக பார்த்துக்குங்க" என தெரிவித்தேன்.

என்னுடன் போனில் தொடர்பு கொண்ட நமது நிருபர்கள் அனைவரிடமும், "ரொம்ப கவனம், போலீஸ் நம் மீது கண் வைத்திருக்கிறது, ஜாக்கிரதையா இருங்க. அதிரடிப்படைகிட்டே சிக்கிடாதீங்க. ஆனா, வீரப்பனோட பேட்டியையும் கடத்தப்பட்ட 3 பேரின் நிலைமையையும் போட் டோவுடன் எடுத்தாகணும். ரொம்ப கவனம்" என்று கூறினேன்.

தேவாரத்தின் பிரஸ் மீட்டுக்குப் பிறகு நமது நிருபர்களைப் போலீஸார் அதிதீவிரமாக கண்காணிக்கத் தொடங்கினர். கடத்தப்பட்டவர்களுக்கு வீரப்பனால் ஆபத்து என்றால், காக்கிச்சட்டைகளால் நமக்கு பெரும் ஆபத்து சூழ்ந்திருந்தது. நமது நிருபர்களை 3 பிரிவாகப் பிரித்து வெவ்வேறு வழிகளில் புலனாய்வை மேற்கொள்ளச் சொன்னேன். போலீஸோ, வீரப்பன் எங்கே நடமாடுகிறான் என்பது பற்றி சிறு தகவலாவது கிடைக்காதா என காட்டுப்பகுதியில் ரோந்து வரத்தொடங்கினர். லிங்காபுரத்திற்கும், சத்தியமங்கலத்திற்கும் இடைப்பட்ட வனப்பகுதியில்தான் வீரப்பன் இருக்கிறான் என்றொரு தகவல் வரவே, அதிரடிப்படை அந்தப் பகுதியில் தீவிர வேட்டையைத் தொடங்கியது. நவீன ரக துப்பாக்கிகளுடன் அவர்கள் சுற்றிவந்த

காட்டுப்பகுதிக்குள், அந்த பயங்கரமான சூழ்நிலையில்... நமது நிருபர்களும் உயிருக்கு அஞ்சாமல் வீரப்பனைச் சந்திக்கும் முயற்சியில் ஈடுபட்டிருந்தனர்.

இதனிடையே, வீரப்பனின் இரண்டாவது தூதராக வந்த அவன் தம்பி அர்ஜுனன் காட்டுக்குத் திரும்பவில்லை. தொடை வாழை எனும் நோயால் பாதிக்கப்பட்டிருந்த அவனுடைய கால்களுக்கு சிகிச்சையளிப்பதாகக் கூறி அவனை இங்கேயே சிறை வைத்துவிட்டது தமிழக காவல்துறை. இதனால் வீரப்பன் கடும் வெறியுடன் இருக்கிறான் என்ற தகவலும் வெளியானது. அவனைப் பிடித்துவிடுவோம் என சவடால் விட்டுக்கொண்டிருந்த அதிரடிப்படை, டிசம்பர் 28-ந் தேதியன்று தனது ஆபரேஷனை ஸ்டார்ட் செய்தது.

நமது நிருபர்களிடமிருந்து போன் எதுவும் வரவில்லை. ஆபரேஷன் தொடங்கிவிட்ட இந்த சமயத்தில் தம்பிகள் காட்டுக்குள் இருந்தால் ஆபத்தாயிற்றே என்ற கவலையால் பதைபதைத்துக் கொண்டிருந்தேன். தேவாரத்தின் "இரண்டாவது எதிரி'யான நமது தம்பிகளுக்கு சின்ன அசம்பாவிதம்கூட நடந்து விடக்கூடாது என்ற யோசனையுடன் எந்த தம்பியிடமிருந்தாவது போன் வராதா என எதிர்பார்த்திருந்தேன். வீரப்பனிடமிருந்து பணயக் கைதிகளை மீட்பதில் அதிரடிப்படையினர் எந்தளவு முன்னேற்றம் அடைந்துள்ளனர் என்பது பற்றி 24 மணி நேரமும் பிரஸ்ஸுக்குத் தகவல் தர ஏற்பாடு செய்திருந்தார் கோவை மாவட்டக் கலெக்டர் சங்கர். அந்த தகவல்களை விட தம்பிகளிடமிருந்து என்ன தகவல் வரும் என்பது பற்றியே நான் யோசித்துக்கொண்டிருந்தேன்.

அப்போது, நமது நிருபர் ஜெயப்பிரகாஷிடமிருந்து போன் வந்தது. “அண்ணே... கர்நாடகா டி.ஜி.பி. சங்கர்பிதாரி தலைமையில் பெரும்படை காட்டுக்குள் புகுந்திருக்கு” என்றார். சிறிது நேரம் கழித்து போன் செய்த நிருபர் ஜீவா, “கோவை வனப்பகுதி வழியாக தமிழக அதிரடிப்படையும் ஆபரேஷனை ஸ்டார்ட் செய்துவிட்டது” என்றார். இரண்டு மாநில அதிரடிப்படையினரையும் சேர்த்து மொத்தம் 25,000 பேர் உள்ளே இருப்பதை அறிந்தேன்.

இந்த பரபரப்பான நேரத்தில் டெலிபோன் மணி மீண்டும் ஒலித்தது. “ஹலோ... இந்தியன் எக்ஸ்பிரஸ் ரிப்போர்ட்டர் ராஜேஷ்கண்ணா பேசுறேன்...”

மூக்குடைபட்ட ஆங்கில பத்திரிகை!

"சொ ல்லுங்க தம்பி..."

இந்தியன் எக்ஸ்பிரஸ் நிருபர் ராஜேஷ்கண்ணா படபடவென பேசத் தொடங்கினார். "அண்ணே... நாங்க எல்லோரும் நேற்று நைட் ஒன்றாகத்தான் படுத்திருந்தோம்; காலையில் உங்க நிருபர் கிளம்பிப்போயிட்டார். நீங்கள் போன் செய்தால், காட்டுக்குள் போயிட்டதா மாத்திரம் சொல்லும்படி லாட்ஜ் ரிசப்ஷனில் சொல்லிட்டுப் போயிருக்கார்?"

"நீங்க எப்ப போகப்போறீங்க?"

"வெயிட் பண்ணிக்கிட்டிருக்கோம் அண்ணே..."

"நன்றி!"

அவரிடம் பேசி முடித்து ரிசீவரை வைத்த சிறிது நேரத்தில், நிருபர் ஜீவா தங்கவேலிடமிருந்து போன் வந்தது.

"அண்ணே... வீரப்பன் இருக்கிற இடத்தை அதிரடிப்படை லொகேட் பண்ணிட்டதா சொல்றாங்க. கர்நாடக அதிரடிப் படையும் இன்றைக்குள் பிடித்துவிடுவோம்னு சொல்லிக்கிட்டிருக்கு.

ஏரியா முழுவதும் டென்ஷனா இருக்கு'' என்றார். ஜீவா சொன்னதைக் கேட்டதும்... நமக்குள் பதற்றம் அதிகரித்தது. அதிரப்படையினர் வீரப்பனை நெருங்கிவிட்டதாகச் சொல்லப்பட்ட நேரத்தில் நம்மாளு ஒருத்தர் உள்ளே சென்றிருக்கிறாரே?... அவருக்கு எந்த ஆபத்தும் ஏற்பட்டுவிடக் கூடாது என்ற கவலை அதிகமானது. அவர்ட்ட இருந்து எப்போது தகவல் வரும் என்று எதிர்பார்த்திருந்தேன்.

கோவை கலெக்டர் அலுவலகத்திலிருந்து மகரன் போன் செய்தார். "அண்ணே... Force உள்ளே போயிடுச்சு. இரண்டு ஸ்டேட் அதிரடிப்படையும் தீவிரமா இறங்கியிருக்கு. வீரப்பனை எப்படியும் பிடிச்சுடுவோம்னு சொல்லிக்கிட்டிருக்காங்க" என்றார். நமது பதற்றம் மேலும் அதிகமானது. காட்டிலிருந்து என்ன தகவல் வருமோ என்ற கவலைதான் மனம் முழுவதும் வியாபித்திருந்தது. அலுவலகத்திலிருந்து வீட்டிற்குத் திரும்பிய பிறகும், மனதில் அதே நினைவுதான். வேறு எந்த வேலையையும் கவனிக்காமல் டெலி போனுக்குப் பக்கத்திலேயே உட்கார்ந்திருந்தேன். எந்தத் தகவலும் வரவில்லை. மனசு பதைபதைத்தது.

ஒவ்வொரு நிமிடமும் பரபரப்புடனும் பதைபதைப்புடனும் நகர்ந்துகொண்டிருந்தது. அடுத்த நாளுக்கு அடுத்தநாள் மாலை நேரம். உடலும் மனமும் ஒருசேர சோர்வடைந்திருந்த வேளையில், டெலிபோன் மணி ஒலித்தது. அவசரமாக ரிசீவரை எடுத்தேன். எதிர்முனையில்...

"என்னாச்சு தம்பி... எங்கே இருக்கீங்க? பார்த்துட்டீங்களா?"

"அண்ணே... பார்த்தாச்சு... இப்ப ஆபீசுக்குத்தான் வந்துகிட்டிருக்கேன்."

"ரொம்ப கவனம் தம்பி... நீங்க நேரா ஆபீசுக்கு வந்திடுங்க. காலை 6 மணிக்கெல்லாம் நான் ஆபீசில் இருப்பேன். ரொம்ப கவனமா வாங்க."

நம்ம நிருபர்ட்ட பேசி முடித்த பின், தம்பி காமராஜுக்குப் போன் செய்து, சிவா காட்டுக்குள் சென்றுவிட்டு திரும்பி வரும் தகவலைத் தெரிவித்து காலையில் அலுவலகத்திற்கு வரச்சொன்னேன்.

இந்த சந்திப்பினால் இந்தியப் பத்திரிகையுலகில் ஒரு உண்மையை நிலைநாட்ட முடிந்தது. முதன்முதலில் வீரப்பனிடம் பேட்டி எடுத்தது யார்? அவனுடைய புகைப்படத்தை வெளியிட்டது யார்?... என்பதை- நம்மை வேண்டுமென்றே சவாலுக்கு இழுத்த அந்த ஆங்கிலப் பத்திரிகைக்கும், இந்தியப் பத்திரிகை யுலகத்துக்கும் நிரூபிக்க முடிந்தது. அரசாங்கத்திடம் அவன் என்னென்ன கோரிக்கைகளை வைத்திருக்கிறான் என்பதையும்

இந்த சந்திப்புதான் முழுமையாக வெளிக்கொண்டு வந்தது.

முதல் சந்திப்பின்போது வீரப்பன் என்பவன் யார்... அவன் எதற்காக இப்படி மாறினான் என்பதை அறிந்து வெளியிட்ட நாம் இம்முறை அவனால் கடத்தப்பட்ட அதிகாரிகள் மூவரையும் விடுவிக்க 1000 கோடி ரூபாய் கேட்கிறான் என்ற விவரத்தையும், அதற்காக நடைபெறும் பேச்சுவார்த்தை பற்றியும் இவ்விஷயத்தில் வீரப்பனுடைய நடவடிக்கைகள் எப்படியுள்ளது என்பது பற்றியும் விரிவாக வெளியிட்டோம். வீரப்பன் பேட்டியை தாங்கிய அந்த ஸ்பெஷல் இதழ் வெள்ளிக்கிழமை காலையில் கடைகளுக்கு வந்தது.

நக்கீரனைப் பார்த்த வாசகர்களுக்கு பலத்த ஆச்சரியம். இத்தகைய பயங்கர சூழ்நிலையில் பேட்டி கண்டிருப்பதைப் பெருமை பொங்கப் பாராட்டினர். அதேநேரத்தில் அவர்களுக்குள் சின்ன மனக்குறை. கடத்தப்பட்டவர்களின் படமோ அவர்களின் பேட்டியோ வரவில்லையே என்பதுதான் அந்த மனக்குறை. தனது சந்திப்பைப் பற்றி விளக்கியபோதே தம்பியிடம் நான் முதலில் கேட்டது... “பணயக்கைதிகளை பார்த்தீர்களா? அவர்களின் மனைவியர் எழுதியிருந்த வேதனை கடிதங்களைக் கொடுத்தீர்களா? மூன்றுபேரையும் படம் எடுத்தீங்களா?... என்பதுதான்.

அதற்கு தம்பி, “அண்ணே... அந்த லெட்டரையெல்லாம் கொண்டுபோயிருந்தேன். அதை வீரப்பன் வாங்கிப் படித்தான். அந்த மூணுபேரும் பத்திரமா இருக்கிறதா சொன்னான். ஆனா அவங்க இடத்துக்கு அழைச்சுக்கிட்டுப் போகலை. பிடிவாதமா மறுத்துட்டான். அதனால படம் எடுக்க முடியலை” என்றார். படம் எடுக்க இயலாவிட்டாலும், மூவரும் பத்திரமா இருக்கிறார்கள் என்ற செய்தியையாவது உறுதி செய்துகொள்ள முடிந்ததே என்பதை நினைத்து ஆறுதலடைந்தேன்.

வீரப்பன் பேட்டியை படிப்பதற்கு வாசகர்கள் ஆர்வம் காட்டியதால், இதழ் வெளியான வெள்ளிக்கிழமையன்றே பரபரப்பாக விற்பனையானது. அதேநேரத்தில் கோவையிலிருந்து மகரன் போன் செய்தார்.

“அண்ணே... 25,000 போலீசாரும் உள்ளேபோய் வீரப்பன் ஏரியாவை ரவுண்டு செய்ததாகவும்... அதிலே வீரப்பன் செத்துட்ட தாகவும் சொல்றாங்கண்ணே” என்றார். போலீஸாரின் வேட்டையில் வீரப்பன் இறந்துவிட்டானா? கடத்தப்பட்ட மூன்றுபேரின் கதி என்ன? அவர்களுக்கு ஏதாவது ஆபத்தா?... என அறிந்துகொள்ளத் துடித்தேன். காட்டுப்பகுதியில் புலனாய்வு செய்துகொண்டிருந்த நமது நிருபர் ஜெயப்பிரகாஷ், அலுவலகத்திற்குத் தொடர்பு கொண்டபோது, கடத்தப்பட்ட மூன்றுபேரின் நிலைமை என்ன என்பது பற்றி முழு விபரம் வேண்டும் என்றேன்.

அதிர்ச்சியும் பதைபதைப்பும் மிகுந்திருந்த அன்றைய தினம், மாலைப் பேப்பர்களில் இன்னொரு முக்கிய செய்தி தலைப்புச் செய்தியாக இடம் பிடித்தது.

கடத்தப்பட்ட 3 அதிகாரிகள் உயிருடன் மீட்பு
வீரப்பன் தப்பியோட்டம்
கூட்டாளிகள் அய்யன்துரை, ரங்கசாமி பிடிபட்டனர்
தேவாரம் பேட்டி

-என பரபரப்பாக செய்தி வெளியிடப்பட்டது.

இதைப் பார்க்கையில் ஒரு பக்கம் ஆனந்தம். காலையில் ஹீரோவாக இருந்த வீரப்பன் இப்போது ஜீரோவாகிவிட்டானே. அதேநேரத்தில் இன்னொரு பக்கம் அதிர்ச்சி! காரணம்... தமிழக அதிரடிப்படை, நாங்கள்தான் மூவரையும் மீட்டோம் என்றது. கர்நாடக அதிரடிப்படையோ நாங்கள்தான் மீட்டோம் என்றது.

டி.எஸ்.பி. தந்த வாக்குமூலம்!

டி.எஸ்.பி. உள்ளிட்ட மூவரையும் உண்மையில் மீட்டது யார் என்பதைப் புலனாய்வு செய்து நக்கீரன் மூலமாக வெளிப்படுத்த வேண்டும் என்பதில் தீவிரமானேன். மீட்கப்பட்ட மூவரும் கோவைக்குக் கொண்டு வரப்பட்டிருந்தனர். அதனால் கோவை ஏஜெண்ட் வெங்கடாசலத்தைத் தொடர்பு கொண்டேன்.

“ரிப்போர்ட்டர் மகரன் எங்கே இருக்கிறார்?”

“கலெக்டர் ஆபீஸில் பிரஸ் மீட் நடக்குது. அங்கே இருக்காருண்ணே.”

“உடனடியா அவரைப் பிடிங்க. பிரஸ் மீட் முடிந்ததும் டி.எஸ்.பி. சிதம்பரநாதன் வீட்டுக்குப் போவாரு. அங்கே போய் உண்மையில் அவங்க எப்படி மீட்கப்பட்டாங்கன்னு பேட்டி எடுக்கச் சொல்லுங்க. மூணு பேர்கிட்டேயும் பேட்டி வேணும். நீங்களும் கூடப்போங்க. போட்டோவோடு மேட்டரை உடனடியா அனுப்பிடுங்க” என்றேன்.

துரிதமாகச் செயல்பட்ட கோவை ஏஜெண்ட், உடனடியாக நிருபர் மகரனைப் பிடித்து தகவலைத் தெரிவித்தார். அங்கு நடந்து

கொண்டிருந்த பிரஸ் மீட்டில் தமிழக, கர்நாடக அதிரடிப்படைகளின் தலைமை பொறுப்பில் இருந்த தேவாரமும் சங்கர்பிதாரியும் எப்படி ஆபரேஷன் நடத்தப்பட்டது என்பதை விளக்கிக்கொண்டிருக்க... மீட்கப்பட்ட மூவரும் பயந்தபடியே கம்மென்று இருந்தனர். அதுவே பல்வேறு சந்தேகங்களுக்கு இடமளித்தது. பிரஸ் மீட் முடிந்ததும் டூவீலர் ஒன்றில் நிருபர் மகரனும் ஏஜெண்ட் வெங்கடாசலமும் டி.எஸ்.பி.யை ஃபாலோ செய்து அவரது வீட்டை அடைந்தனர். நக்கீரனுக்குப் பேட்டி என்றதும் டி.எஸ்.பி.யும் மற்ற இருவரும் வெளிப்படையாக பேசத் தயாராக இருந்தனர். அவர்கள் சொன்ன முதல் வார்த்தையே அதிர்ச்சியை அளித்தது. "எங்களை யாரும் காப்பாற்றவில்லை. நாங்களாகத்தான் தப்பித்தோம்."

"நீங்களாகவா?" -அதிர்ச்சியும் ஆச்சரியமும் கலந்த குரலில் மகரன் கேட்க, போலீஸ் உயரதிகாரிகளால் மறைக்கப்பட்ட ரகசியம் அப்போதுதான் வெளியே வந்தது. டி.எஸ்.பி. சிதம்பரநாதன் மனம்விட்டு பேசினார்.

"வீரப்பன் பிடியில் நாங்க சிக்கிக்கிட்டு நாளாக நாளாக டவுட் அதிகமாயிடுச்சு. ஏன்னா, நானும் போலீஸ்காரன்தானே. போலீஸ்காரனோட புத்தி என்னன்னு எனக்குத் தெரியும். அவங்க ஏதோ ஒரு பிளான் போட்டிருக்காங்கன்னு எனக்குப் புரிஞ்சு போச்சு. ஆபரேஷன்ங்கிற பேரில் உள்ளே புகுந்து வீரப்பனைப் பிடிக்கத்தான் முயற்சி செய்வாங்க. எங்க உயிர் போனாலும் அதைப் பற்றி கவலைப்படமாட்டாங்கன்னு தெரியும். இந்த பிளானிலிருந்து எப்படித் தப்பிக்கிறதுன்னு யோசித்துகிட்டு இருந்தேன். அப்ப வீரப்பன் எங்களோடு இல்லை. தன்னோட ஆட்கள்கிட்டே எங்களை ஒப்படைச்சிட்டு அவன் வேற ஒரு இடத்துக்குப் போயிருந்தான்.

இரண்டு பக்கமும் ஆயிரக்கணக்கான போலீசார் நெருங்கி வந்துகிட்டிருந்தாங்க. இவங்க நம்மையும் சேர்த்து கொன்னு போட்டுட்டுத்தான் போகப்போறாங்கன்னு எனக்குத் தெரிஞ்சுபோச்சு. இங்கேயிருந்து எப்படியும் தப்பிச்சிடணும்னு முடிவு பண்ணிட்டேன். அப்போ வீரப்பன் ஆட்கள் நான்கைந்து பேர்தான் என்கூட இருந்தாங்க. நான் உடனே சுதாரித்து என்கூட இருந்த வீரப்பனின் ஆட்களான அய்யன்துரை, ரங்கசாமி இருவரிடமும் தூரத்தில் வரும் போலீசாரைக் காட்டி, அதிரடிப்படை வர்றது தெரியுதா... அப்படின்னு கேட்டேன். அவங்க 'உம்'முன்னு இருந்தாங்க. எப்படியும் தப்பிச்சிடணுங்கிற முடிவிலே இருந்த நான் அய்யன்துரையையும் ரெங்கசாமியையும் எங்க கூட வரும்படி சொன்னேன். அவங்க தயங்கினாங்க. தலைவர்

(வீரப்பன்) இல்லாத நேரத்தில் உங்ககூட வரமாட்டோம். அவர் திட்டுவாருன்னு சொல்லி மறுத்துட்டாங்க. போலீஸ் நெருங்குவதற்குள் அவங்க மனசை மாற்றிடணும்னு முயற்சி செய்தேன். கலெக்டர் ரொம்ப நல்லவர். அவர்கிட்டே உங்களை ஒப்படைக்கிறேன். விடுதலை வாங்கித் தர்றேன்... அப்படின்னு ரொம்ப கெஞ்சி கேட்டேன். அவங்களும் யோசனை பண்ணி பார்த்துட்டு சரின்னு சொன்னாங்க.

சுற்றியும் போலீஸ் நெருங்கிக்கிட்டிருந்தது.

எப்படி தப்பிக்கிறதுன்னு தெரியாம நாங்க முழிச்சு கிட்டிருந்தப்ப அவங்க ரெண்டு பேரும் ஒரு சின்ன பாதை வழியா சரசரன்னு இறங்க ஆரம்பிச்சாங்க. அவங்க வழியிலேயே நாங்களும் இறங்கினோம். முள்புதர் அதிகமா இருந்தது. நைட்டு நேரத்திலே ரொம்ப ஜாக்கிரதையா நடந்து வந்து ஒரு தோட்டத்திலே தங்கியிருந்துட்டு காலையிலே கலெக்டர் முன்னாடி வீரப்பன் ஆட்கள் இரண்டு பேருடன் நாங்க ஆஜரானோம். இதுதான் நடந்தது.

போலீஸ் சொல்வதெல்லாம் பொய். இரண்டு மாநில போலீசும் சொல்ற மாதிரி ஆபரேஷனும் நடக்கலை. வீரப்பனும் தப்பியோடலை. அவன் அந்த ஸ்பாட்டிலேயே இல்லை. அவன் இருந்திருந்தால் எங்களால தப்பிச்சு வந்திருக்கவே முடியாது. இதுதான் உண்மை. என்னோட வருத்தம் என்னன்னா, எங்களோட மூத்த அதிகாரியான தேவாரமே இந்தளவுக்கு நடந்துக்குவாருன்னு எதிர்பார்க்கலை. தப்பிச்சு வந்த எங்க முன்னாடியே பத்திரிகைக்காரங்ககிட்டே பொய்யை அவிழ்த்துவிட்டாரு. கர்நாடக அதிரடிப்படை டி.ஜி.பி. சங்கர்பிதாரியும் அதே மாதிரிதான் பொய்யாப் பேசினாரு. நான் தேவாரத்திற்குக் கீழே இருக்கும் அதிகாரி. அதனால அந்த இடத்திலே மீறி எதுவும் பேசமுடியலை. இப்ப சொல்றேன். என் வேலையே போனாலும் சரி. நீங்க இந்த உண்மைகளை அப்படியே நக்கீரனில் வெளியிடணும். என்ன நடந்ததுன்னு மக்களுக்குத் தெரிஞ்சாகணும்" என்று முடித்தார் டி.எஸ்.பி. சிதம்பரநாதன்.

பேட்டி எடுத்து முடித்தவுடன் நிருபர் மகரன் என்னைத் தொடர்பு கொண்டார்.

"அண்ணே... டி.எஸ்.பி.யை பேட்டி எடுத்துட்டேன். போலீஸ் சொல்றது அத்தனையும் பொய். உண்மையா என்ன நடந்ததுன்னு டி.எஸ்.பி. விரிவா சொல்லியிருக்காரு."

"அப்படியா... நீங்க உடனே ஆபீசுக்கு புறப்பட்டு வந்திடுங்க."

அடுத்த ஸ்பெஷல் இதழுக்கான பணிகள் ஆரம்பமாயின. அலுவலகத்திற்கு மகரன் வந்து சேர்ந்ததும் நெகட்டிவ்கள் பிரிண்ட்

போடப்பட்டன. மிகப்பெரிய உண்மையை உள்ளடக்கிய டி.எஸ்.பி.யின் பேட்டியுடன் நக்கீரன் ஸ்பெஷல் இதழ் கடைகளுக்கு வந்த போது அனைத்து தரப்பிலும் மிகவும் பரபரப்பாக பேசப்பட்டது.

வீரப்பன் விவகாரத்தில் உண்மைகளை மறைக்க வேண்டும் என்று போலீஸ் உயரதிகாரிகள் துடிப்பது ஏன்? டி.எஸ்.பி. தனது புத்திசாலித்தனத்தால் தன்னையும் தன்னுடன் கடத்தப்பட்டவர்களையும் காப்பாற்றிக்கொண்டதுடன் மட்டுமின்றி, வீரப்பன் கூட்டத்தைச் சேர்ந்த இரண்டு பேரையும் சரணடைய வைத்திருக்கிறார். அப்படிப்பட்டவரின் செயலைப் பாராட்டாமல் தேவாரமும் சங்கர்பிதாரியும் பொய்யை அவிழ்த்துவிடுவது எந்த விதத்தில் நியாயம்? வீரப்பன் விவகாரத்தில் போலீசார் மீண்டும் மீண்டும் பொய் சொல்லிக்கொண்டிருப்பது எதனால்? என்ற கேள்விகள் நமக்குள் எழுந்தன. அதற்கான விடைகளைத் தேடிக்கண்டுபிடிக்கும் முயற்சியில் நாம் இறங்கத் தயாரானோம்.

ருத்ரதாண்டவம்!

வீரப்பனின் தூதுவராக வந்த அவனது தம்பி அர்ஜுனனையும் டி.எஸ்.பி சிதம்பரநாதனால் அழைத்து வரப்பட்ட அய்யன்துரை, ரங்கசாமி ஆகியோரையும் சென்னை மத்திய சிறையில் அடைத்துவிட்டனர். என்ன நடந்தது என்பதை தெரிந்துகொள் வதற்காக சிறைக்குச் சென்று அர்ஜுனனை சந்திக்கும் பணியை சிவசுப்ரமணியத்திடம் கொடுத்தேன். அவர், மத்திய சிறைக்குச் சென்று அர்ஜுனனை சந்தித்துப் பேசினார். அப்போது அர்ஜுனன், "உங்க ஆசிரியர்கிட்டே பேசணும்" என சிவாவிடம் தெரிவித்திருந்தான். அதனைத் தொடர்ந்து, அடுத்த நாள் நான் அவனை சந்தித்தேன்.

"ஏன் இந்த மாதிரி வாழ்க்கை வாழ்ந்துகிட்டிருக்கீங்க. எத்தனை வருஷம்தான் நீங்களும் உங்க அண்ணனும் கூட்டாளிகளும் காட்டிலேயே இருக்கப் போறீங்க? சரணடையக் கூடாதா?" என நான் கேட்டதும், அர்ஜுனன் அவசரமாக, "நாங்க சரணடையறது பற்றி ஏற்கனவே இந்த அரசாங்கத்துகிட்டே தெரிவித்திருக்கோம். ஆனா, இந்த முதலமைச்சர் ஜெயலலிதாவோ, போலீஸ்

அதிகாரிகளோ அதைக் கண்டுக்கவேயில்லை. யாரும் முன்நின்று எதையும் செய்யலை" என்றான். அவனுடைய வார்த்தைகளில் வேதனை வெளிப்பட்டதைக் கவனித்தேன். நான் அவனை சந்தித்து திரும்பிய பின், இன்னொரு நாளில் கதிரைதுரையை அனுப்பி அர்ஜுனனைப் பார்த்துப் பேசுமாறு கூறினேன். அவர் கவனமாக மைக்ரோ டேப்பையும் ஆட்டோ ஃபோகஸ் கேமராவையும் எடுத்துக்கொண்டு சென்னை மத்திய சிறைக்குச் சென்றார். அர்ஜுனனை சந்தித்தது மட்டுமில்லாமல் அவனிடம் பரபரப்பான ஜெயில் பேட்டியையும், அர்ஜுனன், அய்யன்துரை, ரங்கசாமி மூன்று பேரும் ஜெயில் கம்பிகளுக்குப் பின்னால் உள்ள போட்டோவையும் எடுத்து வந்தார்.

மைக்ரோ டேப்பில் பதிவாகியிருந்த தகவல்கள் நமக்கு அதிர்ச்சிகரமாக இருந்தன. வீரப்பன் விவகாரத்தில் அரசு தெரிவிக்கும் செய்திகளுக்கும் அர்ஜுனன் தெரிவித்த செய்திகளுக்கும் கொஞ்சம்கூட சம்பந்தமில்லாமல் இருந்தது. தூதராக வந்த அர்ஜுனனிடம் பேச்சுவார்த்தை எப்படி நடந்தது, என்ன பேசப்பட்டது என்பதுபற்றி போலீஸ் தெரிவித்திருந்த தகவல்களுக்கும் அர்ஜுனன் சொன்ன விவரங்களுக்கும் ஏராளமான முரண்பாடுகள் இருந்தன. வீரப்பன் தொடர்பான விவகாரங்களில் ஜெயலலிதா அரசாங்கம் வேண்டுமென்றே பொய்யையும் புரளியையும் அவிழ்த்துவிடுகிறது என்பதைப் பொதுமக்கள் அறிந்துகொள்ள வேண்டும் என்பதற்காக, அர்ஜுனனின் பரபரப்பான ஜெயில் பேட்டியை நக்கீரன் இதழில் கவர் ஸ்டோரியாக வெளியிட்டோம்.

இதனிடையே, தமிழக சிறையில் இருந்த அர்ஜுனன், அய்யன்துரை, ரங்கசாமி மூவரும் கர்நாடகப் போலீசாரிடம் ஒப்படைக்கப்பட்டனர். அவர்கள் மூவரையும் ஒரு வழக்கிற்காக கோர்ட்டிற்கு அழைத்துச் செல்லும் வழியில் மூவரும் சயனைடு சாப்பிட்டு இறந்ததாக கர்நாடகப் போலீஸ் தெரிவித்தது. தூதராகச் சென்ற தனது தம்பியும் கூட்டாளிகள் இருவரும் கர்நாடக போலீஸின் கஸ்டடியில் இறந்ததால் வீரப்பன் கோபமானான். "கஸ்டடியில் இருந்தவர்களுக்கு எப்படி சயனைடு கிடைத்தது. இது தற்கொலை அல்ல; கொலைதான்" எனச் சொல்லி போலீஸை பழிவாங்க தருணம் பார்த்திருந்தான். இது கொலைதான் என பல பத்திரிகைகளும் எழுதின. ஆனால் கர்நாடக அரசுதரப்பிலிருந்து எந்த விளக்கமும் தரப்படவில்லை.

அதே வேளையில், ராமர் சுனை என்கிற பகுதியிலிருந்து மணி என்பவரை அதிரடிப்படையினர் விசாரணைக்காக அழைத்துச் சென்றனர். அதன்பிறகு அவரைப் பற்றிய தகவலே இல்லை. அவர்

என்ன ஆனார் என்பதை அறிவதற்காகப் பல நிருபர்கள் காட்டுப்பகுதிக்குச் சென்றனர். நமது நிருபர் ஜீவா தீவிர புலனாய்வில் ஈடுபட்டார். நிருபர்களை மறித்த எஸ்.ஐ.மோகன்நிவாஸ், "நக்கீரனைத் தவிர மற்றவங்க காட்டுக்குள்ள போகலாம்" என வெளிப்படையாகவே கூறினார். நிருபர் ஜீவா, வேறு பத்திரிகையின் பெயரைத் தெரிவித்து காட்டுக்குள் நுழைந்துவிட்டார். ஆனால் திரும்பி வரும்போது அவரை அடையாளம் கண்டுகொண்ட மோகன்நிவாஸ் நேரடியாகவே ஜீவாவை மிரட்டினார். "நக்கீரன்னா பெரிய ஆளா... சுட்டுத் தூக்கிப் போட்டுடுவேன்" என மிரட்டியவர், மற்ற நிருபர்களிடம் "மணியைப் பற்றி யார் கேட்டாலும் எங்க கஸ்டடியில் இருந்து ஓடிப்போயிட்டான்னு சொல்லுங்க. பேப்பரிலும் அப்படித்தான் எழுதணும்" என்றார்.

அதிரடிப்படையின் நடவடிக்கைகள் ஒருபுறமிருக்க, வீரப்பன் தன்னைக் காட்டிக்கொடுத்தவர்களைப் பழிவாங்குவதாகக் கூறிக்கொண்டு கிராம மக்களை கொடூரமாக சுட்டுத்தள்ளினான். அந்த சம்பவம் பற்றி புலனாய்வு செய்வதற்காக சிவசுப்ரமணியத்தை அனுப்பினோம். புலனாய்வு மேற்கொண்டிருந்த சிவாவை டி.எஸ்.பி. அசோக்குமார், கெத்தேசால் வனப்பகுதிக்கு அனுப்பினார். அங்கு விவரங்கள் கிடைக்கும் என்றும் தெரிவித்தார்.

நமது நிருபர் அங்கு சென்றபோது அங்கிருந்த ஒரு எஸ்.ஐ., நிருபரிடம், "எங்கிருந்து வருகிறீர்கள்?" எனக் கேட்க, "நக்கீரனிலிருந்து...'' என்று பதில் சொன்னதுதான் தாமதம், எஸ்.ஐ. ருத்ரதாண்டவமாடிவிட்டார்.

"நக்கீரன்னா பெரிய ...ரா. நீங்கதான் இங்கே எங்களுக்கெதிரா எழுதுறீங்க. உங்களை அடிச்சுச் கொன்னுட்டு வீரப்பன் மேல் உள்ள கோபத்தில் நக்கீரன் நிருபரை கிராம மக்கள் அடிச்சுக் கொன்னுட்டதா சொல்லிடுவோம். உங்க பத்திரிகையாலே என்ன பண்ணமுடியும்? கேஸ்தானே போட முடியும். போட்டுக்குங்க" என எகிறிவிட்டார் அந்த எஸ்.ஐ.

அதே வேளையில் சட்டம்-ஒழுங்கு பிரிவில் பணியாற்றிய ராமலிங்கம் என்ற எஸ்.ஐ. மற்றொரு அதிர்ச்சியான தகவலைத் தெரிவித்தார். "வீரப்பன் ஆட்கள் பயன்படுத்துற துப்பாக்கி மாதிரி அதிரடிப்படையினர்கிட்டேயும் துப்பாக்கி இருக்கு. நான் அவங்ககிட்டே, கிராம மக்களை சித்ரவதை செய்து சுட்டுக்கொன்றுவிட்டு... வீரப்பன் ஆட்கள் என்று சொன்னால் உள்ளூரில் மரியாதை போயிடும்னு சொன்னதுதான் தாமதம், மோகன் நிவாஸை அழைத்த தேவாரம் என்னை கைகாட்டி, 'வீரப்பன் பயன்படுத்துற துப்பாக்கியால் இவனைச் சுட்டு போட்டுட்டு வீரப்பன் ஆட்கள் சுட்டுட்டாங்கன்னு சொல்லி

தூக்கி வீசிடுங்க.' அப்படின்னு என் முன்னாலேயே சொன்னாரு. அதைக் கேட்டதும் நான் அப்படியே ஸ்தம்பித்துப் போயிட்டேன். மோகன்நிவாஸும் ஸ்தம்பிச்சிட்டாரு".

வீரப்பன் வேட்டை என்ற பெயரில் அதிரடிப்படையினர் செய்யும் அக்கிரமங்கள் பற்றி நாம் புலனாய்வு செய்து கொண்டிருந்த நேரத்தில், 95-ம் வருடம் நவம்பர் 1-ந் தேதியன்று பத்திரிகைகளில் அந்த பரபரப்பான தலைப்புச் செய்தி இடம்பிடித்தது.

"வனத்துறையைச் சேர்ந்த 3 வாட்சர்களை அந்தியூர் செலம்பூரம்மன் கோவிலிலிருந்து வீரப்பன் கடத்தினான்."

தூது!

மறுபடியும் பத்திரிகையுலகம் ஒரு சவாலை சந்தித்தது. இந்த சவாலிலும், வென்று காட்டியே தீரவேண்டும் என்று எனக்குள் முடிவு செய்து கொண்டேன். இம்முறை 3 பேரைக் கடத்திய வீரப்பன், செலம்பூரம்மன் கோவில் பகுதியைச் சேர்ந்த, காட்டுவாசி ஒருவரிடம் ஆடியோ கேசட் ஒன்றைக் கொடுத்தனுப்பியிருந்தான். அந்த கேசட்டில் கடந்த முறை கேட்டது போல் 1000 கோடி கேட்காமல் 3 கோடி ரூபாய் தந்தால்தான் கடத்தப்பட்ட 3 பேரையும் விடுதலை செய்வேன் என்றும், தனது தம்பி அர்ஜுனனின் சாவுக்கு நீதி விசாரணை வேண்டுமென்றும் இரண்டு கோரிக்கைகளை முன்வைத்தான்.

வீரப்பன் பிடியிலிருந்து மூன்று பேரையும் மீட்பதற்கான முயற்சிகள், அப்போதைய ஈரோடு மாவட்ட கலெக்டர் பழனியப்பனால் மேற்கொள்ளப்பட்டன என்றாலும், கலெக்டரைவிட காவல்துறையும், அதிரடிப்படையும் இந்த விஷயத்தில் அதிகமாக மூக்கை நுழைத்தன. 3 கோடி ரூபாய் கேட்டிருந்த வீரப்பன், அதனை எப்படிக் கொண்டு வந்து

தரவேண்டும் என்பதையும் அந்த கேசட்டில் விளக்கியிருந்தது வித்தியாசமாக இருந்தது.

ரூபாயை எடுத்து வருபவர் சிவப்பு புல்லட்டில் வெள்ளை கொடி கட்டிக்கொண்டு வரவேண்டும். அந்த நபர் சிவப்புச் சட்டை அணிந்து கழுத்தில் மாலைபோட்டுக்கொண்டு வரவேண்டும் என வினோதமான நிபந்தனையை விதித்திருந்தான் வீரப்பன். அவனுடைய கேசட் கிடைத்த மூன்றாவது நாளே போலீசார் அதற்கான ஏற்பாடுகளைச் செய்யத் தொடங்கிவிட்டனர். அந்த பகுதியைச் சேர்ந்த மணியக்காரர் ஒருவரை அனுப்புவது என முடிவு செய்யப்பட்டது.

வனத்துறை ஊழியர்களை வீரப்பன் கடத்திச் சென்ற செலம்பூரம்மன் கோவில் பகுதியில் நமது நிருபர் டீம் உட்பட அனைத்துப் பத்திரிகைகளைச் சேர்ந்த நிருபர்களும் புகைப்படக்காரர்களும் காத்திருந்தனர். வீரப்பனை சந்திக்க மணியக்காரர் செல்வது பற்றிய பேச்சே பலமாக இருந்தது. ஒவ்வொரு நொடியும் பரபரப்பான தகவலை எதிர்பார்த்துப் பத்திரிகையாளர்கள் தயாராக இருந்தனர். காட்டுக்குள் நுழைய வழி கிடைக்குமா என எல்லோரது கண்களும் அலைபாய்ந்து கொண்டிருந்தன. ஆனால் அதிரடிப்படையினரோ எல்லா முனையிலும் பலமாகக் குவிக்கப்பட்டிருந்தனர்.

மலைகிராமவாசிபோல் கைலி கட்டிக் கொண்டு போலீஸ் குரூப் ஒன்று மஃப்டியில் காட்டுக்குள் சுற்றிக்கொண்டிருந்தது. அதில் சிலர் வேட்டைக்குச் செல்வதுபோல் கையில் துப்பாக்கி வைத்திருந்தனர். கிராமவாசிகள் போல் சில போலீஸ்காரர்கள் மஃப்டி உடையுடன் சைக்கிளில் சுற்றிக்கொண்டிருந்தனர். வீரப்பனுக்குப் பொறி வைத்து போலீசார் மாறுவேடத்தில் அலைந்ததுடன் மட்டுமில்லாமல், கிராமத்தைச் சேர்ந்த பழங்குடி மக்களையும் தங்களுக்குத் துணையாக்கிக் கொண்டனர்.

பழங்குடி இனத்தைச் சேர்ந்த 20 பேரை தேர்ந்தெடுத்து அவர்களை, வாய்க்கால் வெட்டுவது போலவும் தண்ணீர் பாய்ச்சுவது, மாடு மேய்ப்பது, கூலி வேலைக்குப் போவது போன்ற வேலைகளை செய்யச் சொல்லியும் வற்புறுத்தி வேலை வாங்கினர். பழங்குடியினர் வேலை செய்வதைப் பார்த்து, போலீஸ் நடமாட்டம் இல்லையென நினைத்து வீரப்பன் அங்கு வந்தால் பிடித்துவிடலாம் என்பது போலீசின் கணக்கு.

அதே நேரத்தில், ஆடியோ கேசட்டில் வீரப்பன் கேட்டிருந்த 3 கோடியில் முதல் தவணையைக் கொடுக்க ஏற்பாடுகள் நடந்து கொண்டிருந்தன. அவன் குறிப்பிட்ட அடையாளங்களுடன் மணியக்காரர் சிவப்பு புல்லட்டில் புறப்பட்டுப் போனார். அன்றைய

மாலை நாளிதழ்களிலும் நமது இதழ் உள்ளிட்ட வார இதழ்களிலும் அதுதான் தலைப்புச் செய்தியாக இடம் பிடித்தது. ஆனால் புல்லட்டில் சென்ற மணியக்காரரோ ஒரு பஸ்ஸில் திரும்பி வந்தார். புல்லட்டின் டயர் வெடித்துவிட்டதால் தன்னால் போக முடியவில்லை என்று அவர் சொன்னாலும் உண்மை அதுவல்ல. வீரப்பனை நேரில் சந்திக்கப் பயந்து, பாதி வழியில் புல்லட்டின் டயரிலிருந்து காற்றைத் தானே பிடுங்கிவிட்டுத் திரும்பியிருக்கிறார் அந்த மணியக்காரர்.

போலீஸ் அனுப்பிய ‘தைரியசாலி’ பத்திரமாக திரும்பி வந்துவிட்ட அதே நேரத்தில், இரு மாநில அதிரடிப்படையினரும் தங்களின் நடவடிக்கைகளை தீவிரப்படுத்தத் தொடங்கிவிட்டனர். கர்நாடக தரப்பிலிருந்து 3 பஸ்களில் வந்த அதிரடிப்படையினர் காட்டுக்குள் புகுந்தனர். தமிழ்நாடு அதிரடிப்படை சார்பில் 1000 பேர் அந்தியூர் வனப்பகுதிக்குள் நுழைந்தனர். இது தவிர இரு மாநிலத்தையும் சேர்ந்த 600 அதிரடிப்படையினர் தேவர்மலையிலும் தட்டக்கரை ஆகிய பகுதிகளில் 600 பேரும் குவிந்தனர். வனப்பகுதியைச் சுற்றிலும் அதிரடிப்படை குவிக்கப்பட்டிருந்தது.

இந்த பயங்கரமான சூழ்நிலையிலும் நமது நிருபர்கள் காட்டுக்குள் பயணித்தனர். இரண்டு, மூன்று கிலோ மீட்டர் வரை சென்று, வீரப்பன் தரப்பிலிருந்து ஏதாவது சமிக்ஞை வருகிறதா என எதிர்பார்த்திருந்தனர். சமிக்ஞை எதுவும் வராததால் மீண்டும் ரோட்டுக்கு வந்தனர். நமது நிருபர்கள் இப்படி போய்வரத் தொடங்கியதும் மற்ற பத்திரிகைகளின் நிருபர்களும் காட்டுக்குள் கொஞ்ச தூரம் சென்று வந்தனர். வீரப்பனால் கடத்தப்பட்டவர்களின் குடும்பத்தைச் சேர்ந்தவர்களின் படங்கள், மனைவி மக்களின் கதறல் ஆகியவை பத்திரிகைகளில் வெளியாகியிருந்தன. அந்த பிரசுரங்கள் காட்டுக்குள் ஒட்டிவைக்கப்பட்டன. வீரப்பன் பார்வையில் படவேண்டும் என்பதற்காகத்தான் இந்த முயற்சி.

பத்திரிகையாளர்களின் முயற்சி ஒரு புறம் தொடர்ந்து கொண்டிருக்க, இன்னொரு புறம் அதிரடிப்படையினரின் படைகள் இறங்கிக் கொண்டிருந்தன. பத்திரிகைகளில் நாள்தோறும் பரபரப்பான தலைப்புச் செய்திகள் வெளியாகிக்கொண்டிருந்தன. மணியக்காரர் காட்டுக்குள் சென்றபோது வீரப்பன் கேட்ட தொகையின் முதல் தவணை சென்றுவிட்டது என எல்லா பத்திரிகையிலும் செய்தி வெளியிடப்பட்டது. அதுகுறித்து விளக்கமோ, மறுப்போ ஜெயலலிதா அரசிடமிருந்து வரவேயில்லை. காவல்துறை உயரதிகாரிகளும் அதுபற்றி வாய்திறக்கவேயில்லை.

மணியக்காரர் திரும்பி வந்துவிட்டதால் மீண்டும் யாரை

அனுப்புவது என காவல்துறை யோசித்துக்கொண்டிருந்தது. மலைகிராமவாசி யாரையாவது அனுப்புவதா என ஆலோசித்து, கடைசியில் வேறு ஒருவரை செலக்ட் செய்தது. ஊட்டிமலை பக்கம் இருக்கும் ஓய்வுபெற்ற டி.எஸ்.பி.யின் மகனான செல்வராஜ் என்பவரை வீரப்பனிடம் அனுப்புவதென முடிவுவெடுத்தது காவல்துறை. இவர் ஏற்கனவே ஒருமுறை வீரப்பனிடம் தூது போயிருக்கிறார். இவரை அழைத்துவர காவல்துறையினர் முயற்சிகள் மேற்கொண்டிருந்த நேரத்தில், நமது நிருபர்கள் எப்படியும் வீரப்பனைச் சந்தித்து பேட்டி எடுத்துவிடவேண்டும் என்ற முயற்சியில் தீவிரமாக இருந்தனர்.

அந்த பரபரப்பான நேரத்தில் ஈரோடு ஏஜெண்ட்டிடமிருந்து போன் வந்தது.

"அண்ணே... அந்தியூரிலிருந்து தினமணி ரிப்போர்ட்டர் எனக்கு போன் பண்ணி உங்ககிட்டே ஒரு நியூஸ் சொல்லச் சொன்னார்."

அவசரத் தந்தி!

உள்ளூர் தினமணி நிருபர் நமது ஈரோடு ஏஜெண்ட்டுக்குப் போன் செய்து தெரிவித்த தகவல் இதுதான். "நக்கீரன் சார்பில் காட்டுக்குள் யார் நுழைந்தாலும் அவர்களை கண்டவுடன் சுட்டுத் தள்ள இரு மாநில அரசுகளும் உத்தரவு பிறப்பித்துவிட்டன. மஃப்டியில் சுற்றிக் கொண்டிருக்கும் போலீசார் உட்பட அதிரடிப்படையினர் அனைவரும் நக்கீரன் நிருபர்களைக் குறிவைத்துக் காத்திருக்கிறார்கள். அதனால் அவர்களை ஜாக்கிரதையாக இருக்கச் சொல்லவும்." -தினமணி ரிப்போர்ட்டர் தெரிவித்த இந்த அதிர்ச்சியான செய்தியைத்தான் நம்மிடம் சொன்னார் ஏஜெண்ட். இவ்வளவு கொடூரமான திட்டத்தை அரசாங்கமே செயல் படுத்துமா என நமக்கு அதிர்ச்சியாகவும் வியப்பாகவும் இருந்தது.

"நக்கீரன்காரங்க வந்தா உடனே சுட்டுடுங்க. செத்ததுக்குப் பிறகு செய்தி அனுப்பினால் போதும்" என்று பல பத்திரிகையாளர்களின் முன்னிலையிலேயே அதிரடிப்படையினரிடம் தேவாரம் சொல்லியிருக்கிறார். அதைக் கேட்டு அதிர்ச்சியடைந்த பத்திரிகை சகோதரர்கள், நமது நலனில் அக்கறை கொண்டு ஏஜெண்ட்டிடம்

தெரிவித்திருக்கிறார்கள்.

நாம் உடனே, வீரப்பன் பற்றிய செய்தி சேகரிப்பில் ஈடுபட்டிருந்த ரிப்போர்ட்டர்களை உடனடியாக அலுவலகத்திற்கு காண்ட்டாக்ட் பண்ணச் சொல்லுமாறு ஈரோடு ஏஜெண்ட்டிடம் தெரிவித்து அந்தியூருக்கு அனுப்பிவைத்தோம். ஈரோடு கலெக்டர் பழனியப்பனின் போன் நம்பரை வாங்கித் தருமாறு தம்பிகளிடம் தெரிவித்தேன். சில நிமிடங்களில் கலெக்டருடன் தொடர்பு கொள்ள முடிந்தது.

''சார்... நக்கீரன் எடிட்டர் பேசுறேன். இது என்னங்க அநியாயம்... வீரப்பனைப் பார்த்தோம்ங்கிற ஒரே காரணத்துக்காக எங்களுக்கு இவ்வளவு பெரிய தண்டனையா? எங்க ஆட்கள் யாராவது காட்டுக்குள் வந்தால், கண்டவுடன் சுட்டுத்தள்ள உத்தரவு போட்டிருக்கிறதா கேள்விப்பட்டோம். இப்படி ஒரு அக்கிரமம் எங்காவது நடக்குமா?"

"மிஸ்டர் கோபால்... அப்படி எதுவும் நடக்காது. போலீஸ் டிபார்ட்மெண்ட்டோடு நான் பேசுறேன். உங்க நிருபர்களுக்கு எந்த ஆபத்தும் ஏற்படாது. நான் கவனிச்சுக்குறேன்" என்றார் கலெக்டர். இருப்பினும் எனக்கு யோசனையாகவே இருந்தது.

இப்படிப்பட்ட பயங்கரமான சூழ்நிலையில் தம்பிகளை உள்ளே அனுப்புவதா? ஏற்கனவே கெத்தேசால் பகுதியில் நமது தம்பிகள் சிவாவையும், ஜீவாவையும் அதிரடிப்படையினர் கொலை வெறியுடன் மிரட்டி, எச்சரித்து அனுப்பியிருந்தது ஞாபகத்திற்கு வந்தது.

போலீஸ் துறையின் பழைய வரலாறுகளைப் புரட்டினால் Encounter என்ற பெயரில் தங்களுக்குப் பிடிக்காத எத்தனையோ பேரை போலீஸார் சுட்டுக் கொன்றிருப்பதை நாம் பார்க்கலாம். குற்றவாளி அல்லாதவரை போலீஸார் சுட்டுவிட்டதாக நாம் நிரூபித்தால் அப்போதும் Crossfire என்ற பெயரில் கதையை குளோஸ் செய்துவிடுவார்கள் என்பது ஊரறிந்த ரகசியம்தான். அதுவும் நமது அதிரடிப்படையினரிடம், அவர்கள் பயன்படுத்தும் தோட்டாக்களும் இருக்கின்றன. வீரப்பன் பயன்படுத்தும் தோட்டாக்களும் இருக்கின்றன. தோட்டாவை மாற்றிப்போட்டு சுட்டுவிட்டு, வீரப்பன் மீது பழியைப் போட அதிரடிப் படையினருக்கு அதிக நேரம் பிடிக்காது.

லட்சக்கணக்கான வாசகர்களைக் கொண்ட நம்பர் 1 புலனாய்வு இதழான நக்கீரனுக்கே இத்தகைய கஷ்டங்கள் என்றால், காட்டுப்பகுதி மக்கள் இந்த அதிரடிப்படையினரிடம் சிக்கி என்ன பாடுபட்டிருப்பார்கள் என்பதை நம்மால் யூகிக்க முடிந்தது. உண்மையை குழிதோண்டிப் புதைப்பதற்காக போலீஸ்காரர்கள்

எந்தவிதமான கொடூர எல்லைக்கும் செல்லத் தயாராக இருப்பார்கள் என்பதால்தான் நான் யோசித்து செயல்படத் தொடங்கினேன்.

வனப்பகுதியிலிருந்து தொடர்புகொண்ட ஜீவா, "அண்ணே... நாங்க ரொம்ப கவனமா இருக்கிறோம். மற்ற பத்திரிகை நிருபர்கள்கூடத்தான் இருக்கிறோம். எங்களுக்கு எந்த ஆபத்தும் இல்லை" என்றனர்.

''உங்களை யாராவது Follow பண்றாங் களான்னு பார்த்துக்குங்க. மஃடியில் நிறையபேர் சுத்திக்கிட்டிருக்காங்க. அவங்க உங்களைக் குறி வைச்சிருக்காங்க. அதனால ரொம்ப கவனமா காட்டுக்குள்ள போங்க'' என்று சொல்லி மனதே யில்லாமல்தான் அவர்களை காட்டுக்குள் அனுப்பிவைத்தேன்.

அதிரடிப்படையினரால் நமது தம்பிகளுக்கு பெரும் ஆபத்து சூழ்ந்திருக்கின்ற விஷயத்தை சம்பந்தப்பட்டவர்களுக்கு தெரிவித்துவிடவேண்டும் என்பதால் அட்வகேட் பெருமாளை உடனடியாக அலுவலகத்திற்கு வரச்சொன்னேன். போலீஸாரின் கொடூரத் திட்டம் பற்றி பிரஸ் கவுன்சிலுக்கு உடனடியாகத் தந்தி அனுப்பப்பட்டது. அதனைத் தொடர்ந்து சுப்ரீம் கோர்ட் தலைமை நீதிபதி, தமிழக தலைமைச் செயலாளர், உள்துறை செயலாளர்-என எல்லோருக்கும் 15-11-95 அன்று தந்தி கொடுக்கப்பட்டது. சம்பந்தப்பட்டவர்களுக்குத் தந்தி கொடுத்து முடித்த பின், வீரப்பன்

விவகாரத்தில் மேலும் என்னென்ன முன்னேற்றங்கள் ஏற்பட்டுள்ளன என்ற புலனாய்வைத் தொடர்ந்தோம்.

தூதர் ஸ்தானத்திற்கு தேர்ந்தெடுக்கப்பட்ட டி.எஸ்.பி. மகன் செல்வராஜைப் போலீஸார் ஒருவழியாகத் தேடி கண்டு பிடித்திருந்தனர். செல்வராஜோ, தான் காட்டுக்குள் செல்லும் பாதையில் ஆள் நடமாட்டமோ, வாகனங்களோ இருக்கக்கூடாது என நிபந்தனை போட்டார். அவர் இதற்கு முன் இரண்டு முறை வீரப்பனைச் சந்தித்தவர். அன்றைய ஆட்சியின்போது சரணடைய விருப்பம் தெரிவித்து ஆடியோ கேசட்டில் வீரப்பன் பேசி, அதை இந்த செல்வராஜ் மூலம் தான் கொடுத்தனுப்பியிருந்தான்.

வீரப்பனைச் சந்திக்க தூதரை தயார்படுத்தும் பணியில் போலீஸார் ஈடுபட்டிருக்க நக்கீரன் டீம் மூன்று பிரிவாகக் காட்டுக்குள் நுழைந்து, வீரப்பனிடம் பேட்டியெடுத்து விடவேண்டும் என்பதில் முனைப்பாக செயல்பட்டுக் கொண்டிருந்தது. மற்ற பத்திரிகை நிருபர்களும் காட்டுப்பகுதியில்தான் வலம் வந்து கொண்டிருந்தனர். இருட்டத் தொடங்கிய நேரம். எல்லோரும் களைப்பாக பாறை மீது படுத்திருந்தனர். நமது தம்பிகள் உன்னிப்பாக இருந்தனர்.

அப்போது சற்று தூரத்தில் இரண்டு உருவங்கள் நடந்து சென்று ஒரு பாறைக்குப் பின்னால் ஒளிவது தெரிந்தது. சுதாரித்துக்கொண்ட நமது நிருபர்கள் இருவரும் வேகமாக அந்த பாறையை நோக்கி ஓடத் தொடங்கினர். களைப்பில் கண்ணயர்ந்திருந்த மற்ற பத்திரிகையாளர்கள் இதைக் கவனிக்க வில்லை.

நக்கீரன் பெயரைச் சொல்லிக்கொண்டே தம்பிங்க அந்த பாறையை நெருங்கியபோது திடுமென எதிர்ப்பட்டான் வீரப்பன்.

புல்லட்டில் துரத்தல்!

அதுவரை அவ்வளவாகத் தன்னை வெளிக் காட்டிக் கொள்ளாத பேபி வீரப்பன், சந்தனவீரப்பனுடன் இருந்தான். சடை சடையாக வளர்ந்த முடியுடனும், தலையில் ஒரு துணிக் கட்டுடனும் பயங்கரவாதிக்குரிய அத்தனை லட்சணங்களும் பொருந்தியவனாகக் காணப்பட்டான் பேபி. டி.எஸ்.பி. உள்ளிட்ட மூவரை வீரப்பன் கடத்தியபோது, தூதராக வந்தான் பேபி. ஆனால் அப்போதும்கூட தனது முகத்தை எல்லோரும் பார்க்கும்படி வெளிக்காட்டிக் கொள்ளாமல் மிகவும் ஜாக்கிரதையாக வந்து போனான். அவனை மிக நெருக்கத்தில் பார்த்து பிரமித்தவர்கள் நமது நிருபர்கள்.

வீரப்பனையும் பேபியையும் பார்த்ததும் நக்கீரன் பெயரை சத்தம் போட்டுச் சொல்லிக்கொண்டே நமது நிருபர்கள் சென்றதால், காட்டுக்குள் திரிந்த இரண்டு இன்ஃபார்மர்கள் அதைக் கவனித்துவிட்டு போலீசிடம் தகவல் தெரிவிப்பதற்காக ஓடத் தயாரானார்கள். அதைப் பார்த்த நமது நிருபர்களுக்கு அதிர்ச்சி. இன்ஃபார்மர்கள் மூலம் தகவல் கிடைத்து, போலீஸ் வந்தால்

நிச்சயம் ஆபத்துதான். நக்கீரன் நிருபர்களைக் கண்டாலே சுட்டுத் தள்ள தேவாரம் உத்தரவிட்டிருப்பதால் இது அவர்களுக்கு வாய்ப்பாக அமையும். நமது நிருபர்களைச் சுட்டுத் தள்ளிவிட்டு வீரப்பன் மீது பழியைப் போட அதிரடிப்படையினர் தயங்கவே மாட்டார்கள்.

இந்த பயங்கரமான சூழ்நிலையைப்பற்றி நமது நிருபர்கள் யோசித்துக்கொண்டிருந்த நேரத்தில், வீரப்பனோ ஒரே பாய்ச்சலாகப் பாய்ந்து, ஓடிக்கொண்டிருந்த இன்ஃபார்மர்களில் ஒருவனை வசமாகப் பிடித்து, பலம் கொண்ட மட்டும் அடித்து, துவைத்தெடுத்தான். அவனுடைய படுபயங்கரமான பாய்ச்சலும், மிருகத்தனமான அடியும் நமது நிருபர்களை பயமுறுத்தியது. வீரப்பனின் அருகிலிருந்த பேபியோ வேகமாக ஓடிப்போய் ஏதோ ஒன்றை லாவகமாகப் பிடித்துத் தூக்கினான். அது ஒரு மெகா சைஸ் உடும்பு. கொஞ்சம் கூட பயமோ, பதட்டமோ இல்லாமல் சர்வசாதாரணமாக உடும்பைப் பிடித்து தூக்கிய பேபியைப் பார்த்தும் நமது தம்பிகளுக்கு 'பக்'கென்றாகிவிட்டது.

அவர்கள் இருவரும் உடும்பை பிரமிப்புடன் பார்த்துக் கொண்டிருந்த நேரத்தில் திரும்பி வந்த வீரப்பன், "காட்டிக் கொடுக்கிற பசங்க ரெண்டு பேருக்கும் சரியா ஈடுகொடுத்துட்டு வர்றேன்" என்று வெகு அலட்சியமாகச் சொன்னான். அதைக்கேட்ட தம்பிகளுக்கு மீண்டும் அதிர்ச்சி. அடிவாங்கி இருவரும் நேரே போலீசிடம் போய் தகவல் தெரிவித்து கூட்டிவந்துவிட்டால், மறுபடியும் ஆபத்தை எதிர்நோக்கவேண்டியிருக்குமே என்ற குழப்பத்தில் ஆழ்ந்தனர்.

நிருபர்களை அங்கிருந்து 3 கி.மீ. தூரத்திற்கு அழைத்துச் சென்று பேட்டி கொடுக்கத் தொடங்கினான் வீரப்பன். கடத்தப்பட்டவர்கள் தொடர்பாக நமது இதழிலும் பிற பத்திரிகைகளிலும் வெளியான செய்திகளை கையுடன் எடுத்துச் சென்றிருந்த நமது நிருபர்கள் அதனை வீரப்பனிடம் காட்டினர். அவற்றை கவனமாகப் படித்தான் வீரப்பன்.

அவனிடம், "உங்களுக்கு அரசும் போலீசும்தானே எதிரி. எதற்காக இந்த வனத்துறை ஊழியர்களைப் பழிவாங்குறீங்க?" என்று நமது நிருபர்கள் கேட்டதும், "என் தம்பி அர்ச்சுனன், விசாரணைக்காக கோர்ட்டுக்கு அழைச்சுக்கிட்டு போற வழியிலே கர்நாடக போலீசாரால் கொலை செய்யப்பட்டிருக்கான். அவன் சாவுக்கு நீதி விசாரணை வேண்டும். அதற்காக இந்த அரசாங்க ஊழியர்களைக் கடத்தினேன்" என்றான்.

"உங்க கோரிக்கைகள் என்ன?"

"ஒண்ணே ஒண்ணுதான். எனக்கு பணம் வேணும்; மூணு கோடி

ரூபா வேணும். இந்த ஒரே ஒரு கோரிக்கைதான்."

"ஒரு அரசாங்கத்தையே மூன்று கோடி ரூபாய் தரவேண்டும்னு பிளாக்மெயில் செய்றீங்களே?- இது நேர்மையான விஷயமா என்ன?"

"எது நேர்மையா இருக்குது. எங்கே நீதி இருக்குது? என்னமோ மூணு கோடி கேட்டதை பெரிசா பேசுறீங்களே... நம்ம தமிழ்நாடு முதல்வர் ஜெயலலிதாவுக்கு மூணு கோடிங்கிறது ஒரு நாள் வசூல்தானே?" என கோபமாகச் சொன்ன வீரப்பன், 'உடன்பிறவா சகோதரி' சசிகலா, 'வளர்ப்பு மகன்' சுதாகரன் ஆகியோரைப் பிடிபிடியெனப் பிடித்தான்.

வீரப்பனுடன் சுமார் 4 மணி நேரம் இருந்துவிட்டு புறப்படும்

போது, நிறைய புகைப்படங்கள் எடுத்தனர். ஆனால் கடத்தப்பட்டவர்களை மட்டும் சந்திக்க வீரப்பன் அனுமதிக்கவில்லை. பேட்டியை முடித்துக்கொண்டு திரும்பி வரும் வழியில் தம்பிகளுக்குள் ஒரு கேள்வி எழுந்தது.

''நாம் உள்ளே சென்று வீரப்பனை சந்தித்ததை இன்ஃபார்மர்கள் பார்த்துவிட்டனர். இந்நேரம் போலீசுக்குத் தகவல் தெரிந்திருக்கும். நாம் திரும்பிப் போகும்போது போலீஸாரோ வனத்துறையோ நம்மை மடக்கி கேட்டால் என்ன பதில்சொல்வது?'' என்ற யோசனையுடன் நடந்தனர்.

அந்தியூரை நெருங்கிக் கொண்டிருந்தபோது இரண்டு புல்லட்டுகள் எதிர்ப்பட்டன.

ஒவ்வொரு புல்லட்டில் இரண்டு இரண்டு பேராக அமர்ந்திருந்த அவர்களைத் தூரத்தில் பார்த்த மாத்திரத்திலேயே எஸ்.டி.எஃப் ஆட்கள்தான் என்பதை புரிந்துகொண்ட நமது நிருபர்கள், கோவிலூர் அருகே சாலை ஓரமாக இருந்த பள்ளத்தில் இறங்கி ஒரு புதருக்குள் மறைந்து கொண்டனர். வீரப்பனை 2 பேர் சந்தித்துவிட்டார்கள். அவர்கள் நக்கீரன் நிருபர்களாகத்தான் இருக்க வேண்டும் என்று எஸ்.டி.எஃப்.பினர் முடிவு செய்ததைத் தொடர்ந்துதான் இந்த புல்லட் ரெய்டு ஆரம்பமாகியிருந்தது.

நமது நிருபர்கள் மறைந்திருந்த பகுதியை புல்லட்டுகள் கடந்து சென்றதும், ஜீவாவும் சிவாவும் மெல்ல வெளியே வந்து, யாராவது தெரிகிறார்களா என பார்த்துவிட்டு அதன் பிறகு பயணத்தைத் தொடர்ந்தனர். சிறிது தூரம்தான் சென்றிருப்பார்கள். புல்லட்டுகள் இரண்டும் அசுர வேகத்தில் திரும்பி வந்து கொண்டிருந்தன. புல்லட் சத்தம் கேட்டவுடனேயே நமது நிருபர்கள் வேகமாக நடந்து, அங்கிருந்த ஒரு டீக்கடையில் ஒதுங்கினர்.

அதே டீக்கடை அருகே புல்லட்டுகளின் வேகம் குறைந்தது. "இப்படித்தான் போயிருக்கணும். அந்தியூரைத் தாண்டுவதற்குள் பிடிச்சிடலாம்; வேகமாக போ" என அவர்கள் சொல்லிக்கொண்டே புல்லட்டின் வேகத்தை அதிகரிப்பதை தம்பிகள் காதில் வாங்கினர். ஆபத்து சூழ்கிறது என்பதை உணர்ந்து, புல்லட்டுகள் மறையும்வரை காத்திருந்துவிட்டு, அதன் பிறகு மீண்டும் அதே பாதையில் நடக்கத் தொடங்கினர்.

அதிரடிப்படையின் அடுத்த வாகனம் வருவதற்குள் அந்தியூரைக் கடந்துவிட வேண்டும் என்ற துடிப்பு சிவாவிடமும் ஜீவாவிடமும் காணப்பட்டது. அந்த வழியாக வந்த பைக்கை நிறுத்தி, அதனை ஓட்டி வந்தவரிடம் கெஞ்சிக் கூத்தாடி லிஃப்ட் கேட்டு ஏறிக்கொண்டனர். அதே நேரத்தில், முன்னே சென்ற புல்லட் ஆட்கள் கொடுத்த தகவலின் அடிப்படையில், அதிரடிப்படையைச்

சேர்ந்த இரண்டு ஜீப்புகளும் இரண்டு பைக்குகளும் வேகமாக எதிரே வந்தன. செல்லம்பாளையம் என்ற இடத்தில், எதிரே வந்த வாகனங்களை கண்ட நிருபர்கள், உடனடியாக பைக்கை நிறுத்தச் சொல்லினர். தம்பி ஜீவா அவசரமாக இறங்கி அருகிலிருந்த டீக்கடைக்குள் மறைந்தார். தம்பி சிவா இறங்குவதற்குள் அதிரடிப்படையின் வாகனங்கள் இறங்கிவிட்டன. இனி இறங்கினால் சந்தேகம் என தயங்கினார். அதிரடிப்படையின் வாகனங்கள் சூழ்ந்தன. அதிலிருந்து இறங்கிய ஒவ்வொருவரும் கைலி, பனியனுடன் கிராமவாசிகள் போல் உடையணிந் திருந்தாலும் எல்லோர் கையிலும் ஏ.கே.47 துப்பாக்கி. மாறுவேடத்தில் காடு முழுவதும் அலைந்த அதிரடிப்படையின் டீம்தான் அது. வண்டியிலிருந்து இறங்கிய ஒரு நபர், சிவாவை நெருங்கி, சட்டையைப் பிடித்து முரட்டுத்தனமாகத் தூக்கியபடி, "இன்னொருத்தன் எங்கடா?" என்று கேட்டார்.

இருதயமே நின்றது!

அதிரடிப்படையினரின் பிடியில் சிக்கியிருந்த நம்ம தம்பி தூரத்தில் அதிரடிப்படையின் வாகனம் வரும்போதே தன்னிடமிருந்த இரண்டு ஃபிலிம் ரோல்களில் ஒன்றை நம் நிருபரிடம் கொடுத்துவிட்டு, மற்றொன்றை உள்ளாடைக்குள் மறைத்து வைத்திருந்தார். அதிரடிப்படையினரிடம் அது சிக்கிவிடக்கூடாது என்பதில் கவனமாக இருந்தார்.

"உன்னோடு வந்த இன்னொரு ஆள் எங்கே?" -நிருபரின் சட்டையைப் பிடித்தபடி, அதிரடிப் படையினர் மீண்டும் கேட்ட நேரத்தில், சர்ரென ஒரு கார் அருகில் வந்து நின்றது. 'Press' என்ற வாசகம் ஒட்டப்பட்டிருந்த அந்த காரினுள் பத்திரிகையுலக நண்பர்கள் இருந்தனர்.

"என்னப்பா, உன்னை அந்தியூர் பக்கம் தேடிக்கிட்டிருக்காங்க; நீ இங்கே இருக்க?" என்று அவர்கள் கேட்க, "உங்களைத்தான் எதிர்பார்த்துக்கிட்டிருக்கேன்" என்றபடி சாதுர்யமாகப் பிரஸ் காரில் ஏறிவிட்டார் நம்ம நிருபர். பத்திரிகைக்காரர்களின் முன்பாக

எதையும் செய்ய இயலாமல் அதிரடிப்படையினர் கையைப் பிசைந்தபடி நின்றனர்.

நம்மாள ஏத்திக்கிட்டு பிரஸ் கார் புறப்பட... வேறு வழியில்லாமல் அதிரடிப்படையின் வாகனங்களும் வந்த வழியே திரும்பின. ஜீவா, அந்த டீக்கடையிலேயே இருந்துவிட்டார். அவருக்கு இவர் தப்பிய விபரமே தெரியாது. 'அப்பாடா... தப்பித்தோம்' என்று நினைத்தபடி பிரஸ் காரில் வந்தவருக்கு செலம்பூரம்மன் கோயில் அருகே மீண்டும் சோதனை ஏற்பட்டது. இந்தமுறை அவரை மடக்கியது கர்நாடக அதிரடிப்படை. பிரஸ் காரை அதிரடிப்படையினர் நிறுத்திய மாத்திரத்தில் தம்பி, தன்னிடமிருந்த ஃபிலிம்ரோலை பக்கத்திலிருந்த போட்டோ கிராபரின் Bag-ல் அவருக்கே தெரியாமல் போட்டுவிட்டார்.

காரை மடக்கி, நம்ம நிருபரை இறங்கச் சொன்ன கர்நாடக அதிரடிப்படையினர் அவரைத் தனியாக அழைத்து விசாரித்தனர். விபரம் எதுவும் கிடைக்காததால் அவரிடம் ஃபிலிம் ரோல் மற்றும் ஏதாவது தடயம் இருக்கிறதா என்பதை அறிவதற்காக செக்-அப் செய்தனர். அவர்கள் கையில் எதுவும் சிக்கவில்லை.

அதேநேரத்தில் நிருபர் ஜீவா, அதிரடிப்படையினரின் கழுகுக் கண்களிலிருந்து தப்பித்து, அந்தியூருக்கு வந்தார். பிறகு அங்கிருந்து ஈரோட்டுக்கு வந்து இரவு 7 மணிக்கு நமது அலுவலகத்திற்கு போன் செய்தார். அவர் குரலில் பதட்டம் தெரிந்தது.

"அண்ணே... நான் இப்ப ஈரோட்டிலிருந்து பேசுறேன். அந்தியூரிலிருந்தே பேசணும்னு நினைத்தேன். ஆனா அங்கே எல்லா இடத்திலும் போலீஸ்காரங்க இருந்ததால் இங்கே வந்து போன் செய்றேன். அண்ணே... அவன எஸ்.டி.எஃப். ஆட்கள் தூக்கிக்கிட்டு போய் காட்டுக்குள்ளே வச்சு சுட்டுட்டாங்களாம்."

அவர் சொன்ன வார்த்தைகளைக் கேட்டதும் எனக்கு உயிரே இல்லை.

"தம்பி, என்ன சொல்றீங்க... எப்படி நடந்துச்சு? எங்கே நடந்துச்சு? நல்லா தெரியுமா?" -அதிர்ச்சியும் ஆவேசமும் நிறைந்த குரலில் கேட்டேன்.

"அண்ணே... நாங்க வீரப்பனைப் பார்த்து பேட்டி எடுத்துக்கிட்டிருக்கும்போது போலீஸ் இன்ஃபார்மர்கள் பார்த்துட்டாங்க. அவங்க போய் சொல்லி, எஸ்.டி.எஃப் வந்து வழிமறிச்சப்ப நான் ஒளிஞ்சுக்கிட்டேன். சிவாவ மாத்திரம் ஜீப்பிலே தூக்கிப் போட்டுக்கிட்டு போனாங்க. காட்டுக்குள்ள கொண்டு போய் சுட்டுட்டாங்கன்னு சொல்றாங்க."

எனக்கு இருதயமே நின்றுபோய்விட்டது.

"ஜீவா... நீங்க இப்ப எங்கே இருக்கீங்க?"

"ஈரோட்டில்தான் இருக்கேன்."

அவரிடம் ஒரு டெலிபோன் நம்பரைக் கொடுத்து அந்த நம்பரில் வந்து பேசச் சொல்லிவிட்டு தம்பி காமராஜையும் லாயரையும் தொடர்புகொண்டு உடனடியாக அலுவலகத்திற்கு வரச்சொன்னேன். ஈரோடு மாவட்ட கலெக்டரின் நம்பரை தொடர்பு கொண்டு இந்த செய்தி உண்மைதானா என விசாரிக்க முயன்றேன். லைன் கிடைக்கவில்லை. நொடிக்கு நொடி பதட்டம் அதிகரித்துக்கொண்டேயிருந்தது. ஜீவா சொன்ன செய்தி பொய்யாக போகக்கூடாதா என மனம் வேண்டிக்கொண்டது.

பத்திரிகை அலுவலகங்கள் அனைத்திற்கும் போன் செய்து, அப்படியொரு செய்தி ஏதேனும் வந்ததா என விசாரித்தபோது பாதிபேர் அதை உறுதி செய்தனர். மீதி பேர் அப்படி எந்த தகவலும் வரவில்லை என்றனர். நமக்குள் வேதனையும் குழப்பமும் அளவுக்கதிகமாக இருந்தது.

"வீரப்பன் எங்கள் முதல் எதிரி என்றால், நக்கீரன்தான் இரண்டாவது எதிரி. நக்கீரன் என்று சொல்லிக்கொண்டு யார் காட்டுக்குள் சென்றாலும், அவர்களைச் சுட்டுக்கொன்றுவிடுவோம்" என்று கருவிய போலீஸ்துறை, தான் நினைத்தபடி வெறித்தனமாக

நடந்துவிட்டதே என்பதை எண்ணிப்பார்த்து ஆவேசம் கொண்டேன். ஜீவாவிடமிருந்து மேற்கொண்டு எந்த தகவலும் கிடைக்கவில்லை. போனை எதிர்பார்த்துக் காத்திருந்தேன். இந்த நொடியில் அந்தத் தம்பி நம் முன்னே வந்து நின்றுவிடக்கூடாதா என மனம் தவித்தது. என்னுடைய பரிதவிப்பைப் புரிந்து கொண்ட தம்பிகள் சுரேஷ், குரு, பிரான்சிஸ், சிவகுமார் அனைவரும் அலுவலக பணிகளைப் பொறுப்பாக கவனித்துக்கொண்டனர்.

நெருப்பின் மீது நிற்பதுபோல ஒவ்வொரு நிமிடமும் தணலாக இருந்தது. அந்த அக்னி நிமிடத்தில் டெலிபோன் மணி ஒலித்தது. ஜீவாதான் மீண்டும் லைனில் வந்திருந்தார்.

"தம்பி... நீங்க சொன்ன தகவல் உண்மைதானா; நல்லா தெரியுமா?"

"அண்ணே... உண்மைதான்."

"என்ன தம்பி சொல்றீங்க.... இங்கே பத்திரிகை ஆபீஸ்களுக்குக் கேட்டால் சரியான விபரம் தெரியமாட்டேங்குது. எப்படி இது நடந்தது? நீங்க எப்படி தப்பிச்சீங்க?"

"நான் ஏற்கனவே சொன்ன மாதிரி எஸ்.டி.எஃப். ஆட்களைப் பார்த்ததும் நான் புல்லட்டிலிருந்து இறங்கி டீக்கடையிலே ஒளிஞ்சுக்கிட்டேன். நம்மாளு மட்டும் மாட்டிக்கிட்டாரு. அதற்கப்புறம்தான் சுட்டிருக்காங்க. போலீஸ்காரங்க சொல்லித்தான் எனக்கு இந்தத் தகவல் தெரியும்."

ஜீவா பேசி முடித்த மறுவினாடி இன்னொரு லைனில் மணி ஒலித்தது. தம்பி கௌரிதான் ரிசீவரை எடுத்து அவசரமாக கொடுத்தார். அதைக் கையில் வாங்கும்போதே, "யாரு போன்ல?" என்று கேட்டபடி காதருகே ரிசீவரை கொண்டு சென்றேன்.

உயிர் தப்பிய ஜீவா!

“அண்ணே... நான் சிவா பேசுறேன்...”

அந்த தம்பி குரலைக் கேட்டதும் நமது இதயத்திற்கு இறக்கைகள் முளைத்தன. மிகக்கொடூரமான பயங்கரத்திலிருந்து மீண்டது போன்ற உணர்வு உள்ளமெங்கும் பரவியது. அந்த நொடியில் ஏற்பட்ட மகிழ்ச்சியின் அளவை எதனாலும் அளவிட முடியாது. நமது இரண்டு நிருபர்களுக்கும் எந்த ஆபத்தும் ஏற்படவில்லை என்பது உறுதியானதும், ரிசீவரை கையில் பிடித்தபடியே அலுவலகத்திலிருந்த தம்பிகள் அனைவரிடமும் ‘‘அவருக்கு எந்த ஆபத்துமில்லை’’ என்று சொல்லிவிட்டு பேசத்தொடங்கினேன்.

“தம்பி... சொல்லுங்க... என்ன நடந்தது... எப்படி தப்பிச்சீங்க?”

“அண்ணே... மஃப்டியில் இருந்த எஸ்.டி.எஃப் ஆட்கள் ஏ.கே.47 துப்பாக்கிகளோடு என்னை சுத்திட்டாங்க. ஜீவா தப்பிச்சிட்டாரு. எஸ்.டி.எஃப் ஆட்கள் என்னை மிரட்டிக்கிட்டிருந்த நேரத்தில் பிரஸ்னு போட்ட கார் வந்தது. அதிலே இருந்த பத்திரிகை

நண்பர்களோடு சேர்ந்து தப்பிச்சிக்கிட்டேன். அதற்கப்புறம் கர்நாடக எஸ்.டி.எஃப் என்னை மடக்கி தனியா அழைச்சுகிட்டுப் போய் விசாரித்தாங்க" என்றபடி தான் சந்தித்த நெருக்கடியான அனுபவத்தை விவரித்தார்.

நம்ம நிருபரை மடக்கிய கர்நாடக அதிரடிப்படையினர் "ஏய்... ரெண்டு பேர் உள்ளே போனீங்களே... இன்னொருத்தன் எங்கே" என கோபமாகக் கேட்க, இவர் பொறுமையாக, "ரெண்டு பேர் உள்ளே போயிட்டாங்களா? எனக்கு எதுவும் தெரியாது... நான் காட்டுக்குள்ளே போகலை" என்றார். அதைக்கேட்ட கர்நாடக அதிரடிப்படையில் ஒருவர், "சார்... இவன் உள்ளே போயிருந்தா அதற்குள்ளே ஏன் இங்கு வர்றான்?" என்று சொல்ல, மற்றொருவரோ "எனக்கு நல்லா தெரியும் Blue சட்டை போட்டுக்கிட்டு ஒருத்தனும் அவன்கூட இன்னொருத்தனும் போனாங்க. அவனுங்க யாரு தெரியுமா?"

"எனக்கு தெரியாதுங்க சார்."

"Blue சட்டை போட்டுக்கிட்டு குள்ளமா இருந்தான்; தலைமுடி நரைச்சிருந்தது. அந்த மாதிரி தோற்றத்திலே எந்த பத்திரிகைக்காரன் இருந்தாலும் சுட்டுப்போட்டுட வேண்டியதுதான். இந்நேரம் அவன் அந்தியூரைத் தாண்டியிருக்க முடியாது. அதனால அந்தியூருக்கு இன்ஃபார்ம் கொடுத்துட்டு, ஈரோட்டுக்கு இன்ஃபார்ம் கொடுத்திடணும். எங்கே அவனைப் பார்த்தாலும் சுட்டுத்தூக்கி வீசிட வேண்டியதுதான்."

அதிரடிப்படையினரின் பேச்சுக்களைக் கேட்ட நம்மாளுக்கு, 'பகீர்' என்றது. ஏனெனில், Blue சட்டை அணிந்திருந்தவர் நமது நிருபர் ஜீவாதான். அவரைத் தீர்த்துக்கட்ட அதிரடிப்படை முடிவெடுத்துவிட அந்த பயங்கரமான நேரத்தில் சிவா ஒரு வழியாக அதிரடிப்படையினரிடமிருந்து மீண்டு ஈரோட்டுக்கு வந்துவிட்டார். அதன் பிறகுதான் நம்மை தொடர்புகொண்டு இந்த விபரங்களைத் தெரிவித்தார். செய்தியைக் கேட்டதும் எனக்கும் அதிர்ச்சியாக இருந்தது.

"தம்பி... ஜீவாவை அவங்க அடையாளம் கண்டுபிடிச்சிட்டாங்களா?"

"அண்ணே... Blue சட்டை, லேசாக நரைத்த தலை இரண்டையும் அவங்க அடையாளமா சொல்றாங்க. என் மேலே அதிரடிப்படைக்கு சந்தேகம் வரலை. அவர்மீதுதான் சந்தேகம். அதனால அவர் எங்கிருந்து போன் பண்ணினாலும் அவரை நீங்க கையிலே எடுத்துக்குங்க."

"நீங்க போன் பண்றதுக்கு கொஞ்ச நேரம் முன்னாடிதான் அவர் போன் செய்தாரு. நீங்க அதிரடிப்படைகிட்டே

சிக்கிக்கிட்டதாகவும் உங்களைச் சுட்டுட்டதாகவும் அவர் சொன்னாரு. அதனால இங்கே எல்லா தம்பிகளுமே பதட்டமா இருந்தாங்க. உங்க குரலைக் கேட்ட பிறகுதான் நிம்மதி. ஜீவாவைப் பற்றி கவலைப்படவேண்டாம்; அவரும் ஈரோட்டுக்கு பத்திரமா வந்துட்டாரு."

"அண்ணே… ஜீவாவும் போன் பண்ணிட்டாரா, நல்லவேளை…"

"அதனாலதான் நாங்களும் நிம்மதியா இருக்கோம். இப்ப நீங்க பேசிக்கிட்டிருக்கிற நம்பரில் உள்ள போனைத்தான் கவர்மெண்ட் ஒட்டு கேட்டுக்கிட்டிருக்கு. அதனால இன்னொரு நம்பரிலே வாங்க. அந்த நம்பர் தெரியும்ல… அதிலே வந்து பேசுங்க."

சில விநாடிகளில் அந்த நம்பரில் தொடர்பு கொண்டார்.

"தம்பி… வீரப்பனைப் பார்த்தாச்சா?"

“பார்த்தாச்சுண்ணே.”

“கடத்தப்பட்ட 3 பேரும் நல்லா இருக்காங்களா… அவங்களைப் பார்த்தீங்களா?”

“அண்ணே… மூணுபேரும் நல்லா இருக்காங்கன்னு வீரப்பனே சொன்னான். ஆனா அவங்களைப் பார்க்க அனுமதிக்கலை. நாங்க வீரப்பனைப் பார்க்கும்போது இன்ஃபார்மர்கள் ரெண்டு பேரு எங்களைக் கவனிச்சிட்டதாலே ரொம்ப நேரம் எங்களாலே வீரப்பன்கூட இருக்க முடியலை. ரொம்ப பதட்டமாகவும் பயமாகவும்தான் இருந்துச்சு. பேபி வேற ஒரு உடும்பை கையிலே பிடிச்சுக்கிட்டு விளையாட்டு காட்டிக்கிட்டிருந்தான். அதைப்பார்த்து நான் பயப்பட என்னைவிட அதிகமா ஜீவா பயந்துகிட்டிருந்தாரு. அதனால ரொம்ப நேரம் அங்கு இருக்க முடியலை. கடத்தப்பட்டவர்களைப் பற்றியும் அவங்களோட குடும்பங்களைப் பற்றியும் பத்திரிகையில் வந்த செய்திகளையெல்லாம் எடுத்துக்கிட்டு போயிருந்தோம்ல, அதை வீரப்பன்கிட்டே காட்டினோம். எல்லாத்தையும் பார்த்தான். அப்பதான் கடத்தப்பட்ட மூணுபேரும் நல்லா இருக்காங்கன்னு சொன்னாங்க.”

கடத்தப்பட்டவர்களுக்கு எந்த ஆபத்துமில்லை என்பதை அறிந்தபோது நமக்கு நிம்மதியாக இருந்தது. வீரப்பனால் வன ஊழியர்களுக்கு ஆபத்து என்றால் அதிரடிப்படையினரால் நமது தம்பிகளுக்கு பயங்கர ஆபத்து காத்திருந்தது. அந்த ஆபத்திலிருந்து இருவருமே சாதுர்யமாகத் தப்பித்ததுடன், அந்த பயங்கரமான நிலையிலும் வீரப்பனைச் சந்தித்து அவனை பேட்டியும் போட்டோவும் எடுத்துவிட்ட நிருபர்களின் திறமையைப் பாராட்டாமல் இருக்க முடியாது.

தமுக்கான நேரம் நெருங்கிவிட்டதால், இரண்டு நிருபர்களும் சென்னைக்கு வரவேண்டியிருந்தது. எப்படி வருவது என்பது பற்றி தெரிவித்தேன்.

“தம்பி… நீங்க திருச்சி வழியா வந்திடுங்க. ஜீவா கரூர் வழியா வரட்டும். நான் ஈரோடு ஏஜெண்டுக்குப் போன்பண்ணி சொல்லிடுறேன்.”

தம்பியிடம் பேசி முடித்தபின் ஈரோடு ஏஜெண்டுக்கு போன் செய்தேன்.

“அண்ணே… சொல்லுங்க.”

“ஜீவா அங்கே வந்தாரா?”

“வந்தாரு… இப்பதான் ரெண்டு பேர் வந்து அவரை எங்கேயோ அழைச்சுக்கிட்டு போனாங்க.”

“ரெண்டு பேரா… யாரு?”

பொய் சொல்வதில் போட்டா போட்டி!

“பத்திரிகைக்காரங்கதான் வந்திருந்தாங்க. அவங்ககூடத்தான் ஜீவா போனார்.”

“என்ன கலர்லே சட்டை போட்டிருந்தாருன்னு தெரியுமா?”

“Blue கலர் சட்டை.”

“அடடா... எவ்வளவு தூரம் போயிருப்பாரு?”

“கொஞ்ச தூரம்தான்.”

“உடனே கூட்டிகிட்டு வாங்க”- அவசரமாகச் சொல்லிவிட்டு லைனை கட் செய்தேன்.

சிறிது நேரம் கழித்து ஈரோடு ஏஜெண்ட் போன் செய்து தன் அருகிலிருந்த ஜீவாவிடம் ரிசீவரைக் கொடுத்தார்.

“அண்ணே... சொல்லுங்கண்ணே”

“தம்பி... நீங்க Blue சட்டை போட்டிருக்கிறதை எஸ்.டி.எஃப் ஆட்கள் அடையாளம் கண்டுகிட்டாங்க.”

“அண்ணே... இங்கே 4 ஜீப்பில் போலீஸ் சுத்திகிட்டிருக்கு.”

“பார்த்தீங்களா... இப்படிப்பட்ட நேரத்திலே நீங்க அதே சட்டையோடு வெளியே போனா எப்படி? ஜாக்கிரதையா இருக்க

வேணாமா?"

ஈரோடு ஏஜெண்ட் கைக்கு ரிசீவர் சென்றதும் பேசத் தொடங்கினேன். "ஜீவா போட்டிருக்கிற சட்டையை உடனே கழற்றச் சொல்லிட்டு உங்க சட்டையில ஒண்ணைக் கொடுத்து போட்டுக்கச் சொல்லுங்க. சைஸ் பெரிசா இருந்தாலும் பரவாயில்லை. சட்டையை மாற்றியதும் உங்க டூவீலரில் அவரை அழைச்சுகிட்டுப் போய் நல்ல கடையிலே புது சட்டை ஒண்ணு வாங்கி கொடுத்து போடச் சொல்லுங்க. அப்புறமா உங்க டூவீலரிலேயே அவரைக் கரூர் வரைக்கும் அழைச்சுகிட்டு வாங்க."

"கரூர் வரைக்குமா?"

"ஆமா... அதைத் தவிர இப்ப வேற வழியில்லை. காரிலேதான் வருவோம்னு எதிர்பார்த்து எல்லா காரையும் போலீஸ்காரங்க நோட் பண்றாங்க. அதனால ரிஸ்க் பார்க்காமல் அவரைக் கரூர் வரைக்கும் கொண்டு வந்து மெட்ராஸ் பஸ்ஸிலே ஏற்றிவிடுங்க."

"சரிங்கண்ணே."

"ஜீவாவிடம் போனைக் கொடுங்க"

ஜீவா லைனுக்கு வந்தார்.

"ஜீவா... உங்களை இப்ப வெளியிலே கூட்டிகிட்டுப் போனது யாரு?"

"லோக்கல் பத்திரிகைக்காரங்கதான்."

"காட்டுக்குள்ளே நீங்க போயிட்டு வந்த விவரம் அவங்களுக்குத் தெரிஞ்சிடுச்சா?"

"இல்லீங்கண்ணே... அவங்ககிட்டே எந்த தகவலும் சொல்லலை."

"சரி... இப்ப நீங்க போட்டிருக்கிறது ஃபுல் ஹேண்ட் சட்டையா, ஹாஃப் ஹேண்டா?"

"ஃபுல் ஹேண்ட்தான்"

"அப்படின்னா நீங்க ஏஜெண்ட் கூடப்போய் ஹாஃப் ஹேண்ட் சட்டை ஒண்ணு வாங்கிப் போட்டுக்குங்க. Blue கலர் வேண்டாம். ரொம்ப கவனம். ஏஜெண்ட்டோட டூவீலரிலேயே கரூர் வரைக்கும் வாங்க. லேட் பண்ணிடாமல் சீக்கிரமா வாங்க." -பேசி முடித்துவிட்டு போனை வைத்தேன்.

நமது நிருபர்கள் இருவருமே எந்தவித ஆபத்துமின்றி வீரப்பனைச் சந்தித்துவிட்டு வெற்றிகரமாகத் திரும்புகிறார்கள் என்பதை நினைக்கையில் மனசு சந்தோஷத்தில் மிதந்தது. கண்டவுடன் சுட உத்தரவு இடப்பட்டிருந்த பயங்கரமான நேரத்தில், நமது நிருபர்களில் ஒருவரை சுட்டு வீசிவிட்டதாக அநியாயமான வதந்தி பரவிய சூழ்நிலையில் இரண்டு பேரும் வீரப்பனிடம் பேட்டியும் படமும் எடுத்துக்கொண்டு திரும்புகிறார்கள் என்பது

ஒட்டுமொத்த அலுவலகத்திற்கும் சந்தோஷத்தையும் நிம்மதியையும் கொடுத்தது.

வீரப்பனின் பேட்டியுடன் வெளியான இதழில் மூன்று பணயக் கைதிகளின் நிலைமையும் வெளியிடப்பட்டது. இதழ் வெளியான ஒரு வாரம் கழித்து திடீர் பரபரப்பு. வீரப்பனிடம் பிணைக் கைதிகளாக இருந்த மூவரையும் நாங்கள் உயிருடன் மீட்டுவிட்டோம் என்று அறிவிப்பு செய்தார் கர்நாடக அதிரடிப்படை டி.ஜி.பி. சங்கர்பிதாரி. அவர் அந்த 3 பேருடன் இருப்பதுபோன்ற புகைப்படங்கள் மாலைமுரசு, மாலைமலர் ஆகிய நாளிதழ்களில் வெளியாயின.

அதே நேரத்தில், சென்னை தூர்தர்ஷனுக்கு பேட்டியளித்த தமிழக டி.ஜி.பி. தேவாரம் அவர்கள், "நாங்கள் (தமிழக அதிரடிப்படை) வீரப்பனிடமிருந்து 3 பணயக்கைதிகளை மீட்டு விட்டோம்" என்று சென்னையிலிருந்தபடியே தகவல் கொடுத்தார். இது பொதுமக்களை அதிகமாகக் குழப்பியது. பத்திரிகைகளில் வெளியான படங்களிலெல்லாம் கர்நாடக அதிரடிப்படை யினருடன்தான் அந்த மூவரும் இருந்தனர். அதற்குத்தான்

முக்கியத்துவம் தரப்பட்டது. ஆனால் இங்குள்ள தேவாரமோ வேறு மாதிரியாக பேட்டியளித்தார். நமக்குள் சந்தேகம் எழுந்தது.

உண்மையில் என்ன நடந்தது? அந்த 3 பேரையும் மீட்டது யார்? இவற்றைப் புலனாய்வு செய்வதற்காக நமது நிருபர்களை அனுப்பினோம். அப்போதுதான் அதிரடிப்படையினரின் கபட நாடகம் வெளிச்சத்திற்கு வந்தது.

இரு மாநிலங்களையும் சேர்ந்த 20,000 அதிரடிப்படையினர் வீரப்பன் வேட்டையில் ஈடுபட்டிருக்க, வீரப்பனோ அந்த 3 பேரையும் ஒரு குறிப்பிட்ட தூரம் வரை கொண்டுவந்து விட்டுவிட்டு தனது ஆட்களுடன் ஓடிவிட்டான். அதிகாலையில் விடுவிக்கப்பட்ட அந்த 3 பேரும் காடு மேடெல்லாம் நடந்து மதியம் 1 மணியளவில் ரோட்டுப்பகுதிக்கு வந்து, இளைப்பாறியபோது அந்தப் பக்கமாக வந்த கர்நாடக அதிரடிப்படையினர் இவர்களைப் பார்த்ததும் அடையாளம் தெரியாமல், "யார் நீங்க, வீரப்பன் ஆட்களா?" என விசாரணையில் இறங்க, பயந்து போன மூவரும் தாங்கள்தான் கடத்தப்பட்ட வன ஊழியர்கள் என்று சொன்னவுடன், அவர்களைத் தங்கள் வாகனத்தில் ஏற்றிய அதிரடிப்படையினர் நேரடியாக சங்கர்பிதாரியின் முன்னால் கொண்டு போய் நிறுத்திவிட்டனர்.

வீரப்பனால் உயிர்ப்பிச்சை கொடுக்கப்பட்ட 3 பேரையும் கர்நாடக அதிரடிப்படையினர் தாங்களே மீட்டது போல் போட்டோவுக்குப் போஸ் கொடுத்து அறிக்கையும் வெளியிட்டனர். இங்கே தேவாரமோ தமிழக அதிரடிப்படைதான் மீட்டது என்று இருந்த இடத்தில் இருந்தபடியே கூசாமல் பேட்டி கொடுத்தார். பொய் சொல்லியே பாராட்டு வாங்கிக்கொள்ள இரு மாநில போலீசாரும் போட்டா போட்டி போட்டனர். வீரப்பன் விவகாரத்தில் ஆரம்பம் முதலே போலீசார் பொய் சொல்லிவருவதை வெட்டவெளிச்சமாக்க வேண்டும்; ஆட்களை கடத்துவதும் விடுவிப்பதுமாக இருக்க வீரப்பன் என்னதான் செய்ய விரும்புகிறான் என்பதை அறிய வேண்டும்; இவற்றை மையமாகக் கொண்டு வீரப்பன் விஷயத்தில் அடுத்தகட்ட சவாலை சந்திக்க முடிவு செய்தோம்.

வீடியோ பயிற்சி!

வீரப்பன் விவகாரத்திற்கு ஒரு முற்றுப்புள்ளி வைக்க வேண்டும் என தீர்மானித்தோம். அரசாங்கமும் காவல்துறையும் தினந் தோறும் பொய்யைக் கக்குகின்றன என்பதை பாமர மக்களும் புரிந்துகொள்ளும் வகையில் வெட்ட வெளிச்சமாக்க வேண்டும். அதற்கு எந்தெந்த வழிகளில் இந்த விவகாரத்தைக் கொண்டு போக முடியுமோ அவை அனைத்தையும் பயன்படுத்திக் கொள்ள வேண்டும் என முடிவு செய்தோம்.

பத்திரிகைகளுக்கு அடுத்தபடியாக வளர்ந்து வரும் மீடியாவான டி.வி. மூலமாகவும் அரசாங்கத்தின் முகமூடியைக் கிழித்தெறிய விரும்பினேன். மக்களை முட்டாளாக்க வேண்டும் என வீட்டிலேயே சத்தியம் செய்துவிட்டு புறப்படுகிறார் முதல்வர் ஜெயலலிதா. மக்களுக்கு பாதுகாவலாக இருக்க வேண்டிய முதல்வரே இப்படி என்றால் அவருடன் போட்டி போட்டுக் கொண்டு அப்போது பொறுப்பில் இருந்த காவல்துறை அதிகாரிகளும் புளுகு மூட்டையை அவிழ்த்து விட்டனர். இவர்களுக்கு ஈடுகொடுக்கும் வகையில் கர்நாடகத் தரப்பிலிருந்தும்

பொய்களை கட்டவிழ்த்துவிட்டனர். 1% கூட யாரிடமும் உண்மையில்லை.

நூற்றுக்கும் அதிகமான கொலைகளைச் செய்த ஒருவன். அதை நான்தான் செய்தேன் என்று ஒப்புக்கொள்வதுடன் ஏன் இந்தக் கொலைகளைச் செய்தேன்? எதற்காகச் செய்தேன்? இதற்கெல்லாம் காரணமாக அமைந்தது எது? என்று பட்டவர்த்தனமாக சொல்கிறான். இப்படி வெளிப்படையாகச் சொல்லக்கூடியவன் உலகத்திலேயே இல்லை. அவன் செய்த தவறுகளை அவனே ஒப்புக்கொள்ளும்போது அதை வீடியோவில் பதிவு செய்து அதன் மூலமாக இரு மாநில அரசுகளும், இரு மாநில காவல்துறையும் சொல்கின்ற பொய்களை மக்களுக்கு அம்பலப்படுத்தவேண்டும். ஒரு தனிமனிதன் இரு மாநிலத்திற்கும், ராணுவத்திற்கும் சவால் விடக்கூடிய வகையில் எப்படி இவ்வளவு பெரிய குற்றவாளியானான்? உண்மையில் அவனுக்குப் பின்னணியாக இருந்து செயல்பட்டவர்கள் யார் என்பதை அம்பலப்படுத்தியே தீரவேண்டும் என்பதை நக்கீரன் சவாலாக ஏற்றுக்கொண்டது.

கத்தரிக்காயை வெட்டுவது போல் நூற்றுக்கும் அதிகமானவர்களை வீரப்பன் வெட்டித் தள்ளினான் என்று அரசும், போலீசும் அவன் மீது குற்றம் சாட்டுகிறது. தனியொரு மனிதனால் எப்படி இதைச் செய்யமுடியும்? அப்படியே செய்திருந்தான் என்றால் அதற்கு என்ன காரணம்? போன்ற கேள்விகள் நெஞ்சைத் துளைத்துக்கொண்டிருந்தன.

கொலை என்பது இரு தரப்பிலுமே ஈவிரக்கமற்ற முறையில் நடந்திருக்கிறது என்பதுதான் உண்மை. சமீபகாலமாக வியாக்கியானம் போல் பேட்டியளித்துவரும் முன்னாள் டி.ஜி.பி. தேவாரமும் முன்னாள் முதல்வர் ஜெயலலிதாவும் “நாங்கள் பொறுப்பில் இருந்தபோது வீரப்பன் ஆட்கள் 145 பேரைக் கொன்று அவனுடைய பலத்தைக் குறைத்தோம்” எனத் திரும்பத் திரும்ப சொல்லிக்கொண்டேயிருக்கிறார்கள். ஆக, வீரப்பனால் கொல்லப்பட்டவர்களின் எண்ணிக்கை 132. போலீசாரால் கொல்லப்பட்டவர்களின் கணக்கு 145. அப்படியானால் யார் பெரிய வீரப்பன் என்பதைப் புரிந்துகொள்ளலாம்.

‘வீரப்பன் ஆட்களைத்தான் நான் சுட்டுக்கொன்றேன்’ என்று தேவாரம் இப்போது சொல்லலாம். ஆனால் உண்மையில், போலீசாரால் சுட்டுக்கொல்லப்பட்ட வீரப்பன் ஆட்கள் சில பேர்தான். பெரும்பான்மையானவர்கள் ‘வீரப்பன் காட்டில்’ உள்ள அப்பாவி மலைக்கிராம இளைஞர்களும், ஏதுமறியாத பெண்களும், துளிக்கூட சம்பந்தமேயில்லாத முதியோர்களும்தான். இவர்கள்தான்

அதிகளவில் சுட்டுக்கொல்லப் பட்டிருக்கிறார்கள். அதற்கான சாட்சியங்களும் நம்மிடம் ஏராளமாக உள்ளன.

போலீசின் பொய் புரட்டுகளை அம்பலப்படுத்துவதற்காக இந்த மலைக்கிராம மக்களைத்தான் நாம் முதலில் பேட்டி காண முயற்சித்தோம். அதிரடிப்படையினரின் முற்றுகையில் இருந்த அவர்களை நெருங்கி பேட்டி எடுப்பதென்பது பெரும்பாடு. வீரப்பனை பேட்டி எடுக்க எந்த அளவு ரிஸ்க் எடுக்க வேண்டுமோ அதைவிட 3 பங்கு அதிகமான ரிஸ்க் எடுத்தால்தான் மலைக்கிராம மக்களைப் பார்க்க முடியும் என்ற பயங்கரமான சூழ்நிலை நிலவியது. அதனால் அந்த முயற்சி தாமதப்பட்டுக் கொண்டேயிருந்தது.

நாட்கள் கடந்து கொண்டேயிருந்த தால் நாம் எடுத்துக் கொண்ட முயற்சியை விரைவாக முடித்திட வேண்டும் என்ற லட்சிய வெறி நமக்குள் அதிகமாகிக் கொண்டே இருந்தது. வீரப்பனை வீடியோவில் பதிவு செய்தே ஆக வேண்டும் என்ற தீர்மானத்துடன் வியூகம் வகுக்கப்பட்டது. மூன்று முறை காட்டுக்குள் சென்று, எல்லாவித ஆபத்துகளையும் கடந்து வெற்றிகரமாக வீரப்பனிடம் பேட்டி எடுத்து வந்த சிவசுப்ரமணியனின் திறமையைப் பாராட்டி நக்கீரன் சார்பில் அவருக்கு ஒரு வீடியோ கேமரா பரிசளிக்கப்பட்டது. அதை எப்படி இயக்குவது என்பது பற்றியும் அவருக்கு ஸ்பெஷல் டிரெயினிங் கொடுக்கப்பட்டது. இதில் தம்பி சிவாவுக்கு உதவியாக இருந்து பயிற்சி அளித்ததில் பெரும்பங்கு வகித்தவர் ஆத்தூர் வீடியோ சுப்பு என்பவர்.

நமது நக்கீரன் குடும்பத்தில் நடக்கும் விழாக்களையெல்லாம் வீடியோவில் கவரேஜ் செய்வதை ஒரு பிராக்டிகல் ஓர்க்காகவே மேற்கொண்டார் வீடியோவில் படமெடுப்பதென்பது வெகு குறைவான நாட்களிலேயே கைவரப்பெற்றது. இதைத்தான் நாம் எதிர்பார்த்தோம்.

ஜெயலலிதா, ஆட்சியில் இருக்கும் நாட்களுக்குள்ளாகவே அவரது ஆட்சியின் லட்சணத்தையும் அன்றைய காவல்துறையின் போலி வீரத்தையும் மக்கள் முன் தோலுரித்துக்காட்ட வேண்டும் என்பதில் தீர்மானமாக இருந்தேன். 100 கோடி செலவில் வளர்ப்பு மகன் திருமணம். அதில் ஆடம்பர அணிவகுப்பு, தனது தொலைக்காட்சியில் உடனடி ஒளிபரப்பு, தங்க, வைர நகை ஜொலிப்பு என ஏகப்பட்ட அமர்க்களங்களை நடத்திய ஜெயலலிதா அத்துடன் நிற்கவில்லை. தனது 'உடன்பிறவா சகோதரி' சசிகலாவுடன் சேர்ந்து கொண்டு சென்னையிலிருந்து மகாபலி புரம் வரையிலான கடற்கரை பகுதியில் நீச்சல் குளத்துடன் கூடிய சொகுசு பங்களாக்கள், தஞ்சை மாவட்டம் முழுவதும் சொத்து

குவிப்பு என மக்கள் வரிப்பணத்தில் அடித்த கொள்ளைகள் கணக்கிலடங்காதவை. இவற்றையெல்லாம் மத்திய அரசு கண்டுகொள்ளக்கூடாது என்பதற்காக அன்றைய பிரதமர் நரசிம்மராவின் மகன்களை எப்படியெல்லாம் தாஜா செய்தார் என்பது அரசியலின் அசிங்கமான பக்கங்கள்.

இம் என்றால் சிறைவாசம்; ஏன் என்றால் வனவாசம் என்பதையே தனது ஆட்சியின் கொள்கையாகக் கொண்டிருந்த ஜெயலலிதா தன்னை எதிர்க்கின்ற ஒரே பத்திரிகையான நக்கீரனை நசுக்கியே தீரவேண்டும் என 5 ஆண்டுகால ஆட்சியில் ஏராளமான அடக்குமுறைகளைக் கட்டவிழ்த்துவிட்டார். அவ்வளவையும் தாங்கிக்கொண்டு, எழுந்துநின்ற நக்கீரன், ஜெயலலிதா ஆட்சியின் அக்கிரமங்களை எல்லா வழியிலும் அம்பலப்படுத்திக் கொண்டுதான் இருந்தது. வீரப்பன் விவகாரத்திலும் இந்த ஆட்சியின் பொய், புரட்டுகளை அம்பலப்படுத்த வேண்டும். அதுவும் அவரது ஆட்சிக் காலத்திலேயே செய்ய வேண்டும். நிரந்தர முதல்வர் என்ற கனவில் மிதக்கும் ஜனநாயக கொலைகாரி முகமூடியைக் கிழிக்க நாள் குறித்தோம்.

96-ஆம் வருடம் மார்ச் 16-ந் தேதி...

முதல் வீடியோ பேட்டி!

முதன் முதலாக வீடியோ கேமரா முன்பாக நின்றான் வீரப்பன். இந்த மகத்தான நாளுக்கு சில நாட்கள் முன்பாக தம்பி எனக்கு போன் செய்து வீடியோவுடன் காட்டுக்குள் செல்வதற்கான வழிகளை பார்த்துக் கொண்டிருப்பதாகவும் சிக்னலுக்காக காத்திருப்பதாகவும் தெரிவித்தார். 15-ந் தேதியன்று நிச்சயமாக காட்டுக்குள் சென்று வீடியோ பேட்டி எடுத்துவிட முடியும் என்று எனக்கு போன் செய்து தகவல் தெரிவித்தார்.

வீரப்பனை வீடியோ பேட்டி எடுப்பது பத்திரிகையுலகில் மகத்தான சாதனை என்பதும் மிக முக்கியத்துவம் வாய்ந்தது என்பதும் உண்மைதான். ஆனால் அதைவிட தம்பிகளின் உயிர் மிகவும் முக்கியமானதாயிற்றே! அவர்களுக்கு எந்த பாதிப்பும் ஏற்பட்டுவிடக் கூடாது என்பதால் மிகுந்த கவனமாக இருக்கும்படி அறிவுறுத்தினேன். தம்பி சிவாவுக்குத் துணையாக சென்ற சுப்பு மற்றும் டிரைவர் பாலுவையும் கவனமாக இருக்கும்படி சொன்னேன்.

கையடக்க ஸ்டில் கேமரா, மைக்ரோ டேப் இவை இரண்டையும் மறைத்து எடுத்துச்சென்று வீரப்பனை போட்டோவுடன் பேட்டி எடுப்பது சுலபம். ஆனால் இந்த முறை அப்படி எளிதாக செல்ல முடியாது. வீடியோ கேமரா, மைக், பேட்டரி, ஸ்டில் கேமரா என ஏகப்பட்ட பொருட்களை தூக்கிச் செல்லவேண்டும். எல்லாமே கனமான பொருட்கள். அதை எடுத்துச் செல்வதே கடினம் என்றால், அந்த நிலையில் போலீஸின் பார்வையில் பட்டுவிட்டால் தப்பிப்பது என்பது மிகவும் கடினம். அதனால்தான் மிகுந்த கவனத்துடன் செல்லும்படி எச்சரித்தேன்.

வெயிட்டான சாதனங்களுடன் காடு நோக்கிச் செல்லும் நம்மை மலைக்கிராம மக்கள்தான் வீரப்பனிடம் அழைத்துச்செல்ல வேண்டும். சரியான தருணம் பார்த்துதான் உள்ளே செல்லமுடியும். அதுவரை அவர் அந்த சாதனங்களுடன் காத்திருப்பதென்பது பெரும்பாடு. அப்படியே காட்டிற்குள் சென்றாலும் எதிர்ப்படும் யானைக் கூட்டத்திடமிருந்து மீள்வதென்பது லேசான காரியமல்ல, இத்தனை ஆபத்துகளும் சங்கடங்களும் என் மனக்கண் முன் தோன்றியதால்தான் ஜாக்கிரதையாக இருக்கச் சொன்னேன்.

சொன்னபடி, மறுநாள் சிக்னல் கிடைத்தது. வீடியோவுடன் காட்டுக்குள் நுழைந்தார் தம்பி. எனக்கு மனதே சரியில்லை. அவருடைய போனுக்காக இரவு பகலாக காத்திருந்தேன். உறக்கம் வரவில்லை. தம்பிகள் இப்படி ஒரு பயணத்தை மேற் கொண்டிருக்கிறார்கள் என்று அலுவலகத் தம்பிகளுக்குக்கூடத் தெரியாது. யாரிடமும் சொல்லவில்லை, வெளியாட்களுக்கும் தெரியாது. தெரியவும் கூடாது என்பதில் கவனமாக இருந்தோம். வீடியோ கேமராவுடன் காட்டுக்குள் நுழைந்திருப்பது தெரிந்தால் இரண்டு மாநில அதிரடிப்படையினரும் வளைத்துப் பிடிக்க தீவிரமாகிவிடுவர். கண்டவுடன் சுடவேண்டும் என்று ஏற்கனவே அவர்களுக்கு கட்டளை பிறப்பிக்கப்பட்டிருப்பதால் பெரிய விபரீதம் ஏற்படக்கூடும். அதனால்தான் இந்தப் பயணம் பற்றி யாரிடமும் மூச்சுவிடவில்லை.

ஒரு நாள், இரண்டு நாள், மூன்று நாள், நான்கு நாள், ஐந்து நாள் என நாட்கள் கடந்துகொண்டேயிருந்தன. இரவு 2 மணி. வீட்டிலுள்ள டெலிபோன் அலறியது. அதனருகிலேயே படுத்திருந்த நான் சடாரென அதை எடுத்தேன்.

"அண்ணே... காட்டுக்குள் போயிட்டு வந்துட்டேன்."

அந்த வார்த்தைகளைக் கேட்டதும் காதுக்குள் தேனாறு ஓடுவதுபோல் இருந்தது. எவ்வித ஆபத்துமின்றி திரும்பி விட்டார்கள் என்பதை நினைக்கையில் மனம் நிம்மதியடைந்தது. நிஜமாகவே ஒரு நீண்ட பெருமூச்சு விட்டபடி பேசத்

தொடங்கினேன். "எங்கேயிருந்து பேசுறீங்க?"

"சத்தியிலிருந்து"

"உடனே புறப்பட்டு மெட்ராசுக்கு வந்திடுங்க."

"அங்கேதான் வந்துகிட்டிருக்கேன். காலையிலே வந்திடுவேன்."

மறுநாள் காலையில் அலுவலகம் வந்து சேர்ந்தார் சிவா. வீரப்பனை 3 வீடியோ கேசட்டுகளில் பதிவு செய்து வந்திருந்தார். ஒவ்வொரு கேசட்டும் 3 மணி நேரம் ஓடக்கூடியவை. மொத்தமாக 9 மணி நேரம்.

"இந்த முறை பயணம் எப்படியிருந்தது?"

"30 கி.மீ. போய்தான் வீரப்பனை பேட்டி எடுத்தேன். வீடியோ எடுக்க வேண்டியிருந்ததால் ரொம்ப தூரம் போக வேண்டியிருந்தது. நீங்க சொன்ன மாதிரி எல்லா விவரங்களையும் பதிவு செய்திருக்கேன். யார் அவன்? அவனோட குடும்பப் பின்னணி என்ன? ஏன் இப்படி ஆனான்? ஏன் இத்தனை கொலைகள் செய்தான்? போலீஸ் இவனை என்ன செய்தது...? உட்பட எல்லா விஷயத்தையும் எடுத்திருக்கேன்" என்றார்.

வீடியோவுடன் காட்டுக்குள் சென்று வீரப்பனை சந்தித்து திரும்புவதே பெரும் காரியம். அப்படிப்பட்ட சூழ்நிலையில் நாம் சொல்லியிருந்ததை கச்சிதமாக முடித்து திரும்பியிருந்தார். காட்டில் பட்ட கஷ்டங்களைச் சொல்லச் சொல்ல நாம் மிகவும் வேதனையடைந்தோம். இருந்தாலும் அந்த வேதனைகளையும் சோதனைகளையும் சாதனையாக மாற்றி வந்திருக்கும் அவரை பாராட்டினேன்.

9 மணி நேரக் கேசட்டை தம்பிகள் அனைவரும் பார்த்தனர். மிகத் தேர்ந்த ஒளிப்பதிவாளரைப்போல் படப்பதிவு செய்திருந்தார். அதைப் பார்க்கப் பார்க்க தம்பிகளுக்கு பெருமையும் பூரிப்பும் பொங்கி வழிந்தது. என் நிலைமையும் அப்படித்தான் இருந்தது. என்றாலும் உள்ளுக்குள் ஒரு கவலை.

இவ்வளவு சிரமப்பட்டு எடுக்கப்பட்டிருக்கும் வீடியோ பேட்டியை நாம் எப்படி பத்திரப்படுத்தி மக்களிடம் கொண்டு போய் சேர்க்கப் போகிறோம். நம்மிடம் இருப்பது பத்திரிகை மீடியாதானே! நக்கீரன் சாதனையை மக்களிடம் சரியாகக் கொண்டு போய் சேர்க்க வேண்டியது நமது பொறுப்பு. என்ன செய்வது? எப்படி மக்களிடம் சேர்ப்பது? என்ற யோசனையில் மூழ்கினேன்.

வீரப்பனுக்கு தரப்பட்ட 3 லட்சம்!

தம்பி படப்பதிவு செய்து வந்திருந்த 9 மணி நேர வீடியோ கேசட்டை முழுமையாகப் பார்த்த போது இரண்டு மாநில அரசுகளும் எவ்வளவு பொய்களை அள்ளி விட்டிருக்கின்றன என்பது முற்றிலுமாகப் புரிந்தது. இரண்டு தரப்பு அதிகாரிகளும் வீரப்பன் விஷயத்தில் எந்தளவுக்கு பொய் சொல்லியிருக்கிறார்கள் என்பதையும் அறிய முடிந்தது.

கர்நாடகத்தைச் சேர்ந்த டி.எஃப்.ஓ. சீனிவாசனின் தலையை வீரப்பன் தனியாகத் துண்டித்து எடுத்துச் சென்றதைப் பற்றித்தான் காவல்துறையும் வனத்துறையும் திரும்பத் திரும்பச் சொன்னதே தவிர, டி.எஃப்.ஓ.வை வீரப்பன் எதற்காகக் கொன்றான் என்பது பற்றி இதுநாள்வரை வாய் திறக்கவில்லை. அதை வீரப்பனே அந்த வீடியோ பேட்டியில் தெரிவித்திருந்தான். தன் தங்கையை டி.எஃப்.ஓ. சீனிவாசன் கற்பழித்து சீரழித்ததால்தான் தலையை வெட்டினேன் என்று பேட்டியில் கூறியிருந்தான். போலீஸ் தரப்பில் மறைக்கப்பட்ட எத்தனையோ உண்மைகள் வீடியோ பேட்டி மூலம் வெளிப்பட்டது.

டி.எஸ்.பி. சிதம்பரநாதன் உட்பட 3 பேரை கடத்தி வைத்து

1000 கோடி ரூபாய் கேட்டபோது போலீஸ் எப்படி காட்டுக்குள் வந்தது, காட்டுக்குள் என்ன நடந்தது, கடத்தப்பட்ட 3 பேரும் எப்படி விடுவிக்கப்பட்டனர் என்பது பற்றி வீரப்பன் அளித்த வீடியோ பேட்டியில், சிதம்பரநாதன் ஏற்கனவே நம்மிடம் என்ன சொல்லியிருந்தாரோ அதேவார்த்தைகள்தான் இடம்பெற்றிருந்தன. டி.எஸ்.பி. உட்பட மூவரையும் அதிரடிப்படையினர் மீட்கவில்லை, வீரப்பன் ஸ்பாட்டில் இல்லாததால் டி.எஸ்.பி. தனது சாதுர்யத்தால் வீரப்பன் கூட்டாளிகளான அய்யன்துரை, ரங்கசாமி இருவரையும் அழைத்துக்கொண்டு தப்பிவிட்டார் என்பதை உறுதி செய்த வீரப்பன், “சிதம்பரநாதன் கெட்டிக்காரர், பேசியே என் ஆட்கள் 2 பேரை கொண்டுபோயிட்டார்” என்று பேட்டியளித்திருந்தான்.

தனது ஆட்களில் ஒருவனைக் காட்டெருமை முட்டிவிட்ட தால் அவனைப் பார்க்க தான் சென்றதாகவும் அந்த நேரத்தில்தான் டி.எஸ்.பி. தப்பித்தார் என்றும் வீரப்பன் தனது பேட்டியில் தெரிவித்திருந்தான். “என் தம்பி அர்ஜுனனை போலீஸ்காரனுங்க கொன்னதாலதான் அந்தியூர் பாரஸ்ட் அதிகாரிகளைக் கடத்தி னேன். அவர்களை விடுதலை செய்யணும்னா 3 கோடி ரூபாய் வேணும்னு கேட்டேன். ஆனா அரசாங்கம் 3 லட்சம்தான் கொடுத் தது. அதிலிருந்து, கடத்தப்பட்ட 3 பேருக்கும் ஆளுக்கு 5000 கொடுத்து, அவர்களை அழைத்துக்கொண்டு வந்து ரோட்டோரமா விட்டுட்டுப் போனேன். போலீஸ் வந்து அவர்களை மீட்டதா

சொல்றது வெறுங்கதை" என கோபமாக அந்த கேசட்டில் பேசியிருந்தான் வீரப்பன்.

ஒன்பது மணிநேர கேசட்டில் பதிவாகியிருந்த ஒவ்வொரு ஷாட்டும் வெளிவராத உண்மைகளை வெளிச்சத்துக்குக் கொண்டு வந்தன. அப்போது மந்திரியாக இருந்த செங்கோட்டையன், எம்.எல்.ஏக்கள் நாச்சிமுத்து, அந்தியூர் பெரியசாமி மற்றும் நெகமம் கந்தசாமியின் மருமகன் இவர்களுடன் தனக்கு எந்த அளவில் பழக்கம், போலீஸ்காரர்களில் தன்னுடைய ஆட்கள் யார் யார், தன்னைக் காட்டிக் கொடுக்க முயன்றவர்களைக் கொன்றது எப்படி, யார் யார் உதவியுடன் சந்தன மரத்தைக் கடத்தினேன். யானைகளை எப்படிக் கொன்று தந்தத்தை விற்றேன் என்பது பற்றியெல்லாம் விலாவாரியாகச் சொல்லியிருந்தான் வீரப்பன். ஒவ்வொன்றையும் அவன் சொல்லியிருந்தவிதம் ஆச்சரியமாக இருந்தது. யானைகளை ஏன் கொன்றேன் என்பதற்கு ராமாயணம், மகாபாரதம் போன்ற இதிகாசங்களிலிருந்து உதாரணங்களை எடுத்துச் சொன்னான். எம்.ஜி.ஆர். பற்றியும், கலைஞர் பற்றியும், ரஜினி பற்றியும், டாக்டர் ராமதாஸ் பற்றியும், தம்பி பிரபாகரன் பற்றியும் தனக்குத் தெரிந்ததை சொல்லி அவர்களைப் பாராட்டினான்.

நாட்டு நடப்புகள் பலவற்றையும் பேசியிருந்த அவன், ஜெ.-சசி பற்றி பேசும்போது மட்டும் கோபத்தின் உச்சிக்குச் சென்றான். விமர்சனத்துக்குரிய தோழிகளின் வாழ்க்கைமுறை, அரசு பணத்தை கொள்ளையடித்து சொத்து சேர்த்த விவரம், மக்களுக்கெதிராக ஜெயும் சசியும் செய்துவரும் காரியங்கள். இவைகளைப் பற்றி பேசும் போது அவனிடமிருந்து ஆத்திரம் கலந்த வார்த்தைகள் வெளிப் பட்டன. கொலையும் கடத்தலும் புரிந்த ஒரு ஆளை இந்தளவுக்கு பேச வைத்து வீடியோ எடுக்க வேண்டிய அவசியம் நக்கீரனுக்கு ஏன் வந்தது, நக்கீரன் அவனுக்கு வக்காலத்து வாங்குகிறதா எனக் கேள்வி எழலாம். நாம் அவனுக்கு எந்த இடத்திலும் வக்காலத்து வாங்கவில்லை. மிருகம் போல் காட்டில் இருக்கும் வீரப்பனை மனிதனாக்கவேண்டும். அவனுடைய விவகாரத்திற்கு முற்றுப்புள்ளி வைப்பதன் மூலம் மலைக்கிராம மக்களின் வாழ்க்கையில் நிம்மதியை உருவாக்க முடியும். அதற்கு வீரப்பன் தன் பக்கமுள்ள விஷயங்களைப் பேசுவதற்கு ஒரு வாய்ப்பளிக்க வேண்டும். இதுதான் நமது குறிக்கோள். பல மாதங்கள் நாம் மேற்கொண்ட தீவிரமுயற்சியின் பலன்தான் வீரப்பன் அளித்த வீடியோ பேட்டி.

உலகுக்குத் தெரியாத உண்மைகள் பல அடங்கிய அந்த வீடியோ கேசட்டை மக்களிடம் கொண்டுபோக என்ன செய்ய வேண்டும் என்ற ஆலோசனையில் இறங்கினோம். டி.வி. மீடியா மூலம்தான் இதை மக்களிடம் கொண்டுபோக முடியும். அதிக

மக்கள் பார்ப்பது அரசுத் தொலைக்காட்சியான தூர்தர்ஷனைத் தான். அதனை அடுத்து அதிக அளவில் பார்க்கப்படுவது சன் டி.வி. இவை தவிர, ராஜ் டி.வி. அப்போதிருந்த கோல்டன் ஈகிள் டி.வி. மற்றும் ஈ.நாடு, ஜெமினி, உதயா ஆகிய டி.வி. நிறுவனங்களும் ஒளிபரப்பில் ஈடுபட்டிருந்தன. நம்மிட முள்ள பொக்கிஷத்தை யார் மூலம் ஒளி பரப்புவது? அரசுத் தொலைக்காட்சியான தூர்தர்ஷனால் இந்த பேட்டியை ஒளிபரப்ப இயலாது. அதற்கு நிறைய கட்டுப்பாடுகள் இருப்பதால் தொலைக்காட்சி நிலையத்தாருக்கு தயக்கம் ஏற்படுவது இயல்பு. அடுத்த நிலையிலிருப்பது, சன் டி.வி. நமக்கு டி.வி. மீடியாவில் பரிச்சயமில்லாததால் நண்பர் ரமேஷ்பிரபாவை அவசரமாக வரச் சொல்லி விவரத்தைத் தெரிவித்தேன். இதை சன் டி.வி. மூலம் ஒளிபரப்புவது குறித்து நமது சார்பாக பேசச் சொன்னோம்.

மிக பயங்கரமான சூழலில் காட்டுக்குள் சென்று திறமையாக வீடியோ எடுத்து வந்த சிவாவுக்கும் அவருக்குத் துணையாக இருந்த வர்களுக்கும் மதிப்புமிக்க ஒரு தொகையைக் கொடுத்து பாராட்ட வேண்டும் என்பது என் எண்ணம். அதுதானே நியாயமும்கூட! அதனால் இதை எந்த தனியார் டி.வி.யும் ஒளிபரப்ப முன்வந்தால் அதற்குரிய தொகையாக நமக்கு 10 லட்சம் தரவேண்டும் எனக் கூறினோம். நண்பர் ரமேஷ்பிரபா இது பற்றி சன் டி.வி. நிறுவனத் துடன் பேசிவிட்டு விவரம் தெரிவிப்பதாகச் சொல்லி புறப்பட்டார்.

இப்படியொரு வீடியோ கேசட் நம்மிடம் இருப்பதை ரகசியமாகவே வைத்திருக்க வேண்டும். இது ஜெயலலிதா அரசாங்கத்துக்குத் தெரிந்தால் என்ன பயங்கரம் நடக்கும் என்பதை யோசிக்கவே முடியாது. 132 கொலைகளைச் செய்த ஒருவன், அதுவும் போலீஸ்காரர்களையும் வனத்துறையினரையும் அதிகளவில் கொலை செய்த ஒருவன் தான் செய்த கொலைகளை ஒப்புதல் வாக்குமூலமாகவே தந்திருக்கிறான். இப்படிப்பட்ட ஒரு விஷயம் நம்மிடம் இருப்பது தெரிந்தால் ஜெ. அரசு சும்மா இருக்குமா? சாதாரண விஷயங்களுக்கே 'ரெய்டு' என்ற பெயரில் அலுவலகத்தில் அத்துமீறி நுழையும் ஜெ. அரசின் போலீசார் நம்மை விட்டுவைப்பார்களா?

பொதுத்தேர்தல் தேதி அறிவிக்கப்பட்ட நிலையில் நம்மிடம் உள்ள வீடியோ கேசட்டுகள் மிக முக்கியத்துவம் பெற்றுவிட்டன. எனவே இதற்குரிய காப்பிரைட்டை பெறுவது குறித்து ஆலோசிப்பதற்காக நமது அட்வகேட் பெருமாளை அலுவலகத்திற்கு வரச் சொல்லி போன் செய்தேன். அவருடன் பேசி முடித்த சில நிமிடங்களில் சன் டி.வி.யிலிருந்து ரமேஷ்பிரபா பேசினார்.

தனியார் டி.வி.க்களின் தயக்கம்!

“அண்ணே... வீரப்பன் பேட்டியை சன் டி.வி.யில் ஒளிபரப்ப கொஞ்சம் தயக்கம் காட்டு கிறார்கள். நான் நேரா நம்ம ஆபீசுக்குத்தான் வந்துகிட்டிருக்கேன்.”

சிறிது நேரத்தில் அலுவலகத்திற்கு வந்து சேர்ந்தார் ரமேஷ்பிரபா. சற்று களைப்பாகக் காணப்பட்டார். “அண்ணே... சன் டி.வி.யிலே யோசிக்கிறாங்க. மற்ற தனியார் டி.வி.க்களெல் லாம் ஒளிபரப்பவே தயங்குது” என்றார். குறிப்பாக, கோல்டன் ஈகிள் டி.வி. மிகவும் தயங்கியது. சன் டி.வி.யிலிருந்த ரபி பெர்னார்ட், கோல்டன் ஈகிள் டி.வி.க்குச் செல்லப்போகிறார் என்ற பேச்சு அடிபட்டுக்கொண்டிருந்த நேரம் அது. அப்போது அவர் பொறுப்பேற்கவில்லை. அதற்கான முயற்சிகளில் இருக்கிறார் என்ற தகவல் மட்டும் கிடைத்தது. அந்த சமயத்தில் கோல்டன் ஈகிள் டி.வி.யின் பொறுப்புகளை கவனித்து வந்த முன்னாள் ஐ.ஏ.எஸ். அதிகாரி முருகனிடம் தொடர்புகொள்ளும்படி சொன்னதால் அவருடன் பேசினோம். ‘ஒளிபரப்ப இயலாது’ என

தெரிவித்துவிட்டார் முருகன். ராஜ் டி.வி.நிறுவனத்தினரும் ஆர்வம் காட்டவில்லை.

தமிழகத்தில் யாருமே யோசித்துப் பார்க்க முடியாத ஒரு விஷயத்தை நாம் வீடியோவில் பதிவு செய்து வந்திருந்தும், தமிழகத்தில் உள்ள டி.வி. நிறுவனங்கள் அதன் மதிப்பினை புரிந்துகொள்ளா மல் ஒளிபரப்பத் தயங்குகிறதே என்ற வருத்தம் அதிகமாக இருந்தது. நமது அட்வகேட் பெருமாளை டெல்லிக்கு அனுப்பினோம். அவருக்கு நமது நிருபர் ஷாஜஹான் ஒத்துழைப்பாக செயல்பட்டார். டெல்லியிலுள்ள அனைத்து பத்திரிகையாளர்களுக்கும் வீரப்பனின் வீடியோ பேட்டி போட்டு காண்பிக்கப் பட்டது. பிரமித்துப் போன பத்திரிகையாளர்கள் நக்கீரனின் சாதனையையும், துணிச்சலையும் பாராட்டினர்.

டெல்லியில் அலுவலகங்களைக் கொண்டுள்ள டி.வி. நிறுவனங்களான பி.பி.சி., சி.என்.என்., ஜீ.டி.வி. உட்பட அனைத்திற்கும் சென்று வீரப்பன் கேசட் பற்றி தெரிவிக்குமாறு அட்வகேட்டிடம் சொன்னோம். டி.வி. நிலையங்களுக்குச் சென்று வந்த அட்வகேட் நம்மை டெலிபோனில் தொடர்பு கொண்டார்.

“அண்ணாச்சி... சண்டே பத்திரிகையில எடிட்டரா இருந்த அனிதா பிரதாப்தான் இப்ப சி.என்.என்.ல் இருக்காங்க. வீடியோ பேட்டியை அவங்க ரொம்ப பாராட்டினாங்க. ஆனால் 3 நிமிடம்தான் அவங்க டி.வி.யில் ஒளிபரப்ப முடியும்னு சொன்னாங்க.”

“பி.பி.சி?”

“அவங்ககிட்டேதான் பேசிக்கிட்டிருக்கோம். வீரப்பன் பேட்டியை அவங்க அதிக தொகைக்குக் கேட்கிறாங்க. ஆனா மிகப்பெரிய கண்டிஷன் ஒண்ணு போடுறாங்க.”

“என்ன கண்டிஷன்.”

“மொத்த ரைட்ஸும் அவங்களுக்கே தரணுமாம். வேற யார்கிட்டேயும் கிளிப்பிங்ஸ்கூட கொடுக்கக்கூடாதாம். நமக்கு ஒண்ணேகால் கோடிவரைக்கும் தரத்தயாரா இருக்காங்களாம். பி.பி.சி.யுடன் நம்மை மீடியேட் செய்தவர் இதைச் சொன்னார். எப்ப ஒளிபரப்பு செய்றாங்களோ அப்போதெல்லாம் நமக்கு ராயல்டி தர்றதா சொல்லியிருக்காங்க. ஆனா முதலில் 3 நிமிடம் மட்டும்தான் ஒளிபரப்புவோம்னு சொல்றாங்க அண்ணாச்சி.... உங்க பதிலைத்தான் எதிர்பார்த்திருக்கோம்.”

அட்வகேட் சொன்ன தகவல்கள் நமக்குப் புதிதாக இருந்தன. தமிழகத்தில் வீரப்பன் வீடியோ கேசட்டை எந்த டி.வி. நிறுவனமும் உணர்ந்துகொள்ளாத நேரத்தில் வட இந்தியாவில் இந்தளவுக்கு அதற்கு விலை நிர்ணயிக்கப்படுகிறது என்பது நமது சாதனைக்கு கிடைத்த மரியாதை என்று ஒருபுறம் சந்தோஷம். அதேசமயத்தில்

கோடி ரூபாய் கிடைக்கிறதே என்பதற்காக வெறும் 3 நிமிடம் மட்டுமே ஒளிபரப்புவதை எப்படி அனுமதிக்க முடியும்?

பணத்திற்காக நாம் இந்த கேசட்டை டெல்லிக்கு எடுத்துச் செல்லவில்லை. கோடி ரூபாய்க்காக இதைக்கொடுத்துவிட்டால் வீரப்பனை விலைபேசி கொடுத்த மாதிரி ஆகிவிடும். மூன்று கேசட்டுகளில் 9 மணிநேரம் பேசியுள்ள வீரப்பன், அரசியல்வாதிகளின் முகத்திரைகளைக் கிழித்திருக்கிறான். போலீசாரின் கொடூரத்தனத்தை தோலுரித்துக் காட்டியிருக்கிறான். வேண்டுமானால் அதனை 9 மணி நேரத்திலிருந்து 5 மணி நேரமாக குறைத்தால் அவன் சொல்லியிருப்பது என்ன என்பதை மக்களால் புரிந்துகொள்ள முடியும். வெறும் 3 நிமிடம் மட்டுமே ஒளிபரப்புவதால் வீரப்பனின் முகத்தை மட்டும்தான் மக்களால் பார்க்க முடியுமே தவிர, அவன் என்ன சொல்கிறான் என்பதில் ஒரு சதவீதத்தைக்கூட தெரிந்துகொள்ள முடியாது. பணம் நிறைய வருகிறது என்பதற்காக இதை நாம் பி.பி.சி.யிடம் கொடுத்தால், சந்தையில் வியாபாரம் செய்தது போலாகிவிடும். அதனால் அது வேண்டவே வேண்டாம் என முடிவு செய்தேன்.

அட்வகேட்டைத் தொடர்புகொண்டு பேசினேன். "சார்... 3

நிமிஷம்னா வேண்டாம். வீரப்பன் என்ன சொல்றான்னும் தெரியாது. நக்கீரனின் உழைப்பும் தெரியாது. அதனால நீங்க இங்கே வந்திடுங்க."

"சரிங்க அண்ணாச்சி... நான் புறப்படுறதுக்கு முன்னாடி மறுபடியும் போன் செய்றேன். அப்புறம் இன்னொரு விஷயம். இந்தியா டுடே-யிலிருந்து வீடியோ கேமரா, டேப்போடு வந்து வீரப்பன் பேட்டியை டி.வி.யிலிருந்து நேரடியா ஷூட் பண்ண ட்ரை பண்ணினாங்க."

"அதை அனுமதிக்கக் கூடாதே?"

"அனுமதிக்கலீங்க அண்ணாச்சி. நாங்க சுதாரிப்பா இருந்து அவங்களை வீடியோ எடுக்கக்கூடாதுன்னு சொல்லிட்டோம்" என்ற தகவலைத் தெரிவித்துவிட்டு ரிசீவரை வைத்தார் அட்வகேட்.

சிறிதுநேரம் கழித்து மீண்டும் போன் செய்தார்.

"அண்ணாச்சி.... சி.என்.என்.ல் கிளிப்பிங் கேட்கிறாங்க... கொடுக்கலாமா?"

"கொடுக்கலாம்... ஆனா, நக்கீரன் தமிழ் வீக்லி என்று கார்டு போடணும். ஒரு தமிழ் பத்திரிகை சி.என்.என். போன்ற சர்வதேச டி.வி.யில் வருகிறது என்பதுதான் நமக்கு லாபம். அதனால் அதை கன்ஃபார்ம் பண்ணிக்குங்க சார்."

"சரிங்க அண்ணாச்சி... அப்புறம் இன்னொரு விஷயம். இங்கே உள்ள பத்திரிகையாளர்களெல்லாம் நீங்க டெல்லிக்கு வந்து இங்குள்ள பிரஸ்ஸை மீட் பண்ணணும்னு சொல்றாங்க. நக்கீரனோட சாதனையை அவங்ககூட பகிர்ந்துக்கணும்னு ஆசைப்படுறாங்க."

"சார்... அது நல்ல விஷயம்தான். ஆனா முதலில் வீடியோ கேசட்டை மக்களுக்குப் போட்டு காட்டி, ஜெ.ஆட்சியும், கர்நாடக அரசும், இரண்டு மாநில அதிரடிப்படையும் என்னென்ன செய்திருக்குன்னு அம்பலப்படுத்தியாகணும். மலைக்கிராம மக்கள் எந்த அளவுக்கு கஷ்டப்படுறாங்கன்னு மக்களுக்குத் தெரிய வைக்கணும். வீரப்பனை மக்கள் முன்னாடி பேச வைக்கணும். இதெல்லாம் முடிந்த பிறகு நான் டெல்லிக்கு வர்றேன். நீங்க உடனே புறப்பட்டு இங்கே வாங்க."

-அட்வகேட்டிடம் பேசி முடித்ததும் சட்டென ஒரு யோசனை.

உடனடியாக சன் டி.வி. நடராஜனுக்குப் போன் செய்தேன். "கோபால் பேசுறேன்... உங்க எம்.டி.கிட்டே பேசணும். அங்கேதான் வந்துகிட்டிருக்கேன்" என்றேன்.

பேஜரில் வந்த திடுக்!

சன் டி.வி.யில் அக்கவுண்ட்ஸ் மேனேஜராக இருக்கும் நடராஜன் என்னை கலாநிதி மாறனிடம் அழைத்துச் சென்றார். என் கையில் வீரப்பன் வீடியோ பேட்டியின் சாம்பிள் கேசட் இருந்தது. ஒரு மணி நேரம் ஓடக்கூடிய அந்த கேசட்டை கலாநிதி மாறனிடம் கொடுத்தேன்.

"வீரப்பன் பேட்டியை ஒரு மணி நேரத்துக்கு இந்தக் கேசட்டில் பதிவு பண்ணியிருக்கோம். இதை நீங்க முதலில் பாருங்க. எவ்வளவு பெரிய விஷயத்தைப் பதிவு பண்ணியிருக்கோம்னு உங்களுக்குப் புரியும். மொத்தம் 9 மணி நேரத்துக்கு நாங்க வீடியோ எடுத்திருக்கோம். நக்கீரன் டீம் இதை 2 முறை பார்த்திருக்கு. மயிர்கூச்செறிகிற அளவுக்கு பல விஷயங்கள் இந்தக் கேசட்டில் இருக்கு. நான் காசைப் பற்றிப் பேசறதுக்கு இங்கே வரல. எங்களோட உழைப்பும் வீரப்பன் கொடுத்திருக்கிற பேட்டியும் வீணாயிடக் கூடாது. இதை மக்களிடம் கொண்டு போய் தீரணும். அதனால நீங்க இதைப் போட்டுப் பாருங்க" என உறுதியான குரலில் சொன்னேன்.

நான் சொன்னதை கவனமாகக் கேட்டுக்கொண்ட கலாநிதி

மாறன், “உங்க திறமை மேலே எனக்கு நம்பிக்கையிருக்கு. இந்தக் கேசட்டைப் பார்க்கணும்ங்கிற அவசியமில்லை. நான் இது விஷயமா என்ன பண்ணணும்னு சொல்லுங்க” என்றார்.

“தொடர்ந்து 6 நாள் உங்க சன்.டி.வி.யில் பிரைம் டைமில் வீரப்பன் பேட்டி ஒளிபரப்பாகணும்.”

“சரி, அப்புறம்?”

“எங்களுக்கு டி.வி. மீடியாங்கிறது புதுசு. இந்த ஏரியாவுக்கே இப்பதான் நாங்க வர்றோம்.”

“அதற்கு நான் ஏதாவது செய்யணுமா?”

“எங்களால ஸ்பான்ஸரெல்லாம் பிடிச்சுகிட்டிருக்க முடியாது. விளம்பரதாரர் அது இதுன்னு அலைய முடியாது. அப்படி இதை வியாபாரம் செய்யவும் விரும்பலை. எங்களுக்கு அந்தத் துறையும் பழக்கமில்லை. நான் என் சைடில் சொல்லிட்டேன். நீங்க என்ன சொல்றீங்க.”

“நீங்க கேட்டபடி 6 நாள் பிரைம் டைமை ஒதுக்கித் தர்றேன். வீரப்பன் பேட்டியை ஒளிபரப்புங்க. அதிலே மூணு நாள் டைம் உங்களுக்கு ஃப்ரியா தர்றேன். மீதியுள்ள 3 நாளுக்கு டெலிகாஸ்ட் தொகை கொடுத்திடுங்க. ஒவ்வொரு நாள் ஒளிபரப்பாகும்போது நீங்க 4 நிமிஷம் விளம்பரம் பண்ணிக்கலாம். அதை நீங்க யூஸ் பண்ணிக்கலாம்.”

கலாநிதி மாறனுடன் நடத்திய பேச்சுக்கள் வெற்றிகரமாக முடிந்ததில் எனக்குத் திருப்தி. இந்தியாவில் எந்த பத்திரிகையும் செய்யாத மிக முக்கியமான ஒரு காரியத்தை நக்கீரன் செய்திருக்கிறது. விலை மதிப்பிட இயலாத அந்த பேட்டி அடங்கிய வீடியோ கேசட்டுகள் ஜெயலலிதா அரசாங்கத்திடமோ போலீசாரிடமோ சிக்கினால் நக்கீரன் டீம் உழைத்த உழைப்பு ஒட்டுமொத்தமாக வீணாகிவிடும். அப்படியொரு சூழ்நிலை உருவாவதற்கு முன்பாக இதை மக்களிடம் கொண்டு போய் சேர்த்து விட வேண்டும் என்பதால்தான் சன் டி.வி.யில் ஒளிபரப்ப முடிவு செய்தோம். சன் டி.வி. நிர்வாகம், நாம் கேட்டபடி பிரைம் டைம் கொடுத்தால் எல்லா தரப்பு மக்களிடமும் வீரப்பன் பேட்டியை கொண்டு போய் சேர்த்துவிடமுடியும் என்ற நம்பிக்கை மலர்ந்தது. வீரப்பன் பேட்டியை ஒளிபரப்புவதற்கான பணிகள் வேகமாகத் தொடங்கின.

டி.வி. மீடியாவில் பேட்டி ஒளிபரப்பாவதைக் காரணமாக வைத்து வழக்கமான பத்திரிகை பணிகளுக்கு எவ்வித பாதிப்பும் ஏற்பட்டுவிடக் கூடாது என்பதில் கவனமாக இருந்தேன். அதனால் அலுவலகப் பணிகள் பாதிக்காதவாறு வீடியோ பேட்டிக்கான வேலைகள் நடைபெற்றன. டி.வி.யில் அரைமணிநேர நிகழ்ச்சியை

ஒளிபரப்ப என்னென்ன செய்ய வேண்டியுள்ளது, எவ்வளவு தடைகள் உள்ளன, எப்படிப்பட்ட சிரமங்கள் ஏற்படுகின்றன என்பதையெல்லாம் அப்போது நாம் புரிந்துகொள்ள முடிந்தது.

நண்பர் ரமேஷ்பிரபாவின் கேலக்ஸி நிறுவனத்தில்தான் எடிட்டிங் வேலைகள் நடந்தன. எடிட் சூட்டில் இருந்த தம்பி ராஜாமணிதான் 9 மணிநேரக் கேசட்டையும் முழுமையாக எடிட் செய்து டி.வி. நிகழ்ச்சிக்குத் தகுந்தாற்போல் வடிவமைத்தார். எடிட் செய்யப்பட்ட கேசட் கச்சிதமாக இருந்தது.

ஏப்ரல் 7-ந் தேதியன்று சன்.டி.வி.யில் நக்கீரன் வழங்கும் வீரப்பனின் நேருக்குநேர் என்று ஒவ்வொரு நிகழ்ச்சிக்கிடையிலும் விளம்பரம் செய்துகொண்டே இருந்தனர். 96-ம் வருடம் ஏப்ரல் 6-ந் தேதியன்று நமது அலுவலகத்தில் ஒரு பிரஸ்மீட் நடத்தினோம். அப்போது வீரப்பனின் வீடியோ பேட்டி அனைத்துப் பத்திரிகையாளர்களுக்கும் போட்டுக் காண்பிக்கப்பட்டது. இந்த பேட்டி சன் டி.வி.யில் தொடர்ச்சியாக ஒளி பரப்பாகிறது என்ற

விபரத்தையும் பத்திரிகையாளர்களிடம் தெரிவித்தோம். 7-ந் தேதி வெளியான காலை நாளேடுகளில் நக்கீரனின் வீரப்பன் பேட்டிக்கு மிகுந்த முக்கியத்துவம் கொடுக்கப்பட்டிருந்தது.

அன்றிரவு வீரப்பனின் பேட்டி சன் டிவியில் ஒளிபரப்பாவதால் தமிழகம் முழுவதும் பலத்த எதிர்பார்ப்பு இருந்தது. நமக்கு வழங்கப்பட்டுள்ள 4 நிமிடத்தில் நம்மால் முடிந்தளவுக்கு சில விளம்பரங்களை வாங்கிச் சேர்த்தோம். மீதமிருந்த நேரத்தில் நக்கீரன் விளம்பரங்களை இணைத்தோம். ஒளிபரப்பு நேரம் நெருங்க, நெருங்க தமிழகமே பரபரப்பாக இருந்தது. கர்நாடகத்தில் இதைவிடவும் அதிக பரபரப்பு இருப்பதாக பெங்களூரிலிருந்தும் மைசூரிலிருந்தும் வாசகர்கள் தொடர்ந்து போன் செய்த வண்ணம் இருந்தனர். ஏகப்பட்ட எதிர்பார்ப்புகளுடன் முதல் நாள் ஒளிபரப்பான வீரப்பன் பேட்டிக்கு ஏகோபித்த பாராட்டு கிடைத்தது. அதிகளவுக்கு நேயர்களைக் கவர்ந்த நிகழ்ச்சி இதுதான் என்று டி.வி. சர்வேக்கள் தெரிவித்தன. குக்கிராம மக்கள் வரை டி.வி. முன்பு உட்காரவைத்த நிகழ்ச்சி இதுதான் என பலரும் வெளிப்படையாக பேசினார்கள். வீரப்பன் பேட்டியை பார்ப்பதற்காக ஈரோடு, தருமபுரி ஆகிய மாவட்டங்களின் பல கிராமங்களில் புதிதாக கேபிள் கனெக்‌ஷன் கொடுக்கப்பட்டது. அந்த மாவட்டங்களில், 'பந்த்'தின் போது எப்படி தெருக்களெல்லாம் வெறிச்சோடியிருக்குமோ அதுபோல் வீரப்பன் பேட்டி ஒளிபரப்பான நேரத்தில் வீதிகளில் ஆள் நடமாட்டமின்றி இருந்தன. வெளிநாடுகளிலிருந்து தமிழர்கள் போன் செய்து வீரப்பனை வீடியோ பேட்டி எடுத்ததற்காக வாழ்த்து தெரிவித்தனர்.

எல்லா தரப்பிலும் கிடைத்த பாராட்டுக் களால் நாம் மகிழ்ச்சியடைந்த போதிலும் மனதின் ஓர் ஓரத்தில் அழுத்தமான வருத்தம் இருந்தது. நமது நிகழ்ச்சியின் முன்பும் பின்பும் இடையிடையேயும் ஏராளமான விளம்பரங்களை சன் டி.வி. நிறுவனம் புகுத்திவிட்டது. இந்த விளம்பரங்களை நாம்தான் சேர்த்தோம் என்பது போன்ற தோற்றமும் ஏற்பட்டுவிட்டது. அன்றிரவு எனக்கு போன் செய்த நண்பர்கள், "நல்லா சம்பாதிச்சிட்டீங்க" என்றனர். அது என்னை மிகவும் பாதித்துவிட்டது.

கலாநிதி மாறனை மீண்டும் தொடர்பு கொண்டேன். அவரோ, "டெலிகாஸ்ட் ஃபீஸ் வாங்காததால்தான் நிறைய விளம்பரங்கள் போட்டோம். உங்களுக்காக இனி அதையும் போடப்போவதில்லை" என்றார்.

"வீரப்பன் விஷயத்தை நக்கீரன் காசாக்கி விட்டது என்று பேசுவார்கள். அப்படியொரு பழி வரக்கூடாது" என்றேன்.

"ஓ.கே... அப்படியே செய்யலாம். 6 நாளுங்கிறதை 8 நாளா தர்றோம். பணம் எதுவும் தரவேண்டாம். நாங்களும் விளம்பரங்களை குறைச்சிடுறோம்" என்றார் கலாநிதி மாறன்.

இரண்டாவது நாளாக வீரப்பன் பேட்டி ஒளிபரப்பான போது இந்தியா முழுவதும் அது பிரபலமானது. பல வடநாட்டு பத்திரிகைகள் அதனை முக்கியத்துவம் கொடுத்து வெளியிட்டன. மூன்றாவது நாள் பேட்டியை எதிர்பார்த்து நாடே காத்திருந்த நேரம். ஏதோ ஒரு பயங்கரம் காத்திருக்கிறது என்பது போன்ற உள்ளுணர்வு.

இரவு 7 மணி. சன் டி.வி. கலாநிதி மாறனிடமிருந்து நமது அலுவலகத்திற்கும், பிரஸ்ஸுக்கும் தொடர்ச்சியாக போன். நான் வேறு வேலையாக வெளியில் சென்றிருந்ததால் பேஜர் மூலமாகவும் தொடர்பு கொண்டார். "very urgent contact immediately KALANIDHI MARAN" என்றது பேஜர். உடனடியாக கலாநிதி மாறனுக்கு போன் செய்தேன்.

அவருடைய குரலில் பரபரப்பும் பதட்டமும் இருந்தது. மிகப்பெரிய தடை ஒன்று குறுக்கிட்ட உணர்வில் பேசத் தொடங்கினார்.

திடீர் தடை!

"மைசூரிலிருந்து இங்கே போலீஸ்காரங்க வந்திருக்காங்க. தேனாம்பேட்டை ஸ்டேஷன் ஜீப்புலதான் வந்தாங்க. வீரப்பன் சீரியலைப் போடக்கூடாதுன்னு மைசூர் கோர்ட் ஸ்டே ஆர்டர் போட்டிருக்குதாம். அந்த ஆர்டரை எடுத்துக்கிட்டு நம்ம ஆபீஸ் வாசலுக்கே வந்துட்டாங்க. கீழேதான் வெயிட்பண்ணிக்கிட்டி ருக்காங்க. சீரியல் ஒளிபரப்பாகிற நேரத்திலே இப்படி திடீர்னு ஸ்டே ஆர்டர் வந்திருக்கிறதாலே என்ன பண்றதுன்னு தெரியல. உங்களுக்கு இது சம்பந்தமா ஏதாவது தெரியுமா? ஸ்டே ஆர்டர் காப்பி ஏதாவது உங்களுக்கு வந்திருக்குதா?"

"நீங்க சொன்னபிறகுதான் இப்படி ஒரு ஸ்டே வந்திருக்கிற விஷயமே தெரியுது. எங்களுக்கு இதுவரைக்கும் எந்த காப்பியும் வரலை."

வீரப்பன் தொடருக்கு ஏதாவது ஒரு பெரிய தடங்கல் வரும் என்பதை நாம் ஆரம்பத்திலிருந்தே எதிர்பார்த்துத்தான் இருந்தோம்.

ஜெயலலிதா அரசிடமிருந்துதான் சிக்கல்கள் வரும் என்று நினைத்திருந்தோம். ஆனால் மைசூர் கோர்ட்டில் ஸ்டே வாங்குவார்கள் என்று எதிர்பார்க்கவில்லை. எதிர்பார்க்காத இடத்திலிருந்து எதிர்பாராத நேரத்தில் வரும் சவால்களை எதிர்கொள்வது நக்கீரனுக்குப் பழக்கப்பட்டுபோன ஒன்று என்பதால் இந்த சவாலையும் எதிர்கொள்ளத் தயாரானோம்.

கலாநிதி மாறன் தொடர்ந்து பேசினார். "உங்க நக்கீரனுக்கும் ஸ்டே ஆர்டர் காப்பி ஒண்ணு கொண்டு வந்திருக்காங்க. முக்கியமா இன்றைக்கு ஒளிபரப்பாகிற நிகழ்ச்சியை தடை செய்யணும்னு குறியா இருக்காங்க."

"ஏதாவது காரணம் சொல்லி அந்த ஆர்டரை வாங்காமல் டிலே பண்ணுங்க. இன்னும் அரை மணிநேரம் டிலே பண்ணி 8-30 மணிக்கு வீரப்பன் பேட்டியை ஒளிபரப்பிடுங்க. நிகழ்ச்சியோட கடைசியிலே ஒரு பிரேக் கொடுத்து, ஸ்டே வாங்கிட்டாங்க அப்படிங்கிறதை கார்டு போட்டுக் காட்டமுடியுமா?"

"நானும் அதைத்தான் நினைச்சுக்கிட்டிருந்தேன்; நீங்களும் சொல்லிட்டீங்க."

இரண்டுபேரும் ஒரே மாதிரி மன ஓட்டத்தில்தான் இருந்தோம். இன்றைய நிகழ்ச்சியை எப்படியும் ஒளிபரப்பிவிடவேண்டும் என்பது பற்றி கலாநிதி மாறனிடம் தெரிவித்தேன்.

''புரோகிராமை ஒளிபரப்பாமல் ஸ்டே வாங்கிட்டதா சொன்னால் நேயர்கள் அப்செட் ஆயிடுவாங்க. தமிழ்நாடு முழுக்க டி.வி.முன்னாடி காத்துக்கிட்டிருக்கும். அந்த நேரத்தில் ஸ்டே வாங்கிட்டதா சொன்னா சரியா இருக்காது. அதனால அரைமணி நேரமாவது அவங்ககிட்டேயிருந்து ஸ்டே ஆர்டர் காப்பியை வாங்காமல் இருக்கிறதுதான் நல்லது."

"ஒருமணி நேரமா சுற்றி அலைஞ்சுட்டு இப்பதான் என்னையே பிடித்தாங்க. நான் டிலே பண்ணிக்கிறேன்."

"நல்லது... அவங்ககிட்டேயிருந்து ஆர்டரை வாங்குவதற்கு முன்னாடி புரோகிராமை ஒளிபரப்ப ஆரம்பிச்சிடுங்க. இடையிலே எப்படி கார்டு போடுவீங்க. மணிலாவுக்கு அனுப்பித்தானே நீங்க எதையும் டெலிகாஸ்ட் பண்ணமுடியும்?"

"அதற்கு நான் வழி பண்ணிக்கிறேன். கையாலேயே எழுதியே போட்டுடுவோம்.

-வீரப்பன் பேட்டி ஒளிபரப்பாகவேண்டும் என்பதையும், நிகழ்ச்சியின் இடையில் தொடர் நிறுத்தப்பட்டு "கர்நாடக மாநிலம் மைசூர் கோர்ட்டில் வீரப்பன் தொடரை ஒளிபரப்பக்கூடாது என தடை விதிக்கப்பட்டுள்ளது. விரைவில் மீண்டும் தொடர் ஒளிபரப்பாகும்" என்ற கார்டு போடவேண்டும் என்பதையும்

கலாநிதிமாறனிடம் தெரிவித்தேன். அவர் என்னிடம், "பிலிப்பைன்ஸிலிருந்து அந்த கார்டை போடுவதற்கு நான் ஏற்பாடு பண்ணிடுறேன். ஸ்டே விவகாரத்தை நீங்க பார்த்துக்குறீங்களா?" என்றார்.

"நான் பார்த்துக்குறேன். அந்த ஸ்டே ஆர்டரோட காப்பியை மட்டும் எனக்கு அனுப்பச் சொல்லுங்க" என்றேன்.

என் பதிலைக் கேட்ட கலாநிதி மாறன் மிகவும் ஆச்சரியமாகக் கேட்டார். "உங்களால ஸ்டேயை உடைச்சிட முடியுமா?"

"நக்கீரனுக்கு இந்த மாதிரி பூச்சாண்டியெல்லாம் ரொம்ப பழகிப்போன விஷயம். நீங்க அந்த காப்பி கிடைக்கிறதுக்கு மட்டும் ஏற்பாடு பண்ணுங்க; உடைச்சிடுறோம்."

"எப்படி ஸ்டேவை பார்க்காமலேயே இவ்வளவு கான்ஃபிடெண்ட்டா சொல்றீங்க?"

"நக்கீரனைப் பொறுத்தவரை பல ஸ்டேக்களைப் பார்த்தாச்சு. எல்லா ஸ்டேவையும் உடைச்சு நொறுக்கிட்டோம். அதனாலதான் உறுதியா சொல்றேன். இந்த ஸ்டேவையும் ரொம்ப சீக்கிரமா உடைச்சிட முடியும்."

-ஸ்டேவை கையில் வாங்குவதற்கு முன்னால் வீரப்பன் பேட்டியின் தொடர்ச்சியை ஒளி பரப்பு செய்துவிட வேண்டும் என்பதில் கலாநிதி மாறனும் ஆர்வமாக இருந்ததால் உடனடியாக பிலிப்பைன் சுடன் தொடர்புகொண்டு பேசினார். எதிர்பார்த்தது போலவே வீரப்பன் பேட்டி ஒளிபரப்பானது. தமிழகத்திலும் பிற மாநிலங்களிலும் அண்டை நாடுகளிலும் உள்ள தமிழர்கள், கன்னடர்கள், அரசியல் மற்றும் பொதுவிஷயங்களில் ஆர்வம்

கொண்டோர் என பல தரப்பினரும் டி.வி.பெட்டியின் முன்னால் கண் இமைக்காமல் இருந்தனர். வீரப்பன் பேட்டியில் ஒட்டுமொத்த டி.வி.நேயர்களும் லயித்திருந்த நேரத்தில்தான் அந்த கார்டு போடப்பட்டது.

'வீரப்பன் பேட்டிக்கு இடைக்கால தடை' என்ற கார்டைப் பார்த்ததும் நம்மைவிடவும் அதிகமாகப் பதட்டமடைந்தது நேயர்கள்தான். கார்டைப் பார்த்த மறுவிநாடியிலிருந்தே நமக்கு போன்கால்கள் வரத்தொடங்கிவிட்டன. எல்லோருக்கும் பொறுமையாக நிலைமையை விளக்கினோம். சன் டி.வி.க்கும் ஏராளமான போன்கால்கள் வந்தது பற்றி கலாநிதி மாறன் தெரிவித்தார். ஸ்டே வந்திருந்த நேரத்திலும் நிகழ்ச்சியை ஒளிபரப்பச் செய்ததும், இடையில் கார்டு போட்டு நிலைமையை விளக்கியதும் நாம் எதிர்பார்த்தபடியே மக்களிடம் பெரும் பரபரப்பை ஏற்படுத்தியிருந்தது. உடனடியாக செயல்பட்டு கார்டு போட்ட கலாநிதி மாறனின் செயல்பாடு பாராட்டுக்குரியது.

மக்களின் பெரும் ஆதரவு கிடைத்துள்ள இந்த நேரத்திலேயே ஸ்டேயை உடைத்து விடவேண்டும் என்பதில் தீவிரமானோம். நமது அட்வகேட் பெருமாள் இன்னொரு வழக்கிற்காக வெளியூர் சென்றிருந்ததார்; அதனால் ஆண்டிராஜ் என்ற வழக்கறிஞரை அன்றிரவே போய் பார்த்து, ஸ்டே பற்றிய விவரத்தைத் தெரிவித்தேன். அவரை மைசூருக்கு புறப்படச் சொன்னேன்.

நமது ஓசூர் நிருபர் ஜெயப்பிரகாஷையும்

மைசூருக்கு அனுப்பி, அங்கு வேணுகோபால் என்ற அட்வ கேட்டைப் பார்க்கச் சொல்லி, என்ன கேஸ் போடப்பட்டிருக்கிறது, எதற்காக ஸ்டே என்பது பற்றி விசாரித்து உடனடியாக தெரியப்படுத்தச் சொன்னேன்.

மைசூர் சென்ற ஆண்டிராஜ் அங்கிருந்து அவசரமாக என்னைத் தொடர்பு கொண்டார். அவருடன் ஜெயப்பிரகாசும் இருந்தார். எதற்காக ஸ்டே கொடுக்கப்பட்டிருக்கிறது என்ற காரணத்தை அட்வகேட் ஆண்டிராஜ் சொன்னபோது நமக்கு விசித்திரமாக இருந்தது.

அலறியது பேஜர்!

வீரப்பன் தனது ஆரம்பகாலத்தில் யானைகளைக் கொன்று தந்தத்தை கடத்துவதில் தீவிரமாக இருந்தான். அவனுக்குப் போட்டியாக 4 பேர் இருந்தனர். பிறகு முழுமையான எதிரிகளாகி விட்டனர். அந்த நால்வரும் தனக்கு துரோகம் செய்துவிட்டதாகவே வீரப்பன் நினைத்தான். யார் தனக்கு துரோகம் செய்கிறார்கள் என்று வீரப்பன் நினைக்கிறானோ அவர்களைப் பழிவாங்கியே தீருவதென்ற சபதத்தை மனதுக்குள் எடுத்திருக்கிறான் வீரப்பன். அதனால் அந்த 4 பேரையும் காட்டுக்குள் வைத்து கொடூரமாகக் கொன்று, அவர்களின் உடலை துண்டு துண்டாக வெட்டி, சாக்கு மூட்டையில் வைத்துக் கட்டி காவேரி ஆற்றில் வீசிவிட்டான். இந்த சம்பவத்தை டி.வி. பேட்டியில் விலாவாரியாக தெரிவித்திருந்தான்.

அந்த 4 பேர் கொலை செய்யப்பட்ட வழக்கு, மைசூரில் நடந்து கொண்டிருந்தது. கொலையாளிகள் என்று சிலரை கர்நாடக போலீசார் பிடித்து வைத்திருந்தனர். டி.வி.யில் வீரப்பன் பேட்டி

ஒளிபரப்பான நேரத்தில்தான் அந்த வழக்கு டிரையலுக்கு வந்தது. இரண்டாம் நாள் பேட்டியாக ஏப்ரல் 96, 8-ந் தேதியன்று ஒளிபரப்பான நிகழ்ச்சியில் வீரப்பன், 'நான்தான் அந்த 4 பேரையும் கொலைசெய்தேன்' என ஒப்புதல் வாக்குமூலம் போல பட்டவர்த்தனமாகத் தெரிவித்திருந்தான். கர்நாடக போலீசாரோ வேறு சிலரை கொலையாளிகள் எனப் பிடித்து வைத்திருந்தனர்.

கொலையாளிகள் என குற்றம்சாட்டப் பட்டவர்களுக்காக வாதாடிய வழக்கறிஞர்கள், போலீஸ் சொல்வதற்கும் வீரப்பன் கொடுத்த வாக்குமூலத்திற்கும் உள்ள முரண்பாட்டை உணர்ந்து, அதையே அடிப்படையாக வைத்து தங்கள் கட்சிக்காரர்களைக் காப்பாற்றிவிட வேண்டும் என்பதில் கவனமாக இருந்தனர். டி.வி.யில் வீரப்பன் அளித்த பேட்டியை நீதிமன்றத்தில் சுட்டிக்காட்டி, வீரப்பன்தான் அந்த 4 பேரை கொலைசெய்துள்ளான். அதனால் இங்கே பிடிபட்டிருப்பவர்களை விடுதலை செய்யவேண்டும் என்று அழுத்தமாக வாதாடத் தொடங்கினர். வழக்கில் திடீர் திருப்பம் ஏற்பட்டதைத் தொடர்ந்து, "இந்த வழக்கு முடியும்வரை வீரப்பன் பேட்டியை ஒளிபரப்பக்கூடாது என இடைக்காலத் தடைவிதிக்கிறேன்" என உத்தரவிட்டார் மைசூர் கோர்ட் நீதிபதி. இந்த விவரங்கள் அனைத்தையும் நம்மிடம் தெரிவித்தார் அட்வகேட் ஆண்டிராஜ்.

இப்படியொரு சோதனை வரும் என்பதை நாம் கொஞ்சமும்

எதிர்பார்க்கவில்லை. தமிழக அரசுதான் ஏதாவது இடைஞ்சல் கொடுக்கும், கேசட்டுகளை கைப்பற்ற முயற்சிக்கும், ரெய்டு என்ற பெயரில் அலுவலகத்திற்குள் புகுந்து துவம்சம் செய்யும் என நினைத்திருந்தோம். நாம் நினைத்ததற்கு நேர் மாறாக மைசூரிலி ருந்து நம்மீது குண்டு வீசப்பட்டிருந்தது.

இடைக்காலத் தடை ஏன் கொடுக்கப்பட்டது என்பதற்கான காரணம் நமக்கு விசித்திரமாகவே இருந்தது. எத்தனையோ ஆண்டுகளுக்கு முன் நடந்த கொலை; அது தொடர்பான வழக்கு இப்போதுதானா டிரையலுக்கு வரவேண்டும். அதுவும் அந்த கொலை சம்பந்தமான விவரங்களை வீரப்பன் வாக்குமூலமாகத் தரும் சமயத்தில்தானா வரவேண்டும்; அதைப் பார்த்துத்தானா வழக்கறிஞர்கள் திருப்புமுனையை ஏற்படுத்த வேண்டும்; இடைக்காலத் தடையை நீதிபதி வழங்கவேண்டும்... என அடுக்கடுக்கான யோசனைகள் நெஞ்சைத் துளைத்தன.

காரணம் எதுவாக இருந்தாலும் சரி; இந்த தடையை தகர்த்து, வீரப்பன் பேட்டியை மீண்டும் டி.வி.யில் ஒளிபரப்பு செய்துவிட வேண்டும் என்பதில் உறுதியாக இருந்தேன். தடையை உடைப்பதில் ஏதேனும் தடங்கல் இருக்குமோ என அட்வகேட் ஆண்டிராஜிடம் கேட்டேன்.

“ஒண்ணும் பிரச்சனையில்லை” என்றார் அவர்.

“முடிவை எப்ப எதிர்பார்க்கலாம்” -நான்.

“வேலையை முடிச்சிட்டு இன்றைக்கு அல்லது நாளைக்கு வந்திடுறேன்” -நம்பிக்கையுடன் தெரிவித்தார் அட்வகேட்.

நமக்குள்ளும் அதீத நம்பிக்கை இருந்தாலும் தடையை உடைப்பதில் ஏதேனும் சிக்கல்கள் உண்டாகுமோ என்ற தயக்கத்தில் மனது ‘திக், திக்’ என்றிருந்தது. காரணம், இது நமது கௌரவப் பிரச்சனை மட்டுமல்ல; ஒட்டுமொத்த மக்களின் எதிர்பார்ப்பு. அனைத்து தரப்பு மக்களாலும் விரும்பி பார்க்கப்பட்ட ஒரு நிகழ்ச்சிக்கு இடைக்காலத் தடை என்பதே பல லட்சம் நக்கீரன் வாசகர்களுக்கும், டி.வி. நேயர்களுக்கும் அதிர்ச்சியான செய்தியாக இருந்தது.

ஏனெனில், சன்.டி.வி. தெரியும் நாடுகளில் வாழும் தமிழர்கள் புதிது புதிதாக இதற்கென தங்கள் இல்லங்களுக்கு கேபிள் தொடர்பை எடுத்திருந்தனர். நமது தமிழ்நாட்டில் முக்கியமாக நிறைய கிராமங்களுக்கு Cable T.V. போனது இந்த பேட்டி மூலமாகத்தான். அதனால் ‘வீரப்பன் பேட்டிக்குத் தடை’ என்ற செய்திதான் அனைவரிடமும் பரபரப்பாக பேசப்பட்டது. எல்லா ஊர்களிலிருந்தும் போன் கால்கள் தொடர்ந்து நமக்கு வந்து கொண்டிருந்தன. சொந்தத்தில் ஒரு துக்கம் நேர்ந்துவிட்டது போன்ற

சோகத்துடன்தான் நமது வாசகர்களும், டி.வி. நேயர்களும் வருத்தம் தோய்ந்த குரலில், தடை பற்றி விசாரித்தனர். முகமறியாத அந்த வாசகர்களுக்கு ஆறுதல் தரும் வகையிலாவது நாம் ஏதேனும் செய்தாக வேண்டுமெனில், இந்த தடையை உடைத்து வீரப்பன் பேட்டியை மீண்டும் ஒளிபரப்பியே தீரவேண்டும் என்ற கட்டாயம் நமக்கு ஏற்பட்டிருந்தது.

அதற்கான முயற்சிகளில் நாம் மும்முரமாக இருந்த நேரத்தில் தமிழக தேர்தல் களமும் மும்முரமாக சூடுபிடிக்கத் தொடங்கியிருந்தது. அரசியல் கட்சிகளின் அனல் பறக்கும் பிரச்சாரம், தேர்தல் கமிஷன் விதித்திருந்த நிபந்தனைகள், மக்களிடம் தோன்றியிருந்த மவுனப் புரட்சி என எல்லா வகையிலும் 96-ம் வருட பொதுத் தேர்தல் களம் புதுவிதமாக இருந்தது.

பத்திரிகைத் துறையிலும், டி.வி. மீடியாக்களிலும் வாக்காளர்களின் நாடித் துடிப்பை அறிந்துகொள்ளும் முயற்சிகள் முழுவீச்சில் நடைபெற்றுக் கொண்டிருந்தன. நக்கீரன் டீம் மிகத் துல்லியமாக வெற்றி வாய்ப்புகளை கணித்துக் கொண்டிருந்து.

அந்த பரபரப்பான சூழ்நிலையில், ஆப்ட் (APT) டி.வி. என்ற நிகழ்ச்சி தயாரிப்பு நிறுவனம் தேர்தல் கருத்துக் கணிப்பு ஒன்றை நடத்தியது. அதுபற்றிய விவாதத்தில் கலந்துகொள்வதற்காக நான் அழைக்கப்பட்டேன். குமுதம் மாலன், என்.ராம், சுதாங்கன், அசைடு சத்தியமூர்த்தி, பிரகாஷ் எம்.ஸ்வாமி, அப்போது பி.டி.ஐ.யில் பணியாற்றிய ரங்கா ஆகியோரும் விவாதத்தில் பங்கேற்றனர்.

அனல் பறக்கும் விவாதத்தை ஒளிப்பதிவு செய்து கொண்டிருந்தனர். ஒவ்வொரு நொடியிலும் சுவாரஸ்யம் கூடிக்கொண்டேயிருந்த அந்த நிகழ்ச்சியின் நடுவில், என்னுடைய பேஜர் அலறியது.

மவுனப் புரட்சி!

நிருபர் ஜெயப்பிரகாஷ் பேஜர், மூலம் தெரிவித்த செய்தி நமக்கு இன்ப அதிர்ச்சியாக இருந்தது. "Good News. Stay vacated in Mysore Court. -Jayaprakash" என பேஜரில் மின்னிய எழுத்துக்கள் நக்கீரனின் மற்றொரு சாதனையை பறைசாற்றியது.

தேர்தல் கருத்துக் கணிப்பு நிகழ்ச்சியினை நடத்திக் கொண்டிருந்த குமுதம் இணையாசிரியர் மாலனிடம் பேஜரில் வந்த தகவல் பற்றித் தெரிவித்தேன். அவருக்கு ஆச்சரியமாக இருந்தது.

''கோபால்... இவ்வளவு சீக்கிரமா ஸ்டேயை உடைச்சிட்டீங்களே... வெரிகுட் ஒர்க்" என்றார்.

ஸ்டே உடைக்கப்பட்ட செய்தியைக் கேட்டு மாலனைப் போலவே வியப்படைந்த இன்னொருவர், சன் டி.வி. நிர்வாக இயக்குநர் கலாநிதிமாறன்.

"உண்மையாகவா... அதுக்குள்ளே எப்படி உடைச்சீங்க?"

"அதுதான் நக்கீரன்."

"இவ்வளவு சீக்கிரமா ஸ்டேயை வெகேட் பண்ண முடியும்னு

நான் எதிர்பார்க்கவேயில்லை. கங்கிராட்ஸ்" என்றார் கலாநிதிமாறன்.

ஸ்டே உடைக்கப்பட்ட மகிழ்ச்சியை தம்பி காமராஜ் உட்பட நக்கீரன் தம்பிகள் அனைவரிடமும் பகிர்ந்து கொண்டேன். மகிழ்ச்சிக்கிடையில் கடமையில் கண்ணாக இருந்தேன். ஸ்டே உடைக்கப்பட்டதால் மீண்டும் டி.வி.யில் வீரப்பன் பேட்டியை ஒளிபரப்பு செய்யவேண்டும். கேசட்டுகளை எடிட் செய்ய வேண்டும். அடுத்தகட்ட நடவடிக்கைகளை தொடங்கினோம். ஸ்டே உடைக்கப்பட்டதால் நம்மைப் போலவே கலாநிதிமாறனும் மகிழ்ச்சியில் இருந்தார். சன் டி.வி. நேயர்களில் அதிகமானோர் விரும்பிப் பார்த்த நிகழ்ச்சி வீரப்பன் பேட்டிதான் என்பது ஆய்வுகள் தெரிவித்த முடிவு. மக்களின் ஏகோபித்த ஆதரவைப் பெற்ற ஒரு நிகழ்ச்சிக்கு தடைவிதிக்கப்பட்டு அது உடனடியாக உடைக்கப்பட்டால் மகிழ்ச்சி பொங்குவது இயல்புதானே.

13-ந் தேதியிலிருந்து வீரப்பன் பேட்டியை மீண்டும் ஒளிபரப்பு செய்யலாம் என தெரிவித்திருந்தார் கலாநிதிமாறன். வீரப்பனின்

பேட்டியை தாமதப்படுத்தாமல் மக்களிடம் கொண்டுபோய் சேர்க்க வேண்டும் என்பதில் நாம் வேகமாக இருந்தோம். அதற்கான முயற்சிகள் பரபரப்பாக நடந்து கொண்டிருந்தன.

தமிழ்ப்புத்தாண்டு தினமும் அதனைத் தொடர்ந்து 6 நாட்களும் கோர்ட்டிற்கு விடுமுறை தினங்களாக இருந்தன. விடுமுறை தினத்திற்கு முதல்நாள் ஜெயலலிதா அரசு தனது விபரீத புத்தியை வெளிப்படுத்தி, மீண்டும் நமக்கு ஏதாவது தொந்தரவுதர நினைத்தால் நாம் மறுபடியும் ஒரு போராட்டத்தைச் சந்திக்க வேண்டியிருக்கும். இந்த கொடுங்கோல் ஆட்சியில் ஏற்கனவே நாம் இதுபோன்ற கொடுமைகளை அனுபவித்து மீண்டு வந்திருக் கிறோம். மீண்டும் அத்தகைய ஒரு வாய்ப்பை ஆட்சியாளர்களுக்குத் தந்துவிடக்கூடாது என்பதில் கவனமாக இருந்தோம்.

வேறு ஸ்டே எதையும் தமிழக அரசு வாங்கிவிடக் கூடாது என்பதற்காக முன்னெச்சரிக்கை நடவடிக்கையுடன் கேவியட்

ஒன்றை ஃபைல் செய்தோம். ஜெயலலிதா தனது குறுக்குபுத்தியைப் பயன்படுத்தி நமக்குத் தொல்லைதர நேர்ந்தாலும் அதனை சமாளித்து, வீரப்பன் பேட்டி ஒளிபரப்பாவதற்கு எந்தத் தடையும் வராத வண்ணம் கேவியட் ஃபைல் செய்யப்பட்டது.

'96 ஏப்ரல் 13-ந் தேதி அன்று தமிழ்ப் புத்தாண்டு தினம். தடையைத் தகர்த்து வீரப்பன் பேட்டி ஒளிபரப்பானது. ஊரடங்கு உத்தரவு பிறப்பிக்கப்பட்டதுபோல் நகரெங்கும் அமைதி. ஒவ்வொரு வீட்டிலும் திருவிழாக் கூட்டம். நகரத்தைவிட கிராமப்புறங்களில் இன்னும் அதிக வரவேற்பு. தடைக்கு முன்னால் வீரப்பன் பேட்டிக்குக் கிடைத்த ஆதரவைவிட தடைக்குப் பின்னால் இன்னும் அதிகமான ஆதரவு கிடைத்தது.

தன்னைப் பற்றியும் தனது காட்டு வாழ்க்கை பற்றியும் பேட்டியளித்திருந்த வீரப்பன் ஆட்சியாளர்களைப் பற்றிய தனது விமர்சனத்தைச் சொல்லத் தொடங்கினான். தங்கள் மனதுக்குள் இருப்பதை மற்றொருவன் பகிரங்கமாக வெளிப்படுத்தும்போது அவன்மீது மரியாதை ஏற்படுவது இயல்பு. அவனை ஒரு நாயகனாக பார்ப்பது தமிழக மக்களின் வழக்கம். அக்கிரமங்களை எதிர்த்து திரையில் சண்டைபோடும் சினிமா ஹீரோவை நிஜக் கதாநாயகனாக தமிழ் மக்கள் கருதுவதும் இதனால்தான்.

வீரப்பன் விஷயத்திலும் அதுதான் நடந்தது. 5 ஆண்டுகால கொடுங்கோல் ஆட்சி நடத்திய ஜெயலலிதாவைத் தமிழக மக்கள் கஷ்டப்பட்டு சகித்துக் கொண்டிருந்தார்கள். விமர்சனம் செய்தால் வீட்டிற்கு ஆட்டோவில் அடியாட்கள் வருவார்களோ என்ற பயம் சாதாரண ஜனங்களுக்குக்கூட இருந்தது. மகாமக சாவுகள் தொடங்கி, சந்திரலேகா மீதான ஆசிட் வீச்சு, சிதம்பரம் பத்மினி கற்பழிப்பு, பத்திரிகைகள் மீதான அடக்குமுறை, எல்லா மட்டத்திலும் நீக்கமற நிறைந்திருந்த லஞ்ச லாவண்யம், அதன்மூலம் ஜெயலலிதாவும் சசிகலா வகையறாக்களும் வாங்கிக் குவித்த மாட மாளிகைகள், நிலம் நீச்சுகள், கோடிக்கணக்கில் செலவழிக்கப்பட்டு ஆடம்பரமாக நடத்தப்பட்ட வளர்ப்பு மகன் திருமணம், இவற்றையெல்லாம் மத்தியஅரசு கண்டுகொள்ளக் கூடாது என்பதற்காக அப்போதைய பிரதமர் நரசிம்மராவின் மகன்களுக்கு 'விருந்தளித்து' அரங்கேற்றிய அரசியல் ஆபாசம் என ஏராளமான அசிங்கங்களையும் கொடுமைகளையும் பற்றி வாய்திறக்க முடியாமல் தமிழக மக்கள் மவுனமாக இருந்தார்கள்.

அவர்கள் எதைச் சொல்லமுடியாமல் தவித்துக் கொண்டிருந்தார்களோ அதை அக்குவேறு ஆணி வேறாகப் பிய்த்து எடுத்துவிட்டான் வீரப்பன். ஜெயலலிதா ஆட்சியில் நடந்த அக்கிரமங்களில் ஒன்றைக்கூட விட்டுவைக்காமல் விளாசித்

தள்ளினான். காட்டுக்குள் வாழ்பவன் நாட்டு நடப்புகளைப் போட்டு உடைத்தது மக்களுக்கு ஆச்சரியமாக இருந்தது. அது, அவர்களுக்குள் ஒரு மவுனப்புரட்சிக்கு வித்திட்டது. எம்.ஜி.ஆர். காலத்திலிருந்து அ.தி.மு.க.வின் கோட்டையாக விளங்கிவந்த சேலம், ஈரோடு, தருமபுரி, கோவை ஆகிய மாவட்டங்களில் வீரப்பன் பேட்டி பெரும் தாக்கத்தை உண்டாக்கியது. குக்கிராமங்களில்கூட ஜெ. எதிர்ப்புஅலை பலமாக உருவானது, அது தேர்தலிலும் பிரதிபலித்தது.

தேர்தல் முடிவுகள் வெளியானபோது அ.தி.மு.க. கூடாரமே காலியானது என்றால் அதற்கு முக்கிய காரணம் நக்கீரனும், நக்கீரனுக்கு வீரப்பன் அளித்த வீடியோ பேட்டியும்தான் என்பதை நாடே உரக்கச் சொன்னது. தற்போது அமைச்சராக உள்ள அந்தியூர் செல்வராஜ், தேர்தல் முடிவு வெளியானபோது “நக்கீரன் எடுத்த வீரப்பன் பேட்டிதான் என் தொகுதியில் பெரும் மாற்றத்தை ஏற்படுத்தியது” என்றார்.

மாபெரும் அரசியல் மாற்றத்திற்கு அடித்தளமாக அமைந்த வீரப்பனின் வீடியோ பேட்டியைக் கண்ட பலரும் அவன் செய்த கொலைகள் பற்றிய வாக்குமூலத்தையும், அவனுடைய காட்டு வாழ்க்கையையும், ஆட்சி மீது அவன் செய்த விமர்சனத்தையும் மட்டுமே பார்த்தனர். ஆனால் நமக்கோ அந்த பேட்டியினூடே மிக முக்கியமான இழையோட்டம் இருப்பது தெரிந்தது.

அந்த இழையோட்டத்தை நாம் அடுத்தகட்ட சவாலாக எடுத்துக்கொண்டோம்.

மீண்டும் தொடங்கியது யுத்தம்!

வீரப்பன் பேட்டியில் நாம் கண்ட இழையோட்டம், அவன் சரணடைய விரும்புகிறான் என்பதுதான். ஏறத்தாழ 9 மணிநேரம் அவன் அளித்திருந்த பேட்டியின் பல இடங்களில் இந்த இழையோட்டத்தைக் காணமுடிந்தது.

தனது காட்டு வாழ்க்கைக்கு ஒரு முற்றுப்புள்ளி வைத்துவிட்டு நாட்டிற்குள் வந்து மக்களோடு மக்களாக வாழ, வீரப்பன் விரும்புகிறான் என்பதை அந்த இழையோட்டத்தின் மூலம் உணர்ந்துகொள்ள முடிந்தது.

நாம் இதை முக்கியமாகக் கவனித்து கையில் எடுத்துக் கொண்டதற்கான காரணம், வீரப்பனுடைய காட்டு வாழ்க்கைக்கு முற்றுப்புள்ளி வைக்கவேண்டும் என்பதல்ல. வீரப்பன் காட்டில் வாழும் பல்லாயிரக்கணக்கான குடும்பங்களுக்கு நிம்மதி பிறக்கவேண்டும் என்பதுதான்.

வீரப்பனால் ஒருபுறமும், அதிரடிப்படையினரால் மறுபுறமும் அன்றாடம் அல்லல் பட்டுக்கொண்டிருக்கும் அந்த மலைமக்களுக்கு விடிவுகாலம் பிறக்கவேண்டும். கற்பழிப்பு,

சிறைவாசம், விசாரணை என்ற பெயரால் கொலை போன்ற மனித உரிமை மீறல்கள் தடுத்து நிறுத்தப்படவேண்டும் என்பதுதான் நமது நோக்கம்.

வீரப்பன் தனது வீடியோ பேட்டியில், சரணடைவது பற்றி எப்படி சூசகமாக தெரிவித்திருந்தானோ அதைப்போலவே இது விஷயமாக தன்னை வந்து பார்த்துப் பேசுவதற்கு யாருக்கு தைரியமிருக்கிறது என்ற கேள்வியையும் மறைமுகமாக எழுப்பியிருந்தான். ஒரு சவாலாக தோற்றமளித்த அந்த கேள்விக்கு விடைதேடும் முயற்சியில் நாம் இறங்க தயாரானோம். உண்மையிலேயே அவன் சரணடையத் தயாராக இருக்கின்றானா என்பது பற்றிய சந்தேகமும் நம்முள் எழுந்தது.

இதற்கு முன் தான் சரணடைய விரும்புவதாக கர்நாடக டி.எஸ்.பி.ஓ. சீனிவாசனுக்கு தகவல் கொடுத்து அவரை வரவழைத்து கொடூரமாகக் கொலை செய்திருக்கிறான் வீரப்பன். அதனால் அவனுடைய சரண்டர் பற்றி அதிகாரிகளுக்கு சந்தேகம் இருந்தது. டி.எஸ்.பி.ஓ. சீனிவாசனை அவன் கொன்றதற்கான காரணத்தை அவனே நமக்களித்த பேட்டியில் தெரிவித்திருக்கிறான். தன் தங்கையின் வாழ்வு சீரழிந்ததற்கு டி.எஸ்.பி.ஓ.தான் காரணம் என்றும் அதனால்தான் பழிவாங்கினேன் என்றும் கூறியிருந்தான்.

ஆனால் நம்மை பழிவாங்கும் எண்ணமோ, அதற்கான காரணமோ வீரப்பனிடம் இல்லை என்பதால் அவனுடைய சரணடைதல் பற்றி நாம் கவனம் செலுத்தினோம்.

ஏற்கனவே ஒருமுறை ஜெயலலிதாவுக்கும் தேவாரத்திற்கும் தன்னுடைய சரண்டர் பற்றி ஒரு ஆடியோ கேசட்டில் பேசி அனுப்பியிருந்தான் வீரப்பன். ஆனால் 'ஜெ' அரசு அதனை கண்டுகொள்ளவேயில்லை. நாம் தைரியமாகக் களத்தில் இறங்கினோம்.

நம் கண்முன் வீரப்பன் தெரியவில்லை. மலைக்கிராம மக்கள்தான் தெரிந்தனர். மலைக்கிராமங்களில் வாழும் இளைஞர்களில் வாட்டசாட்டமான 100 பேரை எஸ்.டி.எப். ஆட்கள் தேர்ந்தெடுத்து, அந்த இளைஞர்களை 20, 20 பேர் கொண்ட குழுக்களாகப் பிரித்து ஷிஃப்ட் முறையில் அவர்களை காட்டுக்குள் அழைத்துச் செல்வது வழக்கமாக இருந்தது. வீரப்பனைத் தேடுகிறோம் என்ற பெயரில் உள்ளே சென்ற அதிரடிப்படையினர் இந்த இளைஞர்களை முன்நிறுத்திவிட்டு இளைஞர்களுக்கு பின்னால் மறைந்துகொண்டு வீரப்பனைத் தேடினார்கள்.

தேடுதல் வேட்டையின்போது வீரப்பனும், அவனது ஆட்களும் சுட்டால்... இந்த இளைஞர்கள்தான் முதலில் பலியாவார்கள்.

மலைக்கிராம இளைஞர்கள் மீது குண்டு பாய்ந்ததுமே பின்வாங்கிவிடும் அதிரடிப்படை, காட்டுக்கு வெளியே வந்து, வீரப்பனின் வெறியாட்டத்தில் அப்பாவி கிராம மக்கள் பலி என்று அறிக்கை கொடுக்கும்.

எஸ்.டி.எஃப்பின் இந்த கொடூரத் திட்டத்திற்கு உடன்பட மறுக்கும் மலைக்கிராம இளைஞர்களை விசாரணை என்ற பெயரில் அழைத்துச் சென்று அடிப்பதும், அந்த அடி தாங்க முடியாமல் பல இளைஞர்கள் இறந்துபோனதும் காட்டுக்கு வெளியே வராத அதிர்ச்சியான தகவல்கள்.

இத்தகைய கொடூரங்கள் தடுத்து நிறுத்தப்படவேண்டும். மலை மக்களுக்கு விமோசனம் பிறக்கவேண்டும். இவ்வளவு ஆண்டுகளாகியும் சுதந்திரக்காற்றை சுவாசிக்காமல் இருக்கும் அந்த மக்களுக்கு உண்மையான சுதந்திரத்தை நக்கீரன் மூலமாக வாங்கித்தரவேண்டும் என்பதற்காக வீரப்பனின் சரணடைதல் விவகாரத்தை கையிலெடுத்தோம்.

தமிழகத்தில் ஆட்சி மாற்றம் ஏற்பட்டிருந்த நேரம். ஜனநாயகத் தென்றல் பத்திரிகை அலுவலக ஜன்னல்களில் மெதுவாக எட்டிப்பார்க்கத் தொடங்கியிருந்தது. இந்தமுறை வீரப்பனைச் சந்திக்க நானே நேரடியாகப் புறப்பட்டேன். தம்பி, வீடியோ கேமராவுடன் வந்தார். வீரப்பனைச் சந்தித்து பேட்டி எடுத்து, அவனுடைய கோரிக்கைகளை தமிழக முதல்வரிடம் கொடுத்தோம். ஆறுமாத இடை வெளியில் வீரப்பன் ஒரு ஆடியோ கேசட்டை நமக்கனுப்பி தனது சரணடைதல் கோரிக்கை என்னவாயிற்று என கேட்டிருந்தான். அதனைத் தொடர்ந்து இரண்டாம் முறையாக வீரப்பனைச் சந்தித்தேன். அதன்பிறகு நடந்ததெல்லாம் நாடறியும்.

ஜெயலலிதா ஆட்சியில் நக்கீரன் எடுத்த முயற்சிகளெல்லாம் சவால்களாகவே இருந்தன. ஒவ்வொரு சவாலையும் பெரும் போராட்டத்துடன் சமாளித்து வெற்றிகண்டோம். இப்படி எத்தனையோ சவால்கள். அதில் ஒன்றை இங்கே விவரிக்க வேண்டியது அவசியம்.

‘ஜெ’ ஆட்சியின் கொடூரங்கள் உச்சகட்டத்தில் இருந்த நேரம் அது. தம்பி காமராஜ் ஒரு நாள் அவசரமாக வந்து, “அண்ணே... வலம்புரி ஜான் போன் செய்தார்” என்று சொன்னார்.

‘‘தம்பி... 91-ம் வருஷம் அவர் ராஜரிஷி பத்திரிகை நடத்திக்கொண்டிருந்தபோது, ‘ஜெயலலிதாவின் கதை’ங்கிற தலைப்பில் ஒரு தொடரை ஆரம்பித்தார். எல்லா இடங்களிலும் விளம்பரம் செய்தாங்க. ஆனா 5-வது இதழிலேயே அது நிறுத்தப்பட்டுவிட்டது. அப்போ அது, ஏன் நிறுத்தப்பட்டதுங்கிற காரணத்தோடு அதே தொடரை நம்ம பத்திரிகையில் எழுதச்

சொல்லலாம். நீங்க அவரை நேரில் போய் பாருங்க. அந்த தொடரை எழுதச் சொல்லுங்க" என்றேன்.

அதே தொடர் வெளியிடப்பட்டால் பல உண்மைகள் வெளிவரும் என்பதால், தொடரை விரைவில் வெளிக்கொண்டு வரும் முயற்சிகளில் தம்பி காமராஜ் ஈடுபட்டார். வலம்புரிஜானை தம்பி சந்தித்து, தொடரை தொடரவேண்டும் என்ற போது, "உங்களுக்கு பயங்கர தைரியம்யா"என்றார் ஜான்.

ராஜரிஷியில் அந்த தொடர் பற்றிய விளம்பரம் வந்தவுடனேயே என்ன நடந்தது என்பதையும் விளக்கினார் வலம்புரி ஜான். "அந்த தொடரை எழுதப்போவதால்தான் பத்திரிகையை நான் நிறுத்தவேண்டிய சூழ்நிலை உருவானது. ஜெயலலிதா கதையை ஆரம்பிக்கப் போறேன்னு சொன்னதுமே அந்தம்மா தன்னோட பேயாட்டத்தை ஆரம்பித்தது" என்று தெரிவித்த வலம்புரிஜான் அந்த பேயாட்டம் பற்றியும் விளக்கினார்.

தொடருக்காக ஜான் கைது!

தி னமும் ஆட்டோவில் ஒரு கும்பல் திமுதிமுவென வந்து வீட்டின்மீது கல்லெறிந்துவிட்டு ஓடும். கத்தை கத்தையாக மொட்டை கடிதங்கள் வரும். பத்திரிகை டெஸ்பாட்ச் செய்யப்படும் இடத்திற்குள் சம்பந்தமே யில்லாமல் போலீஸ் புகுந்து எல்லாவற்றையும் 'சீஸ்' செய்யும். பிரிண்டர், பப்ளிஷர் உட்பட எல்லோர் மீதும் வழக்குப் போடப்பட்டதால் ஒவ்வொருவராக ஒதுங்கிக்கொள்ள 'ராஜரிஷி' நின்று போனது.

ராஜரிஷியில் தடைபட்ட தொடரை நக்கீரனில் வெளிக்கொண்டுவர, நாம் விரும்பியதை மிகத் துணிச்சலான முயற்சியாகவே கருதினார் வலம்புரிஜான். அவரது தொடரை வெளியிடுவதில் எனக்கு ஆர்வம் அதிகமாக இருந்தது. காரணம்... அவர் சிறந்த எழுத்தாளர். வார்த்தைகள் அவர் சொன்னபடி வளைந்து வரும். அன்றைய கட்டத்தில் ஜெயலலிதாவை விமர்சிக்க துணிச்சல் கொண்டிருந்த எழுத்தாளர்களில் இவரும் ஒருவர். இளைஞர்களின் திறமையை ஊக்குவிப்பவர். பத்திரிகையுலகின் மூலம் தமிழ்கூறும் நல்லுலக மெங்கும் நான் இன்று பேசப்

படுகிறேன் என்றால்... எனக்கு முதன்முதலில் பத்திரிகைத்துறையை அறிமுகம் செய்துவைத்தது, வலம்புரிஜானை ஆசிரியராகக் கொண்ட 'தாய்' பத்திரிகைதான். இத்தனை காரணங்களாலும் அவருடைய தொடர் நக்கீரனில் வரவேண்டுமென்பதில் ஆர்வம் காட்டினேன்.

'வணக்கம்' என்ற தலைப்பில் வலம்புரிஜானின் தொடர் கட்டுரை தொடங்கியவுடனேயே... போன் மூலமாகவும் கடிதம் மூலமாகவும் கொலை மிரட்டல்கள் வந்துகொண்டிருந்தன. நமக்கு இது அன்றாட நிகழ்ச்சிதான். ஆனால் இதுபோன்ற கொலை மிரட்டல்கள் வலம்புரிஜானையும் தேடிச் சென்றன. "இன்றைக்கு கொல்வோம்- நாளைக்கு கொல்வோம்" என்று தொடர்ச்சியான மிரட்டல்கள். அவரும் அஞ்சவில்லை. ஜெயலலிதாவின் போக்கு வரத்துகளைப் பற்றி எழுதினார்.

அந்த தொடரில், "6 மாதத்திற்கு மேலாக என்னை நேசிக்க முடியாத எனது அரைகுறை உறவினர்" என்று தனது உறவினரைப் பற்றி எழுதினார். அந்த உறவினர் ஒரு வழக்கறிஞர். மேலும், திருநெல்வேலி மாவட்டத்தில் ஒரு பகுதியின் அ.தி.மு.க. வட்டச் செயலாளர். அந்த உறவினரை ஜெயலலிதா தூண்டிவிட்டு ஜான்மீது நாங்குநேரியில் வழக்கு தொடர வைத்தார். என்மீதும் இது தொடர்பாக வழக்கு தொடரப்பட்டது.

வழக்கை எதிர்கொள்வதே நமக்கு வாடிக்கையாகிவிட்டதால் இதையும் எதிர்கொள்ள நான் தயாராகிவிட்டேன்.

இந்திய குற்றவியல் சட்டத்தின்படி தனியார் வழக்காக இருந்தாலும், காவல்துறை அதிகாரி ஒருவர்தான் சம்மன் தரவேண்டும். ஆனால், இந்த குறிப்பிட்ட வழக்கில் சம்மன் பதிவுத் தபாலில் அனுப்பப்பட்டது. வலம்புரிஜான் ஒரு வழக்கறிஞர் என்பதால் இந்த மாதிரி தபாலில் அனுப்புவது தவறு என்பதை சுட்டிக்காட்டினார். அவர்களோ இந்த மாநிலத்தில் இதுதான் நடைமுறை என்றனர். வலம்புரிஜான் கோபமடைந்தார். "இது சட்ட சம்மதமில்லாத நடைமுறை. இது சட்டவிரோதமானது" என்று அந்த மாஜிஸ்திரேட்மீது உயர்நீதிமன்ற தலைமை நீதிபதியிடம் புகார் கொடுத்தார்.

இதனிடையே, அ.தி.மு.க. தலைமையின் தூண்டுதலால் நாங்குநேரியில் திடீர் போராட்டங்கள் முளைத்தன. வலம்புரிஜானை கைதுசெய்ய வேண்டுமென்று கோரி அ.தி.மு.க.வினர் உண்ணாவிரதம் இருக்கத் தொடங்கினர். தலைமை தந்த நெருக்கடியாலும் நிர்ப்பந்தத்தாலும் உண்ணாவிரதம் இருந்த வர்களில் ஒருவர் மயங்கி விழுந்ததாகச் செய்தி வெளியானது.

சட்டவிரோதமாக ஒருவரை கைதுசெய்யக் கோரி

உண்ணாவிரதம் இருந்தவர்களுக்காக ஜெ. அரசு, வலம்புரிஜானை கைது செய்தது. இப்படிப்பட்ட நடைமுறை இது தான் முதல்முறை என்பது குறிப் பிடத்தக்கது. சென் னையில்தான் வலம்புரிஜான் கைதுசெய்யப்பட் டார். ஜெ. அரசு தனக்கேயுரிய குதர்க்க புத்தியால் வெள்ளிக்கிழமை யன்று ஜானை கைது செய்தது. அடுத்த இரண்டு நாட்களும் விடு முறை என்பதால் ஜாமீன் கிடைக்காது என்ற எண்ணத் திலேயே கைது நடவடிக்கையை மேற்கொண்டது ஜெ. அரசு.

கைதுசெய்யப்பட்ட வலம்புரிஜானை சென்னை போலீஸ் கமிஷனர் அலவலகத்திற்கு கொண்டுசென்று 6 மணிநேரம் காக்க வைத்தனர். ஏதேதோ கேள்விகள் கேட்டனர். சம்பந்தமேயில்லாமல் வந்த கேள்விகளுக்கு சம்மட்டி அடிபோல் பதில் தந்தார் ஜான்.

இரவு 7 மணி. பழைய போலீஸ் வேன் ஒன்று கொண்டுவரப்பட்டது. தகர டப்பாவுக்கு சக்கரங்கள் மாட்டி, தார்ச் சாலையில் உருட்டிவிட்டது போன்று இருந்தது அதன் தோற்றம். அதனுள் ஜானை ஏறச் சொன்னார்கள். அவருக்கு 10 போலீஸ்காரர்களை காவலுக்காக நியமித்தனர். போலீஸ் பந்தோபஸ்துடன் அந்த பழைய வேன் நாங்குநேரி நோக்கி புறப்பட்டது.

நாங்குநேரி கோர்ட்டில் மாஜிஸ்திரேட் இல்லாததால், ஜானை வள்ளியூர் கோர்ட்டிற்கு அழைத்துச் சென்றனர். அங்கு அவருக்கு ஜாமீன் வழங்கப்பட்டது. ஜாமீனில் திரும்பிய அன்று மாலையே

சென்னையில் ஒரு விழாவில் கலந்துகொண்டார் வலம்புரிஜான். தி.மு.க. தலைவர் கலைஞர் உட்பட பலர் பங்கேற்ற அந்த விழாவில் அதிர்ச்சி தரும் தகவல் ஒன்றை வெளியிட்டார் ஜான்.

"காவல் நிலையத்தில் என்னை வைத்திருந்தபோது அடிக்கடி தேநீர் வழங்கினார்கள். நான் அதை அருந்தினேன். அப்போது இயல்பாகத்தான் இருந்தது. ஆனால் இப்போது என் உடலில் ஒருவித மாற்றம் ஏற்பட்டிருப்பதை உணர்கிறேன். எனக்கு கொடுக்கப்பட்ட தேநீரில் மெல்லக் கொல்லும் நஞ்சு கலக்கப்பட்டிருந்ததோ என்ற சந்தேகம் உண்டாகிறது" என்றார். மேடையில் அவர் பேசிய போதுதான் அந்த பயங்கரத்தை நாமும்அறிந்து கொண்டோம்.

பத்திரிகையாளர்களுக்கும் எழுத்தாளர்களுக்கும் ஜெ. ஆட்சியில் எத்தகைய இடையூறுகளும் ஆபத்துகளும் ஏற்படுகின்றன என்பதை மேடையிலிருந்த தலைவர்கள் தங்கள் பேச்சில் குறிப்பிட்டனர். இந்த தகவல் பெரும் பரபரப்பை ஏற்படுத்தியது.

நாங்குநேரி மாஜிஸ்திரேட் பற்றி சென்னை உயர்நீதி மன்றத்தில் வலம்புரிஜான் கொடுத்த புகார்மீது, நெல்லை கோர்ட்டில் நேரடி விசாரணை நடத்தப்பட்டு, அந்த மாஜிஸ்திரேட் மாற்றம் செய்யப்பட்டார்.

தன்மீது தொடரப்பட்ட அவதூறு வழக்கிற்காக ஒரு ஸ்டே வாங்கினார் ஜான். அந்த வழக்கை யார் தொடுத்தாரோ அவரே இப்போது அந்த வழக்கை திரும்பப் பெற்றுக்கொண்டார் என்பதுதான் இந்த வழக்கின் முக்கிய அம்சம். ஜெயலலிதா ஆட்சி காலத்தில் அவருடைய நிர்ப்பந்தத்தின் பேரிலும், அவரை குளிர்விக்க வேண்டும் என்ற வகையிலும் நக்கீரன்மீது தொடுக்கப்பட்ட அடுக்கடுக்கான வழக்குகளில் இதுவும் ஒன்று.

ஜெயலலிதா ஆட்சிகாலம் முழுவதும் இத்தகைய வரலாறுகள் நீடித்தன. அதில் ஒன்று மதுரையில் அரங்கேறியது. இந்து முன்னணி அமைப்பின் தலைவர் ராஜகோபாலன் மதுரையில் வசித்து வந்தார். மதரீதியான அமைப்பைச் சார்ந்தவர் என்றாலும்... மாச்சரியங்கள் எதுவுமின்றி மனிதநேயத்துடன் பழகக் கூடியவர், நல்ல மனிதர் என்று பெயரெடுத்தவர்.

அவர் ஒருநாள், பட்டப் பகலில் தன் வீட்டிற்கு அருகிலேயே, நட்டநடு ரோட்டில் வெட்டிக் கொல்லப்படுகிறார். ராஜகோபாலன் கொலை செய்யப்பட்ட செய்தியால் மதுரை மாநகரே களேபரமானது. ராஜகோபாலனை கொலை செய்தது யார்? பின்னணி சக்தி எது?

நக்கீரன் களத்தில் இறங்கியது!

மதுரை பயங்கரம்!

மதுரை முழுவதும் பதட்டமாக இருந்தது. ஆத்திரவெறி கொண்டிருந்த இந்து முன்னணியினர், முஸ்லீம் பிரிவினரை கடுமையாகத் தாக்கினர். முஸ்லீம்கள் வாழும் பகுதிகளிலெல்லாம் பாதுகாப்புக்காக போலீஸ் படை பெருமளவில் குவிக்கப்பட்டிருந்தது. இந்த பதற்றமான சூழ்நிலையில் நமது மதுரை நிருபர் சண்முகசுந்தரம் கொலைச் சதி பற்றிய பின்னணித் தகவல்களை சேகரித்து நமது அலுவலகத்திற்கு அனுப்பிவிட்டு போன் செய்வதற்காக மதுரையிலுள்ள பர்வீன் டிராவல்சுக்கு வந்தார்.

தனது பஜாஜ் கவாஸகி வண்டியை டிராவல்ஸ் அலுவலகத்தின் வாசலில் நிறுத்திவிட்டு அவர் போன் செய்து கொண்டிருந்தபோது இந்து முன்னணியைச் சேர்ந்த ஒரு கும்பல் முஸ்லீம் கடைகளாகப் பார்த்து அடித்து நொறுக்கிக் கொண்டே வந்தது. பர்வீன் டிராவல்ஸையும் அது விட்டு வைக்கவில்லை. டிராவல்ஸ் அலுவலகத்தின் வாசலில் நிறுத்தப்பட்டிருந்த நமது நிருபரின் வண்டியை பர்வீன் டிராவல்ஸின் வண்டி என நினைத்து இந்து முன்னணியினர் கிளப்பத் தொடங்கினர். போன் பேசியபடியே

இதைக் கவனித்த நிருபர் சண்முகசுந்தரம் வண்டியை மீட்பதற்காக ஓடிவந்தார். அதற்குள் வண்டி ஸ்டார்ட் செய்யப்பட்டு விட்டது. சண்முகசுந்தரம் விரட்டினார். கும்பலோ படு வேகமாக வண்டியை எடுத்துக்கொண்டு மறைந்தது.

சண்முகசுந்தரம் நமக்கு அனுப்பிய செய்தியில் ராஜகோபாலனின் கொலை பற்றிய அதிர்ச்சிகரமான பின்னணியை புலனாய்வு செய்திருந்தார். மதரீதியான காரணங்களைவிட மீனாட்சி அம்மன் கோவிலில் காலணி பாதுகாக்கும் இடத்திற்கு ஏற்பட்ட போட்டியே இந்த கொலைக்கு முக்கிய காரணமாக இருந்திருக்கிறது என்ற பின்னணி தெளிவானது. சீனிநயினார் முகமது என்ற இஸ்லாமியரின் பெயர் இதில் பிரதானமாக அடிபட்டாலும் அ.தி.மு.க.வின் முக்கிய பிரமுகர் ஒருவருக்கு இந்தக் கொலையில் பெரும் தொடர்பிருக்கிறது என்ற தகவலும் கிடைத்தது. இந்த தகவல்கள் அனைத்தும் அந்த வார நக்கீரன் இதழில் வெளியானபோது மதுரை மட்டுமின்றி தமிழகமே வியப்புடன் பார்த்தது.

அதே வேளையில், சீனிநயினார் முகமதுவை போலீஸார் கைதுசெய்து சென்னைக்குக் கொண்டு வந்தனர். அவரது முகம் மூடப்பட்டிருந்தது. பாஸ்போர்ட்டில் இடம் பெற்றிருந்த ஒரேயொரு படத்தை மட்டுமே பத்திரிகைகளுக்கு காவல்துறை கொடுத்தது. சீனிநயினார் முகமதுவின் முழு தோற்றத்தைப் படம் பிடிக்க பத்திரிகை புகைப்படக்காரர்கள் ஆவலுடன் எதிர்பார்த்து வந்து ஏமாற்றமடைந்தனர்.

சீனிநயினார் முகமதுவை இரவோடு இரவாக மாஜிஸ்திரேட் வீட்டிற்குக் கொண்டு வந்தனர். பத்திரிகையாளர்கள் பலரும் மாஜிஸ்திரேட் வீட்டு வாசலில் காத்திருந்தனர். உள்ளே அழைத்துச் செல்லப்பட்ட சீனிநயினார் முகமதுவை ரிமாண்ட்செய்து போலீஸார் வெளியே கொண்டுவந்தபோது அவர் ஏதோ சொல்ல முற்பட்டார். ஆனால் அதற்கு அவகாசம் கொடுக்காமல் போலீஸார் அவரை வேனுக்குள் திணித்து சிறைச்சாலைக்கு இழுத்துச் சென்றனர். ஒரு சில விநாடிகளுக்குள் நடந்த இந்த விஷயத்தை நக்கீரன் கூர்மையாகக் கவனித்தது.

ராஜகோபாலன் கொலையில் அ.தி.மு.க. புள்ளிக்கு சம்பந்தம் உண்டு என்பதை நாம் ஏற்கனவே புலனாய்வு செய்திருந்தோம். அதே நேரத்தில் அ.தி.மு.க. தலைமையும் இந்து முன்னணியின் தலைமையும் ஒட்டி உறவாடிக் கொண்டிருந்தன. ஜெயலலிதா ஏறத்தாழ இந்து முன்னணியின் ஆயுள் கால உறுப்பினர் போலவே செயல்பட்டு வந்தார். இந்த வழக்கை கையில் எடுத்துக்கொண்ட போலீஸ் துறையும் அ.தி.மு.க.வினரை இதில் சம்பந்தப்படுத்தாமல்

முஸ்லீம்கள்மீது குறி வைப்பதிலேயே கவனமாக இருந்தது. சிவகங்கையில் பேசிய இந்து முன்னணி ராம.கோபாலன், "இந்த கொலைக்கும் அ.தி.மு.க.வுக்கும் சம்பந்தமில்லை. ஜெயலலிதா ஆட்சி நன்றாகவே நடக்கிறது. சட்டம்-ஒழுங்கு சீர்குலையவில்லை" என்றார்.

உண்மையான கொலைகாரர்களை மக்களுக்கு அடையாளம் காட்டியாக வேண்டும் என்பதில் தீவிரமாக இருந்த நாம், சீனிநயினார் முகமது என்ன சொல்ல வந்தார் என்பதை அறிய, சென்னை சென்ட்ரல் ஜெயிலுக்குள் நுழைந்து அவரை பேட்டி காண்பது எனத் தீர்மானித்தோம். அது அவ்வளவு சுலபமான காரியமல்ல என்பது நமக்குத் தெரியும். உண்மைகள் புதைக்கப் பட்டுவிடக் கூடாது என்பதால் இந்த முயற்சியில் துணிச்சலாக இறங்கினோம்.

சீனிநயினார் முகமதுவை ஜெயிலில் பேட்டி எடுக்கும் பொறுப்பு கதிரைதுரையிடம் ஒப்படைக்கப்பட்டது. மைக்ரோ டேப், கையடக்க கேமரா ஆகியவற்றை அவரிடம் கொடுத்து அனுப்பினோம். பரமேஸ்வரனை துணைக்கு அழைத்துக்கொண்டு கதிரை புறப்பட்டார். சிறைத்துறையினர் அடையாளம் கண்டுவிடக்கூடாது என்பதால் வேறு பெயரில் தன்னைப் பதிவுசெய்துகொண்டு ஜெயிலுக்குள் நுழைந்தார் கதிரை. மிக சாதுர்யமாக செயல்படவேண்டிய காரியம் இது. சிறிது தடுமாறினாலும் சிக்கல்தான். கதிரை மிகவும் ஜாக்கிரதையாக செயல்பட்டார்.

சிறைக்குள் சீனிநயினார் முகமதுவை சந்தித்து பேட்டியும், அதிகாரிகள் யாரும் கவனிக்காதபடி புகைப்படமும் எடுத்தார் கதிரை. மிகுந்த சிரமத்துக்கிடையே எடுக்கப்பட்ட அந்த பேட்டியில் "அ.தி.மு.க. எம்.பி. ராஜன்செல்லப்பா என்னிடம் ராஜகோபாலனை கொலை செய்யச் சொன்னார். நமக்கு அதெல்லாம் முடியாதுன்னு சொல்லிட்டேன்" என்று வாக்குமூலம் கொடுத்ததுடன் போலீஸ் கஸ்டடியில் தான் பட்ட சித்ரவதைகளையும் விவரித்தார் சீனி நயினார் முகமது. நமது புலனாய்வில் கண்டபடி ஒரு அ.தி.மு.க. பிரமுகர்தான் இந்தக் கொலைக்கு பின்னணியில் இருந்திருக்கிறார் என்பதும் அவர் ஒரு எம்.பி. என்பதும் அதிர்ச்சிகரமான உண்மைகள்.

இந்த பயங்கர உண்மைகளைத் தாங்கியபடி சீனிநயினார் முகமதுவின் அட்டைப்படத்துடனும் ஜெயில் பேட்டியுடனும் நக்கீரன் இதழ் வெளியான போது தமிழகம் எங்கும் இதே பேச்சாக இருந்தது. அ.தி.மு.க. தலைமை கதிகலங்கியது. மதுரை மாநகரே பரபரப்படைந்தது. பொதுவாக, நாம் ஏரியா மேட்டர்களில் மிகுந்த அக்கறை செலுத்துவது வழக்கம். பரபரப்பான உண்மை செய்திகள்

என்றால் தலைமை அலுவலகத்திலிருந்தோ அல்லது அந்தந்த ஏஜெண்ட்டுகள் மூலமாகவோ போஸ்டர் அடித்து அந்த ஏரியா முழுவதும் ஒட்டுவது நக்கீரனின் பாணி.

நமது ஏஜெண்ட்டுகள் இதில் அதிக ஆர்வம் காட்டினர். தமிழகத்தில் உள்ள நமது ஏஜெண்ட்டுகள் அனைவரும் இந்த விஷயத்தில் மிகத் துணிச்சலாக செயல்பட்டனர்.

நக்கீரன் போஸ்டரைக் கண்டாலே ஜெ. ஆட்சி தாண்டவ

மாடும் என்பதை நன்கு தெரிந்திருந்தும், ஏதாவது ஒரு மூலையில், வெளியில் தெரியாத அளவுக்கு உள்ள பிரிண்டிங் பிரஸ்ஸை தேர்ந்தெடுத்து போஸ்டர் அடித்து ஊர் முழுவதும் ஒட்டுவது நமது ஏஜெண்ட்டுகளின் வழக்கம். பெரிய ஊர் ஏஜெண்ட்டுகள் மட்டுமின்றி சின்ன ஏஜெண்ட்டுகளும் இதைப் பின்பற்றினர்.

நக்கீரனின் மகத்தான வெற்றிக்கு இந்த ஏஜெண்ட்டுகளும் அவர்களுக்குத் துணையாக உள்ள லைன்பாய்களும்தான் முக்கிய

காரணம்.

மதுரையில், நமது நண்பர் ரங்கராஜனின் தம்பி மோகன் என்பவர்தான் ஏஜெண்டாக இருந்தார். பரபரப்பாக பணியாற்றும் இளைஞர் அவர். இதழ் வெளியாவதற்கு முதல்நாள் இரவே மதுரையின் பல இடங்களிலும் போஸ்டர்களை ஒட்டியிருந்தார். மீதமிருந்த ஒரு சில இடங்களிலும் போஸ்டர்களை ஒட்ட வேண்டும் என்ற முனைப்புடன் ஒரு பிரிண்டிங் பிரஸ்ஸில் போஸ்டர் அடிக்கச் சொல்லியிருந்தார்.

போஸ்டர்கள் அச்சாகிக் கொண்டிருந்தன. ஏஜெண்ட் மோகனும் அங்குதான் இருந்தார். திடீரென, அந்த பிரிண்டிங் பிரஸ்சுக்குள் திமுதிமுவென போலீஸ் படை புகுந்தது. மறுவிநாடியே அந்த பயங்கரம் ஆரம்பமானது.

முகவர் மோகன் பட்ட சித்ரவதை!

திமுதிமுவென நுழைந்த போலீஸார், பிரிண்டிங் பிரஸ்ஸில் இருந்த நமது ஏஜெண்ட் மோகனையும் அங்கு ஓடிக்கொண்டிருந்த போஸ்டர்களையும் மாறி மாறிப் பார்த்தனர். பிறகு நமது ஏஜெண்ட்டிடம், "யார் நீங்க?" என்று கேட்க அவர், "நான்தான் பிரிண்டர்" என்று சொல்ல அவரையும் போஸ்டர் களையும் ஜீப்பில் ஏற்றி மதுரை தல்லாகுளம் போலீஸ் ஸ்டேஷனுக்குக் கொண்டு வந்தனர். ஏற்கனவே மதுரை நகரில் ஒட்டப்பட்டிருந்த போஸ்டர்களில் சில கிழிக்கப்பட்டு ஸ்டேஷனில் போடப் பட்டிருந்தன.

அந்த போஸ்டர்களையும், அச்சாகும்போது பறிமுதல் செய்யப்பட்ட போஸ்டர்களையும் சுட்டிக்காட்டிய போலீசார், "இந்த மாதிரி போஸ்டரெல்லாம் அடிக்காதீங்க. ஆட்சிக்கு எதிரா ஏன்ய்யா இப்படி நடந்துக்குறீங்க... அந்த பத்திரிகைதான் அம்மாவுக்கு ஆகாதுன்னு தெரியும்ல... அப்புறம் எதுக்காக அந்த பத்திரிகைக்கு போஸ்டர் அடிக்கிறீங்க? இனிமேல் அடிச்சீங்கன்னா..." என மிரட்டிவிட்டு நமது ஏஜெண்ட்டை

அனுப்பியது காவல்துறை.

அதே நேரத்தில், மதுரையில் போஸ்டர் ஒட்டும் ஆட்களை எம்.பி.ராஜன் செல்லப்பாவின் அடியாள் கும்பல் சகட்டு மேனிக்கு மிரட்டிக்கொண்டிருந்தது. "எவனாவது நக்கீரன் போஸ்டர் ஒட்ட நினைச்சீங்கன்னா கை இருக்காது'' என எச்சரித்தது. நமது ஏஜெண்ட்டோ, தமிழகத்திலுள்ள அனைத்து ஏஜெண்டுகள் போல தலைமை அலுவலகம் கொடுத்த பணியை முடித்துவிட்டுத்தான் மறுவேலை பார்க்க வேண்டும் என்ற எண்ணம் கொண்டவர். காரியத்தை முடிப்பதில் நம்மைப் போலவே லட்சிய வெறியுடன் செயல்படக்கூடியவர். மதுரை மாநகர் முழுவதும் போஸ்டர்களை ஒட்டிவிட வேண்டும் என்பதில் தீவிரமாக இருந்தார். ஆனால் போஸ்டர் ஒட்டும் ஆட்களோ எம்.பி.கும்பலின் மிரட்டலால் வர மறுத்தனர்.

"ஏன்... என்னாச்சு உங்களுக்கு! நக்கீரன் போஸ்டரை ஏன் ஒட்ட வர மாட்டோம்னு சொல்றீங்க... யாராவது மிரட்டினாங்களா? எம்.பி. ஆட்கள் மிரட்டினாங்களா?"

-ஏஜெண்ட் மோகன் கேட்ட கேள்விக்கு போஸ்டர் ஒட்டுபவர்கள் மௌனமாக இருந்தனர். அந்த மௌனம் "ஆம்" என்பதுபோல் இருந்தது. எல்லோரும் பதில் பேசத் தயங்கிய நேரத்தில், அவரின் லைன்பாய் மட்டும்தான் வாய் திறந்தார். எம்.பி.யின் அடியாள் கும்பல் மிரட்டிய விவகாரத்தை விவரமாக சொல்லி அதனால்தான் வரத் தயங்குவதாகக் கூறினார்.

மோகன் தளரவில்லை. பிச்சை என்பவரைக் கூட்டிக் கொண்டு தனது டி.வி.எஸ்.சேம்ப் வாகனத்தில் ஏறி போஸ்டர் ஒட்டுவதற்கு புறப்பட்டார்.

மதுரை கே.பி.எஸ். லாட்ஜுக்கு எதிரே ஏஜெண்ட் மோகனும் பிச்சையும் போஸ்டர் ஒட்டிக்கொண்டிருந்த போதுதான் அந்த பயங்கரம் அரங்கேறத் தொடங்கியது. போலீஸை வைத்து மிரட்டினாலும் நக்கீரன் ஆட்கள் பயப்படாமல் போஸ்டரை ஒட்டிவிடுவார்கள் என்பதை எம்.பி. கும்பல் உணர்ந்திருந்தது. அதனால் சில ஆட்களை ஏவி, யார் நமக்கு போஸ்டர் அடித்துக் கொடுக்கிறார்கள். யார், யார் ஒட்டுகிறார்கள், எங்கெங்கே ஒட்டுகிறார்கள் என்ற விவரத்தையெல்லாம் சேகரிக்கச் சொல்லியிருந்தார் எம்.பி.ராஜன் செல்லப்பா.

அ.தி.மு.க. கூடாரம் எதிர்பார்த்தது போலவே நமது போஸ்டர்கள் நகரெங்கும் ஒட்டப்பட்டதைக் கண்டு அதிர்ந்து போன எம்.பி.யின் கூலிப்படை உடனடியாக எம்.பிக்கு தகவல் தெரிவித்தது. அடுத்த விநாடி அவர் கட்டளையிட்டார். சில நிமிடங்களில் எம்.பி.யின் அடியாள் படை ஒன்று கே.பி.எஸ். லாட்ஜ்

உள்ள ஏரியாவுக்கு வந்தது, அங்கே போஸ்டர் ஒட்டுவதில் மும்முரமாக இருந்த நமது ஏஜெண்ட்டின் சட்டையைக் கொத்தாகப் பிடித்தது முரட்டுக்கை. இன்னொரு நபர், பிச்சையை

பிடித்து இழுத்தார்.

என்ன, ஏது என்று இருவரும் உணர்வதற்குள் அவர்களை அருகிலிருந்த மணீஸ் லாட்ஜுக்கு இழுத்துச்சென்றது அடியாள் கும்பல். ராஜன் செல்லப்பாவின் நண்பர் ஒருவருக்கு

சொந்தமானதுதான் அந்த லாட்ஜ். விசாரணை கைதிகள் போல் இருவரையும் லாட்ஜ் ரூமில் அடைத்துப் போட்டுவிட்டு எம்.பி.க்கு போன் மூலம் தகவல் தெரிவிக்கப்பட்டது. எம்.பி.யிடமிருந்து பதில் வந்ததுதான் தாமதம், அறைக்குள் அடைபட்டிருந்த ஏஜெண்ட் மோகனையும் பிச்சையையும் அடியாள் கும்பல் சகட்டுமேனிக்குத் தாக்கத் தொடங்கியது.

"அம்மா ஆட்சிக்கு எதிராக எழுதுற பத்திரிகைக்கா போஸ்டர் ஒட்டுறே" என கேட்டுக்கொண்டே கண்மூடித்தனமாகத் தாக்கியது கொலை வெறிகும்பல். அந்த தாக்குதலில் நமது ஏஜெண்ட்டின் காது ஜவ்வு கிழிந்து ரத்தம் வழிந்தது. பிச்சைக்கும் சரியான அடி. அவர் தன் கையில் குத்தப்பட்டிருந்த 'எம்.ஜி.ஆர். பச்சை'யைக் காட்டி, நானும் உங்க ஆள்தான் என்று சொல்லி தாக்குதலிலிருந்து காத்துக்கொள்ள நினைத்தபோது, "இந்த பக்கம் இருந்துகிட்டே அவங்களுக்கு போஸ்டர் ஒட்டுறியா" எனக் கேட்டு சரமாரியாக அடித்தனர்.

ஏஜெண்ட் மோகனின் பாக்கெட்டில் நிருபர் சண்முக சுந்தரத்தின் விசிட்டிங் கார்டு இருந்தது. அதை பார்த்து விட்டு இவர்தான் சண்முகசுந்தரம் என நினைத்து காலி கும்பல் கண்மூடித்தனமாகத் தாக்கியது. தான் சண்முகசுந்தரம் இல்லை; ஏஜெண்ட் மோகன் என்றுஅலறினார் நமது ஏஜெண்ட்.

அதன்பிறகு கும்பலின் நடவடிக்கைகள் வேறு மாதிரியான வடிவம் பெற்றன. ஏஜெண்ட் குடும்பத்திற்கு சொந்தமான கேஸ் கோடவுனுக்கு தீ வைக்கப் போவதாக மிரட்டினர். ஏஜெண்ட்டின் குடும்பத்தாரும் மிரட்டப்பட்டனர். அவருடைய வயதான தாயும் உடல் நலமில்லாத தந்தையும் பாதுகாப்புக்காகக் கூட வேறு இடத்திற்குப் போக முடியாத நிலைமை. அதை தெரிந்துகொண்டு எம்.பி.யின் கூலிப்படை கொலை மிரட்டல் விடுத்தது. ஏஜெண்ட்டின் அண்ணனும் மிரட்டப்பட்டார். மோகனின் டி.வி.எஸ். சேம்ப்பை எடுத்துக் கொண்ட ரவுடி கும்பல், அவரையும் பிச்சையையும் கைதிபோல அந்த அறையிலேயே இரவு முழுவதும் அடைத்து வைத்திருந்துவிட்டு அதிகாலையில் விடுவித்தது.

இந்த விவரங்கள் அனைத்தையும் மறுநாள் காலையில் போன் மூலம் கேட்ட நமக்கு பயங்கர அதிர்ச்சி, எம்.பி.ராஜன் செல்லப்பாவின் அட்டகாசங்களை உடனே தடுத்து நிறுத்தி நமது ஏஜெண்ட்டையும் அவரது குடும்பத்தையும் ஆபத்திலிருந்து காப்பாற்ற வேண்டும் என பரபரப்பானோம். மதுரையில் அப்போது போலீஸ் கமிஷனராக இருந்த மூர்த்தியிடம் புகார் செய்தேன். எந்த நடவடிக்கையும் இல்லை. அடுத்த கட்டமாக டி.ஐ.ஜி. வெங்கட கிருஷ்ணனுக்கு போன் செய்தேன். அவர் ஜெ. ஆட்சியின் விசுவாசி

என்பது ஊரறிந்த ரகசியம். சிவகங்கையில் கண்ணப்பன் உத்தரவுப்படி நமது நிருபர் சண்முகசுந்தரம் தாக்கப்பட்ட வழக்கில், அ.தி.மு.க.வினருக்கு ஆதரவாக செயல்பட்டவர் இவர்தான். அவரிடமா நியாயமான நடவடிக்கைகளை எதிர்பார்க்க முடியும்?

வேறு என்ன வழி என்று யோசித்துக் கொண்டிருந்தபோது ஏஜெண்ட் மோகனின் மைத்துனர் கோவிந்தராஜன் நமக்கு போன் செய்தார். ஏஜெண்ட் தாக்கப்பட்டது பற்றியும் அடியாள் கும்பலால் கொண்டு செல்லப்பட்ட டி.வி.எஸ். சேம்ப்பை மீட்க வேண்டும் என்றும் தெரிவித்தார். அதனால் அவரிடம், வண்டி கடத்தப்பட்டது பற்றி போலீஸில் புகார் கொடுக்கச் சொன்னோம். இதனால் கொதிப்படைந்த எம்.பி.கும்பல் ஏஜெண்ட்டின் மைத்துனரையும் மிரட்டியது. அவருடைய மனைவி ஒரு அரசு டாக்டர். அவருக்கும் மிரட்டல் வந்தது. கேஸ் கோடவுனில் வெடிகுண்டு வீசுவோம் என தொடர்ந்து மிரட்டல் விட்டுக் கொண்டேயிருந்தது எம்.பி. கும்பல்.

அடுத்த இதழுக்கான தேதி நெருங்கிவிட்டது. ஏஜெண்ட் மோகனின் குடும்பத்தினர் அனைவருக்குமே மிரட்டல் வந்துள்ள நிலையில் அவரும் கடுமையாக தாக்கப்பட்டுள்ள சூழலில் நாம் அவருக்கு மேலும் நெருக்கடி கொடுக்க விரும்பவில்லை. இதழ்களை எப்படி கடைகளுக்குக் கொண்டு செல்வது என்ற ஆழ்ந்தயோசனையில் இருந்தோம்.

ஏஜெண்ட் இல்லாமல் நக்கீரன் திணறுகிறது என்று ராஜன் செல்லப்பாவின் ஆட்கள் கொக்கரித்துக்கொண்டிருந்தனர். மதுரையில் நக்கீரன் அவ்வளவுதான் என கெக்கலித்தனர்.

வென்றோம்!

மதுரை மாநகரில் உள்ள கடைகளுக்கு நக்கீரனை சப்ளை செய்தாக வேண்டும் என்பது நமக்கு இன்னொரு சவாலாக அமைந்தது. அதுவும் பயங்கர சவால். ஏனென்றால் மதுரை போலீஸ் உட்பட அரசு எந்திரம் முழுவதும் எம்.பி.யின் எடுபிடியாகவே இருந்தன. நமக்கோ ஏஜெண்ட் இல்லாத நிலை. இந்த பிரச்சனைகளால் நக்கீரன் கிடைக்காமல் வாசகர்கள் ஏமாற்றம் அடைந்துவிடக்கூடாது என்பதற்காக மதுரை நகருக்கு வரும் நாளிதழ்கள் அனைத்திலும் ஒரு விளம்பரம் கொடுத்தோம். ராஜன் செல்லப்பாவால் நமக்கு ஏற்பட்டுள்ள பிரச்சனையை விளக்கி, எது எப்படியிருப்பினும் குறித்த நேரத்தில் நக்கீரன் கிடைத்துவிடும் என்பதை அந்த விளம்பரம் மூலம் அறிவித்திருந்தோம். அதைப் பார்த்ததும் எம்.பியும் அவரது ஆட்களும் கொதிப்படைந்தனர். ஏஜெண்ட் இல்லாத நிலையில் நக்கீரன் இதழை எப்படிக் கொண்டுவரப் போகிறார்கள் என்று கடைக்காரர்கள் அனைவரும் தயக்கத்துடன் எதிர்பார்த்திருந்தனர். மதுரையில் இவ்வளவு பிரச்சனைகளும் சிக்கல்களும்

ஏற்பட்டிருந்த போதிலும் சென்னையில் உள்ள டி.ஜி.பி., தலைமை செயலாளர் ஆகியோரிடம் நாம் புகார் கொடுக்கப் போனபோது அதுபற்றி அவர்கள் கண்டுகொள்ளவேயில்லை.

நமது இதழ்கள் அச்சேறிக் கொண்டிருந்தன. மதுரையில் நமது ஏஜெண்ட்டின் செயல்பாடுகள்தான் முடக்கப்பட்டதே தவிர, லைன்பாய்களும் கடைக்காரர்களும் நமக்கு முழு ஒத்துழைப்பாக இருந்தனர். தமிழகம் முழுவதும் நமக்கு அமைந்த லைன்பாய்களும் கடைக்காரர்களும் வரப்பிரசாதம் என்றுதான் சொல்லவேண்டும். பிரச்சனையான நேரங்களில் அவர்கள் கொடுத்த ஒத்துழைப்பை மறக்க முடியாது. மதுரையிலும் அப்படித்தான்.

லைன்பாய்கள் எல்லோரும் இதழ் எப்போது வரும் என எதிர்பார்த்து தயார் நிலையில் இருந்தனர். கடைக்காரர்களும் எம்.பி. ஆட்களின் அரட்டல் மிரட்டலுக்கு துளியும் பயப்படாமல் துணிச்சலுடன் நமது இதழை எதிர்பார்த்திருந்தனர்.

இது போன்ற பிரச்சனையான நேரங்களில்தான்... நக்கீரன் மேலும் வேகமாக செயல்படும் என்பதை அவர்கள் அறிந்திருந்ததால், வழக்கத்திற்கு முன்பாகவே இதழ்கள் வந்துவிடுமா என்று கேட்டுக்கொண்டேயிருந்தனர். மதுரைக்கு 8,000 காப்பிகள் சப்ளை செய்யப்பட்டு வந்தன. நாம் அந்த முறை அதுபோல் மூன்று பார்சல்கள் தயார் செய்தோம். அதாவது, மொத்தம் 24,000 காப்பிகள். ஒரு இடத்தில் நமது இதழ்களை எம்.பி. ஆட்கள் பறிமுதல் செய்தாலும் இன்னொரு இடத்திலிருந்து இரண்டாவது பார்சலை கடைகளுக்குச் சப்ளை செய்யலாம். அதுவும் மடக்கப்பட்டால் மூன்றாவது பார்சல் மூலம் சப்ளை நடைபெறும். இதுதான் நமது திட்டம்.

ஒரு முதலாளியாக மட்டுமே இருந்து இதை கணக்குப் பார்த்தால் பலத்த நஷ்டம் என்பதில் சந்தேகமில்லை. ஆனாலும் இது கௌரவப் பிரச்சனை. ஆளுங்கட்சியினரின் அராஜகப் போக்கிற்கு மரண அடி கொடுத்தாக வேண்டும். அதற்கு இது போன்ற சவால்களைச் சந்தித்துதான் ஆக வேண்டும். நஷ்டங்களை ஜீரணித்தே தீரவேண்டும்.

இதுபோன்ற பிரச்சனைகளுக்கெல்லாம் நாம் சோர்ந்து போய்விட்டால் நமது வாசகர்களை ஏமாற்றியது போலாகிவிடும். அதனால், இதழ்களை கடைகளுக்கு சப்ளை செய்யும் பணிகளைத் துவக்கினோம்.

சென்னையிலிருந்து, இதழ்களை மூன்று பார்சல்களாக்கி வேன்மூலம் கலெக்ஷன் பிரிவுத் தம்பி பாண்டியராஜன், நிருபர் சண்முகசுந்தரம், பாதுகாவலர் பூபதி ஆகியோர் மதுரைக்குக் கொண்டு சென்றனர். மதுரை அண்ணாநகரில் உள்ள

வழக்கறிஞரும் நமது நண்பருமான மோகன்குமார் வீட்டில் ஒரு பார்சல் இறக்கப்பட்டது. அங்கு லைன்பாய்கள் செல்வகுமார், ஒளிராஜன், அப்பாஸ், ரபீக், நமச்சிவாயம், கண்ணன், சம்பத், சண்முகம் ஆகியோர் முதல் நாள் இரவே வந்து தங்கியிருந்தனர். அதிகாலையில் நமது பார்சல் அங்கு போய்ச் சேர்ந்தது.

அதனையே எதிர்பார்த்திருந்த லைன்பாய்கள் மிகுந்த ஆர்வத்துடனும் எச்சரிக்கையுடனும் பார்சல்களை இறக்கத் தொடங்கினர். எம்.பியின் ஆட்கள் வருகிறார்களா என்று அடிக்கடி பார்த்துக் கொண்டே பணியாற்றினர்.

எந்தவொரு ஆபத்தான சூழ்நிலை ஏற்பட்டாலும் கடைகளுக்கு நக்கீரனை சப்ளை செய்தே ஆகவேண்டும் என்ற லட்சிய உணர்வு நம்மைப் போலவே லைன்பாய்களுக்கும் மிகுதியாக இருந்தது.

முதல் பார்சலை வக்கீல் நண்பர் மோகன்குமார் வீட்டில் இறக்கிவிட்டு, இரண்டாவது பார்சலை செல்லூரில் உள்ள நண்பர் வீட்டில் இறக்கினர். மூன்றாவது பார்சலை அரசரடியில் உள்ள உறவினர் ஒருவரின் வீட்டில் இறக்கினார்கள்.

மூன்று பார்சல்களையும் இறக்கிய பிறகு மீண்டும்

மோகன்குமார் வீட்டிற்குத் திரும்பி, லைன் பாய்களை வைத்து கட்டுகளை பிரித்து, பிரதிகளை அடுக்கி, லைன்பாய்களின் உதவியுடன், சென்னையிலிருந்து சென்ற நமது டீமே முன்னின்று ஒவ்வொரு கடைகளுக்கும் சப்ளை செய்தது. இடையில் ஏதேனும் இடையூறுகள் ஏற்பட்டு பிரதிகள் பறிமுதல் செய்யப்பட்டால் செல்லூரில் உள்ள பார்சலையோ அரசரடியில் உள்ள பார்சலையோ சப்ளை செய்யும்படி நாம் ஆலோசனை வழங்கியிருந்தோம். ஆனால் அதற்கான சந்தர்ப்பம் ஏற்படாமல் முதல் பார்சலே மதுரை முழுவதும் சப்ளை செய்யப்பட்டது.

மதுரையில் அதுவரை இல்லாத அளவுக்கு நக்கீரன் பிரதிகள் பரபரப்பாக விற்பனை ஆயின. கரை வேட்டியுடன் ஒவ்வொரு கடை பக்கத்திலிருந்தும் ஒரு குரூப் இதைப் பார்த்துக் கொண்டேயிருந்ததை நமது டீம் கவனிக்கத் தவறவில்லை. "கடையிலே நக்கீரன் விழுந்திடுச்சு" என்று நமது காதுபடவே சொல்லிவிட்டு ஓடியது அந்த கும்பல். கடைக்காரர்களோ, "நாங்கள் பார்த்துக்கொள்கிறோம்" என உற்சாகமாக சொன்னார்கள்.

ஒரே வீச்சில் மதுரை மாநகர் முழுவதும் நக்கீரன் சப்ளை செய்யப்பட்டது. அன்று முழுவதும் நமது டீம் அங்கேயே இருக்கட்டும் என்று சென்னையிலிருந்து நாம் தகவல் கொடுத்தோம். ஏனெனில் அரை நாள் கடந்த பிறகுகூட ஆளுங்கட்சிக்காரர்கள் அராஜகத்தை ஆரம்பிப்பது உண்டு. ஆனால் அன்று இரவு வரை எம்.பி. ஆட்கள் தலைகாட்டவில்லை. மாலை நாளிதழ்கள் வருவதற்குள்ளாகவே நக்கீரன் பிரதிகள் விற்று தீர்ந்தன.

மக்கள் மன்றமாகிய வாசகர்களின் ஆதரவுடன் நக்கீரன் வென்றது. ஜெயலலிதா அரசுக்கு மிகப் பெரிய அடியாக அது அமைந்தது. மக்கள் மன்றம் மட்டுமல்ல; நீதியின் தீர்ப்பும் இந்த விஷயத்தில் ஜெயலலிதா அரசுக்கு எதிராகவே இருந்தது.

பிரஸ் கவுன்சிலின் மகத்தான தீர்ப்பு!

ராஜன் செல்லப்பா எம்.பி.யின் அட்டூழியங்கள் பற்றி நாம் ஜனாதிபதி, கவர்னர், பிரதமர், முதல்வர், காவல்துறை என பலருக்கும் புகார் அனுப்பியிருந்தோம். அதில் மிக முக்கியமானது, பிரஸ் கவுன்சிலுக்கு அனுப்பப்பட்ட புகார் மனு. நமது மனு, பிரஸ் கவுன்சிலில் விசாரணைக்கு வந்தது.

நீதியரசர் பி.பி.சவந்த் அவர்களின் முன்னிலையில் பெங்களூரில் இந்த விசாரணை நடந்தது. நமது அட்வகேட் பெருமாள் வாதாடினார். நிருபர் சண்முகசுந்தரமும் ஏஜெண்ட் மோகனும் சாட்சியமளித்தனர். வழக்கை முழுமையாக விசாரித்த பிரஸ் கவுன்சில் தனது அழுத்தமான தீர்ப்பை பின்வருமாறு வழங்கியது.

The Committee perused the records and considered the oral submissions made before it. It was of the opinion that the allegations of the complainant against the respondent Shri Rajan Chellappa ex-M.P., Madurai were not without any substance. According to the Committee, Shri Rajan Chellappa hade malicious and vengeful motive to harm the complainant and his reporter because they had exposed the wrong doings of Rajan Chellappa through the impugned report. The respondent had tried to browbeat the reporter. The committee was of the further opinion that the respondent Rajan Chellappa acted in high handed manner in threatening Mohan the agent of Nakkheeran with a view to deter/prevent him from selling the newspaper in madurai. The respondent thus unduly obstructed the editor and the reporter of the Nakkheeran in the discharge of their professional duties. The respondent also obstructed the agent of the complainant from selling the newspaper in madurai. His conduct was reprshensible.

இதன் சாராம்சம் வருமாறு;

ஆவணங்களையும், நேரடியாகத் தரப்பட்ட செய்திகளையும் கமிட்டி பரிசீலித்தது. பாராளுமன்ற முன்னாள் உறுப்பினர், மதுரையைச் சார்ந்த ராஜன் செல்லப்பா மீதான புகார்களில் விஷயம் இல்லாமலில்லை. தான் செய்த தவறான செயல்களை வெளியிட்டுவிட்டதால், புகார் தந்தவர் (நக்கீரன்) மீதும், அவரது நிருபர் மீதும், ராஜன் செல்லப்பாவிற்கு பழி வாங்கும் எண்ணம் இருந்தது என கமிட்டி எண்ணுகிறது. இவர், குறிப்பிட்ட அந்த நிருபரைத் தாக்கவும் முயற்சித்திருக்கிறார். மேலும் மதுரையின் நக்கீரன் ஏஜெண்ட் மோகனை, ராஜன் செல்லப்பா மிரட்டி, நக்கீரன் விற்பனையை மதுரையில் தடுக்க நினைத்ததையும், கமிட்டி தன் கவனத்தில் கொள்கிறது. இதன் மூலம் இவர், நக்கீரன் ஆசிரியரையும் அவரது நிருபரையும் தங்கள் தொழில் முறை பணியைச் செய்யவிடாமல் தடுத்திருக்கிறார். மேலும் புகார் செய்தவரின் ஏஜெண்ட்டையும் இவர் மதுரையில் இதழ் விற்பனை செய்யாத வண்ணம் தடுத்திருக்கிறார்.

இவ்வாறு ராஜன் செல்லப்பாவின் அட்டூழியங்கள் அனைத்தையும் வரிவிடாமல் விளக்கிய பிரஸ் கவுன்சில், இவ்விஷயத்தில் காவல்துறை நடந்து கொண்ட முறையையும் கண்டிக்கத் தவறவில்லை.

The Committee observed that it was the duty of the police to protect the life and property of the complainant, his reporter and his agent and to see that they were not prevented from carrying out their lawful journalistic duties. The approach of the police authorities was casual. They did not get the matter investigated throughly, but depended on the report of the Inspecting Officer. The Committee expressed its deep concern and dissatisfaction over the callous and casual manner in which the investigations in the case were conducted by the police. The conduct of the Police authorities deserved to be condemned.

புகார் செய்தவர் (நக்கீரன் ஆசிரியர்) அவரது நிருபர், மற்றும் ஏஜெண்ட் இவர்களின் உயிரையும் உடைமைகளையும் பாதுகாத்து, அவர்களின் சட்டத்திற்குட்பட்ட பத்திரிகை பணி தடை யாகாத வண்ணம் பாதுகாப்பு தருவது போலீசின் கட மையாகிறது என இக்கமிட்டி கருது கிறது.

இது விஷயமாக போலீஸ் அதிகாரிகளின் அணுகுமுறை மிக சாதாரணமாகவே இருக்கிறது. பிரச்சனையை அவர்கள் சரிவர புலனாய்வு செய்யவில்லை என்பது தெரிகிறது. அவர்கள் முழுக்க விசாரணை அதிகாரியின் ரிப்போர்ட்டையே சார்ந்திருந்தார்கள்.

இவ்விஷயத்தில் போலீஸாரின் மிகச் சாதாரணமான புலனாய்வை இக்கமிட்டி அக்கறையுடன் கவனிப்பதோடு, தனது அதிருப்தியையும் தெரிவிக்கிறது. போலீஸாரின் இந்த அணுகுமுறை நிச்சயம் கண்டனத் திற்குரியது.

-அழுத்தமாக தனது கண்டனத்தை தெரிவித்த பிரஸ் கவுன்சில், நக்கீரனின் பாதுகாப்புக்காக என்ன செய்ய வேண்டுமென்பதையும் தனது அறிக்கையில் தெளிவாகக் குறிப்பிட்டது.

With the above observations, the Committee decided to recommend to the council to uphold the complaint. If further recommended that the police authorities should provide security to the weekly, its editor, its reporter Shri.Shanmugasundaram and their Madurai agent Mr.Mohan & others connected with the weekly, so that they are able to perform their functions without fear.

மேற்கண்ட விஷயங்களால், இக்கமிட்டி கவுன்சிலுக்கு இப்புகாரை பரிந்துரை செய்கிறது. மேலும் குறிப்பிட்ட அந்த வார இதழுக்கும் (நக்கீரன்), ஆசிரியருக்கும், நிருபர் சண்முக சுந்தரத்திற்கும், இதன் மதுரை ஏஜெண்ட் மோகனுக்கும் மற்றும் சம்பந்தப்பட்ட அனைவருக்கும் பாதுகாப்பு தரும்படி போலீசுக்குப் பரிந்துரை செய்யப்படுகிறது. இதன் மூலம், இவர்கள் பயமின்றி தங்கள் பணியைத் தொடர முடியும்.

-தனது தீர்ப்பின் இறுதியில்,

The press council on consideration of the records of the case and the report of the Inquiry Committee, accepts the reasons, findings, and the recommendations of the Inquiry Committee and decides accordingly.

இவ்வழக்கு சம்பந்தமான ஆவணங்கள் விசாரணை குழுவின் அறிக்கை, முதலியவற்றைப் பரிசீலித்துப் பார்த்ததில், பிரஸ் கவுன்சில் இவ்விஷயமாக விசாரணைக் குழு கண்டு பிடித்துள்ள உண்மைகளையும் காரணங்களையும் ஏற்றுக்கொள்வதோடு அதன்படி செயல்படவும் தீர்மானிக்கிறது

-எனத் தெரிவித்திருந்தது.

சம்மட்டி அடியாக அமைந்த பிரஸ் கவுன்சிலின் தீர்ப்பு அ.தி.மு.க.வின் மேலிடத்தைக் கலங்கடித்தது.

நக்கீரனின் ஒவ்வொரு யுத்தமும் ஜெயலலிதாவை கலங்கடிக்கத் தவறவில்லை. அதர்மத்துடன் நாம் நடத்திய ஐந்தாண்டு யுத்தத்தின் உச்ச கட்டம்... நெருங்கியது.

ரஜினியின் கோபம்!

ஜெயலலிதா அரசின் அட்டூழியங்களை எதிர்க்கட்சித் தலைவர்கள் கூட விமர்சனம் செய்வதற்கு யோசித்துக் கொண்டிருந்த நேரம் அது. நக்கீரன் மட்டுமே துணிச்சலாக அரசை விமர்சித்தது. அதனால்தான் ஜெயலலிதாவின் பேயாட்சி, தொடர்ந்து நமக்கு தொல்லைகளைக் கொடுத்து வந்தது. நம்மைப் போலவே ஜெயலலிதா ஆட்சியின் ஆரம்பகாலத்திலிருந்தே தொல்லை களை அனுபவித்தவர்கள் ரஜினி ரசிகர்கள். நமது நிறுவனத்திலி ருந்து 'ரஜினி ரசிகன்' மாத இதழ் வெளியாவதால் ரசிகர்கள் பலர் நேரடியாகவே அலுவலகத்திற்கு வந்து முறையிட்டுக் கொண்டி ருந்தார்கள். டெலிபோன் மூலமாகவும் புகார் தெரிவித்தனர்.

ரசிகர்கள் படும் அவதியை நாம் அவ்வப்போது செய்தியாக வெளியிட்டதுடன் மட்டுமின்றி, ரஜினி ரசிகர்மன்றத் தலைவர் சத்தியநாராயணாவிடமும் இது பற்றி தெரிவித்தோம். அப்போது அவர், "கோபால் சார், எங்களுக்கு இந்த மாதிரி நிறைய செய்திகள் வருகிறது. வெளியூரில் உள்ள ரசிகர்களை போலீஸ்காரங்க மிரட்டுறாங்க. விசாரணைங்கிற பேரில் நடு ராத்திரியில் கூட

ஸ்டேஷனுக்கு இழுத்துகிட்டுப் போறாங்க. இந்தம்மாவும் போயஸ் கார்டனில் இருக்கிறதாலே செக் போஸ்ட்டில் காரை நிறுத்தி சோதனை பண்ணிட்டுதான் ஒவ்வொரு முறையும் அனுப்புறாங்க" என்றார்.

ரசிகர்களுக்கு நேரும் இடையூறுகளை ரஜினியிடம்தான் நாம் முதலில் பேச நினைத்தோம். ஆனால் ரசிகர்கள் மற்றும் ரசிகர் மன்றங்கள் தொடர்பான விஷயங்களில் ரஜினி நேரடியாக தலையிட விரும்பமாட்டார். சத்தியநாராயணா மூலமே பிரச்சனைகளை முடித்துவிட நினைப்பார். மேலும், தன் ரசிகர்களுக்கு தொந்தரவு என்பது தெரிந்தால் அவர் சீறிவிடுவார். அது அவரது இயல்பு. அதனால்தான் நாம் இந்த விவகாரம் தொடர்பாக சத்தியநாராயணாவிடம் பேசினோம்.

நாளுக்கு நாள் ஜெயலலிதா அரசின் கெடுபிடிகள் அதிகரித்துக் கொண்டேயிருந்தன. அவர் தங்கியுள்ள அதே போயஸ் கார்டன் பகுதியில்தான் ரஜினியும் வசிக்கிறார் என்பது நாடறிந்த செய்தி. அந்த பகுதியில் 6 செக்போஸ்ட்டுகள் போடப்பட்டன. அங்கு வசித்தவர்கள் அனைவருமே செக் போஸ்ட்டுகளை கடக்கும் முன்பு பெரும் சோதனைக்குள்ளாயினர். கார்கள் மடக்கப்பட்டன. ரஜினிக்கு சொந்தமான கார்களை கூட டிக்கியை திறந்து முழுக்க செக்கப் செய்த பின்புதான் அனுமதித்தனர். ரஜினியே டிரைவிங் செய்யும் TMU-5004 என்ற எண் கொண்ட பியட் காரையும் TMU-6009 என்ற எண்ணுடைய அம்பாசிடர் காரையும் மட்டுமே சோதனையிடாமல் அனுமதித்தனர்.

ரஜினியை பார்க்க வேண்டும் என்ற ஆசையில் அந்த கார்களையும் கூட ஜெயலலிதாவின் செக்யூரிட்டிகள் நிறுத்திய சம்பவங்களும் உண்டு.

ரஜினியின் உதவியாளர் ஜெயராமன், அலுவலக நிர்வாகிகள் ரமேஷ், ஆறுமுகம், கனகராஜ், டிரைவர்கள் சுப்பையா, கணபதி ஆகியோர் அடிக்கடி சோதனைக்குள்ளாயினர். ரஜினியை பார்ப்பதற்காக வெளியூரிலிருந்து வரும் ரசிகர்களை ஜெயலலிதாவின் போலீஸ் விரட்டியடித்தது. தனது பகுதியில் இன்னொரு வி.ஐ.பிக்கு கூட்டம் கூடுவதா என்ற வயிற்றெரிச்சல்தான் ஜெயலலிதாவை இப்படி ஆடவைத்தது.

ரசிகர்கள் அளவில் இருந்த தொந்தரவு ஒரு கட்டத்தில் ரஜினியையே பாதித்தது. நாம் ஒரு முறை ரஜினியை சந்தித்தபோது அவரே இது பற்றி தெரிவித்தார். "ஒரு நாள் மத்தியான நேரம்... சோழா ஹோட்டல் எதிரில் என்னுடைய காரை நான் ஓட்டிக்கொண்டு வந்தபோது அந்த சாலையில் போக்குவரத்து நிறுத்தப்பட்டது. ஏன் என்று விசாரித்தேன். 'சி.எம்.போறாங்க' என்று

சொன்னார்கள். சுமார் 20 நிமிடம் போக்குவரத்து ஸ்தம்பித்தது. நான் காரில் இருப்பதைப் பார்த்துவிட்ட ரசிகர்கள் என்னிடம் ஓடிவந்தனர். நேரம் ஆகிக்கொண்டேயிருந்தது. ரசிகர்களின் கூட்டமும் அதிகரித்துக் கொண்டேயிருந்தது. டிராபிக் ஜாம் ஆனது. அந்த தெருவிலே யாரும் நடமாட முடியாத அளவுக்கு நெருக்கடி.

சுமார் 35 நிமிடம் கழித்து சைரன் ஒலி பெரிதாகக் கேட்டது. கார்கள், வேன்கள், ஜீப், ஆம்புலன்ஸ் என்று பெரிய வாகனப்படையே பவனி சென்றது. ஒரு ஷோ மாதிரிதான் அது இருந்தது. எத்தனையோ தலைவர்கள் முதலமைச்சராக இருந்து காரில் சென்றிருக்கிறார்கள். ஆனால் ஜெயலலிதா சென்ற விதமோ மக்களுக்குப் பெரும் பாதிப்பாகத்தான் இருந்தது.

தனக்காக போக்குவரத்து ஸ்தம்பிக்கும்போது மக்கள் எந்த அளவுக்கு பாதிக்கப்படுகிறார்கள் என்பதை முதல்வரே பார்க்கிறார். நிறுத்தப்பட்ட வாகனங்களில் ஒரு சில கர்ப்பிணி பெண்கள் இருக்கலாம். நோயாளிகள் இருக்கலாம். ரயிலுக்கோ ஃபிளைட்டுக்கோ அவசரமாக செல்ல வேண்டியவர்கள் இருக்கலாம். அதுபற்றியெல்லாம் ஜெயலலிதா கவலைப்படாமல் யார் எக்கேடு கெட்டால் எனக்கென்ன? எனக்கு வேண்டியது என்னுடைய சௌகரியம்தான் என்கிற தோரணையில் அந்தம்மா போவதை எப்படி ஏற்றுக் கொள்ளமுடியும் கோபால்? மக்களுக்கு சேவை செய்வதற்குத்தானே இவரை தேர்ந்தெடுத்தாங்க. இவங்களே மக்களை வதைத்தால் எப்படி?'' என்றார் ரஜினி. அவருடைய வார்த்தைகளில் ஆவேசம் இருந்த அதே அளவுக்கு மக்களைப் பற்றிய அக்கறையும் இருந்தது.

ரஜினி நம்மிடம் சொன்னது போலவே ஜெயலலிதாவின் ஆடம்பரத்திற்காக மக்கள் வதைபடுவது தொடர்ந்தது. போயஸ் கார்டன் பகுதியில் வாழும் பலரும் நமது அலுவலகத்திற்கு தொடர்பு கொண்டு ஜெயலலிதாவின் செக்யூரிட்டிகளால் தாங்கள் படும் அவதியைத் தெரிவித்தனர். 10 மணிக்கு மேல் கேட் பூட்டப்பட்டுவிடுவதால், வீட்டுக்குத் திரும்புவதே சிரமமாக இருக்கிறதென்றும், ஒவ்வொரு முறையும் செக் போஸ்ட்டை கடக்கும்போது, மினிட் புத்தகத்தில் கையெழுத்து போட்டுவிட்டுச் செல்ல வேண்டியது போன்ற கெடுபிடி செய்யப்படுகிறதென்றும் வேதனையுடன் தெரிவித்தனர். அவசரமாக மருத்துவமனைக்கு எடுத்துச் செல்லப்பட்ட குழந்தை ஒன்று, ஜெயலலிதாவுக்காக ஏற்பட்ட டிராபிக் ஜாமில் மாட்டிக்கொண்டு உரிய நேரத்தில் ஆஸ்பிட்டலுக்கு செல்ல இயலாமல் மரணமடைந்த கொடூரமும் நம் காதில் இடியாக இறங்கியது.

எல்லா தரப்பு மக்களும் ஜெயலலிதாவால் கடுமையாக

பாதிக்கப்பட்டனர். அதில் ரஜினி ரசிகர்கள் மேலும் அதிகமாக பாதிக்கப்பட்டனர். 'அண்ணாமலை' படம் ரிலீசானபோது 'நேற்று கலைஞர், இன்று ஜெயலலிதா, நாளை ரஜினி' என்று குறிப்பிட்டு ரசிகர்கள் அடித்த போஸ்டர் ஜெயலலிதாவின் அடி வயிற்றைக் கலக்கியது.

பல ஊர்களிலும் ரஜினி ரசிகர் மன்றங்கள் பெருகிவருவதை அறிந்து கொதித்துப்போனார் ஜெ. தனது வசமிருந்த உளவுத்துறையின் மூலம் ரஜினிக்குத் தமிழகம் முழுவதும் எவ்வளவு மன்றங்கள் என்று கணக்கெடுக்கச் சொன்னார். ஒவ்வொரு ஊரிலும் உள்ள பெரிய ரசிகர் மன்றங்களின் தலைவர்களை போலீசார் அழைத்துச் சென்று மிரட்டினர். ரஜினியைப் பார்க்க வந்தவர்களும் கெடுபிடிக்கு ஆளாயினர்.

தமிழகமெங்கிலும் தனது ரசிகர்கள் துன்புறுத்தப்படுகிறார்கள் என்பதை அறிந்த ரஜினி ஆவேசமடைந்தார். டெலிபோன் ரிசீவரை எடுத்தார். ஜெயலலிதா வீட்டு நம்பரை சுழற்றினார்.

நக்கீரன் கோபால் ♦ 555

ஜெ.வுக்கு ரஜினி செய்த போன்!

ரஜினியின் போனுக்கு ஜெயலலிதா வீட்டில் சரியான ரெஸ்பான்ஸ் இல்லை. போனில் ரஜினிதான் பேசுகிறார் என்பது தெரிந்தும் ஜெயலலிதா வீட்டில் போனை எடுத்தவர்கள் ரஜினியை லைனிலேயே இருக்கச் சொன்னார்கள். ரஜினியும் பொறுமையாகக் காத்திருந்தார். சிறிதுநேரம் கழித்து, "என்ன விஷயம் சொல்லுங்கள். நாங்கள் முதல்வரிடம் சொல்லி விடுகிறோம்" என்று பதில் வந்திருக்கிறது. ரஜினி கொஞ்சம் பொறுமையிழந்தார். இருந்தாலும் அதை வெளிக்காட்டிக் கொள்ளாமல் "நாளை போன் செய்கிறேன்" என்று சொல்லி லைனை கட் செய்தார்.

மறுநாள் அவர் போன் செய்தபோதும் ஜெயலலிதா வீட்டில் சரியான முறையில் பதிலளிக்கவில்லை. "சி.எம். இப்ப வீட்டில் இல்லை. நீங்க நேற்று பேசிய விஷயத்தை அவங்ககிட்டே சொல்லிட்டோம்" என்று சொல்லி லைனைத் துண்டித்துவிட்டார்கள். அடுத்தநாள், அதற்கடுத்த நாள் என்று ரஜினியும் நான்கைந்து முறை போன் செய்திருக்கிறார். ஒருமுறைகூட ஜெயலலிதாவிடம் லைன்

கொடுக்கப்படவில்லை.

தனது ரசிகர்களுக்கும் சாதாரண மக்களுக்கும் 'ஜெயலலிதாவின் பாதுகாப்பு' என்ற பெயரால் ஏற்படும் தொந்தரவுகளை தடுத்துநிறுத்த வேண்டும் என்று நினைத்த ரஜினி, போன் மூலம் அதை செயற்படுத்த முடியாமல் போனதால் அடுத்தகட்ட செயலில் இறங்கினார். ஒருவேளை, தான் போன் செய்த தகவல் ஜெயலலிதாவை சென்றடைய வில்லையோ என்ற சந்தேகத்தில், தனது ரசிகர் மன்றத் தலைவரான சத்தியநாராயணாவை ஜெயலலிதா வீட்டிற்கு அனுப்பி விவரத்தைத் தெரிவிக்கச் சொன்னார்.

ஜெயலலிதா வீட்டிற்குச் சென்ற சத்திய நாராயணாவோ செக் போஸ்ட்டிலேயே தடுத்து நிறுத்தப்பட்டார். "முதல்வரைப் பார்க்க முடியாவிட்டால் பரவாயில்லை. முதல்வரின் செயலாளரையாவது பார்த்து சார் சொன்ன விஷயத்தைச் சொல்லிட்டுப்போய் விடுகிறேன்" என்றார் சத்தியநாராயணன். அதற்குகூட அனுமதிக்கப்படவில்லை. ரஜினி தொடர்பான விஷயங்களில் ஜெயலலிதா தரப்பு நடந்துகொண்ட விதம் இந்த ரீதியிலேயே இருந்தது. 'ரஜினி ரசிகன்' பத்திரிகைத் தொடர்பான சந்திப்புகளின்போது ரஜினியின் அலுவலக நிர்வாகிகளும் மன்ற பொறுப்பாளர்களும் இதுபற்றி நம்மிடம் சொல்லி ஆதங்கப்பட்டனர். "நக்கீரனில் மட்டும்தான் இந்தம்மாவை எதிர்த்து தைரியமா எழுதுறீங்க. நாங்களே இந்த பாடுபடுறோம்னா உங்களையும் உங்க பத்திரிகையையும் இந்த ஆட்சி என்ன பாடுபடுத்தும்னு புரியுது. ஆனாலும் விடாமல் நீங்க எழுதிகிட்டுத்தானே இருக்கீங்க... உங்களாலதான் இதுமுடியும்" என்று தெரிவித்தனர்.

ஜெயலலிதா அரசின் கெடுபிடிகளால் ரஜினி ரசிகர்கள் கடும் தொந்தரவுக்கு ஆளாகியிருந்த நேரத்தில்தான் 'அண்ணாமலை' என்ற படம் வெளியானது. பட ரிலீசுக்கு முன்பாகவே தமிழகம் முழுவதும் ரசிகர்கள் அச்சிட்டு ஒட்டிய போஸ்டர்கள் பெரும் பரபரப்பை உண்டாக்கின. ரஜினி மன்றத்திற்கென தனி கொடியையும் ரசிகர்கள் உருவாக்கியிருந்தனர். போஸ்டரும் கொடியும் ஜெயலலிதாவை கலங்கடித்தன. போலீஸை ஏவி ரசிகர்களை அடக்க நினைத்தனர். பல ஊர்களிலிருந்தும் நமக்குப் போன் வந்த வண்ணம் இருந்தது. ஏரியாவிலிருந்து நமது நிருபர்கள் அனுப்பிய செய்திகளிலும் ஆளுங்கட்சி Vs ரஜினி ரசிகர்கள் என்ற விஷயம்தான் பிரதானமாக இருந்தது.

அந்த படத்தில் ஜெ. அரசை சுட்டிக்காட்டி ரஜினி பேசியிருந்த ஒரு வசனம் பரபரப்பாக பேசப்பட்டது. "இதோ பாருங்க... சிவனேன்னு சொல்லி என் வேலையை செஞ்சுகிட்டு நான் போய்கிட்டிருக்கேன். என்னை வம்புக்கு இழுக்காதீங்க. வம்புக்கு

இழுத்தா, நான் சொன்னதையும் செய்வேன். சொல்லாததையும் செய்வேன்" என்பதுதான் ரஜினி பேசியிருந்த வசனம்.

ஜெயலலிதாவுக்கு எதிராக ரஜினி வெளிப்படையான போராட்டத்தை தொடங்கிவிட்டார் என்ற செய்தி அண்ணாமலை பட ரிலீசுக்குப் பிறகு அதிகமாகப் பரவத் தொடங்கியது. அதற்குத் தகுந்தாற்போல் சில சம்பவங்களும் வெளியிடப்பட்டன. "ஜெயலலிதாவுக்காக டிராபிக் நிறுத்தப்பட்டபோது ரஜினியின் காரும் அதில் சிக்கிக் கொண்டது. நீண்டநேரம் காத்திருந்து பார்த்துவிட்டுப் பொறுமையிழந்த ரஜினி, காரைவிட்டு இறங்கி நடந்தே வீட்டிற்குச் சென்றார். மக்கள் கூட்டம் அதிகமாகிவிட்டது. போலீஸ்காரர்கள் ரஜினியை மட்டும் போகச் சொல்லிவிட்டார்கள். போயஸ் கார்டன் செக்யூரிட்டி செக்கப்பினால் ரஜினியும் தினமும் மிகவும் பாதிக்கப்படுகிறார்" என்ற செய்தி பெரும்பாலான பத்திரிகைகளில் வெளியானது... நம்மைத் தவிர.

இந்த செய்தியைப் பார்த்து அதிர்ச்சியடைந்திருக்கிறார் ரஜினி. அவர் தரப்பிலிருந்து சத்தியநாராயணன் நம் அலுவலகத்திற்கு தொடர்புகொண்டு இந்தச் செய்திகள் குறித்து வருத்தப்பட்டார்.

பரபரப்பிற்காக செய்திகளைப் பெரிதுபடுத்தி போடுவதால் சாருக்குத்தான் சங்கடமாகிறது. ரசிகர்களும் பிரச்சனைக்குள்ளாகிறார்கள் என்று தெரிவித்தார். ரஜினியும் அவர் தரப்பும் எப்போதும் நமக்கு முன்னுரிமை கொடுக்கத் தவறியதில்லை. நம் நிறுவனத்திலிருந்து 'ரஜினி ரசிகன்' மாத இதழ் வெளிவருவதால் ரசிகர்களும் நம்மீது அன்பும் நம்பிக்கையும் கொண்டுள்ளனர். இது, அப்போதைய ஜெ. அரசை ஆத்திரமடையச் செய்தது.

அண்ணாமலை படத்தைத் தொடர்ந்து 'பாண்டியன்' என்ற படத்தின் ஷூட்டிங் நடந்து கொண்டிருந்தது. ரஜினி மிகவும் பிஸியாக ஷூட்டிங்கில் இருந்த ஒரு நாளில் ஏ.வி.எம். ஸ்டுடியோ செட்டில் அவரைச் சந்திக்க நேர்ந்தது. அவரும் நானும் சந்தித்து நீண்ட நாட்களாகியிருந்தது. என்னைப் பார்த்துவிட்ட ரஜினி, பரபரப்பான ஷூட்டிங்கிற்கிடையிலும் வேகமாக என்னிடம் வந்தார்.

"கோபால் எப்படி இருக்கீங்க... ரொம்ப நாளாகிறது உங்களைப் பார்த்து... செய்திகளையெல்லாம் கவனிச்சுக்கிட்டுத்தான் வர்றேன். இந்த ஆட்சியிலே ரொம்ப கஷ்டப்படுத்துறாங்களோ.... உங்களை அரெஸ்ட் செய்ததையும், ஆபீசுக்குள் நுழைந்து ரெய்டு செய்ததையும், ஊர் ஊருக்குப் பத்திரிகைகளை எரித்ததையும் 'நியூஸ் டிராக்' வீடியோ மேகசினில் பார்த்தேன். இப்படியொரு ஆட்சியை நான் எங்குமே பார்த்ததில்லை. அது இருக்கட்டும்... நீங்க ஏன் நம்ம வீட்டு பக்கமே வருவதில்லை?" என்று கேட்டார் ரஜினி.

"ஜெயலலிதா இருக்கிற இடத்தில் நீங்களும் இருக்கீங்க. நான் அங்கே வரணும்னா 6 செக் போஸ்ட்டைத் தாண்டி வரணும். எங்க மேலே ஏற்கனவே அவங்க கோபமா இருக்காங்க. அபாண்டமா எந்தப் பழி வேணும்னாலும் போடலாம். அதனாலதான் இங்கே" என்றேன்.

"கோபால்... you are correct" என்றார் ரஜினி. எதேச்சையாக போயஸ் கார்டன் மீது ஒரு ஹெலிகாப்டர் பறக்க, தன்னைக் கொல்வதற்காக புலிகள்தான் நோட்டமிட்டனர் என்று கூசாமல் சொன்னவர் ஜெயலலிதா. நம்மீதும் அப்படிப்பட்ட பழி போடலாம் என்ற அர்த்தத்தில்தான் ரஜினியிடம் நான் அப்படி சொன்னேன். ரஜினியும் அதை ஆமோதித்தார்.

மற்றவர்களுக்குக் கஷ்டத்தை உண்டாக்கி அதைக் கண்டு சந்தோஷப்படும் சேடிஸ்ட் மனோபாவம் கொண்ட ஜெயலலிதா, ரஜினியை சமாளிப்பதற்காக திரையுலகில் ஒரு நடிகரைத் தேடிப்பிடித்தார். ரஜினிக்கு எதிராக அந்த நடிகரைத் தயார்படுத்துவதில் ஜெயலலிதா தீவிரமாக இருந்தார். நடிகருக்கு கொம்புசீவப்பட்டது... தேவையில்லாமல்!

ரசிகர்களின் ஆவேசம்!

அந்த நடிகர் வேறு யாருமல்ல; சரத்குமார்தான். ஒரு சினிமா தொடர்பான பார்ட்டியில் கலந்துகொண்ட அவர், "முதல்வர் (ஜெ) என் பாக்கெட்டில், அவருக்காக என் உயிரைக்கூடத் தருவேன். யார் இந்த ரஜினி? சினி ஃபீல்டில் இனி மேல் நான்தான் எல்லாம். முதல்வர் ஆணையிட்டால் எதையும் செய்வேன். ரஜினியை ஓரங்கட்டுவேன்" என்று ஆவேசமாகப் பேசினார். அவர் பேசிய வார்த்தைகள் காரமாக இருந்ததால் திரையுலகைச் சேர்ந்த பலரும் இதுகுறித்து வருத்தப்பட்டனர்.

நமக்கு அந்த நடிகர் மீது கோபமில்லை. ஆனால் அந்த நடிகருடைய பேச்சின் பின்னணியில் ஜெயலலிதா இருப்பதுதான் உறுத்தியது. நமது நிறுவனத்திலிருந்து 'ரஜினி ரசிகன்' மாத இதழ் வெளியாவதால் ரஜினி பற்றி சரத்குமார் பேசிய வார்த்தைகள் நக்கீரனில் நிச்சயம் இடம் பெறும் என திரையுலகம் எதிர்பார்த்தது. (பின்னாளில் ஜெ.வின் சுயரூபத்தை சரத்குமாரே புரிந்து கொண்டு ஜெ.வுக்கு எதிராக தேர்தல் களத்தில் பிரச்சாரம் செய்தது தெரிந்த செய்திதான்.)

சரத்குமார் பேசிய விவரம் நக்கீரனில் வெளியானபோது ரஜினி ரசிகர்கள் மத்தியில் சரத்குமாருக்கு பெரும் எதிர்ப்பு கிளம்பியது. சில இடங்களில் இருவரின் ரசிகர்களுக்கிடையே டென்ஷனான சூழ்நிலை நிலவியது. நம் அலுவலகத்திற்கு எதிரே திடீரென ஏராளமான போஸ்டர்கள் ஒட்டப்பட்டன. இந்த போஸ்டர்கள் தமிழகம் முழுவதும் பல இடங்களில் ஒட்டப்பட்டிருந்தன. ஒரு திட்டத்துடன்தான் அந்த போஸ்டர் ஒட்டப்பட்டிருக்கிறது என்பதை அதிலிருந்த வாசகங்கள் நமக்கு உணர்த்தின.

நக்கீரன் பத்திரிகைக்கு எச்சரிக்கை!

எங்கள் அண்ணன் சரத்குமார் அவர்களை மாசுபடுத்த நினைத்து அவதூறு- பொய் செய்திகளை வெளியிடுவதை உடனே நிறுத்து. மன்னிப்பு கேள்! ரசிகர் மன்றங்களுக்கிடையே சிண்டு முடியும் வேலையை உடனே நிறுத்திக்கொள். இல்லையேல் எங்கள் சரத்குமார் ரசிகர்கள் புயலெனப் புறப்பட்டு தூசுபோல் ஊதிவிடுவோம்.

-என்று அந்த போஸ்டரில் அச்சிடப்பட்டிருந்தது. நமக்கு எச்சரிக்கை விடுக்கும் விதத்தில் ஒட்டப்பட்டிருந்த அந்த போஸ்டர் வெளியூர் களிலும் பரபரப்பை ஏற்படுத்தியிருந்தது. திரையுலகிலும் பெரும் சர்ச்சையைக் கிளப்பியிருந்தது. தினமும் நமக்கு நிறைய போன்கால்கள் வந்து கொண்டே இருந்தன.

இந்த பரபரப்பான சர்ச்சை உச்சகட்டத்தை நோக்கிப் போய்க் கொண்டிருந்த அந்த நேரத்தில் ரஜினி, 'முத்து' பட ஷூட்டிங்கிற்காக மைசூரில் இருந்தார். இந்த விவகாரம் பற்றி ரஜினியிடம் பேசவேண்டும் என்று சத்தியநாராயணாவிடம் தெரிவித்திருக்கிறார் சரத்குமார். இதை மைசூரிலிருந்த ரஜினி கேள்விப்பட்டபோது, "நான் சென்னைக்கு வந்ததும் பேசிக்கொள்ளலாம்" என சொல்லி விட்டார்.

திரைத்துறையிலும் பொதுமக்களிடமும் இந்த பிரச்சனை பற்றிய பேச்சு நாளுக்கு நாள் அதிகரித்துக் கொண்டேயிருந்தது. இதில் ஒரு வருத்தமான விஷயம் என்னவென்றால் சில இடங்களில் ரஜினி ரசிகர்களும் சரத்குமார் ரசிகர்களும் மோதிக்கொண்டனர். இதை நாம் சிறிதும் எதிர்பார்க்கவில்லை. சரத்தின் பேச்சிற்கு பின்னணியில் இருக்கும் ஜெயலலிதாவை அம்பலப்படுத்த வேண்டும் என்பது மட்டுமே நமது நோக்கம்.

திரைத்துறையில் பெரும்புகழடைந்து அதன்மூலம் மக்களின் நன்மதிப்பை பெற்ற ஒரு நடிகரின் செல்வாக்கை ஜீரணிக்க முடியாமல், அதே துறையைச் சார்ந்த இன்னொரு நடிகரை பயன்படுத்தி குட்டையைக் குழப்ப நினைக்கும் ஜெயலலிதாவின் குரூரப் புத்தியை வெளிச்சம் போட்டுக்காட்டவேண்டும்

என்பதுதான் நமது எண்ணம். அதற்காகத்தான் இந்த செய்தியை வெளியிட்டோம்.

ரசிகர்களுக்கிடையே ஏற்பட்ட மோதலுக்கு முற்றுப்புள்ளி வைக்கவேண்டிய தார்மீக பொறுப்பு நமக்கு இருந்தது. ரஜினியைப் பொறுத்தவரை அவர், தனது ரசிகர்கள் பலாத்காரத்தில் ஈடுபடுவதைக் கொஞ்சமும் விரும்பமாட்டார். என்னிடமும் அதுபற்றி அவரே சொல்லியிருக்கிறார். “ரசிகர்களின் ஆதரவுதான் என்னை இந்த நிலைக்கு உயர்த்தியிருக்கிறது. எனக்காக அவர்கள் கஷ்டப்படுவதையோ வீணாவதையோ நான் விரும்பமாட்டேன். முதலில் அவர்களின் அம்மா, அப்பாவை காப்பாற்ற வேண்டும். குடும்பத்தினரைக் காப்பாற்ற வேண்டும். தங்களுடைய முன்னேற்றத்திற்கான வழியைக் காண வேண்டும். அதன்பிறகுதான் மன்ற வேலைகளைச் செய்யவேண்டும்” -இதுதான் ரஜினியின் பாலிஸி.

இப்படிப்பட்ட எண்ணம் கொண்ட ரஜினி, தனது ரசிகர்கள் சரத்குமார் ரசிகர்களுடன் மோதலில் ஈடுபடுவதை அவர் விரும்ப மாட்டார். நக்கீரனில் வந்த செய்தி அவர்களை பலாத்காரத்தில் ஈடுபடுத்திவிட்டது என்ற பெயர் ஏற்படக் கூடாது. அதனால்தான் இந்த மோதல்களுக்கு முற்றுப்புள்ளி வைப்பதை நமது தார்மீகக் கடமையாகக் கருதினோம்.

மைசூரிலிருந்து ரஜினி திரும்பியிருந்த நேரம் அது. மதியம் 12 மணியிலிருந்து சத்தியநாராயணா அடிக்கடி நமது அலுவலகத்திற்கு தொடர்புகொண்டு என்னை விசாரித்திருக்கிறார். அப்போது பேஜர் வசதி கிடையாது. நான் அட்டைப்பட வேலைகளுக்காக எழும்பூர் மாண்டியத் ரோட்டிலுள்ள பிரிண்ட் சிஸ்டம் என்ற கம்ப்யூட்டர் ஸ்கேனிங் நிறுவனத்தில் இருந்தேன். தம்பிகளால் என்னைத் தொடர்பு கொள்ள முடியாமற் போனதால் வீட்டிற்கு போன் செய்து சத்தியநாராயணாவிடமிருந்து தொடர்ந்து போன் வந்தது பற்றி சொல்லியுள்ளனர்.

நான் அட்டைப்பட வேலைகளை முடித்துவிட்டு மாலை 4 மணிக்குத்தான் சாப்பிடுவதற்காக வீட்டிற்குச் சென்றேன். தகவல் கிடைத்ததும் உடனடியாக அலுவலகத்திற்கு வந்தேன். ஹோட்டல் பாம்குரோவ் அருகிலுள்ள தலைமை ரசிகர் மன்றத்திற்கு போன் செய்தேன். ரஜினிதான் எடுத்தார். “கோபால், எப்படி இருக்கீங்க... இங்கே வர்றீங்களா, கொஞ்சம் அவசரமா பேசணும்” என்றார்.

ரஜினியை சந்திக்க ஆயத்தமானபோது செக்யூரிட்டி பூபதி இண்டர்காமில் பேசினார். “அண்ணே... கீழே 20 பேர் வந்திருக்காங்க. சரத்குமார் ரசிகர்கள்னு சொல்றாங்க. உங்களைப் பார்க்கணுமாம்.”

“மேலே வரச் சொல்லுங்க.”

சற்று பதட்டத்துடன் காணப்பட்ட அவர்கள் என்னைப் பார்த்ததும் தங்களை ஆசுவாசப்படுத்திக்கொண்டு பேச ஆரம்பித்தனர். “நாங்க எங்க தலைமை மன்றத்திற்குப் போனோம். அங்கே இருந்தவங்க எங்ககிட்டே, நக்கீரன் ஆபீசுக்குப் போய் கல் வீசுங்க, தகராறு பண்ணுங்கன்னு சொன்னாங்க. அதனாலதான் இங்கே வந்தோம். ஆனா எங்களுக்கு இந்த மாதிரி வன்முறையில் இறங்கப் பிடிக்கலை” என்றனர்.

நான் அவர்களிடம் இந்த பிரச்சனையின் பின்னணி என்ன என்பதிலிருந்து இது திசை திருப்பப்பட்டதுவரை விளக்கினேன். நிலைமையை உணர்ந்த சரத்குமார் ரசிகர்கள் சந்தோஷமாகப் புறப்பட்டனர். அவர்கள் தங்கள் தலைமை சொன்னதைக் கேட்டு வெறித்தனமாக நடந்திருந்தால்...? விபரீதங்கள் தொடர்ந்து கொண்டுதான் இருக்கும். அதனால் இதற்கு முற்றுப்புள்ளி வைத்தே ஆகவேண்டும் என்ற சிந்தனையுடன் ரஜினியைப் பார்க்கச் சென்றேன்.

மாலை 4.20 மணி. ஹோட்டல் பாம்குரோவ் அருகிலுள்ள காம்ப்ளக்சின் அண்டர் கிரவுண்டில் உள்ள சின்ன அறைதான் தலைமை மன்ற அலுவலகம். அதற்குள் நான் நுழைந்தபோது, வெள்ளைவெளேர் உடையில் கையில் சிகரெட்டுடன்.

சமூக விரோதியா?

பரபரப்பாக காணப்பட்ட ரஜினி என்னை எதிர் கொண்டழைத்தார். வழக்கம்போலவே அன்புடன் வரவேற்றார்.

"வாங்க கோபால்... ரொம்ப பிஸியா?"

"பொழைப்பு இருக்கே... ஒர்க்கை முடிச்சிட்டு வர்றேன்."

"எப்போதுமே நீங்க உங்க ஒர்க்கிலே சின்சியர்தான். செய்திகளையெல்லாம் பார்த்தேன். நடந்துகிட்டிருக்கிற விஷயங்கள் பற்றி கேள்விப்பட்டேன். நாம அதைப்பற்றி எதுவும் பேசவேண்டாம்" என்றார் சட்டென.

நான் வேறெதுவும் பேசவில்லை. ரஜினியே தொடர்ந்தார். "ரசிகர்களைத்தான் நாம உயிரா நினைச்சுக்கிட்டிருக்கோம். அவங்கதான் நம்ம முன்னேற்றத்திற்கு காரணம். அவங்க நம்ம மேலே ரொம்ப மரியாதை வைத்திருக்காங்க. அவர்களுக்குள் மோதல், அது இதுன்னு வந்திடக்கூடாது. அதிலேதான் ரொம்ப கவனமா இருக்கணும்" என்றார்.

ரஜினி பிராக்டிகலாக பேசுகிறார் என்பது புரிந்தது.

கோவில்பட்டியில் வேறு ஏதோ ஒரு காரணத்திற்காக இரு தரப்பு ரசிகர்களுக்கிடையே ஏற்பட்ட மோதல் பெரிதாகி, கத்திக்குத்து வரை போயிருந்தது. இப்படிப்பட்ட சம்பவங்களை ரஜினி சிறிதும் விரும்பவில்லை. தனது ரசிகர்கள் வன்முறையில் ஈடுபடுவதை அவர் ஒருபோதும் விரும்புவதில்லை; அனுமதிப்பதுமில்லை. அதனால் இந்த பிரச்சனைக்கு முற்றுப்புள்ளி வைக்க வேண்டும் என்ற யோசனையுடன் ரஜினியிடம், "இந்த பிரச்சனைக்கு உடனடியா தீர்வு கண்டுபிடிக்கணும்" என்றேன்.

"என்ன பண்ணலாம்?" என்றார்.

"எங்களுக்கு இதில் எந்த 'மோடிவ்'வுமில்லை. சரத் பேச்சின் பின்னணியில் அந்தம்மா இருந்ததால்தான் இந்த விஷயத்தை கையில் எடுத்தோம்; வேறெந்த காரணமும் கிடையாது."

"உங்க சிச்சுவேஷன் எனக்கு புரியுதுங்க கோபால்."

ரஜினி நம்மீது அழுத்தமான நம்பிக்கை வைத்திருப்பது புரிந்தது. இந்த விவகாரம் தொடர்பாக நமக்கு வந்த கடிதங்களை ரஜினியிடம் காண்பித்தேன். அதில் ஒரு கடிதம் முக்கியமானது. ஜெ. ஆட்சியில் கட்டி முடிக்கப்பட்டு திறப்பு விழாவுக்குத் தயாரான திரைப்பட நகருக்கு நடிகர் திலகம் சிவாஜியின் பெயரை சூட்ட வேண்டும் என்று ரஜினி வலியுறுத்தினார். தமிழ்த்திரை யுலகத்தின் தனிப்பெரும் கலைஞராகவும், உலகமே போற்றக்கூடிய நடிப்பாற்றல் கொண்டவருமான சிவாஜியின் பெயரை திரைப்பட நகருக்கு சூட்டுவதுதான் பொருத்தம் என்பது ரஜினியின் கருத்து. மக்களின் எண்ணமும் அதுதான். ஆனால் சசிகலா சைடில் உள்ள பலமுகங்களை கொண்ட ஒட்டுண்ணி ஒன்று, (அதன் பெயரை நக்கீரனில் குறிப்பிடுவதில்லை என்பதை ஏற்கனவே தெரிவித் திருக்கிறேன்.) ரஜினியின் கருத்தை வேறு விதமாகத் திரித்து ஒரு கடிதம் எழுதியது. அதாவது, ரஜினியின் பழைய பெயர் சிவாஜிராவ் என்பதால்தான் திரைப்பட நகருக்கு சிவாஜி பெயரை வைக்கச் சொல்கிறார் என்று அந்த கடிதத்தில் குறிப்பிட்டு, நீங்கள் எல்லோரும் சேர்ந்து நாடகமாடுகிறீர்கள் என்று நம்மீதும் பாய்ந்திருந்தது அந்த ஒட்டுண்ணி. இந்த கடிதத்தையும் ரஜினியிடம் காண்பித்தேன். அவர் பார்த்துவிட்டு அலட்சியமாக புன்னகைத்தார்.

நமது இதழில் வந்த செய்திகள் குறித்தும் அதன் எதிரொலி ப்பு பற்றியும் முழுமையாக ரஜினியிடம் விளக்கினேன். எல்லாவற்றையும் பொறுமையாக கேட்ட ரஜினி, "கோபால்... இந்த பிரச்சனைக்கு முற்றுப்புள்ளி வைக்கிற மாதிரி நான் ஒரு அறிக்கை கொடுத்துடட்டுமா?" என்றார்.

ரஜினியின் அணுகுமுறை சரியானதுதான் என்று எனக்குப் பட்டதால், "சரி... ஒரு அறிக்கை கொடுத்திடுங்க" என்றேன். அறிக்கை

எப்படி இருக்கவேண்டும் என்பது பற்றி என்னுடன் ஆலோசிக்கத் தொடங்கினார் ரஜினி. “ரசிகர்கள் கோபப்பட்டு ஏதேனும் செய்தால் அது சமூக விரோதிகளுக்கு இடம் கொடுத்தது போலாகிவிடும். முடிந்தவரை என் ரசிகர்களை கட்டுப்படுத்திவிட்டேன். அதற்கு மேல் அவர்களை கோபப்படவைத்தால் நான் எதுவும் செய்ய முடியாது”- இப்படி ஒரு அறிக்கை கொடுத்துவிடலாமா” என்று கேட்டார் ரஜினி.

பொதுவாக, ரஜினிக்கு ஒரு வழக்கம் உண்டு. தன்னை தொடர்புபடுத்தி வரும் எந்தவொரு செய்தியையும் சத்திய நாராயணா மூலம் தெரிந்துகொள்வார். சத்தியநாராயணா இல்லாத நேரத்தில், அலுவலகத்தில் உள்ள மற்றவர்கள் மூலமாக செய்திகளைத் தெரிந்துகொள்வார். உண்மையாக என்ன நடக்கிறது என்பதை தெளிவுபடுத்திக்கொள்வார். எந்த விவகாரமானாலும் அது தொடர்பான முடிவுகளை அவர்தான் எடுப்பார். ரசிகர்களுக்கிடையேயான மோதல் விவகாரத்திலும் அதைத்தான் கடைப்பிடித்தார்.

அறிக்கை எப்படி இருக்கும் என்பதைத் தெரிவித்த ரஜினி, “கோபால்... ஈவினிங் 5 மணிக்கு சரத் இங்கே வர்றதா சொல்லியிருக்கார்; நீங்களும் இருந்தால் பேசிடலாமே” என்றார்.

“வேணாம்... அது வேற மாதிரி ஆயிடும். நீங்களே பேசிடுங்க.”

“என்ன பேசணும்?”

“ரசிகர்களுக்குள் மோதல் வரக்கூடாதுங்கற மாதிரி பேசிடுங்க.”

“அதுதான் கரெக்ட்...

அறிக்கையிலும் அதைத்தான் சொல்லணும். ரசிகர்களுக்குள் மோதல் வராதபடி சில அறிவுரைகளைச் சொல்லிட்டு, ஒருவருக்கொருவர் பகைமை பாராட்டக்கூடாதுன்னு கேட்டுக்கலாம். முக்கியமான விஷயம், ரசிகர்கள் தப்பான வழியில் போகக்கூடாது. அதில்தான் நான் கவனமா இருக்கிறேன்" என்றார் ரஜினி.

நான் விடைபெற தயாரானேன். "நாளைக்குக் காலையில் 10 மணிக்கு மீண்டும் சந்திப்போம்" என்று சொல்லி விடைகொடுத்தார் ரஜினி. அப்போது மாலை 4-50 மணி.

தலைமை ரசிகர் மன்ற அலுவலகத்திலிருந்து நான் புறப்பட்டு வெளியே வந்தபோது எதிரே வந்த ஒரு கார், கிராஸ் பண்ணிச்சென்றது. டிரைவர் மோகன் என்னிடம், "அண்ணே... சரத்குமார் போறாரு" என்றார். நான் இயல்பாக இருந்துவிட்டேன். சிறிது தூரம் சென்றதும் ஜீப்பை நிறுத்திய மோகன், "அண்ணே... ரஜினி ஆபீசிற்கு சரத்குமார் வந்திருப்பதை போட்டோ எடுக்கலாமா?" என்று கேட்டார். "வேண்டாம்" என்று நான் மறுத்துவிட்டேன்.

அலுவலகத்திற்குத் திரும்பினோம். ரஜினி ரசிகர்களிடமிருந்து போன்கால்கள் வந்து கொண்டிருந்தன. பல்வேறு இடங் களிலும் தேவை யற்ற டென்ஷன் ஏற்பட்டிருப்பதை அறிய முடிந்தது. நாளை காலை யில் ரஜினியின் அறிக்கை வெளி யானதும் இந்த டென்ஷன் குறைந்துவிடும் என்ற நம்பிக்கை எனக்கிருந்தது.

மறுநாள் காலை பேப்பர் களில் அந்த செய்தி வெளியானது. ரஜினியும்,

சரத்குமாரும் சந்தித்த படமும் வெளியிடப்பட்டிருந்தது. ரஜினியின் புது இல்லத்தில் இந்த சந்திப்பு நிகழ்ந்ததாக குறிப்பிடப்பட்டிருந்தது. (உண்மையில், தலைமை மன்றத்தில்தான் சந்திப்பு நடந்தது.) கேள்வி, பதில் பாணியில் அறிக்கை வெளியாகியிருந்தது.

"இருவரும் அன்பாகத்தான் இருக்கிறீர்கள். ஒரு வார பத்திரிகையில் உங்கள் ரசிகர்களுக்குள் சண்டை மூட்டிவிடுகிறது மாதிரி செய்தி வெளியிடப்பட்டிருக்கிறதே?" என்ற கேள்விக்கு-

"நாங்கள் ஒன்றாகத்தான் இருக்கிறோம். இடையில் சில சமூகவிரோதிகள் புகுந்து விடுகிறார்கள்" என்று ரஜினி பதில் சொன்னதாகக் காலை பேப்பரில் வெளியிடப்பட்டிருந்தது.

நம்மைப் பற்றிய கேள்விக்கான பதிலில், 'சமூக விரோதி' என்ற வார்த்தையை ரஜினி பயன்படுத்தியிருக்கிறாரா? நான் பயங்கரமாக ஷாக் ஆனேன்.

ரஜினியின் ஆவேசம்!

ரஜினியைத் தொடர்புகொண்டு இந்த பேட்டி பற்றி பேசவேண்டும் என நினைத்தேன். ரஜினியிடமிருந்து நம்மைப்பற்றி அப்படியொரு விமர்சனம் நிச்சயமாக வந்திருக்காது என்ற நம்பிக்கை எனக்கு உண்டு. ஆனால் நமது வாசகர்களிடம் இந்த பேட்டி வேறுவிதமான எண்ணத்தை உருவாக்கிவிடக்கூடாது என்பதுதான் என் கவலை. நாளேட்டில் வந்த செய்தியை பார்த்த நண்பர் களும் நலன்விரும்பிகளும் உடனடியாக என்னைத் தொடர்பு கொண்டு செய்தி பற்றி விசாரித்தபடியே இருந்தனர். நமக்குப் பேப்பர் சப்ளை செய்யும் கீதா பேப்பர்ஸ் தேவராஜ் மற்றும் வெற்றி பேப்பர் குருசாமி, செல்வராஜ் ஆகியோர் செய்தி வெளியான பேப்பரும் கையுமாக காலை 9-30 மணிக்கெல்லாம் அலுவலகத்திற்கு வந்துவிட்டார்கள். "என்னண்ணே இது... இப்படியொரு நியூஸ் போட்டிருக்காங்க. எங்க ஏரியாவில் இருக்கிற ரஜினி ரசிகர்களுக்கெல்லாம், சாரே இப்படி சொல்லிட்டாரேன்னு குழம்பியிருக்காங்க. ஏன் இந்த மாதிரி நியூஸ் வந்தது?" என்று கேட்டார் தேவராஜன்.

அவர் கேட்டதுபோலவே பலரும் போன் மூலம் தொடர்புகொண்டு இது பற்றிக் கேட்டனர். வாசகர்களிடமும்,

ரசிகர்களிடமும், பொதுமக்களிடமும் இந்த செய்தி ஒருவிதமான குழப்பத்தை ஏற்படுத்திவிட்டது. உடனடியாக ரஜினி வீட்டிற்குப் போன் செய்தேன்.

சத்தியநாராயணாதான் ரிசீவரை எடுத்தார். நான் அவரிடம், "இந்த மாதிரி செய்தி வந்திருக்கே? சார் இப்படித்தான் சொன்னாரா?" என்று கேட்டேன். பேப்பரில் வந்திருந்த செய்தியை முழுமையாக படித்திருந்த அவர், "கோபால் சார்... நானும் செய்தியைப் பார்த்தேன். சார் என்ன சொன்னாருன்னு தெரியலை. இருந்தாலும் நீங்க நேரிலே வந்திடுங்க, சார்கிட்டே பேசிக்கலாம்" என்றார்.

புதுப்பிக்கப்பட்ட வீட்டிற்கு ரஜினி குடியேறியிருந்த நேரம் அது. சத்தியநாராயணாவிடமிருந்து எனக்கு போன் வந்தது. "சார்

ரெடியா இருக்காரு... நீங்க வாங்க" என்றார். ரஜினியின் வீடு ஜெயலலி தாவின் ஏரியாவிற்குள் இருப்பதால் நமக்கு யோசனை. செக்யூரிட்டி செக்கப் என்ற பெயரில் நம்மை அநாவசியமாக தொந்தரவு செய்வார்கள். தேவையற்ற டென்ஷன் ஏற்படும். அதனால் சிறிது யோசித்தேன். சத்தி புரிந்துகொண்டார். ரஜினி சாரே சொல்லி ட்டாரு, உங்களைக் கவனமா கூட்டி வரச்சொல்லி. "நீங்க சோழா ஹோட்டல் வழியாக பழைய வீட்டுக்கு வந்திடுங்க. அங்கிருந்து நான் உங்களை புது வீட்டிற்கு அழைத்துச் செல்கிறேன்" என்றார். அதுதான் சரியான வழி என்று எனக்கும் தோன்றியது. ரஜினியை சந்திக்கத் தயாரானேன்.

சோழா ஹோட்டல் வழியாக நெ.5, ஜார்ஜ் அவென்யூவில் இருந்த வீட்டிற்கு சென்றேன். அங்கிருந்த சத்தியநாராயணா என்னைக் கண்டதும் கார் அருகே வந்து, "வாங்க... உங்களை கவனமா கூட்டி வரணும்னு சார் சொல்லியிருக்கிறார்" என்று சொன்னபடி நமது காரில் ஏறினார்.

இருவரும் ரஜினியின் புது வீட்டை நோக்கிச் சென்றோம். காரில் செல்லும்போது, "என்ன சார், நியூஸை பார்த்ததிலிருந்து வருத்தமா?" என்று கேட்டார் சத்தி. நான் பொறுமையாக, "ரஜினி சார் என்ன சொன்னாருன்னு தெரிந்தால்தான் நல்லது" என்றேன்.

புது வீட்டின் வாசலில் கார் நின்றது. உள்ளே அழைத்துச் சென்றார் சத்தி. எளிமையாகவும், அமைதியாகவும் பளிச்சென்று தோற்றமளித்தது ரஜினியின் புதிய வீடு. ஆடம்பரமில்லாமல் வெகு நேர்த்தியாக அமைந்திருந்த அந்த ஹாலை ரசித்துப் பார்த்துக் கொண்டிருந்தேன். திடீரென ஜன்னல் கதவுகள் படபடவென சாத் தப்பட்டன. ஏன், எதற்கு என்று புரியாமல் நான் திரும்பிப் பார்த்த போது எண்ணெய் தேய்த்த உடம்பு, லினன் கைலி, கையில் பைப் சகிதமாக மின்னல் வேகத்தில் முன்வந்து நின்றார் ரஜினி. சூப்பர் ஸ்டார் என்ற இமேஜ் கொண்ட அவர் இவ்வளவு சிம்பிளாக தோற்றத்துடன் வருவார் என்று யார்தான் எதிர்பார்க்க முடியும்?

அவர் சிறிதும் அலட்டலின்றி, "வாங்க... கோபால்" என்றார். அவரது அணுகுமுறை நமக்கு பிரமிப்பாக இருந்தது.

"சொல்லுங்க கோபால்" என்றார் ரஜினி.

"நேற்று நாம் பேசியது ஒன்று; ஆனால் இன்று வந்திருக்கும் செய்தி வேறு மாதிரி இருக்கிறது."

"எப்படி வந்திருக்கு?"- பரபரப்புடன் கேட்டார் ரஜினி. அந்த செய்தியை அவருக்கு வாசித்துக் காட்டினேன்.

"சமூக விரோதின்னு நீங்க எங்களைக் குறிப்பிட்டது மாதிரி

வந்திருக்கிறது. காலையிலே பேப்பரை பார்த்ததிலிருந்து தொடர்ந்து போன் வந்துகிட்டேயிருக்கு. எல்லோருமே எங்களை நீங்க அந்த அர்த்தத்தில் குறிப்பிட்டதா நினைச்சு வருத்தப்படுறாங்க. அதனாலதான் உங்களை நேரில் சந்தித்து பேசலாம்னு வந்தேன்.”

“கோபால்... நான் உங்க மேல அந்த வார்த்தையை பயன் படுத்தவேயில்லை. பேப்பரிலே மிஸ்டேக்கா போட்டிருக்காங்க, ரொம்ப வருத்தமா இருக்கு. நான் என்ன சொல்ல விரும்புறேன்னு உங்க பத்திரிகைக்கு பேட்டி தர்றேன்.

நீங்களே இப்ப பேட்டி எடுத்துக்குங்க. ஒரேயொரு விஷயம்... இந்த பிரச்சனை நீண்டுகொண்டே போய்விடக்கூடாது. அதிலேதான் நாம் கவனமா இருக்கணும்” என்றார்.

பேட்டி தொடங்கியது. கேள்விகளை அவர் எதிர்கொண்ட பாங்கும், பதிலளித்த விதமும் நேர்த்தியாகவே இருந்தது. படபடவென பதிலளித்த அவர், பேட்டி முடிந்ததும், “இப்ப திருப்திதானே கோபால்... காலையில் நாம் மீண்டும் சந்திக்கிறோம்” என்றார்.

ரஜினி அளித்த அந்த பரபரப்பான பேட்டி நக்கீரன் இதழில் வெளியானது.

நக்கீரன் : தமிழகத்தில் உள்ள பெரும்பான்மையான சினிமா ரசிகர்கள் உங்கள் பக்கம்தான் இருக்கிறார்கள். அவர்களுக்கு நக்கீரன் மூலமா என்ன சொல்ல விரும்புகிறீர்கள்?

ரஜினி : எப்போதும் வாய்மைதான் வெல்லும். நமக்குத் தேவை சத்தியம், நியாயம், நேர்மை இவைதான். அதில் நாம் உறுதியாக இருக்கவேண்டும். நாம் எதிலும் தனித்தன்மையுடன் விளங்கவேண்டும்.

நக்கீரன் : பிரச்சனைகள் ஏற்படும்போது ரசிகர்கள் கொந்தளிப்பது வழக்கமாகிவிட்டதே?

ரஜினி : பிரச்சனைகள் உருவாகும்போது ரசிகர்கள் உணர்ச்சிவசப்படாமல் எச்சரிக்கையாக இருக்கவேண்டும். பிரச்சனையில் உள்ள நியாயத்தை உணர்ந்து ரசிகர்கள் குரல் கொடுக்கும்போது குண்டர்களும், ரவுடிகளும், சமூக விரோதிகளும் இந்த சந்தர்ப்பத்தைப் பயன்படுத்தி வன்முறையில் ஈடுபட்டு பழியை ரசிகர்கள் மீது போட்டுவிடுவார்கள். அதனால் எச்சரிக்கையாக இருக்கவேண்டியது மிக மிக அவசியம்.

-சமூக விரோதிகள் என்று தான் குறிப்பிட்டது யாரை என்பதை நமக்களித்த பேட்டியில் தெள்ளத்தெளிவாக உணர்த்திய ரஜினியிடம் அடுத்த கேள்வியைத் தொடுத்தோம்.

நக்கீரன் : அரசியல் கட்சிகளின் போராட்டங்களை பார்த்துதானே ரசிகர்களும், அதே பாணியில் போஸ்டர், நோட்டீஸ் போன்ற வழிகளில் தங்கள் எதிர்ப்பைத் தெரிவிக்கிறார்கள்.

-நக்கீரனின் இந்த கேள்வியை உன்னிப்பாக கேட்ட ரஜினியின் முகத்தில் மாற்றம் தெரிந்தது. அரசியல்வாதிகளைப் பற்றி குறிப்பாக ஜெ.ஆட்சி பற்றி அவர் என்ன நினைக்கிறார் என்பது பற்றிய முதல் விமர்சனம் இந்த கேள்விக்கான பதில் மூலம் வெடித்தது. அவர் இதயத்துக்குள் இருந்த நெருப்பு வெளிக்கிளம்பியது. ஒரு பிரளயத்திற்கான பிள்ளையார் சுழியை நக்கீரன் மூலம் தொடங்கினார் ரஜினி.

தர்மயுத்தம்!

மக்களையும் சமுதாயத்தையும் கெடுத்து சீரழித்து வன்முறையைத் தூண்டுவது மதவாதிகளும் அரசியல் வாதிகளும்தான் உண்மையான தலைவர்கள் வன்முறையை தூண்டிவிட மாட்டார்கள். மக்களோ, தொண்டர்களோ பாதிக்கப்படுவதைப் பார்த்துக் கொண்டிருப்பது நல்ல தலைவருக்கு அழகல்ல. மேலே இருப்பவன் எல்லாவற்றையும் பார்த்துக் கொண்டிருக்கிறான். அவன் தகுந்த நேரத்தில் சரியான தண்டனையைக் கொடுப்பான். அவரவர் செய்கின்ற செயல்களுக்கான பலனை அவரவர்கள் அனுபவித்தே தீரவேண்டும் என்பதே இறைவனின் தீர்ப்பு.

-ஜெயலலிதா ஆட்சியைக் குறி வைத்துதான் ரஜினி இந்த பதிலைச் சொல்லியிருக்கிறார் என்பது நமக்குப் புரிந்தது. தனக்கு கொடுக்கப்பட்ட நெருக்கடிகளாலும் சங்கடங்களாலும்தான் ரஜினி இப்படிச் சொல்கிறார் என நினைத்தேன். ஆனால் அவர் உள் மனதில் பல எரிமலைகள் குமுறிக் கொண்டிருந்தன. பேட்டி முடிந்தவுடன் அந்த எரிமலைகள் நெருப்புக் குழம்பைக் கக்கின.

"கோபால்... எனக்கு அந்தம்மா மேலே தனிப்பட்ட கோபம்

கிடையாது. ஆனா, அவங்க மக்களுக்கு விரோதமா நடப்பதும், யாரையும் மதிக்காமல் நடந்துகொள்வதும் சுத்தமா பிடிக்கலை. சிவாஜி சாருக்கு செவாலியர் விருது கொடுத்தாங்களே அந்த விழாவைப் பற்றி உங்ககிட்டே சொல்லியாகணும்."

எரிமலையின் முதல் அடுக்கு வெடிக்கத் தொடங்கியது.

"அந்த விழா, கிரிக்கெட் ஸ்டேடியத்தில் நடந்தது. பிரான்ஸ் நாட்டு வி.ஐ.பி.க்கள் அந்த விருதை சிவாஜி சாருக்கு வழங்கி கௌரவப்படுத்தப்போறாங்க. சினிஃபீல்டில் உள்ள அத்தனை பேரும் விழாவிலே கலந்துக்குவாங்க. ஸ்டேடியத்தில் 80,000 மக்கள் உட்கார்ந்து பார்க்கலாம். இவ்வளவு பிரமாண்டமான விழாவிலே சிவாஜி சாருக்கு மிகப்பெரிய கௌரவத்தை கொடுக்கணும்னு விரும்பினோம். எப்படின்னா, விழா தொடங்குவதற்கு 5 நிமிடம் முன்னாடி சி.எம். உட்பட எல்லோரும் மேடைக்கு வந்திடணும். சிவாஜி சார் மட்டும் மேடைக்கு பக்கத்திலே வெயிட் பண்ணுவார். அவருக்காக ஸ்டேஜுக்கு பக்கத்தில் ஒரு ஏ.சி. அறை கட்டணும். விழா தொடங்கி 10 நிமிடம் கழித்து சிவாஜி சார் மேடைக்கு வருவார். அப்ப whole ஸ்டேடியமும் எழுந்து நின்று கைதட்டும். அதுதான் சிவாஜி சாருக்குத் தருகின்ற மிகப்பெரிய மரியாதை. இப்படி நடத்தணும்னு நினைத்து நாங்க புரோட்டோகால் தயார் பண்ணியிருந்தோம். ஒட்டுமொத்த ஸ்டேடியமும் 'ஹோ...'ன்னு எழுந்து நின்று கைதட்டினால் எப்படியிருக்கும்னு யோசித்துப் பாருங்க." -உணர்ச்சிப்பூர்வமா சொன்னார் ரஜினி.

அவர் சொல்லச் சொல்ல நமக்கே பிரமிப்பாக இருந்தது. இப்போதும் அவர் விளக்கிய விதம் என் கண்முன் தெரிகிறது. உலகமே வியந்து போற்றும் தமிழக கலைஞனுக்கு, சொந்த மண்ணில்- வெளிநாட்டினர் ஆச்சரியப்பட்டுப் பார்க்கும் வகையில்- ஒட்டுமொத்த ரசிகர்களும் எழுந்துநின்று கைதட்டி வரவேற்பதென்பது மிகப்பெரிய கௌரவமல்லவா! நாம் கற்பனையில் அதை யோசித்துப் பார்த்துக் கொண்டிருந்த வேளையில் ரஜினி தொடர்ந்தார்.

"ரெண்டு நாள் கழித்து, மேடம் அந்த புரோட்டோக்காலை மாற்றி விட்டதாக என்னிடம் சொன்னாங்க. அதாவது, சிவாஜி சார் மேடைக்கு வந்தபிறகுதான் அந்தம்மா வருவாங்க. அதுதான் வழக்கம்னு சொன்னாங்க. எனக்கு இது பிடிக்கலை. சிவாஜி சார்தான் விழாவின் நாயகன். அவருக்குத்தான் முதல்மரியாதை தரணும். ஆனால் அந்தம்மா எல்லாத்தையும் தலைகீழா மாற்ற நினைத்தாங்க. அது எனக்குப் பிடிக்காததால நான் விழாவிலே கலந்துக்க

மாட்டேன்னு சொல்லிட்டேன்."

"கலந்துக்கிட்டீங்களே."

"அதற்கப்புறம் சிவாஜி சாரே கூப்பிட்டு, என்ன பெரிய மனுஷனாயிட்டியா அப்படின்னு கேட்டாரு. அவர் வார்த்தையை மீறமுடியுமா? அதனால கலந்துக்கிட்டேன். விழா தொடங்கிய பிறகுதான் இந்தம்மா மேடைக்கு வந்தாங்க. அதுவும் வேணும்னே மேலும் 10 நிமிடம் லேட்டா வந்தாங்க. வெளிநாட்டுக்காரங்க மேடையில வெயிட் பண்ணிக்கிட்டிருக்கும்போது இந்தம்மா லேட்டா வந்தால் அது ஆணவம்தானே? அது

என்னவோ சிவாஜி சாரை அவமானப் படுத்தியது மாதிரி எனக்குப்பட்டது. இன்னொரு விஷயம், விழாவிலே நான் என்ன பேசணும்னு எழுதி கொடுத்தாங்க. எனக்கு பயங்கர கோபம். அப்படியே அந்த பேப்பரை உள்ளங்கையிலே வச்சு அழுத்தி கசக்கி விட்டெறிஞ்சிட்டு, நன்றியுரை சொல்லும் போது பிலிம் சிட்டிக்கு பெயர் வைக்கும் விவகாரத்தில் தொடங்கி இந்த விழாவிலே அந்தம்மா நடந்துகிட்டது வரைக்கும் வெளுத்திட்டேன். அவங்க கோபப்பட்டிருக்கலாம். அதற்காக நான் வருத்தப்படலை. ஜனங்க என்ன நினைத்தாங்களோ

நக்கீரன் கோபால் ♦ 577

அதைத்தான் நான் மேடையிலே சொன்னேன்" என்றார் ரஜினி.

அவருடைய துணிச்சல் என்னை மிகவும் கவர்ந்தது. ஜெய லலிதா ஆட்சியின் அக்கிரமங்களை ஆரம்பத்திலிருந்தே வெளிப்படையாக எதிர்க்கத் துணிந்தது நக்கீரன் மட்டும்தான். மற்ற அனைவரும் தயங்கிய காலத்திலும் அரசின் அடக்கு முறைகளுக்கு அஞ்சாமல் நாம் துணிச்சலுடன் எதிர்கொண்டோம். அரக்கியின் ஆட்சியை வீழ்த்தியே ஆகவேண்டும் என நாம் நடத்திக் கொண்டிருக்கும் வேள்விக்குத் துணையாக ரஜினி வந்திருக்கிறார் என்பதை உணர்ந்தேன்.

"கோபால் எப்படி நீங்க 5 வருஷமா இந்த ஆட்சியோடு ஃபைட் பண்ணிக்கிட்டிருக்கீங்க. really you are very courage பாதுகாப்பா இருக்கீங்களா?" என்றார் ரஜினி. எப்போது சந்தித்தாலும் இப்படி கேட்க ரஜினி தவறியதேயில்லை.

அக்கிரமத்தை எதிர்ப்பதற்கான துணிச்சல் நக்கீரனிடமும் ரஜினியிடமும் இருந்தது. பாட்சா பட வெற்றி விழாவின்போது டைரக்டர் மணிரத்னம் வீட்டில் குண்டு வெடித்தது பற்றி குறிப்பிட்டு, "தமிழகத்தில் வெடிகுண்டு கலாச்சாரம் பரவிவிட்டது. இதே நிலை நீடித்தால் தமிழகம் சுடுகாடாகிவிடும்" என்றார்.

படத் தயாரிப்பாளரான ஆர்.எம்.வீயின் முன்னிலையில் ரஜினி பேசிய இந்த பேச்சு பெரும் பூகம்பத்தை உண்டாக்கிவிட்டது. ஜெயலலிதாவின் ஜால்ராக்கள் ரஜினிமீது அறிக்கை மூலம் பாய்ந்து மூக்குடைத்துக் கொண்டனர். ரஜினி கலந்து கொள்ளும் விழாக்களை மக்கள் பரபரப்புடன் எதிர்பார்க்கத் தொடங்கினர்.

ஏ.வி.எம். சரவணனுக்கு திரையுலகம் ஏற்பாடு செய்திருந்த விழாவில் ரஜினி கலந்துகொள்ள சம்மதித்திருந்தார். அதில் நிச்சய மாக ரஜினியிடமிருந்து இன்னொரு வெடிகுண்டு வெளிப்படும் என்ற எதிர்பார்ப்பு பெருகியது. அதனால் விழாக்குழுவினர் அவரைச் சந்தித்து, ஏ.வி.எம். விழாவில் எந்த பரபரப்பையும் ஏற்படுத்த வேண்டாம் எனக் கேட்டுக்கொண்டனர். ரஜினி சம்மதித்தார்.

விழாவில் சொல்லவேண்டிய கருத்துக்களை தன் வீட்டில் நடந்த பத்திரிகையாளர் சந்திப்பின் போது அறிக்கையாகத் தந்தார் ரஜினி. "என்னை பெரிய ஆளாக ஆக்காதீர்கள்" என்று ஜெ.யை எச்சரிக்கும் வகையில் அறிக்கை தந்தார் ரஜினி.

ரஜினி ரசிகர்கள் களமிறங்கினர். நக்கீரனின் 5 ஆண்டுகால வேள்வியால் தமிழக மக்களிடம் விழிப்புணர்வு ஏற்பட்டிருந்தது.

ஜெயலலிதாவின் அநியாயங்கள் ஒவ்வொன்றையும் மக்கள் தங்கள் மனதிற்குள்ளேயே வைத்திருந்தனர். தீர்ப்பு எழுதுவதற்கான தேதியை அவர்கள் எதிர்பார்த்துக் கொண்டிருந்தார்கள். அதர்மத்தை எதிர்க்க ரஜினியும் தயாரானார். தேர்தல் நாள் நெருங்கிவந்தது.

பெண் ஹிட்லர் ஜெயலலிதாவின் அக்கிரம ஆட்சிக்கெதிராக நக்கீரன் தொடங்கிய தர்ம யுத்தத்தின் க்ளைமாக்ஸ் வந்தது.

நக்கீரன் என்றும் மக்கள் பக்கம்!

பொதுத்தேர்தல் தேதி அறிவிக்கப்பட்டது. நக்கீரனின் தர்மயுத்தம் இறுதி கட்டத்தை அடைந்து உக்கிரமாக காட்சி யளித்தது. தமிழகத்தில் இரண்டாவது எமர்ஜென்ஸியை ஐந்தாண்டு காலம் அமல்படுத்தி ஆட்சி புரிந்து வந்த பெண் ஹிட்லர் ஜெயலலிதாவை துரத்தியடிப்பது மட்டுமே நமது வெற்றியின் இலக்கு என்பதை உணர்ந்திருந்தோம். அந்த ஐந்தாண்டுகளில் நடைபெற்ற இடைத்தேர்தல்களில் ஜெயலலிதா தலைமையிலான அ.தி.மு.க. ஒருமுறைகூட தோற்கவில்லை. அதனால் இந்த பேயாட்சியை வீழ்த்த முடியுமா என்ற சந்தேகம் தமிழக மக்களிடம் இருந்தது.

ஜெயலலிதா ஆட்சியை மக்களால் வீழ்த்த முடியும் என்ற அசைக்க முடியாத நம்பிக்கை நக்கீரனுக்கு இருந்தது. ஏனெனில், ஒவ்வொரு இடைத் தேர்தலிலும் அ.தி.மு.க. வெற்றிபெற்றாலும் அதன் வாக்கு விகிதம் பெருமளவில் சரிந்திருந்ததை நமது இதழ்களில் சுட்டிக்காட்டி வந்தோம். ஜெயலலிதாவை வீழ்த்தவேண்டும் என்ற எண்ணம் மக்களின் மனதில் இருக்கிறது

என்பதன் அடையாளம்தான் இது. ஆனால், ஜெயலலிதா இழக்கும் வாக்குகளை தனக்கு சாதகமாக பெறக்கூடிய வலிமையை அப்போதிருந்த எதிர்க் கட்சிகள் பெற்றிருக்கவில்லை. வலிமையான கூட்டணி அமைந்தால் ஜெயலலிதா தூக்கியெறியப்படுவார் என்பதுதான் அரசியல் சூத்திரம். அத்தகைய கூட்டணி நிச்சயம் அமையும் என்ற நம்பிக்கை நமக்கு இருந்தது.

தர்மத்தின் வாழ்வுதனை சூது கவ்வும்; இறுதியில் தர்மமே வெல்லும் என்பதில் நாம் அழுத்தமாக இருந்தோம். ஆட்சியின் அந்திம காலத்திலும் ஜெ. செய்த அக்கிரமங்களை நக்கீரன் துணிச்சலுடன் வெளியிட்டு வந்தது; எந்த மிரட்டலுக்கும் அஞ்சவில்லை. 91-ம் ஆண்டிலிருந்து ஜெ. செய்த அக்கிரமங்கள், அட்டூழியங்கள், அராஜகங்கள் ஆகியவற்றை மக்களுக்கு நக்கீரன் தொடர்ந்து ஞாபகப்படுத்தி வந்தது. மக்கள் அவற்றை தங்கள் மனதில் பதிய வைத்துக்கொண்டனர்.

தமிழகத்தின் மூலை முடுக்குகளிலுள்ள கிராமங்களில் கூட நக்கீரன் தாக்கத்தை ஏற்படுத்தியிருந்தது. இதை நாமாக சொல்லவில்லை. 'பிரான்சிஸ் கனாய்' என்ற நிறுவனம் மேற் கொண்ட சர்வேயில், தமிழக கிராம மக்களால் பெரிதும் விரும்பிப் படிக்கப்படும் புலனாய்வு இதழ் நக்கீரன்தான் என்பது உறுதி செய்யப்பட்டது.

ஜெயலலிதா ஆட்சிக்கு எதிராக போராடிய அமைப்புகள் கூட நக்கீரன் அம்பலப்படுத்திய அக்கிரமங்களைத்தான் பட்டியலிட்டு காட்டின. நான்கு திசைகளிலிருந்தும் புயலென கிளம்பிய ஜெயலலிதா எதிர்ப்பலைக்கு அடிப்படையாக அமைந்தது நக்கீரன்தான். ஐந்தாண்டு காலம் நாம் நடத்திய போராட்டம், விழலுக்கு இறைத்த நீராகவில்லை; அது மாபெரும் மக்கள் எழுச்சி என்ற நெருப்பை உண்டாக்கியிருக்கிறது என்பதை உணர்ந்தோம்.

தமிழக அரசியல் களம் சூடு பிடித்தது. ரஜினியின் ஆதரவுடன் தி.மு.க.வும், காங்கிரஸிலிருந்து பிரிந்து வந்த மூப்பனாரின் த.மா.கா.வும் இணைந்து தேர்தல் களத்தை சந்தித்தன. இந்த செய்தியை 31-3-96 ஸ்பெஷல் இதழில் நக்கீரன்தான் முதன்முதலில் வெளியிட்டது.

ஒவ்வொரு தேர்தலின்போதும் நக்கீரன் எடுக்கும் சர்வே முடிவுகள் துல்லியமாக இருக்கும் என்பதை மக்கள் அறிவார்கள். 96-ம் ஆண்டு பொதுத்தேர்தலிலும் நக்கீரன் டீம் தமிழகத்தின் குக்கிராமங்கள் உட்பட அனைத்து இடங்களிலும் மாதிரி வாக்குச்சீட்டுக்களை கொடுத்து, மிகப்பெரிய அளவிலான சர்வேயே நடத்தியது. அரக்கி ஜெயலலிதாவின் ஆட்சி தூக்கி எறியப்படுவது நிச்சயம் என்பதை அந்த சர்வே முடிவுகள் அறுதியிட்டு கூறின.

தேர்தல் முடிவுகள் வெளியானபோது, நக்கீரன் சொன்னது போலவே, பெண் ஹிட்லரின் ஆட்சி வேரோடும் வேரடி மண்ணோடும் பிடுங்கி எறியப்பட்டது.

நக்கீரனின் தர்மயுத்தத்திற்கு மக்கள் மன்றம் மாபெரும் வெற்றியைத் தேடித்தந்தது. இந்த யுத்தத்தில் நாம் அவ்வளவு எளிதாக வெற்றி பெற்றுவிடவில்லை. உண்மைகளை தாங்கிய ஒவ்வொரு இதழையும் வெளிக்கொண்டு வருவதற்குள் அரசின் கடுமையான அடக்குமுறைகளை எதிர்கொண்டு சமாளித்தோம். நக்கீரன் முகவர்கள், அவர்களுக்கு உதவியாக இருந்த லைன்பாய்கள், போஸ்டர் ஒட்டியவர்கள், பிரிண்ட் செய்து தந்தவர்கள் என அனைவரும் மிரட்டப்பட்டனர். செய்தி சேகரிக்க களமிறங்கிய நமது நிருபர்களும் போட்டோகிராபர்களும் அ.தி.மு.க. அமைச்சர்களாலும் அவர்களது குண்டர் படையாலும் கொடூரமாகத் தாக்கப்பட்டு குற்றுயிராகக் கிடந்தனர். இவை எல்லாவற்றுக்கும் மேலாக, ஜெ.ஆட்சியின் காட்டு தர்பாருக்கு எதிராக நாம் நடத்திய யுத்தத்தில் நக்கீரன் பிரிண்டர் அய்யா கணேசனின் உயிரை பறிகொடுத்தோம்.

எத்தனை மிரட்டல்கள், எத்தனை வழக்குகள், எத்தனை எத்தனை அடக்குமுறைகள். அத்தனையையும் துணிச்சலுடன் எதிர்கொண்டு, அஞ்சாமல் நடைபோட்டு வெற்றிகண்ட பத்திரிகை இந்தியாவிலேயே நக்கீரன் மட்டும்தான். வார இதழாக தொடங்கப்பட்ட நக்கீரன் இன்று வாரமிருமுறை இதழாக மலர்ந்துகொண்டிருக்கிறது. இந்த வெற்றி பணபலத்தால் வந்ததல்ல. ஏனெனில், கோடி கோடியாகப் பணத்தை குவித்து வைத்துக் கொண்டு தொடங்கப்பட்டதல்ல நக்கீரன். உண்மைகளையும், ஓயாத உழைப்பையும் மட்டுமே மூலதனமாகக் கொண்ட வீரமிக்க இளைஞர் பட்டாளத்தின் முயற்சிதான் நக்கீரன்.

அநியாயங்களை வீழ்த்தி, தர்ம, நியாயங்களை நிலைநிறுத்துவதற்காக சாகும்வரை போராடும் சத்திரிய குணம் கொண்ட நக்கீரனின் வெற்றிக்கு அடிப்படையாக அமைந்திருப்பது இணையாசிரியர் தம்பி காமராஜ் உள்ளிட்ட நக்கீரனின் அன்புத் தம்பிகள் அனைவரின் உழைப்பும், வாசக பெருமக்களின் ஆதரவும்தான்.

அத்துடன், எந்த அடக்குமுறைக்கும் ஈடுகொடுத்து துணிச்சலுடன் நின்ற முகவர்கள், அச்சிட்டவர்கள், சப்ளையர்கள், லைன்பாய்கள், நண்பர்கள், நலன் விரும்பிகள் ஆகியோரும் இந்த மாபெரும் வெற்றிக்கு முதுகெலும்பாக உள்ளனர்.

ஆள்பவர்கள் யாராக இருந்தாலும் அவர்கள் செய்யும் தவறுகளைத் தைரியமாக விரல் நீட்டி சுட்டிக்காட்டுவான் நக்கீரன்.

தவறுகளை திருத்திக்கொள்ள ஆட்சியாளர்கள் தவறினால், தர்மயுத்தம் நடத்த நக்கீரன் தயங்கமாட்டான். இதில் எந்த பாரபட்சமும் கிடையாது. என்றென்றும் நாங்கள் மக்கள் பக்கமே என்ற உறுதியை உங்களுக்கு அளிக்கின்றேன்.

ஐந்தாண்டு காலம் அந்த உறுதியுடன் போராடியதால்தான் கொள்ளைக்காரி ஜெயலலிதாவையும் அவரது கும்பலையும் கூண்டோடு விரட்டினோம். ஜெயலலிதாவின் தோல்விக்கு முக்கிய காரணம் யார்? இதோ அவரே சொல்கிறார்...

"வீரப்பன் உறவினர்கள் உறுதுணையோடு நக்கீரன் கோபால் வீரப்பனை வீடியோ மூலம் பேட்டி கண்டார். அந்த பேட்டியில் வீரப்பன் அ.தி.மு.க. ஆட்சியையும் என்னையும் தரக்குறைவாக, கடுமையான வார்த்தைகளால் திட்டித்தீர்த்தான். அது கருணாநிதியின் குடும்ப டி.வி.யில் (சன் டி.வி) ஒளிபரப்பப்பட்டது. கடந்த பொதுத்தேர்தலின்போது இந்த பேட்டி கருணாநிதிக்கு ஆதரவாகவும், எனக்கு எதிராகவும் பிரச்சாரம் செய்ய பயன்பட்டது."

நம் மீதுள்ள காழ்ப்புணர்ச்சியால் ஜெயலலிதா சிலவற்றை அதிகமாக கற்பனை செய்து அறிக்கை கொடுத்திருந்தாலும் அவருடைய ஆட்சியின் வீழ்ச்சிக்கு நக்கீரன் எடுத்த வீடியோ பேட்டிதான் காரணம் என ஒப்புக்கொள்கிறார். அவரே கொடுத்திருக்கும் இந்த ஒப்புதல் வாக்குமூலத்தைவிட, நாம் நடத்திய தர்மயுத்தத்திற்கு வேறென்ன வெற்றி வேண்டும்.

சவால்களைச் சாதனையாக்கி, நக்கீரன் கண்ட மகத்தான வெற்றி வாசகர்களின் வெற்றி; தமிழ் மக்களின் வெற்றி; மக்களின் பேராதரவோடு- அநீதிகளை- மக்கள் விரோத நடவடிக்கைகளை எதிர்த்து நக்கீரன் தொடர்ந்து போராடும்; மக்களுக்கான நன்மைகளை பெற்றுத்தர பாடுபடும் என்று இந்த 'சேலஞ்ச்'-ன் மூலமாகவும் சூளுரைக்கிறோம்!

வணக்கம்!